BUILD THE WORDS
THAT WILL MAKE YOU A CHAMP!

- Learn the acceptable, but uncommon, two-letter words you can make with **Z** (**ZA**), **Y** (**OY**), **Q** (**QI**), **X** (**XI** and **XU**), **J** (**JO**), and **K** (**KA** and **KI**)—and the three-letter words that can be "built" from many of these.

- Memorize the more than 100 two-letter words—all strategically placed in Section I—that can give you an unbeatable advantage.

- With time, also master the three-letter word list, strategically placed in Section II and Section III. These include sizzlers such as **ZZZ**, **SHH**, and **MYC**.

- Learn the 16 **Q** words which do not require a **U** (such as **QABALA** and **QOPH**). *More good news: you can add an **S** at the end of all of them.*

- For defensive play, also learn the many words which cannot be expanded at front or back.

THE SCRABBLE WORD-BUILDING BOOK

(Revised, 2020)

Compiled by Saleem Ahmed
with assistance from Carol "Yasmin" (wife)
and Aisha and Seema (daughters)

A FAMILY PROJECT

GALLERY BOOKS
New York   London   Toronto   Sydney   New Delhi

Gallery Books
An Imprint of Simon & Schuster, Inc.
1230 Avenue of the Americas
New York, NY 10020

This Gallery Books trade paperback edition November 2020

For information about special discounts for bulk purchases,
please contact Simon & Schuster Special Sales at
1-866-506-1949 or business@simonandschuster.com.

The Simon & Schuster Speakers Bureau can bring authors to your
live event. For more information or to book an event, contact the
Simon & Schuster Speakers Bureau at 1-866-248-3049 or visit
our website at www.simonspeakers.com.

Manufactured in the United States of America

10 9 8 7 6 5 4 3 2 1

ISBN 978-1-9821-4472-2
ISBN 978-1-4165-7196-4 (ebook)

Dedicated to the memory of both Grannies
(one in Pakistan, the other in Hawaii)
for their love and support as this project progressed;

and to

The small but powerful
University Laboratory School, Honolulu
(graduating class under 50),
for the fine training
it provided
our girls.

CONTENTS

PREFACE TO THE THIRD EDITION

During the past fourteen years, from the time the second edition of *The Scrabble Word-Building Book* was published (2007) to the time this third edition is getting readied (late 2019), some 2,000 words have been added to Merriam Webster's *The Official Scrabble Players Dictionary* (sixth edition). Of these, probably fewer than 100 are genuinely "new," such as *webinar* and *wysiwyg*. In other cases, they are the result of the assimilation into English of various types of foreign words, such as: (i) foods (for example, the Hindi/Urdu *bhaji*, meaning cooked vegetables, and the Vietnamese *pho*,* meaning soup); (ii) religious/cultural words, such as *ashram* (Hindi, meaning place of Hindu religious retreat) and *shariah* (Arabic, meaning Muslim laws)†; and (iii) monetary units (for example, *ngultrum* in Bhutan and *nakfa* in Eritrea). We believe such universal and seamless "adoption" of foreign words into English and many other languages augers well for the gradual broadening of our thoughts and actions and the breaking down of barriers.

While preparing this manuscript, my wife, Yasmin, daughters Aisha and Seema, and I could not help but think back to three decades ago, when we considered, half-jokingly, the idea of compiling this book.‡ This has been a family project from the start, and one that other families have told us inspired them to work on projects of their own. In 2018, we were even recognized as Family of the Year for the Western USA by the Universal Peace Federation—an

---

* In Vietnamese, *pho*'s pronunciation is closer to English *fa* than *fo*, with diacritical marks helping to clarify this.

† In return, the almost universal use now of many English words, such as TV, radio, and phone, has had the opposite enriching effect.

‡ See Preface to the First Edition, 1991

honor that means a great deal to us. Underscoring life as a continuous learning process, Gandhi often suggested, "Each one teach one." We hope to "teach" others daily to emulate what we do.

A brief note: Though we have tried our best to ensure the accuracy of each word in this book, if you spot any errors, please do kindly email them to AlohaSaleem@gmail.com.

While time waits for none, let us savor good memories—and be thankful.

Happy Scrabbling!
November 2019

PREFACE TO THE SECOND EDITION

The release of OSPD-4 (*Official Scrabble Players Dictionary, Fourth Edition*) in 2005 added approximately 3,300 new words to the growing list of "acceptable" words in the Scrabble® game. This prompted us to update the *SWBB* (*Scrabble Word-Building Book*) accordingly. The new words include currencies (such as Equatorial Guinea's "ekpwele"), slang words such as "za" (short for pizza), and technical words such as the Chinese "qi" (nature's vital force) and Arabic "shariah" (Muslim law). The arsenal of words available to the Scrabble player has thus increased significantly—and the sting of the previously feared Z and Q has been largely replaced by a hope of acquiring these assets. While the number of two-letter words has increased by 8 to 102, the number of three-letter words has doubled to approximately 1,500. As in *SWBB-1*, these valuable word-connectors are also listed separately as the first part of this book. We hope you'll find *SWBB-2* a valuable resource in helping you with this game.

A major milestone in our home from the time *SWBB-1* was first released (1991) is that two of our co-authors, daughters Aisha and Seema, are now happily married and have "left the nest." Thus this edition was compiled by Saleem with the help of wife Carol "Yasmin"—although both daughters were with us in spirit as this project progressed. A note about the family appears on pages 617–18.

We are thankful for the numerous letters received from many countries, some pointing out typographical errors, others advising us to add new words, and still others seeking clarifications. We were particularly delighted to receive letters from prisons across the nation—and from even as far away as Thailand! It was educational to learn that some prisons try to provide proactive and educational leisure-time activities to their inmates. And we are indeed delighted that our family project has prompted some other families to also consider projects in which all family members can be involved meaningfully. For us, this has been a very satisfying experience.

While this manuscript has been prepared carefully, we will appreciate very much your pointing out any error and/or oversights on our part. We can be reached c/o P.O. Box 25155, Honolulu, HI 96825. Our email address is ahmedinhawaii@aol.com. Happy Scrabble playing!

Honolulu, Hawaii
Summer 2006

PREFACE TO THE FIRST EDITION

The book you are holding has been a family project and a labor of love for more than seven years. But the conceptual seed was sown more than 30 years ago when I was stationed as an agronomist in Sukkur, then a small and remotely located town 350 miles north of Karachi, Pakistan. With leisure time activities scarce (usually limited to visiting friends), my Hawaiian-born *sansei* (third-generation Japanese) wife, "Yasmin," and I often played Scrabble.

Gradually we began to play seriously and competition became fierce (I usually lost). How many times I wished some little angel would come to my rescue—especially late in the game when openings were few, "choice" spots already taken, and the desperation level at an all-time high! The brain would race in all directions, the mind would turn to mush, and I would feverishly try to recall nursery rhymes and musical notes to find that two- or three-letter word that could help me win the game. Did the black sheep go **ba-ba** or **baa-baa**; and is the third musical note **me** or **mi**? Other questions that came up (as my game improved): Does any letter come before **KA** (the spiritual self in old Egyptian religion)? Answer: **OKA**, a Turkish unit of weight. Or after **OX**? Answer: **OXY**, containing oxygen. We allowed consulting the dictionary in our games, as this made the game a learning process also; but flipping through all alphabets to find a suitable connecting letter can be *very* time-consuming! Thus, secretly, I began to compile my own list of important two- and three-letter words having high point values, such as **JO** and **XIS** (a Scottish sweetheart and the plural of the fourteenth letter of the Greek alphabet, respectively). I still usually lost.

As our lives became more hectic, we stopped playing Scrabble until our daughters, Aisha and Seema, were old enough to play with us. As competitiveness came back, the thought of expanding our word lists into a book came to mind. When we acquired a computer, I presented the book idea over a family dinner. Yasmin and our daughters, Aisha and Seema (then 17 and 12), accepted. The project was born.

Had we any notion then of the magnitude of the task we were embarking upon, we probably would have nipped the project in the bud. At first, I envisioned our book to list only two- and three-letter words. So, Aisha and Seema pored over dictionaries and made a list of all such words. Then we sorted out 94 two-letter words and about 900 three-letter words commonly accepted in English. Of the latter, about 600 are "built up" by adding a letter to either the front or back of the two-letter words listed. We entered all in the computer, and Yasmin helped with proofreading. Thus, our separate lists of two-letter and three-letter words came into being. These are indicated in Sections I and II of this book.

However, this made a very skimpy book. So, we decided to include four-, five-, six-, and seven-letter words also. And, with each new listing, our entries expanded in geometric proportions. After two years, when we were celebrating the completion of our task, it dawned on us that it would be highly irritating to the book's users to have to look at each list separately. Reluctantly, we agreed to consolidate these separate listings into one alphabetical list. We used the seven-letter list as our base (it was the longest), and entered words from each of the other lists—word by word—in their proper alphabetical sequence! This took another year.

When we got down to celebrating again, another realization struck us. Our book listed only those words from which other words can be made; but what about words standing by themselves; from which no other word could be made? For example, can any letter be added either to the front or the back of the common word **QUIZ**? Our book did not include this word at that time as nothing can be added. Well, the reader would not know whether this was our oversight or if nothing indeed could be added either to its front or back. Then the stark realization gripped us: The only way to prevent the reader from having to use another dictionary to ensure that nothing could be added to **QUIZ**, or that a word such as **ZYMURGY** (the branch of chemistry dealing with fermentation) existed in English, would be to include in our book all words in the English language up to seven letters long, even those standing by themselves!

So, back to the drawing board we went. This time, we added *all* other words up to seven letters long which we had previously omitted! Another year's task! Altogether, more than 70,000 words are listed. We are thankful to the Almighty for giving us the joy, patience, and perseverance in taking the project to completion. The memory of the family having worked together over many years will certainly be treasured by all of us. We hope using this book helps draw your family and friends closer together also.

We thank the National Scrabble Association for examining sample sections of this book and offering useful suggestions. To join the NSA, send $20.00 (foreign fee is $27.00 in U.S. funds) to:

National SCRABBLE® Association
Box 700
Greenport, NY 11944
USA

You'll receive a year's subscription to the *Scrabble News* (eight issues), a roster of official Scrabble clubs throughout the U.S. and Canada, a membership card, and information about local and regional Scrabble tournaments.

Aloha!
Saleem Ahmed
Honolulu, January 1990

HOW TO USE *THE SCRABBLE WORD-BUILDING BOOK*

This book is designed primarily as an educational tool to improve your skills in playing Scrabble® and other word games. It also serves as a reference book listing all words in English containing up to seven letters (the number of tiles each player has on the rack in Scrabble, and the corresponding new words formed by adding a letter to the front or back of these words.

The book is divided into four sections. Given the importance in Scrabble of using small words in making the most effective use of bonus squares, three special sections—one containing all of the more than 100 two-letter words, one containing the independent three-letter words which cannot be built from two-letter words, and one containing the approximately 1,200 three-letter words that can be built from two two-letter words—have been created and appear as Sections I, II, and III, respectively. These invaluable words should be memorized over time. Section IV contains all of the approximately 80,000 English words up to seven letters long.

The Scrabble Word-Building Book is the only reference book for Scrabble and other word games that exclusively shows how to build words from both front and back of existing words by simply adding a letter. This works as follows:

	Word	New words
1	**QUA**	aqua; quad, quag, quai, guay
2	**QUART**	-; quarte, quarto, quarts, quartz
3	**QUARE**	square; -
4	**QUIZ**	-; -

Example 1 shows that **a** can be added to **QUA** in front; and **d**, **g**, **i**, and **y** at the back. The semicolon (**;**) separates "front" and "back" words. Example 2 shows that no letter can be added in front of **QUART**; but **e**, **o**, **s**, and **z** can be added at the back. Example 3 shows that **s** can be added in front of **QUARE**; but nothing can be added at the back. And Example 4 shows that nothing can be added either in front or back of **QUIZ**.

More than 80,000 words are listed in this book. To economize on space, when a "nonexpandable" word is formed by adding a letter to another word, it is generally not listed again. For example, **AMPULS** is listed against **AMPUL** (a small glass vial), but not again by itself. However, some high-scoring words, such as **QUARTZ** (a mineral), have also been listed separately (in addition to being listed against **QUART**) although no other word can be formed from them. Finally, the dynamic English language is growing by "adopting" words from other languages, and by the creation of new words. The addition of more than 2,000 new words in *OSPD-6* is an example of how fast the English language is growing. We will probably see other words added in the future.

Sources for Our Words

The words listed in the third edition of *The Scrabble Word-Building Book* are those included in the *Official Scrabble Players Dictionary* (sixth edition). Therefore, the book inherently carries forward a perceived weakness of *OSPD*, which is that it excludes many of the commonly used four-letter words and politically incorrect words even though these are perfectly good and bona fide English words. We, however, support *OSPD*'s promotion of Scrabble as a family game. To avoid unnecessary disputes in highly competitive Scrabble games, we simply advise that players decide ahead of time which dictionary will be used to settle disputes.

THE
SCRABBLE
WORD-
BUILDING
BOOK

SECTION I: TWO-LETTER WORDS

A **must** for players of Scrabble and many other word-building games is a knowledge of two-letter words. The two-letter words listed below are invaluable word-linkers and are particularly helpful in making effective use of premium squares and tight spots. With time, memorize them all. You'll be glad you did.

A: aa, ba, da, fa, ha, ka, la, ma, na, pa, ta, ya, za; aa, ab, ad, ae, ag, ah, ai, al, am, an, ar, as, at, aw, ax, ay

B: ab; ba, be, bi, bo, by

C: -; -

D: ad, ed, id, od; da, de, do

E: ae, be, de, fe, he, me, ne, oe, pe, re, we, ye; ed, ef, eh, el, em, en, er, es, et, ew, ex

F: ef, if, of; fa, fe, fi

G: ag; gi, go

H: ah, eh, oh, sh, uh; ha, he, hi, hm, ho

I: ai, bi, fi, hi, ki, li, mi, oi, pi, qi, si, ti, xi; id, if, in, is, it

J: -; jo

K: -; ka, ki

L: al, el; la, li, lo

M: am, em, hm, mm, om, um; ma, me, mi, mm, mo, mu, my

N: an, en, in, on, un; na, ne, no, nu

O: bo, do, go, ho, jo, lo, mo, no, so, to, wo, yo; od, oe, of, oh, oi, om, on, op, or, os, ow, ox, oy

P: op, up; pa, pe, pi, po

Q: -; qi

R: ar, er, or; re

S: as, es, is, os, us; sh, si, so

T: at, et, it, ut; ta, ti, to

U: mu, nu, xu; uh, um, un, up, us, ut

V: -; -

W: aw, ow; we, wo

X: ax, ex, ox; xi, xu

Y: ay, by, my, oy; ya, ye, yo

Z: -; za

SECTION II: INDEPENDENT THREE-LETTER WORDS

After you have memorized the two-letter words, do the same for these independent three-letter words, which cannot be built from two-letter words, and your score will jump up progressively.

A: aby, ace, act, aff, aft, ape, apo, app, apt, ave, avo, azo

B: bra, bro, brr, bub, bud, bug, bum, bun, bur, bus, but, buy

C: cab, cad, caf, cam, can, cap, car, cat, caw, cay, cee, cel, cep, chi, cig, cis, cob, cod, cog, col, con, coo, cop, cor, cos, cot, cow, cox, coy, coz, cru, cry, cub, cud, cue, cum, cup, cur, cut, cuz, cwm

D: dib, did, die, dif, dig, dim, din, dip, dis, dit, dry, dub, dud, due, dug, duh, dui, dun, duo, dup, dye

E: ear, eat, eau, ebb, eco, ecu, eek, eel, egg, ego, eke, eon, eve, ewe, eye

F: fib, fid, fie, fig, fil, fin, fir, fit, fix, fiz, flu, fly, fob, foe, fog, foh, fon, fop, for, fou, fox, foy, fro, fry, fub, fud, fug, fun, fur

G: gab, gad, gae, gag, gal, gam, gan, gap, gar, gas, gat, gay, ged, gee, gel, gem, gen, get, gey, ghi, gib, gid, gie, gig, gin, gip, git, gnu, grr, gul, gum, gun, gut, guv, guy, gym, gyp

H: hub, hue, hug, huh, hum, hun, hup, hut, hyp

I: ice, ich, ick, icy, igg, ilk, ill, imp, ion, ire, irk, ivy

J: jab, jag, jam, jar, jaw, jay, jee, jet, jeu, jib, jig, jin, jug, jun, jus, jut

K: kea, kef, keg, ken, kep, kex, key, khi, koa, kob, koi, kop, kor, kos, kue, kye

L: lea, led, lee, leg, lei, lek, let, leu, lev, lex, ley, lug, lum, luv, lux, lye

M: mho

N: nib, nil, nim, nip, nit, nix, nth

O: oaf, oak, oar, oat, oba, obe, obi, oca, oka, oke, old, ole, ooh, oot, oud, our, ova

P: phi, pht, ply, pod, poh, poi, pol, poo, pop, pot, pow, pox, pro, pry, psi, pst, pub, pud, pug, pul, pun, pup, pur, pus, put, pya, pye, pyx

Q: qat, qua

R: rad, rag, rah, rai, raj, ram, ran, rap, ras, rat, raw, rax, ray, rho, ria, rib, rid, rif, rig, rim, rin, rip, rob, roc, rod, roe, rom, roo, rot, row, rub, rue, rug, rum, run, rut, rya, rye, ryu

S: sab, sac, sad, sae, sag, sal, sap, sat, sau, saw, sax, say, sea, sec, see, seg, sei, sel, sen, ser, set, sew, sex, ska, ski, sky, sly, spa, spy, sri, sty, sub, sue, suk, sum, sun, sup, suq, syn

T: tea, ted, tee, teg, tel, ten, tet, tew, the, tho, thy, tiz, try, tsk, tub, tug, tui, tun, tup, tut, tux, twa, two, tye

U: udo, ugh, uke, ulu, urb, urd, urn

V: vac, van, var, vas, vat, vau, vav, vaw, vee, veg, vet, vex, via, vid, vie, vig, vim, vis, voe, vow, vox, vug, vum

W: wab, wad, wae, wag, wan, wap, war, was, wat, waw, wax, way, wha, who, why, wig, win, wis, wit, wiz, wry, wud, wye, wyn

Y: yin, yip, yob, yod, yok, yom, yon, you, yow, yuk, yum, yup

Z: zap, zax, zed, zee, zek, zep, zig, zin, zip, zit, zoa, zoo, zuz, zzz

SECTION III: THREE-LETTER WORDS BUILT FROM TWO-LETTER WORDS

Here are the three-letter words that are built by adding a letter onto a two-letter word. There are some 1,200 of these, so memorizing them is no easy feat, but doing so will vastly expand your word power and your score.

A

AA: baa; aah, aal, aas

AB: cab, dab, fab, gab, jab, kab, lab, rab, sab, tab, wab; aba, abs

AD: bad, cad, dad, fad, gad, had, lad, mad, pad, rad, sad, tad, wad; add, ado, ads, adz

AE: gae, hae, kae, mae, nae, sae, tae, wae

AG: bag, dag, fag, gag, hag, jag, lag, mag, nag, rag, sag, tag, wag, zag; aga, age, ago

AH: aah, bah, dah, hah, nah, pah, rah, yah; aha, ahi

AI: -; aid, ail, aim, ain, air, ais, ait

AL: aal, bal, dal, gal, pal, sal; ala, alb, ale, all, alp, als, alt

AM: bam, cam, dam, gam, ham, jam, lam, nam, pam, ram, tam, yam; ama, ami, amp, amu

AN: ban, can, dan, fan, gan, man, nan, pan, ran, san, tan, van, wan; ana, and, ane, ani, ant, any

AR: bar, car, ear, far, gar, jar, lar, mar, oar, par, tar, var, war, yar; arb, arc, are, arf, ark, arm, ars, art

AS: bas, fas, gas, has, kas, las, mas, pas, ras, tas, vas, was; ash, ask, asp, ass

AT: bat, cat, eat, fat, gat, hat, kat, lat, mat, oat, pat, qat, rat, sat, tat, vat, wat; ate, att

AW: caw, daw, haw, jaw, law, maw, naw, paw, raw, saw, taw, vaw, waw, yaw; awa, awe, awl, awn

AX: fax, lax, pax, rax, sax, tax, wax, zax; axe

AY: bay, cay, day, fay, gay, hay, jay, kay, lay, may, nay, pay, ray, say, way, yay; aye, ays

B

BA: aba; baa, bad, bag, bah, bal, bam, ban, bap, bar, bas, bat, bay

BE: obe; bed, bee, beg, bel, ben, bes, bet, bey

BI: obi; bib, bid, big, bin, bio, bis, bit, biz

BO: abo; boa, bob, bod, bog, boo, bop, bos, bot, bow, box, boy

BY: aby; bye, bys

D

DA: -; dab, dad, dag, dah, dak, dal, dam, dan, dap, daw, day

DE: -; deb, dee, def, dei, del, den, dev, dew, dex, dey

DO: ado, udo; doc, doe, dog, dol, dom, don, dor, dos, dot, dow

E

ED: edh

EF: def, kef, ref; eff, efs, eft

EH: feh, heh, peh, yeh

EL: bel, del, eel, gel, mel, sel, tel; eld, elf, elk, ell, elm, els

EM: fem, gem, hem, mem, rem; eme, ems, emu

EN: ben, den, fen, gen, hen, ken, men, pen, sen, ten, wen, yen, zen; end, eng, ens

ER: fer, her, per, ser; era, ere, erg, ern, err, ers

ES: bes, hes, pes, res, yes; ess, est

ET: bet, fet, get, het, jet, let, met, net, pet, ret, set, tet, vet, wet, yet; eta, eth

EX: dex, hex, kex, lex, rex, sex, vex

F

FA: -; fab, fad, fag, fan, far, fas, fat, fax, fay

FE: -; fed, fee, feh, fem, fen, fer, fet, feu, few, fey, fez

G

GO: ago, ego; goa, gob, god, goo, gor, got, gox, goy

H

HA: aha, sha, wha; had, hae, hag, hah, haj,

ham, hao, hap, has,
hat, haw, hay

HE: she, the; heh, hem, hen,
hep, her, hes, het, hew,
hex, hey

HI: ahi, chi, ghi, khi, phi;
hic, hid, hie, him, hin,
hip, his, hit

HM: ohm; hmm

HO: mho, oho, pho, rho,
sho, tho, who; hob,
hod, hoe, hog, hom,
hon, hoo, hop, hot,
how, hoy

I

ID: aid, bid, did, fid, gid,
hid, kid, lid, mid, rid,
yid; ids

IF: gif, kif, rif; iff, ifs

IN: ain, bin, din, fin, gin,
hin, jin, kin, lin, pin, rin,
sin, tin, vin, win, yin;
ink, inn, ins

IS: ais, bis, cis, dis, his, lis,
mis, pis, sis, tis, vis, wis,
xis; ism

IT: ait, bit, dit, fit, git, hit,
kit, lit, nit, pit, sit, tit, uit,
wit, zit; its

J

JO: -; job, joe, jog, jot, jow,
joy

K

KA: oka, ska; kab, kae, kaf,
kas, kat, kay

KI: -; kid, kif, kin, kip, kir,
kis, kit

L

LA: ala, ola; lab, lac, lad,
lag, lah, lam, lap, lar,
las, lat, lav, law, lax,
lay

LI: -; lib, lid, lie, lin, lip, lis,
lit

LO: -; lob, log, loo, lop, lor,
lot, low, lox

M

MA: ama; mac, mad, mae,
mag, mam, man, map,
mar, mas, mat, maw,
max, may

ME: eme; med, meg, meh,
mel, mem, men, mes,
met, mew

MI: ami; mib, mic, mid, mig,
mil, mim, mir, mis, mix

MM: hmm, umm; -

MO: -; moa, mob, moc,
mod, mog, mol, mom,
mon, moo, mop, mor,
mos, mot, mow

MU: amu, emu; mud, mug,
mum, mun, mut, mux

MY: -; myc

N

NA: –; nab, nae, nag, nah, nam, nan, nap, nav, naw, nay

NE: ane, one; neb, nee, neg, net, new; neb, nee, neg, net, new

NO: –; nob, nod, nog, noh, nom, noo, nor, nos, not, now

NU: gnu; nub, nug, nun, nus, nut

O

OC: doc, moc, roc, soc; oca, och

OD: bod, cod, god, hod, mod, nod, pod, rod, sod, tod, yod; oda, odd, ode, ods

OE: doe, foe, hoe, joe, roe, toe, voe, woe; oes

OF: –; off, oft

OH: foh, noh, ooh, poh; ohm, oho, ohs

OI: moi, poi; oik, oil

OM: dom, mom, nom, pom, rom, tom, yom; oms

ON: con, don, eon, fon, hon, ion, mon, son, ton, von, won, yon; one, ono, ons

OP: bop, cop, fop, hop, kop, lop, mop, pop, sop, top, wop; ope, ops, opt

OR: cor, dor, for, gor, kor, lor, mor, nor, tor; ora, orb, orc, ore, org, ors, ort

OS: bos, cos, dos, kos, mos, nos; ose

OW: bow, cow, dow, how, jow, low, mow, now, pow, row, sow, tow, vow, wow, yow; owe, owl, own, owt

OX: box, cox, fox, gox, lox, pox, sox, vox; oxo, oxy

OY: boy, coy, foy, goy, hoy, joy, soy, toy; –

P

PA: spa; pac, pad, pah, pal, pam, pan, pap, par, pas, pat, paw, pax, pay

PE: ape, ope; pea, pec, ped, pee, peg, peh, pen, pep, per, pes, pet, pew

PI: –; pia, pic, pie, pig, pin, pip, pis, pit, piu, pix

R

RE: are, ere, ire, ore; reb, rec, red; ree, ref, reg, rei, rem, rep, res, ret, rev, rex, rez

S

SH: ash; sha, she, shh, shy
SI: psi; sib, sic, sim, sin, sip, sir, sis, sit, six
SO: -; sob, sod, sol, som, son, sop, sot, sou, sow, sox, soy

T

TA: eta, uta; tab, tad, tae, tag, taj, tam, tan, tao, tap, tar, tas, tat, tau, tav, taw, tax
TI: -; tic, tie, til, tin, tip, tis, tit
TO: -; tod, toe, tog, tom, ton, too, top, tor, tot, tow, toy

U

UH: huh
UM: bum, cum, gum, hum, lum, mum, rum, sum, yum; umm, ump
UN: bun, dun, fun, gun, hun, jun, mun, nun, pun, run, sun, tun; uns
UP: cup, dup, hup, pup, sup, tup, yup; upo, ups
US: bus, jus, mus, nus, pus; use

UT: but, cut, gut, hut, jut, mut, nut, out, put, rut, tut; uta, ute, uts

W

WE: awe, ewe, owe; web, wed, wee, wen, wet
WO: two; woe, wog, wok, won, woo, wos, wot, wow

X

XI: -; xis
XU: -;

Y

YA: pya, rya; yag, yah, yak, yam, yap, yar, yaw, yay
YE: aye, bye, dye, eye, lye, pye, rye, tye, wye; yea, yeh, yen, yep, yes, yet, yew

Z

ZA: -; zag, zap, zax

SECTION IV: MAIN LIST

A

A	aa, ba, da, fa, ha, ka, la, ma, na, pa, ta, ya; aa, ab, ad, ae, ah, ai, am, an, ar, as, at, aw, ax, ay	ABAFT	-; -
		ABAKA	kabaka; abakas
		ABAKAS	kabakas; -
		ABALONE	-; abalones
		ABAMP	-; abamps
		ABANDON	-; abandons
AA	aah, aal, aas; baa	ABAS	babas; -
		ABASE	-; abased, abaser, abases
AAH	-; aahs	
AAHED	-; -	
AAHING	-; -	ABASER	-; abasers
AAL	baal; aals	ABASH	-; -
AALII	-; aaliis	ABASHED	-; -
AALS	baals; -	ABASHES	-; -
AARGH	-; -	ABASIA	-; abasias
AARRGH	-; -	ABASING	-; -
AARRGHH	-; -	ABATE	-; abated, abater, abates
AAS	baas, kaas; -	
AB	cab, dab, fab, gab, jab, kab, lab, nab, sab, tab, wab; aba, abs	ABATER	-; abaters
		ABATING	-; -
		ABATIS	-; -
		ABATOR	-; abators
		ABATTIS	-; -
ABA	baba; abas	ABAXIAL	-; -
ABACA	-; abacas	ABAXILE	-; -
ABACI	-; -	ABAYA	-; abayas
ABACK	-; -	ABBA	-; abbas
ABACUS	-; -	ABBACY	-; -

ABBE	-; abbes, abbey	**ABLAUT**	-; ablauts
ABBES	-; abbess	**ABLAZE**	-; -
ABBEY	-; abbeys	**ABLE**	cable, fable, gable, sable, table; abled, abler, ables
ABBOT	-; abbots		
ABBOTCY	-; -		
ABDOMEN	-; abdomens	**ABLEISM**	-; ableisms
ABDUCE	-; abduced, abduces	**ABLEIST**	-; ableists
		ABLER	fabler; -
ABDUCT	-; abducts	**ABLES**	cables, fables, gables, sables, tables; ablest
ABEAM	-; -		
ABED	sabed; -		
ABELE	-; abeles	**ABLINGS**	-; -
ABELIA	-; abelian, abelias	**ABLINS**	-; -
		ABLOOM	-; -
ABELIAN	-; -	**ABLUENT**	-; abluents
ABET	-; abets	**ABLUSH**	-; -
ABETTAL	-; abettals	**ABLUTED**	-; -
ABETTED	-; -	**ABLY**	-; -
ABETTER	-; abetters	**ABMHO**	-; abmhos
ABETTOR	-; abettors	**ABO**	-; abos
ABEYANT	-; -	**ABOARD**	-; -
ABFARAD	-; abfarads	**ABODE**	-; aboded, abodes
ABHENRY	-; abhenrys		
ABHOR	-; abhors	**ABODING**	-; -
ABIDE	-; abided, abider, abides	**ABOHM**	-; abohms
		ABOIL	-; -
ABIDER	-; abiders	**ABOLISH**	-; -
ABIGAIL	-; abigails	**ABOLLA**	-; abollae
ABILITY	-; -	**ABOMA**	-; abomas
ABIOSES	-; -	**ABOMASI**	-; -
ABIOSIS	-; -	**ABOON**	baboon, gaboon; -
ABIOTIC	-; -		
ABJECT	-; -	**ABORAL**	-; -
ABJURE	-; abjured, abjurer, abjures	**ABORT**	-; aborts
		ABORTED	-; -
		ABORTER	-; aborters
ABLATE	-; ablated, ablates	**ABOUGHT**	-; -
		ABOULIA	-; aboulias
ABLATOR	-; ablators	**ABOULIC**	-; -

ABOUND	-; abounds	**ABUSIVE**	-; -
ABOUT	-; -	**ABUT**	-; abuts
ABOVE	-; aboves	**ABUTTAL**	-; abuttals
ABRADE	-; abraded, abrader, abrades	**ABUTTED**	-; -
		ABUTTER	-; abutters
		ABUZZ	-; -
ABRADER	-; abraders	**ABVOLT**	-; abvolts
ABREACT	-; abreacts	**ABWATT**	-; abwatts
ABREAST	-; -	**ABY**	baby, gaby; abye, abys
ABRI	-; abris		
ABRIDGE	-; abridged, abridger, abridges	**ABYE**	-; abyes
		ABYING	babying; -
		ABYSM	-; abysms
ABROACH	-; -	**ABYSMAL**	-; -
ABROAD	-; -	**ABYSS**	-; -
ABROSIA	-; -	**ABYSSAL**	-; -
ABRUPT	-; -	**ABYSSES**	-; -
ABSCESS	-; -	**ACACIA**	-; acacias
ABSCISE	-; abscised, abscises	**ACADEME**	-; academes
		ACADEMY	-; -
ABSCOND	-; absconds	**ACAI**	-; acais
ABSEIL	-; abseils	**ACAJOU**	-; acajous
ABSENCE	-; absences	**ACALEPH**	-; acalephe, acalephs
ABSENT	-; absents		
ABSINTH	-; absinthe, absinths	**ACANTHA**	-; acanthae
		ACAPNIA	-; acapnias
ABSOLVE	-; absolved, absolver, absolves	**ACARI**	-; acarid
		ACARID	-; acarids
		ACARINE	-; acarines
ABSORB	-; absorbs	**ACAROID**	-; -
ABSTAIN	-; abstains	**ACARUS**	-; -
ABSURD	-; absurds	**ACAUDAL**	-; -
ABUBBLE	-; -	**ACCEDE**	-; acceded, acceder, accedes
ABULIA	-; abulias		
ABULIC	-; -		
ABUSE	-; abused, abuser, abuses	**ACCEDER**	-; acceders
		ACCENT	-; accents
		ACCEPT	-; accepts
ABUSER	-; abusers	**ACCESS**	-; -
ABUSING	-; -	**ACCIDIA**	-; accidias

ACCIDIE	-; accidies	**ACETAL**	-; acetals
ACCLAIM	-; acclaims	**ACETATE**	-; acetated,
ACCORD	-; accords		acetates
ACCOST	-; accosts	**ACETIC**	-; -
ACCOUNT	-; accounts	**ACETIFY**	-; -
ACCRETE	-; accreted,	**ACETIN**	-; acetins
	accretes	**ACETONE**	-; acetones
ACCRUAL	-; accruals	**ACETOSE**	-; -
ACCRUE	-; accrued,	**ACETOUS**	-; -
	accrues	**ACETUM**	-; -
ACCURST	-; -	**ACETYL**	-; acetyls
ACCUSAL	-; accusals	**ACHE**	cache, mache,
ACCUSE	-; accused,		tache; ached,
	accuser,		aches
	accuses	**ACHED**	bached,
ACCUSER	-; accusers		cached; -
ACE	dace, face,	**ACHENE**	-; achenes
	lace, mace,	**ACHES**	baches,
	pace, race,		caches,
	tace; aced,		laches,
	aces		taches; -
ACED	faced, laced,	**ACHIER**	-; -
	maced,	**ACHIEST**	-; -
	paced,	**ACHIEVE**	-; achieved,
	raced; -		achiever,
ACEDIA	-; acedias		achieves
ACENTRIC	-; -	**ACHING**	baching,
ACEQUIA	-; acequias		caching; -
ACERATE	-; acerated	**ACHIOTE**	-; achiotes
ACERB	-; -	**ACHOLIA**	-; acholias
ACERBER	-; -	**ACHOO**	-; -
ACERBIC	-; -	**ACHY**	-; -
ACEROLA	-; acerolas	**ACICULA**	-; aciculae,
ACEROSE	-; -		acicular,
ACEROUS	-; -		aciculas
ACES	daces, faces,	**ACID**	-; acids, acidy
	laces, maces,	**ACIDIC**	-; -
	paces, races,	**ACIDIFY**	-; -
	taces; -	**ACIDITY**	-; -
ACETA	-; acetal	**ACIDLY**	-; -

ACIFORM	-; -	**ACRIDER**	-; -
ACINAR	-; -	**ACRIDLY**	-; -
ACING	facing, lacing,	**ACRO**	-; acros
	macing,	**ACROBAT**	-; acrobats
	pacing,	**ACROGEN**	-; acrogens
	racing; -	**ACRONIC**	-; -
ACINI	-; acinic	**ACRONYM**	-; acronyms
ACINOSE	-; -	**ACROSS**	-; -
ACINOUS	-; -	**ACROTIC**	-; -
ACINUS	-; -	**ACRYLIC**	-; acrylics
ACKEE	hackee;	**ACT**	fact, pact, tact;
	ackees		acta, acts
ACLINIC	-; -	**ACTABLE**	-; -
ACMATIC	-; -	**ACTED**	-; -
ACME	-; acmes	**ACTIN**	-; acting,
ACMIC	-; -		actins
ACNE	-; acned,	**ACTINAL**	-; -
	acnes	**ACTING**	-; actings
ACNODE	tacnode;	**ACTINIA**	-; actiniae,
	acnodes		actinian,
ACNODES	tacnodes; -		actinias
ACOCK	-; -	**ACTINIC**	-; -
ACOLD	-; -	**ACTINON**	-; actinons
ACOLYTE	-; acolytes	**ACTION**	faction,
ACONITE	-; aconites		paction,
ACORN	-; acorns		taction; actions
ACQUEST	-; acquests	**ACTIONS**	factions,
ACQUIRE	-; acquired,		pactions,
	acquirer,		tactions; -
	acquires	**ACTIVE**	-; actives
ACQUIT	-; acquits	**ACTOR**	factor; actors
ACRASIA	-; acrasias	**ACTORS**	factors; -
ACRASIN	-; acrasins	**ACTRESS**	-; -
ACRE	nacre; acred,	**ACTS**	facts, pacts,
	acres		tacts; -
ACREAGE	-; acreages	**ACTUAL**	factual,
ACRED	nacred,		tactual; -
	sacred; -	**ACTUARY**	-; -
ACRES	nacres; -	**ACTUATE**	-; actuated,
ACRID	-; -		actuates

ACUATE	-; -	**ADDER**	gadder,
ACUITY	vacuity; -		ladder,
ACULEI	-; -		madder,
ACULEUS	-; -		sadder,
ACUMEN	-; acumens		wadder;
ACUTE	-; acuter,		adders
	acutes	**ADDERS**	gadders,
ACUTELY	-; -		ladders,
ACUTES	-; acutest		madders,
ACYCLIC	-; -		wadders; -
ACYL	-; acyls	**ADDIBLE**	-; -
ACYLATE	-; acylated,	**ADDICT**	-; addicts
	acylates	**ADDING**	gadding,
ACYLOIN	-; acyloins		madding,
AD	bad, cad,		padding,
	dad, fad, gad,		radding,
	had, lad, mad,		wadding; -
	pad, rad, sad,	**ADDLE**	daddle,
	tad, wad; add,		paddle,
	ado, ads, adz		raddle,
ADAGE	-; adages		saddle,
ADAGIAL	-; -		waddle;
ADAGIO	-; adagios		addled,
ADAMANT	-; adamants		addles
ADAPT	-; adapts	**ADDLED**	daddled,
ADAPTED	-; -		paddled,
ADAPTER	-; adapters		raddled,
ADAPTOR	-; adaptors		saddled,
ADAXIAL	-; -		waddled; -
ADD	-; adds	**ADDLES**	daddles,
ADDABLE	-; -		paddles,
ADDAX	-; -		raddles,
ADDAXES	-; -		saddles,
ADDED	gadded,		waddles; -
	madded,	**ADDLING**	paddling,
	padded,		raddling,
	radded,		saddling,
	wadded; -		waddling; -
ADDEDLY	-; -	**ADDRESS**	-; -
ADDEND	-; addends	**ADDREST**	-; -

ADDUCE	-; adduced, adducer, adduces	**ADMAN**	badman, madman; -
		ADMASS	-; -
ADDUCER	-; adducers	**ADMEN**	badmen,
ADDUCT	-; adducts		madmen; -
ADEEM	-; adeems	**ADMIN**	-; admins
ADEEMED	-; -	**ADMIRAL**	-; admirals
ADELGID	-; -	**ADMIRE**	-; admired,
ADENINE	-; adenines		admirer,
ADENOID	-; adenoids		admires
ADENOMA	-; adenomas	**ADMIRER**	-; admirers
ADENYL	-; adenyls	**ADMIT**	-; admits
ADEPT	-; adepts	**ADMIX**	-; admixt
ADEPTER	-; -	**ADMIXED**	-; -
ADEPTLY	-; -	**ADMIXES**	-; -
ADHERE	-; adhered,	**ADNATE**	-; -
	adherer,	**ADNEXA**	-; adnexal
	adheres	**ADNOUN**	-; adnouns
ADHERER	-; adherers	**ADO**	dado, fado;
ADHIBIT	-; adhibits		ados
ADIEU	-; adieus,	**ADOBE**	-; adobes
	adieux	**ADOBO**	-; adobos
ADIOS	radios; -	**ADONIS**	-; -
ADIPIC	-; -	**ADOPT**	-; adopts
ADIPOSE	-; adiposes	**ADOPTED**	-; -
ADIPOUS	-; -	**ADOPTEE**	-; adoptees
ADIT	-; adits	**ADOPTER**	-; adopters
ADJOIN	-; adjoins,	**ADORE**	-; adored,
	adjoint		adorer, adores
ADJOINT	-; adjoints	**ADORER**	-; adorers
ADJOURN	-; adjourns	**ADORING**	-; -
ADJUDGE	-; adjudged,	**ADORN**	-; adorns
	adjudges	**ADORNED**	-; -
ADJUNCT	-; adjuncts	**ADORNER**	-; adorners,
ADJURE	-; adjured,	**ADOS**	dados, fados; -
	adjurer,	**ADOWN**	-; -
	adjures	**ADOZE**	-; -
ADJURER	-; adjurers	**ADRENAL**	-; adrenals
ADJUROR	-; adjurors	**ADRIFT**	-; -
ADJUST	-; adjusts	**ADROIT**	-; -

ADS	bads, cads, dads, fads, gads, lads, mads, pads, rads, tads, wads; -	**ADZUKI**	-; adzukis
		AE	gae, hae, kae, mae, nae, sae, tae, wae; -
		AECIA	-; aecial
		AECIUM	-; -
ADSORB	-; adsorbs	**AEDES**	-; -
ADSUKI	-; adsukis	**AEDILE**	-; aediles
ADULATE	-; adulated, adulates	**AEDINE**	-; -
		AEGIS	-; -
ADULT	-; adults	**AEGISES**	-; -
ADULTLY	-; -	**AENEOUS**	-; -
ADUNC	-; -	**AENEUS**	-; -
ADUST	-; -	**AEOLIAN**	-; -
ADVANCE	-; advanced, advancer, advances	**AEON**	paeon; aeons
		AEONIAN	-; -
		AEONIC	-; -
ADVECT	-; advects	**AEONS**	paeons; -
ADVENT	-; advents	**AERADIO**	-; -
ADVERB	-; adverbs	**AERATE**	-; aerated, aerates
ADVERSE	-; -		
ADVERT	-; adverts	**AERATOR**	-; aerators
ADVICE	-; advices	**AERIAL**	-; aerials
ADVISE	-; advised, advisee, adviser, advises	**AERIE**	faerie; aeried, aerier, aeries
		AERIES	faeries; aeriest
ADVISEE	-; advisees	**AERIFY**	-; -
ADVISER	-; advisers	**AERILY**	-; -
ADVISOR	-; advisors, advisory	**AERO**	-; -
		AEROBAT	-; -
ADWARE	-; adwares	**AEROBE**	-; aerobes
ADWOMAN	badwoman, madwoman; -	**AEROBIC**	-; aerobics
		AEROGEL	-; aerogels
		AEROSAT	-; aerosats
ADWOMEN	badwomen, madwomen; -	**AEROSOL**	-; aerosols
		AERUGO	-; aerugos
ADYTA	; -	**AERY**	faery; -
ADYTUM	-; -	**AETATIS**	-; -
ADZ	-; adze	**AETHER**	-; aethers
ADZE	-; adzes	**AFAR**	-; afars

AFEARD	-; -	**AFRO**	-; afros
AFEARED	-; -	**AFT**	baft, daft, haft,
AFF	baff, daff,		raft, waft; -
	gaff, raff, waff,	**AFTER**	dafter, hafter,
	yaff; -		rafter, wafter;
AFFABLE	-; -		afters
AFFABLY	-; -	**AFTERS**	hafters, rafters,
AFFAIR	-; affaire,		wafters; -
	affairs	**AFTMOST**	-; -
AFFAIRE	-; affaires	**AFTOSA**	-; aftosas
AFFECT	-; affects	**AG**	bag, dag, fag,
AFFIANT	-; affiants		gag, hag, jag,
AFFICHE	-; affiches		lag, mag, nag,
AFFINAL	-; -		rag, sag, tag,
AFFINE	-; affined,		wag, zag;
	affines		aga, age,
AFFIRM	-; affirms		ago, ags
AFFIX	-; -	**AGA**	gaga, raga,
AFFIXAL	-; -		saga; agar,
AFFIXED	-; -		agas
AFFIXER	-; affixers	**AGAIN**	-; -
AFFIXES	-; -	**AGAINST**	-; -
AFFLICT	-; afflicts	**AGAMA**	-; agamas
AFFLUX	-; -	**AGAMETE**	-; agametes
AFFORD	-; affords	**AGAMIC**	-; -
AFFRAY	-; affrays	**AGAMID**	-; agamids
AFFRONT	-; affronts	**AGAMOUS**	-; -
AFGHAN	-; afghani,	**AGAPAE**	-; -
	afghans	**AGAPAI**	-; -
AFIELD	-; -	**AGAPE**	-; -
AFIRE	-; -	**AGAPEIC**	-; -
AFLAME	-; -	**AGAR**	-; agars
AFLOAT	-; -	**AGARIC**	-; agarics
AFOOT	-; -	**AGAS**	ragas, sagas; -
AFORE	-; -	**AGATE**	-; agates
AFOUL	-; -	**AGATOID**	-; -
AFRAID	-; -	**AGATIZE**	-; agatized,
AFREET	-; afreets		agatizes
AFRESH	-; -	**AGAVE**	-; agaves
AFRIT	-; afrits	**AGAZE**	-; -

AGE	cage, gage,	**AGGADAH**	-; aggadahs
	mage, page,	**AGGADIC**	-; -
	rage, sage,	**AGGADOT**	-; aggadoth
	wage; aged,	**AGGER**	dagger,
	agee, ager,		gagger,
	ages		jagger, lagger,
AGED	caged, gaged,		nagger,
	paged, raged,		sagger,
	waged; -		tagger,
AGEDLY	-; -		wagger;
AGEE	ragee; -		aggers
AGEING	-; ageings	**AGGERS**	daggers,
AGEISM	-; ageisms		gaggers,
AGEIST	-; ageists		jaggers,
AGELESS	-; -		laggers,
AGELONG	-; -		naggers,
AGENCY	-; -		saggers,
AGENDA	-; agendas		taggers,
AGENDUM	-; agendums		waggers; -
AGENE	-; agenes	**AGGIE**	baggie;
AGENIZE	-; agenized,		aggies
	agenizes	**AGGIES**	baggies; -
AGENT	-; agents	**AGGRO**	-; aggros
AGENTRY	-; -	**AGHA**	-; aghas
AGER	eager, gager,	**AGHAS**	-; aghast
	jager, lager,	**AGILE**	vagile; -
	pager, sager,	**AGILELY**	-; -
	wager, yager;	**AGILITY**	-; -
	agers	**AGIN**	fagin; aging
AGERS	eagers,	**AGING**	caging,
	gagers, jagers,		gaging,
	lagers, pagers,		paging,
	wagers,		raging,
	yagers; -		waging;
AGES	cages, gages,		agings
	mages, pages,	**AGINNER**	-; aginners
	rages, sages,	**AGIO**	-; agios
	wages; -	**AGISM**	-; agisms
AGGADA	-; aggadah,	**AGIST**	-; agists
	aggadas	**AGISTED**	-; -

AGITA	-; agitas	**AGORA**	-; agorae, agoras
AGITATE	-; agitated, agitates	**AGOROT**	-; agoroth
AGITATO	-; agitator	**AGOUTI**	-; agoutis
AGLARE	-; -	**AGOUTY**	-; -
AGLEAM	-; -	**AGRAFE**	-; agrafes
AGLEE	-; -	**AGRAFFE**	-; agraffes
AGLET	eaglet; aglets	**AGRAPHA**	-; -
AGLETS	eaglets; -	**AGRAVIC**	-; -
AGLEY	-; -	**AGREE**	-; agreed, agrees
AGLOO	-; agloos		
AGLOW	-; -	**AGRIA**	-; agrias
AGLY	-; -	**AGRO**	-; agros
AGLYCON	-; aglycone, aglycons	**AGROUND**	-; -
AGMA	magma; agmas	**AGUE**	vague; agues
		AGUISH	-; -
AGMAS	magmas; -	**AH**	aah, bah, dah, hah, nah, pah, rah, yah; aha
AGNAIL	-; agnails		
AGNATE	-; agnates		
AGNATIC	-; -	**AHA**	haha; -
AGNIZE	-; agnized, agnizes	**AHCHOO**	-; -
		AHEAD	-; -
AGNOMEN	-; agnomens	**AHED**	-; -
AGNOSIA	-; agnosias	**AHEM**	-; -
AGO	dago, sago; agog, agon	**AHI**	-; ahis
		AHIMSA	-; ahimsas
AGON	wagon; agone, agons, agony	**AHING**	-; -
		AHOLD	-; aholds
		AHORSE	-; -
AGONAL	-; -	**AHOY**	-; -
AGONE	-; agones	**AHS**	fahs; -
AGONIC	-; -	**AHULL**	-; -
AGONIES	-; -	**AI**	-; aid, ail, aim, ain, air, ais, ait
AGONISE	-; agonised, agonises	**AIBLINS**	-; -
AGONIST	-; agonists	**AID**	caid, laid, maid, paid, qaid, raid, said; aide, aids
AGONIZE	-; agonized, agonizes		
AGONS	wagons; -		
AGONY	-; -		

AIDE	-; aided, aider, aides		rails, sails, tails, vails, wails; -
AIDED	raided; -	**AIM**	maim; aims
AIDER	raider; aiders	**AIMED**	maimed; -
AIDERS	raiders; -	**AIMER**	maimer; aimers
AIDFUL	-; -		aimers
AIDING	raiding; -	**AIMERS**	maimers; -
AIDLESS	-; -	**AIMFUL**	-; -
AIDMAN	-; -	**AIMING**	maiming; -
AIDMEN	-; -	**AIMLESS**	-; -
AIDS	caids, maids, qaids, raids, saids; -	**AIMS**	maims; -
		AIN	cain, fain, gain, kain, lain, main, pain, rain, sain, tain, vain, wain; aine, ains
AIGLET	-; aiglets		
AIGRET	-; aigrets		
AIKIDO	-; aikidos		
AIL	bail, fail, hail, jail, kail, mail, nail, pail, rail, sail, tail, vail, wail; ails	**AINS**	cains, gains, kains, mains, pains, rains, sains, tains, vains, wains; -
AILED	bailed, failed, hailed, jailed, mailed, nailed, railed, sailed, tailed, vailed, wailed; -	**AINSELL**	-; ainsells
		AIOLI	-; aiolis
		AIR	fair, hair, lair, mair, pair, vair, wair; airn, airs, airt, airy
AILERON	-; ailerons		
AILING	bailing, failing, hailing, jailing, mailing, nailing, railing, sailing, tailing, vailing, wailing; -	**AIRBAG**	-; airbags
		AIRBALL	hairball-; airballs
		AIRBALLS	hairballs, -
		AIRBASE	-; airbases
		AIRBOAT	-; airboats
AILMENT	-; ailments	**AIRBURST**	-; airbursts
AILS	bails, fails, hails, jails, kails, mails, nails, pails,	**AIRBUS**	-; -
		AIRCREW	-; aircrews
		AIRDATE	-; airdates
		AIRDROP	-; airdrops

AIRED	faired, haired, laired, paired, waired; -	**AIRSHIP**	-; airships
		AIRSHOT	-; airshots
		AIRSHOW	-; airshows
AIRER	fairer; -	**AIRSICK**	-; -
AIREST	fairest; -	**AIRSIDE**	-; airsides
AIRFARE	-; airfares	**AIRT**	-; airth, airts
AIRFIELD	-; airfields	**AIRTED**	-; -
AIRFLOW	-; airflows	**AIRTH**	-; airths
AIRFOIL	-; airfoils	**AIRTHED**	-; -
AIRGLOW	-; airglows	**AIRTIME**	-; airtimes
AIRHEAD	-; airheads	**AIRTING**	-; -
AIRHOLE	-; airholes	**AIRTRAM**	- airtrams
AIRIER	hairier; -	**AIRVAC**	- airvacs
AIRIEST	hairiest; -	**AIRWARD**	-; -
AIRILY	-; -	**AIRWAVE**	-; airwaves
AIRING	fairing, lairing, pairing, wairing; airings	**AIRWAY**	fairway; airways
		AIRWISE	-; -
		AIRY	dairy, fairy, hairy; -
AIRLESS	hairless; -		
AIRLIFT	-; airlifts	**AISLE**	-; aisled, aisles
AIRLIKE	hairlike; -	**AIT**	bait, gait, wait; aits
AIRLINE	hairline; airliner, airlines		
		AITCH	-; -
		AITCHES	-; -
AIRMAIL	-; airmails	**AITS**	baits, gaits, waits; -
AIRMAN	-; -		
AIRMEN	-; -	**AIVER**	waiver; aivers
AIRN	bairn, cairn; airns	**AIYEE**	-; -
		AJAR	-; -
AIRNS	bairns, cairns; -	**AJEE**	-; -
AIRPARK	-; airparks	**AJIVA**	-; ajivas
AIRPLAY	-; airplays	**AJOWAN**	-; ajowans
AIRPORT	-; airports	**AJUGA**	-; ajugas
AIRPOST	-; airposts	**AKEE**	rakee; akees
AIRS	fairs, hairs, lairs, mairs, pairs, vairs, wairs; -	**AKEES**	rakees; -
		AKELA	-; akelas
		AKENE	-; akenes
		AKIMBO	-; -
AIRSHED	-; airsheds	**AKIN**	takin; -

AKVAVIT	-; akvavits	**ALBATA**	-; albatas
AL	aal, ala, alb,	**ALBEDO**	-; albedos
	ale, all, alp,	**ALBEIT**	-; -
	als, alt; aal,	**ALBINAL**	-; -
	bal, dal, gal,	**ALBINIC**	-; -
	pal, sal	**ALBINO**	-; albinos
ALA	gala, tala;	**ALBITE**	-; albites
	alae, alan,	**ALBITIC**	-; -
	alar, alas	**ALBIZIA**	-; albizias
ALACK	-; -	**ALBUM**	-; albums
ALAMEDA	-; alamedas	**ALBUMEN**	-; albumens
ALAMO	-; alamos	**ALBUMIN**	-; albumins
ALAMODE	-; alamodes	**ALCADE**	-; alcades
ALAN	-; aland,	**ALCAIC**	-; alcaics
	alane, alang,	**ALCAIDE**	-; alcaides
	alans, alant	**ALCALDE**	-; alcaldes
ALAND	-; alands	**ALCAYDE**	-; alcaydes
ALANE	-; -	**ALCAZAR**	-; alcazars
ALANG	-; -	**ALCHEMY**	-; -
ALANIN	-; alanine,	**ALCHYMY**	-; -
	alanins	**ALCID**	-; alcids
ALANINE	-; alanines	**ALCOHOL**	-; alcohols
ALANT	-; alants	**ALCOOL**	-; alcools
ALANYL	-; alanyls	**ALCOVE**	-; alcoved,
ALAR	malar, talar;		alcoves
	alarm, alary	**ALDER**	balder; alders
ALARM	-; alarms	**ALDOL**	-; aldols
ALARMED	-; -	**ALDOSE**	-; aldoses
ALARUM	-; alarums	**ALDRIN**	-; aldrins
ALARY	salary; -	**ALE**	bale, dale,
ALAS	balas, galas,		gale, hale,
	talas; -		kale, male,
ALASKA	-; alaskas		pale, rale,
ALASTOR	-; alastors		sale, tale,
ALATE	malate,		vale, wale;
	palate; alated,		alec, alee,
	alates		alef, ales
ALATION	-; alations	**ALEC**	-; alecs
ALB	-; alba, albs	**ALEF**	-; alefs
ALBA	-; albas	**ALEGAR**	-; alegars

ALEMBIC	-; alembics	**ALIBIES**	-; -
ALENCON	-; alencons	**ALIBLE**	-; -
ALEPH	-; alephs	**ALIDAD**	-; alidade,
ALERT	-; alerts		alidads
ALERTED	-; -	**ALIDADE**	-; alidades
ALERTER	-; -	**ALIEN**	-; aliens
ALERTLY	-; -	**ALIENED**	-; -
ALES	bales, dales,	**ALIENEE**	-; alienees
	gales, hales,	**ALIENER**	-; alieners
	kales, males,	**ALIENLY**	-; -
	pales, rales,	**ALIENOR**	-; alienors
	sales, tales,	**ALIF**	calif, kalif;
	vales, wales; -		alifs
ALEURON	-; aleurone,	**ALIFORM**	-; -
	aleurons	**ALIFS**	califs, kalifs; -
ALEVIN	-; alevins	**ALIGHT**	-; alights
ALEWIFE	-; -	**ALIGN**	malign; aligns
ALEXIA	-; alexias	**ALIGNED**	maligned; -
ALEXIN	-; alexine,	**ALIGNER**	maligner;
	alexins		aligners
ALEXINE	-; alexines	**ALIGNS**	maligns; -
ALFA	-; alfas	**ALIKE**	-; -
ALFAKI	-; alfakis	**ALIMENT**	-; aliments
ALFALFA	-; alfalfas	**ALIMONY**	-; -
ALFAQUI	-; alfaquin,	**ALINE**	maline, saline,
	alfaquis		valine; alined,
ALFORJA	-; alforjas		aliner, alines
ALFREDO	-; -	**ALINER**	-; aliners
ALGA	-; algae, algal,	**ALINES**	malines,
	algas		salines,
ALGEBRA	-; algebras		valines; -
ALGID	-; -	**ALINING**	-; -
ALGIN	-; algins	**ALIPED**	-; alipeds
ALGOID	valgoid; -	**ALIQUOT**	-; aliquots
ALGOR	-; algors	**ALIST**	-; -
ALGUM	-; algums	**ALIT**	-; -
ALIAS	-; -	**ALIUNDE**	-; -
ALIASES	-; -	**ALIVE**	-; -
ALIBI	-; alibis	**ALIYA**	-; aliyah, aliyas
ALIBIED	-; -	**ALIYAH**	-; aliyahs

ALKALI	-; alkalic, alkalin, alkalis	**ALLICIN**	-; allicins
		ALLIED	dallied,
ALKALIN	-; alkaline		gallied,
ALKANE	-; alkanes, alkanet		rallied, sallied, tallied; -
ALKANET	-; alkanets	**ALLIES**	dallies,
ALKENE	-; alkenes		gallies, rallies,
ALKIES	-; -		sallies, tallies,
ALKINE	-; alkines		wallies; -
ALKOXY	-; -	**ALLIUM**	pallium;
ALKY	balky, talky; alkyd, alkyl		alliums
		ALLIUMS	palliums; -
ALKYD	-; alkyds	**ALLOBAR**	-; allobars
ALKYL	-; alkyls	**ALLOD**	-; allods
ALKYLIC	-; -	**ALLONGE**	-; allonges
ALKYNE	-; alkynes	**ALLONYM**	-; allonyms
ALL	ball, call, fall, gall, hall, lall, mall, pall, sall, tall, wall; alls, ally	**ALLOT**	ballot, hallot; allots
		ALLOTS	ballots; -
		ALLOVER	-; allovers
		ALLOW	callow, fallow, hallow,
ALLAY	-; allays		
ALLAYED	-; -		mallow,
ALLAYER	-; allayers		sallow, tallow,
ALLEE	callee, mallee; allees		wallow; allows
		ALLOWED	fallowed,
ALLEGE	-; alleged, alleger, alleges		hallowed, sallowed, tallowed; -
ALLEGER	-; allegers	**ALLOWS**	fallows,
ALLEGRO	-; allegros		gallows,
ALLELE	-; alleles		hallows,
ALLELIC	-; -		mallows,
ALLERGY	-; -		sallows,
ALLEY	galley, valley; alleys		tallows, wallows; -
ALLEYS	galleys, valleys; -	**ALLOXAN**	-; alloxans
		ALLOY	-; alloys
ALLHEAL	-; allheals	**ALLOYED**	-; -
ALLIAK	-; alliaks	**ALLS**	balls, calls,

	falls, galls,	**ALMUDE**	-; almudes
	halls, lalls,	**ALMUG**	-; almugs
	malls, palls,	**ALNICO**	-; -
	walls; -	**ALODIA**	-; alodial
ALLSEED	-; allseeds	**ALODIUM**	-; -
ALLUDE	-; alluded,	**ALOE**	-; aloes
	alludes	**ALOES**	haloes; -
ALLURE	-; allured,	**ALOETIC**	-; -
	allurer, allures	**ALOFT**	-; -
ALLURER	-; allurers	**ALOHA**	-; alohas
ALLUVA	-; -	**ALOIN**	-; aloins
ALLUVIA	-; alluvial	**ALONE**	-; -
ALLY	bally, dally,	**ALONG**	kalong; -
	gally, pally,	**ALOOF**	-; -
	rally, sally, tally,	**ALOOFLY**	-; -
	wally; allyl	**ALOUD**	-; -
ALLYING	gallying,	**ALOW**	-; -
	rallying; -	**ALP**	palp, salp;
ALLYL	-; allyls		alps
ALLYLIC	-; -	**ALPACA**	-; alpacas
ALMA	-; almah,	**ALPHA**	-; alphas
	almas	**ALPHORN**	-; alphorns
ALMAH	-; almahs	**ALPHYL**	-; alphyls
ALMANAC	-; almanacs	**ALPINE**	-; alpines
ALME	-; almeh, almes	**ALPS**	palps,
ALMEH	-; almehs		salps; -
ALMEMAR	-; almemars	**ALREADY**	-; -
ALMNER	-; almners	**ALRIGHT**	-; -
ALMOND	-; almonds	**ALS**	dals; also
ALMONER	-; almoners	**ALSIKE**	-; alsikes
ALMONRY	-; -	**ALSO**	-; -
ALMOST	-; -	**ALT**	halt, malt, salt;
ALMS	balms, calms,		alto, alts
	halms, malms,	**ALTAR**	-; altars
	palms; -	**ALTER**	falter, halter,
ALMSMAN	-; -		palter, salter;
ALMSMEN	-; -		alters
ALMUCE	-; almuces	**ALTERED**	faltered,
ALMUD	-; almude,		haltered,
	almuds		paltered; -

ALTERER	falterer; alterers	**AMAIN**	-; -
ALTERS	falters, halters, palters, salters; -	**AMALGAM**	-; amalgams
		AMANITA	-; amanitas
		AMARNA	-; -
		AMAS	camas, gamas, lamas, mamas; amass
ALTHAEA	-; althaeas		
ALTHEA	-; altheas		
ALTHO	-; -	**AMASS**	camass; -
ALTHORN	-; althorns	**AMASSED**	-; -
ALTO	-; altos	**AMASSER**	-; amassers
ALTOIST	-; altoists	**AMASSES**	-; -
ALTS	halts, malts, salts; -	**AMATEUR**	-; amateurs
		AMATIVE	-; -
ALUDEL	-; aludels	**AMATOL**	-; amatols
ALULA	-; alulae, alular	**AMATORY**	-; -
ALUM	-; alums	**AMAUTI**	-; amautik, amautis
ALUMIN	-; alumina, alumine		
		AMAUTIK	-; amautiks
ALUMINA	-; aluminas	**AMAZE**	-; amazed, amazes
ALUMINE	-; alumines		
ALUMNA	-; alumnae	**AMAZING**	-; -
ALUMNI	-; -	**AMAZON**	-; amazons
ALUMNUS	-; -	**AMBAGE**	-; ambages
ALUNITE	-; alunites	**AMBARI**	-; ambaris
ALVAR	-; alvars	**AMBARY**	-; -
ALVINE	-; -	**AMBEER**	-; ambeers
ALWAY	-; always	**AMBER**	camber, lamber; ambers, ambery
ALYSSUM	-; alyssums		
AM	bam, cam, dam, gam, ham, jam, lam, nam, pam, ram, tam, yam; ama, ami, amp		
		AMBERS	cambers, lambers; -
		AMBERY	-; -
		AMBIENT	-; ambients
		AMBIT	gambit; ambits
AMA	gama, lama, mama; amah, amas	**AMBITS**	gambits; -
		AMBLE	gamble, ramble, wamble; ambled,
AMADOU	-; amadous		
AMAH	-; amahs		

	ambler, ambles	**AMENITY**	-; -
AMBLED	gambled, rambled, wambled; -	**AMENS**	yamens; -
		AMENT	lament; aments
		AMENTIA	-; amentias
		AMENTS	laments; -
AMBLER	gambler, rambler; amblers	**AMERCE**	-; amerced, amercer, amerces
AMBLERS	gamblers, ramblers; -	**AMERCER**	-; amercers
		AMESACE	-; amesaces
AMBLES	gambles, rambles, wambles; -	**AMI**	kami, rami; amia, amid, amie, amin, amir, amis
AMBLING	gambling, rambling; -	**AMIA**	lamia, zamia; amias
AMBO	mambo, sambo; ambos	**AMIABLE**	-; -
AMBOINA	-; amboinas	**AMIABLY**	-; -
AMBONES	-; -	**AMIAS**	lamias, zamias; -
AMBOS	mambos, sambos; -	**AMICE**	-; amices
AMBOYNA	-; amboynas	**AMICI**	-; -
AMBRIES	-; -	**AMICUS**	-; -
AMBROID	-; ambroids	**AMID**	-; amide, amido, amids
AMBRY	-; -		
AMBSACE	-; ambsaces	**AMIDASE**	-; amidases
AMBUSH	-; -	**AMIDE**	-; amides
AMEBA	-; amebae, ameban, amebas	**AMIDIC**	-; -
		AMIDIN	-; amidine, amidins
AMEBEAN	-; -	**AMIDINE**	-; amidines
AMEBIC	-; -	**AMIDO**	-; amidol
AMEBOID	-; -	**AMIDOL**	-; amidols
AMEER	-; ameers	**AMIDONE**	-; amidones
AMEN	yamen; amend, amens, ament	**AMIDST**	-; -
		AMIE	mamie, ramie; amies
AMEND	-; amends	**AMIES**	mamies, ramies; -
AMENDED	-; -		
AMENDER	-; amenders	**AMIGA**	-; amigas

AMIGO	-; amigos	**AMOLE**	-; amoles
AMIN	gamin; amine, amino, amins	**AMONG**	-; -
		AMONGST	-; -
AMINE	famine, gamine; amines	**AMORAL**	-; -
		AMORINI	-; -
		AMORINO	-; -
AMINES	famines, gamines; -	**AMORIST**	-; amorists
		AMOROSO	-; -
AMINIC	-; -	**AMOROUS**	-; -
AMINITY	-; -	**AMORT**	-; -
AMINO	-; aminos	**AMOSITE**	-; amosites
AMINS	gamins; -	**AMOTION**	-; amotions
AMIR	-; amirs	**AMOUNT**	-; amounts
AMIRATE	-; amirates	**AMOUR**	-; amours
AMIS	tamis; amiss	**AMP**	camp, damp, gamp, lamp, ramp, samp, tamp, vamp; amps
AMISS	-; -		
AMITIES	-; -		
AMITY	-; -		
AMMETER	-; ammeters		
AMMINE	-; ammines	**AMPERE**	-; amperes
AMMINO	-; -	**AMPHORA**	-; amphorae, amphoras
AMMO	-; ammos		
AMMONAL	-; ammonals	**AMPLE**	sample; ampler
AMMONIA	-; ammoniac, ammonias		
		AMPLER	sampler; -
AMMONIC	-; -	**AMPLEST**	-; -
AMMONO	-; -	**AMPLIFY**	-; -
AMNESIA	-; amnesiac, amnesias	**AMPLY**	damply; -
		AMPOULE	-; ampoules
AMNESIC	-; amnesics	**AMPS**	camps, damps, gamps, lamps, ramps, samps, tamps, vamps; -
AMNESTY	-; -		
AMNIA	-; -		
AMNIC	-; -		
AMNION	-; amnions		
AMNIOTE	-; amniotes		
AMOEBA	-; amoebae, amoeban, amoebas	**AMPUL**	-; ampule, ampuls
		AMPULE	-; ampules
AMOEBIC	-; -	**AMPULLA**	-; ampullae, ampullar
AMOK	-; amoks		

AMPUTEE	-; amputees	**ANAGEN**	-; anagens
AMREETA	-; amreetas	**ANAGOGE**	-; anagoges
AMRIT	-; amrits	**ANAGOGY**	-; -
AMRITA	-; amritas	**ANAGRAM**	-; anagrams
AMTRAC	-; amtrack,	**ANAL**	banal, canal; -
	amtracs	**ANALGIA**	-; analgias
AMTRACK	-; amtracks	**ANALITY**	-; -
AMU	-; amus	**ANALLY**	banally; -
AMUCK	-; amucks	**ANALOG**	-; analogs,
AMULET	-; amulets		analogy
AMUS	wamus; -	**ANALYSE**	-; analysed,
AMUSE	-; amused,		analyser,
	amuser,		analyses
	amuses	**ANALYST**	-; analysts
AMUSED	-; -	**ANALYTE**	-; analytes
AMUSER	-; amusers	**ANALYZE**	-; analyzed,
AMUSES	wamuses; -		analyzer,
AMUSIA	-; -		analyzes
AMUSING	-; -	**ANANDA**	-; anandas
AMUSIVE	-; -	**ANANKE**	-; anankes
AMYL	-; amyls	**ANAPEST**	-; anapests
AMYLASE	-; amylases	**ANAPHOR**	-; anaphora,
AMYLENE	-; amylenes		anaphors
AMYLIC	-; -	**ANARCH**	-; anarchs,
AMYLOID	-; amyloids		anarchy
AMYLOSE	-; amyloses	**ANAS**	kanas, manas,
AMYLUM	-; amylums		nanas; -
AN	ban, can, dan,	**ANATASE**	-; anatases
	fan, gan, man,	**ANATOMY**	-; -
	pan, ran, tan,	**ANATTO**	-; anattos
	van, wan; ana,	**ANCHO**	-; anchor,
	and, ane, ani,		anchos
	ant, any	**ANCHOR**	-; anchors
ANA	kana, mana,	**ANCHOVY**	-; -
	nana; anal,	**ANCHUSA**	-; anchusas
	anas	**ANCIENT**	-; ancients
ANABAS	-; -	**ANCILLA**	-; ancillae,
ANADEM	-; anadems		ancillas
ANAEMIA	-; anaemias	**ANCON**	-; ancone
ANAEMIC	-; -	**ANCONAL**	-; -

ANCONE	-; ancones	**ANETHOL**	-; anethole,
ANCRESS	-; -		anethols
AND	band, hand,	**ANEURIN**	-; aneurins
	land, rand,	**ANEW**	-; -
	sand, wand;	**ANGA**	fanga, panga,
	ands		sanga; angas
ANDANTE	-; andantes	**ANGAKOK**	-; angakoks
ANDIRON	-; andirons	**ANGARIA**	-; angarias
ANDRO	-; andros	**ANGARY**	-; -
ANDROID	-; androids	**ANGAS**	fangas,
ANDS	bands,		pangas,
	hands, lands,		sangas; -
	rands, sands,	**ANGEL**	mangel;
	wands; -		angels
ANE	bane, cane,	**ANGELIC**	-; angelica
	fane, gane,	**ANGELICA**	-; angelicas
	jane, kane,	**ANGELS**	mangels; -
	lane, mane,	**ANGELUS**	-; -
	pane, sane,	**ANGER**	banger,
	vane, wane;		danger,
	anes, anew		ganger,
ANEAR	-; anears		hanger,
ANEARED	-; -		manger,
ANELE	-; aneled,		ranger,
	aneles		sanger;
ANEMIA	-; anemias		angers
ANEMIC	-; -	**ANGERED**	dangered; -
ANEMONE	-; anemones	**ANGERLY**	-; -
ANENST	-; -	**ANGERS**	bangers,
ANENT	-; -		dangers,
ANERGIA	-; anergias		gangers,
ANERGIC	-; -		hangers,
ANERGY	-; -		mangers,
ANEROID	-; aneroids		rangers,
ANES	banes, canes,		sangers; -
	fanes, janes,	**ANGINA**	-; anginal,
	kanes, lanes,		anginas
	manes, panes,	**ANGIOMA**	-; angiomas
	sanes, vanes,	**ANGLE**	bangle,
	wanes; -		dangle,

	jangle,	**ANGRY**	-; -
	mangle,	**ANGST**	-; -
	tangle,	**ANGSTY**	-; -
	wangle;	**ANGUINE**	-; -
	angled,	**ANGUISH**	-; -
	angler, angles	**ANGULAR**	-; -
ANGLED	dangled,	**ANHINGA**	-; anhingas
	jangled,	**ANI**	bani, rani;
	mangled,		anil, anis
	tangled,	**ANIL**	-; anile, anils
	wangled; -	**ANILE**	-; -
ANGLER	dangler,	**ANILIN**	-; aniline,
	jangler,		anilins
	mangler,	**ANILINE**	-; anilines
	tangler,	**ANILITY**	-; -
	wangler;	**ANIMA**	-; animal,
	anglers		animas
ANGLERS	danglers,	**ANIMACY**	-; -
	janglers,	**ANIMAL**	-; animals
	manglers,	**ANIMATE**	-; animated,
	tanglers,		animater,
	wanglers; -		animates
ANGLES	bangles,	**ANIMATO**	-; animator
	dangles,	**ANIME**	-; animes
	jangles,	**ANIMI**	-; animis
	mangles,	**ANIMISM**	-; animisms
	tangles,	**ANIMIST**	-; animists
	wangles; -	**ANIMUS**	-; -
ANGLICE	-; -	**ANION**	fanion,
ANGLING	dangling,		wanion;
	gangling,		anions
	jangling,	**ANIONIC**	-; -
	mangling,	**ANIONS**	fanions,
	tangling,		wanions; -
	wangling;	**ANIS**	ranis; anise
	anglings	**ANISE**	-; anises
ANGLO	-; anglos	**ANISEED**	-; aniseeds
ANGORA	-; angoras	**ANISIC**	-; -
ANGRIER	-; -	**ANISOLE**	-; anisoles
ANGRILY	-; -	**ANKH**	-; ankhs

ANKLE	rankle; ankles, anklet	**ANODISE**	-; anodised, anodiser
ANKLES	rankles; -	**ANODIZE**	-; anodized, anodizes
ANKLET	-; anklets		
ANKUS	-; ankush	**ANODYNE**	-; anodynes
ANKUSES	-; -	**ANOINT**	-; anoints
ANKUSH	-; -	**ANOLE**	-; anoles
ANLACE	-; anlaces	**ANOLYTE**	-; anolytes
ANLAGE	-; anlagen, anlages	**ANOMALY**	-; -
		ANOMIC	-; -
ANLAS	-; -	**ANOMIE**	-; anomies
ANLASES	-; -	**ANOMY**	-; -
ANNA	canna, manna; annal, annas	**ANON**	canon, fanon; -
		ANONYM	-; anonyms
ANNAL	-; annals	**ANOPIA**	-; anopias
ANNALIST	-; annalists	**ANOPSIA**	-; anopsias
ANNAS	cannas, mannas; -	**ANORAK**	-; anoraks
		ANOREXY	-; -
ANNATES	-; -	**ANOSMIA**	-; anosmias
ANNATTO	-; annattos	**ANOSMIC**	-; -
ANNEAL	-; anneals	**ANOTHER**	-; -
ANNELID	-; annelids	**ANOXIA**	-; anoxias
ANNEX	-; annexe	**ANOXIC**	-; -
ANNEXE	-; annexed, annexes	**ANSA**	hansa; ansae
		ANSATE	-; ansated
ANNONA	-; annonas	**ANSATZ**	-; -
ANNOY	-; annoys	**ANSWER**	-; answers
ANNOYED	-; -	**ANT**	cant, hant, pant, rant, want; anta, ante, anti, ants
ANNOYER	-; annoyers		
ANNUAL	-; annuals		
ANNUITY	-; -		
ANNUL	-; annuls	**ANTA**	manta; antae, antas
ANNULAR	-; -		
ANNULET	-; annulets	**ANTACID**	-; antacids
ANNULI	-; -	**ANTAS**	mantas; -
ANNULUS	-; -	**ANTBEAR**	-; antbears
ANOA	-; anoas	**ANTE**	-; anted, antes
ANODAL	-; -		
ANODE	-; anodes	**ANTED**	canted, hanted,
ANODIC	-; -		

	panted,	**ANTING**	canting,
	ranted,		hanting,
	wanted; -		panting,
ANTEED	-; -		ranting,
ANTEFIX	-; -		wanting;
ANTEING	-; -		antings
ANTENNA	-; antennae,	**ANTIPOT**	-; -
	antennal,	**ANTIQUE**	-; antiqued,
	antennas		antiquer,
ANTES	mantes; -		antiques
ANTHEM	-; anthems	**ANTIRED**	-; -
ANTHER	panther;	**ANTIS**	mantis; -
	anthers	**ANTISAG**	-; -
ANTHERS	panthers; -	**ANTISEX**	-; -
ANTHILL	-; anthills	**ANTITAX**	-; -
ANTHOID	-; -	**ANTIWAR**	-; -
ANTHRAX	-; -	**ANTLER**	-; antlers
ANTHRO	-; anthros	**ANTLIKE**	-; -
ANTI	-; antic, antis	**ANTLION**	-; antlions
ANTIAIR	-; -	**ANTONYM**	-; antonyms,
ANTIAR	-; antiars		antonymy
ANTIBUG	-; -	**ANTRA**	mantra, tantra;
ANTIC	cantic, mantic;		antral
	antick, antics	**ANTRE**	-; antres
ANTICAR	-; -	**ANTRUM**	-; antrums
ANTICK	-; anticks	**ANTS**	cants, hants,
ANTICLY	-; -		pants, rants,
ANTIFA	-; antifas		wants; antsy
ANTIFAT	-; -	**ANTSIER**	-; -
ANTIFLU	-; -	**ANTSY**	-; -
ANTIFOG	-; -	**ANURAL**	-; -
ANTIFUR	-; -	**ANURAN**	-; anurans
ANTIGAY	-; -	**ANURIA**	-; anurias
ANTIGEN	-; antigene,	**ANURIC**	-; -
	antigens	**ANUROUS**	-; -
ANTIGUN	-; -	**ANUS**	manus; -
ANTIJAM	-; -	**ANUSES**	-; -
ANTILOG	-; antilogs,	**ANVIL**	-; anvils
	antilogy	**ANVILED**	-; -
ANTIMAN	-; -	**ANXIETY**	-; -

ANXIOUS	-; -		raper, taper;
ANY	many, wany,		apers, apery
	zany; -	**APERCU**	-; apercus
ANYBODY	-; -	**APERIES**	naperies; -
ANYHOW	-; -	**APERS**	capers,
ANYMORE	-; -		gapers,
ANYON	canyon;		japers,
	anyons		papers,
ANYONE	-; -		rapers,
ANYTIME	-; -		tapers; -
ANYWAY	-; anyways	**APERY**	japery,
ANYWISE	-; -		napery,
AORIST	-; aorists		papery; -
AORTA	-; aortae,	**APES**	capes, gapes,
	aortal, aortas		japes, napes,
AORTIC	-; -		rapes, tapes; -
AOUDAD	-; aoudads	**APETALY**	-; -
APACE	-; -	**APEX**	-; -
APACHE	-; apaches	**APEXES**	-; -
APAGOGE	-; apagoges	**APHAGIA**	-; aphagias
APANAGE	-; apanages	**APHASIA**	-; aphasiac,
APAREJO	-; aparejos		aphasias
APART	-; -	**APHASIC**	-; aphasics
APATHY	-; -	**APHESIS**	-; -
APATITE	-; apatites	**APHETIC**	-; -
APE	cape, gape,	**APHID**	-; aphids
	jape, nape,	**APHIDES**	raphides; -
	rape, tape;	**APHIS**	raphis; -
	aped, aper,	**APHONIA**	-; aphonias
	apes, apex	**APHONIC**	-; aphonics
APEAK	-; -	**APHONY**	-; -
APED	caped, gaped,	**APHOTIC**	-; -
	japed, raped,	**APHTHA**	naphtha;
	taped; -		aphthae
APEEK	-; -	**APHYLLY**	-; -
APELIKE	-; -	**APIAN**	-; -
APEMAN	-; -	**APIARY**	-; -
APEMEN	- -	**APICAL**	-; -
APER	caper, gaper,	**APICES**	-; -
	japer, paper,	**APIECE**	-; -

APING	gaping, japing, naping, raping, taping; -	**APOSTLE**	-; apostles
		APOTHEM	-; apothems
		APP	-; apps
		APPAL	-; appall, appals
APISH	-; -	**APPALED**	-; -
APISHLY	-; -	**APPALL**	-; appalls
APLANAT	- aplanats	**APPARAT**	-; apparats
APLASIA	-; aplasias	**APPAREL**	-; apparels
APLENTY	-; -	**APPEAL**	-; appeals
APLITE	haplite; aplites	**APPEAR**	-; appears
APLITES	haplites; -	**APPEASE**	-; appeased, appeaser, appeases
APLITIC	-; -		
APLOMB	-; aplombs		
APNEA	-; apneal, apneas	**APPEL**	rappel; appels
		APPELS	rappels; -
APNEIC	-; -	**APPEND**	-; appends
APNOEA	-; apnoeal, apnoeas	**APPLAUD**	-; applauds
		APPLE	dapple; apples, applet
APNOEIC	-; -		
APO	capo; apos	**APPLES**	dapples; -
APOCARP	-; apocarps, apocarpy	**APPLET**	-; applets
		APPLIED	-; -
APOCOPE	-; apocopes	**APPLIER**	-; appliers
APOD	-; apods	**APPLIES**	-; -
APODAL	-; -	**APPLY**	-; -
APODOUS	-; -	**APPOINT**	-; appoints
APOGAMY	-; -	**APPOSE**	-; apposed, apposer, apposes
APOGEAL	-; -		
APOGEAN	-; -		
APOGEE	-; apogees	**APPOSER**	-; apposers
APOGEIC	-; -	**APPRISE**	-; apprised, appriser, apprises
APOLLO	-; apollos		
APOLOG	-; apologs, apology	**APPRIZE**	-; apprized, apprizer, apprizes
APOLUNE	-; apolunes		
APOMICT	-; apomicts		
APORIA	-; aporias	**APPROVE**	-; approved, approver, approves
APORT	-; -		
APOSTIL	-; apostils		

APPULSE	-; appulses	**ARABESK**	-; arabesks
APRAXIA	-; apraxias	**ARABIC**	-; arabica
APRAXIC	-; -	**ARABICA**	-; arabicas
APRES	-; -	**ARABIS**	-; -
APRICOT	-; apricots	**ARABIZE**	-; arabized,
APRON	-; aprons		arabizes
APRONED	-; -	**ARABLE**	parable;
APROPOS	-; -		arables
APROTIC	-; -	**ARABLES**	parables; -
APSE	lapse; apses	**ARAK**	-; araks
APSES	lapses; -	**ARAME**	-; arames
APSIDAL	-; -	**ARAMID**	-; aramids
APSIDES	-; -	**ARANEID**	-; araneids
APSIS	-; -	**ARAROBA**	-; ararobas
APT	rapt; -	**ARB**	carb, darb,
APTER	-; -		garb; arbs
APTERAL	-; -	**ARBITER**	-; arbiters
APTERIA	-. -	**ARBOR**	harbor;
APTERYX	-; -		arbors
APTEST	-; -	**ARBORED**	-; -
APTLY	raptly; -	**ARBORES**	-; -
APTNESS	-; -	**ARBORS**	harbors; -
APYRASE	-; apyrases	**ARBOUR**	harbour;
AQUA	-; aquae,		arbours
	aquas	**ARBOURS**	harbours; -
AQUAFIT	-; aquafits	**ARBS**	carbs, darbs,
AQUARIA	-; aquarial,		garbs; -
	aquarian	**ARBUTE**	-; arbutes
AQUATIC	-; aquatics	**ARBUTUS**	-; -
AQUAVIT	-; aquavits	**ARC**	marc, narc;
AQUEOUS	-; -		arch, arco,
AQUIFER	-; aquifers		arcs
AQUIVER	-; -	**ARCADE**	-; arcaded,
AR	bar, car, ear,		arcades
	far, gar, jar, lar,	**ARCADIA**	-; arcadian,
	mar, oar, par,		arcadias
	tar, var, war,	**ARCANA**	-; -
	yar; arb, arc,	**ARCANE**	-; -
	are, arf, ark,	**ARCANUM**	-; arcanums
	arm, ars, art	**ARCED**	farced; -

ARCH	larch, march, parch; -		dare, fare, hare, mare,
ARCHAIC	-; -		pare, rare,
ARCHED	marched, parched; -		tare, ware, yare; area,
ARCHER	marcher; archers, archery	**AREA**	ares -; areae, areal, areas
ARCHERS	marchers; -	**AREALLY**	-; -
ARCHES	larches, marches, parches; -	**AREAWAY**	-; areaways
		ARECA	-; arecas
		AREG	-; -
ARCHFOE	-; archfoes	**AREIC**	-; -
ARCHI	-; archil	**ARENA**	-; arenas
ARCHIL	-; archils	**ARENE**	-; arenes
ARCHINE	-; archines	**ARENITE**	-; arenites
ARCHING	marching, parching; archings	**ARENOSE**	-; -
		ARENOUS	-; -
ARCHIVE	-; archived, archives	**AREOLA**	-; areolae, areolar, areolas
ARCHLY	-; -	**AREOLE**	-; areoles
ARCHON	-; archons	**AREPA**	-; arepas
ARCHWAY	-; archways	**ARES**	bares, cares,
ARCING	farcing; -		dares, fares,
ARCKED	-; -		hares, lares,
ARCKING	-; -		mares, nares,
ARCO	narco; -		pares, rares,
ARCS	marcs, narcs; -		tares, wares; -
ARCSINE	-; arcsines	**ARETE**	-; aretes
ARCTIC	-; arctics	**ARF**	barf, zarf; arfs
ARCUATE	-; arcuated	**ARFS**	barfs, zarfs; -
ARCUS	-; -	**ARGAL**	-; argala, argali, argals
ARCUSES	-; -		
ARDEB	-; ardebs	**ARGALA**	-; argalas
ARDENCY	-; -	**ARGALI**	-; argalis
ARDENT	-; -	**ARGENT**	margent; argents
ARDOR	-; ardors		
ARDOUR	-; ardours	**ARGENTS**	margents; -
ARE	bare, care,	**ARGH**	-; -

ARGIL	-; argils	**ARISING**	-; -
ARGLE	gargle; argled, argles	**ARISTA**	-; aristae, aristas
ARGLED	gargled; -	**ARISTO**	-; aristos
ARGLES	gargles; -	**ARK**	bark, cark,
ARGLING	gargling; -		dark, hark,
ARGOL	-; argols		lark, mark,
ARGON	jargon; argons		nark, park,
ARGONS	jargons; -		sark, wark;
ARGOSY	-; -		arks
ARGOT	-; argots	**ARKOSE**	-; arkoses
ARGOTIC	-; -	**ARKOSIC**	- -
ARGUE	-; argued,	**ARKS**	barks, carks,
	arguer, argues		darks, harks,
ARGUER	-; arguers		larks, marks,
ARGUFY	-; -		narks, parks,
ARGUING	-; -		sarks, warks; -
ARGUS	-; -	**ARLES**	carles, farles,
ARGUSES	-; -		parles; -
ARGYLE	-; argyles	**ARM**	barm, farm,
ARGYLL	-; argylls		harm, warm;
ARHAT	-; arhats		arms, army
ARIA	maria, varia;	**ARMADA**	-; armadas
	arias	**ARMBAND**	-; armbands
ARIARY	-; -	**ARMED**	farmed,
ARID	-; -		harmed,
ARIDER	-; -		warmed; -
ARIDEST	-; -	**ARMER**	farmer,
ARIDITY	-; -		harmer,
ARIDLY	-; -		warmer;
ARIEL	-; ariels		armers
ARIETTA	-; ariettas	**ARMERS**	farmers,
ARIETTE	-; ariettes		harmers,
ARIGHT	-; -		warmers; -
ARIL	-; arils	**ARMET**	-; armets
ARILED	-; -	**ARMFUL**	harmful;
ARIOSE	-; -		armfuls
ARIOSI	-; -	**ARMHOLE**	-; armholes
ARIOSO	-; ariosos	**ARMIES**	-; -
ARISE	-; arisen, arises	**ARMIGER**	-; armigers

ARMILLA	-; armillae, armillas	**AROUSER**	carouser; arousers
ARMING	farming, harming, warming; armings	**AROUSES**	carouses; -
		AROYNT	-; aroynts
		ARPEN	-; arpens, arpent
ARMINGS	-; farmings	**ARPENT**	-; arpents
ARMLESS	harmless; -	**ARRACK**	barrack, carrack; arracks
ARMLET	-; armlets		
ARMLIKE	-; -		
ARMLOAD	-; armloads	**ARRACKS**	-; barracks, carracks
ARMLOCK	-; armlocks		
ARMOIRE	-; armoires	**ARRAIGN**	-; arraigns
ARMOR	-; armors, armory	**ARRANGE**	-; arranged, arranger, arranges
ARMORED	-; -		
ARMORER	-; armorers	**ARRANT**	-; -
ARMOUR	-; armours, armoury	**ARRANTLY**	-; -
		ARRAS	-; -
ARMPIT	-; armpits	**ARRASED**	-; -
ARMREST	-; armrests	**ARRAY**	-; arrays
ARMS	barms, farms, harms, warms; -	**ARRAYAL**	-; arrayals
		ARRAYED	-; -
		ARRAYER	-; arrayers
ARMSFUL	-; -	**ARREAR**	-; arrears
ARMURE	-; armures	**ARREST**	-; arrests
ARMY	barmy; -	**ARRIBA**	-; -
ARNATTO	-; arnattos	**ARRIS**	-; -
ARNICA	-; arnicas	**ARRISES**	-; -
AROID	-; aroids	**ARRIVAL**	-; arrivals
AROINT	-; aroints	**ARRIVE**	-; arrived, arriver, arrives
AROMA	-; aromas		
AROSE	-; -	**ARROBA**	-; arrobas
AROUND	-; -	**ARROCES**	-; -
AROUSAL	-; arousals	**ARROW**	barrow, farrow, harrow, marrow, narrow, yarrow;
AROUSE	carouse; aroused, arouser, arouses		
AROUSED	caroused; -		

arrows,
arrowy

ARROWED farrowed,
harrowed,
marrowed; -

ARROWS barrows,
farrows,
harrows,
marrows,
narrows,
yarrows; -

ARROWY marrowy; -

ARROYO -; arroyos

ARROZ -; arroze

ARROZE -; arrozes

ARS bars, cars,
ears, gars,
jars, lars, mars,
oars, pars,
tars, vars,
wars; arse

ARSE carse, marse,
parse; arses

ARSENAL -; arsenals

ARSENIC -; arsenics

ARSENO -; -

ARSES carses,
marses,
parses; -

ARSHIN -; arshins

ARSINE -; arsines

ARSINO -; -

ARSIS -; -

ARSON parson; arsons

ART cart, dart,
hart, kart,
mart, part,
tart, wart; arts,
arty

ARTAL hartal; -

ARTEL cartel; artels

ARTELS cartels; -

ARTERY -; -

ARTFUL cartful; -

ARTICLE -; articled,
articles

ARTIER wartier; -

ARTIEST -; -

ARTILY -; -

ARTISAN bartisan,
partisan;
artisans

ARTIST -; artiste, artists

ARTISTE -; artistes

ARTLESS -; -

ARTS carts, darts,
harts, karts,
marts, parts,
tarts, warts;
artsy

ARTWORK -; artworks

ARTY party, tarty,
warty; -

ARUGOLA -; arugola

ARUGULA -; arugula

ARUM larum; arums

ARUMS larums; -

ARUSPEX -; -

ARVAL -; -

ARVO -; arvos

ARYL -; aryls

AS bas, fas, gas,
has, kas, las,
mas, pas, ras,
tas, vas, was;
ash, ask, asp,
ass

ASANA -; asanas

ASARUM -; asarums

ASCARED -; -

ASCARID	-; ascarids	pashed,
ASCARIS	-; -	rashed,
ASCEND	-; ascends	sashed,
ASCENT	nascent;	washed; -
	ascents	**ASHEN** -; -
ASCESIS	-; -	**ASHES** bashes,
ASCETIC	-; ascetics	cashes,
ASCI	-; -	dashes,
ASCITES	-; -	fashes,
ASCITIC	-; -	gashes,
ASCON	-; ascons	hashes, lashes,
ASCOT	mascot; ascots	mashes,
ASCOTS	mascots; -	pashes,
ASCRIBE	-; ascribed,	rashes, sashes,
	ascribes	washes; -
ASCUS	-; -	**ASHFALL** -; ashfalls
ASDIC	-; asdics	**ASHIER** cashier,
ASEA	-; -	dashier,
ASEPSES	-; -	washier; -
ASEPSIS	-; -	**ASHIEST** -; -
ASEPTIC	-; -	**ASHINE** -; -
ASEXUAL	-; -	**ASHING** bashing,
ASH	bash, cash,	cashing,
	dash, fash,	dashing,
	gash, hash,	fashing,
	lash, mash,	gashing,
	pash, rash,	hashing,
	sash, wash;	lashing,
	ashy	mashing,
ASHAMED	-; -	pashing,
ASHCAKE	-; ashcakes	sashing,
ASHCAN	-; ashcans	washing; -
ASHED	bashed,	**ASHLAR** -; ashlars
	cashed,	**ASHLER** -; ashlers
	dashed,	**ASHLESS** -; -
	fashed,	**ASHMAN** -; -
	gashed,	**ASHMEN** -; -
	hashed,	**ASHORE** -; -
	lashed,	**ASHRAM** -; ashrams
	mashed,	**ASHRAMA** -; ashramas

ASHTRAY	-; ashtrays	**ASPECT**	-; aspects
ASHY	dashy, mashy, washy; -	**ASPEN**	-; aspens
		ASPER	gasper, jasper, rasper; aspers
ASIDE	-; asides		
ASININE	-; -	**ASPERS**	gaspers, jaspers, raspers; asperse
ASK	bask, cask, mask, task; asks		
ASKANCE	-; -	**ASPERSE**	-; aspersed, asperser, asperses
ASKANT	-; -		
ASKARI	-; askaris		
ASKED	basked, casked, masked, tasked; -	**ASPES**	-; -
		ASPHALT	-; asphalts
		ASPHYXY	-; -
		ASPIC	-; aspics
ASKER	masker; askers	**ASPIRE**	-; aspired, aspirer, aspires
ASKERS	maskers; -		
ASKESES	-; -		
ASKESIS	-; -	**ASPIRER**	-; aspirers
ASKEW	-; -	**ASPIRIN**	-; aspirins
ASKING	basking, casking, gasking, masking, tasking; askings	**ASPIS**	-; aspish
		ASPISH	raspish; -
		ASPS	gasps, hasps, rasps, wasps; -
		ASQUINT	-; -
ASKINGS	gaskings, maskings; -	**ASRAMA**	-; asramas
		ASS	bass, lass, mass, pass, sass, tass; -
ASKOI	-; -		
ASKOS	-; -	**ASSAGAI**	-; assagais
ASKS	basks, casks, masks, tasks; -	**ASSAI**	-; assail, assais
		ASSAIL	wassail; assails
ASLANT	-; -		
ASLEEP	-; -	**ASSAULT**	-; assaults
ASLOPE	-; -	**ASSAY**	-; assays
ASLOSH	-; -	**ASSAYED**	-; -
ASOCIAL	-; -	**ASSAYER**	-; assayers
ASP	gasp, hasp, rasp, wasp; asps	**ASSEGAI**	-; assegais
		ASSENT	-; assents
		ASSERT	-; asserts

ASSES basses, gasses, lasses, masses, passes, sasses, tasses; assess

ASSET basset, tasset; assets

ASSETS bassets, tassets; -

ASSHOLE -; assholes

ASSIGN -; assigns

ASSIST bassist; assists

ASSISTS bassists; -

ASSIZE -; assizes

ASSLIKE -; -

ASSOIL -; assoils

ASSORT -; assorts

ASSUAGE -; assuaged, assuages

ASSUME -; assumed, assumer, assumes

ASSUMER -; assumers

ASSURE -; assured, assurer, assures

ASSURED -; assureds

ASSURER -; assurers

ASSUROR -; assurors

ASSWAGE -; asswaged, asswages

ASTANGA -; astangas

ASTASIA -; astasias

ASTATIC -; -

ASTER baster, caster, easter, faster, laster, master, paster, raster, taster, vaster, waster; astern, asters

ASTERIA -; asterias

ASTERN eastern, pastern; -

ASTERS basters, casters, easters, lasters, masters, pasters, rasters, tasters, wasters; -

ASTHENY -; -

ASTHMA -; asthmas

ASTILBE -; astilbes

ASTIR -; -

ASTONY -; -

ASTOUND -; astounds

ASTRAL gastral; astrals

ASTRAY -; astrays

ASTRICT -; astricts

ASTRIDE -; -

ASTUTE -; -

ASTYLAR -; -

ASUNDER -; -

ASWARM -; -

ASWIM -; -

ASWIRL -; -

ASWOON -; -

ASYLA -; -

ASYLUM -; asylums

AT bat, cat, eat, fat, gat, hat, kat, lat, mat, oat, pat, rat, sat, tat, vat, wat; ate

ATABAL -; atabals

ATACTIC -; -

ATAGHAN	-; ataghans	**ATMA**	-; atman,
ATALAYA	-; atalayas		atmas
ATAMAN	-; atamans	**ATMAN**	batman;
ATAP	watap; ataps		atmans
ATARAXY	-; -	**ATOLL**	-; atolls
ATAVIC	-; -	**ATOM**	-; atoms,
ATAVISM	-; atavisms		atomy
ATAVIST	-; atavists	**ATOMIC**	-; atomics
ATAXIA	-; ataxias	**ATOMIES**	-; -
ATAXIC	-; ataxics	**ATOMISE**	-; atomised,
ATAXIES	-; -		atomises
ATAXY	-; -	**ATOMISM**	-; atomisms
ATE	bate, cate,	**ATOMIST**	-; atomists
	date, fate,	**ATOMIZE**	-; atomized,
	gate, hate,		atomizer,
	late, mate,		atomizes
	pate, rate,	**ATOMY**	-; -
	sate, tate; ates	**ATONAL**	-; -
ATELIC	-; -	**ATONE**	-; atoned,
ATELIER	-; ateliers		atoner, atones
ATEMOYA	-; atemoyas	**ATONER**	-; atoners
ATES	bates, cates,	**ATONIA**	-; atonias
	dates, fates,	**ATONIC**	-; atonics
	gates, hates,	**ATONIES**	-; -
	lates, mates,	**ATONING**	-; -
	nates, pates,	**ATONY**	-; -
	rates, sates	**ATOP**	-; atopy
	tates; -	**ATOPIC**	-; -
ATHEISM	-; atheisms	**ATOPIES**	-; -
ATHEIST	-; atheists	**ATRESIA**	-; atresias
ATHIRST	-; -	**ATRIA**	latria; atrial
ATHLETE	-; athletes	**ATRIP**	-; -
ATHODYD	-; athodyds	**ATRIUM**	natrium;
ATHWART	-; -		atriums
ATIGI	-; atigis	**ATRIUMS**	natriums; -
ATILT	-; -	**ATROPHY**	-; -
ATINGLE	-; -	**ATROPIN**	-; atropine,
ATLAS	-; -		atropins
ATLASES	-; -	**ATT**	batt, matt,
ATLATL	-; atlatls		watt; -

ATTABOY	-; -	**AUDIO**	-; audios
ATTACH	-; attache	**AUDISM**	-; audisms
ATTACHE	-; attached, attacher, attaches	**AUDIST**	-; audists
		AUDIT	-; audits
		AUDITED	-; -
ATTACK	-; attacks	**AUDITEE**	-; auditees
ATTAIN	-; attains, attaint	**AUDITOR**	-; auditors, auditory
ATTAINT	-; attaints	**AUGEND**	-; augends
ATTAR	-; attars	**AUGER**	gauger, mauger, sauger; augers
ATTEMPT	-; attempts		
ATTEND	-; attends		
ATTENT	-; -	**AUGERER**	-; augerers
ATTEST	fattest, wattest; attests	**AUGERS**	gaugers, saugers; -
ATTIC	-; attics	**AUGH**	-; -
ATTIRE	-; attired, attires	**AUGHT**	caught, naught, taught, waught; aughts
ATTORN	-; attorns		
ATTRACT	-; attracts		
ATTRIT	-; attrite, attrits	**AUGHTS**	naughts, waughts; -
ATTRITE	-; attrited, attrites	**AUGITE**	-; augites
ATTUNE	-; attuned, attunes	**AUGITIC**	-; -
		AUGMENT	-; augments
ATWAIN	-; -	**AUGUR**	-; augurs, augury
ATWEEN	-; -		
ATYPIC	-; -	**AUGURAL**	-; -
AUBADE	-; aubades	**AUGURY**	-; -
AUBERGE	-; auberges	**AUGUST**	-; -
AUBURN	-; auburns	**AUK**	jauk, wauk; auks
AUCTION	-; auctions		
AUCUBA	-; aucubas	**AUKLET**	-; auklets
AUDAD	caudad; audads	**AUKS**	jauks, wauks; -
		AULD	cauld, fauld, yauld; -
AUDIBLE	-; audibles		
AUDIBLY	-; -	**AULDER**	-; -
AUDIENT	-; audients	**AULDEST**	-; -
AUDILE	-; audiles	**AULIC**	-; -
AUDING	-; audings	**AUMBRY**	-; -

AUNT	daunt, gaunt, haunt, jaunt, taunt, vaunt; aunts, aunty	**AUSFORM**	-; ausforms
		AUSPEX	-; -
		AUSPICE	-; auspices
		AUSTERE	-; austerer
AUNTIE	vauntie; aunties	**AUSTRAL**	-; -
		AUSUBO	-; ausubos
AUNTLY	-; -	**AUTARKY**	-; -
AUNTS	daunts, haunts, jaunts, taunts, vaunts; -	**AUTEUR**	-; auteurs
		AUTHOR	-; authors
		AUTISM	-; autisms
AUNTY	jaunty, vaunty; -	**AUTIST**	-; autists
		AUTO	-; autos
AURA	laura; aurae, aural, aurar, auras	**AUTOBUS**	-; -
		AUTOED	-; -
		AUTOING	-; -
AURAE	laurae; -	**AUTOMAN**	-; -
AURAL	laural; -	**AUTOMAT**	-; automata, automate, automats
AURALLY	-; -		
AURAR	-; -		
AURAS	lauras; -	**AUTOMEN**	-; -
AURATE	-; aurated	**AUTONYM**	-; autonyms
AUREATE	-; -	**AUTOPEN**	-; autopens
AUREI	-; -	**AUTOPSY**	-; -
AUREOLA	-; aureolae, aureolas	**AUTUMN**	-; autumns
		AUXESES	-; -
AUREOLE	-; aureoled, aureoles	**AUXESIS**	-; -
		AUXETIC	-; auxetics
AURES	-; -	**AUXIN**	-; auxins
AUREUS	-; -	**AUXINIC**	-; -
AURIC	-; -	**AVA**	java, kava, lava; -
AURICLE	-; auricled, auricles		
		AVAIL	-; avails
AURIS	kauris; aurist	**AVAILED**	-; -
AURIST	-; aurists	**AVANT**	savant; -
AUROCH	-; aurochs	**AVARICE**	-; avarices
AURORA	-; aurorae, auroral, auroras	**AVAST**	-; -
		AVATAR	-; avatars
		AVAUNT	-; -
AUROUS	-; -	**AVE**	cave, eave, gave, have,
AURUM	-; aurums		

lave, nave,
pave, rave,
save, wave;
aver, aves
AVELLAN -; avellane
AVENGE -; avenged,
avenger,
avenges
AVENGER -; avengers
AVENS davens,
havens,
mavens,
ravens; -
AVENUE -; avenues
AVER caver, haver,
laver, paver,
raver, saver,
waver; avers,
avert
AVERAGE -; averaged,
averages
AVERRED -; -
AVERS cavers, havers,
lavers, pavers,
ravers, savers,
wavers; averse
AVERT -; averts
AVERTED -;
AVERTER -; averters
AVES caves, eaves,
haves, laves,
naves, oaves,
paves, raves,
saves, waves; -
AVGAS -; -
AVGASES -; -
AVIAN -; avians
AVIARY -; -
AVIATE -; aviated,
aviates

AVIATOR -; aviators
AVID pavid; -
AVIDIN -; avidins
AVIDITY -; -
AVIDLY -; -
AVION -; avions
AVIONIC -; avionics
AVISO -; avisos
AVO -; avos, avow
AVOCADO -; avocados
AVOCET -; avocets
AVODIRE -; avodires
AVOID -; avoids
AVOIDED -; -
AVOIDER -; avoiders
AVOSET -; avosets
AVOUCH -; -
AVOW -; avows
AVOWAL -; avowals
AVOWED -; -
AVOWER -; avowers
AVULSE -; avulsed,
avulses
AW caw, daw,
haw, jaw, law,
maw, naw,
paw, raw,
saw, taw, vaw,
waw, yaw;
awa, awe,
awl, awn
AWA -; -
AWAIT -; awaits
AWAITED -; -
AWAITER -; awaiters
AWAKE -; awaked,
awaken,
awakes
AWAKEN -; awakens
AWAKING -; -

AWARD	vaward; awards		wawl, yawl; awls
AWARDED	-; -	**AWLESS**	lawless; -
AWARDEE	-; awardees	**AWLS**	bawls, pawls,
AWARDER	-; awarders		wawls, yawls; -
AWARDS	vawards; -	**AWLWORT**	-; awlworts
AWARE	-; -	**AWMOUS**	-; -
AWASH	-; -	**AWN**	dawn, fawn,
AWAY	-; -		lawn, mawn,
AWE	-; awed, awee, awes		pawn, sawn, yawn; awns,
AWEARY	-; -		awny
AWED	cawed, dawed, hawed, jawed, lawed, mawed, pawed, sawed, tawed; -	**AWNED**	dawned, fawned, pawned, yawned; -
		AWNING	dawning, fawning, pawning, yawning;
AWEE	-; -		awnings
AWEIGH	-; -	**AWNLESS**	-; -
AWEING	-; -	**AWNS**	dawns, fawns,
AWELESS	-; -		lawns, pawns,
AWESOME	-; -		yawns; -
AWFUL	lawful; -	**AWNY**	fawny, tawny; -
AWFULLY	lawfully; -	**AWOKE**	-; awoken
AWHILE	-; -	**AWOL**	-; awols
AWHIRL	-; -	**AWRY**	-; -
AWING	cawing, dawing, hawing, jawing, lawing, mawing, pawing, sawing, tawing; -	**AX**	fax, lax, pax, rax, sax, tax, wax, zax; axe
		AXAL	-; -
		AXE	-; axed, axes
		AXED	faxed, raxed, taxed, waxed; -
		AXEL	-; axels
AWL	bawl, pawl,	**AXEMAN**	-; -

AXEMEN -; -

AXENIC -; -

AXES faxes, paxes, raxes, saxes, taxes, waxes, zaxes; -

AXIAL -; -

AXIALLY -; -

AXIL -; axile, axils

AXILLA maxilla; axillae, axillar, axillas

AXILLAE maxillae; -

AXILLAR -; axillars, axillary

AXILLAS maxillas; -

AXING faxing, raxing, taxing, waxing; -

AXIOM -; axioms

AXION -; axions

AXIS maxis, taxis; -

AXISED -; -

AXISES -; -

AXITE taxite; axites

AXLE -; axled, axles

AXLIKE waxlike; -

AXMAN taxman; -

AXMEN taxmen; -

AXOLOTL -; axolotls

AXON taxon; axone, axons

AXONAL -; -

AXONE -; axones

AXONIC -; -

AXONS taxons; -

AXSEED -; axseeds

AY bay, cay, day, fay, gay, hay, jay, kay, lay, may, nay, pay, ray, say, way, yay; aye, ays

AYAH rayah; ayahs

AYAHS rayahs; -

AYE -; ayes

AYIN zayin; ayins

AYINS zayins; -

AYS bays, cays, days, fays, gays, hays, jays, kays, lays, mays, nays, pays, rays, says, ways, yays

AZALEA -; azaleas

AZAN hazan; azans

AZANS hazans; -

AZIDE -; azides

AZIDO -; -

AZIMUTH -; azimuths

AZINE -; azines

AZLON -; azlons

AZO -; azon

AZOIC -; -

AZOLE -; azoles

AZON -; azons

AZONAL -;

AZONIC -;

AZOTE -; azoted, azotes

AZOTH -; azoths

AZOTIC -; -

AZOTISE -; azotised, azotises

AZOTIZE -; azotized, azotizes

AZUKI	-; azukis	**AZURITE**	-; azurites
AZULEJO	-; azulejos	**AZYGOS**	-; -
AZURE	-; azures	**AZYGOUS**	-; -

B

B	ab; ba, be, bi, bo, by	**BABOOL**	-; babools
		BABOON	-; baboons
BA	aba, oba; bah, bal, ban, bar, bas, bat, bay	**BABU**	-; babul, babus
		BABUL	-; babuls
		BABY	-; -
		BABYING	-; -
BAA	-; baas, baal	**BABYISH**	-; -
BAAED	-; -	**BABYSAT**	-; -
BAAING	-; -	**BABYSIT**	-; babysits
BAAL	-; baals	**BACALAO**	-; bacalaos
BAALIM	-; -	**BACCA**	-; baccae
BAALISM	-; baalisms	**BACCALA**	-; baccalas
BAASKAP	-; baaskaps	**BACCARA**	-; baccaras, baccarat
BABA	-; babas		
BABACU	-; babacus	**BACCATE**	-; baccated
BABASSU	-; babassus	**BACCHIC**	-; -
BABBITT	-; babbitts	**BACH**	-; -
BABBLE	-; babbled, babbler, babbles	**BACHED**	-; -
		BACHES	-; -
		BACHING	-; -
BABBLER	-; babblers	**BACK**	aback; backs
BABE	-; babel, babes	**BACKBAR**	-; backbars
		BACKED	-; -
BABEL	-; babels	**BACKER**	-; backers
BABESIA	-; babesias	**BACKFIT**	-; backfits
BABICHE	-; babiches	**BACKHOE**	-; backhoes
BABIED	-; -	**BACKING**	-; backings
BABIER	-; -	**BACKLIT**	-; -
BABIES	-; babiest	**BACKLOG**	-; backlogs
BABKA	-; babkas	**BACKLOT**	-; backlots
BABOO	-; babool, baboon, baboos	**BACKOUT**	-; backouts
		BACKSAW	-; backsaws
		BACKSET	-; backsets

BACKUP	-; backups	**BAGGING**	-; baggings
BACON	-; bacons	**BAGGY**	-; -
BAD	-; bade, bads	**BAGLIKE**	-; -
BADASS	-; -	**BAGMAN**	-; -
BADDER	-; -	**BAGMEN**	-; -
BADDEST	-; -	**BAGNIO**	-; bagnios
BADDIE	-; baddies	**BAGPIPE**	-; bagpiper,
BADDY	-; -		bagpipes
BADE	-; -	**BAGSFUL**	-; -
BADGE	-; badged,	**BAGUET**	-; baguets
	badger,	**BAGWIG**	-; bagwigs
	badges	**BAGWORM**	-; bagworms
BADGED	-; -	**BAH**	-; baht
BADGER	-; badgers	**BAHADUR**	-; bahadurs
BADGING	-; -	**BAHT**	-; bahts
BADLAND	-; badlands	**BAIDAR**	-; baidars
BADLY	-; -	**BAIL**	-; bails
BADMAN	-; -	**BAILED**	-; -
BADMEN	-; -	**BAILEE**	-; bailees
BADNESS	-; -	**BAILER**	-; bailers
BAFF	-; baffs, baffy	**BAILEY**	-; baileys
BAFFED	-; -	**BAILIE**	-; bailies
BAFFIES	-; -	**BAILIFF**	-; bailiffs
BAFFING	-; -	**BAILING**	-; -
BAFFLE	-; baffled,	**BAILOR**	-; bailors
	baffler, baffles	**BAILOUT**	-; bailouts
BAFFLER	-; bafflers	**BAIRN**	-; bairns
BAFFY	-; -	**BAIRNLY**	-; -
BAG	-; bags	**BAIT**	-; baith, baits
BAGASS	-; bagasse	**BAITED**	-; -
BAGASSE	-; bagasses	**BAITER**	-; baiters
BAGEL	-; bagels	**BAITING**	-; -
BAGFUL	-; bagfuls	**BAITH**	-; -
BAGGAGE	-; baggages	**BAIZA**	-; baizas
BAGGED	-; -	**BAIZE**	-; baizes
BAGGER	-; baggers	**BAKE**	-; baked,
BAGGIE	-; baggier,		baker, bakes
	baggies	**BAKER**	-; bakers,
BAGGIES	-; baggiest		bakery
BAGGILY	-; -	**BAKING**	-; bakings

BAKLAVA	-; baklavas	**BALLADE**	-; ballades
BAKLAWA	-; baklawas	**BALLAST**	-; ballasts
BAL	-; bald, bale,	**BALLED**	-; -
	balk, ball,	**BALLER**	-; ballers
	balm, bals	**BALLET**	-; ballets
BALANCE	-; balanced,	**BALLIES**	-; -
	balancer,	**BALLING**	-; -
	balances	**BALLON**	-; ballons
BALAS	-; -	**BALLOT**	-; ballots
BALASES	-; -	**BALLUTE**	-; ballutes
BALATA	-; balatas	**BALLY**	-; -
BALBOA	-; balboas	**BALM**	-; balms,
BALCONY	-; -		balmy
BALD	-; balds, baldy	**BALMIER**	-; -
BALDED	-; -	**BALMILY**	-; -
BALDER	-; -	**BALNEAL**	-;-
BALDEST	-; -	**BALONEY**	-; baloneys
BALDIES	-;	**BALSA**	-; balsam,
BALDING	-; -		balsas
BALDISH	-; -	**BALSAM**	-; balsams
BALDLY	-; -	**BALTI**	-; baltis
BALDRIC	-; baldrick,	**BAM**	-; bams
	baldrics	**BAMBINO**	-; bambinos
BALDY	-; -	**BAMBOO**	-; bamboos
BALE	-; baled, baler,	**BAMMED**	-; -
	bales	**BAMMING**	-; -
BALEEN	-; baleens	**BAN**	-; band, bane,
BALEFUL	-; -		bang, bani,
BALER	-; balers		bank, bans
BALING	-; -	**BANAL**	-; -
BALK	-; balks, balky	**BANALLY**	-; -
BALKED	-; -	**BANANA**	-; bananas
BALKER	-; balkers	**BANC**	-; bancs
BALKIER	-; -	**BANCO**	-; bancos
BALKILY	-; -	**BAND**	-; banda,
BALKING	-; -		bands, bandy
BALKY	-; -	**BANDA**	-; bandas
BALL	-; balls, bally	**BANDAGE**	-; bandaged,
BALLAD	-; ballade,		bandager,
	ballads		bandages

BANDAID	; -	**BANNED**	-; -
BANDANA	-; bandanas	**BANNER**	-; banners
BANDBOX	-; -	**BANNET**	-; bannets
BANDEAU	-; bandeaus, bandeaux	**BANNING**	-; -
		BANNOCK	-; bannocks
BANDED	-; -	**BANNS**	-; -
BANDER	-; banders	**BANQUET**	-; banquets
BANDIED	-; -	**BANSHEE**	-; banshees
BANDIES	-; -	**BANSHIE**	-; banshies
BANDING	-; -	**BANTAM**	-; bantams
BANDIT	-; bandits	**BANTER**	-; banters
BANDITO	-; banditos	**BANTIES**	-; -
BANDOG	-; bandogs	**BANTY**	-; -
BANDORA	-; bandoras	**BANYAN**	-; banyans
BANDORE	-; bandores	**BANZAI**	-; banzais
BANDSAW	-; bandsaws	**BAOBAB**	-; baobabs
BANDURA	-; banduras	**BAP**	-; baps
BANDY	-; -	**BAPTISE**	-; baptised, baptises
BANE	-; baned, banes		
		BAPTISM	-; baptisms
BANEFUL	-; -	**BAPTIST**	-; baptists
BANG	-; bangs	**BAPTIZE**	-; baptized, baptizer, baptizes
BANGED	-; -		
BANGER	-; bangers		
BANGING	-; -	**BAR**	kbar; barb, bard, bare, barf, bark, barm, barn, bars
BANGKOK	-; bangkoks		
BANGLE	-; bangles		
BANI	-; -		
BANIAN	-; banians		
BANING	-; -	**BARB**	-; barbs
BANISH	-; -	**BARBAL**	-; -
BANJAX	-; -	**BARBATE**	-; -
BANJO	-; banjos	**BARBE**	-; barbed, barbel, barbes
BANJOES	-; -		
BANK	-; banks	**BARBEL**	-; barbell, barbels
BANKED	-; -		
BANKER	-; bankers	**BARBELL**	-; barbells
BANKING	-; bankings	**BARBER**	-; barbers
BANKIT	-; bankits	**BARBET**	-; barbets
BANKSIA	-; banksias	**BARBIE**	-; barbies

BARBING	-; -	**BARKER**	-; barkers
BARBOT	-; barbots	**BARKIER**	-; -
BARBULE	-; barbules	**BARKING**	-; -
BARBUT	-; barbuts	**BARKY**	-; -
BARCA	-; barcas	**BARLESS**	-; -
BARCHAN	-; barchans	**BARLEY**	-; barleys
BARCODE	-; barcodes	**BARLOW**	-; barlows
BARD	-; barde, bards	**BARM**	-; barms,
BARDE	-; barded,		barmy
	bardes	**BARMAID**	-; barmaids
BARDIC	-; -	**BARMAN**	-; -
BARDING	-; -	**BARMEN**	-; -
BARE	-; bared, barer,	**BARMIE**	-; barmier
	bares	**BARMY**	-; -
BAREFIT	-; -	**BARN**	-; barns, barny
BAREGE	-; bareges	**BARNIER**	-; -
BARELY	-; -	**BARON**	-; barong,
BARER	-; -		barons,
BARES	-; barest		barony
BARF	-; barfs	**BARONET**	-; baronets
BARFED	-; -	**BARONG**	-; barongs
BARFI	-; barfis	**BARONNE**	-; baronnes
BARFING	-; -	**BARONY**	-; -
BARFLY	-; -	**BAROQUE**	-; baroques
BARGAIN	-; bargains	**BARQUE**	-; barques
BARGE	-; barged,	**BARRACK**	-; barracks
	bargee,	**BARRAGE**	-; barraged,
	barges		barrages
BARGEE	-; bargees	**BARRE**	-; barred,
BARGING	-; -		barrel, barren,
BARHOP	-; barhops		barres, barret
BARIC	-; -	**BARREL**	-; barrels
BARILLA	-; barillas	**BARREN**	-; barrens
BARING	-; -	**BARRET**	-; barrets
BARISTA	-; baristas	**BARRIER**	-; barriers
BARITE	-; barites	**BARRING**	-; -
BARIUM	-; bariums	**BARRIO**	-; barrios
BARK	-; barks, barky	**BARROOM**	-; barrooms
BARKED	-; -	**BARROW**	-; barrows
BARKEEP	-; barkeeps	**BARRY**	-; -

BARTEND	-; bartends	**BASINED**	-; -
BARTER	-; barters	**BASINET**	-; basinets
BARWARE	-; barwares	**BASING**	abasing; -
BARYE	-; baryes	**BASION**	-; basions
BARYON	-; baryons	**BASIS**	-; -
BARYTA	-; barytas	**BASK**	-; basks
BARYTE	-; barytes	**BASKED**	-; -
BARYTIC	-; -	**BASKET**	-; baskets
BARYTON	-; barytone,	**BASKING**	-; -
	barytons	**BASKS**	-; -
BAS	abas; -	**BASMATI**	-; basmatis
BASAL	-; basalt	**BASQUE**	-; basques
BASALLY	-; -	**BASS**	-; bassi, basso,
BASALT	-; basalts		bassy
BASCULE	-; bascules	**BASSES**	-; -
BASE	abase; based,	**BASSET**	-; bassets
	baser, bases	**BASSI**	-; -
BASED	abased; -	**BASSIST**	-; bassists
BASELY	-; -	**BASSLY**	-; -
BASEMAN	-; -	**BASSO**	-; bassos
BASEMEN	-; -	**BASSOON**	-; bassoons
BASENJI	-; basenjis	**BASSY**	-; -
BASER	abaser; basers	**BAST**	-; baste, basts
BASERS	abasers; -	**BASTARD**	-; bastards
BASES	abases; basest	**BASTE**	-; basted,
BASH	abash; -		baster, bastes
BASHAW	-; bashaws	**BASTER**	-; basters
BASHED	abashed; -	**BASTILE**	-; bastiles
BASHER	-; bashers	**BASTING**	-; bastings
BASHES	abashes; -	**BASTION**	-; bastions
BASHFUL	-; -	**BAT**	-; bate, bath,
BASHING	abashing; -		bats, batt
BASHLYK	-; bashlyks	**BATBOY**	-; batboys
BASIC	-; basics	**BATCH**	-; -
BASIFY	-; -	**BATCHED**	-; -
BASIL	-; basils	**BATCHER**	-; batchers
BASILAR	-; basilary	**BATCHES**	-; -
BASILIC	-; basilica	**BATE**	abate; bated,
BASIN	-; basins		bates
BASINAL	-; -	**BATEAU**	-; bateaux

BATEAUX	-; -	**BATTY**	-; -
BATED	abated; -	**BATWING**	-; -
BATES	abates; -	**BAUBEE**	-; baubees
BATFISH	-; -	**BAUBLE**	-; baubles
BATFOWL	-; batfowls	**BAUD**	-; bauds
BATGIRL	-; batgirls	**BAULK**	-; baulks,
BATH	-; bathe, baths		baulky
BATHE	-; bathed,	**BAULKED**	-; -
	bather, bathes	**BAUSOND**	-; -
BATHER	-; bathers	**BAUXITE**	-; bauxites
BATHING	-; -	**BAWBEE**	-; bawbees
BATHMAT	-; bathmats	**BAWCOCK**	-; bawcocks
BATHOS	-; -	**BAWD**	-; bawds,
BATHTUB	-; bathtubs		bawdy
BATHYAL	-; -	**BAWDIER**	-; -
BATIK	-; batiks	**BAWDIES**	-; bawdiest
BATING	abating; -	**BAWDILY**	-; -
BATISTE	-; batistes	**BAWDRIC**	-; bawdrics
BATLIKE	-; -	**BAWDRY**	-; -
BATMAN	-; -	**BAWDY**	-; -
BATMEN	-; -	**BAWK**	-; bawks
BATON	-; batons	**BAWL**	-; bawls
BATS	-; -	**BAWLED**	-; -
BATSMAN	-; -	**BAWLER**	-; bawlers
BATSMEN	-; -	**BAWLING**	-; -
BATT	-; batts, battu,	**BAWN**	-; bawns
	batty	**BAWSUNT**	-; -
BATTEAU	-; batteaux	**BAWTIE**	-; bawties
BATTED	-; -	**BAWTY**	-; -
BATTEN	-; battens	**BAY**	-; bays
BATTER	-; batters,	**BAYAMO**	-; bayamos
	battery	**BAYARD**	-; bayards
BATTIER	-; -	**BAYED**	-; -
BATTIK	-; battiks	**BAYING**	-; -
BATTING	-; battings	**BAYMAN**	-; -
BATTLE	-; battled,	**BAYMEN**	-; -
	battler, battles	**BAYONET**	-; bayonets
BATTLER	-; battlers	**BAYOU**	-; bayous
BATTU	-; battue	**BAYSIDE**	-; baysides
BATTUE	-; battues	**BAYWOOD**	-; baywoods

BAZAAR	-; bazaars	**BEANERY**	-; -
BAZAR	-; bazars	**BEANIE**	-; beanies
BAZOO	-; bazoos	**BEANING**	-; -
BAZOOKA	-; bazookas	**BEANO**	-; beanos
BAZZ	-; -	**BEAR**	-; beard, bears
BE	obe; bed, bee,	**BEARCAT**	-; bearcats
	bel, ben, bet,	**BEARD**	-; beards
	bey	**BEARDED**	-; -
BEACH	-; beachy	**BEARER**	-; bearers
BEACHED	-; -	**BEARHUG**	-; bearhugs
BEACHES	-; -	**BEARING**	-; bearings
BEACON	-; beacons	**BEARISH**	-; -
BEAD	-; beads,	**BEAST**	-; beasts
	beady	**BEASTIE**	-; beasties
BEADED	-; -	**BEASTLY**	-; -
BEADER	-; beaders	**BEAT**	-; beats
BEADIER	-; -	**BEATBOX**	-; -
BEADILY	-; -	**BEATEN**	-; -
BEADING	-; beadings	**BEATER**	-; beaters
BEADLE	-; beadles	**BEATIFY**	-; -
BEAGLE	-; beagles	**BEATING**	-; beatings
BEAK	-; beaks,	**BEATNIK**	-; beatniks
	beaky	**BEAU**	-; beaus,
BEAKED	-; -		beaut, beaux
BEAKER	-; beakers	**BEAUISH**	-; -
BEAKIER	-; -	**BEAUT**	-; beauts,
BEAL	-; beals		beauty
BEALING	- bealings	**BEAUX**	-; -
BEAM	abeam;	**BEAVER**	-; beavers
	beams, beamy	**BEBEERU**	-; bebeerus
BEAMED	-; -	**BEBLOOD**	-; bebloods
BEAMIER	-; -	**BEBOP**	-; bebops
BEAMILY	-; -	**BECALM**	-; becalms
BEAMING	-; -	**BECAME**	-; -
BEAMISH	-; -	**BECAP**	-; becaps
BEAMY	-; -	**BECAUSE**	-; -
BEAN	-; beano,	**BECHALK**	-; bechalks
	beans	**BECHARM**	-; becharms
BEANBAG	-; beanbags	**BECK**	-; becks
BEANED	-; -	**BECKED**	-; -

BECKET	-; beckets	**BEDLAM**	-; bedlamp,
BECKING	-; -		bedlams
BECKON	-; beckons	**BEDLAMP**	-; bedlamps
BECLASP	-; beclasps	**BEDLESS**	-; -
BECLOAK	-; becloaks	**BEDLIKE**	-; -
BECLOG	-; beclogs	**BEDMATE**	-; bedmates
BECLOUD	-; beclouds	**BEDOUIN**	-; bedouins
BECLOWN	-; beclowns	**BEDPAN**	-; bedpans
BECOME	-; becomes	**BEDPOST**	-; bedposts
BECRAWL	-; becrawls	**BEDRAIL**	-; bedrails
BECRIME	-; becrimed,	**BEDRAPE**	-; bedraped,
	becrimes		bedrapes
BECROWD	-; becrowds	**BEDREST**	-; bedrests
BECRUST	-; becrusts	**BEDRID**	-; -
BECURSE	-; becursed,	**BEDROCK**	-; bedrocks
	becurses	**BEDROLL**	-; bedrolls
BED	abed; beds	**BEDROOM**	-; bedrooms
BEDAD	-; -	**BEDRUG**	-; bedrugs
BEDAMN	-; bedamns	**BEDSIDE**	-; bedsides
BEDAUB	-; bedaubs	**BEDSIT**	-; bedsits
BEDBUG	-; bedbugs	**BEDSOCK**	-; bedsocks
BEDDED	-; -	**BEDSORE**	-; bedsores
BEDDER	-; bedders	**BEDTICK**	-; bedticks
BEDDING	-; beddings	**BEDTIME**	-; bedtimes
BEDECK	-; bedecks	**BEDU**	-; -
BEDEL	-; bedell,	**BEDUIN**	-; beduins
	bedels	**BEDUMB**	-; bedumbs
BEDELL	-; bedells	**BEDUNCE**	-; bedunced,
BEDEMAN	-; -		bedunces
BEDEMEN	-; -	**BEDWARD**	-; bedwards
BEDEVIL	-; bedevils	**BEDWARF**	-; bedwarfs
BEDEW	-; bedews	**BEE**	-; beef, been,
BEDEWED	-; -		beep, beer,
BEDFAST	-; -		bees, beet
BEDGOWN	-; bedgowns	**BEEBEE**	-; beebees
BEDHEAD	-; bedheads	**BEECH**	-; beechy
BEDIGHT	-; bedights	**BEECHEN**	-; -
BEDIM	-; bedims	**BEECHES**	-; -
BEDIRTY	-; -	**BEECHY**	- ; -
BEDIZEN	-; bedizens	**BEEDI**	-; -

BEEDIES	-; -	**BEGALL**	-; begalls
BEEF	-; beefs, beefy	**BEGAN**	-; -
BEEFALO	-; beefalos	**BEGAT**	-; -
BEEFED	-; -	**BEGAZE**	-; begazed,
BEEFIER	-; -		begazes
BEEFILY	-; -	**BEGEM**	-; begems
BEEFING	-; -	**BEGET**	-; begets
BEEFY	-; -	**BEGGAR**	-; beggars,
BEEHIVE	-; beehives		beggary
BEELIKE	-; -	**BEGGED**	-; -
BEELINE	-; beelines	**BEGGING**	-; -
BEEN	-; -	**BEGIN**	-; begins
BEEP	-; beeps	**BEGIRD**	-; begirds
BEEPED	-; -	**BEGIRT**	-; -
BEEPER	-; beepers	**BEGLAD**	-; beglads
BEEPING	-; -	**BEGLOOM**	-; beglooms
BEER	-; beers, beery	**BEGONE**	-; -
BEERIER	-; -	**BEGONIA**	-; begonias
BEESWAX	-; -	**BEGORAH**	-; -
BEET	-; beets	**BEGORRA**	-; begorrah
BEETLE	-; beetled,	**BEGOT**	-; -
	beetler,	**BEGRIM**	-; begrime,
	beetles		begrims
BEETLER	-; beetlers	**BEGRIME**	-; begrimed,
BEEVES	-; -		begrimes
BEEYARD	-; beeyards	**BEGROAN**	-; begroans
BEEZER	-; beezers	**BEGUILE**	-; beguiled,
BEFALL	-; befalls		beguiler,
BEFELL	-; -		beguiles
BEFIT	-; befits	**BEGUINE**	-; beguines
BEFLAG	-; beflags	**BEGULF**	-; begulfs
BEFLEA	-; befleas	**BEGUM**	-; begums
BEFLECK	-; beflecks	**BEGUN**	-; -
BEFOG	-; befogs	**BEHALF**	-; -
BEFOOL	-; befools	**BEHAVE**	-; behaved,
BEFORE	-; -		behaver,
BEFOUL	-; befouls		behaves
BEFRET	-; befrets	**BEHAVER**	-; behavers
BEG	-; begs	**BEHEAD**	-; beheads
BEGAD	-; -	**BEHELD**	-; -

BEHEST	-; behests		belief, belier,
BEHIND	-; behinds		belies
BEHOLD	-; beholds	**BELIEF**	-; beliefs
BEHOOF	-; -	**BELIER**	-; beliers
BEHOOVE	-; behooved, behooves	**BELIEVE**	-; believed, believer,
BEHOVE	-; behoved, behoves	**BELIKE**	believes -; -
BEHOWL	-; behowls	**BELIVE**	-; -
BEIGE	-; beiges	**BELL**	-; belle, belly
BEIGNE	-; beignet, beignes	**BELLBOY**	-; bellboys
BEIGNET	-; beignets	**BELLE**	-; belled, belles
BEIGY	-; -	**BELLEEK**	-; belleeks
BEING	-; beings	**BELLHOP**	-; bellhops
BEJESUS	-; -	**BELLIED**	-; -
BEJEWEL	-; bejewels	**BELLIES**	-; -
BEKISS	-; -	**BELLING**	-; -
BEKNOT	-; beknots	**BELLMAN**	-; -
BEL	-; bell, bels, belt	**BELLMEN**	-; -
		BELLOW	-; bellows
BELABOR	-; belabors	**BELLY**	-; -
BELACED	-; -	**BELON**	-; belong,
BELADY	-; -		belons
BELATED	-; -	**BELONG**	-; belongs
BELAUD	-; belauds	**BELOVED**	-; beloveds
BELAY	-; belays	**BELOW**	-; belows
BELAYER	-; -	**BELT**	-; belts
BELCH	-; -	**BELTED**	-; -
BELCHED	-; -	**BELTING**	-; beltings
BELCHER	-; belchers	**BELTWAY**	-; beltways
BELCHES	-; -	**BELUGA**	-; belugas
BELDAM	-; beldame, beldams	**BELYING**	-; -
		BEMA	-; bemas
BELDAME	-; beldames	**BEMADAM**	-; bemadams
BELEAP	-; beleaps, beleapt	**BEMATA**	-; -
		BEMEAN	-; bemeans
BELFRY	-; -	**BEMIRE**	-; bemired,
BELGA	-; belgas		bemires
BELIE	-; belied,	**BEMIST**	-; bemists

BEMIX	-; bemixt	**BENTHAL**	-; -
BEMIXED	-; -	**BENTHIC**	-; -
BEMIXES	-; -	**BENTHOS**	-; -
BEMIXT	-; -	**BENTO**	-; bentos
BEMOAN	-; bemoans	**BENUMB**	-; benumbs
BEMOCK	-; bemocks	**BENZAL**	-; benzals
BEMUSE	-; bemused,	**BENZENE**	-; benzenes
	bemuses	**BENZIN**	-; benzine,
BEN	-; bend, bene,		benzins
	bens, bent	**BENZINE**	-; benzines
BENAME	-; benamed,	**BENZOIC**	-; benzoics
	benames	**BENZOIN**	-; benzoins
BENCH	-; -	**BENZOL**	-; benzole,
BENCHED	-; -		benzols
BENCHER	-; benchers	**BENZOLE**	-; benzoles
BENCHES	-; -	**BENZOYL**	-; benzoyls
BEND	-; bends,	**BENZYL**	-; benzyls
	bendy	**BEPAINT**	-; bepaints
BENDAY	-; bendays	**BEQUEST**	-; bequests
BENDED	-; -	**BERAKE**	-; beraked,
BENDEE	-; bendees		berakes
BENDER	-; benders	**BERATE**	-; berated,
BENDIER	-; -		berates
BENDING	-; -	**BERBER**	-; berbers
BENDY	-; bendys	**BEREAVE**	-; bereaved,
BENE	-; benes		bereaver,
BENEATH	-; -		bereaves
BENEFIC	-; -	**BEREFT**	-; -
BENEFIT	-; benefits	**BERET**	-; berets
BENEMPT	-; -	**BERETTA**	-; berettas
BENIGN	-; -	**BERG**	-; bergs
BENISON	-; benisons	**BERGERE**	-; bergeres
BENNE	-; bennes,	**BERHYME**	-; berhymed,
	bennet		berhymes
BENNET	-; bennets	**BERIME**	-; berimed,
BENNI	-; bennis		berimes
BENNIES	-; -	**BERK**	-; berks
BENNY	-; -	**BERLIN**	-; berline,
BENOMYL	-; benomyls		berlins
BENT	-; bents	**BERLINE**	-; berlines

BERM	-; berme, berms	**BESPEAK**	-; bespeaks
		BESPOKE	-; bespoken
BERME	-; bermes	**BEST**	-; bests
BEROBED	-; -	**BESTEAD**	-; besteads
BERRIED	-; -	**BESTED**	-; -
BERRIES	-; -	**BESTIAL**	-; -
BERRY	-; -	**BESTIE**	-; besties
BERSEEM	-; berseems	**BESTING**	-; -
BERSERK	-; berserks	**BESTIR**	-; bestirs
BERTH	-; bertha, berths	**BESTOW**	-; bestows
		BESTREW	-; bestrewn, bestrews
BERTHA	-; berthas		
BERTHED	-; -	**BESTROW**	-; bestrown, bestrows
BERYL	-; beryls		
BES	-; -	**BESTUD**	-; bestuds
BESCOUR	-; bescours	**BESWARM**	-; beswarms
BESEECH	-; -	**BET**	abet; beta, beth, bets
BESEEM	-; beseems		
BESES	-; -	**BETA**	-; betas
BESET	-; besets	**BETAINE**	-; betaines
BESHAME	-; beshamed, beshames	**BETAKE**	-; betaken, betakes
BESHOUT	-; beshouts	**BETAXED**	-; -
BESHREW	-; beshrews	**BETEL**	-; betels
BESIDE	-; besides	**BETH**	-; beths
BESIEGE	-; besieged, besieger, besieges	**BETHANK**	-; bethanks
		BETHEL	-; bethels
		BETHINK	-; bethinks
BESLIME	-; beslimed, beslimes	**BETHORN**	-; bethorns
		BETHUMP	-; bethumps
BESMEAR	-; besmears	**BETIDE**	-; betided, betides
BESMILE	-; besmiled, besmiles		
		BETIME	-; betimes
BESMOKE	-; besmoked, besmokes	**BETISE**	-; betises
		BETOKEN	-; betokens
BESMUT	-; besmuts	**BETON**	-; betons, betony
BESNOW	-; besnows		
BESOM	-; besoms	**BETOOK**	-; -
BESOT	-; besots	**BETRAY**	-; betrays
BESPAKE	-; -	**BETROTH**	-; betroths

BETS	abets; -
BETTA	-; bettas
BETTED	abetted; -
BETTER	abetter; betters
BETTERS	abetters; -
BETTING	abetting; -
BETTOR	abettor; bettors
BETTORS	abettors; -
BETWEEN	-; -
BETWIXT	-; -
BEVEL	-; bevels
BEVELED	-; -
BEVELER	-; bevelers
BEVIES	-; -
BEVOMIT	-; bevomits
BEVOR	-; bevors
BEVVY	-; -
BEVY	-; -
BEWAIL	-; bewails
BEWARE	-; bewared, bewares
BEWEARY	-; -
BEWEEP	-; beweeps
BEWEPT	-; -
BEWIG	-; bewigs
BEWITCH	-; -
BEWORM	-; beworms
BEWORRY	-; -
BEWRAP	-; bewraps, bewrapt
BEWRAY	-; bewrays
BEY	obey; beys
BEYLIC	-; beylics
BEYLIK	-; beyliks
BEYOND	-; beyonds
BEYS	obeys; -
BEZANT	-; bezants
BEZAZZ	-; -
BEZEL	-; bezels

BEZIL	-; bezils
BEZIQUE	-; beziques
BEZOAR	-; bezoars
BEZZANT	-; bezzants
BHAJI	-; bhajis
BHAKTA	-; bhaktas
BHAKTI	-; bhaktis
BHANG	-; bhangs
BHANGRA	-; bhangras
BHARAL	-; bharals
BHEESTY	-; -
BHISTIE	-; bhisties
BHOOT	-; bhoots
BHUT	-; bhuts
BI	obi; bib, bid, big, bin, bio, bis, bit, biz
BIALI	-; bialis
BIALY	-; bialys
BIAS	obias; -
BIASED	-; -
BIASES	-; -
BIASING	-; -
BIAXAL	-; -
BIAXIAL	-; -
BIB	-; bibb, bibs
BIBASIC	-; -
BIBB	-; bibbs
BIBBED	-; -
BIBBER	-; bibbers, bibbery
BIBBING	-; -
BIBCOCK	-; bibcocks
BIBE	-; bibes
BIBELOT	-; bibelots
BIBLE	-; bibles
BIBLES	-; bibless
BIBLIKE	-; -
BIBLIST	-; biblists
BICARB	-; bicarbs

BICE	-; bices	**BIFOCAL**	-; bifocals
BICEPS	-; -	**BIFOLD**	-; -
BICES	ibices; -	**BIFORM**	-; -
BICKER	-; bickers	**BIG**	-; -
BICOLOR	-; bicolors	**BIGAMY**	-; -
BICORN	-; bicorne	**BIGEYE**	-; bigeyes
BICORNE	-; bicornes	**BIGFOOT**	-; bigfoots
BICRON	-; bicrons	**BIGGER**	-; -
BICYCLE	-; bicycled,	**BIGGEST**	-; -
	bicycler,	**BIGGETY**	-; -
	bicycles	**BIGGIE**	-; biggies
BID	-; bide, bids	**BIGGIN**	-; bigging,
BIDARKA	-; bidarkas		biggins
BIDDEN	-; -	**BIGGISH**	-; -
BIDDER	-; bidders	**BIGGITY**	-; -
BIDDIES	-; -	**BIGGY**	-; -
BIDDING	-; -	**BIGHEAD**	-; bigheads
BIDDY	-; -	**BIGHORN**	-; bighorns
BIDE	abide; bider,	**BIGHT**	-; bights
	bides, bidet	**BIGHTED**	-; -
BIDED	abided; -	**BIGLY**	-; -
BIDER	abider; biders	**BIGNESS**	-; -
BIDERS	abiders; -	**BIGOS**	-; -
BIDES	abides; -	**BIGOT**	-; bigots
BIDET	-; bidets	**BIGOTED**	-; -
BIDI	-; bidis	**BIGOTRY**	-; -
BIDING	abiding; -	**BIGTIME**	-; -
BIELD	-; bields	**BIGWIG**	-; bigwigs
BIELDED	-; -	**BIJOU**	-; bijous,
BIER	-; biers		bijoux
BIFACE	-; bifaces	**BIKE**	-; biked, biker,
BIFF	-; biffs, biffy		bikes
BIFFED	-; -	**BIKER**	-; bikers
BIFFIES	-; -	**BIKEWAY**	-; bikeways
BIFFIN	-; biffing, biffins	**BIKIE**	-; bikies
BIFFY	-; -	**BIKING**	-; -
BIFID	-; -	**BIKINI**	-; bikinis
BIFIDLY	-; -	**BILBO**	-; bilboa,
BIFILAR	-; -		bilbos
BIFLEX	-; -	**BILBOA**	-; bilboas

BILBOES	-; -	**BINARY**	-; -
BILBY	-; -	**BINATE**	-; -
BILE	-; biles	**BIND**	-; bindi, binds
BILGE	-; bilged, bilges	**BINDER**	-; binders, bindery
BILGIER	-; -	**BINDI**	-; bindis
BILGING	-; -	**BINDING**	-; bindings
BILGY	-; -	**BINDLE**	-; bindles
BILIARY	-; -	**BINE**	-; biner, bines
BILIOUS	-; -	**BINER**	-; biners
BILK	-; bilks	**BING**	-; -
BILKED	-; -	**BINGE**	-; binged, binger, binges
BILKER	-; bilkers		
BILKING	-; -	**BINGER**	-; bingers
BILL	-; bills, billy	**BINGING**	-; -
BILLBUG	-; billbugs	**BINGO**	-; bingos
BILLED	-; -	**BINIT**	-; binits
BILLER	-; billers	**BINMAN**	-; -
BILLET	-; billets	**BINMEN**	-; -
BILLIE	-; billies	**BINNED**	-; -
BILLING	-; billings	**BINNING**	-; -
BILLION	-; billions	**BINOCLE**	-; binocles
BILLON	-; billons	**BINOCS**	-; -
BILLOW	-; billows, billowy	**BINT**	-; bints
		BIO	-; bios
BILOBED	-; -	**BIOCHIP**	-; biochips
BILSTED	-; bilsteds	**BIOCIDE**	-; biocides
BILTONG	-; biltongs	**BIOFILM**	-; biofilms
BIMA	-; bimah, bimas	**BIOFUEL**	-; biofuels
		BIOG	-; biogs
BIMAH	-; bimahs	**BIOGAS**	-; -
BIMBO	-; bimbos	**BIOGEN**	-; biogens, biogeny
BIMBOES	-; -		
BIMETAL	-; bimetals	**BIOGENY**	-; -
BIMINI	-; biminis	**BIOHERM**	-; bioherms
BIMODAL	-; -	**BIOLOGY**	-; -
BIMORPH	-; bimorphs	**BIOMASS**	-; -
BIN	-; bind, bine, bins, bint	**BIOME**	-; biomes
		BIONIC	-; bionics
BINAL	-; -	**BIONOMY**	-; -

BIONT	-; bionts	**BIRLE**	-; birled, birler,
BIONTIC	-; -		birles
BIOPIC	-; biopics	**BIRLER**	-; birlers
BIOPSIC	-; -	**BIRLING**	-; birlings
BIOPSY	-; -	**BIRR**	-; birrs
BIOPTIC	-; -	**BIRRED**	-; -
BIOTA	-; biotas	**BIRRING**	-; -
BIOTECH	-; biotechs	**BIRSE**	-; birses
BIOTIC	abiotic; biotics	**BIRTH**	-; births
BIOTIN	-; biotins	**BIRTHED**	-; -
BIOTITE	-; biotites	**BIRYANI**	-; biryanis
BIOTOPE	-; biotopes	**BIS**	ibis, obis; bise,
BIOTRON	-; biotrons		bisk
BIOTYPE	-; biotypes	**BISCUIT**	-; biscuits
BIPACK	-; bipacks	**BISE**	-; bises
BIPARTY	-; -	**BISECT**	-; bisects
BIPED	-; bipeds	**BISH**	-; -
BIPEDAL	-; -	**BISHES**	-; -
BIPLANE	-; biplanes	**BISHOP**	-; bishops
BIPOD	-; bipods	**BISK**	-; bisks
BIPOLAR	-; -	**BISMUTH**	-; bismuths
BIRCH	-; -	**BISNAGA**	-; bisnagas
BIRCHED	-; -	**BISON**	-; bisons
BIRCHEN	-; -	**BISQUE**	-; bisques
BIRCHES	-; -	**BISTATE**	-; -
BIRD	-; birds	**BISTER**	-; bisters
BIRDDOG	-; birddogs	**BISTORT**	-; bistorts
BIRDED	-; -	**BISTRE**	-; bistred,
BIRDER	-; birders		bistres
BIRDIE	-; birdied,	**BISTRO**	-; bistros
	birdies	**BIT**	obit; bite, bits,
BIRDING	-; -		bitt
BIRDMAN	-; -	**BITABLE**	-; -
BIRDMEN	-; -	**BITCH**	-; bitchy
BIREME	-; biremes	**BITCHED**	-; -
BIRETTA	-; birettas	**BITCHEN**	-; -
BIRIANI	-; birianis	**BITCHES**	-; -
BIRK	-; birks	**BITCHY**	-; -
BIRKIE	-; birkies	**BITE**	-; biter, bites
BIRL	-; birls	**BITER**	-; biters

BITING	-; -	**BLADER**	-; bladers
BITMAP	-; bitmaps	**BLADING**	-; bladings
BITS	obits; bitsy	**BLAE**	-; -
BITSY	-; -	**BLAFF**	-; blaffs
BITT	-; bitte, bitts, bitty	**BLAG**	-; blags
		BLAGUE	-; blagues
BITTED	-; -	**BLAH**	-; blahs
BITTEN	-; -	**BLAIN**	-; blains
BITTER	-; bittern, bitters	**BLAM**	-; blame, blams
BITTERN	-; bitterns	**BLAME**	-; blamed, blamer, blames
BITTIER	-; -		
BITTING	-; bittings		
BITTOCK	-; bittocks	**BLAMER**	-; blamers
BITTY	-; -	**BLAMING**	-; -
BITUMEN	-; bitumens	**BLANCH**	-; -
BITWISE	-; -	**BLAND**	-; -
BIVALVE	-; bivalved, bivalves	**BLANDER**	-; -
		BLANDLY	-; -
BIVINYL	-; bivinyls	**BLANK**	-; blanks
BIVOUAC	-; bivouacs	**BLANKED**	-; -
BIZ	-; bize	**BLANKER**	-; -
BIZE	-; bizes	**BLANKET**	-; blankets
BIZJET	-; bizjets	**BLANKLY**	-; -
BIZNAGA	-; biznagas	**BLARE**	-; blared, blares
BIZONAL	-; -		
BIZONE	-; bizones	**BLARNEY**	-; blarneys
BLAB	-; blabs	**BLASE**	-; -
BLABBED	-; -	**BLAST**	oblast; blasts, blasty
BLABBER	-; blabbers		
BLABBY	-; -	**BLASTED**	-; -
BLACK	-; blacks	**BLASTER**	-; blasters
BLACKED	-; -	**BLASTIE**	-; blastier, blasties
BLACKEN	-; blackens		
BLACKER	-; -	**BLASTS**	oblasts;-
BLACKLY	-; -	**BLASTY**	-; -
BLADDER	-; bladders, bladdery	**BLAT**	-; blate, blats
		BLATANT	-; -
BLADE	-; bladed, blader, blades	**BLATE**	ablate, oblate; -
		BLATHER	-; blathers

BLATTED	-; -	**BLENDER**	-; blenders
BLATTER	-; blatters	**BLENNY**	-; -
BLAUBOK	-; blauboks	**BLENT**	-; -
BLAW	-; blawn, blaws	**BLESBOK**	-; blesboks
		BLESS	-; -
BLAWED	-; -	**BLESSED**	-; -
BLAWING	-; -	**BLESSER**	-; blessers
BLAWN	-; -	**BLEST**	-; -
BLAZE	ablaze; blazed, blazer, blazes	**BLET**	-; blets
		BLETHER	-; blethers
		BLEW	-; -
BLAZER	-; blazers	**BLEWIT**	-; blewits
BLAZING	-; -	**BLIGHT**	-; blights, blighty
BLAZON	-; blazons		
BLEACH	-; -	**BLIMEY**	-; -
BLEAK	-; bleaks	**BLIMP**	-; blimps
BLEAKER	-; -	**BLIMY**	-; -
BLEAKLY	-; -	**BLIN**	-; blind, blini
BLEAR	-; blears, bleary	**BLIND**	-; blinds
		BLINDED	-; -
BLEARED	-; -	**BLINDER**	-; blinders
BLEAT	-; bleats	**BLINDLY**	-; -
BLEATED	-; -	**BLING**	-; blings
BLEATER	-; bleaters	**BLINI**	-; blinis
BLEB	-; blebs	**BLINK**	-; blinks
BLEBBY	-; -	**BLINKED**	-; -
BLED	-; -	**BLINKER**	-; blinkers
BLEED	-; bleeds	**BLINTZ**	-; blintze
BLEEDER	-; bleeders	**BLINTZE**	-; blintzes
BLEEP	-; bleeps	**BLINY**	-; -
BLEEPED	-; -	**BLIP**	-; blips
BLEEPER	-; bleepers	**BLIPPED**	-; -
BLELLUM	-; blellums	**BLISS**	-; -
BLEMISH	-; -	**BLISSES**	-; -
BLENCH	-; -	**BLISTER**	-; blisters, blistery
BLEND	-; blende, blends, blent		
		BLITE	-; blites
BLENDE	-; blended, blender, blendes	**BLITHE**	-; blither
		BLITHER	-; blithers
		BLITZ	-; -

BLITZED	-; -	**BLOTCH**	-; blotchy
BLITZER	-; -	**BLOTTED**	-; -
BLITZES	-; -	**BLOTTER**	-; blotters
BLOAT	-; bloats	**BLOTTO**	-; -
BLOATED	-; -	**BLOTTY**	-; -
BLOATER	-; bloaters	**BLOUSE**	-; bloused,
BLOB	-; blobs		blouses
BLOBBED	-; -	**BLOUSON**	-; blousons
BLOBBY	-; -	**BLOUSY**	-; -
BLOC	-; block, blocs	**BLOW**	-; blown,
BLOCK	-; blocks,		blows, blowy
	blocky	**BLOWBY**	-; blowbys
BLOCKED	-; -	**BLOWER**	-; blowers
BLOCKER	-; blockers	**BLOWFLY**	-; -
BLOG	-; blogs	**BLOWGUN**	-; blowguns
BLOGGER	-; bloggers	**BLOWIER**	-; -
BLOKE	-; blokes	**BLOWING**	-; -
BLOND	-; blonde,	**BLOWJOB**	-; blowjobs
	blonds	**BLOWN**	-; -
BLONDE	-; blonder,	**BLOWOFF**	-; blowoffs
	blondes	**BLOWOUT**	-; blowouts
BLOOD	-; bloods,	**BLOWS**	-; blowsy
	bloody	**BLOWSED**	-; -
BLOODED	-; -	**BLOWUP**	-; blowups
BLOOEY	-; -	**BLOWY**	-; -
BLOOIE	-; -	**BLOWZED**	-; -
BLOOM	abloom;	**BLOWZY**	-; -
	blooms,	**BLUB**	-; blubs
	bloomy	**BLUBBED**	-; -
BLOOMED	-; -	**BLUBBER**	-; blubbers,
BLOOMER	-; bloomers,		blubbery
	bloomery	**BLUCHER**	-; bluchers
BLOOMY	-; -	**BLUDGE**	-; bludged,
BLOOP	-; bloops		bludger,
BLOOPED	-; -		bludges
BLOOPER	-; bloopers	**BLUDGER**	-; bludgers
BLOOPY	-; -	**BLUE**	-; blued, bluer,
BLOSSOM	-; blossoms,		blues, bluet,
	blossomy		bluey
BLOT	-; blots	**BLUECAP**	-; bluecaps

BLUEFIN	-; bluefins	**BLUSTER**	-; blusters,
BLUEGUM	-; bluegums		blustery
BLUEING	-; blueings	**BLYPE**	-; blypes
BLUEISH	-; -	**BO**	abo; boa,
BLUEJAY	-; bluejays		bob, bod,
BLUELY	-; -		bog, boo,
BLUES	-; bluest,		bop, bos, bot,
	bluesy		bow, box, boy
BLUET	-; bluets	**BOA**	-; boar, boas,
BLUEY	-; blueys		boat
BLUFF	-; bluffs	**BOAR**	-; board,
BLUFFED	-; -		boars, boart
BLUFFER	-; bluffers	**BOARD**	aboard;
BLUFFLY	-; -		boards
BLUING	-; bluings	**BOARDED**	-; -
BLUISH	-; -	**BOARDER**	-; boarders
BLUME	-; blumed,	**BOARISH**	-; -
	blumes	**BOART**	-; boarts
BLUMING	-; -	**BOAST**	-; boasts
BLUNDER	-; blunders	**BOASTED**	-; -
BLUNGE	-; blunged,	**BOASTER**	-; boasters
	blunger,	**BOAT**	-; boats
	blunges	**BOATED**	-; -
BLUNGER	-; blungers	**BOATEL**	-; boatels
BLUNT	-; blunts	**BOATER**	-; boaters
BLUNTED	-; -	**BOATING**	-; boatings
BLUNTER	-; -	**BOATMAN**	-; -
BLUNTLY	-; -	**BOATMEN**	-; -
BLUR	-; blurb, blurs,	**BOB**	-; bobs
	blurt	**BOBBED**	-; -
BLURB	-; blurbs	**BOBBER**	-; bobbers,
BLURRED	-; -		bobbery
BLURRY	-; -	**BOBBIES**	-; -
BLURT	-; blurts	**BOBBIN**	-; bobbing,
BLURTED	-; -	**BOBBLE**	-; bobbled,
BLURTER	-; blurters		bobbles
BLUSH	ablush; -	**BOBBLY**	-; -
BLUSHED	-; -	**BOBBY**	-; -
BLUSHER	-; blushers	**BOBCAT**	-; bobcats
BLUSHES	-; -	**BOBECHE**	-; bobeches

BOBO	-; bobos	**BOGGLER**	-; bogglers
BOBSLED	-; bobsleds	**BOGGY**	-; -
BOBSTAY	-; bobstays	**BOGIE**	-; bogies
BOBTAIL	-; bobtails	**BOGLE**	-; bogles
BOCCE	-; bocces	**BOGUS**	-; -
BOCCI	-; boccia,	**BOGUSLY**	-; -
	boccis	**BOGWOOD**	-; bogwoods
BOCCIA	-; boccias	**BOGY**	-; -
BOCCIE	-; boccies	**BOGYISM**	-; bogyisms
BOCK	-; bocks	**BOGYMAN**	-; -
BOD	-; bode, bods,	**BOGYMEN**	-; -
	body	**BOHEA**	-; boheas
BODE	abode;	**BOHEMIA**	-; bohemian,
	boded, bodes		bohemias
BODED	aboded; -	**BOHO**	-; bohos
BODEGA	-; bodegas	**BOHRIUM**	-; bohriums
BODES	abodes; -	**BOIL**	aboil; boils
BODICE	-; bodices	**BOILED**	-; -
BODIED	-; -	**BOILER**	-; boilers
BODIES	-; -	**BOILING**	-; -
BODILY	-; -	**BOILOFF**	-; boiloffs
BODING	aboding;	**BOING**	-; -
	bodings	**BOITE**	-; boites
BODKIN	-; bodkins	**BOKEH**	-; bokehs
BOFF	-; boffo, boffs	**BOLA**	-; bolar, bolas
BOFFIN	-; boffins	**BOLASES**	-; -
BOFFO	-; boffos	**BOLD**	-; -
BOFFOLA	-; boffolas	**BOLDER**	-; -
BOG	-; bogs	**BOLDEST**	-; -
BOGAN	-; bogans	**BOLDLY**	-; -
BOGART	-; bogarts	**BOLE**	obole; boles
BOGBEAN	-; bogbeans	**BOLERO**	-; boleros
BOGEY	-; bogeys	**BOLES**	oboles; -
BOGEYED	-; -	**BOLETE**	-; boletes
BOGGED	-; -	**BOLETI**	-; -
BOGGIER	-; -	**BOLETUS**	-; -
BOGGING	-; -	**BOLIDE**	-; bolides
BOGGISH	-; -	**BOLIVAR**	-; bolivars
BOGGLE	-; boggled,	**BOLIVIA**	-; bolivias
	boggles	**BOLL**	-; bolls

BOLLARD	-; bollards	**BONDMEN**	-; -
BOLLED	-; -	**BONDUC**	-; bonducs
BOLLING	-; -	**BONE**	-; boned,
BOLLIX	-; -		boner, bones,
BOLLOX	-; -		boney
BOLO	-; bolos	**BONER**	-; boners
BOLOGNA	-; bolognas	**BONESET**	-; bonesets
BOLONEY	-; boloneys	**BONFIRE**	-; bonfires
BOLSHIE	-; bolshies	**BONG**	-; bongo,
BOLSHY	-; bloshys		bongs
BOLSON	-; bolsons	**BONGED**	-; -
BOLSTER	-; bolsters	**BONGING**	-; -
BOLT	-; bolts	**BONGO**	-; bongos
BOLTED	-; -	**BONGOES**	-; -
BOLTER	-; bolters	**BONIATO**	-; boniatos
BOLTING	-; -	**BONIER**	-; -
BOLUS	obulus; -	**BONIEST**	-; -
BOLUSES	-; -	**BONING**	-; -
BOMB	-; bombe,	**BONITA**	-; bonitas
	bombs	**BONITO**	-; bonitos
BOMBARD	-; bombards	**BONK**	-; bonks
BOMBAST	-; bombasts	**BONKED**	-; -
BOMBAX	-; -	**BONKERS**	-; -
BOMBE	-; bombed,	**BONKING**	-; -
	bomber,	**BONNE**	-; bonnes,
	bombes		bonnet
BOMBER	-; bombers	**BONNET**	-; bonnets
BOMBING	-; bombings	**BONNIE**	-; bonnier
BOMBLET	-; bomblets	**BONNILY**	-; -
BOMBYX	-; -	**BONNOCK**	-; bonnocks
BONACI	-; bonacis	**BONNY**	-; -
BONANZA	-; bonanzas	**BONOBO**	-; bonobos
BONBON	-; bonbons	**BONSAI**	-; bonsais
BONCE	-; bonces	**BONUS**	-; -
BOND	-; bonds	**BONUSES**	-; -
BONDAGE	-; bondages	**BONY**	ebony; -
BONDED	-; -	**BONZE**	-; bonzer,
BONDER	-; bonders		bonzes
BONDING	-; -	**BOO**	-; boob, book,
BONDMAN	-; -		boom, boon,

	boor, boos, boot	**BOOMBOX**	-; -
		BOOMED	-; -
BOOB	-; boobs, booby	**BOOMER**	-; boomers
		BOOMIER	-; -
BOOBED	-; -	**BOOMING**	-; -
BOOBIES	-; -	**BOOMKIN**	-; boomkins
BOOBING	-; -	**BOOMLET**	-; boomlets
BOOBIRD	-; boobirds	**BOOMY**	-; -
BOOBISH	-; -	**BOON**	aboon; boons
BOOBOO	-; booboos		
BOOBY	-; -	**BOONIES**	-; -
BOOCOO	-; boocoos	**BOONS**	aboons; -
BOODLE	-; boodled, boodler, boodles	**BOOR**	-; boors
		BOORISH	-; -
		BOOST	-; boosts
BOODLER	-; boodlers	**BOOSTED**	-; -
BOOED	-; -	**BOOSTER**	-; boosters
BOOGER	-; boogers	**BOOT**	-; booth, boots, booty
BOOGEY	-; boogeys		
BOOGIE	-; boogies	**BOOTED**	-; -
BOOGY	-; -	**BOOTEE**	-; bootees
BOOHOO	-; boohoos	**BOOTERY**	-; -
BOOING	-; -	**BOOTH**	-; booths
BOOJUM	-; boojums	**BOOTIE**	-; booties
BOOK	-; books	**BOOTING**	-; -
BOOKBAG	-; bookbags	**BOOTLEG**	-; bootlegs
BOOKED	-; -	**BOOTY**	-; -
BOOKEND	-; -	**BOOZE**	-; boozed, boozer, boozes
BOOKER	-; bookers		
BOOKFUL	-; bookfuls		
BOOKIE	-; bookies	**BOOZER**	-; boozers
BOOKING	-; bookings	**BOOZIER**	-; -
BOOKISH	-; -	**BOOZILY**	-; -
BOOKLET	-; booklets	**BOOZING**	-; -
BOOKMAN	-; -	**BOOZY**	-; -
BOOKMEN	-; -	**BOP**	-; bops
BOOKOO	-; bookoos	**BOPEEP**	-; bopeeps
BOOM	-; booms, boomy	**BOPPED**	-; -
		BOPPER	-; boppers
BOOMBOM	-; -	**BOPPING**	-; -

BOPPISH	-; -	**BORT**	abort; borts,
BOPPY	-; -		borty, bortz
BORA	-; boral, boras	**BORTS**	aborts; -
BORACES	-; -	**BORTZ**	-; -
BORACIC	-; -	**BORTZES**	-; -
BORAGE	-; borages	**BORZOI**	-; borzois
BORAL	aboral; borals	**BOS**	abos; bosh,
BORANE	-; boranes		boss
BORATE	-; borated,	**BOSCAGE**	-; boscages
	borates	**BOSH**	-; -
BORAX	-; -	**BOSHBOK**	-; boshboks
BORAXES	-; -	**BOSHES**	-; -
BORDEL	-; bordels	**BOSK**	-; bosks, bosky
BORDER	-; borders	**BOSKAGE**	-; boskages
BORDURE	-; bordures	**BOSKER**	-; -
BORE	-; bored, borer,	**BOSKET**	-; boskets
	bores	**BOSKIER**	-; -
BOREAL	-; -	**BOSOM**	-; bosoms,
BOREAS	-; -		bosomy
BOREDOM	-; boredoms	**BOSOMED**	-; -
BOREEN	-; boreens	**BOSON**	-; bosons
BORER	-; borers	**BOSONIC**	-; -
BORIC	-; -	**BOSQUE**	-; bosques,
BORIDE	-; borides		bosquet
BORING	aboring;	**BOSQUET**	-; bosquets
	borings	**BOSS**	-; bossy
BORK	-; borks	**BOSSDOM**	-; bossdoms
BORKED	-; -	**BOSSED**	-; -
BORKING	-; -	**BOSSES**	-; -
BORN	-; borne	**BOSSIER**	-; -
BORNEOL	-; borneols	**BOSSIES**	-; bossiest
BORNITE	-; bornites	**BOSSILY**	-; -
BORON	-; borons	**BOSSING**	-; -
BORONIA	-; boronias	**BOSSISM**	-; bossisms
BORONIC	-; -	**BOSTON**	-; bostons
BOROUGH	-; boroughs	**BOSUN**	-; bosuns
BORROW	-; borrows	**BOT**	-; bota, both,
BORSCH	-; borscht		bots, bott
BORSHT	-; borshts	**BOTA**	-; botas
BORSTAL	-; borstals	**BOTANIC**	-; botanica

BOTANY	-; -		bouncer,
BOTCH	-; botchy		bounces
BOTCHED	-; -	**BOUNCER**	-; bouncers
BOTCHER	-; botchers,	**BOUNCY**	-; -
	botchery	**BOUND**	abound;
BOTCHES	-; -		bounds
BOTCHY	-; -	**BOUNDED**	-; -
BOTEL	-; botels	**BOUNDEN**	-; -
BOTFLY	-; -	**BOUNDER**	-; bounders
BOTH	-; bothy	**BOUNDS**	abounds; -
BOTHER	-; bothers	**BOUNTY**	-; -
BOTHIE	-; bothies	**BOUQUET**	-; bouquets
BOTHIES	-; -	**BOURBON**	-; bourbons
BOTHRIA	-; -	**BOURDON**	-; bourdons
BOTHY	-; -	**BOURG**	-; bourgs
BOTNET	-; botnets	**BOURN**	-; bourne,
BOTONEE	-; -		bourns
BOTT	-; botts	**BOURNE**	-; bournee,
BOTTLE	-; bottled,		bournes
	bottler, bottles	**BOURNEE**	-; bournees
BOTTOM	-; bottoms	**BOURSE**	-; bourses
BOTULIN	-; botulins	**BOUSE**	-; boused,
BOUBOU	-; boubous		bouses
BOUCHEE	-; bouchees	**BOUSING**	-; -
BOUCLE	-; boucles	**BOUSY**	-; -
BOUDIN	-; boudins	**BOUT**	about; bouts
BOUDOIR	-; boudoirs	**BOUTON**	-; boutons
BOUFFANT	-; bouffants	**BOUVIER**	-; bouviers
BOUFFE	-; bouffes	**BOVID**	-; bovids
BOUGH	-; boughs,	**BOVINE**	-; bovines
	bought	**BOVVER**	-; bovvers
BOUGHED	-; -	**BOW**	-; bowl, bows
BOUGHT	abought; -	**BOWED**	-; -
BOUGIE	-; bougies	**BOWEL**	-; bowels
BOULDER	-; boulders,	**BOWELED**	-; -
	bouldery	**BOWER**	-; bowers,
BOULE	-; boules		bowery
BOULLE	-; boulles	**BOWERED**	-; -
BOULT	-; boults	**BOWFIN**	-; bowfins
BOUNCE	-; bounced,	**BOWHEAD**	-; bowheads

BOWHUNT	-; bowhunts	**BOXY**	-; -
BOWING	-; bowings	**BOY**	-; boyo, boys
BOWKNOT	-; bowknots	**BOYAR**	-; boyard,
BOWL	-; bowls		boyars
BOWLDER	-; bowlders	**BOYARD**	-; boyards
BOWLED	-; -	**BOYCHIK**	-; boychiks
BOWLEG	-; bowlegs	**BOYCOTT**	-; boycotts
BOWLER	-; bowlers	**BOYHOOD**	-; boyhoods
BOWLESS	-; -	**BOYISH**	-; -
BOWLFUL	-; bowlfuls	**BOYLA**	-; boylas
BOWLIKE	-; -	**BOYO**	-; boyos
BOWLINE	-; bowlines	**BOZO**	-; bozos
BOWLING	-; bowlings	**BRA**	-; brad, brae,
BOWMAN	-; -		brag, bran,
BOWMEN	-; -		bras, brat,
BOWPOT	-; bowpots		braw, bray
BOWSAW	-; bowsaws	**BRABBLE**	-; brabbled,
BOWSE	-; bowsed,		brabbler,
	bowses		brabbles
BOWSHOT	-; bowshots	**BRACE**	-; braced,
BOWSING	-; -		bracer, braces
BOWSMAN	-; -	**BRACER**	-; bracers
BOWSMEN	-; -	**BRACERO**	-; bracero
BOWWOW	-; bowwows	**BRACH**	-; -
BOWYER	-; bowyers	**BRACHES**	-; -
BOX	-; boxy	**BRACHET**	-; brachets
BOXBALL	-; boxballs	**BRACING**	-; bracings
BOXCAR	-; boxcars	**BRACKEN**	-; brackens
BOXED	-; -	**BRACKET**	-; brackets
BOXER	-; boxers	**BRACT**	-; bracts
BOXES	-; -	**BRACTED**	-; -
BOXFISH	-; -	**BRAD**	-; brads
BOXFUL	-; boxfuls	**BRADAWL**	-; bradawls
BOXHAUL	-; boxhauls	**BRADDED**	-; -
BOXIER	-; -	**BRADOON**	-; bradoons
BOXIEST	-; -	**BRAE**	-; braes
BOXING	-; boxings	**BRAG**	-; brags
BOXLA	-; boxlas	**BRAGGED**	-; -
BOXLIKE	-; -	**BRAGGER**	-; braggers
BOXWOOD	-; boxwoods	**BRAGGY**	-; -

BRAHMA	-; brahmas	**BRASIL**	-; brasils
BRAHMAN	-; brahmans	**BRASS**	-; brassy
BRAID	-; braids	**BRASSED**	-; -
BRAIDED	-; -	**BRASSES**	-; -
BRAIDER	-; braiders	**BRASSIE**	-; brassier,
BRAIL	-; brails		brassies
BRAILED	-; -	**BRAT**	-; brats
BRAILLE	-; brailled,	**BRATTLE**	-; brattled,
	brailles		brattles
BRAIN	-; brains,	**BRATTY**	-; -
	brainy	**BRAVA**	-; bravas
BRAINED	-; -	**BRAVADO**	-; bravados
BRAISE	-; braised,	**BRAVE**	-; braved,
	braises		braver, braves
BRAIZE	-; braizes	**BRAVELY**	-; -
BRAKE	-; braked,	**BRAVER**	-; bravers,
	brakes		bravery
BRAKING	-; -	**BRAVES**	-; bravest
BRAKY	-; -	**BRAVI**	-; -
BRALESS	-; -	**BRAVING**	-; -
BRAMBLE	-; brambled,	**BRAVO**	-; bravos
	brambles	**BRAVOED**	-; -
BRAMBLY	-; -	**BRAVOES**	-; -
BRAN	-; brand,	**BRAVURA**	-; bravuras
	brank, brans	**BRAVURE**	-; -
BRANCH	-; branchy	**BRAW**	-; brawl,
BRAND	-; brands,		brawn, braws
	brandy	**BRAWER**	-; -
BRANDED	-; -	**BRAWEST**	-; -
BRANDER	-; branders	**BRAWL**	-; brawls,
BRANK	-; branks		brawly
BRANNED	-; -	**BRAWLED**	-; -
BRANNER	-; branners	**BRAWLER**	-; brawlers
BRANNY	-; -	**BRAWLIE**	-; -
BRANT	-; brants	**BRAWN**	-; brawns,
BRASH	-; brashy		brawny
BRASHER	-; -	**BRAXIES**	-; -
BRASHES	-; brashest	**BRAXY**	-; -
BRASHLY	-; -	**BRAY**	-; brays
BRASIER	-; brasiers	**BRAYED**	-; -

BRAYER	-; brayers	**BREEZE**	-; breezed,
BRAYING	-; -		breezes
BRAZA	-; brazas	**BREEZY**	-; -
BRAZE	-; brazed,	**BREGMA**	-; -
	brazen,	**BREKKIE**	-; brekkies
	brazer, brazes	**BREN**	-; brens, brent
BRAZEN	-; brazens	**BRENT**	-; brents
BRAZER	-; brazers	**BREVE**	-; breves,
BRAZIER	-; braziers		brevet
BRAZIL	-; brazils	**BREVET**	-; brevets
BRAZING	-; -	**BREVIER**	-; breviers
BREACH	-; -	**BREVITY**	-; -
BREAD	-; breads,	**BREW**	-; brews
	bready	**BREWAGE**	-; brewages
BREADED	-; -	**BREWED**	-; -
BREADTH	-; breadths	**BREWER**	-; brewers,
BREAK	-; breaks		brewery
BREAKER	-; breakers	**BREWING**	-; brewings
BREAKUP	-; breakups	**BREWIS**	-; -
BREAM	-; breams	**BREWSKI**	-; brewskis
BREAMED	-; -	**BRIAR**	-; briard,
BREAST	abreast;		briars, briary
	breasts	**BRIARD**	-; briards
BREATH	-; breathe,	**BRIBE**	-; bribed,
	breaths,		bribee, briber,
	breathy		bribes
BREATHE	-; breathed,	**BRIBEE**	-; bribees
	breather,	**BRIBER**	-; bribers,
	breathes		bribery
BRECCIA	-; breccial,	**BRIBING**	-; -
	breccias	**BRICK**	-; bricks, bricky
BRECHAM	-; brechams	**BRICKED**	-; -
BRECHAN	-; brechans	**BRICKLE**	-; brickles
BRED	-; brede	**BRICOLE**	-; bricoles
BREDE	-; bredes	**BRIDAL**	-; bridals
BREE	-; breed, brees	**BRIDE**	-; brides
BREECH	-; -	**BRIDGE**	abridge;
BREED	-; breeds		bridged,
BREEDER	-; breeders		bridges
BREEKS	-; -	**BRIDGED**	abridge; -

BRIDGES	abridges; -	**BRIO**	-; brios
BRIDIE	-; bridies	**BRIOCHE**	-; brioches
BRIDLE	-; bridled,	**BRIONY**	-; -
	bridler, bridles	**BRIQUET**	-; briquets
BRIDLER	-; bridlers	**BRIS**	-; -
BRIDOON	-; bridoons	**BRISANT**	-; -
BRIE	-; brief, brier,	**BRISK**	-; brisks
	bries	**BRISKED**	-; -
BRIEF	-; briefs	**BRISKER**	-; -
BRIEFED	-; -	**BRISKET**	-; briskets
BRIEFER	-; briefers	**BRISKLY**	-; -
BRIEFLY	-; -	**BRISS**	-; -
BRIER	-; briers, briery	**BRISSES**	-; -
BRIG	-; brigs	**BRISTLE**	-; bristled,
BRIGADE	-; brigaded,		bristles
	brigades	**BRISTLY**	-; -
BRIGAND	-; brigands	**BRISTOL**	-; bristols
BRIGHT	-; brights	**BRIT**	-; brith, brits,
BRILL	-; brills		britt
BRIM	-; brims	**BRITH**	-; briths
BRIMFUL	-; brimfull	**BRITSKA**	-; britskas
BRIMMED	-; -	**BRITT**	-; britts
BRIMMER	-; brimmers	**BRITTLE**	-; brittled,
BRIN	-; brine, bring,		brittler, brittles
	brink, brins,	**BRITTLY**	-; -
	briny	**BRITZKA**	-; britzkas
BRINDED	-; -	**BRO**	-; bros
BRINDLE	-; brindled,	**BROACH**	abroach; -
	brindles	**BROAD**	abroad;
BRINE	-; brined,		broads
	briner, brines	**BROADAX**	-; broadaxe
BRINER	-; briners	**BROADEN**	-; broadens
BRING	-; brings	**BROADER**	-; -
BRINGER	-; bringers	**BROADLY**	-; -
BRINIER	-; -	**BROCADE**	-; brocaded,
BRINIES	-; briniest		brocades
BRINING	-; -	**BROCH**	-; brochs
BRINISH	-; -	**BROCHE**	-; -
BRINK	-; brinks	**BROCK**	-; brocks
BRINY	-; -	**BROCKET**	-; brockets

BROCOLI	-; brocolis		brook, broom,
BROGAN	-; brogans		broos
BROGUE	-; brogues	**BROOCH**	-; -
BROIDER	-; broiders,	**BROOD**	-; broods,
	broidery		broody
BROIL	-; broils	**BROODED**	-; -
BROILED	-; -	**BROODER**	-; brooders
BROILER	-; broilers	**BROOK**	-; brooks
BROKAGE	-; brokages	**BROOKED**	-; -
BROKE	-; broken,	**BROOKIE**	-; brookies
	broker	**BROOM**	-; brooms,
BROKER	-; brokers		broomy
BROKING	-; brokings	**BROOMED**	-; -
BROLLY	-; -	**BROS**	-; brose
BROMAL	-; bromals	**BROSE**	-; broses
BROMATE	-; bromated,	**BROSY**	-; -
	bromates	**BROTH**	-; broths,
BROME	-; bromes		brothy
BROMIC	-; -	**BROTHEL**	-; brothels
BROMID	-; bromide,	**BROTHER**	-; brothers
	bromids	**BROUGHT**	-; -
BROMIDE	-; bromides	**BROW**	-; brown,
BROMIN	-; bromine,		brows
	bromins	**BROWED**	-; -
BROMINE	-; bromines	**BROWN**	-; browns,
BROMISM	-; bromisms		browny
BROMIZE	-; bromized,	**BROWNED**	-; -
	bromizes	**BROWNER**	-; -
BROMO	-; bromos	**BROWNIE**	-; brownier,
BRONC	-; broncs		brownies
BRONCHI	-; bronchia	**BROWSE**	-; browsed,
BRONCHO	-; bronchos		browser,
BRONCO	-; broncos		browses
BRONZE	-; bronzed,	**BROWSER**	-; browsers
	bronzer,	**BRRR**	-;
	bronzes	**BRUCIN**	-; brucine,
BRONZER	-; bronzers		brucins
BRONZY	-; -	**BRUCINE**	-; brucines
BROO	-; brood,	**BRUCITE**	-; brucites

BRUGH	-; brughs	**BRUXES**	-, -
BRUIN	-; bruins	**BRUXING**	-; -
BRUISE	-; bruised,	**BRUXISM**	-; bruxisms
	bruiser, bruises	**BRYONY**	-; -
BRUISER	-; bruisers	**BUB**	-; bubo, bubs
BRUIT	-; bruits	**BUBAL**	-; bubale,
BRUITED	-; -		bubals
BRUITER	-; bruiters	**BUBALE**	-; bubales
BRULOT	-; brulots	**BUBALIS**	-; -
BRULYIE	-; brulyies	**BUBBE**	-; bubbes
BRULZIE	-; brulzies	**BUBBIES**	-; -
BRUMAL	-; -	**BUBBLE**	abubble;
BRUMBY	-; -		bubbled,
BRUME	-; brumes		bubbler,
BRUMOUS	-; -		bubbles
BRUNCH	-; -	**BUBBLER**	-; bubblers
BRUNCHED	-; -	**BUBBLY**	-; -
BRUNET	-; brunets	**BUBINGA**	-; bubingas
BRUNG	-; -	**BUBKES**	-; -
BRUNT	-; brunts	**BUBO**	-; -
BRUSH	-; brushy	**BUBOED**	-; -
BRUSHED	-; -	**BUBOES**	-; -
BRUSHER	-; brushers	**BUBONIC**	-; -
BRUSHES	-; -	**BUBU**	-; -
BRUSHUP	-; brushups	**BUCCAL**	-; -
BRUSK	-; -	**BUCK**	-; bucks,
BRUSKER	-; -		bucko
BRUSQUE	-; brusquer	**BUCKED**	-; -
BRUT	-; brute	**BUCKEEN**	-; buckeens
BRUTAL	-; -	**BUCKER**	-; buckers
BRUTE	-; bruted,	**BUCKET**	-; buckets
	brutes	**BUCKEYE**	-; buckeyes
BRUTELY	-; -	**BUCKISH**	-; -
BRUTIFY	-; -	**BUCKLE**	-; buckled,
BRUTING	-; -		buckler,
BRUTISH	-; -		buckles
BRUTISM	-; brutisms	**BUCKLER**	-; bucklers
BRUX	-; -	**BUCKO**	-; -
BRUXED	-; -	**BUCKOES**	-; -

BUCKRA	-; buckram, buckras	**BUGGER**	-; buggers, buggery
BUCKRAM	-; buckrams	**BUGGIER**	-; -
BUCKSAW	-; bucksaws	**BUGGIES**	-; buggiest
BUCOLIC	-; bucolics	**BUGGING**	-; -
BUD	-; buds	**BUGGY**	-; -
BUDDED	-; -	**BUGLE**	-; bugled, bugler, bugles
BUDDER	-; budders		
BUDDIES	-; -	**BUGLER**	-; buglers
BUDDING	-; -	**BUGLING**	-; -
BUDDLE	-; buddles	**BUGLOSS**	-; -
BUDDY	-; -	**BUGOUT**	-; bugouts
BUDGE	-; budged, budger, budges, budget	**BUGSEED**	-; bugseeds
		BUGSHA	-; bugshas
		BUHL	-; buhls
		BUHR	-; buhrs
BUDGER	-; budgers	**BUILD**	-; builds
BUDGET	-; budgets	**BUILDED**	-; -
BUDGIE	-; budgies	**BUILDER**	-; builders
BUDGING	-; -	**BUILDUP**	-; buildups
BUDLESS	-; -	**BUILT**	-; -
BUDLIKE	-; -	**BUIRDLY**	-; -
BUDWORM	-; budworms	**BULB**	-; bulbs
BUFF	-; buffi, buffo, buffs, buffy	**BULBAR**	-; -
		BULBED	-; -
BUFFALO	-; buffalos	**BULBEL**	-; bulbels
BUFFED	-; -	**BULBIL**	-; bulbils
BUFFER	-; buffers	**BULBLET**	-; bulblets
BUFFET	-; buffets	**BULBOUS**	-; -
BUFFI	-; -	**BULBUL**	-; bulbuls
BUFFIER	-; -	**BULGE**	-; bulged, bulger, bulges
BUFFING	-; -		
BUFFO	-; buffos	**BULGER**	-; bulgers
BUFFOON	-; buffoons	**BULGIER**	-; -
BUG	-; bugs	**BULGING**	-; -
BUGABOO	-; bugaboos	**BULGUR**	-; bulgurs
BUGBANE	-; bugbanes	**BULGY**	-; -
BUGBEAR	-; bugbears	**BULIMIA**	-; bulimiac, bulimias
BUGEYE	-; bugeyes		
BUGGED	-; -	**BULIMIC**	-; -

BULK	-; bulks, bulky	**BUMMALO**	-; bummalos
BULKAGE	-; bulkages	**BUMMED**	-; -
BULKED	-; -	**BUMMER**	-; bummers
BULKIER	-; -	**BUMMEST**	-; -
BULKILY	-; -	**BUMMING**	-; -
BULKING	-; -	**BUMP**	-; bumph,
BULKY	-; -		bumps, bumpy
BULL	-; bulla, bulls,	**BUMPED**	-; -
	bully	**BUMPER**	-; bumpers
BULLA	-; bullae	**BUMPH**	-; bumphs
BULLACE	-; bullaces	**BUMPIER**	-; -
BULLATE	-; -	**BUMPILY**	-; -
BULLBAT	-; bullbats	**BUMPING**	-; -
BULLDOG	-; bulldogs	**BUMPKIN**	-; bumpkins
BULLED	-; -	**BUMPY**	-; -
BULLET	-; bullets	**BUN**	-; buna, bund,
BULLIED	-; -		bung, bunk,
BULLIER	-; -		bunn, buns,
BULLIES	-; bulliest		bunt
BULLING	-; -	**BUNA**	-; bunas
BULLION	-; bullions	**BUNCH**	-; bunchy
BULLISH	-; -	**BUNCHED**	-; -
BULLOCK	-; bullocks,	**BUNCHES**	-; -
	bullocky	**BUNCO**	-; buncos
BULLOUS	-; -	**BUNCOED**	-; -
BULLPEN	-; bullpens	**BUND**	-; bunds, bundt
BULLY	-; -	**BUNDIST**	-; bundists
BULRUSH	-; -	**BUNDLE**	-; bundled,
BULWARK	-; bulwarks		bundler,
BUM	-; bumf, bump,		bundles
	bums	**BUNDLER**	-; bundlers
BUMBAG	-; bumbags	**BUNDT**	-; bundts
BUMBLE	-; bumbled,	**BUNG**	-; bungs
	bumbler,	**BUNGED**	-; -
	bumbles	**BUNGEE**	-; bungees
BUMBLER	-; bumblers	**BUNGING**	-; -
BUMBOAT	-; bumboats	**BUNGLE**	-; bungled,
BUMELIA	-; bumelias		bungler,
BUMF	-; bumfs		bungles
BUMKIN	-; bumkins	**BUNGLER**	-; bunglers

BUNION	-; bunions	**BURBLY**	-; -
BUNK	-; bunko, bunks	**BURBOT**	-; burbots
BUNKED	-; -	**BURBS**	-; -
BUNKER	-; bunkers	**BURD**	-; burds
BUNKING	-; -	**BURDEN**	-; burdens
BUNKO	-; bunkos	**BURDIE**	-; burdies
BUNKOED	-; -	**BURDOCK**	-; burdocks
BUNKUM	-; bunkums	**BUREAU**	-; bureaus,
BUNN	-; bunns, bunny		bureaux
BUNNIES	-; -	**BURET**	-; burets
BUNRAKU	-; bunrakus	**BURETTE**	-; burettes
BUNT	-; bunts	**BURFI**	-; burfis
BUNTED	-; -	**BURG**	-; burgh, burgs
BUNTER	-; bunters	**BURGAGE**	-; burgages
BUNTING	-; buntings	**BURGEE**	-; burgees
BUNYA	-; bunyas	**BURGEON**	-; burgeons
BUNYIP	- bunyips	**BURGER**	-; burgers
BUOY	-; buoys	**BURGESS**	-; -
BUOYAGE	-; buoyages	**BURGH**	-; burghs
BUOYANT	-; -	**BURGHAL**	-; -
BUOYED	-; -	**BURGHER**	-; burghers
BUOYING	-; -	**BURGLAR**	-; burglars,
BUPKES	-; -		burglary
BUPKIS	-; -	**BURGLE**	-; burgled,
BUPKUS	-; -		burgles
BUPPIE	-; buppies	**BURGOO**	-; burgoos
BUPPY	-; -	**BURGOUT**	-; burgouts
BUQSHA	-; buqshas	**BURIAL**	-; burials
BUR	-; bura, burd,	**BURIED**	-; -
	burg, burl,	**BURIER**	-; buriers
	burn, burp,	**BURIES**	-; -
	burr, burs,	**BURIN**	-; burins
	bury	**BURK**	-; burks
BURA	-; buran, buras	**BURKA**	-; burkas
BURAN	-; burans	**BURKE**	-; burked,
BURB	-; burbs		burker, burkes
BURBLE	-; burbled,	**BURKER**	-; burkers
	burbler,	**BURKITE**	-; burkites
	burbles	**BURL**	-; burls, burly
BURBLER	-; burblers	**BURLAP**	-; burlaps

BURLED	-; -	**BURSE**	-; burses
BURLER	-; burlers	**BURSEED**	-; burseeds
BURLESK	-; burlesks	**BURSERA**	-; -
BURLEY	-; burleys	**BURST**	-; bursts
BURLILY	-; -	**BURSTED**	-; -
BURLING	-; -	**BURSTER**	-; bursters
BURLY	-; -	**BURSTY**	-; -
BURN	-; burns, burnt	**BURTHEN**	-; burthens
BURNED	-; -	**BURTON**	-; burtons
BURNER	-; burners	**BURWEED**	-; burweeds
BURNET	-; burnets	**BURY**	-; -
BURNIE	-; burnies	**BUS**	bush, busk,
BURNING	-; burnings		buss, bust busy
BURNISH	-; -	**BUSBAR**	-; busbars
BURNOUS	-; -	**BUSBIES**	-; -
BURNOUT	-; burnouts	**BUSBOY**	-; busboys
BURP	-; burps	**BUSBY**	-; -
BURPED	-; -	**BUSED**	abused; -
BURPING	-; -	**BUSES**	abuses; -
BURQA	-; burqas	**BUSGIRL**	-; busgirls
BURR	-; burro, burrs,	**BUSH**	-; bushy
	burry	**BUSHED**	-; -
BURRED	-; -	**BUSHEL**	-; bushels
BURRER	-; -	**BUSHER**	-; bushers
BURRIER	-; -	**BUSHES**	-; bushes
BURRIES	-; burriest	**BUSHIDO**	-; bushidos
BURRING	-; -	**BUSHIER**	-; -
BURRITO	-; burritos	**BUSHILY**	-; -
BURRO	-; burros,	**BUSHING**	-; bushings
	burrow	**BUSHLOT**	-; bushlot
BURROW	-; burrows	**BUSHMAN**	-; -
BURRY	-; -	**BUSHMEN**	-; -
BURS	-; bursa, burse,	**BUSHPIG**	-; bushpigs
	burst	**BUSHTIT**	-; bushtits
BURSA	-; bursae,	**BUSHWA**	-; bushwah,
	bursal, bursar,		bushwas
	bursas	**BUSHWAH**	-; bushwahs
BURSAR	-; bursars,	**BUSHY**	-; -
	bursary	**BUSIED**	-; -
BURSATE	-; -	**BUSIER**	-; -

BUSIES	-; busiest	**BUTLER**	-; butlers,
BUSILY	-; -		butlery
BUSING	abusing;	**BUTLING**	-; -
	busings	**BUTS**	abuts; -
BUSK	-; busks	**BUTT**	-; butte, butts,
BUSKED	-; -		butty
BUSKER	-; buskers	**BUTTALS**	abuttals; -
BUSKIN	-; busking,	**BUTTE**	-; butter, buttes
	buskins	**BUTTED**	abutted; -
BUSLOAD	-; busloads	**BUTTER**	abutter;
BUSMAN	-; -		butters, buttery
BUSMEN	-; -	**BUTTERS**	abutters; -
BUSS	-; -	**BUTTIES**	-; -
BUSSED	-; -	**BUTTING**	abutting; -
BUSSES	-; -	**BUTTOCK**	-; buttocks
BUSSING	-; bussings	**BUTTON**	-; buttons,
BUST	-; busts, busty		buttony
BUSTARD	-; bustards	**BUTUT**	-; bututs
BUSTED	-; -	**BUTYL**	-; butyls
BUSTER	-; busters	**BUTYRAL**	-; butyrals
BUSTIC	-; bustics	**BUTYRIC**	-; -
BUSTIER	-; -	**BUTYRIN**	-; butyrins
BUSTING	-; -	**BUTYRYL**	-; butyryls
BUSTLE	-; bustled,	**BUXOM**	-; -
	bustler, bustles	**BUXOMER**	-; -
BUSTLER	-; bustlers	**BUXOMLY**	-; -
BUSTY	-; -	**BUY**	-; buys
BUSY	-; -	**BUYABLE**	-; -
BUT	abut; buts, butt	**BUYBACK**	-; buybacks
BUTANE	-; butanes	**BUYER**	-; buyers
BUTANOL	-; butanols	**BUYING**	-; -
BUTCH	-; -	**BUYOFF**	-; buyoffs
BUTCHER	-; butchers,	**BUYOUT**	-; buyouts
	butchery	**BUZUKI**	-; buzukia,
BUTCHES	-; -		buzukis
BUTE	-; butes	**BUZZ**	abuzz; -
BUTENE	-; butenes	**BUZZARD**	-; buzzards
BUTEO	-; buteos	**BUZZCUT**	-; buzzcuts
BUTLE	-; butled,	**BUZZED**	-; -
	butler, butles	**BUZZER**	-; buzzers

BUZZING	-; -
BUZZWIG	-; buzzwigs
BUZZY	-; -
BWANA	-; bwanas
BY	aby; bye, bys
BYCATCH	-; -
BYE	abye; byes
BYELAW	-; byelaws
BYES	abyes; -
BYGONE	-; bygones
BYLAW	-; bylaws
BYLINE	-; bylined, byliner, bylines
BYLINER	-; byliners
BYNAME	-; bynames
BYPASS	-; -

BYPAST	-; -
BYPATH	-; bypaths
BYPLAY	-; byplays
BYRE	-; byres
BYRL	-; byrls
BYRLED	-; -
BYRLING	-; -
BYRNIE	-; byrnies
BYROAD	-; byroads
BYS	abys; -
BYSSUS	-; -
BYTALK	-; bytalks
BYTE	-; bytes
BYWAY	-; byways
BYWORD	-; bywords
BYWORK	-; byworks
BYZANT	-; byzants

C

C	-; -
CAB	scab; cabs
CABAL	-; cabala, cabals
CABALA	-; cabalas
CABANA	-; cabanas
CABARET	-; cabarets
CABBAGE	-; cabbaged, cabbages
CABBAGY	-; -
CABBALA	-; cabbalah, cabbalas
CABBED	-; -
CABBIE	-; cabbies
CABBING	-; -
CABBY	scabby; -
CABER	-; cabers
CABEZON	-; cabezone, cabezons

CABILDO	-; cabildos
CABIN	-; cabins
CABINED	-; -
CABINET	-; cabinets
CABLE	-; cabled, cabler, cables, cablet
CABLER	-; cablers
CABLET	-; cablets
CABLING	-; -
CABMAN	-; -
CABMEN	-; -
CABOB	-; cabobs
CABOMBA	-; cabombas
CABOOSE	-; cabooses
CABS	scabs; -
CACA	-; cacao, cacas
CACAO	-; cacaos

CACHE	-; cached, caches, cachet	**CADI**	-; cadis
CACHET	-; cachets	**CADMIC**	-; -
CACHEXY	-; -	**CADMIUM**	-; cadmiums
CACHING	-; -	**CADRE**	-; cadres
CACHOU	-; cachous	**CADS**	scads; -
CACIQUE	-; caciques	**CADUCEI**	-; -
CACKLE	-; cackled, cackler, cackles	**CADUCITY**	-; -
		CAECA	-; caecal
		CAECUM	-; -
CACKLER	-; cacklers	**CAEOMA**	-; caeomas
CACODYL	-; cacodyls	**CAESAR**	-; caesars
CACONYM	-; caconyms	**CAESIUM**	-; caesiums
CACTI	-; -	**CAESTUS**	-; -
CACTOID	-; -	**CAESURA**	-; caesurae, caesural, caesuras
CACTUS	-; -		
CAD	scad; cade, cadi, cads	**CAF**	-; cafs
		CAFE	-; cafes
CADAVER	-; cadavers	**CAFFEIN**	-; caffeine, caffeins
CADDICE	-; caddices		
CADDIE	-; caddied, caddies	**CAFTAN**	-; caftans
		CAGE	-; caged, cager, cages, cagey
CADDIED	-; -		
CADDIES	-; -		
CADDIS	-; caddish	**CAGEFUL**	-; cagefuls
CADDY	-; -	**CAGER**	-; cagers
CADE	-; cades, cadet	**CAGIER**	-; -
CADELLE	-; cadelles	**CAGIEST**	-; -
CADENCE	-; cadenced, cadences	**CAGILY**	-; -
		CAGING	-; -
CADENCY	-; -	**CAGY**	-; -
CADENT	-; -	**CAHIER**	-; cahiers
CADENZA	-; cadenzas	**CAHOOT**	-; cahoots
CADET	-; cadets	**CAHOUN**	-; cahouns
CADGE	-; cadged, cadger, cadget	**CAHOW**	-; cahows
		CAID	-; caids
		CAIMAN	-; caimans
CADGER	-; cadgers	**CAIN**	-; cains
CADGING	-; -	**CAIQUE**	-; caiques
CADGY	-; -	**CAIRD**	-; cairds

CAIRN	-; cairns, cairny
CAIRNED	-; -
CAISSON	-; caissons
CAITIFF	-; caitiffs
CAJAPUT	-; cajaputs
CAJEPUT	-; cajeputs
CAJOLE	-; cajoled, cajoler, cojoles
CAJOLER	-; cajolers, cajolery
CAJON	-; -
CAJONES	-; -
CAJUPUT	-; cajuputs
CAKE	-; caked, cakes, cakey
CAKEBOX	-; -
CAKIER	-; -
CAKING	-; -
CAKY	-; -
CALAMAR	-; calamari, calamars, calamary
CALAMI	-; -
CALAMUS	-; -
CALANDO	-; -
CALASH	-; -
CALCAR	-; calcars
CALCES	-; -
CALCIC	-; -
CALCIFY	-; -
CALCINE	-; calcined, calcines
CALCITE	-; calcites
CALCIUM	-; calciums
CALDERA	-; calderas
CALDRON	-; caldrons
CALECHE	-; caleches
CALENDS	-; -
CALESA	-; calesas
CALF	-; calfs
CALIBER	-; calibers
CALIBRE	-; calibred, calibres
CALICES	-; -
CALICHE	-; caliches
CALICLE	-; calicles
CALICO	-; calicos
CALIF	-; califs
CALIPEE	-; calipees
CALIPER	-; calipers
CALIPH	-; caliphs
CALIX	-; -
CALK	-; calks
CALKED	-; -
CALKER	-; calkers
CALKIN	-; calking, calkins
CALL	scall; calla, calls
CALLA	-; callas
CALLAN	-; callans, callant
CALLANT	-; callants
CALLBOY	-; callboys
CALLED	-; -
CALLEE	-; callees
CALLER	-; callers
CALLET	-; callets
CALLING	-; callings
CALLOSE	-; calloses
CALLOUS	-; -
CALLOUT	-; callouts
CALLOW	-; -
CALLS	scalls; -
CALLUNA	-; callunas
CALLUS	-; -
CALM	-; calms
CALMED	-; -

CALMER	-; -	CAMBIST	-; cambists
CALMEST	-; -	CAMBIUM	-; cambiums
CALMING	-; -	CAMBRIC	-; cambrics
CALMLY	-; -	CAME	-; camel,
CALOMEL	-; calomels		cameo, cames
CALORIC	-; calorics	CAMEL	-; camels
CALORIE	-; calories	CAMELIA	-; camelias
CALORY	-; -	CAMELID	-; camelids
CALOTTE	-; calottes	CAMEO	-; cameos
CALOYER	-; caloyers	CAMEOED	-; -
CALPAC	-; calpack,	CAMERA	-; camerae,
	calpacs		cameral,
CALPACK	-; calpacks		cameras
CALPAIN	-; calpains	CAMION	-; camions
CALQUE	-; calqued,	CAMISA	-; camisas
	calques	CAMISE	-; camises
CALTRAP	-; caltraps	CAMISIA	-; camisias
CALTROP	-; caltrops	CAMLET	-; camlets
CALUMET	-; calumets	CAMMIE	-; cammies
CALUMNY	-; -	CAMO	-; camos
CALVARY	-; -	CAMORRA	-; camorras
CALVE	-; calved,	CAMP	scamp; campi,
	calves		campo,
CALVING	-; -		camps, campy
CALX	-; -	CAMPED	scamped; -
CALXES	-; -	CAMPER	scamper;
CALYCES	-; -		campers
CALYCLE	-; calycles	CAMPERS	scampers; -
CALYPSO	-; calypsos	CAMPHOL	-; camphols
CALYX	-; -	CAMPHOR	-; camphors
CALYXES	-; -	CAMPI	scampi; -
CALZONE	-; calzones	CAMPIER	-; -
CAM	scam; came,	CAMPILY	-; -
	camp, cams	CAMPING	-; campings
CAMAIL	-; camails	CAMPION	-; campions
CAMAS	-; camass	CAMPO	-; campos
CAMASES	-; -	CAMPONG	-; campongs
CAMBER	-; cambers	CAMPOUT	-; campouts
CAMBIA	-; cambial	CAMPS	scamps; -
CAMBISM	-; cambisms	CAMPUS	-; -

CAMPY	-; -	**CANNA**	-; cannas
CAMS	scams; -	**CANNED**	scanned; -
CAN	scan; cane,	**CANNEL**	-; cannels
	cans, cant	**CANNER**	scanner;
CANAKIN	-; canakins		canners,
CANAL	-; canals		cannery
CANALED	-; -	**CANNERS**	scanners; -
CANAPE	-; canapes	**CANNIE**	-; cannier
CANARD	-; canards	**CANNILY**	-; -
CANARY	-; -	**CANNING**	scanning;
CANASTA	-; canastas		cannings
CANCAN	-; cancans	**CANNOLI**	-; -
CANCEL	-; cancels	**CANNON**	-; cannons
CANCER	-; cancers	**CANNOT**	-; -
CANCHA	-; canchas	**CANNULA**	-; cannulae,
CANDELA	-; candelas		cannular,
CANDENT	-; -		cannulas
CANDID	-; candida,	**CANNY**	-; -
	candids	**CANOE**	-; canoed,
CANDIDA	-; candidas		canoer,
CANDIED	-; -		canoes
CANDIES	-; -	**CANOER**	-; canoers
CANDLE	-; candled,	**CANOLA**	-; canolas
	candler,	**CANON**	-; canons
	candles	**CANONIC**	-; -
CANDLER	-; candlers	**CANOPIC**	-; -
CANDOR	-; candors	**CANOPY**	-; -
CANDOUR	-; candours	**CANS**	scans; canso,
CANDY	-; -		canst
CANE	-; caned,	**CANSFUL**	-; -
	caner, canes	**CANSO**	-; cansos
CANELLA	-; canellas	**CANST**	-; -
CANER	-; caners	**CANT**	scant; canto,
CANFUL	-; canfuls		cants, canty
CANGUE	-; cangues	**CANTS**	scants; -
CANID	-; canids	**CANTAL**	-; cantala,
CANIKIN	-; canikins		cantals
CANINE	-; canines	**CANTALA**	-; cantalas
CANING	-; -	**CANTATA**	-; cantatas
CANKER	-; cankers	**CANTDOG**	-; cantdogs

CANTED	scanted; -	**CAPELIN**	-; capelins
CANTEEN	-; canteens	**CAPER**	-; capers
CANTER	scanter;	**CAPERED**	-; -
	canters	**CAPERER**	-; caperers
CANTHAL	-; -	**CAPES**	scapes; -
CANTHI	-; -	**CAPFUL**	-; capfuls
CANTHUS	acanthus; -	**CAPH**	-; caphs
CANTIC	-; -	**CAPIAS**	-; -
CANTINA	-; cantinas	**CAPICHE**	-; -
CANTING	scanting; -	**CAPING**	scaping; -
CANTLE	-; cantles	**CAPITA**	-; capital
CANTO	-; canton,	**CAPITAL**	-; capitals
	cantor, cantos	**CAPITOL**	-; capitols
CANTON	-; cantons	**CAPIZ**	-; -
CANTOR	-; cantors	**CAPIZES**	-; -
CANTRAP	-; cantraps	**CAPLESS**	-; -
CANTRIP	-; cantrips	**CAPLET**	-; caplets
CANTS	scants; -	**CAPLIN**	-; caplins
CANTUS	-; -	**CAPO**	-; capon,
CANTY	scanty; -		capos
CANULA	-; canulae,	**CAPON**	-; capons
	canulas	**CAPORAL**	-; caporals
CANVAS	-; canvass	**CAPOT**	-; capote,
CANYON	-; canyona,		capots
	canyons	**CAPOTE**	-; capotes
CANZONA	-; canzonas	**CAPOUCH**	-; -
CANZONE	-; canzones,	**CAPPED**	-; -
	canzonet	**CAPPER**	-; cappers
CANZONI	-; -	**CAPPING**	-; cappings
CAP	-; cape, caph,	**CAPRIC**	-; caprice
	capo, caps	**CAPRICE**	-; caprices
CAPABLE	-; capabler	**CAPRINE**	-; -
CAPABLY	-; -	**CAPRIS**	-; -
CAPE	scape; caped,	**CAPROCK**	-; caprocks
	caper, capes	**CAPSID**	-; capsids
CAPED	scaped; -	**CAPSIZE**	-; capsized,
CAPEESH	-; -		capsizes
CAPELAN	-; capelans	**CAPSTAN**	-; capstans
CAPELET	-; capelets	**CAPSTONE**	-; capstones

CAPSULE -; capsuled, capsules
CAPTAIN -; captains
CAPTAN -; captans
CAPTCHA -; captchas
CAPTION -; captions
CAPTIVE -; captives
CAPTOR -; captors
CAPTURE -; captured, capturer, captures
CAPUCHE -; capuched, capuches
CAPUT -; -
CAR scar; carb, card, care, cark, carl, carn, carp, cart
CARABAO -; carabaos
CARABID -; carabids
CARABIN -; carabine, carabins
CARACAL -; caracals
CARACK -; caracks
CARACOL -; caracole, caraclos
CARACUL -; caraculs
CARAFE -; carafes
CARAMBA -; -
CARAMEL -; caramels
CARAPAX -; -
CARAT -; carate, carats
CARATE -; carates
CARAVAN -; caravans
CARAVEL -; caravels
CARAWAY -; caraways
CARB -; carbs

CARBARN -; carbarns
CARBIDE -; carbides
CARBINE -; carbines
CARBO -; carbon, carbos
CARBON -; carbons
CARBORA -; carboras
CARBOY -; carboys
CARCASE -; carcases
CARCASS -; -
CARCEL -; carcels
CARD -; cards
CARDED -; -
CARDER -; carders
CARDIA -; cardiac, cardiae, cardias
CARDIAC -; cardiacs
CARDING -; cardings
CARDIO -; -
CARDON -; cardons
CARDOON -; cardoons
CARE scare; cared, carer, cares, carex
CARED scared; -
CAREEN -; careens
CAREER -; careers
CAREFUL -; -
CARER scarer; carers
CARERS scarers; -
CARES scares; caress
CARET -; carets
CAREX -; -
CARFARE -; carfares
CARFUL -; carfuls
CARGO -; cargos
CARGOES -; -
CARHOP -; carhops

CARIBE	-; caribes	**CAROACH**	-; -
CARIBOO	-; cariboos	**CAROB**	-; carobs
CARIBOU	-; caribous	**CAROCH**	-; caroche
CARICES	-; -	**CAROCHE**	-; caroches
CARIED	-; -	**CAROL**	-; caroli, carols
CARIES	-; -	**CAROLED**	-; -
CARINA	ocarina;	**CAROLER**	-; carolers
	carinae,	**CAROLI**	-; -
	carinal,	**CAROLUS**	-; -
	carinas	**CAROM**	-; caroms
CARINAE	-; -	**CAROMED**	-; -
CARINAS	ocarinas; -	**CAROTID**	-; carotids
CARING	scaring; -	**CAROTIN**	-; carotins
CARIOCA	-; cariocas	**CAROUSE**	-; caroused,
CARIOLE	-; carioles		carousel,
CARIOUS	-; -		carouser,
CARITAS	-; -		carouses
CARK	-; carks	**CARP**	scarp; carpi,
CARKED	-; -		carps
CARKING	-; -	**CARPAL**	-; carpale,
CARL	-; carle, carls		carpals
CARLE	-; carles	**CARPED**	scarped; -
CARLES	-; carless	**CARPEL**	-; carpels
CARLESS	scarless; -	**CARPER**	scarper;
CARLIN	-; carline,		carpers
	carling, carlins	**CARPERS**	scarpers; -
CARLINE	-; carlines	**CARPET**	-; carpets
CARLING	-; carlings	**CARPI**	-; -
CARLISH	-; -	**CARPING**	scarping;
CARLOAD	-; carloads		carpings
CARMAN	-; -	**CARPOOL**	-; carpools
CARMEN	-; -	**CARPORT**	-; carports
CARMINE	-; carmines	**CARPS**	scarps; -
CARN	-; carns, carny	**CARPUS**	-; -
CARNAGE	-; carnages	**CARR**	-; carrs
CARNAL	-; -	**CARRACK**	-; carracks
CARNET	-; carnets	**CARREL**	-; carrell,
CARNEY	-; carneys		carrels
CARNIE	-; carnies	**CARRELL**	-; carrells
CARNY	-; -	**CARRIED**	-; -

CARRIER	-; carriers	**CASBAH**	-; casbahs
CARRIES	-; -	**CASCADE**	-; cascaded,
CARRION	-; carrions		cascades
CARROCH	-; -	**CASCARA**	-; cascaras
CARROM	-; carroms	**CASE**	-; cased, cases
CARROT	-; carrots,	**CASEASE**	-; caseases
	carroty	**CASEATE**	-; caseated,
CARRY	scarry; -		caseates
CARRYON	-; carryons	**CASEFY**	-; -
CARS	scars; carse	**CASEIN**	-; caseins
CARSE	-; carses	**CASEOSE**	-; caseoses
CARSICK	-; -	**CASEOUS**	-; -
CART	scart; carte,	**CASERN**	-; caserne,
	carts		caserns
CARTAGE	-; caratges	**CASERNE**	-; casernes
CARTE	ecarte; cartel,	**CASETTE**	-; casettes
	carter, cartes	**CASH**	-; -
CARTED	scarted; -	**CASHAW**	-; cashaws
CARTEL	-; cartels	**CASHBOX**	-; -
CARTER	-; carters	**CASHED**	-; -
CARTES	ecartes; -	**CASHES**	-; -
CARTFUL	-; cartfuls	**CASHEW**	-; cashews
CARTING	scarting; -	**CASHIER**	-; cashiers
CARTON	-; cartons	**CASHING**	-; -
CARTOON	-; cartoons	**CASHOO**	-; cashoos
CARTOP	-; -	**CASING**	-; casings
CARTS	scarts; -	**CASINO**	-; casinos
CARVE	-; carved,	**CASITA**	-; casitas
	carvel, carven,	**CASK**	-; casks, casky
	carver, carves	**CASKED**	-; -
CARVED	-; -	**CASKET**	-; caskets
CARVEL	-; carvels	**CASKING**	-; -
CARVER	-; carvers	**CASQUE**	-; casqued,
CARVERY	-; -		casques
CARVES	scarves; -	**CASSABA**	-; cassabas
CARVING	-; carvings	**CASSATA**	-; cassatas
CARWASH	-; -	**CASSAVA**	-; cassavas
CASA	-; casas	**CASSENA**	-; cassenas
CASABA	-; casabas	**CASSENE**	-; cassenes
CASAVA	-; casavas	**CASSIA**	-; cassias

CASSINE	-; cassines
CASSINO	-; cassinos
CASSIS	-; -
CASSOCK	-; cassocks
CAST	-; caste, casts
CASTE	-; caster, castes
CASTER	-; casters
CASTING	-; castings
CASTLE	-; castled, castles
CASTOFF	-; castoffs
CASTOR	-; castors
CASUAL	-; casuals
CASUIST	-; casuists
CASUS	-; -
CAT	scat; cate, cats
CATALO	-; catalog, catalos
CATALOG	-; catalogs
CATALPA	-; catalpas
CATARRH	-; catarrhs
CATAWBA	-; catawbas
CATBIRD	-; catbirds
CATBOAT	-; catboats
CATCALL	-; catcalls
CATCH	-; catchy
CATCHER	-; catchers
CATCHES	-; -
CATCHUP	-; catchups
CATCLAW	-; catclaws
CATE	-; cater, cates
CATECHU	-; catechus
CATENA	-; catenae, catenas
CATER	-; caters
CATERAN	-; caterans
CATERER	-; caterers
CATFACE	-; catfaces
CATFALL	-; catfalls
CATFISH	-; -

CATGUT	-; catguts
CATHEAD	-; catheads
CATHEOT	-; catheots
CATHODE	-; cathodes
CATION	-; cations
CATKIN	-; catkins
CATLIKE	-; -
CATLIN	-; catling, catlins
CATLING	-; catlings
CATMINT	-; catmints
CATNAP	-; catnaps
CATNIP	-; catnips
CATS	scats; -
CATSPAW	-; catspaws
CATSUP	-; catsups
CATTAIL	-; cattails
CATTALO	-; cattalos
CATTED	scatted; -
CATTERY	-; -
CATTIE	-; cattier, catties
CATTIES	-; cattiest
CATTILY	-; -
CATTING	scatting; -
CATTISH	-; -
CATTLE	-; -
CATTY	scatty; -
CATWALK	-; catwalks
CAUCUS	-; -
CAUDAD	-; -
CAUDAL	acaudal; -
CAUDATE	acaudate, ecaudate; -
CAUDEX	-; -
CAUDLE	-; caudles
CAUGHT	-; -
CAUL	-; cauld, caulk, cauls
CAULD	-; caulds

CAULES	-; -	**CAVITY**	-; -
CAULINE	-; -	**CAVORT**	-; cavorts
CAULIS	-; -	**CAVY**	-; -
CAULK	-; caulks	**CAW**	-; caws
CAULKED	-; -	**CAWED**	-; -
CAULKER	-; caulkers	**CAWING**	-; -
CAURI	-; cauris	**CAY**	-; cays
CAUSAL	-; causals	**CAYENNE**	-; cayenned,
CAUSE	-; caused,		cayennes
	causer,	**CAYMAN**	-; caymans
	causes, causey	**CAYUSE**	-; cayuses
CAUSER	-; causers	**CAZIQUE**	-; caziques
CAUSEY	-; causeys	**CEASE**	-; ceased,
CAUSING	-; -		ceases
CAUSTIC	-; caustics	**CEASING**	-; -
CAUTERY	-; -	**CEBID**	-; cebids
CAUTION	-; cautions	**CEBOID**	-; ceboids
CAVA	-; cavas	**CECA**	-; cecal
CAVALLA	-; cavallas	**CECALLY**	-; -
CAVALLY	-; -	**CECITY**	-; -
CAVALRY	-; -	**CECUM**	-; -
CAVE	-; caved,	**CEDAR**	-; cedarn,
	caver, caves		cedars
CAVEAT	-; caveats	**CEDE**	-; ceded,
CAVEMAN	-; -		ceder, cedes
CAVEMEN	-; -	**CEDER**	-; ceders
CAVEOLA	-; caveolae	**CEDI**	-; cedis
CAVER	-; cavern,	**CEDILLA**	-; cedillas
	cavers	**CEDING**	-; -
CAVERN	-; caverns	**CEDULA**	-; cedulas
CAVETTI	-; -	**CEE**	-; cees
CAVETTO	-; cavettos	**CEIBA**	-; ceibas
CAVIAR	-; caviare,	**CEIL**	-; ceili, ceils
	caviars	**CEILED**	-; -
CAVIARE	-; caviares	**CEILER**	-; ceilers
CAVIE	-; cavies	**CEILI**	-; ceilis
CAVIL	-; cavils	**CEILIDH**	-; ceilidhs
CAVILED	-; -	**CEILING**	-; ceilings
CAVILER	-; cavilers	**CEL**	-; cell, cels
CAVING	-; -	**CELADON**	-; celadons

CELEB	-; celebs	**CENTAUR**	-; centaurs,
CELERY	-; -		centaury
CELESTA	-; celestas	**CENTAVO**	-; centavos
CELESTE	-; celestes	**CENTER**	-; centers
CELIAC	-; -	**CENTILE**	-; centiles
CELL	-; cella, celli,	**CENTIME**	-; centimes
	cello, cells	**CENTIMO**	-; centimos
CELLA	-; cellae,	**CENTNER**	-; centners
	cellar, cellas	**CENTO**	-; centos
CELLAR	ocellar; cellars	**CENTRA**	-; central
CELLED	-; -	**CENTRAL**	-; centrals
CELLING	-; -	**CENTRE**	-; centred,
CELLIST	-; cellists		centres
CELLO	-; cellos	**CENTRIC**	acentric; -
CELLULE	-; cellules	**CENTRUM**	-; centrums
CELOM	-; celoms	**CENTS**	scents; -
CELOSIA	-; celosias	**CENTU**	-; centum
CELT	-; celts	**CENTUM**	-; centums
CEMBALO	-; cembalos	**CENTURY**	-; -
CEMBALI	-; -	**CEORL**	-; ceorls
CEMENT	-; cements	**CEP**	-; cepe, ceps
CENACLE	-; cenacles	**CEPE**	-; cepes
CENOTE	-; cenotes	**CEPHEID**	-; cepheids
CENSE	-; censed,	**CERAMAL**	-; ceramals
	censer, censes	**CERAMIC**	-; ceramics
CENSER	-; censers	**CERATE**	acerate;
CENSING	-; -		cerated,
CENSOR	-; censors		cerates
CENSUAL	-; -	**CERATED**	acerated; -
CENSURE	-; censured,	**CERATIN**	-; ceratins
	censurer,	**CERCI**	-; cercis
	censures	**CERCUS**	-; -
CENSUS	-; -	**CERE**	-; cered, ceres
CENT	scent; cento,	**CEREAL**	-; cereals
	cents, centu	**CEREBRA**	-; -
CENTAI	-; -	**CEREUS**	-; -
CENTAL	-; centals	**CERIA**	-; cerias
CENTARE	-; centares	**CERIC**	-; -
CENTAS	-; -	**CERING**	-; -

CERIPH	-; ceriphs	**CHACHKA**	-; chachkas
CERISE	-; cerises	**CHACMA**	-; chacmas
CERITE	-; cerites	**CHAD**	-; chads
CERIUM	-; ceriums	**CHADAR**	-; chadari,
CERMET	-; cermets		chadars
CERO	-; ceros	**CHADARI**	-; chadarim
CEROTIC	-; -	**CHADOR**	-; chadori,
CEROUS	acerous; -		chadors
CERT	-; certs	**CHAEBOL**	-; chaebols
CERTAIN	-; -	**CHAETA**	-; chaetae,
CERTES	-; -		chaetal
CERTIFY	-; -	**CHAFE**	-; chafed,
CERUMEN	-; cerumens		chafer, chafes
CERUSE	-; ceruses	**CHAFER**	-; chafers
CERVID	-; -	**CHAFF**	-; chaffs,
CERVINE	-; -		chaffy
CERVIX	-; -	**CHAFFED**	-; -
CESIUM	-; cesiums	**CHAFFER**	-; chaffers
CESS	-; -	**CHAFING**	-; -
CESSED	-; -	**CHAGRIN**	-; chagrins
CESSES	-; -	**CHAI**	-; chain, chais
CESSING	-; -	**CHAIN**	-; chaine,
CESSION	-; cessions		chains
CESSPIT	-; cesspits	**CHAINE**	-; chained,
CESTA	-; cestas		chaines
CESTI	-; -	**CHAINER**	-; chainers
CESTODE	-; cestodes	**CHAIR**	-; chairs
CESTOI	-; cestoid	**CHAIRED**	-; -
CESTOID	-; cestoids	**CHAISE**	-; chaises
CESTOS	-; -	**CHAKRA**	-; chakras
CESTUS	-; -	**CHALAH**	-; chalahs
CESURA	-; cesurae,	**CHALAZA**	-; chalazae,
	cesuras		chalazal,
CETANE	-; cetanes		chalazas
CETE	-; cetes	**CHALCID**	-; chalcids
CEVICHE	-; ceviches	**CHALEH**	-; chalehs
CHABLIS	-; -	**CHALET**	-; chalets
CHABOUK	-; chabouks	**CHALICE**	-; chaliced,
CHABUK	-; chabuks		chalices

CHALK	-; chalks, chalky	**CHANCRE**	-; chancres
CHALKED	-; -	**CHANCY**	-; -
CHALLA	-; challah, challas	**CHANG**	-; change, changs
CHALLAH	-; challahs	**CHANGE**	-; changed, changer, changes
CHALLIE	-; challies		
CHALLIS	-; -		
CHALLOT	-; challoth	**CHANGER**	-; changers
CHALLY	-; -	**CHANNEL**	-; channels
CHALONE	-; chalones	**CHANOYU**	-; chanoyus
CHALOT	-; chaloth	**CHANSON**	-; chansons
CHALUPA	-; chalupas	**CHANT**	-; chants, chanty
CHALUTZ	-; -		
CHAM	-; champ, chams	**CHANTED**	-; -
		CHANTER	-; chanters
CHAMADE	-; chamades	**CHANTEY**	-; chanteys
CHAMBER	-; chambers	**CHANTOR**	-; chantors
CHAMBRAY	-; chambrays	**CHANTRY**	-; -
CHAMBRE	-; -	**CHANTY**	-; -
CHAMFER	-; chamfers	**CHAO**	-; chaos
CHAMISA	-; chamisas	**CHAOS**	-; -
CHAMISE	-; chamises	**CHAOSES**	-; -
CHAMISO	-; chamisos	**CHAOTIC**	-; -
CHAMMY	-; -	**CHAP**	-; chape, chaps, chapt
CHAMOIS	-; -		
CHAMOIX	-; -	**CHAPATI**	-; chapatis
CHAMP	-; champs, champy	**CHAPE**	-; chapel, chapes
CHAMPAC	-; champacs	**CHAPEAU**	-; chapeaus, chapeaux
CHAMPAK	-; champaks		
CHAMPED	-; -	**CHAPEAUX**	-; -
CHAMPER	-; champers	**CHAPEL**	-; chapels
CHAMPY	-; -	**CHAPLET**	-; chaplets
CHANA	-; chanas	**CHAPMAN**	-; -
CHANCE	-; chanced, chancel, chances	**CHAPMEN**	-; -
		CHAPPAL	-; chappals
		CHAPPED	-; -
CHANCEL	-; chancels	**CHAPPIE**	-; chappies
CHANCER	-; chancers, chancery	**CHAPPING**	-; -
		CHAPT	-; -

CHAPTER	-; chapters	**CHARRO**	-; charros
CHAR	-; chard, chare,	**CHARRY**	-; -
	chark, charm,	**CHART**	-; charts
	charr, chars,	**CHARTED**	-; -
	chart, chary	**CHARTER**	-; charters
CHARADE	-; charades	**CHASE**	-; chased,
CHARAS	-; -		chaser, chases
CHARD	echard; chards	**CHASER**	-; chasers
CHARDS	echards; -	**CHASING**	-; chasings
CHARE	-; chared,	**CHASM**	-; chasms,
	chares		chasmy
CHARGE	-; charged,	**CHASMAL**	-; -
	charger,	**CHASMED**	-; -
	charges	**CHASMIC**	-; -
CHARGER	-; chargers	**CHASMY**	-; -
CHARIER	-; -	**CHASSE**	-; chassed,
CHARILY	-; -		chasses
CHARING	-; -	**CHASSIS**	-; -
CHARIOT	-; chariots	**CHASTE**	-; chasten,
CHARISM	-; charisma,		chaster
	charisms	**CHASTEN**	-; chastens
CHARITY	-; -	**CHAT**	-; chats
CHARK	-; charka,	**CHATEAU**	-; chateaus,
	charks		chateaux
CHARKA	-; charkas	**CHATTED**	-; -
CHARKED	-; -	**CHATTEL**	-; chattels
CHARKHA	-; charkhas	**CHATTER**	-; chatters,
CHARLEY	-; charleys		chattery
CHARLIE	-; charlies	**CHATTY**	-; -
CHARM	-; charms	**CHAUFER**	-; chaufers
CHARMED	-; -	**CHAUNT**	-; chaunts
CHARMER	-; charmers	**CHAW**	-; chaws
CHARNEL	-; charnels	**CHAWED**	-; -
CHARPAI	-; charpais	**CHAWER**	-; chawers
CHARPOY	-; charpoys	**CHAWING**	-; -
CHARQUI	-; charquid,	**CHAY**	-; chays
	charquis	**CHAYOTE**	-; chayotes
CHARR	-; charro,	**CHAZAN**	-; chazans
	charrs, charry	**CHAZZAN**	-; chazzans
CHARRED	-; -	**CHAZZEN**	-; chazzens

CHEAP	-; cheapo, cheaps	**CHELATE**	-; chelated, chelates
CHEAPEN	-; cheapens	**CHELOID**	-; cheloids
CHEAPER	-; -	**CHEM**	-; chems
CHEAPIE	-; cheapies	**CHEMIC**	-; chemics
CHEAPLY	-; -	**CHEMISE**	-; chemises
CHEAPO	-; cheapos	**CHEMISM**	-; chemisms
CHEAT	-; cheats	**CHEMIST**	-; chemists
CHEATED	-; -	**CHEMO**	-; chemos
CHEATER	-; cheaters	**CHEQUE**	-; chequer, cheques
CHEBEC	-; chebecs		
CHECK	-; checks	**CHEQUER**	-; chequers
CHECKED	-; -	**CHERISH**	-; -
CHECKER	-; checkers	**CHEROOT**	-; cheroots
CHECKUP	-; checkups	**CHERRY**	-; -
CHEDDAR	-; cheddars	**CHERT**	-; cherts, cherty
CHEDER	-; cheders		
CHEDITE	-; chedites	**CHERUB**	-; cherubs
CHEEK	-; cheeks, cheeky	**CHERVIL**	-; chervils
		CHESS	-; -
CHEEKED	-; -	**CHESSES**	-; -
CHEEP	-; cheeps	**CHEST**	-; chests, chesty
CHEEPED	-; -		
CHEEPER	-; cheepers	**CHESTED**	-; -
CHEER	-; cheero, cheers, cheery	**CHETAH**	-; chetahs
		CHETH	-; cheths
CHEERED	-; -	**CHEVET**	-; chevets
CHEERER	-; cheerers	**CHEVIED**	-; -
CHEERIO	-; cheerios	**CHEVIES**	-; -
CHEERLY	-; -	**CHEVIOT**	-; cheviots
CHEERO	-; cheeros	**CHEVRE**	-; chevres, chevret
CHEESE	-; cheesed, cheeses		
		CHEVRET	-; chevrets
CHEESY	-; -	**CHEVRON**	-; chevrons
CHEETAH	-; cheetahs	**CHEVY**	-; -
CHEF	-; chefs	**CHEW**	-; chews, chewy
CHEFDOM	-; chefdoms		
CHEGOE	-; chegoes	**CHEWED**	-; -
CHELA	-; chelae, chelas	**CHEWER**	-; chewers
		CHEWING	-; -

CHEWINK	-; chewinks
CHEWY	-; -
CHEZ	-; -
CHI	-; chia, chis
CHIA	-; chiao, chias
CHIANTI	-; chiantis
CHIAO	-; -
CHIASM	-; chiasma, chiasms
CHIASMA	-; chiasmal, chiasmas
CHIAUS	-; -
CHIBOUK	-; chibouks
CHIC	-; chica, chick, chico, chics
CHICA	-; chicas
CHICANE	-; chicaned, chicaner, chicanes
CHICANO	-; chicanos
CHICHI	-; chichis
CHICK	-; chicks
CHICKEE	-; chickees
CHICKEN	-; chickens
CHICLE	-; chicles
CHICLY	-; -
CHICO	-; chicos
CHICORY	-; -
CHICOT	-; chicots
CHID	-; chide
CHIDDEN	-; -
CHIDE	-; chided, chider, chides
CHIDER	-; chiders
CHIDING	-; -
CHIEF	-; chiefs
CHIEFER	-; -
CHIEFLY	-; -
CHIEL	-; chield, chiels
CHIELD	-; chields
CHIFFON	-; chiffons
CHIGGER	-; chiggers
CHIGNON	-; chignons
CHIGOE	-; chigoes
CHILD	-; childe
CHILDE	-; childes
CHILDLY	-; -
CHILE	-; chiles
CHILI	-; -
CHILIAD	-; chiliads
CHILIES	-; -
CHILL	-; chilli, chills, chilly
CHILLED	-; -
CHILLER	-; chillers
CHILLI	-; chillis
CHILLUM	-; chillums
CHIMAR	-; chimars
CHIMB	-; chimbs
CHIMBLY	-; -
CHIME	-; chimed, chimer, chimes
CHIMER	-; chimera, chimere, chimers
CHIMERA	-; chimeras
CHIMERE	-; chimeres
CHIMING	-; -
CHIMLA	-; chimlas
CHIMLEY	-; chimleys
CHIMNEY	-; chimneys
CHIMP	-; chimps
CHIN	-; china, chine, chink, chino, chins
CHINA	-; chinas
CHINCH	-; chinchy
CHINE	-; chined, chines
CHING	-; chings

CHINK	-; chinks, chinky	**CHITON**	-; chitons
CHINKED	-; -	**CHITTER**	-; chitters
CHINNED	-; -	**CHITTY**	-; -
CHINO	-; chinos	**CHIVARI**	-; chivaris
CHINONE	-; chinones	**CHIVE**	-; chives
CHINOOK	-; chinooks	**CHIVIED**	-; -
CHINSE	-; chinses	**CHIVIES**	-; -
CHINSED	-; -	**CHIVVY**	-; -
CHINTS	-; -	**CHIVY**	-; -
CHINTZ	-; chintzy	**CHLAMYS**	-; -
CHINWAG	-; chinwags	**CHLORAL**	-; chlorals
CHIP	-; chips	**CHLORIC**	-; -
CHIPPED	-; -	**CHLORID**	-; chloride,
CHIPPER	-; chippers		chlorids
CHIPPIE	-; chippies	**CHLORIN**	-; chlorine,
CHIPPY	-; -		chlorins
CHIRAL	-; -	**CHOANA**	-; choanae
CHIRK	-; chirks	**CHOCK**	-; chocks,
CHIRKED	-; -		chocky
CHIRKER	-; -	**CHOCKED**	-; -
CHIRM	-; chirms	**CHOICE**	-; choicer,
CHIRMED	-; -		choises
CHIRO	-; chiros	**CHOIR**	-; choirs
CHIRP	-; chirps,	**CHOIRED**	-; -
	chirpy	**CHOKE**	-; choked,
CHIRPED	-; -		choker,
CHIRPER	-; chirpers		chokes,
CHIRPY	-; -		chokey
CHIRR	-; chirre, chirrs	**CHOKER**	-; chokers
CHIRRE	-; chirred,	**CHOKIER**	-; -
	chirres	**CHOKING**	-; -
CHIRRUP	-; chirrups,	**CHOKY**	-; -
	chirrupy	**CHOLA**	-; cholas
CHIRU	-; chirus	**CHOLATE**	-; cholates
CHISEL	-; chisels	**CHOLENT**	-; cholents
CHIT	-; chits	**CHOLER**	-; cholera,
CHITAL	-; -		cholers
CHITIN	-; chitins	**CHOLERA**	-; choleras
CHITLIN	-; chitling,	**CHOLI**	-; cholis
	chitlins	**CHOLINE**	-; cholines

CHOLLA	-; chollas	chortler,
CHOLO	-; cholos	chortles
CHOMP	-; chomps	**CHORUS** ichorus; -
CHOMPED	-; -	**CHOSE** -; chosen,
CHOMPER	-; chompers	choses
CHON	-; -	**CHOTT** -; chotts
CHOOK	-; chooks	**CHOUGH** -; choughs
CHOOSE	-; chooser,	**CHOUSE** -; choused,
	chooses,	chouser,
	choosey	chouses
CHOOSER	-; choosers	**CHOUSH** -; -
CHOOSEY	-; -	**CHOW** -; chows
CHOOSY	-; -	**CHOWDER** -; chowders
CHOP	-; chops	**CHOWED** -; -
CHOPIN	-; chopine,	**CHOWSE** -; chowsed,
	chopins	chowses
CHOPINE	-; chopines	**CHRISM** -; chrisma,
CHOPPED	-; -	chrisms
CHOPPER	-; choppers	**CHRISOM** -; chrisoms
CHOPPY	-; -	**CHRISTY** -; -
CHORAL	-; chorale,	**CHROMA** -; chromas
	chorals	**CHROME** -; chromed,
CHORALE	-; chorales	chromes
CHORD	-; chords	**CHROMIC** achromic; -
CHORDAL	-; -	**CHROMO** -; chromos
CHORDED	-; -	**CHROMY** -; chromyl
CHORE	-; chorea,	**CHROMYL** -; chromyls
	chored, chores	**CHRONIC** -; chronics
CHOREA	-; choreal,	**CHRONON** -; chronons
	choreas	**CHUB** -; chubs
CHOREIC	-; -	**CHUBBY** -; -
CHORIAL	-; -	**CHUCK** -; chucks,
CHORIC	-; -	chucky
CHORINE	-; chorines	**CHUCKED** -; -
CHORING	-; -	**CHUCKLE** -; chuckled,
CHORION	-; chorions	chuckler,
CHORIZO	-; chorizos	chuckles
CHOROID	-; choroids	**CHUDDAH** -; chuddahs
CHORTEN	-; chortens	**CHUDDAR** -; chuddars
CHORTLE	-; chortled,	**CHUDDER** -; chudders

CHUFA	-; chufas	**CHUTING**	-; -
CHUFF	-; chuffs, chuffy	**CHUTIST**	-; chutists
CHUFFED	-; -	**CHUTNEE**	-; chutnees
CHUFFER	-; -	**CHUTNEY**	-; chutneys
CHUG	-; chugs	**CHUTZPA**	-; chutzpah,
CHUGGED	-; -		chutzpas
CHUGGER	-; chuggers	**CHYLE**	-; chyles
CHUKAR	-; chukars	**CHYLOUS**	-; -
CHUKKA	-; chukkar,	**CHYME**	-; chymes
	chukkas	**CHYMIC**	-; chymics
CHUKKAR	-; chukkars	**CHYMIST**	-; chymists
CHUKKER	-; chukkers	**CHYMOUS**	-; -
CHUM	-; chump,	**CHYTRID**	-; chytrids
	chums	**CIAO**	-; -
CHUMMED	-; -	**CIBOL**	-; cibols
CHUMMY	-; -	**CIBOULE**	-; ciboules
CHUMP	-; chumps	**CICADA**	-; cicadae,
CHUMPED	-; -		cicadas
CHUNK	-; chunks,	**CICALA**	-; cicalas
	chunky	**CICALE**	-; -
CHUNKED	-; -	**CICELY**	-; -
CHUNNEL	-; chunnels	**CICERO**	-; ciceros
CHUNTER	-; chunters	**CICHLID**	-; cichlids
CHUPPA	-; chuppah,	**CICOREE**	-; cicorees
	chuppas	**CIDER**	-; ciders
CHUPPAH	-; chuppahs	**CIG**	-; cigs
CHURCH	-; churchy	**CIGAR**	-; cigars
CHURL	-; churls	**CIGARET**	-; cigarets
CHURN	-; churns	**CIGGIES**	-; -
CHURNED	-; -	**CIGGY**	-; -
CHURNER	-; churners	**CILIA**	-; -
CHURR	-; churro,	**CILIARY**	-; -
	churrs	**CILIATE**	-; ciliated,
CHURRED	-; -		ciliates
CHURRO	-; churros	**CILICE**	-; cilices
CHUSE	-; chuses	**CILIUM**	-; -
CHUSED	-; -	**CIMEX**	-; -
CHUSING	-; -	**CIMICES**	-; -
CHUTE	-; chuted,	**CINCH**	-; -
	chutes	**CINCHED**	-; -

CINCHES	-; -	**CISSOID**	-; cissoids
CINDER	-; cinders, cindery	**CISSY**	-; -
		CIST	-; cists
CINE	-; cines	**CISTERN**	-; cisterna, cisterns
CINEAST	-; cineaste, cineasts		
		CISTRON	-; cistrons
CINEMA	-; cinemas	**CISTUS**	-; -
CINEOL	-; cineole, cineols	**CITABLE**	-; -
		CITADEL	-; citadels
CINEOLE	-; cineoles	**CITE**	-; cited, citer, cites
CINERIN	-; cinerins		
CINQ	-; cinqs	**CITER**	-; citers
CINQUE	-; cinques	**CITHARA**	-; citharas
CION	scion; cions	**CITHER**	-; cithern, cithers
CIONS	scions; -		
CIPHER	-; ciphers	**CITHERN**	-; citherns
CIPHONY	-; -	**CITHREN**	-; cithrens
CIPOLIN	-; cipolins	**CITIED**	-; -
CIRCA	-; -	**CITIES**	-; -
CIRCLE	-; circled, circler, circles circlet	**CITIFY**	-; -
		CITING	-; -
		CITIZEN	-; citizens
CIRCLER	-; circlers	**CITOLA**	-; citolas
CIRCLET	-; circlets	**CITOLE**	-; citoles
CIRCS	-; circs	**CITRAL**	-; citrals
CIRCUIT	-; circuits, circuity	**CITRATE**	-; citrated, citrates
CIRCUS	-; circusy	**CITRIC**	-; -
CIRE	-; cires	**CITRIN**	-; citrine, citrins
CIRQUE	-; cirques	**CITRINE**	-; citrines
CIRRATE	-; -	**CITRON**	-; citrons
CIRRI	-; -	**CITROUS**	-; -
CIRROSE	-; -	**CITRUS**	-; -
CIRROUS	-; -	**CITTERN**	-; citterns
CIRRUS	-; -	**CITY**	-; -
CIRSOID	-; -	**CIVET**	-; civets
CIS	-; cist	**CIVIC**	-; civics
CISCO	-; ciscos	**CIVIE**	-; civies
CISCOES	-; -	**CIVIL**	-; -
CISSIES	-; -	**CIVILLY**	-; -

CIVISM	-; civisms	**CLAPPED**	-; -
CIVVY	-; -	**CLAPPER**	-; clappers
CLABBER	-; clabbers	**CLAQUE**	-; claques
CLACH	-; clachs	**CLAQUER**	-; claquers
CLACHAN	-; clachans	**CLARET**	-; clarets
CLACK	-; clacks	**CLARIES**	-; -
CLACKED	-; -	**CLARIFY**	-; -
CLACKER	-; clackers	**CLARION**	-; clarions
CLAD	-; clade, clads	**CLARITY**	-; -
CLADE	-; clades	**CLARKIA**	-; clarkias
CLADISM	-; cladisms	**CLARO**	-; claros
CLADIST	-; cladist	**CLARY**	-; -
CLADODE	-; cladodes	**CLASH**	-; -
CLAG	-; clags	**CLASHED**	-; -
CLAGGED	-; -	**CLASHER**	-; clashers
CLAIM	-; claims	**CLASHES**	-; -
CLAIMED	-; -	**CLASP**	-; clasps, claspt
CLAIMER	-; claimers	**CLASPED**	-; -
CLAM	-; clamp, clams	**CLASPER**	-; claspers
CLAMANT	-; -	**CLASS**	-; classy
CLAMBER	-; clambers	**CLASSED**	-; -
CLAMMED	-; -	**CLASSER**	-; classers
CLAMMER	-; clammers	**CLASSES**	-; -
CLAMMY	-; -	**CLASSIC**	-; classics
CLAMOR	-; clamors	**CLASSIS**	-; classist
CLAMOUR	-; clamours	**CLAST**	-; clasts
CLAMP	-; clamps	**CLASTIC**	-; clastics
CLAMPED	-; -	**CLATTER**	-; clatters,
CLAMPER	-; clampers		clattery
CLAN	-; clang, clank,	**CLAUCHT**	-; -
	clans	**CLAUGHT**	-; claughts
CLANG	-; clangs	**CLAUSAL**	-; -
CLANGED	-; -	**CLAUSE**	-; clauses
CLANGER	-; clangers	**CLAVATE**	-; -
CLANGOR	-; clangors	**CLAVE**	-; claver
CLANK	-; clanks,	**CLAVER**	-; clavers
	clanky	**CLAVI**	-; -
CLANKED	-; -	**CLAVIER**	-; claviers
CLAP	-; claps, clapt	**CLAVUS**	-; -

CLAW	-; claws	**CLEPED**	ycleped; -
CLAWED	-; -	**CLEPING**	-; -
CLAWER	-; clawers	**CLEPT**	yclept; -
CLAXON	-; claxons	**CLERGY**	-; -
CLAY	-; clays	**CLERIC**	-; clerics
CLAYED	-; -	**CLERID**	-; clerids
CLAYEY	-; -	**CLERISY**	-; -
CLAYIER	-; -	**CLERK**	-; clerks
CLAYING	-; -	**CLERKED**	-; -
CLAYISH	-; -	**CLERKLY**	-; -
CLAYPAN	-; claypans	**CLEVER**	-; -
CLEAN	-; cleans	**CLEVIS**	-; -
CLEANED	-; -	**CLEW**	-; clews
CLEANER	-; cleaners	**CLEWED**	-; -
CLEANLY	-; -	**CLICHE**	-; cliched,
CLEANSE	-; cleansed,		cliches
	cleanser,	**CLICK**	-; clicks
	cleanses	**CLICKER**	-; clickers
CLEANUP	-; cleanups	**CLIENT**	-; clients
CLEAR	-; clears	**CLIFF**	-; cliffs, cliffy
CLEARED	-; -	**CLIFFY**	-; -
CLEARER	-; clearers	**CLIFT**	-; clifts
CLEARLY	-; -	**CLIMATE**	-; climates
CLEAT	-; cleats	**CLIMAX**	-; -
CLEATED	-; -	**CLIMB**	-; climbs
CLEAVE	-; cleaved,	**CLIMBED**	-; -
	cleaver,	**CLIMBER**	-; climbers
	cleaves	**CLIME**	-; climes
CLEAVER	-; cleavers	**CLINAL**	-; -
CLEEK	-; cleeks	**CLINCH**	-; -
CLEEKED	-; -	**CLINE**	-; clines
CLEF	-; clefs, cleft	**CLING**	-; clings, clingy
CLEFT	-; clefts	**CLINGED**	-; -
CLEG	-; clegs	**CLINGER**	-; clingers
CLEMENT	-; -	**CLINIC**	aclinic; clinics
CLENCH	-; -	**CLINK**	-; clinks
CLEOME	-; cleomes	**CLINKED**	-; -
CLEPE	-; cleped,	**CLINKER**	-; clinkers
	clepes	**CLIP**	-; clips, clipt

CLIPPED	-; -	**CLOPPED**	-; -
CLIPPER	-; clippers	**CLOQUE**	-; cloques
CLIQUE	-; cliqued; cliques, cliquey	**CLOSE**	-; closed, closer, closes, closet
CLIQUY	-; -	**CLOSELY**	-; -
CLITIC	-; -	**CLOSER**	-; closers
CLITTER	-; clitters	**CLOSES**	-; closest
CLIVERS	-; -	**CLOSET**	-; closets
CLIVIA	-; clivias	**CLOSING**	-; closings
CLOACA	-; cloacae, cloacal	**CLOSURE**	-; closured, closures
CLOAK	-; cloaks	**CLOT**	-; cloth, clots
CLOAKED	-; -	**CLOTBUR**	-; clotburs
CLOBBER	-; clobbers	**CLOTH**	-; clothe, cloths
CLOCHE	-; cloches	**CLOTHE**	-; clothed, clothes
CLOCK	-; clocks		
CLOCKED	-; -	**CLOTTED**	-; -
CLOCKER	-; clockers	**CLOTTY**	-; -
CLOD	-; clods	**CLOTURE**	-; clotured, clotures
CLODDY	-; -		
CLOG	-; clogs	**CLOUD**	-; clouds, cloudy
CLOGGED	-; -		
CLOGGER	-; cloggers	**CLOUDED**	-; -
CLOGGY	-; -	**CLOUGH**	-; cloughs
CLOMB	-; -	**CLOUR**	-; clours
CLOMP	-; clomps	**CLOURED**	-; -
CLOMPED	-; -	**CLOUT**	-; clouts
CLON	-; clone, clonk, clons	**CLOUTED**	-; -
		CLOUTER	-; clouters
CLONAL	-; -	**CLOVE**	-; cloven, clover, cloves
CLONE	-; cloned, clones		
		CLOVER	-; clovers
CLONIC	-; -	**CLOWDER**	-; clowders
CLONISM	-; clonisms	**CLOWN**	-; clowns
CLONK	-; clonks	**CLOWNED**	-; -
CLONKED	-; -	**CLOY**	-; cloys
CLONUS	-; -	**CLOYED**	-; -
CLOOT	-; cloots	**CLOYING**	-; -
CLOP	-; clops	**CLOZE**	-; -

CLUB	-; clubs	**COAEVAL**	-; coaevals
CLUBBED	-; -	**COAGENT**	-; coagents
CLUBBER	-; clubbers	**COAGULA**	-; -
CLUBBY	-; -	**COAL**	-; coala, coals,
CLUBMAN	-; -		coaly
CLUBMEN	-; -	**COALA**	-; coalas
CLUCK	-; clucks	**COALBIN**	-; coalbins
CLUCKED	-; -	**COALBOX**	-; -
CLUE	-; clued, clues	**COALED**	-; -
CLUEING	-; -	**COALER**	-; coalers
CLUING	-; -	**COALIER**	-; -
CLUMBER	-; clumbers	**COALIFY**	-; -
CLUMP	-; clumps,	**COALING**	-; -
	clumpy	**COALPIT**	-; coalpits
CLUMPED	-; -	**COALY**	-; -
CLUMPY	-; -	**COAMING**	-; coamings
CLUMSY	-; -	**COANNEX**	-; -
CLUNG	-; -	**COAPT**	-; coapts
CLUNK	-; clunks,	**COAPTED**	-; -
	clunky	**COARSE**	-; coarsen,
CLUNKED	-; -		coarser
CLUNKER	-; clunkers	**COARSEN**	-; coarsens
CLUPEID	-; clupeids	**COAST**	-; coasts
CLUSTER	-; clusters,	**COASTAL**	-; -
	clustery	**COASTED**	-; -
CLUTCH	-; clutchy	**COASTER**	-; coasters
CLUTTER	-; clutters	**COAT**	-; coati, coats
CLYPEAL	-; -	**COATED**	-; -
CLYPEI	-; -	**COATEE**	-; coatees
CLYPEUS	-; -	**COATER**	-; coaters
CLYSTER	-; clysters	**COATI**	-; coatis
CNIDA	-; cnidae	**COATING**	-; coatings
COACH	-; -	**COAX**	-; -
COACHED	-; -	**COAXAL**	-; -
COACHER	-; coachers	**COAXED**	-; -
COACHES	-; -	**COAXER**	-; coaxers
COACT	-; coacts	**COAXES**	-; -
COACTED	-; -	**COAXIAL**	-; -
COACTOR	-; coactors	**COAXING**	-; -
COADMIT	-; coadmits	**COB**	-; cobb, cobs

COBALT -; cobalts
COBB -; cobbs, cobby
COBBER -; cobbers
COBBIER -; -
COBBLE -; cobbled, cobbler, cobbles
COBBLER -; cobblers
COBBY -; -
COBIA -; cobias
COBLE -; cobles
COBNUT -; cobnuts
COBRA -; cobras
COBWEB -; cobwebs
COCA -; cocas
COCAIN -; cocaine, cocains
COCAINE -; cocaines
COCCAL -; -
COCCI -; coccic, coccid
COCCID -; coccids
COCCOID -; coccoids
COCCOUS -; -
COCCUS -; -
COCCYX -; -
COCHAIR -; cochairs
COCHIN -; cochins
COCHLEA -; cochleae, cochlear, cochleas
COCK acock; cocks, cocky
COCKADE -; cockaded, cockades
COCKED -; -
COCKER -; cockers
COCKEYE -; cockeyed, cockeyes
COCKIER -; -

COCKILY -; -
COCKING -; -
COCKISH -; -
COCKLE -; cockled, cockles
COCKNEY -; cockneys
COCKPIT -; cockpits
COCKSHY -; -
COCKUP -; cockups
COCKY -; -
COCO -; cocoa, cocos
COCOA -; cocoas
COCOMAT -; cocomats
COCONUT -; coconuts
COCOON -; cocoons
COCOTTE -; cocottes
COCOYAM -; cocoyams
COD -; coda, code, cods
CODA -; codas
CODABLE -; -
CODDED -; -
CODDER -; codders
CODDING -; -
CODDLE -; coddled, coddler, coddles
CODDLER -; coddlers
CODE -; codec, coded, coden, coder, codes, codex
CODEC -; codecs
CODEIA -; codeias
CODEIN -; codeina, codeine, codeins
CODEINA -; codeinas
CODEINE -; codeines

CODEN	-; codens	**COFFRET**	-; coffrets
CODER	-; coders	**COFFS**	scoffs; -
CODEX	-; -	**COFOUND**	-; cofounds
CODFISH	-; -	**COFT**	-; -
CODGER	-; codgers	**COG**	-; cogs
CODICES	-; -	**COGENCY**	-; -
CODICIL	-; codicils	**COGENT**	-; -
CODIFY	-; -	**COGGED**	-; -
CODING	-; -	**COGGING**	-; -
CODLIN	-; codling, codlins	**COGITO**	-; cogitos
		COGNAC	-; cognacs
CODLING	-; codlings	**COGNATE**	-; cognates
CODON	-; codons	**COGNISE**	-; cognised, cognises
COED	-; coeds		
COEDIT	-; coedits	**COGNIZE**	-; cognized, cognizer, cognizes
COELIAC	-;		
COELOM	-; coelome, coeloms		
		COGON	-; cogons
COELOME	-; coelomes	**COGWAY**	-; cogways
COEMPT	-; coempts	**COHABIT**	-; cohabits
COENACT	-; coenacts	**COHEAD**	-; coheads
COENURE	-; coenures	**COHEIR**	-; coheirs
COEQUAL	-; coequals	**COHERE**	-; cohered, coherer, coheres
COERCE	-; coerced, coercer, coerces		
		COHERER	-; coherers
COERCER	-; coercers	**COHO**	-; cohog, cohos
COERECT	-; coerects		
COESITE	-; coesites	**COHOG**	-; cohogs
COEVAL	-; coevals	**COHORT**	-; cohorts
COEXERT	-; coexerts	**COHOSH**	-; -
COEXIST	-; coexists	**COHOST**	-; cohosts
COFF	scoff; coffs	**COHUNE**	-; cohunes
COFFEE	-; coffees	**COIF**	-; coifs
COFFER	scoffer; coffers	**COIFED**	-; -
COFFERS	scoffers; -	**COIFFE**	-; coiffed, coiffes
COFFIN	-; coffing, coffins		
		COIFING	-; -
COFFLE	-; coffled, coffles	**COIGN**	-; coigne, coigns

COIGNE -; coigned, coignes
COIL -; coils
COILED -; -
COILER -; coilers
COILING -; -
COIN -; coins
COINAGE -; coinages
COINED -; -
COINER -; coiners
COINFER -; coinfers
COINING -; -
COINTER -; cointers
COIR -; coirs
COITAL -; -
COITION -; coitions
COITUS -; -
COJOIN -; cojoins
COKE -; coked, cokes
COKING -; -
COKY -; -
COL -; cola, cold, cole, cols, colt, coly
COLA -; colas
COLBY -; colbys
COLD acold, scold; colds
COLDER scolder; -
COLDEST -; -
COLDISH -; -
COLDLY -; -
COLDS scolds; -
COLE ecole; coled, coles
COLEAD -; coleads
COLES ecoles; -
COLEUS -; -
COLIC -; colics

COLICIN -; colicine, colicins
COLICKY -; -
COLIES -; -
COLIN -; colins
COLITIC -; colitics
COLITIS -; -
COLLAGE -; collaged, collagen, collages
COLLAR -; collard, collars
COLLARD -; collards
COLLATE -; collated, collates
COLLECT -; collects
COLLEEN -; colleens
COLLEGE -; colleger, colleges
COLLET -; collets
COLLIDE -; collided, collides
COLLIE -; collied, collier, collies
COLLIER -; colliers, colliery
COLLINS -; -
COLLOID -; colloids
COLLOP scollop; collops
COLLOPS scollops; -
COLLUDE -; colluded, colluder, colludes
COLLY -; -
COLOBI -; -
COLOBUS -; -
COLOG -; cologs

COLOGNE	-; cologned, colognes		comber, combes
COLON	-; colone, coloni, colons, colony	**COMBER**	-; combers
		COMBI	-; combis
		COMBINE	-; combined, combiner, combines
COLONE	-; colonel, colones		
COLONEL	-; colonels	**COMBING**	-; combings
COLONES	-; -	**COMBO**	-; combos
COLONI	-; colonic	**COMBUST**	-; -
COLONY	-; -	**COME**	-; comer, comes, comet
COLOR	-; colors		
COLORED	-;	**COMEDIC**	-; -
COLORER	-; colorers	**COMEDO**	-; comedos
COLOUR	-; colours	**COMEDY**	-; -
COLT	-; colts	**COMELY**	-; -
COLTAN	-; coltans	**COMER**	-; comers
COLTER	-; colters	**COMET**	-; cometh, comets
COLTISH	-; -		
COLUGO	-; colugos	**COMETIC**	-; -
COLUMEL	-; columels	**COMFIER**	-; -
COLUMN	-; columns	**COMFIT**	-; comfits
COLURE	-; colures	**COMFORT**	-; comforts
COLY	-; -	**COMFREY**	-; comfreys
COLZA	-; colzas	**COMFY**	-; -
COMA	-; comae, comal, comas	**COMIC**	-; comics
		COMICAL	-; -
COMADE	-; -	**COMING**	-; comings
COMAKE	-; comaker, comakes	**COMITIA**	-; comitial
		COMITY	-; -
COMAKER	-; comakers	**COMIX**	-; -
COMAL	-; -	**COMMA**	-; commas
COMATE	-; comates	**COMMAND**	-; commando, commands
COMATIC	-; -		
COMATIK	-; comatiks	**COMMATA**	-; -
COMB	-; combe, combo, combs	**COMMEND**	-; commends
		COMMENT	-; comments
COMBAT	-; combats	**COMMIE**	-; commies
COMBE	-; combed,	**COMMIS**	-; -

COMMIT	-; commits	**COMPLY**	-; -
COMMIX	-; commixt	**COMPO**	-; compos
COMMODE	-; commodes	**COMPONE**	-; -
COMMON	-; commons	**COMPONY**	-; -
COMMOVE	-; commoved,	**COMPORT**	-; comports
	commoves	**COMPOSE**	-; composed,
COMMUNE	-; communed,		composer,
	communes		composes
COMMUTE	-; commuted,	**COMPOST**	-; composts
	commuter,	**COMPOTE**	-; compotes
	commutes	**COMPT**	-; compts
COMMY	-; -	**COMPTED**	-; -
COMOSE	-; -	**COMPUTE**	-; computed,
COMOUS	-; -		computer,
COMP	-; compo,		computes
	comps, compt	**COMRADE**	-; comrades
COMPACT	-; compacts	**COMTE**	-; comtes
COMPANY	-; -	**CON**	icon; cone,
COMPARE	-; compared,		coni, conk,
	comparer,		conn, cons,
	compares		cony
COMPART	-; comparts	**CONATUS**	-; -
COMPAS	-; compass	**CONCAVE**	-; concaved,
COMPASS	-; -		concaves
COMPED	-; -	**CONCEAL**	-; conceals
COMPEER	-; compeers	**CONCEDE**	-; conceded,
COMPEL	-; compels		conceder,
COMPEND	-; compends		concedes
COMPERE	-; comperes	**CONCEIT**	-; conceits
COMPETE	-; competed,	**CONCENT**	-; concents
	competes	**CONCEPT**	-; concepti,
COMPILE	-; compiled,		concepts
	compiler,	**CONCERN**	-; concerns
	compiles	**CONCERT**	-; concerto,
COMPING	-; -		concerts
COMPLEX	-; -	**CONCH**	-; concha,
COMPLIN	-; compline,		concho,
	complins		conchs,
COMPLOT	-; complots		conchy

CONCHA	-; conchae, conchal
CONCHAE	-; -
CONCHES	-; -
CONCHIE	-; conchies
CONCHO	-; conchos
CONCISE	-; conciser
CONCOCT	-; concocts
CONCORD	-; concords
CONCUR	-; concurs
CONCUSS	-; -
CONDEMN	-; condemns
CONDIGN	-; -
CONDO	-; condom, condor, condos
CONDOES	-; -
CONDOLE	-; condoled, condoler, condoles
CONDOM	-; condoms
CONDONE	-; condoned, condoner, condones
CONDOR	-; condors
CONDUCE	-; conduced, conducer, conduces
CONDUCT	-; conducts
CONDUIT	-; conduits
CONDYLE	-; condyles
CONE	scone; coned, cones, coney
CONES	icones, scones; -
CONEY	-; coneys
CONFAB	-; confabs
CONFECT	-; confects
CONFER	-; confers
CONFESS	-; -
CONFIDE	-; confided, confider, confides
CONFINE	-; confined, confiner, confines
CONFIRM	-; confirms
CONFIT	-; confits
CONFLUX	-; -
CONFORM	-; conforms
CONFUSE	-; confused, confuses
CONFUTE	-; confuted, confuter, confutes
CONGA	-; congas
CONGAED	-; -
CONGE	-; congee, conger, conges
CONGEAL	-; congeals
CONGEE	-; congeed, congees
CONGER	-; congers
CONGEST	-; congests
CONGIUS	-; -
CONGO	-; congos, congou
CONGOES	-; -
CONGOU	-; congous
CONI	-; conic, conin
CONIC	iconic; conics
CONICAL	iconical; -
CONIES	-; -
CONIFER	-; conifers
CONIINE	-; coniines
CONIN	-; conine, coning, conins

CONINE	-; conines	consumer,
CONING	-; -	consumes
CONIUM	-; coniums	**CONTACT** -; contacts
CONJOIN	-; conjoins,	**CONTAIN** -; contains
	conjoint	**CONTE** -; contes
CONJURE	-; conjured,	**CONTEMN** -; contemns
	conjurer,	**CONTEND** -; contends
	conjures	**CONTENT** -; contents
CONK	-; conks, conky	**CONTEST** -; contests
CONKED	-; -	**CONTEXT** -; contexts
CONKER	-; conkers	**CONTO** -; contos
CONKING	-; -	**CONTORT** -; contorts
CONLANG	-; conlangs	**CONTOUR** -; contours
CONN	-; conns	**CONTRA** -; -
CONNATE	-; -	**CONTROL** -; controls
CONNECT	-; connects	**CONTUSE** -; contused,
CONNED	-; -	contuses
CONNER	-; conners	**CONURE** -; conures
CONNING	-; -	**CONUS** -; -
CONNIVE	-; connived,	**CONVECT** -; convects
	conniver,	**CONVENE** -; convened,
	connives	convener,
CONNOTE	-; connoted,	convenes
	connotes	**CONVENT** -; convents
CONOID	-; conoids	**CONVERT** -; converts
CONQUER	-; conquers	**CONVEX** -; -
CONS	econs, icons; -	**CONVEY** -; conveys
CONSENT	-; consents	**CONVICT** -; convicts
CONSIGN	-; consigns	**CONVOKE** -; convoked,
CONSIST	-; consists	convoker,
CONSOL	-; console,	convokes
	consols	**CONVOY** -; convoys
CONSOLE	-; consoled,	**CONY** -; -
	consoler,	**COO** -; coof, cook,
	consoles	cool, coon,
CONSORT	-; consorts	coop, coos,
CONSUL	-; consuls,	coot
	consult	**COOCH** -; -
CONSULT	-; consults	**COOCHES** -; -
CONSUME	-; consumed,	**COOCOO** -; -

COOEE	-; cooeed, cooees	**COOPERS**	scoopers; -
		COOPING	scooping; -
COOER	-; cooers	**COOPS**	scoops; -
COOEY	-; cooeys	**COOPT**	-; coopts
COOEYED	-; -	**COOPTED**	-; -
COOF	-; coofs	**COOT**	scoot; coots
COOING	-; -	**COOTER**	scooter;
COOK	-; cooks, cooky		cooters
COOKED	-; -	**COOTIE**	-; cooties
COOKER	-; cookers, cookery	**COOTS**	scoots; -
		COP	scop; cope,
COOKEY	-; cookeys		cops, copy
COOKIE	-; cookies	**COPAIBA**	-; copaibas
COOKING	-; cookings	**COPAL**	-; copalm,
COOKOFF	-; cookoffs		copals
COOKOUT	-; cookouts	**COPALM**	-; copalms
COOKTOP	-; -	**COPAY**	-; copays
COOKY	-; -	**COPE**	scope; coped,
COOL	-; cools, cooly		copen, coper,
COOLANT	-; coolants		copes
COOLED	-; -	**COPECK**	-; copecks
COOLER	-; coolers	**COPEN**	-; copens
COOLEST	-; -	**COPEPOD**	-; copepods
COOLIE	-; coolies	**COPER**	-; copers
COOLING	-; -	**COPES**	scopes; -
COOLISH	-; -	**COPIED**	-; -
COOLLY	-; -	**COPIER**	-; copiers
COOLTH	-; coolths	**COPIES**	-; -
COOMB	-; coombe, coombs	**COPIHUE**	-; copihues
		COPILOT	-; copilots
COOMBE	-; coombes	**COPING**	-; copings
COON	-; coons	**COPIOUS**	-; -
COONCAN	-; cooncans	**COPLOT**	-; coplots
COONTIE	-; coonties	**COPOUT**	-; copouts
COOP	scoop; coops, coopt	**COPPED**	-; -
		COPPER	-; coppers,
COOPED	scooped; -		coppery
COOPER	scooper; coopers, coopery	**COPPICE**	-; coppiced, coppices
		COPPING	-; -

COPPRA	-; coppras	**CORDING**	-; -
COPRA	-; coprah, copras	**CORDITE**	-; cordites
		CORDOBA	-; cordobas
COPRAH	-; coprahs	**CORDON**	-; cordons
COPS	scops; copse	**CORE**	score; cored,
COPSE	-; copses		corer, cores
COPTER	-; copters	**CORED**	scored; -
COPULA	scopula; copulae, copular, copulas	**COREIGN**	-; coreigns
		CORER	scorer; corers
		CORERS	scorers; -
		CORES	scores; -
COPULAE	scopulae; -	**CORF**	-; -
COPULAS	scopulas; -	**CORGI**	-; corgis
COPY	-; -	**CORIA**	scoria; -
COPYBOY	-; copyboys	**CORING**	scoring; -
COPYCAT	-; copycats	**CORIUM**	-; -
COPYIST	-; copyists	**CORK**	-; corks, corky
COQUET	-; coquets	**CORKAGE**	-; corkages
COQUI	-; coquis	**CORKED**	-; -
COQUINA	-; coquinas	**CORKER**	-; corkers
COQUITO	-; coquitos	**CORKIER**	-; -
COR	-; cord, core, corf, cork, corm, corn, cors, cory	**CORKING**	-; -
		CORKY	-; -
		CORM	-; corms
		CORMEL	-; cormels
CORACLE	-; coracles	**CORMLET**	-; cormlets
CORAL	-; corals	**CORMOID**	-; -
CORANTO	-; corantos	**CORMOUS**	-; -
CORBAN	-; corbans	**CORN**	acorn, scorn; corns, corny
CORBEIL	-; corbeils		
CORBEL	-; corbels	**CORNCOB**	-; corncobs
CORBIE	-; corbies	**CORNEA**	-; corneal, corneas
CORBINA	-; corbinas		
CORBY	-; -	**CORNED**	scorned; -
CORD	-; cords	**CORNEL**	-; cornels
CORDAGE	-; cordages	**CORNER**	scorner; corners
CORDATE	-; -		
CORDED	-; -	**CORNERS**	scorners; -
CORDER	-; corders	**CORNET**	-; cornets
CORDIAL	-; cordials	**CORNFED**	-; -

CORNICE	-; corniced, cornices	**CORSAGE**	-; corsages
CORNIER	-; -	**CORSAIR**	-; corsairs
CORNIFY	-; -	**CORSE**	-; corses, corset
CORNILY	-; -	**CORSET**	-; corsets
CORNING	scorning; -	**CORSLET**	-; corslets
CORNROW	-; cornrows	**CORTEGE**	-; corteges
CORNS	acorns, scorns; -	**CORTEX**	-; -
CORNU	-; cornua, cornus	**CORTIN**	-; cortina, cortins
CORNUAL	-; -	**CORTINA**	-; cortinas
CORNUTE	-; cornuted	**CORULAR**	-; corulars
CORNUTO	-; cornutos	**CORVEE**	-; corvees
CORNY	-; -	**CORVES**	-; -
CORODY	-; -	**CORVET**	-; corvets
COROLLA	-; corollas	**CORVID**	-; corvids
CORONA	-; coronae, coronal, coronas	**CORVINA**	-; corvinas
		CORVINE	-; -
		CORY	-; -
		CORYMB	-; corymbs
CORONAL	-; coronals	**CORYZA**	-; coryzal, coryzas
CORONEL	-; coronels		
CORONER	-; coroners	**COS**	-; cosh, coss, cost, cosy
CORONET	-; coronets	**COSEC**	-; cosecs
COROZO	-; corozos	**COSES**	-; -
CORPORA	-; corporal	**COSET**	-; cosets
CORPS	-; corpse	**COSEY**	-; coseys
CORPSE	-; corpses	**COSH**	-; -
CORPUS	-; -	**COSHED**	-; -
CORRADE	-; corraded, corrades	**COSHER**	-; coshers
		COSHES	-; -
CORRAL	-; corrals	**COSHING**	-; -
CORRECT	-; corrects	**COSIE**	-; cosier, cosies
CORRIDA	-; corridas	**COSIES**	-; cosiest
CORRIE	-; corries	**COSIGN**	-; cosigns
CORRODE	-; corroded, corrodes	**COSILY**	-; -
		COSINE	-; cosines
CORRODY	-; -	**COSMIC**	-; -
CORRUPT	-; corrupts	**COSMID**	-; -
CORSAC	-; corsacs		

COSMISM	-; cosmisms	**COTTAR**	-; cottars
COSMIST	-; cosmists	**COTTER**	-; cotters
COSMOS	-; -	**COTTIER**	-; cottiers
COSS	-; -	**COTTON**	-; cottons,
COSSACK	-; cossacks		cottony
COSSET	-; cossets	**COTYPE**	ecotype;
COST	-; costa, costs		cotypes
COSTA	-; costae,	**COTYPES**	ecotypes; -
	costal, costar	**COUCH**	-; -
COSTAR	-; costard,	**COUCHED**	-; -
	costars	**COUCHER**	-; couchers
COSTARD	-; costards	**COUCHES**	-; -
COSTATE	-; -	**COUDE**	-; -
COSTED	-; -	**COUGAR**	-; cougars
COSTER	-; costers	**COUGH**	-; coughs
COSTING	-; -	**COUGHED**	-; -
COSTIVE	-; -	**COUGHER**	-; coughers
COSTLY	-; -	**COULD**	-; -
COSTREL	-; costrels	**COULDST**	-; -
COSTUME	-; costumed,	**COULEE**	-; coulees
	costumer,	**COULIS**	-; -
	costumes,	**COULOIR**	-; couloirs
	costumey	**COULOMB**	-; coulombs
COSY	-; -	**COULTER**	-; coulters
COT	scot; cote, cots	**COUNCIL**	-; councils
COTAN	-; cotans	**COUNSEL**	-; counsels
COTE	-; coted, cotes	**COUNT**	-; counts,
COTEAU	-; coteaux		county
COTERIE	-; coteries	**COUNTED**	-; -
COTHURN	-; cothurni,	**COUNTER**	-; counters
	cothurns	**COUNTRY**	-; -
COTIDAL	-; -	**COUNTY**	-; -
COTIJA	-; -	**COUP**	-; coupe
COTING	-; -	**COUPE**	-; couped,
COTS	scots; -		coupes
COTTA	-; cottae,	**COUPING**	-; -
	cottar, cottas	**COUPLE**	-; coupled,
COTTAGE	-; cottager,		coupler,
	cottages,		couples,
	cottagey		couplet

COUPLER	-; couplers	**COVETED**	-; -
COUPLET	-; couplets	**COVETER**	-; coveters
COUPON	-; coupons	**COVEY**	-; coveys
COURAGE	-; courages	**COVIN**	-; coving,
COURANT	-; courante,		covins
	couranto,	**COVING**	-; covings
	courants	**COW**	scow; cowl,
COURIER	-; couriers		cows, cowy
COURLAN	-; courlans	**COWAGE**	-; cowages
COURSE	-; coursed,	**COWARD**	-; cowards
	courser,	**COWBANE**	-; cowbanes
	courses	**COWBELL**	-; cowbells
COURSER	-; coursers	**COWBIND**	-; cowbinds
COURT	-; courts	**COWBIRD**	-; cowbirds
COURTED	-; -	**COWBOY**	-; cowboys
COURTER	-; courters	**COWED**	scowed; -
COURTLY	-; -	**COWEDLY**	-; -
COUSIN	-; cousins	**COWER**	-; cowers
COUTEAU	-; couteaux	**COWERED**	-; -
COUTER	scouter;	**COWFISH**	-; -
	couters	**COWFLAP**	-; cowflaps
COUTERS	scouters; -	**COWFLOP**	-; cowflops
COUTH	scouth; couths	**COWGIRL**	-; cowgirls
COUTHER	-; -	**COWHAGE**	-; cowhages
COUTHIE	-; couthier	**COWHAND**	-; cowhands
COUTHS	scouths; -	**COWHERB**	-; cowherbs
COUTURE	-; coutures	**COWHERD**	-; cowherds
COUVADE	-; couvades	**COWHIDE**	-; cowhided,
COVARY	-; -		cowhides
COVE	-; coved,	**COWIER**	-; -
	coven, cover,	**COWIEST**	-; -
	coves, covet,	**COWING**	scowing; -
	covey	**COWL**	scowl; cowls
COVEN	-; covens	**COWLED**	scowled; -
COVER	-; covers,	**COWLICK**	-; -
	covert	**COWLIKE**	-; -
COVERED	-; -	**COWLING**	scowling;
COVERER	-; coverers		cowlings
COVERT	-; coverts	**COWLS**	scowls; -
COVET	-; covets	**COWMAN**	-; -

COWMEN	-; -	**COZEN**	-; cozens
COWPAT	-; cowpats	**COZENED**	-; -
COWPEA	-; cowpeas	**COZENER**	-; cozeners
COWPIE	-; cowpies	**COZES**	-; -
COWPLOP	-; cowplops	**COZEY**	-; cozeys
COWPOKE	-; cowpokes	**COZIE**	-; cozied,
COWPOX	-; -		cozier, cozies
COWRIE	-; cowries	**COZIES**	-; coziest
COWRITE	-; cowrites	**COZILY**	-; -
COWROTE	-; -	**COZY**	-; -
COWRY	-; -	**COZZES**	-; -
COWS	scows; -	**CRAAL**	-; craals
COWSHED	-; cowsheds	**CRAALED**	-; -
COWSKIN	-; cowskins	**CRAB**	-; crabs
COWSLIP	-; cowslips	**CRABBED**	-; -
COWTOWN	-; cowtowns	**CRABBER**	-; crabbers
COWY	-; -	**CRABBY**	-; -
COX	-; coxa	**CRACK**	-; cracks,
COXA	-; coxae, coxal		cracky
COXALGY	-; -	**CRACKED**	-; -
COXCOMB	-; coxcombs	**CRACKER**	-; crackers
COXED	-; -	**CRACKIE**	-; crackies
COXES	-; -	**CRACKLE**	-; crackled,
COXING	-; -		crackles
COXITIS	-; -	**CRACKLY**	-; -
COXLESS	-; -	**CRACKUP**	-; crackups
COY	-; coys	**CRACKY**	-; -
COYAU	-; coyaus	**CRADLE**	-; cradled,
COYDOG	-; coydogs		cradler,
COYED	-; -		cradles
COYER	-; -	**CRADLER**	-; cradlers
COYEST	-; -	**CRAFT**	-; crafts, crafty
COYING	-; -	**CRAFTED**	-; -
COYISH	-; -	**CRAG**	scrag; crags
COYLY	-; -	**CRAGGED**	scragged; -
COYNESS	-; -	**CRAGGY**	scraggy; -
COYOTE	-; coyotes	**CRAGS**	scrags; -
COYPOU	-; coypous	**CRAKE**	-; crakes
COYPU	-; coypus	**CRAM**	scram; cramp,
COZ	-; cozy		crams

CRAMBE	-; crambes	**CRAPPED**	scrapped; -
CRAMBO	-; crambos	**CRAPPER**	scrapper;
CRAMMED	scrammed; -		crappers
CRAMMER	-; crammers	**CRAPPIE**	-; crappies
CRAMP	-; cramps,	**CRAPPY**	scrappy; -
	crampy	**CRAPS**	scraps; -
CRAMPED	-; -	**CRASES**	-; -
CRAMPIT	-; crampits	**CRASH**	-; -
CRAMPON	-; crampons	**CRASHED**	-; -
CRAMS	scrams; -	**CRASHER**	-; crashers
CRANCH	-; -	**CRASHES**	-; -
CRANE	-; craned,	**CRASIS**	-; -
	cranes	**CRASS**	-; -
CRANIA	-; cranial	**CRASSER**	-; -
CRANIAL	-; -	**CRASSLY**	-; -
CRANING	-; -	**CRATCH**	scratch; -
CRANIUM	-; craniums	**CRATE**	-; crated,
CRANK	-; cranks,		crater, crates
	cranky	**CRATER**	-; craters
CRANKED	-; -	**CRATING**	-; -
CRANKER	-; -	**CRATON**	-; cratons
CRANKLE	-; crankled,	**CRAUNCH**	-; -
	crankles	**CRAVAT**	-; cravats
CRANKLY	-; -	**CRAVE**	-; craved,
CRANKY	-; -		craven, craver,
CRANNOG	-; crannoge,		craves
	crannogs	**CRAVEN**	-; cravens
CRANNY	-; -	**CRAVER**	-; cravers
CRAP	scrap; crape,	**CRAVING**	-; cravings
	craps	**CRAW**	-; crawl,
CRAPE	scrape;		craws
	craped,	**CRAWDAD**	-; crawdads
	crapes	**CRAWL**	scrawl; crawls,
CRAPED	scraped; -		crawly
CRAPES	scrapes; -	**CRAWLED**	scrawled; -
CRAPIE	scrapie;	**CRAWLER**	scrawler;
	crapies		crawlers
CRAPIES	scrapies; -	**CRAWLS**	scrawls; -
CRAPING	scraping; -	**CRAWLY**	scrawly; -
CRAPOLA	-; crapolas	**CRAYON**	-; crayons

CRAZE	-; crazed, crazes	**CREEDS**	screeds; -
		CREEK	-; creeks
CRAZIER	-; -	**CREEL**	-; creels
CRAZILY	-; -	**CREEP**	-; creeps, creepy
CRAZING	-; -		
CRAZY	-; -	**CREEPED**	-; -
CREAK	screak; creaks, creaky	**CREEPER**	-; creepers
		CREEPIE	-; creepies
CREAKED	screaked; -	**CREESE**	-; creeses
CREAKS	screaks; -	**CREESH**	-; -
CREAKY	screaky; -	**CREMATE**	-; cremated, cremates
CREAM	scream; creams, creamy		
		CREME	-; cremes
		CREMINI	-; creminis
CREAMED	screamed; -	**CRENATE**	-; crenated
CREAMER	screamer; creamers, creamery	**CRENEL**	-; crenels
		CREOLE	-; creoles
		CREOSOL	-; creosols
CREAMS	screams; -	**CREPE**	-; creped, crepes, crepey
CREAMY	-; -		
CREASE	-; creased, creaser, creases	**CREPIER**	-; -
		CREPING	-; -
		CREPON	-; crepons
CREASER	-; creasers	**CREPT**	-; -
CREASY	-; -	**CREPY**	-; -
CREATE	ocreate; created, creates	**CRESOL**	-; cresols
		CRESS	-; -
		CRESSES	-; -
CREATIN	-; creatine, creating, creatins	**CRESSET**	-; cressets
		CRESSY	-; -
		CREST	-; crests
CREATOR	-; creators	**CRESTAL**	-; -
CRECHE	-; creches	**CRESTED**	-; -
CRED	-; -	**CRESYL**	-; cresyls
CREDAL	-; -	**CRETIC**	-; cretics
CREDENT	-; -	**CRETIN**	-; cretins
CREDIT	-; credits	**CREVICE**	-; creviced, crevices
CREDO	-; credos		
CREED	screed; creeds	**CREW**	screw; crews
CREEDAL	-; -	**CREWCUT**	-; crewcuts

CREWED	screwed; -	**CRINKLY**	-; -
CREWEL	-; crewels	**CRINOID**	-; crinoids
CREWING	screwing; -	**CRINUM**	-; crinums
CREWMAN	-; -	**CRIOLLO**	-; criollos
CREWMEN	-; -	**CRIPE**	-; cripes
CREWS	screws; -	**CRIPPLE**	-; crippled,
CRIB	-; cribs		crippler,
CRIBBED	-; -		cripples
CRIBBER	-; cribbers	**CRIS**	-; crisp
CRICK	-; cricks	**CRISES**	-; -
CRICKED	-; -	**CRISIC**	-; -
CRICKET	-; crickets	**CRISIS**	-; -
CRICKEY	-; -	**CRISP**	-; crisps, crispy
CRICOID	-; cricoids	**CRISPED**	-; -
CRIED	-; -	**CRISPEN**	-; crispens
CRIER	-; criers	**CRISPER**	-; crispers
CRIES	-; -	**CRISPLY**	-; -
CRIKEY	-; -	**CRISSA**	-; crissal
CRIME	-; crimes	**CRISSUM**	-; -
CRIMINE	-; -	**CRISTA**	-; cristae
CRIMINI	-; criminis	**CRIT**	-; crits
CRIMINY	-; -	**CRITIC**	-; critics
CRIMMER	-; crimmers	**CRITTER**	-; critters
CRIMP	scrimp; crimps,	**CRITTUR**	-; critturs
	crimpy	**CROAK**	-; croaks,
CRIMPED	scrimped; -		croaky
CRIMPER	-; crimpers	**CROAKED**	-; -
CRIMPLE	-; crimpled,	**CROAKER**	-; croakers
	crimples	**CROC**	-; croci, crock,
CRIMPS	scrimps; -		crocs
CRIMPY	scrimpy; -	**CROCEIN**	-; croceine,
CRIMSON	-; crimsons		croceins
CRINGE	-; cringed,	**CROCHET**	-; crochets
	cringer,	**CROCI**	-; -
	cringes	**CROCINE**	-; -
CRINGER	-; cringers	**CROCK**	-; crocks
CRINGLE	-; cringles	**CROCKED**	-; -
CRINITE	-; crinites	**CROCKET**	-; crockets
CRINKLE	-; crinkled,	**CROCUS**	-; -
	crinkles	**CROFT**	-; crofts

CROFTER	-; crofters	**CROWD**	-; crowds,
CROJIK	-; crojiks		crowdy
CRONE	-; crones	**CROWDER**	-; crowders
CRONIES	-; -	**CROWDIE**	-; crowdies
CRONISH	-; -	**CROWED**	-; -
CRONY	-; -	**CROWER**	-; crowers
CROOK	-; crooks	**CROWING**	-; -
CROOKED	-; -	**CROWN**	-; crowns
CROON	-; croons	**CROWNED**	-; -
CROONED	-; -	**CROWNER**	-; crowners
CROONER	-; crooners	**CROWNET**	-; crownets
CROONY	-; -	**CROZE**	-; crozer,
CROP	-; crops		crozes
CROPPED	-; -	**CROZER**	-; crozers
CROPPER	-; croppers	**CROZIER**	-; croziers
CROPPIE	-; croppies	**CRU**	ecru; crus
CROQUET	-; croquets	**CRUCES**	-; -
CROQUIS	-; -	**CRUCIAL**	-; -
CRORE	-; crores	**CRUCIAN**	-; crucians
CROSIER	-; crosiers	**CRUCIFY**	-; -
CROSS	across; crosse	**CRUCK**	-; crucks
CROSSE	-; crossed,	**CRUD**	-; crude, cruds
	crosser,	**CRUDDED**	-; -
	crosses	**CRUDDY**	-; -
CROSSER	-; crossers	**CRUDE**	-; cruder,
CROSSES	-; crossest		crudes
CROSSLY	-; -	**CRUDELY**	-; -
CROTCH	-; -	**CRUDES**	-; crudest
CROTON	-; crotons	**CRUDITY**	-; -
CROUCH	-; -	**CRUEL**	-; -
CROUP	-; croupe,	**CRUELER**	-; -
	croups, croupy	**CRUELLY**	-; -
CROUPE	-; croupes	**CRUELTY**	-; -
CROUSE	-; -	**CRUET**	-; cruets
CROUTE	-; croutes	**CRUISE**	-; cruised,
CROUTON	-; croutons		cruiser, cruises
CROW	-; crowd,	**CRUISER**	-; cruisers
	crown, crows	**CRUISEY**	-; -
CROWBAR	-; crowbars	**CRULLER**	-; crullers

CRUMB	-; crumbs	**CRUXES**	-; -
CRUMBED	-; -	**CRUZADO**	-; cruzados
CRUMBER	-; crumbers	**CRWTH**	-; crwths
CRUMBLE	-; crumbled,	**CRY**	scry; -
	crumbles	**CRYBABY**	-; -
CRUMBLY	-; -	**CRYER**	-; cryers
CRUMBY	-; -	**CRYING**	-; -
CRUMMIE	-; crummies	**CRYOGEN**	-; cryogens,
CRUMMY	-; -		cryogeny
CRUMP	-; crumps	**CRYONIC**	-; cryonics
CRUMPED	-; -	**CRYPT**	-; crypto,
CRUMPET	-; crumpets		crypts
CRUMPLE	-; crumpled,	**CRYPTAL**	-; -
	crumples	**CRYPTIC**	-; -
CRUMPLY	-; -	**CRYPTO**	-; cryptos
CRUNCH	scrunch;	**CRYSTAL**	-; crystals
	crunchy	**CSARDAS**	-; -
CRUNODE	-; crunodes	**CTENOID**	-; -
CRUOR	-; cruors	**CUATRO**	-; cuatros
CRUPPER	-; cruppers	**CUB**	-; cube, cubs
CRURA	-; crural	**CUBAGE**	-; cubages
CRUS	-; cruse, crush,	**CUBBIES**	-; -
	crust	**CUBBISH**	-; -
CRUSADE	-; crusaded,	**CUBBY**	-; -
	crusader,	**CUBE**	-; cubeb,
	crusades		cubed, cuber,
CRUSADO	-; crusados		cubes
CRUSE	-; cruses, cruset	**CUBEB**	-; cubebs
CRUSET	-; crusets	**CUBER**	-; cubers
CRUSH	-; -	**CUBIC**	-; cubics
CRUSHED	-; -	**CUBICAL**	-; -
CRUSHER	-; crushers	**CUBICLE**	-; cubicles
CRUSHES	-; -	**CUBICLY**	-; -
CRUSILY	-; -	**CUBING**	-; -
CRUST	-; crusts, crusty	**CUBISM**	-; cubisms
CRUSTAL	-; -	**CUBIST**	-; cubists
CRUSTED	-; -	**CUBIT**	-; cubits
CRUTCH	-; -	**CUBITAL**	-; -
CRUX	-; -	**CUBOID**	-; cuboids

CUCKOLD	-; cuckolds	**CULLAY**	-; cullays
CUCKOO	-; cuckoos	**CULLED**	sculled; -
CUD	scud; cuds	**CULLER**	sculler; cullers
CUDBEAR	-; cudbears	**CULLERS**	scullers; -
CUDDIE	-; cuddies	**CULLET**	-; cullets
CUDDLE	-; cuddled, cuddler, cuddles	**CULLIED**	-; -
		CULLIES	-; -
		CULLING	sculling; -
CUDDLER	-; cuddlers	**CULLION**	-; cullions
CUDDLY	-; -	**CULLIS**	-; -
CUDDY	-; -	**CULLS**	sculls; -
CUDGEL	-; cudgels	**CULLY**	-; -
CUDS	scuds; -	**CULM**	-; culms
CUDWEED	-; cudweeds	**CULMED**	-; -
CUE	-; cued, cues	**CULMING**	-; -
CUEING	-; -	**CULOTTE**	-; culottes
CUEIST	-; cueists	**CULPA**	-; culpae
CUESTA	-; cuestas	**CULPRIT**	-; culprits
CUFF	scuff; cuffs	**CULT**	-; culti, cults
CUFFED	scuffed; -	**CULTCH**	-; -
CUFFING	scuffing; -	**CULTI**	-; cultic
CUFFS	scuffs; -	**CULTISH**	-; -
CUIF	-; cuifs	**CULTISM**	-; cultisms
CUING	-; -	**CULTIST**	-; cultists
CUIRASS	-; -	**CULTURE**	-; cultured, cultures
CUISH	-; -		
CUISHES	-; -	**CULTUS**	-; -
CUISINE	-; cuisines	**CULVER**	-; culvers, culvert
CUISSE	-; cuisses		
CUITTLE	-; cuittled, cuittles	**CULVERT**	-; culverts
		CUM	scum; -
CUKE	-; cukes	**CUMARIN**	-; cumarins
CULCH	-; -	**CUMBER**	-; cumbers
CULCHES	-; -	**CUMBIA**	-; cumbias
CULET	-; culets	**CUMIN**	-; cumins
CULEX	-; -	**CUMMER**	scummer; cummers
CULICES	-; -		
CULICID	-; culicids	**CUMMERS**	scummers; -
CULL	scull; culls, cully	**CUMMIN**	-; cummins
		CUMQUAT	-; cumquats

CUMSHAW	-; cumshaws	**CURABLY**	-; -
CUMULI	-; -	**CURACAO**	-; curacaos
CUMULUS	-; -	**CURACOA**	-; curacoas
CUNDUM	-; cundums	**CURACY**	
CUNEAL	-; cuneals	**CURAGH**	-; curaghs
CUNEATE	-; cuneated	**CURARA**	-; curaras
CUNIT	-; cunits	**CURARE**	-; curares
CUNNER	scunner; cunners	**CURARI**	-; curaris
		CURATE	-; curates
CUNNING	-; cunnings	**CURATOR**	-; curators
CUP	scup; cups	**CURB**	-; curbs
CUPCAKE	-; cupcakes	**CURBED**	-; -
CUPEL	-; cupels	**CURBER**	-; curbers
CUPELED	-; -	**CURBING**	-; curbings
CUPELER	-; cupelers	**CURCH**	-; -
CUPFUL	-; cupfuls	**CURCHES**	-; -
CUPID	-; cupids	**CURCUMA**	-; curcumas
CUPLIKE	-; -	**CURD**	-; curds, curdy
CUPOLA	-; cupolas	**CURDED**	-; -
CUPPA	-; cuppas	**CURDIER**	-; -
CUPPED	-; -	**CURDING**	-; -
CUPPER	scupper; cuppers	**CURDLE**	-; curdled, curdler, curdles
CUPPERS	scuppers; -		
CUPPING	-; cuppings	**CURDLER**	-; curdlers
CUPPY	-; -	**CURE**	-; cured, curer, cures, curet
CUPRIC	-; -		
CUPRITE	-; cuprites	**CURER**	-; curers
CUPROUS	-; -	**CURET**	-; curets
CUPRUM	-; cuprums	**CURETTE**	-; curetted, curettes
CUPS	scups; -		
CUPSFUL	-; -	**CURF**	scurf; curfs
CUPULA	-; cupulae, cupular	**CURFEW**	-; curfews
		CURFS	scurfs; -
CUPULE	-; cupules	**CURIA**	-; curiae, curial
CUR	-; curb, curd, cure, curf, curl, curn, curr, curs, curt	**CURIE**	-; curies
		CURING	-; -
		CURIO	-; curios
		CURIOSA	-; -
CURABLE	-; -	**CURIOUS**	-; -

CURITE	-; curites	**CURTATE**	-; -
CURIUM	-; curiums	**CURTER**	-; -
CURL	-; curls, curly	**CURTEST**	-; -
CURLED	-; -	**CURTESY**	-; -
CURLER	-; curlers	**CURTLY**	-; -
CURLEW	-; curlews	**CURTSEY**	-; curtseys
CURLIER	-; -	**CURTSY**	-; -
CURLILY	-; -	**CURULE**	-; -
CURLING	-; curlings	**CURVE**	-; curved,
CURN	-; curns		curves, curvet,
CURR	-; currs, curry		curvey
CURRACH	-; currachs	**CURVET**	-; curvets
CURRAGH	-; curraghs	**CURVEY**	-; -
CURRAN	-; currans,	**CURVIER**	-; -
	currant	**CURVING**	-; -
CURRANT	-; currants	**CURVY**	scurvy; -
CURRED	-; -	**CUSCUS**	-; -
CURRENT	-; currents	**CUSEC**	-; cusecs
CURRIE	-; curried,	**CUSHAT**	-; cushats
	currier, curries	**CUSHAW**	-; cushaws
CURRIED	scurried; -	**CUSHIER**	-; -
CURRIER	-; curriers,	**CUSHILY**	-; -
	curriery	**CUSHION**	-; cushions,
CURRIES	scurries; -		cushiony
CURRING	-; -	**CUSHY**	-; -
CURRISH	-; -	**CUSK**	-; cusks
CURRY	scurry; -	**CUSP**	-; cusps
CURSE	-; cursed,	**CUSPATE**	-; -
	curser, curses	**CUSPED**	-; -
CURSER	-; cursers	**CUSPID**	-; cuspids
CURSING	-; -	**CUSPIS**	-; -
CURSIVE	-; cursives	**CUSS**	-; cusso
CURSOR	-; cursors,	**CUSSED**	-; -
	cursory	**CUSSER**	-; cussers
CURSORY	-; -	**CUSSING**	-; -
CURST	-; -	**CUSSO**	-; cussos
CURT	-; -	**CUSTARD**	-; custards,
CURTAIL	-; curtails		custardy
CURTAIN	-; curtains	**CUSTODY**	-; -
CURTAL	-; curtals	**CUSTOM**	-; customs

CUSTOS	-; -	**CUTTLED**	scuttled; -
CUT	scut; cute, cuts	**CUTTLES**	scuttles; -
		CUTTY	-; -
CUTAWAY	-; cutaways	**CUTUP**	-; cutups
CUTBACK	-; cutbacks	**CUTWORK**	-; cutworks
CUTBANK	-; cutbanks	**CUTWORM**	-; cutworms
CUTCH	scutch; -	**CUVEE**	-; cuvees
CUTCHES	scutches; -	**CUVETTE**	-; cuvettes
CUTDOWN	-; cutdowns	**CUZ**	-; -
CUTE	acute, scute; cuter, cutes, cutey	**CUZES**	-; -
		CUZZES	-; -
		CWM	-; cwms
CUTELY	acutely; -	**CYAN**	-; cyans
CUTER	acuter; -	**CYANATE**	-; cyanates
CUTES	acutes, scutes; cutest, cutesy	**CYANIC**	-; -
		CYANID	-; cyanide, cyanids
CUTESIE	-; cutsier		
CUTEST	acutest; -	**CYANIDE**	-; cyanided, cyanides
CUTEY	-; cuteys		
CUTICLE	-; cuticles	**CYANIN**	-; cyanine, cyanins
CUTIE	-; cuties		
CUTIN	-; cutins	**CYANINE**	-; cyanines
CUTIS	-; -	**CYANITE**	-; cyanites
CUTISES	-; -	**CYANO**	-; -
CUTLAS	-; cutlass	**CYBER**	-; -
CUTLER	-; cutlers, cutlery	**CYBORG**	-; cyborgs
		CYCAD	-; cycads
CUTLET	-; cutlets	**CYCAS**	-; -
CUTLINE	-; cutlines	**CYCASES**	-; -
CUTOFF	-; cutoffs	**CYCASIN**	-; cycasins
CUTOUT	-; cutouts	**CYCLASE**	-; cyclases
CUTOVER	-; -	**CYCLE**	-; cycled, cycler, cycles
CUTS	scuts; -		
CUTTAGE	-; cuttages	**CYCLER**	-; cyclers, cyclery
CUTTER	scutter; cutters		
CUTTERS	scutters; -	**CYCLIC**	acyclic; -
CUTTIES	-; -	**CYCLIN**	-; cycling, cyclins
CUTTING	-; cuttings		
CUTTLE	scuttle; cuttled, cuttles	**CYCLING**	-; cyclings
		CYCLIST	-; cyclists

CYCLIZE	-; cyclized, cyclizes	**CYMOSE**	-; -
		CYMOUS	-; -
CYCLO	-; cyclos	**CYNIC**	-; cynics
CYCLOID	-; cycloids	**CYNICAL**	-; -
CYCLONE	-; cyclones	**CYPHER**	-; cyphers
CYCLOPS	-; -	**CYPRES**	-; cypress
CYDER	-; cyders	**CYPRIAN**	-; cyprians
CYESES	-; -	**CYPRUS**	-; -
CYESIS	-; -	**CYPSELA**	-; cypselae
CYGNET	-; cygnets	**CYST**	-; cysts
CYLICES	-; -	**CYSTEIN**	-; cysteine, cysteins
CYLIX	-; -		
CYMA	-; cymae, cymar, cymas	**CYSTIC**	-; -
		CYSTINE	-; cystines
CYMAR	-; cymars	**CYSTOID**	-; cystoids
CYMBAL	-; cymbals	**CYTON**	-; cytons
CYME	-; cymes	**CYTOSOL**	-; cytosols
CYMENE	-; cymenes	**CZAR**	-; czars
CYMLIN	-; cymling, cymlins	**CZARDAS**	-; -
		CZARDOM	-; czardoms
CYMLING	-; cymlings	**CZARINA**	-; czarinas
CYMOID	-; -	**CZARISM**	-; czarisms
CYMOL	-; cymols	**CZARIST**	-; czarists

D

D	ad, id, od; de, di, do	**DACITE**	-; dacites
		DACKER	-; dackers
DAB	-; dabs	**DACOIT**	-; dacoits, dacoity
DABBED	-; -		
DABBER	-; dabbers	**DACTYL**	-; dactyls
DABBING	-; -	**DAD**	-; dada, dado, dads
DABBLE	-; dabbled, dabbler, dabbles		
		DADA	-; dadas
		DADAISM	-; dadaisms
DABBLER	-; dabblers	**DADAIST**	-; dadaists
DABSTER	-; dabsters	**DADDIES**	-; -
DACE	-; daces	**DADDLE**	-; daddled, daddles
DACHA	-; dachas		

DADDY	-; -	**DAISES**	-; -
DADGUM	-; -	**DAISIED**	-; -
DADO	-; dados	**DAISIES**	-; -
DADOED	-; -	**DAK**	-; daks
DADOES	-; -	**DAKOIT**	-; dakoits,
DADOING	-; -		dakoity
DAEDAL	-; -	**DAL**	-; dale, dals
DAEMON	-; daemons	**DALAPON**	-; dalapons
DAFF	-; daffs, daffy	**DALASI**	-; dalasis
DAFFED	-; -	**DALE**	-; dales
DAFFIER	-; -	**DALEDH**	-; daledhs
DAFFING	-; -	**DALETH**	-; daleths
DAFT	-; -	**DALLES**	-; -
DAFTER	-; -	**DALLIED**	-; -
DAFTEST	-; -	**DALLIER**	-; dalliers
DAFTLY	-; -	**DALLIES**	-; -
DAG	-; dago, dags	**DALLY**	-; -
DAGGA	-; daggas	**DALTON**	-; daltons
DAGGER	-; daggers	**DAM**	-; dame, damn,
DAGGLE	-; daggled,		damp, dams
	daggles	**DAMAGE**	-; damaged,
DAGLOCK	-; daglocks		damager,
DAGOBA	-; dagobas		damages
DAGWOOD	-; dagwoods	**DAMAGER**	-; damagers
DAH	-; dahl, dahs	**DAMAN**	-; damans
DAHL	-; dahls	**DAMAR**	-; damars
DAHLIA	-; dahlias	**DAMASK**	-; damasks
DAHOON	-; dahoons	**DAME**	-; dames
DAIKER	-; daikers	**DAMFOOL**	- damfools
DAIKON	-; daikons	**DAMIANA**	-; damianas
DAILIES	-; -	**DAMMAR**	-; dammars
DAILY	-; -	**DAMMED**	-; -
DAIMEN	-; -	**DAMMER**	-; dammers
DAIMIO	-; daimios	**DAMMING**	-; -
DAIMON	-; daimons	**DAMMIT**	-; -
DAIMYO	-; daimyos	**DAMN**	-; damns
DAINTY	-; -	**DAMNED**	-; -
DAIRIES	-; -	**DAMNER**	-; damners
DAIRY	-; -	**DAMNIFY**	-; -
DAIS	-; daisy	**DAMNING**	-; -

DAMOSEL	-; damosels	**DANISH**	-; -
DAMOZEL	-; damozels	**DANK**	-; -
DAMP	-; damps	**DANKER**	-; -
DAMPED	-; -	**DANKEST**	-; -
DAMPEN	-; dampens	**DANKLY**	-; -
DAMPER	-; dampers	**DANSAK**	-; dansaks
DAMPEST	-; -	**DANSEUR**	-; danseurs
DAMPING	-; -	**DAP**	-; daps
DAMPISH	-; -	**DAPHNE**	-; daphnes
DAMPLY	-; -	**DAPHNIA**	-; daphnias
DAMSEL	-; damsels	**DAPPED**	-; -
DAMSON	-; damsons	**DAPPER**	-; -
DAN	-; dans	**DAPPING**	-; -
DANAZOL	-; danazols	**DAPPLE**	-; dappled,
DANCE	-; danced,		dapples
	dancer,	**DAPSONE**	-; dapsones
	dances	**DARB**	-; darbs
DANCER	-; dancers	**DARBAR**	-; darbars
DANCEY	-; -	**DARBIES**	-; -
DANCING	-; -	**DARE**	-; dared, darer,
DANDER	-; danders		dares
DANDIER	-; -	**DAREFUL**	-; -
DANDIES	-; dandiest	**DARER**	-; darers
DANDIFY	-; -	**DARESAY**	-; -
DANDILY	-; -	**DARIC**	-; darics
DANDLE	-; dandled,	**DARING**	-; darings
	dandler,	**DARIOLE**	-; darioles
	dandles	**DARK**	-; darks, darky
DANDLER	-; dandlers	**DARKED**	-; -
DANDY	-; -	**DARKEN**	-; darkens
DANG	-; dangs	**DARKER**	-; -
DANGED	-; -	**DARKEST**	-; -
DANGER	-; dangers	**DARKING**	-; -
DANGLE	-; dangled,	**DARKISH**	-; -
	dangler,	**DARKLE**	-; darkled,
	dangles		darkles
DANGLER	-; danglers	**DARKLY**	-; -
DANGLY	-; -	**DARLING**	-; darlings
DANIO	-; danios	**DARN**	-; darns

DARNED	-; -	DATURA	-; daturas
DARNEL	-; darnels	DATURIC	-; -
DARNER	-; darners	DAUB	-; daube,
DARNING	-; darnings		daubs, dauby
DARSHAN	-; darshans	DAUBE	-; daubed,
DART	-; darts		dauber,
DARTED	-; -		daubes
DARTER	-; darters	DAUBER	-; daubers,
DARTING	-;		daubery
DARTLE	-; dartled,	DAUBIER	-; -
	dartles	DAUBING	-; -
DASH	-; dashy	DAUBRY	-; -
DASHED	-; -	DAUBY	-; -
DASHEEN	-; dasheens	DAUNDER	-; daunders
DASHER	-; dashers	DAUNT	-; daunts
DASHES	-; -	DAUNTED	-; -
DASHI	-; dashis	DAUNTER	-; daunters
DASHIER	-; -	DAUPHIN	-; dauphine,
DASHIKI	-; dashikis		dauphins
DASHING	-; -	DAUT	-; dauts
DASHPOT	-; dashpots	DAUTED	-; -
DASHY	-; -	DAUTIE	-; dauties
DASSIE	-; dassies	DAUTING	-; -
DASTARD	-; dastards	DAVEN	-; davens
DASYURE	-; dasyures	DAVENED	-; -
DATA	-; -	DAVIES	-; -
DATABLE	-; -	DAVIT	-; davits
DATARY	-; -	DAVY	-; -
DATCHA	-; datchas	DAW	-; dawk, dawn,
DATE	-; dated, dater,		daws, dawt
	dates	DAWDLE	-; dawdled,
DATEDLY	-; -		dawdler,
DATER	-; daters		dawdles
DATING	-; -	DAWDLER	-; dawdlers
DATIVAL	-; -	DAWED	-; -
DATIVE	-; datives	DAWEN	-; -
DATO	-; datos	DAWING	-; -
DATTO	-; dattos	DAWK	-; dawks
DATUM	-; datums	DAWN	-; dawns

DAWNED	-; -	**DEADEST**	-; -
DAWNING	-; -	**DEADEYE**	-; deadeyes
DAWT	-; dawts	**DEADLY**	-; -
DAWTED	-; -	**DEADMAN**	-; -
DAWTIE	-; dawties	**DEADMEN**	-; -
DAWTING	-; -	**DEADPAN**	-; deadpans
DAY	-; days	**DEAF**	-; -
DAYBED	-; daybeds	**DEAFEN**	-; deafens
DAYBOOK	-; daybooks	**DEAFER**	-; -
DAYCARE	-; daycares	**DEAFEST**	-; -
DAYFLY	-; -	**DEAFISH**	-; -
DAYGLOW	-; -	**DEAFLY**	-; -
DAYLILY	-; -	**DEAIR**	-; deairs
DAYLONG	-; -	**DEAIRED**	-; -
DAYMARE	-; daymares	**DEAL**	ideal; deals,
DAYPACK	-; daypacks		dealt
DAYROOM	-; dayrooms	**DEALATE**	-; dealated,
DAYSIDE	-; daysides		dealates
DAYSMAN	-; -	**DEALER**	-; dealers
DAYSMEN	-; -	**DEALING**	-; dealings
DAYSTAR	-; daystars	**DEALS**	ideals; -
DAYTIME	-; daytimes	**DEAN**	-; deans
DAYWEAR	-; -	**DEANED**	-; -
DAYWORK	-; dayworks	**DEANING**	-; -
DAZE	-; dazed,	**DEAR**	-; dears, deary
	dazes	**DEARER**	-; -
DAZEDLY	-; -	**DEAREST**	-; -
DAZING	-; -	**DEARIE**	-; dearies
DAZZLE	-; dazzled,	**DEARLY**	-; -
	dazzler,	**DEARTH**	-; dearths
	dazzles	**DEASH**	-; -
DAZZLER	-; dazzlers	**DEASHED**	-; -
DE	ode; deb, dee,	**DEASHES**	-; -
	dei, del, den,	**DEASIL**	-; -
	des, dev, dew,	**DEATH**	-; deaths,
	dex, dey		deathy
DEACON	-; deacons	**DEATHLY**	-; -
DEAD	-; deads	**DEAVE**	-; deaved,
DEADEN	-; deadens		deaves
DEADER	-; -	**DEAVING**	-; -

DEB	-; debs, debt	**DECAL**	-; decals
DEBACLE	-; debacles	**DECALOG**	-; decalogs
DEBAG	-; debags	**DECAMP**	-; decamps
DEBAR	-; debark, debars	**DECAN**	-; decani, decans
DEBARK	-; debarks	**DECANAL**	-; -
DEBASE	-; debased, debaser, debases	**DECANE**	-; decanes
		DECANT	-; decants
		DECAPOD	-; decapods
DEBASER	-; debasers	**DECARE**	-; decares
DEBATE	-; debated, debater, debates	**DECAY**	-; decays
		DECAYED	-; -
		DECAYER	-; decayers
DEBATER	-; debaters	**DECEASE**	-; deceased, deceases
DEBAUCH	-; -		
DEBEAK	-; debeaks	**DECEIT**	-; deceits
DEBEARD	-; debeards	**DECEIVE**	-; deceived, deceiver, deceives
DEBIT	-; debits		
DEBONE	-; deboned, deboner, debones		
		DECENCY	-; -
		DECENT	-; -
DEBONER	-; deboners	**DECERN**	-; decerns
DEBOUCH	-; debouche	**DECIARE**	-; deciares
DEBRIDE	-; debrided, debrides	**DECIBEL**	-; decibels
		DECIDE	-; decided, decider, decides
DEBRIEF	-; debriefs		
DEBRIS	-; -		
DEBT	-; debts	**DECIDER**	-; deciders
DEBTOR	-; debtors	**DECIDUA**	-; deciduae, decidual, deciduas
DEBUG	-; debugs		
DEBUNK	-; debunks		
DEBUR	-; deburr, deburs	**DECILE**	-; deciles
		DECIMAL	-; decimals
DEBUT	-; debuts	**DECK**	-; decks
DEBUTED	-; -	**DECKED**	-; -
DEBYE	-; debyes	**DECKEL**	-; deckels
DECADAL	-; -	**DECKER**	-; deckers
DECADE	-; decades	**DECKING**	-; deckings
DECAF	-; decafs	**DECKLE**	-; deckles
DECAGON	-; decagons	**DECLAIM**	-; declaims

DECLARE	-; declared, declarer, declares	**DEDUCE**	-; deduced, deduces
		DEDUCT	-; deducts
DECLASS	-; declasse	**DEE**	-; deed, deem, deep, deer, dees
DECLAW	-; declaws		
DECLINE	-; declined, decliner, declines		
		DEED	-; deeds, deedy
DECO	-; decor, decos, decoy	**DEEDED**	-; -
		DEEDIER	-; -
		DEEDING	-; -
DECOCT	-; decocts	**DEEJAY**	-; deejays
DECODE	-; decoded, decoder, decodes	**DEEM**	adeem; deems
		DEEMED	adeemed; -
		DEEMING	-; -
DECODER	-; decoders	**DEEMS**	adeems; -
DECOLOR	-; decolors	**DEEP**	-; deeps
DECOR	-; decors	**DEEPEN**	-; deepens
DECORUM	-; decorums	**DEEPER**	-; -
DECOY	-; decoys	**DEEPEST**	-; -
DECOYED	-; -	**DEEPLY**	-; -
DECOYER	-; decoyers	**DEER**	-; deers
DECREE	-; decreed, decreer, decrees	**DEERFLY**	-; -
		DEET	-; deets
		DEEWAN	-; deewans
DECREER	-; decreers	**DEF**	-; -
DECRIAL	-; decrials	**DEFACE**	-; defaced, defacer, defaces
DECRIED	-; -		
DECRIER	-; decriers		
DECROWN	-; decrowns	**DEFACER**	-; defacers
DECRY	-; -	**DEFACTO**	-; -
DECRYPT	-; decrypts	**DEFAME**	-; defamed, defamer, defames
DECUMAN	-; -		
DECUPLE	-; decupled, decuples		
		DEFAMER	-; defamers
DECURVE	-; decurved, decurves	**DEFANG**	-; defangs
		DEFAT	-; defats
DECURY	-; -	**DEFAULT**	-; defaults
DEDAL	-; -	**DEFEAT**	-; defeats
DEDANS	-; -	**DEFECT**	-; defects

DEFENCE	-; defences	**DEFUNCT**	-; -
DEFEND	-; defends	**DEFUND**	-; defunds
DEFENSE	-; defensed, defenses	**DEFUSE**	-; defused, defuses
DEFER	-; defers	**DEFUZE**	-; defuzed,
DEFFER	-; -		defuzes
DEFFEST	-; -	**DEFY**	-; -
DEFI	-; defis	**DEGAGE**	-; -
DEFIANT	-; -	**DEGAME**	-; degames
DEFICIT	-; deficits	**DEGAMI**	-; degamis
DEFIED	-; -	**DEGAS**	-; -
DEFIER	-; defiers	**DEGASES**	-; -
DEFIES	-; -	**DEGAUSS**	-; -
DEFILE	-; defiled, defiler, defiles	**DEGERM**	-; degerms
		DEGLAZE	-; deglazed,
DEFILER	-; defilers		deglazes
DEFINE	-; defined, definer, defines	**DEGRADE**	-; degraded, degrader, degrades
DEFINER	-; definers	**DEGREE**	-; degreed,
DEFLATE	-; deflated, deflates		degrees
		DEGUM	-; degums
DEFLEA	-; defleas	**DEGUST**	-; degusts
DEFLECT	-; deflects	**DEHAIR**	-; dehairs
DEFOAM	-; defoams	**DEHISCE**	-; dehisced,
DEFOCUS	-; -		dehisces
DEFOG	-; defogs	**DEHORN**	-; dehorns
DEFORCE	-; deforced, deforces	**DEHORS**	-; -
		DEHORT	-; dehorts
DEFORM	-; deforms	**DEICE**	-; deiced,
DEFRAG	-; defrags		deicer, deices
DEFRAUD	-; defrauds	**DEICER**	-; deicers
DEFRAY	-; defrays	**DEICIDE**	-; deicides
DEFROCK	-; defrocks	**DEICING**	-; -
DEFROST	-; defrosts	**DEICTIC**	-; -
DEFT	-; -	**DEIFIC**	-; -
DEFTER	-; -	**DEIFIED**	-; -
DEFTEST	-; -	**DEIFIER**	-; deifiers
DEFTLY	-; -	**DEIFIES**	-; -
DEFUEL	-; defuels	**DEIFORM**	-; -

DEIFY	-; -	**DELISH**	-; -
DEIGN	-; deigns	**DELIST**	-; delists
DEIGNED	-; -	**DELIVER**	-; delivers,
DEIL	-; deils		delivery
DEISM	-; deisms	**DELL**	-; dells, delly
DEIST	-; deists	**DELLIES**	-; -
DEISTIC	-; -	**DELOUSE**	-; deloused,
DEITIES	-; -		delouser,
DEITY	-; -		delouses
DEIXIS	-; -	**DELPHIC**	-; -
DEJECT	-; dejecta,	**DELT**	-; delta, delts
	dejects	**DELTA**	-; deltas
DEKARE	-; dekares	**DELTAIC**	-; -
DEKE	-; deked, dekes	**DELTIC**	-; -
DEKING	-; -	**DELTOID**	-; deltoids
DEKKO	-; dekkos	**DELUDE**	-; deluded,
DEL	-; dele, delf,		deluder,
	deli, dell, dels		deludes
DELAINE	-; delaines	**DELUDER**	-; deluders
DELATE	-; delated,	**DELUGE**	-; deluged,
	delates		deluges
DELATOR	-; delators	**DELUXE**	-; -
DELAY	-; delays	**DELVE**	-; delved,
DELAYED	-; -		delver, delves
DELAYER	-; delayers	**DELVER**	-; delvers
DELE	-; deled, deles	**DEMAGOG**	-; demagogs,
DELEAD	-; deleads		demagogy
DELEAVE	-; deleaved,	**DEMAND**	-; demands
	deleaves	**DEMARK**	-; demarks
DELEING	-; -	**DEMAST**	-; demasts
DELETE	-; deleted,	**DEME**	-; demes
	deletes	**DEMEAN**	-; demeans
DELF	-; delfs, delft	**DEMENT**	-; dements
DELFT	-; delfts	**DEMENTI**	-; dementis
DELI	-; delis	**DEMERGE**	-; demerged,
DELICT	-; delicts		demerger,
DELIGHT	-; delights		demerges
DELIME	-; delimed,	**DEMERIT**	-; demerits
	delimes	**DEMESNE**	-; demesnes
DELIMIT	-; delimits	**DEMETON**	-; demetons

DEMIC	-; -	**DENNING**	-; -
DEMIES	-; -	**DENOTE**	-; denoted,
DEMIGOD	-; demigods		denotes
DEMIREP	-; demireps	**DENSE**	-; denser
DEMISE	-; demised,	**DENSIFY**	-; -
	demises	**DENSITY**	-; -
DEMIST	-; demists	**DENT**	-; dents
DEMIT	-; demits	**DENTAL**	-; dentals
DEMO	-; demob,	**DENTATE**	-; dentated
	demos	**DENTIL**	-; dentils
DEMOB	-; demobs	**DENTIN**	-; dentine,
DEMODE	-; demoded		dentins
DEMOI	-; -	**DENTINE**	-; dentines
DEMON	-; demons	**DENTIST**	-; dentists
DEMONIC	-; -	**DENTOID**	-; -
DEMOSES	-; -	**DENTURE**	-; dentures
DEMOTE	-; demoted,	**DENUDE**	-; denuded,
	demotes		denuder,
DEMOTIC	-; demotics		denudes
DEMOUNT	-; demounts	**DENUDER**	-; denuders
DEMUR	-; demure,	**DENY**	-; -
	demurs	**DEODAND**	-; deodands
DEMURE	-; demurer	**DEODAR**	-; deodara,
DEMY	-; -		deodars
DEN	-; dene, dens,	**DEODARA**	-; deodaras
	dent, deny	**DEONTIC**	-; -
DENAR	-; denars,	**DEORBIT**	-; deorbits
	denary	**DEOXY**	-; -
DENARY	-; -	**DEPAINT**	-; depaints
DENDRON	-; dendrons	**DEPART**	-; departs
DENE	-; denes	**DEPEND**	-; depends
DENGUE	-; dengues	**DEPERM**	-; deperms
DENI	-; -	**DEPICT**	-; depicts
DENIAL	-; denials	**DEPLANE**	-; deplaned,
DENIED	-;		deplanes
DENIER	-; deniers	**DEPLETE**	-; depleted,
DENIES	-; -		depletes
DENIM	-; denims	**DEPLORE**	-; deplored,
DENIZEN	-; denizens		deplorer,
DENNED	-; -		deplores

DEPLOY	-; deploys	**DERIVE**	-; derived,
DEPLUME	-; deplumed,		deriver,
	deplumes		derives
DEPONE	-; deponed,	**DERIVER**	-; derivers
	depones	**DERM**	-; derma,
DEPORT	-; deports		derms
DEPOSAL	-; deposals	**DERMA**	-; dermal,
DEPOSE	-; deposed,		dermas
	deposer,	**DERMIS**	-; -
	deposes	**DERMOID**	-; -
DEPOSER	-; deposers	**DERNIER**	-; -
DEPOSIT	-; deposits	**DERRICK**	-; derricks
DEPOT	-; depots	**DERRIES**	-; -
DEPRAVE	-; depraved,	**DERRIS**	-; -
	depraver,	**DERRY**	-; -
	depraves	**DERVISH**	-; -
DEPRESS	-; -	**DES**	ides, odes;
DEPRIVE	-; deprived,		desk
	depriver,	**DESALT**	-; desalts
	deprives	**DESAND**	-; desands
DEPSIDE	-; depsides	**DESCANT**	-; descants
DEPTH	-; depths	**DESCEND**	-; descends
DEPUTE	-; deputed,	**DESCENT**	-; descents
	deputes	**DESCRY**	-; -
DEPUTY	-; -	**DESEED**	-; deseeds
DERAIGN	-; deraigns	**DESERT**	-; deserts
DERAIL	-; derails	**DESERVE**	-; deserved,
DERANGE	-; deranged,		deserver,
	deranges		deserves
DERAT	-; derats	**DESEX**	-; -
DERATE	-; derated,	**DESEXED**	-; -
	derates	**DESEXES**	-; -
DERAY	-; derays	**DESHI**	-; deshis
DERBIES	-; -	**DESI**	-; desis
DERBY	-; -	**DESIGN**	-; designs
DERE	-; -	**DESIRE**	-; desired,
DERIDE	-; derided,		desirer, desires
	derider,	**DESIRER**	-; desirers
	derides	**DESIST**	-; desists
DERIDER	-; deriders	**DESK**	-; desks

DESKMAN	-; -	**DETOXED**	-; -
DESKMEN	-; -	**DETOXES**	-; -
DESKTOP	-; desktops	**DETRACT**	-; detracts
DESMAN	-; desmans	**DETRAIN**	-; detrains
DESMID	-; desmids	**DETRUDE**	-; detruded,
DESMOID	-; desmoids		detrudes
DESORB	-; desorbs	**DETUNE**	-; detunes
DESOXY	-; -	**DEUCE**	-; deuced,
DESPAIR	-; despairs		deuces
DESPISE	-; despised,	**DEUTZIA**	-; deutzias
	despiser,	**DEV**	-; deva, devs
	despises	**DEVA**	-; devas
DESPITE	-; despited,	**DEVALUE**	-; devalued,
	despites		devalues
DESPOIL	-; despoils	**DEVEIN**	-; deveins
DESPOND	-; desponds	**DEVEL**	-; devels
DESPOT	-; despots	**DEVELOP**	-; develope,
DESSERT	-; desserts		develops
DESTAIN	-; destains	**DEVEST**	-; devests
DESTINE	-; destined,	**DEVI**	-; devis
	destines	**DEVIANT**	-; deviants
DESTINY	-; -	**DEVIATE**	-; deviated,
DESTROY	-; destroys		deviates
DESUGAR	-; desugars	**DEVICE**	-; devices
DETACH	-; -	**DEVIL**	-; devils
DETAIL	-; details	**DEVILED**	-; -
DETAIN	-; detains	**DEVILRY**	-; -
DETECT	-; detects	**DEVIOUS**	-; -
DETENT	-; detente,	**DEVISAL**	-; devisals
	detents	**DEVISE**	-; devised,
DETENTE	-; detentes		devisee,
DETER	-; deters		deviser,
DETERGE	-; deterged,		devises
	deterger,	**DEVISEE**	-; devisees
	deterges	**DEVISER**	-; devisers
DETEST	-; detests	**DEVISOR**	-; devisors
DETICK	-; deticks	**DEVOICE**	-; devoiced,
DETINUE	-; detinues		devoices
DETOUR	-; detours	**DEVOID**	-; -
DETOX	-; -	**DEVOIR**	-; devoirs

DEVOLVE	-; devolved, devolves	**DEY**	-; deys
DEVON	-; devons	**DEZINC**	-; dezincs
DEVOTE	-; devoted, devotee, devotes	**DHAK**	-; dhaks
		DHAL	-; dhals
		DHARMA	-; dharmas
		DHARMIC	-; -
DEVOTEE	-; devotees	**DHARNA**	-; dharnas
DEVOUR	-; devours	**DHIKR**	-; dhikrs
DEVOUT	-; -	**DHOBI**	-; dhobis
DEW	-; dews, dewy	**DHOLAK**	-; dholaks
DEWAN	-; dewans	**DHOLE**	-; dholes
DEWAR	-; dewars	**DHOLL**	-; dholls
DEWATER	-; dewaters	**DHOOLY**	-; -
DEWAX	-; -	**DHOORA**	-; dhooras
DEWAXED	-; -	**DHOOTI**	-; dhootie, dhootis
DEWAXES	-; -		
DEWCLAW	-; dewclaws	**DHOOTIE**	-; dhooties
DEWDROP	-; dewdrops	**DHOTI**	-; dhotis
DEWED	-; -	**DHOURRA**	-; dhourras
DEWFALL	-; dewfalls	**DHOW**	-; dhows
DEWIER	-; -	**DHURNA**	-; dhurnas
DEWIEST	-; -	**DHURRIE**	-; dhurries
DEWILY	-; -	**DHUTI**	-; dhutis
DEWING	-; -	**DHYANA**	-; dhyanas
DEWLAP	-; dewlaps	**DIABASE**	-; diabases
DEWLESS	-; -	**DIABOLO**	-; diabolos
DEWOOL	-; dewools	**DIACID**	-; diacids
DEWORM	-; deworms	**DIADEM**	-; diadems
DEWY	-; -	**DIAGRAM**	-; diagrams
DEX	-; dexy	**DIAL**	-; dials
DEXES	-; -	**DIALECT**	-; dialects
DEXIE	-; dexies	**DIALED**	-; -
DEXTER	-; -	**DIALER**	-; dialers
DEXTRAL	-; -	**DIALING**	-; dialings
DEXTRAN	-; dextrans	**DIALIST**	-; dialists
DEXTRIN	-; dextrine, dextrins	**DIALLED**	-; -
		DIALLEL	-; -
DEXTRO	-; -	**DIALLER**	-; diallers
DEXY	-; -	**DIALOG**	-; dialogs

DIALYSE	-; dialysed, dialyser, dialyses	**DICAST**	-; dicasts
DIALYZE	-; dialyzed, dialyzer, dialyzes	**DICE**	-; diced, dicer, dices, dicey
DIAMIDE	-; diamides	**DICER**	-; dicers
DIAMIN	-; diamine, diamins	**DICEY**	-; -
		DICIER	-; -
		DICIEST	-; -
		DICING	-; -
DIAMINE	-; diamines	**DICK**	-; dicks, dicky
DIAMOND	-; diamonds	**DICKENS**	-; -
DIAPER	-; diapers	**DICKER**	-; dickers
DIAPIR	-; diapirs	**DICKEY**	-; dickeys
DIAPSID	-; -	**DICKIE**	-; dickies
DIARCHY	-; -	**DICLINY**	-; -
DIARIES	-; -	**DICOT**	-; dicots
DIARIST	-; diarists	**DICOTYL**	-; dicotyls
DIARY	-; -	**DICTA**	-; -
DIASTEM	-; disatema, diastems	**DICTATE**	-; dictated, dictates
DIASTER	-; diasters	**DICTIER**	-; -
DIATOM	-; diatoms	**DICTION**	-; dictions
DIATRON	-; diatrons	**DICTUM**	-; dictums
DIAZIN	-; diazine, diazins	**DICTY**	-; -
		DICYCLY	-; -
DIAZINE	-; diazines	**DID**	-; dido, didy
DIAZO	-; -	**DIDACT**	-; didacts
DIAZOLE	-; diazoles	**DIDDLE**	-; diddled, diddler, diddles, diddley
DIB	-; dibs		
DIBASIC	-; -		
DIBBED	-; -		
DIBBER	-; dibbers	**DIDDLER**	-; diddlers
DIBBING	-; -	**DIDDLY**	-; -
DIBBLE	-; dibbled, dibbler, dibbles	**DIDIE**	-; didies
		DIDO	-; didos
		DIDOES	-; -
DIBBLER	-; dibblers	**DIDST**	-; -
DIBBUK	-; dibbuks	**DIDY**	-; -
DICAMBA	-; dicambas	**DIDYMO**	-; didymos

DIE	-; died, diel, dies, diet	**DIKE**	-; diked, diker, dikes, dikey
DIEBACK	-; diebacks	**DIKER**	-; dikers
DIEHARD	-; diehards	**DIKING**	-; -
DIEING	-; -	**DIKTAT**	-; diktats
DIENE	-; dienes	**DILATE**	-; dilated, dilater, dilates
DIEOFF	-; dieoffs		
DIESEL	-; diesels		
DIESES	-; -	**DILATER**	-; dilaters
DIESIS	-; -	**DILATOR**	-; dilators, dilatory
DIESTER	-; diesters		
DIET	-; diets	**DILDO**	-; dildoe, dildos
DIETARY	-; -		
DIETED	-; -	**DILDOE**	-; dildoes
DIETER	-; dieters	**DILEMMA**	-; dilemmas
DIETING	-; -	**DILL**	-; dills, dilly
DIF	-; diff, difs	**DILLED**	-; -
DIFF	-; diffs	**DILLIES**	-; -
DIFFER	-; differs	**DILUENT**	-; diluents
DIFFUSE	-; diffused, diffuser, diffuses	**DILUTE**	-; diluted, diluter, dilutes
		DILUTER	-; diluters
DIG	-; digs	**DILUTOR**	-; dilutors
DIGAMMA	-; digammas	**DILUVIA**	-; diluvial, diluvian
DIGAMY	-; -		
DIGEST	-; digests	**DIM**	-; dime, dims
DIGGED	-; -	**DIME**	-; dimer, dimes
DIGGER	-; diggers	**DIMER**	-; dimers
DIGGING	-; diggings	**DIMERIC**	-; -
DIGHT	-; dights	**DIMETER**	-; dimeters
DIGHTED	-; -	**DIMITY**	-; -
DIGIT	-; digits	**DIMLY**	-; -
DIGITAL	-; digitals	**DIMMED**	-; -
DIGLOT	-; diglots	**DIMMER**	-; dimmers
DIGNIFY	-; -	**DIMMEST**	-; -
DIGNITY	-; -	**DIMMING**	-; -
DIGOXIN	-; digoxins	**DIMMISH**	-; -
DIGRAPH	-; digraphs	**DIMNESS**	-; -
DIGRESS	-; -	**DIMORPH**	-; dimorphs
DIKDIK	-; dikdiks	**DIMOUT**	-; dimouts

DIMPLE	-; dimpled, dimples	**DINKING**	-; -
		DINKLY	-; -
DIMPLY	-; -	**DINKUM**	-; -
DIMWIT	-; dimwits	**DINKY**	-; -
DIN	-; dine, ding, dink, dins, dint	**DINNED**	-; -
		DINNER	-; dinners
DINAR	-; dinars	**DINNING**	-; -
DINDLE	-; dindled, dindles	**DINO**	-; dinos
		DINT	-; dints
DINE	-; dined, diner, dines	**DINTED**	-; -
		DINTING	-; -
DINER	-; dinero, diners	**DIOBOL**	-; diobols
DINERIC	-; -	**DIOCESE**	-; dioceses
DINERO	-; dineros	**DIODE**	-; diodes
DINETTE	-; dinettes	**DIOECY**	-; -
DING	-; dinge, dingo, dings, dingy	**DIOL**	-; diols
		DIOPTER	-; diopters
		DIOPTRE	-; dioptres
DINGBAT	-; dingbats	**DIORAMA**	-; dioramas
DINGE	-; dinger, dinges, dingey	**DIORITE**	-; diorites
		DIOXAN	-; dioxane, dioxans
DINGED	-; -		
DINGER	-; dingers	**DIOXANE**	-; dioxanes
DINGEY	-; dingeys	**DIOXID**	-; dioxide, dioxids
DINGHY	-; -		
DINGIER	-; -	**DIOXIDE**	-; dioxides
DINGIES	-; dingiest	**DIOXIN**	-; dioxins
DINGILY	-; -	**DIP**	-; dips, dipt
DINGING	-; -	**DIPHASE**	-; -
DINGLE	-; dingles	**DIPLEX**	-; -
DINGO	-; -	**DIPLOE**	-; diploes
DINGOES	-; -	**DIPLOIC**	-; -
DINGUS	-; -	**DIPLOID**	-; diploids, diploidy
DINGY	-; -		
DINING	-; -	**DIPLOMA**	-; diplomas, diplomat
DINK	-; dinks, dinky		
DINKED	-; -	**DIPLONT**	-; diplonts
DINKEY	-; dinkeys	**DIPNET**	-; dipnets
DINKIER	-; -	**DIPNOAN**	-; dipnoans
DINKIES	-; dinkiest	**DIPODIC**	-; -

DIPODY	-; -	**DISARM**	-; disarms
DIPOLAR	-; -	**DISAVOW**	-; disavows
DIPOLE	-; dipoles	**DISBAND**	-; disbands
DIPPED	-; -	**DISBAR**	-; disbars
DIPPER	-; dippers	**DISBUD**	-; disbuds
DIPPIER	-; -	**DISC**	-; disci, disco,
DIPPING	-; -		discs
DIPPY	-; -	**DISCANT**	-; discants
DIPS	-; dipso	**DISCARD**	-; discards
DIPSAS	-; -	**DISCASE**	-; discased,
DIPSO	-; dipsos		discases
DIPT	-; -	**DISCEPT**	-; discepts
DIPTERA	-; dipteral,	**DISCERN**	-; discerns
	dipteran	**DISCI**	-; -
DIPTYCA	-; diptycas	**DISCO**	-; discos
DIPTYCH	-; diptychs	**DISCOID**	-; discoids
DIQUAT	-; diquats	**DISCORD**	-; discords
DIRDUM	-; dirdums	**DISCUS**	-; discuss
DIRE	-; direr	**DISDAIN**	-; disdains
DIRECT	-; directs	**DISEASE**	-; diseased,
DIREFUL	-; -		diseases
DIRELY	-; -	**DISEUR**	-; diseurs
DIREST	-; -	**DISEUSE**	-; diseuses
DIRGE	-; dirges	**DISGUST**	-; disgusts
DIRHAM	-; dirhams	**DISH**	-; dishy
DIRK	-; dirks	**DISHED**	-; -
DIRKED	-; -	**DISHELM**	-; dishelms
DIRKING	-; -	**DISHES**	-; -
DIRL	-; dirls	**DISHFUL**	-; dishfuls
DIRLED	-; -	**DISHIER**	-; -
DIRLING	-; -	**DISHING**	-; -
DIRNDL	-; dirndls	**DISHPAN**	-; dishpans
DIRT	-; dirts, dirty	**DISHRAG**	-; dishrags
DIRTIED	-; -	**DISHY**	-; -
DIRTIER	-; -	**DISJECT**	-; disjects
DIRTIES	-; dirtiest	**DISJOIN**	-; disjoins,
DIRTILY	-; -		disjoint
DIS	-; diss	**DISK**	-; disks
DISABLE	-; disabled,	**DISKED**	-; -
	disables	**DISKING**	-; -

DISLIKE	-; disliked, disliker, dislikes	**DISSING**	-; -
		DISTAFF	-; distaffs
		DISTAIN	-; distains
DISLIMN	-; dislimns	**DISTAL**	-; -
DISMAL	-; dismals	**DISTANT**	-; -
DISMAST	-; dismasts	**DISTEND**	-; distends
DISMAY	-; dismays	**DISTENT**	-; -
DISME	-; dismes	**DISTICH**	-; distichs
DISMISS	-; -	**DISTIL**	-; distill, distils
DISOBEY	-; disobeys	**DISTILL**	-; distills
DISOMIC	-; -	**DISTOME**	-; distomes
DISOMY	-; -	**DISTORT**	-; distorts
DISOWN	-; disowns	**DISTURB**	-; disturbs
DISPART	-; disparts	**DISUSE**	-; disused, disuses
DISPEL	-; dispels		
DISPEND	-; dispends	**DISYOKE**	-; disyoked, disyokes
DISPLAY	-; displays		
DISPORT	-; disports	**DIT**	adit, edit; dita, dite, dits
DISPOSE	-; disposed, disposer, disposes		
		DITA	-; ditas
DISPUTE	-; disputed, disputer, disputes	**DITCH**	-; -
		DITCHED	-; -
		DITCHER	-; ditchers
DISRATE	-; disrated, disrates	**DITE**	-; dites
		DITHER	-; dithers, dithery
DISROBE	-; disrobed, disrober, disrobes		
		DITHIOL	-; -
		DITS	adits, edits; ditsy
DISROOT	-; disroots		
DISRUPT	-; disrupts	**DITTANY**	-; -
DISS	-; -	**DITTIES**	-; -
DISSAVE	-; dissaved, dissaves	**DITTO**	-; dittos
		DITTOED	-; -
DISSEAT	-; disseats	**DITTY**	-; -
DISSECT	-; dissects	**DITZ**	-; ditzy
DISSED	-; -	**DITZY**	-; -
DISSENT	-; dissents	**DITZIER**	-; -
DISSERT	-; disserts	**DIURNAL**	-; diurnals
DISSES	-; -	**DIURON**	-; diurons
		DIVA	-; divan, divas

DIVAN	-; divans	**DIZZY**	-; -
DIVE	-; dived, diver, dives	**DJEBEL**	-; djebels
		DJEMBE	-; djembes
DIVER	-; divers, divert	**DJIBBA**	-; djibbah, djibbas
DIVERGE	-; diverged, diverges	**DJIN**	-; djinn, djins
DIVERSE	-; -	**DJINN**	-; djinni, djinns, djinny
DIVERT	-; diverts		
DIVEST	-; divests	**DO**	ado, udo; doc, doe, dog, dol, dom, don, dor, dot, dow
DIVIDE	-; divided, divider, divides		
DIVIDER	-; dividers	**DOABLE**	-; -
DIVINE	-; divined, diviner, divines	**DOAT**	-; doats
		DOATED	-; -
DIVINER	-; diviners	**DOATING**	-; -
DIVINES	-; divinest	**DOBBER**	-; dobbers
DIVING	-; -	**DOBBIES**	-; -
DIVISOR	-; divisors	**DOBBIN**	-; dobbins
DIVORCE	-; divorced, divorcee, divorcer, divorces	**DOBBY**	-; -
		DOBE	adobe; dobes
		DOBIE	-; dobies
		DOBLA	-; doblas
DIVOT	-; divots	**DOBLON**	-; doblons
DIVULGE	-; divulged, divulger, divulges	**DOBRA**	-; dobras
		DOBSON	-; dobsons
		DOBY	-; -
DIVULSE	-; divulsed, divulses	**DOC**	-; dock, docs
		DOCENT	-; docents
DIVVIED	-; -	**DOCETIC**	-; -
DIVVIES	-; -	**DOCILE**	-; -
DIVVY	-; -	**DOCK**	-; docks
DIWAN	-; diwans	**DOCKAGE**	-; dockages
DIXIT	-; dixits	**DOCKED**	-; -
DIZEN	-; dizens	**DOCKER**	-; dockers
DIZENED	-; -	**DOCKET**	-; dockets
DIZZIED	-; -	**DOCKING**	-; -
DIZZIER	-; -	**DOCTOR**	-; doctors
DIZZIES	-; dizziest	**DODDER**	-; dodders, doddery
DIZZILY	-; -		

DODDLE	-; doddles	**DOGGING**	-; -
DODGE	-; dodged,	**DOGGISH**	-; -
	dodger,	**DOGGO**	-; -
	dodges	**DOGGONE**	-; doggoned,
DODGEM	-; dodgems		doggoner,
DODGER	-; dodgers,		doggones
	dodgery	**DOGGREL**	-; doggrels
DODGIER	-; -	**DOGGY**	-; -
DODGING	-; -	**DOGIE**	-; dogies
DODGY	-; -	**DOGLEG**	-; doglegs
DODO	-; dodos	**DOGLIKE**	-; -
DODOES	-; dodoes	**DOGMA**	-; dogmas
DODOISM	-; dodoisms	**DOGMATA**	-; -
DOE	-; doer, does	**DOGNAP**	-; dognaps
DOES	-; doest	**DOGSKIN**	-; dogskins
DOESKIN	-; doeskins	**DOGSLED**	-; dogsleds
DOEST	-; -	**DOGTROT**	-; dogtrots
DOETH	-; -	**DOGVANE**	-; dogvanes
DOFF	-; doffs	**DOGWOOD**	-; dogwoods
DOFFED	-; -	**DOGY**	-; -
DOFFER	-; doffers	**DOILED**	-; -
DOFFING	-; -	**DOILIES**	-; -
DOG	-; doge, dogs,	**DOILY**	-; -
	dogy	**DOING**	-; doings
DOGBANE	-; dogbanes	**DOIT**	-; doits
DOGCART	-; dogcarts	**DOITED**	-; -
DOGDOM	-; dogdoms	**DOJO**	-; dojos
DOGE	-; doges,	**DOL**	idol; dole,
	dogey		doll, dols
DOGEAR	-; dogears	**DOLCE**	-; -
DOGEDOM	-; dogedoms	**DOLCI**	-; -
DOGEY	-; dogeys	**DOLE**	-; doled, doles
DOGFACE	-; dogfaces	**DOLEFUL**	-; -
DOGFISH	-; -	**DOLING**	-; -
DOGGED	-; -	**DOLL**	-; dolls, dolly
DOGGER	-; doggers,	**DOLLAR**	-; dollars
	doggery	**DOLLED**	-; -
DOGGIE	-; doggier,	**DOLLIED**	-; -
	doggies	**DOLLIES**	-; -
DOGGIES	-; doggiest	**DOLLING**	-; -

DOLLISH	-; -	**DONJON**	-; donjons
DOLLOP	-; dollops	**DONKEY**	-; donkeys
DOLMA	-; dolman, dolmas	**DONNA**	-; donnas
		DONNE	-; donned, donnee
DOLMAN	-; dolmans		
DOLMEN	-; dolmens	**DONNEE**	-; donnees
DOLOR	-; dolors	**DONNERD**	-; -
DOLOUR	-; dolours	**DONNERT**	-; -
DOLPHIN	-; dolphins	**DONNING**	-; -
DOLS	idols; -	**DONNISH**	-; -
DOLT	-; dolts	**DONOR**	-; donors
DOLTISH	-; -	**DONSHIP**	-; donships
DOM	-; dome, doms	**DONSIE**	-; -
DOMAIN	-; domains	**DONSY**	-; -
DOMAL	-; -	**DONUT**	-; donuts
DOME	-; domed, domes	**DONZEL**	-; donzels
		DOOB	-; doobs
DOMIC	-; -	**DOOBIE**	-; doobies
DOMICAL	-; -	**DOODAD**	-; doodads
DOMICIL	-; domicile, domicils	**DOODAH**	-; doodahs
		DOODIES	-; -
DOMINE	-; domines	**DOODLE**	-; doodled, doodler, doodles
DOMING	-; -		
DOMINIE	-; dominies		
DOMINO	-; dominos	**DOODLER**	-; doodlers
DON	-; dona, done, dong, dons	**DOODOO**	-; doodoos
		DOODY	-; -
DONA	-; donas	**DOOFUS**	-; -
DONATE	odonate; donated, donates	**DOOLEE**	-; doolees
		DOOLIE	-; doolies
		DOOLY	-; -
DONATES	odonates; -	**DOOM**	-; dooms, doomy
DONATOR	-; donators		
DONE	-; donee	**DOOMED**	-; -
DONEE	-; donees	**DOOMFUL**	-; -
DONG	-; donga, dongs	**DOOMING**	-; -
		DOOR	-; doors
DONGA	-; dongas	**DOORMAN**	-; -
DONGLE	-; dongles	**DOORMAT**	-; doormats
DONGOLA	-; dongolas	**DOORMEN**	-; -

DOORWAY	-; doorways	**DORSA**	-; dorsad, dorsal
DOOWOP	-; doowops		
DOOZER	-; doozers	**DORSAL**	-; dorsals
DOOZIE	-; -	**DORSEL**	-; dorsels
DOOZY	-; -	**DORSER**	-; dorsers
DOPA	-; dopas	**DORSUM**	-; -
DOPANT	-; dopants	**DORTY**	-; -
DOPE	-; doped, doper, dopes, dopey	**DORY**	-; -
		DORYMAN	-; -
		DORYMEN	-; -
DOPER	-; dopers	**DOSA**	-; dosai, dosas
DOPIER	-; -	**DOSAGE**	-; dosages
DOPIEST	-; -	**DOSE**	-; dosed, doses
DOPING	-; -	**DOSER**	-; dosers
DOPY	-; -	**DOSH**	-; dosha
DOR	odor; dore, dork, dorm, dorp, dorr, dors, dory	**DOSHA**	-; doshas
		DOSING	-; -
		DOSS	-; -
		DOSSAL	-; dossals
DORADO	-; dorados	**DOSSED**	-; -
DORBUG	-; dorbugs	**DOSSEL**	-; dossels
DORE	adore; -	**DOSSER**	-; dossers
DORHAWK	-; dorhawks	**DOSSES**	-; -
DORIES	-; -	**DOSSIER**	-; dossiers
DORK	-; dorks, dorky	**DOSSIL**	-; dossils
		DOSSING	-; -
DORM	-; dorms, dormy	**DOST**	-; -
		DOT	-; dote, doth, dots, doty
DORMANT	-; -		
DORMER	-; dormers	**DOTAGE**	-; dotages
DORMICE	-; -	**DOTAL**	-; -
DORMIE	-; -	**DOTARD**	-; dotards
DORMIN	-; dormins	**DOTE**	-; doted, doter, dotes
DORNECK	-; dornecks		
DORNICK	-; dornicks	**DOTER**	-; doters
DORNOCK	-; dornocks	**DOTIER**	-; -
DORP	-; dorps	**DOTIEST**	-; -
DORPER	-; dorpers	**DOTING**	-; -
DORR	-; dorrs	**DOTTED**	-; -
DORS	odors; dorsa	**DOTTEL**	-; dottels

DOTTER	-; dotters	**DOUSER**	-; dousers
DOTTIER	-; -	**DOUSING**	-; -
DOTTILY	-; -	**DOUT**	-; douts
DOTTING	-; -	**DOUX**	-; -
DOTTLE	-; dottles	**DOVE**	-; doven,
DOTTREL	-; dottrels		doves
DOTTY	-; -	**DOVECOT**	-; dovecote,
DOUBLE	-; doubled,		dovecots
	doubler,	**DOVEKEY**	-; dovekeys
	doubles,	**DOVEKIE**	-; dovekies
	doublet	**DOVEN**	-; dovens
DOUBLER	-; doublers	**DOVENED**	-; -
DOUBLET	-; doublets	**DOVISH**	-; -
DOUBLY	-; -	**DOW**	-; down, dows
DOUBT	-; doubts	**DOWABLE**	-; -
DOUBTED	-; -	**DOWAGER**	-; dowagers
DOUBTER	-; doubters	**DOWDIER**	-; -
DOUCE	-; -	**DOWDIES**	-; dowdiest
DOUCELY	-; -	**DOWDILY**	-; -
DOUCEUR	-; douceurs	**DOWDY**	-; -
DOUCHE	-; douched,	**DOWEL**	-; dowels
	douches	**DOWELED**	-; -
DOUGH	-; doughs,	**DOWER**	-; dowers,
	dought,		dowery
	doughy	**DOWIE**	-; -
DOUGHT	-; doughty	**DOWN**	adown;
DOULA	-; doulas		downs, downy
DOUM	-; douma	**DOWNED**	-; -
DOUMA	-; douman,	**DOWNER**	-; downers
	doumas	**DOWNIER**	-; -
DOUR	odour; doura	**DOWNING**	-; -
DOURA	-; dourah,	**DOWRIES**	-; -
	douras	**DOWRY**	-; -
DOURAH	-; dourahs	**DOWSE**	-; dowsed,
DOURER	-; -		dowser,
DOUREST	-; -		dowses
DOURINE	-; dourines	**DOWSER**	-; dowsers
DOURLY	-; -	**DOXIE**	-; doxies
DOUSE	-; doused,	**DOXY**	-; -
	douser, douses	**DOYEN**	-; doyens

DOYENNE	-; doyennes	**DRAGNET**	-; dragnets
DOYLEY	-; doyleys	**DRAGON**	-; dragons
DOYLY	-; -	**DRAGOON**	-; dragoons
DOZE	adoze; dozed,	**DRAIL**	-; drails
	dozen, dozer,	**DRAIN**	-; drains
	dozes	**DRAINED**	-; -
DOZEN	-; dozens	**DRAINER**	-; drainers
DOZENED	-; -	**DRAKE**	-; drakes
DOZENTH	-; dozenths	**DRAM**	-; drama,
DOZER	-; dozers		drams
DOZIER	-; -	**DRAMA**	-; dramas
DOZIEST	-; -	**DRAMEDY**	-; -
DOZILY	-; -	**DRAMMED**	-; -
DOZING	-; -	**DRANK**	-; -
DOZY	-; -	**DRAPE**	-; draped,
DRAB	-; drabs		draper,
DRABBED	-; -		drapes,
DRABBER	-; -		drapey
DRABBET	-; drabbets	**DRAPER**	-; drapers,
DRABBLE	-; drabbled,		drapery
	drabbles	**DRAPEY**	-; -
DRABLY	-; -	**DRAPING**	-; -
DRACENA	-; dracenas	**DRASTIC**	-; -
DRACHM	-; drachma,	**DRAT**	-; drats
	drachms	**DRATTED**	-; -
DRACHMA	-; drachmae,	**DRAUGHT**	-; draughts,
	drachmai,		draughty
	drachmas	**DRAVE**	-; -
DRAFF	-; draffs, draffy	**DRAW**	-; drawl,
DRAFT	-; drafts, drafty		drawn, draws
DRAFTED	-; -	**DRAWBAR**	-; drawbars
DRAFTEE	-; draftees	**DRAWEE**	-; drawees
DRAFTER	-; drafters	**DRAWER**	-; drawers
DRAG	-; drags	**DRAWING**	-; drawings
DRAGEE	-; dragees	**DRAWL**	-; drawls,
DRAGGED	-; -		drawly
DRAGGER	-; draggers	**DRAWLED**	-; -
DRAGGLE	-; draggled,	**DRAWLER**	-; drawlers
	draggles	**DRAWLY**	-; -
DRAGGY	-; -	**DRAY**	-; drays

DRAYAGE	-; drayages		dribbler,
DRAYED	-; -		dribbles,
DRAYING	-; -		dribblet
DRAYMAN	-; -	**DRIBBLY**	-; -
DRAYMEN	-; -	**DRIBLET**	-; driblets
DREAD	-; dreads	**DRIED**	-; -
DREADED	-; -	**DRIEGH**	-; -
DREAM	-; dreams,	**DRIER**	-; driers
	dreamt,	**DRIES**	-; driest
	dreamy	**DRIFT**	adrift; drifts,
DREAMED	-; -		drifty
DREAMER	-; dreamers	**DRIFTED**	-; -
DREAR	-; drears,	**DRIFTER**	-; drifters
	dreary	**DRILL**	-; drills
DRECK	-; drecks	**DRILLED**	-; -
DREDGE	-; dredged,	**DRILLER**	-; drillers
	dredger,	**DRILY**	-; -
	dredges	**DRINK**	-; drinks
DREDGER	-; dredgers	**DRINKER**	-; drinkers
DREE	-; dreed,	**DRIP**	-; drips, dript
	drees	**DRIPPED**	-; -
DREEING	-; -	**DRIPPER**	-; drippers
DREG	-; dregs	**DRIPPY**	-; -
DREGGY	-; -	**DRIPT**	-; -
DREICH	-; -	**DRIVE**	-; drivel,
DREIDEL	-; dreidels		driven, driver,
DREIDL	-; dreidls		drives
DREIGH	-; -	**DRIVEL**	-; drivels
DREK	-; dreks	**DRIVER**	-; drivers
DREKKY	-; -	**DRIVING**	-; -
DRENCH	-; -	**DRIZZLE**	-; drizzled,
DRESS	-; dressy		drizzles
DRESSED	-; -	**DRIZZLY**	-; -
DRESSER	-; dressers	**DROGUE**	-; drogues
DRESSES	-; -	**DROID**	-; droids
DREST	-; -	**DROIT**	adroit; droits
DREW	-; -	**DROKE**	-; drokes
DRIB	-; dribs	**DROLL**	-; drolls, drolly
DRIBBED	-; -	**DROLLED**	-; -
DRIBBLE	-; dribbled,	**DROLLER**	-; drollery

DROMON	-; dromond, dromons	**DROWN**	-; drownd, drowns
DROMOND	-; dromonds	**DROWNED**	-; -
DRONE	-; droned, droner, drones	**DROWNER**	-; drowners
DRONER	-; droners	**DROWSE**	-; drowsed, drowses
DRONGO	-; drongos	**DROWSY**	-; -
DRONING	-; -	**DRUB**	-; drubs
DRONISH	-; -	**DRUBBED**	-; -
DROOL	-; drools, drooly	**DRUBBER**	-; drubbers
DROOLED	-; -	**DRUDGE**	-; drudged, drudger, drudges
DROOP	-; droops, droopy	**DRUDGER**	-; drudgers, drudgery
DROOPED	-; -		
DROP	-; drops, dropt	**DRUG**	-; drugs
DROPLET	-; droplets	**DRUGGED**	-; -
DROPOFF	-; -	**DRUGGET**	-; druggets
DROPOUT	-; dropouts	**DRUGGIE**	-; druggier, druggies
DROPPED	-; -		
DROPPER	-; droppers	**DRUGGY**	-; -
DROPSY	-; -	**DRUID**	-; druids
DROPT	-; -	**DRUM**	-; drums
DROPTOP	-; droptops	**DRUMBLE**	-; drumbled, drumbles
DROSERA	-; droseras	**DRUMLIN**	-; drumlins
DROSHKY	-; -	**DRUMLY**	-; -
DROSKY	-; -	**DRUMMED**	-; -
DROSS	-; drossy	**DRUMMER**	-; drummers
DROSSES	-; -	**DRUNK**	-; drunks
DROUGHT	-; droughts, droughty	**DRUNKEN**	-; -
		DRUNKER	-; -
DROUK	-; drouks	**DRUPE**	-; drupes
DROUKED	-; -	**DRUSE**	-; druses
DROUTH	-; drouths, drouthy	**DRUTHER**	-; druthers
		DRY	-; drys
DROVE	-; droved, drover, droves	**DRYABLE**	-; -
		DRYAD	-; dryads
DROVER	-; drovers	**DRYADES**	-; -
DROVING	-; -	**DRYADIC**	-; -

DRYAS	-; -	**DUCKIE**	-; duckier, duckies
DRYER	-; dryers		
DRYEST	-; -	**DUCKIES**	-; duckiest
DRYING	-; -	**DUCKING**	-; -
DRYISH	-; -	**DUCKPIN**	-; duckpins
DRYLAND	-; -	**DUCT**	educt; ducts
DRYLOT	-; drylots	**DUCTAL**	-; -
DRYLY	-; -	**DUCTED**	-; -
DRYNESS	-; -	**DUCTILE**	-; -
DRYWALL	-; drywalls	**DUCTING**	-; -
DRYWELL	-; drywells	**DUCTS**	educts; -
DUAD	-; duads	**DUCTULE**	-; ductules
DUAL	-; duals	**DUD**	-; dude, duds
DUALISM	-; dualisms	**DUDDIE**	-; -
DUALIST	-; dualists	**DUDDY**	-; -
DUALITY	-; -	**DUDE**	-; duded, dudes
DUALIZE	-; dualized, dualizes		
		DUDEEN	-; dudeens
DUALLY	-; -	**DUDETTE**	-; dudettes
DUB	-; dubs	**DUDGEON**	-; dudgeons
DUBBED	-; -	**DUDING**	-; -
DUBBER	-; dubbers	**DUDISH**	-; -
DUBBIN	-; dubbing, dubbins	**DUE**	-; duel, dues, duet
DUBBING	-; dubbings	**DUEL**	-; duels
DUBIETY	-; -	**DUELED**	-; -
DUBIOUS	-; -	**DUELER**	-; duelers
DUBNIUM	-; dubniums	**DUELING**	-; -
DUCAL	-; -	**DUELIST**	-; duelists
DUCALLY	-; -	**DUELLED**	-; -
DUCAT	-; ducats	**DUELLER**	-; duellers
DUCE	educe; duces	**DUELLI**	-; -
DUCES	educes; -	**DUELLO**	-; duellos
DUCHESS	-; -	**DUENDE**	-; duendes
DUCHIES	-; -	**DUENESS**	-; -
DUCHY	-; -	**DUENNA**	-; duennas
DUCI	-; -	**DUET**	-; duets
DUCK	-; ducks, ducky	**DUETTED**	-; -
DUCKED	-; -	**DUFF**	-; duffs
DUCKER	-; duckers	**DUFFEL**	-; duffels

DUFFER	-; duffers
DUFFLE	-; duffles
DUFUS	-; -
DUFUSES	-; -
DUG	-; dugs
DUGONG	-; dugongs
DUGOUT	-; dugouts
DUH	-; -
DUI	-; duit
DUIKER	-; duikers
DUIT	-; duits
DUKE	-; dukes
DUKEDOM	-; dukedoms
DULCE	-; dulces, dulcet
DULCET	-; dulcets
DULCIAN	-; dulciana, dulcians
DULCIFY	-; -
DULIA	-; dulias
DULL	-; dulls, dully
DULLARD	-; dullards
DULLED	-; -
DULLER	-; -
DULLEST	-; -
DULLING	-; -
DULLISH	-; -
DULLY	-; -
DULNESS	-; -
DULSE	-; dulses
DULY	-; -
DUMA	-; dumas
DUMB	-; dumbs
DUMBED	-; -
DUMBER	-; -
DUMBEST	-; -
DUMBING	-; -
DUMBLY	-; -
DUMBO	-; dumbos
DUMDUM	-; dumdums
DUMKA	-; -
DUMKY	-; -
DUMMIED	-; -
DUMMIES	-; -
DUMMY	-; -
DUMP	-; dumps, dumpy
DUMPED	-; -
DUMPER	-; dumpers
DUMPIER	-; -
DUMPILY	-; -
DUMPING	-; dumpings
DUMPISH	-; -
DUMPY	-; -
DUN	-; dune, dung, dunk, duns, dunt
DUNAM	-; dunams
DUNCE	-; dunces
DUNCH	-; -
DUNCHES	-; -
DUNCISH	-; -
DUNE	-; dunes
DUNG	-; dungs, dungy
DUNGED	-; -
DUNGEON	-; dungeons
DUNGING	-; -
DUNITE	-; dunites
DUNITIC	-; -
DUNK	-; dunks
DUNKED	-; -
DUNKER	-; dunkers
DUNKING	-; -
DUNLIN	-; dunlins
DUNNAGE	-; dunnages
DUNNED	-; -
DUNNER	-; -
DUNNESS	-; -
DUNNEST	-; -

DUNNING	-; -	**DUROC**	-; durocs
DUNNITE	-; dunnites	**DURR**	-; durra, durrs
DUNT	-; dunts	**DURRA**	-; durras
DUNTED	-; -	**DURRIE**	-; durries
DUNTING	-; -	**DURST**	-; -
DUO	-; duos	**DURUM**	-; durums
DUODENA	-; duodenal	**DUSK**	-; dusks, dusky
DUOLOG	-; duologs	**DUSKED**	-; -
DUOMI	-; -	**DUSKIER**	-; -
DUOMO	-; duomos	**DUSKILY**	-; -
DUOPOLY	-; -	**DUSKING**	-; -
DUOTONE	-; duotones	**DUSKISH**	-; -
DUP	-; dupe, dups	**DUST**	adust; dusts,
DUPATTA	-; dupattas		dusty
DUPE	-; duped,	**DUSTBIN**	-; dustbins
	duper, dupes	**DUSTED**	-; -
DUPER	-; dupers,	**DUSTER**	-; dusters
	dupery	**DUSTIER**	-; -
DUPING	-; -	**DUSTILY**	-; -
DUPION	-; dupions	**DUSTING**	-; -
DUPLE	-; duplex	**DUSTMAN**	-; -
DUPLEX	-; -	**DUSTMEN**	-; -
DUPPED	-; -	**DUSTOFF**	-; dustoffs
DUPPING	-; -	**DUSTPAN**	-; dustpans
DURA	-; dural, duras	**DUSTRAG**	-; dustrags
DURABLE	-; durables	**DUSTUP**	-; dustups
DURABLY	-; -	**DUTCH**	-; -
DURAMEN	-; duramens	**DUTEOUS**	-; -
DURANCE	-; durances	**DUTIES**	-; -
DURBAR	-; durbars	**DUTIFUL**	-; -
DURE	-; dured, dures	**DUTY**	-; -
DURES	-; duress	**DUUMVIR**	-; duumviri,
DURIAN	-; durians		duumvirs
DURING	-; -	**DUVET**	-; duvets
DURION	-; durions	**DUVETYN**	-; duvetyne,
DURMAST	-; durmasts		duvetyns
DURN	-; durns	**DUYKER**	-; duykers
DURNED	-; -	**DWALE**	- dwales
DURNING	-; -	**DWARF**	-; dwarfs
DURO	-; duroc, duros	**DWARFED**	-; -

DWARFER	-; -	**DYEABLE**	-; -
DWARVES	-; -	**DYEING**	-; dyeings
DWEEB	-; dweebs,	**DYER**	-; dyers
	dweeby	**DYEWEED**	-; dyeweeds
DWELL	-; -	**DYEWOOD**	-; dyewoods
DWELLED	-; -	**DYING**	-; dyings
DWELLER	-; dwellers	**DYKE**	-; dyked, dykes
DWELT	-; -	**DYKING**	-; -
DWINDLE	-; dwindled,	**DYNAMIC**	-; dynamics
	dwindles	**DYNAMO**	-; dynamos
DWINE	-; dwined,	**DYNAST**	-; dynasts,
	dwines		dynasty
DWINING	-; -	**DYNE**	-; dynel, dynes
DYABLE	-; -	**DYNEIN**	-; dyneins
DYAD	-; dyads	**DYNEL**	-; dynels
DYADIC	-; dyadics	**DYNODE**	-; dynodes
DYARCHY	-; -	**DYSPNEA**	-; dyspneal,
DYBBUKIM	-; -		dyspneas
DYBBUK	-; dybbuks	**DYSURIA**	-; dysurias
DYE	-; dyed, dyer,	**DYSURIC**	-; -
	dyes	**DYVOUR**	-; dyvours

E

E	ae, be, de, he,	**EAGLET**	-; eaglets
	me, pe, re, we,	**EAGRE**	meagre;
	ye; ef, eh, el,		eagres
	em, en, er, es,	**EANLING**	-; eanlings
	et, ex	**EAR**	bear, dear,
EACH	beach, leach,		fear, gear,
	peach, reach,		hear, lear,
	teach; -		near, pear,
EAGER	meager;		rear, sear,
	eagers		tear, wear,
EAGERER	-; -		year; earl,
EAGERLY	meagerly; -		earn, ears
EAGLE	beagle;	**EARACHE**	-; earaches
	eagles, eaglet	**EARBUD**	-; earbuds
EAGLES	beagles; -	**EARDROP**	-; eardrops

EARDRUM	-; eardrums		yearner;
EARED	feared,		earners
	geared,	**EARNERS**	yearners; -
	neared,	**EARNEST**	-; earnests
	reared,	**EARNING**	learning,
	seared,		yearning;
	teared; -		earnings
EARFLAP	-; earflaps	**EARNS**	learns,
EARFUL	-; earfuls		yearns; -
EARHOLE	-; earholes	**EARPLUG**	-; earplugs
EARING	bearing,	**EARRING**	-; earrings
	fearing,	**EARS**	bears, dears,
	gearing,		fears, gears,
	hearing,		hears, lears,
	nearing,		nears, pears,
	rearing,		rears, sears,
	searing,		tears, wears,
	tearing,		years; -
	wearing;	**EARSHOT**	-; earshots
	earings	**EARTH**	dearth, hearth;
EARINGS	bearings; -		earths, earthy
EARL	pearl; earls,	**EARTHED**	-; -
	early	**EARTHEN**	-; -
EARLAP	-; earlaps	**EARTHLY**	-; -
EARLDOM	-; earldoms	**EARTHS**	dearths,
EARLESS	fearless,		hearths; -
	gearless; -	**EARWAX**	-; -
EARLIER	-; -	**EARWIG**	-; earwigs
EARLOBE	-; earlobes	**EARWORM**	-; earworms
EARLOCK	-; earlocks	**EASE**	cease, fease,
EARLS	pearls; -		lease, pease,
EARLY	dearly, nearly,		tease; eased,
	pearly, yearly; -		easel, eases
EARMARK	-; earmarks	**EASED**	ceased,
EARMUFF	-; earmuffs		feased,
EARN	learn, yearn;		leased,
	earns		teased; -
EARNED	learned,	**EASEFUL**	-; -
	yearned; -	**EASEL**	teasel, weasel;
EARNER	learner,		easels

EASELS   teasels,
               weasels; -
EASES   ceases,
               feases, leases,
               peases,
               teases; -
EASIER   -; -
EASIES   -; easiest
EASILY   -; -
EASING   ceasing,
               feasing,
               leasing,
               teasing; -
EAST   beast, feast,
               least, yeast;
               easts
EASTER   feaster;
               eastern,
               easters
EASTERS   feasters; -
EASTING   -; eastings
EASTS   beasts, feasts,
               leasts, yeasts; -
EASY   -; -
EAT   beat, feat,
               heat, meat,
               neat, peat,
               seat, teat;
               eath, eats
EATABLE   beatable;
               eatables
EATEN   beaten,
               neaten; -
EATER   beater, feater,
               heater, neater,
               seater; eaters,
               eatery
EATERS   beaters,
               heaters,
               seaters; -

EATH   death, heath,
               neath; -
EATING   beating,
               heating,
               seating;
               eatings
EATINGS   beatings,
               seatings; -
EATS   beats, feats,
               heats, meats,
               neats, peats,
               seats, teats; -
EAU   beau; eaux
EAUX   beaux; -
EAVE   deave, heave,
               leave, reave,
               weave; eaved,
               eaves
EAVED   deaved,
               heaved,
               leaved,
               reaved,
               weaved; -
EAVES   deaves,
               heaves,
               leaves, reaves,
               weaves; -
EBB   -; ebbs
EBBED   webbed; -
EBBET   -; ebbets
EBBING   webbing; -
EBON   -; ebons,
               ebony
EBONICS   -; -
EBONIES   -; -
EBONISE   -; ebonised,
               ebonises
EBONITE   -; ebonites
EBONIZE   -; ebonized,
               ebonizes

EBOOK	-; ebooks	**ECONOMY**	-; -
ECARTE	-; ecartes	**ECORICHE**	-; ecoriches
ECBOLIC	-; ecbolics	**ECOTAGE**	-; ecotages
ECCRINE	-; -	**ECOTONE**	-; ecotones
ECDYSES	-; -	**ECOTOUR**	-; ecotours
ECDYSIS	-; -	**ECOTYPE**	-; ecotypes
ECDYSON	-; ecdysone, ecdysons	**ECOZONE**	-; ecozones
		ECRU	-; ecrus
ECESES	-; -	**ECSTASY**	-; -
ECESIS	-; -	**ECTASES**	pectases; -
ECHAPPE	-; -	**ECTASIS**	-; -
ECHARD	-; echards	**ECTATIC**	-; -
ECHE	-; eched, eches	**ECTHYMA**	-; -
ECHED	peched, teched; -	**ECTOPIA**	-; ectopias
		ECTOPIC	-; -
ECHELLE	-; echelles	**ECTYPAL**	-; -
ECHELON	-; echelons	**ECTYPE**	-; ectypes
ECHIDNA	-; echidnae, echidnas	**ECU**	-; ecus
		ECZEMA	-; eczemas
ECHING	peching; -	**EDACITY**	-; -
ECHINUS	-; -	**EDAPHIC**	-; -
ECHNI	-; -	**EDDIED**	-; -
ECHO	-; -	**EDDIES**	-; -
ECHOED	-; -	**EDDO**	-; -
ECHOER	-; echoers	**EDDOES**	-; -
ECHOES	-; -	**EDDY**	teddy; -
ECHOEY	-; -	**EDDYING**	-; -
ECHOIC	-; -	**EDEMA**	oedema; edemas
ECHOING	-; -		
ECHOSIM	-; echoisms	**EDEMAS**	oedemas; -
ECHT	wecht; -	**EDEMATA**	oedemata; -
ECLAIR	-; eclairs	**EDENIC**	-; -
ECLAT	-; eclats	**EDGE**	hedge, kedge, ledge, sedge, wedge; edged, edger, edges
ECLIPSE	-; eclipsed, eclipses		
ECLOGUE	-; eclogues		
ECO	-; ecos		
ECOCIDE	-; ecocides	**EDGED**	hedged, kedged, wedged; -
ECOGIFT	-; ecogifts		
ECOLOGY	-; -		

EDGER hedger,
ledger,
sedger; edgers

EDGERS hedgers,
ledgers; -

EDGES hedges,
kedges,
ledges,
sedges,
wedges; -

EDGIER hedgier,
sedgier,
wedgier; -

EDGIEST hedgiest,
wedgiest; -

EDGILY -; -

EDGING hedging,
kedging,
wedging;
edgings

EDGINGS -; -

EDGY hedgy,
ledgy, sedgy,
wedgy; -

EDH -; edhs

EDIBLE -; edibles

EDICT -; edicts

EDICTAL -; -

EDIFICE -; edifices

EDIFIED -; -

EDIFIER -; edifiers

EDIFIES -; -

EDIFY -; -

EDILE aedile, sedile;
ediles

EDILES aediles; -

EDIT -; edits

EDITED -; -

EDITING -; -

EDITION -; editions

EDITOR -; editors

EDITRIX -; -

EDUCATE -; educated,
educates

EDUCE deduce,
reduce,
seduce;
educed,
educes

EDUCED deduced,
reduced,
seduced; -

EDUCES deduces,
reduces,
seduces; -

EDUCING deducing,
reducing,
seducing; -

EDUCT deduct; educts

EDUCTOR -; eductors

EDUCTS deducts; -

EEEW -; -

EEK geek, leek,
meek, peek,
reek, seek,
week; -

EEL feel, heel,
keel, peel,
reel, seel, teel,
weel; eels,
eely

EELIER -; -

EELIEST -; -

EELING -; -

EELLIKE -; -

EELPOUT -; eelpouts

EELS feels, heels,
keels, peels,
reels, seels,
teels; -

EELWORM	-; eelworms	**EGEST**	-; egesta, egests
EENSY	-; -		
EERIE	peerie; eerier	**EGESTED**	-; -
EERIER	beerier; -	**EGG**	yegg; eggs, eggy
EERIEST	beeriest; -		
EERILY	-; -	**EGGAR**	-; eggars
EERY	beery, leery, peery, veery; -	**EGGARS**	beggars, seggars; -
EEW	-; -	**EGGCUP**	-; eggcups
EF	kef, ref; eff, efs, eft	**EGGED**	begged, legged, pegged; -
EFF	teff; effs		
EFFABLE	-; -	**EGGER**	-; eggers
EFFACE	-; effaced, effacer, effaces	**EGGHEAD**	-; eggheads
		EGGING	begging, legging, pegging; -
EFFACER	-; effacers		
EFFECT	-; effects	**EGGNOG**	-; eggnogs
EFFENDI	-; effendis	**EGGS**	yeggs; -
EFFETE	-; -	**EGGY**	leggy; -
EFFIGY	-; -	**EGIS**	aegis; -
EFFLUGE	-; effluged, effluges	**EGISES**	-; -
		EGO	sego; egos
EFFLUX	-; -	**EGOISM**	-; egoisms
EFFORT	-; efforts	**EGOIST**	-; egoists
EFFS	teffs; -	**EGOLESS**	-; -
EFFUSE	-; effused, effuses	**EGOS**	segos; -
		EGOTISM	-; egotisms
EFS	kefs, refs; -	**EGOTIST**	-; egotists
EFT	deft, heft, left, reft, weft; efts	**EGRESS**	regress; -
		EGRET	regret; egrets
		EGRETS	regrets; -
EFTS	hefts, lefts, wefts; -	**EH**	feh, heh, peh, yeh; -
EFTSOON	-; -	**EIDE**	-; eider
EGAD	-; egads	**EIDER**	-; eiders
EGAL	legal, regal; -	**EIDETIC**	-; -
EGALITE	-; egalites	**EIDOLA**	-; -
EGER	leger; egers	**EIDOLIC**	-; -
EGERS	legers; -	**EIDOLON**	-; eidolons

EIDOS	-; -	**ELAND**	-; elands
EIGHT	height, weight;	**ELAPID**	-; elapids
	eighth, eights,	**ELAPINE**	-; -
	eighty	**ELAPSE**	relapse;
EIGHTH	heighth;		elapsed,
	eighths		elapses
EIGHTS	heights,	**ELAPSED**	relapsed; -
	weights; -	**ELAPSES**	relapses; -
EIGHTVO	-; eightvos	**ELASTIC**	-; elastics
EIGHTY	weighty; -	**ELASTIN**	-; elastins
EIKON	-; eikons	**ELATE**	delate, gelate,
EIKONES	-; -		relate, velate;
EINKORN	-; einkorns		elated, elater,
EIRENIC	-; -		elates
EISWEIN	-; eisweins	**ELATED**	belated,
EITHER	neither; -		delated,
EJECT	deject, reject;		gelated,
	ejecta, ejects		related; -
EJECTA	dejecta; -	**ELATER**	relater; elaters
EJECTED	dejected,	**ELATES**	delates,
	rejected; -		gelates,
EJECTOR	-; ejectors		relates; -
EJECTS	dejects,	**ELATING**	delating,
	rejects; -		gelating,
EJIDO	-; ejidos		relating;
EKE	deke, leke,		elatings
	peke; eked,	**ELATION**	delation,
	ekes		gelation,
EKES	dekes, pekes; -		relation;
EKING	deking; -		elations
EKISTIC	-; ekistics	**ELATIVE**	relative;
EKKA	-; ekkas		elatives
EKPWELE	-; ekpweles	**ELBOW**	-; elbows
EKUELE	-; -	**ELBOWED**	-; -
EL	bel, del, eel,	**ELD**	geld, held,
	gel, mel, sel,		meld, veld,
	tel; eld, elf, elk,		yeld; elds
	ell, elm, els	**ELDER**	gelder,
ELAIN	-; eleains		melder,
ELAN	-; eland, elans		welder; elders

ELDERLY	-; -	**ELIDING**	-; -
ELDERS	gelders, melders, welders; -	**ELINT**	-; elints
		ELISION	-; elisions
		ELITE	pelite; elites
ELDEST	-; -	**ELITES**	pelites,
ELDRESS	-; -		velites; -
ELDRICH	-; -	**ELITISM**	-; elitisms
ELDS	gelds, melds, velds, welds; -	**ELITIST**	-; elitists
		ELIXIR	-; elixirs
ELECT	select; elects	**ELK**	yelk; elks
ELECTED	selected; -	**ELKS**	yelks; -
ELECTEE	-; electees	**ELL**	bell, cell, dell,
ELECTOR	-; electors		fell, hell, jell,
ELECTRO	-; electron, electros		mell, sell, tell, well, yell; ells
ELECTS	selects; -	**ELLIPSE**	-; ellipses
ELEGANT	-; -	**ELLS**	bells, cells,
ELEGIAC	-; elegiacs		dells, fells, hells,
ELEGIES	-; -		jells, mells,
ELEGISE	-; elegised, elegises		sells, tells, wells, yells; -
ELEGIST	-; elegists	**ELM**	helm; elms,
ELEGIT	-; elegits		elmy
ELEGIZE	-; elegized, elegizes	**ELMIER**	-; -
		ELMIEST	-; -
ELEGY	-; -	**ELMS**	helms; -
ELEMENT	-; elements	**ELMWOOD**	-; elmwoods
ELEMI	-; elemis	**ELODEA**	-; elodeas
ELEVATE	-; elevated, elevates	**ELOIGN**	-; eloigns
		ELOIN	-; eloins
ELEVEN	-; elevens	**ELOINED**	-; -
ELEVON	-; elevons	**ELOINER**	-; eloiners
ELF	delf, pelf, self; -	**ELOPE**	-; eloped, eloper, elopes
ELFIN	-; elfins	**ELOPER**	-; elopers
ELFISH	selfish; -	**ELOPING**	-; -
ELFLOCK	-; elflocks	**ELS**	bels, dels,
ELHI	-; -		gels, mels,
ELICIT	-; elicits		sels, tels; else
ELIDE	-; elided, elides	**ELUANT**	-; eluants

ELUATE	-; eluates	**EMBANK**	-; embanks
ELUDE	delude;	**EMBAR**	-; embark,
	eluded,		embars
	eluder, eludes	**EMBARGO**	-; -
ELUDED	deluded; -	**EMBARK**	-; embarks
ELUDER	deluder;	**EMBASSY**	-; -
	eluders	**EMBAY**	-; embays
ELUDERS	deluders; -	**EMBAYED**	-; -
ELUDES	deludes; -	**EMBED**	-; embeds
ELUDING	deluding; -	**EMBER**	member;
ELUENT	-; eluents		embers
ELUSION	delusion;	**EMBERS**	members; -
	elusions	**EMBLAZE**	-; emblazed,
ELUSIVE	delusive; -		emblazer,
ELUSORY	delusory; -		emblazes
ELUTE	-; eluted, elutes	**EMBLEM**	-; emblems
ELUTING	-; -	**EMBODY**	-; -
ELUTION	-; elutions	**EMBOLI**	-; embolic
ELUVIA	-; eluvial	**EMBOLUS**	-; -
ELUVIUM	-; eluviums	**EMBOLY**	-; -
ELVEN	-; -	**EMBOSK**	-; embosks
ELVER	delver; elvers	**EMBOSOM**	-; embosoms
ELVERS	delvers; -	**EMBOSS**	-; -
ELVES	delves, helves,	**EMBOW**	-; embows
	pelves,	**EMBOWEL**	-; embowels
	selves; -	**EMBOWER**	-; embowers
ELVISH	-; -	**EMBRACE**	-; embraced,
ELYSIAN	-; -		embracer,
ELYTRA	-; -		embraces
ELYTRON	-; -	**EMBROIL**	-; embroils
ELYTRUM	-; -	**EMBROWN**	-; embrowns
EM	fem, gem,	**EMBRUE**	-; embrued,
	hem, mem,		embrues
	rem; eme, ems,	**EMBRUTE**	-; embruted,
	emu		embrutes
EMAIL	-; emails	**EMBRYO**	-; embryon,
EMAILED	-; -		embryos
EMANATE	-; emanated,	**EMBRYON**	-; embryons
	emanates	**EMCEE**	-; emceed,
EMBALM	-; embalms		emcees

EMDASH	-; -
EME	deme, feme, heme, seme; emes, emeu
EMEER	-; emeers
EMEND	remend; emends
EMENDED	-; -
EMENDER	-; emenders
EMENDS	remends; -
EMERALD	-; emeralds
EMERGE	remerge; emerged, emerges
EMERGED	remerged; -
EMERGES	remerges; -
EMERIES	-; -
EMERITA	-; -
EMEROD	-; emerods
EMEROID	-; emeroids
EMERSED	-; -
EMERY	-; -
EMES	demes, femes, hemes, semes; -
EMESES	nemeses; -
EMESIS	nemesis; -
EMETIC	-; emetics
EMETIN	-; emetine, emetins
EMETINE	-; emetines
EMEU	-; emeus
EMEUTE	-; emeutes
EMIC	hemic; -
EMIGRE	-; emigres
EMINENT	-; -
EMIR	-; emirs
EMIRATE	-; emirates
EMIT	demit, remit; emits
EMITS	demits, remits; -
EMITTED	demitted, remitted; -
EMITTER	remitter; emitters
EMMER	hemmer; emmers
EMMERS	hemmers; -
EMMET	-; emmets
EMO	-; emos
EMODIN	-; emodins
EMOJI	-; emojis
EMOTE	demote, gemote, remote; emoted, emoter, emotes
EMOTED	demoted; -
EMOTER	remoter; emoters
EMOTES	demotes, gemotes; -
EMOTING	demoting; -
EMOTION	demotion; emotions
EMOTIVE	-; -
EMPALE	-; empaled, empaler, empales
EMPALER	-; empalers
EMPANEL	-; empanels
EMPATHY	-; -
EMPEROR	-; emperors
EMPERY	-; -
EMPIRE	-; empires
EMPIRIC	-; empirics
EMPLACE	-; emplaced, emplaces

EMPLANE	-; emplaned, emplanes	**ENACTED**	-; -
EMPLOY	-; employe, employs	**ENACTOR**	-; enactors, enactory
EMPLOYE	-; employed, employee, employer, employes	**ENAMEL**	-; enamels
		ENAMINE	-; enamines
		ENAMOR	-; enamors
		ENAMOUR	-; enamours
EMPOWER	-; empowers	**ENATE**	penate, senate; enates
EMPRESS	-; -		
EMPRISE	-; emprises	**ENATES**	senates; -
EMPRIZE	-; emprizes	**ENATIC**	venatic; -
EMPTIED	-; -	**ENATION**	-; enations
EMPTIER	-; emptiers	**ENCAGE**	-; encaged, encages
EMPTIES	-; emptiest		
EMPTILY	-; -	**ENCAMP**	-; encamps
EMPTINS	-; -	**ENCASE**	-; encased, encases
EMPTY	-; -		
EMPYEMA	-; empyemas	**ENCASH**	-; -
EMS	fems, gems, hems, mems, rems; -	**ENCHAIN**	-; enchains
		ENCHANT	-; enchants
		ENCHASE	-; enchased, enchaser, enchases
EMU	-; emus		
EMULATE	-; emulated, emulates	**ENCINA**	-; encinal, encinas
EMULOUS	-; -		
EMYD	-; emyde, emyds	**ENCLASP**	-; enclasps
		ENCLAVE	-; enclaves
EMYDE	-; emydes	**ENCLOSE**	-; enclosed, encloser, encloses
EN	ben, den, fen, hen, ken, men, pen, sen, ten, wen, yen; end, eng, ens		
		ENCODE	-; encoded, encoder, encodes
ENABLE	tenable; enabled, enabler, enables	**ENCODER**	-; encoders
		ENCORE	-; encored, encores
		ENCRUST	-; encrusts
ENABLER	-; enablers	**ENCRYPT**	-; encrypts
ENACT	-; enacts	**ENCYST**	-; encysts

END	bend, fend, lend, mend, pend, rend, send, tend, vend, wend; ends		rending, sending, tending, vending, wending; endings
ENDARCH	-; endarchy	**ENDINGS**	mendings; -
ENDASH	-; -	**ENDITE**	-; endited, endites
ENDEAR	-; endears		
ENDED	bended, fended, mended, pended, rended, tended, vended, wended; -	**ENDIVE**	-; endives
		ENDLEAF	-; -
		ENDLESS	-; -
		ENDLONG	-; -
		ENDMOST	-; -
		ENDNOTE	-; endnotes
		ENDOGEN	-; endogens, endogeny
ENDEMIC	-; endemics	**ENDOPOD**	-; endopods
ENDER	bender, fender, gender, lender, mender, render, sender, tender, vender; enders	**ENDORSE**	-; endorsed, endorsee, endorser, endorses
		ENDOW	-; endows
		ENDOWED	-; -
		ENDOWER	-; endowers
		ENDPLAY	-; endplays
ENDERS	benders, fenders, genders, lenders, menders, renders, senders, tenders, venders; -	**ENDRIN**	-; endrins
		ENDS	bends, fends, lends, mends, pends, rends, sends, tends, vends, wends; -
ENDING	bending, fending, lending, mending, pending,	**ENDUE**	vendue; endued, endues
		ENDUES	vendues; -
		ENDURE	-; endured, endures
		ENDURO	-; enduros

ENDWAYS	-; -
ENDWISE	-; -
ENE	bene, dene, gene, nene, sene; enes
ENEMA	-; enemas
ENEMATA	-; -
ENEMIES	-; -
ENEMY	-; -
ENERGID	-; energids
ENERGY	-; -
ENFACE	-; enfaced, enfaces
ENFEOFF	-; enfeoffs
ENFEVER	-; enfevers
ENFLAME	-; enflamed, enflames
ENFOLD	tenfold; enfolds
ENFOLDS	tenfolds; -
ENFORCE	-; enforced, enforcer, enforces
ENFRAME	-; enframed, enframes
ENG	-; engs
ENGAGE	-; engaged, engager, engages
ENGAGER	-; engagers
ENGILD	-; engilds
ENGINE	-; engined, engines
ENGIRD	-; engirds
ENGIRT	-; -
ENGLISH	-; -
ENGLUT	-; engluts
ENGORGE	-; encorged, engorges
ENGRAFT	-; engrafts
ENGRAIL	-; engrails
ENGRAIN	-; engrains
ENGRAM	-; engrams
ENGRAVE	-; engraved, engraver, engraves
ENGROSS	-; -
ENGULF	-; engulfs
ENHALO	-; -
ENHANCE	-; enhanced, enhancer, enhances
ENIGMA	-; enigmas
ENISLE	-; enisled, enisles
ENJAMB	-; enjambs
ENJOIN	-; enjoins
ENJOY	-; enjoys
ENJOYED	-; -
ENJOYER	-; enjoyers
ENLACE	-; enlaced, enlaces
ENLARGE	-; enlarged, enlarger, enlarges
ENLIST	-; enlists
ENLIVEN	-; enlivens
ENMESH	-; -
ENMITY	-; -
ENNEAD	-; enneads
ENNOBLE	-; ennobled, ennobler, ennobles
ENNUI	-; ennuis
ENNUYE	-; ennuyee
ENOKI	-; enokis
ENOL	-; enols
ENOLASE	-; enolases
ENOLIC	-; -
ENOLOGY	-; -

ENORM	-; -	**ENSNARE**	-; ensnared,
ENOSIS	-; -		ensnarer,
ENOUGH	-; enoughs		ensnares
ENOUNCE	-; enounced,	**ENSNARL**	-; ensnarls
	enounces	**ENSOUL**	-; ensouls
ENOW	-; enows	**ENSUE**	-; ensued,
ENPLANE	-; enplaned,		ensues
	enplanes	**ENSUING**	-; -
ENQUIRE	-; enquired,	**ENSUITE**	-; ensuites
	enquires	**ENSURE**	censure;
ENQUIRY	-; -		ensured,
ENRAGE	-; enraged,		ensurer,
	enrages		ensures
ENRAPT	-; -	**ENSURED**	censured; -
ENRICH	-; -	**ENSURER**	censurer;
ENROBE	-; enrobed,		ensurers
	enrober,	**ENSURES**	censures; -
	enrobes	**ENTAIL**	ventail; entails
ENROBER	-; enrobers	**ENTAILS**	ventails; -
ENROL	-; enroll, enrols	**ENTASIA**	-; entasias
ENROLL	-; enrolls	**ENTASES**	-; -
ENROOT	-; enroots	**ENTASIS**	-; -
ENS	bens, dens,	**ENTENTE**	-; ententes
	fens, gens,	**ENTER**	center, renter,
	hens, kens,		tenter, venter;
	lens, pens,		entera, enters
	tens, wens,	**ENTERA**	-; enteral
	yens; -	**ENTERED**	centered; -
ENSERF	-; enserfs	**ENTERER**	centerer;
ENSIGN	-; ensigns		enterers
ENSILE	pensile,	**ENTERIC**	-; enterics
	tensile;	**ENTERON**	-; enterons
	ensiled, ensiles	**ENTERS**	centers,
ENSKIED	-; -		renters, tenters,
ENSKIES	-; -		venters; -
ENSKY	-; -	**ENTHRAL**	-; enthrall,
ENSKYED	-; -		enthrals
ENSLAVE	-; enslaved,	**ENTHUSE**	-; enthused,
	enslaver,		enthuses
	enslaves	**ENTIA**	-; -

ENTICE	-; enticed, enticer, entices	**ENVIRON**	-; environs
		ENVOI	renvoi; envois
ENTICER	-; enticers	**ENVOIS**	renvois; -
ENTIRE	-; entires	**ENVOY**	-; envoys
ENTITLE	-; entitled, entitles	**ENVY**	-; -
		ENWHEEL	-; enwheels
ENTITY	-; -	**ENWIND**	-; enwinds
ENTOIL	-; entoils	**ENWOMB**	-; enwombs
ENTOMB	-; entombs	**ENWRAP**	-; enwraps
ENTOPIC	-; -	**ENZYM**	-; enzyme, enzyms
ENTOZOA	-; entozoal, entozoan	**ENZYME**	-; enzymes
ENTRAIN	-; entrains	**ENZYMIC**	-; -
ENTRANT	-; entrants	**EOBIONT**	-; eobionts
ENTRAP	-; entraps	**EOLIAN**	aeolian; -
ENTREAT	-; entreats, entreaty	**EOLITH**	neolith; eoliths
ENTREE	-; entrees	**EOLITHS**	neoliths; -
ENTRIES	gentries, sentries; -	**EON**	aeon, geon, jeon, neon, peon; eons
ENTROPY	-; -		
ENTRUST	-; entrusts	**EONIAN**	aeonian; -
ENTRY	gentry, sentry; -	**EONISM**	peonism; eonisms
ENTWINE	-; entwined, entwines	**EONS**	aeons, neons, peons; -
ENTWIST	-; entwists	**EOSIN**	-; eosine, eosins
ENURE	tenure; enured, enures	**EOSINE**	-; eosines
ENURED	tenured; -	**EOSINIC**	-; -
ENURES	tenures; -	**EPACT**	-; epacts
ENVELOP	-; envelope, envelops	**EPARCH**	-; eparchs, eparchy
ENVENOM	-; envenoms	**EPAULET**	-; epaulets
ENVIED	-; -	**EPAZOTE**	-; epazotes
ENVIER	-; enviers	**EPEE**	tepee; epees
ENVIES	-; -	**EPEEIST**	-; epeeists
ENVIOUS	-; -	**EPEES**	tepees; -
ENVIRO	-; environ, enviros	**EPEIRIC**	-; -
		EPERGNE	-; epergnes

EPHA	-; ephah, ephas	**EPISOME**	-; episomes
EPHAH	-; ephahs	**EPISTLE**	-; epistler, epistles
EPHEBE	-; ephebes	**EPITAPH**	-; epitaphs
EPHEBI	-; ephebic	**EPITAXY**	-; -
EPHEBOI	-; -	**EPITHET**	-; epithets
EPHEBOS	-; -	**EPITOME**	-; epitomes
EPHEBUS	-; -	**EPITOPE**	-; epitopes
EPHEDRA	-; ephedras	**EPIZOA**	-; -
EPHOD	-; ephods	**EPIZOIC**	-; -
EPHOR	-; ephori, ehpors	**EPIZOON**	-; -
		EPOCH	-; epochs
EPHORAL	-; -	**EPOCHAL**	-; -
EPIBOLY	-; -	**EPODE**	-; epodes
EPIC	sepic; epics	**EPONYM**	-; eponyms, eponymy
EPICAL	-; -		
EPICARP	-; epicarps	**EPOPEE**	-; epopees
EPICENE	-; epicenes	**EPOS**	pepos, repos; -
EPICURE	-; epicures	**EPOSES**	deposes, reposes; -
EPIDERM	-; epiderms		
EPIDOTE	-; epidotes	**EPOXIDE**	-; epoxides
EPIGEAL	-; -	**EPOXIED**	-; -
EPIGEAN	-; -	**EPOXIES**	-; -
EPIGEIC	-; -	**EPOXY**	-; -
EPIGENE	-; -	**EPSILON**	-; epsilons
EPIGON	-; epigone, epigons	**EQUABLE**	-; -
		EQUABLY	-; -
EPIGONE	-; epigones	**EQUAL**	-; equals
EPIGRAM	-; epigrams	**EQUALED**	-; -
EPIGYNY	-; -	**EQUALLY**	-; -
EPILATE	-; epilated, epilates	**EQUATE**	-; equated, equates
EPILOG	-; epilogs	**EQUATOR**	-; equators
EPIMER	-; epimere, epimers	**EQUERRY**	-; -
		EQUES	-; -
EPIMERE	-; epimeres	**EQUID**	-; equids
EPINAOS	-; -	**EQUINE**	-; equines
EPISCIA	-; episcias	**EQUINOX**	-; -
EPISODE	-; episodes	**EQUIP**	-; equips

EQUITES	requites; -	**ERISTIC**	-; eristics
EQUITY	-; -	**ERLKING**	-; erlkings
ER	fer, her, per,	**ERMINE**	-; ermined,
	ser; era, ere,		ermines
	erg, ern, err	**ERN**	fern, hern,
ERA	sera, vera;		kern, tern;
	eras		erne, erns
ERAS	-; erase	**ERNE**	kerne, terne;
ERASE	-; erased,		ernes
	eraser, erases	**ERNES**	kernes,
ERASER	-; erasers		ternes; -
ERASION	-; erasions	**ERNS**	ferns, herns,
ERASURE	-; erasures		kerns, terns; -
ERBIUM	-; erbiums	**ERODE**	-; eroded,
ERE	cere, dere,		erodes
	fere, here,	**ERODENT**	-; -
	mere, pere,	**ERODING**	-; -
	sere, were; -	**EROS**	ceros, heros,
ERECT	-; erects		zeros; erose
ERECTED	-; -	**EROSE**	reroses; eroses
ERECTER	-; -	**EROSELY**	-; -
ERECTLY	-; -	**EROSES**	xeroses; -
ERECTOR	-; erectors	**EROSION**	-; erosions
ERELONG	-; -	**EROSIVE**	-; -
EREMITE	-; eremites	**EROTIC**	cerotic,
ERENOW	-; -		xerotic;
EREPSIN	-; erepsins		erotica, erotics
ERETHIC	-; -	**EROTICA**	-; erotical
ERG	berg; ergo,	**EROTISM**	-; erotisms
	ergs	**EROTIZE**	-; erotized,
ERGATE	-; ergates		erotizes
ERGO	-; ergot	**ERR**	-; errs
ERGODIC	-; -	**ERRANCY**	-; -
ERGOT	-; ergots	**ERRAND**	-; errands
ERGOTIC	-; -	**ERRANT**	-; errants
ERGS	bergs; -	**ERRATA**	-; erratas
ERICA	-; ericas	**ERRATIC**	-; erratics
ERICOID	-; -	**ERRATUM**	-; -
ERINGO	-; eringos	**ERRED**	-; -

ERRHINE	-; errhines	**ESCROW**	-; escrows
ERRING	herring; -	**ESCUAGE**	-; escuages
ERROR	terror; errors	**ESCUDO**	-; escudos
ERRORS	terrors; -	**ESERINE**	-; eserines
ERS	hers, sers; erst	**ESES**	-; -
ERSATZ	-; -	**ESKAR**	-; eskars
ERSES	perses,	**ESKER**	-; eskers
	verses; -	**ESPANOL**	-; -
ERST	verst; -	**ESPARTO**	-; espartos
ERUCT	-; eructs	**ESPIAL**	-; espials
ERUCTED	-; -	**ESPIED**	-; -
ERUDITE	-; -	**ESPIES**	-; -
ERUGO	aerugo;	**ESPOIR**	-; espoirs
	erugos	**ESPOUSE**	-; espoused,
ERUGOS	aerugos; -		espouser,
ERUPT	-; erupts		espouses
ERUPTED	-; -	**ESPRIT**	-; esprits
ERUV	-; eruvs	**ESPY**	-; -
ERUVIM	-; -	**ESQUIRE**	-; esquired,
ERVIL	-; ervils		esquires
ERYNGO	-; eryngos	**ESS**	cess, fess, jess,
ES	des, hes, pes,		less, mess,
	res, yes; ess		ness; -
ESCALOP	-; escalops	**ESSAY**	-; essays
ESCAPE	-; escaped,	**ESSAYED**	-; -
	escapee,	**ESSAYER**	-; essayers
	escaper,	**ESSE**	-; esses
	escapes	**ESSENCE**	-; essences
ESCAPEE	-; escapees	**ESSES**	cesses, fesses,
ESCAPER	-; escapers		jesses, messes,
ESCAR	-; escarp,		nesses,
	escars		yesses; -
ESCARP	-; escarps	**ESSOIN**	-; essoins
ESCHAR	-; eschars	**EST**	-; ests
ESCHEAT	-; escheats	**ESTATE**	gestate,
ESCHEW	-; eschews		restate, testate;
ESCOLAR	-; escolars		estated,
ESCORT	-; escorts		estates
ESCOT	-; escots	**ESTATED**	gestated,
ESCOTED	-; -		restated; -

ESTATES	gestates, restates	**ETAGERE**	-; etageres
ESTEEM	-; esteems	**ETALON**	-; etalons
ESTER	fester, jester,	**ETAMIN**	-; etamine, etamins
	nester, pester,	**ETAMINE**	-; etamines
	rester, tester,	**ETAPE**	-; etapes
	wester, yester; esters	**ETAS**	betas, fetas, getas, zetas; -
ESTERS	festers, jesters,	**ETATISM**	-; etatisms
	nesters,	**ETATIST**	-; -
	pesters,	**ETCH**	fetch, ketch,
	resters, testers,		letch, retch,
	westers; -		vetch; -
ESTESIAN	-; -	**ETCHANT**	-; etchants
ESTHETE	-; esthetes	**ETCHED**	fetched,
ESTIVAL	aestival,		retched,
	festival; -		tetched; -
ESTOP	-; estops	**ETCHER**	fetcher;
ESTRAL	vestral; -		etchers
ESTRAY	-; estrays	**ETCHERS**	fetchers; -
ESTREAT	-; estreats	**ETCHES**	fetches,
ESTRIN	oestrin; estrins		ketches,
ESTRINS	oestrins; -		letches,
ESTRIOL	-; estriols		retches,
ESTRONE	-; estrones		vetches; -
ESTROUS	-; -	**ETCHING**	fetching,
ESTRUAL	-; -		retching;
ESTRUM	oestrum; estrums		etchings
ESTRUMS	oestrums; -	**ETERNAL**	-; eternals
ESTRUS	oestrus; -	**ETERNE**	-; -
ESTUARY	-; -	**ETESIAN**	-; etesians
ET	bet, fet, get,	**ETH**	beth, heth,
	het, jet, let, met,		meth, teth;
	net, pet, ret, set,		eths
	vet, wet, yet;	**ETHANAL**	-; ethanals
	eta, eth	**ETHANE**	methane; ethanes
ETA	beta, feta,	**ETHANES**	methanes
	geta, meta,	**ETHANOL**	-; ethanols
	seta, zeta; etas	**ETHENE**	-; ethenes

ETHER	aether, nether, tether, wether; ethers	**EUCLASE**	-; euclases
		EUCRITE	-; eucrites
		EUDEMON	-; eudemons
ETHERIC	-; -	**EUGENIA**	-; eugenias
ETHERS	aethers, tethers, wethers; -	**EUGENIC**	-; eugenics
		EUGENOL	-; eugenols
		EUGLENA	-; euglenas
ETHIC	-; ethics	**EULOGIA**	-; eulogiae, eulogias
ETHICAL	-; ethicals		
ETHINYL	-; ethinyls	**EULOGY**	-; -
ETHION	-; ethions	**EUNUCH**	-; eunuchs
ETHMOID	-; ethmoids	**EUPEPSY**	-; -
ETHNIC	-; ethnics	**EUPHONY**	-; -
ETHNOS	-; -	**EUPHROE**	-; euphroes
ETHOS	-; -	**EUPLOID**	-; euploids, euploidy
ETHOSES	-; -		
ETHOXY	methoxy; ethoxyl	**EUPNEA**	-; eupneas
		EUPNEIC	-; -
ETHOXYL	-; ethoxyls	**EUPNOEA**	-; eupnoeas
ETHS	beths, heths, meths, teths; -	**EUREKA**	-; -
		EURIPI	-; -
		EURIPUS	-; -
ETHYL	methyl; ethyls	**EURO**	-; euros
ETHYLIC	-; -	**EUROKY**	-; -
ETHYLS	methyls; -	**EURYOKY**	-; -
ETHYNE	-; ethynes	**EUSTACY**	-; -
ETHYNYL	-; ethynyls	**EUSTASY**	-; -
ETIC	-; -	**EUSTELE**	-; eusteles
ETNA	-; etnas	**EUTAXY**	-; -
ETOILE	-; etoiles	**EVACUEE**	-; evacuees
ETRIER	-; etriers	**EVADE**	-; evaded, evader, evades
ETUDE	-; etudes		
ETUI	-; etuis		
ETWEE	-; etwees	**EVADER**	-; evaders
ETYMA	-; -	**EVANGEL**	-; evangels
ETYMON	-; etymons	**EVANISH**	-; -
EUCAINE	-; eucaines	**EVASION**	-; evasions
EUCHRE	-; euchred, euchres	**EVASIVE**	-; -
		EVE	jeves, neve;

	even, ever, eves	**EVOKED**	revoked; -
EVEN	seven; evens, event	**EVOKER**	revoker; evokers
EVENED	-; -	**EVOKES**	revokes; -
EVENER	-; eveners	**EVOKING**	-; -
EVENEST	-; -	**EVOLUTE**	-; evolutes
EVENING	-; evenings	**EVOLVE**	devolve, revolve; evolved, evolver, evolves
EVENLY	-; -		
EVENS	sevens; -		
EVENT	-; events		
EVER	fever, lever, never, sever; evert, every	**EVOLVED**	revolved; -
		EVOLVER	revolver; evolvers
EVERT	revert; everts	**EVOLVES**	revolves; -
EVERTED	-; -	**EVULSE**	-; evulses
EVERTOR	-; evertors	**EVZONE**	-; evzones
EVERTS	reverts; -	**EW**	-; ewe
EVERY	revery; -	**EWE**	-; ewes
EVES	jeves, neves; -	**EWER**	fewer, hewer, newer, sewer; ewers
EVICT	-; evicts		
EVICTED	-; -		
EVICTEE	-; evictees	**EWERS**	hewers, sewers; -
EVICTOR	-; evictors		
EVIDENT	-; -	**EX**	dex, hex, kex, lex, rex, sex, vex; -
EVIL	devil, kevil; evils		
		EXABYTE	-; exabytes
EVILER	reviler; -	**EXACT**	-; exacta, exacts
EVILEST	-; -		
EVILLER	-; -	**EXACTA**	-; exactas
EVILLY	-; -	**EXACTED**	-; -
EVILS	devils, kevils; -	**EXACTER**	-; exacters
EVINCE	-; evinced, evinces	**EXACTLY**	-; -
EVITE	-; evited, evites	**EXACTOR**	-; exactors
EVITING	-; -	**EXALT**	-; exalts
EVOKE	revoke; evoked, evoker, evokes	**EXALTED**	-; -
		EXALTER	-; exalters
		EXAM	-; exams

EXAMEN -; examens
EXAMINE -; examined, examinee, examiner, examines
EXAMPLE -; exampled, examples
EXAPTED -; -
EXARCH -; exarchs, exarchy
EXCEED -; exceeds
EXCEL -; excels
EXCEPT -; excepts
EXCERPT -; excerpts
EXCESS -; -
EXCIDE -; excided, excides
EXCIMER -; excimers
EXCIPLE -; exciples
EXCISE -; excised, excises
EXCITE -; excited, exciter, excites
EXCITER -; exciters
EXCITON -; excitons
EXCITOR -; excitors
EXCLAIM -; exclaims
EXCLAVE -; exclaves
EXCLUDE -; excluded, excluder, excludes
EXCRETA -; excretal
EXCRETE -; excreted, excreter, excretes
EXCUSE -; excused, excuser, excuses
EXCUSER -; excusers
EXEC -; execs

EXECUTE -; executed, executer, executes
EXEDRA -; exedrae
EXEGETE -; exegetes
EXEMPT -; exempts
EXEQUY -; -
EXERGUE -; exergues
EXERT -; exerts
EXERTED -; -
EXES dexes, hexes, kexes, lexes, rexes, sexes, vexes; -
EXEUNT -; -
EXHALE -; exhaled, exhales
EXHAUST -; exhausts
EXHEDRA -; exhedrae
EXHIBIT -; exhibits
EXHORT -; exhorts
EXHUME -; exhumed, exhumer, exhumes
EXHUMER -; exhumers
EXIGENT -; -
EXILE -; exiled, exiles
EXILIAN -; -
EXILIC -; -
EXILING -; -
EXINE -; exines
EXIST sexist; exists
EXISTED -; -
EXISTS sexists; -
EXIT -; exits
EXITED -; -
EXITING -; -
EXOCARP -; exocarps
EXODERM -; exoderms

EXODOI	-; -	**EXPOSE**	-; exposed, exposer, exposes
EXODOS	-; -		
EXODUS	-; -		
EXOGAMY	-; -	**EXPOSER**	-; exposers
EXOGEN	-; exogens	**EXPOSIT**	-; exposits
EXOME	-; exomes	**EXPOUND**	-; expounds
EXON	-; exons	**EXPRESS**	-; -
EXONIC	-; -	**EXPULSE**	-; expulsed, expulses
EXONYM	-; exonyms		
EXOTIC	-; exotica, exotics	**EXPUNGE**	-; expunged, expunger, expunges
EXOTISM	-; exotisms		
EXPAND	-; expands	**EXSCIND**	-; exscinds
EXPANSE	-; expanses	**EXSECT**	-; exsects
EXPAT	-; expats	**EXSERT**	-; exserts
EXPECT	-; expects	**EXTANT**	-; -
EXPEL	-; expels	**EXTEND**	-; extends
EXPEND	-; expends	**EXTENT**	-; extents
EXPENSE	-; expensed, expenses	**EXTERN**	-; externe, externs
EXPERT	-; experts	**EXTERNE**	-; externes
EXPIATE	-; expiated, expiates	**EXTINCT**	-; extincts
		EXTOL	-; extoll, extols
EXPIRE	-; expired, expirer, expires	**EXTOLL**	-; extolls
		EXTORT	-; extorts
		EXTRA	-; extras
EXPIRER	-; expirers	**EXTRACT**	-; extracts
EXPIRY	-; -	**EXTREMA**	-; -
EXPLAIN	-; explains	**EXTREME**	-; extremer, extremes
EXPLANT	-; explants		
EXPLODE	-; exploded, exploder, explodes	**EXTROPY**	-; -
		EXTRUDE	-; extruded, extruder, extrudes
EXPLOIT	-; exploits		
EXPLORE	-; explored, explorer, explores	**EXUDATE**	-; exudates
		EXUDE	-; exuded, exudes
EXPO	-; expos	**EXULT**	-; exults
EXPORT	-; exports	**EXULTED**	-; -
EXPOSAL	-; exposals	**EXURB**	-; exurbs

EXURBAN	-; -	**EYELASH**	-; -
EXURBIA	-; exurbias	**EYELESS**	-; -
EXUVIA	-; exuviae,	**EYELET**	-; eyelets
	exuvial	**EYELID**	-; eyelids
EXUVIUM	-; -	**EYELIFT**	-; eyelifts
EYAS	-; -	**EYELIKE**	-; -
EYASES	-; -	**EYEN**	-; -
EYE	-; eyed, eyen,	**EYER**	feyer; eyers
	eyer, eyes	**EYESHOT**	-; eyeshots
EYEABLE	-; -	**EYESOME**	-; -
EYEBALL	-; eyeballs	**EYESORE**	-; eyesores
EYEBAR	-; eyebars	**EYESPOT**	-; eyespots
EYEBEAM	-; eyebeams	**EYEWASH**	-; -
EYEBOLT	-; eyebolts	**EYEWEAR**	-; eyewears
EYEBROW	-; eyebrows	**EYEWINK**	-; eyewinks
EYECUP	-; eyecups	**EYING**	keying; -
EYEFOLD	-; eyefolds	**EYNE**	-; -
EYEFUL	-; eyefuls	**EYRA**	-; eyras
EYEHOLE	-; eyeholes	**EYRE**	-; eyres
EYEHOOK	-; eyehooks	**EYRIE**	-; eyries
EYEING	-; -	**EYRIR**	-; -
		EYRY	-; -

F

F	ef, if, of; fa, fi	**FACE**	-; faced, facer,
FA	-; fab, fad, fag,		faces, facet
	fan, far, fas,	**FACER**	-; facers
	fat, fax, fay	**FACET**	-; facete,
FAB	-; fabs		facets
FABLE	-; fabled,	**FACETE**	-; faceted
	fabler, fables	**FACEUP**	-; -
FABLER	-; fablers	**FACIA**	-; facial, facias
FABLIAU	-; fabliaux	**FACIAL**	-; facials
FABLING	-; -	**FACIEND**	-; faciends
FABRIC	-; fabrics	**FACIENT**	-; -
FABULAR	-; -	**FACIES**	-; -
FACADE	-; facades	**FACILE**	-; -

FACING	-; facings	**FAG**	-; fags
FACT	-; facts	**FAGGED**	-; -
FACTFUL	-; -	**FAGGING**	-; -
FACTICE	-; factices	**FAGGOT**	-; faggots
FACTION	-; factions	**FAGGY**	-; -
FACTOID	-; factoids	**FAGIN**	-; fagins
FACTOR	-; factors, factory	**FAGOT**	-; fagots
		FAGOTED	-; -
FACTUAL	-; -	**FAGOTER**	-; fagoters
FACTURE	-; factures	**FAH**	-; fahs
FACULA	-; faculae, facular	**FAIENCE**	-; faiences
		FAIL	-; fails
FACULTY	-; -	**FAILED**	-; -
FAD	-; fade, fado, fads	**FAILING**	-; failings
		FAILLE	-; failles
FADABLE	-; -	**FAILURE**	-; failures
FADDIER	-; -	**FAIN**	-; faint
FADDISH	-; -	**FAINER**	-; -
FADDISM	-; faddisms	**FAINEST**	-; -
FADDIST	-; faddists	**FAINT**	-; faints
FADDY	-; -	**FAINTED**	-; -
FADE	-; faded, fader, fades	**FAINTER**	-; fainters
		FAINTLY	-; -
FADEIN	-; fadeins	**FAIR**	-; fairs, fairy
FADELY	-; -	**FAIRED**	-; -
FADEOUT	-; fadeouts	**FAIRER**	-; -
FADER	-; faders	**FAIREST**	-; -
FADGE	-; fadged, fadges	**FAIRIES**	-; -
		FAIRING	-; fairings
FADING	-; fadings	**FAIRISH**	-; -
FADLIKE	-; -	**FAIRLY**	-; -
FADO	-; fados	**FAIRWAY**	-; fairways
FAECAL	-; -	**FAITH**	-; faiths
FAECES	-; -	**FAITHED**	-; -
FAENA	-; faenas	**FAITOUR**	-; faitours
FAERIE	-; faeries	**FAJITA**	; fajitas
FAERY	-; -	**FAKE**	-; faked, faker, fakes, fakey
FAFF	-; faffs		
FAFFED	-; -	**FAKEER**	-; fakeers

FAKER	-; fakers, fakery	**FANCIED**	-; -
FAKIE	-; fakies	**FANCIER**	-; fanciers
FAKING	-; -	**FANCIES**	-; -
FAKIR	-; fakirs	**FANCIFY**	-; -
FALAFEL	-; -	**FANCILY**	-; -
FALBALA	-; falbalas	**FANCY**	-; -
FALCATE	-; falcated	**FANDOM**	-; fandoms
FALCES	-; -	**FANE**	-; fanes
FALCON	-; falcons	**FANEGA**	-; fanegas
FALL	-; falls	**FANFARE**	-; fanfares
FALLACY	-; -	**FANFIC**	-; fanfics
FALLAL	-; fallals	**FANFOLD**	-; fanfolds
FALLEN	-; -	**FANG**	-; fanga, fangs
FALLER	-; fallers	**FANGA**	-; fangas
FALLING	-; -	**FANGED**	-; -
FALLOFF	-; falloffs	**FANGIRL**	-; fangirls
FALLOUT	-; fallouts	**FANION**	-; fanions
FALLOW	-; fallows	**FANJET**	-; fanjets
FALSE	-; falser	**FANLIKE**	-; -
FALSELY	-; -	**FANNED**	-; -
FALSEST	-; -	**FANNER**	-; fanners
FALSIE	-; falsies	**FANNING**	-; -
FALSIFY	-; -	**FANNY**	-; -
FALSITY	-; -	**FANO**	-; fanon, fanos
FALTER	-; falters	**FANON**	-; fanons
FALX	-; -	**FANTAIL**	-; fantails
FAME	-; famed, fames	**FANTASM**	-; fantasms
		FANTAST	-; fantasts
FAMILY	-; -	**FANTASY**	-; -
FAMINE	-; famines	**FANTOD**	-; fantods
FAMING	-; -	**FANTOM**	-; fantoms
FAMISH	-; -	**FANUM**	-; fanums
FAMOUS	-; -	**FANWISE**	-; -
FAMULI	-; -	**FANWORT**	-; fanworts
FAMULUS	-; -	**FANZINE**	-; fanzines
FAN	-; fane, fang, fano, fans	**FAQIR**	-; faqirs
		FAQUIR	-; faquirs
FANATIC	-; fanatics	**FAR**	afar; fard, fare, farl, farm, faro,
FANBOY	-; fanboys		

FARAD	-; farads	**FAS**	-; fash, fast
FARADAY	-; faradays	**FASCES**	-; -
FARADIC	-; -	**FASCIA**	-; fasciae,
FARAWAY	-; -		fascial, fascias
FARCE	-; farced,	**FASCINE**	-; fascines
	farcer, farces	**FASCISM**	-; fascisms
FARCER	-; farcers	**FASCIST**	-; fascists
FARCEUR	-; farceurs	**FASH**	-; -
FARCI	-; farcie	**FASHED**	-; -
FARCIE	-; farcies	**FASHES**	-; -
FARCING	-; -	**FASHING**	-; -
FARCY	-; -	**FASHION**	-; fashions
FARD	-; fards	**FAST**	-; fasts
FARDED	-; -	**FASTED**	-; -
FARDEL	-; fardels	**FASTEN**	-; fastens
FARDING	-; -	**FASTER**	-; -
FARE	-; fared, farer,	**FASTEST**	-; -
	fares	**FASTING**	-; fastings
FAREBOX	-; -	**FAT**	-; fate, fats
FARER	-; farers	**FATAL**	-; -
FARFAL	-; -	**FATALLY**	-; -
FARFEL	-; farfels	**FATBACK**	-; fatbacks
FARINA	-; farinas	**FATBIRD**	-; fatbirds
FARING	-; -	**FATE**	-; fated, fates
FARINHA	-; farinhas	**FATEFUL**	-; -
FARL	-; farle, farls	**FATHEAD**	-; fatheads
FARLE	-; farles	**FATHER**	-; fathers
FARM	-; farms	**FATHOM**	-; fathoms
FARMED	-; -	**FATIDIC**	-; -
FARMER	-; farmers	**FATIGUE**	-; fatigued,
FARMING	-; farmings		fatigues
FARNESS	-; -	**FATING**	-; -
FARO	-; faros	**FATLESS**	-; -
FARRAGO	-; -	**FATLIKE**	-; -
FARRIER	-; farriers,	**FATLING**	-; fatlings
	farriery	**FATLY**	-; -
FARRO	-; farros	**FATNESS**	-; -
FARROW	-; farrows	**FATSO**	-; fatsos
FARSIDE	-; farsides	**FATSOES**	-; -
FARTHER	-; -	**FATTED**	-; -

FATTEN	-; fattens	**FAWNED**	-; -
FATTER	-; -	**FAWNER**	-; fawners
FATTEST	-; -	**FAWNIER**	-; -
FATTIER	-; -	**FAWNING**	-; -
FATTIES	-; fattiest	**FAX**	-; -
FATTILY	-; -	**FAXED**	-; -
FATTING	-; -	**FAXES**	-; -
FATTISH	-; -	**FAXING**	-; -
FATTY	-; -	**FAY**	ofay; fays
FATUITY	-; -	**FAYED**	-; -
FATUOUS	-; -	**FAYING**	-; -
FATWA	-; fatwas	**FAYS**	ofays; -
FATWOOD	-; fatwoods	**FAZE**	-; fazed, fazes
FAUCAL	-; faucals	**FAZENDA**	-; fazendas
FAUCES	-; -	**FAZING**	-; -
FAUCET	-; faucets	**FE**	-; fed, fee, feh,
FAUCIAL	-; -		fem, fen, fer,
FAUGH	-; -		fes, fet, feu,
FAULD	-; faulds		few, fez
FAULT	-; faults, faulty	**FEAL**	-; -
FAULTED	-; -	**FEALTY**	-; -
FAUN	-; fauna, fauns	**FEAR**	-; fears
FAUNA	-; faunae,	**FEARED**	afeared; -
	faunal, faunas	**FEARER**	-; fearers
FAUVE	-; fauves	**FEARFUL**	-; -
FAUVISM	-; fauvisms	**FEARING**	-; -
FAUVIST	-; fauvists	**FEASE**	-; feased,
FAUX	-; -		feases
FAVA	-; favas	**FEASING**	-; -
FAVE	-; faves	**FEAST**	-; feasts
FAVELA	-; favelas	**FEASTED**	-; -
FAVELLA	-; favellas	**FEASTER**	-; feasters
FAVISM	-; favisms	**FEAT**	-; feats
FAVOR	-; favors	**FEATER**	-; -
FAVORED	-; -	**FEATEST**	-; -
FAVORER	-; favorers	**FEATHER**	-; feathers,
FAVOUR	-; favours		feathery
FAVUS	-; -	**FEATLY**	-; -
FAVUSES	-; -	**FEATURE**	-; featured,
FAWN	-; fawns, fawny		features

FEAZE	-; feazed, feazes	**FEIGNED**	-; -
		FEIGNER	-; feigners
FEAZING	-; -	**FEIJOA**	-; feijoas
FEBRILE	-; -	**FEINT**	-; feints
FECAL	-; -	**FEINTED**	-; -
FECES	-; -	**FEIRIE**	-; -
FECIAL	-; fecials	**FEIST**	-; feists, feisty
FECK	-; fecks	**FELAFEL**	-; -
FECKLY	-; -	**FELID**	-; felids
FECULA	-; feculae	**FELINE**	-; felines
FECUND	-; -	**FELL**	-; fella, fells, felly
FED	-; feds		
FEDAYEE	-; fedayeen	**FELLA**	-; fellah, fellas
FEDERAL	-; federals	**FELLAH**	-; fellahs
FEDEX	-; -	**FELLATE**	-; fellated, fellates
FEDEXED	-; -		
FEDEXES	-; -	**FELLED**	-; -
FEDORA	-; fedoras	**FELLER**	-; fellers
FEE	-; feeb, feed, feel, fees, feet	**FELLIES**	-; -
		FELLING	-; -
FEEB	-; feebs	**FELLOE**	-; felloes
FEEBLE	-; feebler	**FELLOW**	-; fellows
FEEBLY	-; -	**FELON**	-; felons, felony
FEED	-; feeds		
FEEDBAG	-; feedbags	**FELONRY**	-; -
FEEDBOX	-; -	**FELSITE**	-; felsites
FEEDER	-; feeders	**FELSPAR**	-; felspars
FEEDING	-; -	**FELT**	-; felts
FEEDLOT	-; feedlots	**FELTED**	-; -
FEEING	-; -	**FELTING**	-; feltings
FEEL	-; feels	**FELUCCA**	-; feluccas
FEELER	-; feelers	**FELWORT**	-; felworts
FEELESS	-; -	**FEM**	-; feme, fems
FEELING	-; feelings	**FEMALE**	-; females
FEET	-; -	**FEME**	-; femes
FEEZE	-; feezed, feezes	**FEMINIE**	-; -
		FEMME	-; femmes
FEEZING	-; -	**FEMORA**	-; femoral
FEH	-; fehs	**FEMUR**	-; femurs
FEIGN	-; feigns	**FEN**	-; fend, fens

FENAGLE	-; fenagled, fenagles	**FERREL**	-; ferrels
FENCE	-; fenced, fencer, fences	**FERRET**	-; ferrets, ferrety
FENCER	-; fencers	**FERRIC**	-; -
FENCING	-; fencings	**FERRIED**	-; -
FEND	-; fends	**FERRIES**	-; -
FENDED	-; -	**FERRITE**	-; ferrites
FENDER	-; fenders	**FERROUS**	-; -
FENDING	-; -	**FERRULE**	-; ferruled, ferrules
FENNEC	-; fennecs	**FERRUM**	-; ferrums
FENNEL	-; fennels	**FERRY**	-; -
FENNY	-; -	**FERTILE**	-; -
FEOD	-; feods	**FERULA**	-; ferulae, ferulas
FEODARY	-; -		
FEOFF	-; feoffs	**FERULE**	-; feruled, ferules
FEOFFED	-; -		
FEOFFEE	-; feoffees	**FERVENT**	-; -
FEOFFER	-; feoffers	**FERVID**	-; -
FEOFFOR	-; feoffors	**FERVOR**	-; fervors
FER	-; fere, fern	**FERVOUR**	-; fervours
FERAL	-; -	**FESCUE**	-; fescues
FERBAM	-; ferbams	**FESS**	-; fesse
FERE	-; feres	**FESSE**	-; fessed, fesses
FERIA	-; feriae, ferial, ferias	**FESSING**	-; -
FERINE	-; -	**FEST**	-; fests
FERITY	-; -	**FESTAL**	-; -
FERLIE	-; ferlies	**FESTER**	-; festers
FERLY	-; -	**FESTIVE**	-; -
FERMATA	-; fermatas	**FESTOON**	-; festoons
FERMATE	-; -	**FET**	-; feta, fete, fets
FERMENT	-; ferments	**FETA**	-; fetal, fetas
FERMI	-; fermis	**FETCH**	-; -
FERMION	-; fermions	**FETCHED**	-; -
FERMIUM	-; fermiums	**FETCHER**	-; fetchers
FERN	-; ferns, ferny	**FETCHES**	-; -
FERNERY	-; -	**FETE**	-; feted, fetes
FERNIER	-; -	**FETIAL**	-; fetials
FERRATE	-; ferrates	**FETICH**	-; -

FETID	-; -	**FIANCE**	-; fiancee, fiances
FETIDLY	-; -		
FETING	-; -	**FIANCEE**	-; fiancees
FETISH	-; -	**FIAR**	-; fiars
FETLOCK	-; fetlocks	**FIASCHI**	-; -
FETOR	-; fetors	**FIASCO**	-; fiascos
FETTED	-; -	**FIAT**	-; fiats
FETTER	-; fetters	**FIB**	-; fibs
FETTING	-; -	**FIBBED**	-; -
FETTLE	-; fettled, fettles	**FIBBER**	-; fibbers
FETTLER	-; fettlers	**FIBBING**	-; -
FETUS	-; -	**FIBER**	-; fibers
FETUSES	-; -	**FIBERED**	-; -
FEU	-; feud, feus	**FIBRE**	-; fibres
FEUAR	-; feuars	**FIBRIL**	-; fibrils
FEUD	-; feuds	**FIBRIN**	-; fibrins
FEUDAL	-; -	**FIBROID**	-; fibroids
FEUDARY	-; -	**FIBROIN**	-; fibroins
FEUDED	-; -	**FIBROMA**	-; fibromas
FEUDING	-; -	**FIBROUS**	-; -
FEUDIST	-; feudists	**FIBSTER**	-; fibsters
FEUED	-; -	**FIBULA**	-; fibulae, fibular, fibulas
FEUING	-; -		
FEVER	-; fevers	**FICE**	-; fices
FEVERED	-; -	**FICHE**	-; fiches
FEW	-; -	**FICHU**	-; fichus
FEWER	-; -	**FICIN**	-; ficins
FEWEST	-; -	**FICKLE**	-; fickler
FEWNESS	-; -	**FICKLY**	-; -
FEY	-; -	**FICO**	-; -
FEYER	-; -	**FICOES**	-; -
FEYEST	-; -	**FICTILE**	-; -
FEYLY	-; -	**FICTION**	-; fictions
FEYNESS	-; -	**FICTIVE**	-; -
FEZ	-; -	**FICUS**	-; -
FEZES	-; -	**FICUSES**	-; -
FEZZED	-; -	**FID**	-; fido, fids
FEZZES	-; -	**FIDDLE**	-; fiddled, fiddler, fiddles
FEZZY	-; -		
FIACRE	-; fiacres	**FIDDLER**	-; fiddlers

FIDDLY	-; -	**FIGURER**	-; figurers
FIDEISM	-; fideisms	**FIGWORT**	-; figworts
FIDEIST	-; fideists	**FIL**	-; fila, file, filo,
FIDGE	-; fidged,		fils
	fidges, fidget	**FILA**	-; filar
FIDGET	-; fidgety	**FILAREE**	-; filarees
FIDGING	-; -	**FILARIA**	-; filariae,
FIDO	-; fidos		filarial, filarian
FIE	-; fief	**FILBERT**	-; filberts
FIEF	-; fiefs	**FILCH**	-; -
FIEFDOM	-; fiefdoms	**FILCHED**	-; -
FIELD	afield; fields	**FILCHER**	-; filchers
FIELDED	-; -	**FILCHES**	-; -
FIELDER	-; fielders	**FILE**	-; filed, filer,
FIEND	-; fiends		files, filet
FIERCE	-; fiercer	**FILEMOT**	-; -
FIERIER	-; -	**FILER**	-; filers
FIERILY	-; -	**FILET**	-; filets
FIERY	-; -	**FILETED**	-; -
FIESTA	-; fiestas	**FILIAL**	-; -
FIFE	-; fifed, fifer,	**FILIATE**	-; filiated,
	fifes		filiates
FIFER	-; fifers	**FILIBEG**	-; filibegs
FIFTEEN	-; fifteens	**FILING**	-; filings
FIFTH	-; fifths	**FILK**	-; filks
FIFTHLY	-; -	**FILL**	-; fille, fillo, fills,
FIFTIES	-; -		filly
FIFTY	-; -	**FILLE**	-; filled, filler,
FIG	-; figs		filles, fillet
FIGGED	-; -	**FILLER**	-; fillers
FIGGING	-; -	**FILLET**	-; fillets
FIGHT	-; fights	**FILLIES**	-; -
FIGHTER	-; fighters	**FILLING**	-; fillings
FIGMENT	-; figments	**FILLIP**	-; fillips
FIGTREE	-; figtrees	**FILLO**	-; fillos
FIGULINE	-; figulines	**FILM**	-; filmi, films,
FIGURAL	-; -		filmy
FIGURE	-; figured,	**FILMDOM**	-; filmdoms
	figurer, figures	**FILMED**	-; -

FILMI	-; filmic	**FINER**	-; finery
FILMIC	-; -	**FINES**	-; finest
FILMIER	-; -	**FINESSE**	-; finessed,
FILMILY	-; -		finesses
FILMING	-; -	**FINFISH**	-; -
FILMSET	-; filmsets	**FINFOOT**	-; finfoots
FILMY	-; -	**FINGER**	-; fingers
FILO	-; filos	**FINIAL**	-; finials
FILOS	-; filose	**FINICAL**	-; -
FILTER	-; filters	**FINICKY**	-; -
FILTH	-; filths, filthy	**FINIKIN**	-; finiking
FILUM	-; -	**FINING**	-; finings
FIMBLE	-; fimbles	**FINIS**	-; finish
FIMBRIA	-; fimbriae,	**FINISES**	-; -
	fimbrial	**FINITE**	-; finites
FIN	-; find, fine,	**FINITO**	-; -
	fink, finn, fino,	**FINK**	-; finks
	fins; -	**FINKED**	-; -
FINABLE	-; -	**FINKING**	-; -
FINAGLE	-; finagled,	**FINLESS**	-; -
	finagler,	**FINLIKE**	-; -
	finagles	**FINMARK**	-; finmarks
FINAL	-; finale, finals	**FINNAN**	-; finnans
FINALE	-; finales	**FINNED**	-; -
FINALIS	-; finalism,	**FINNIER**	-; -
	finalist	**FINNING**	-; -
FINALLY	-; -	**FINNY**	-; -
FINANCE	-; financed,	**FINO**	-; finos
	finances	**FIORD**	-; fiords
FINBACK	-; finbacks	**FIPPLE**	-; fipples
FINCA	-; fincas	**FIQUE**	-; fiques
FINCH	-; -	**FIR**	-; fire, firm, firn,
FINCHES	-; -		firs
FIND	-; finds	**FIRE**	afire; fired,
FINDER	-; finders		firer, fires
FINDING	-; findings	**FIREARM**	-; firearms
FINE	-; fined, finer,	**FIREBOX**	-; -
	fines	**FIREBUG**	-; firebugs
FINELY	-; -	**FIREDOG**	-; firedogs

FIREFLY	-; -	**FISTFUL**	-; fistfuls
FIRELIT	-; -	**FISTIC**	-; -
FIREMAN	-; -	**FISTING**	-; -
FIREMEN	-; -	**FISTULA**	-; fistulae,
FIREPAN	-; firepans		fistular, fistulas
FIREPIT	-; firepits	**FIT**	-; fits
FIREPOT	-; firepots	**FITCH**	-; fitchy
FIRER	-; firers	**FITCHEE**	-; -
FIRING	-; firings	**FITCHET**	-; fitchets
FIRKIN	-; firkins	**FITCHEW**	-; fitchews
FIRM	-; firms	**FITFUL**	-; -
FIRMAN	-; firmans	**FITLY**	-; -
FIRMED	-; -	**FITMENT**	-; fitments
FIRMER	-; firmers	**FITNESS**	-; -
FIRMLY	-; -	**FITTED**	-; -
FIRN	-; firns	**FITTER**	-; fitters
FIRRY	-; -	**FITTEST**	-; -
FIRST	-; firsts	**FITTING**	-; fittings
FIRSTLY	-; -	**FIVE**	-; fiver, fives
FIRTH	-; firths	**FIVER**	-; fivers
FISC	-; fiscs	**FIX**	-; fixt
FISCAL	-; fiscals	**FIXABLE**	-; -
FISH	-; fishy	**FIXATE**	-; fixated,
FISHED	-; -		fixates
FISHER	-; fishers,	**FIXATIF**	-; fixatifs
	fishery	**FIXED**	-; -
FISHEYE	-; fisheyes	**FIXEDLY**	-; -
FISHGIG	-; fishgigs	**FIXER**	-; fixers
FISHIER	-; -	**FIXES**	-; -
FISHILY	-; -	**FIXING**	-; fixings
FISHING	-; fishings	**FIXIT**	-; fixity
FISHNET	-; fishnets	**FIXTURE**	-; fixtures
FISHWAY	-; fishways	**FIXURE**	-; fixures
FISSATE	-; -	**FIZ**	-; fizz
FISSILE	-; -	**FIZGIG**	-; fizgigs
FISSION	-; fissions	**FIZZ**	-; fizzy
FISSURE	-; fissured,	**FIZZED**	-; -
	fissures	**FIZZER**	-; fizzers
FIST	-; fists	**FIZZES**	-; -
FISTED	-; -	**FIZZING**	-; -

FIZZLE	-; fizzled, fizzles	**FLAMING**	-; flamingo
		FLAMMED	-; -
FIZZY	-; -	**FLAMY**	-; -
FJELD	-; fjelds	**FLAN**	-; flank, flans
FJORD	-; fjords	**FLANES**	-; -
FLAB	-; flabs	**FLANEUR**	-; flaneurs
FLABBY	-; -	**FLANGE**	-; flanged, flanger, flanges
FLACCID	-; -		
FLACK	-; flacks		
FLACON	-; flacons	**FLANGER**	-; flangers
FLAG	-; flags	**FLANK**	-; flanks
FLAGGED	-; -	**FLANKED**	-; -
FLAGGER	-; flaggers	**FLANKEN**	-; -
FLAGGY	-; -	**FLANKER**	-; flankers
FLAGMAN	-; -	**FLANNEL**	-; flannels
FLAGMEN	-; -	**FLAP**	-; flaps
FLAGON	-; flagons	**FLAPPED**	-; -
FLAIL	-; flails	**FLAPPER**	-; flappers
FLAILED	-; -	**FLAPPY**	-; -
FLAIR	-; flairs	**FLARE**	-; flared, flares
FLAK	-; flake, flaky	**FLAREUP**	-; flareups
FLAKE	-; flaked, flaker, flakes	**FLARING**	-; -
		FLASH	-; flashy
FLAKER	-; flakers	**FLASHED**	-; -
FLAKIER	-; -	**FLASHER**	-; flashers
FLAKILY	-; -	**FLASHES**	-; -
FLAKING	-; -	**FLASK**	-; flasks
FLAM	-; flame, flams, flamy	**FLASKET**	-; flaskets
		FLAT	-; flats
FLAMBE	-; flambee, flambes	**FLATBED**	-; flatbeds
		FLATCAP	-; flatcaps
FLAMBEE	-; flambeed, flambees	**FLATCAR**	-; flatcars
		FLATLET	-; flatlets
FLAME	aflame; flamed, flamen, flamer, flames	**FLATLY**	-; -
		FLATTED	-; -
		FLATTEN	-; flattens
		FLATTER	-; flatters, flattery
FLAMEN	-; flamens		
FLAMER	-; flamers	**FLATTIE**	-; flatties
FLAMIER	-; -	**FLATTOP**	-; flattops

FLATUS	-; -	**FLEECER**	-; fleecers
FLAUNT	-; flaunts, flaunty	**FLEECH**	-; -
		FLEECY	-; -
FLAUTA	-; flautas	**FLEEING**	-; -
FLAVIN	-; flavine, flavins	**FLEER**	-; fleers
		FLEERED	-; -
FLAVINE	-; flavines	**FLEET**	-; fleets
FLAVONE	-; flavones	**FLEETED**	-; -
FLAVOR	-; flavors, flavory	**FLEETER**	-; -
		FLEETLY	-; -
FLAVORY	-; -	**FLEMISH**	-; -
FLAVOUR	-; flavours, flavoury	**FLENCH**	-; -
		FLENSE	-; flensed, flenser, flenses
FLAW	-; flaws, flawy		
FLAWED	-; -	**FLENSER**	-; flensers
FLAWIER	-; -	**FLESH**	-; fleshy
FLAWING	-; -	**FLESHED**	-; -
FLAX	-; flaxy	**FLESHER**	-; fleshers
FLAXEN	-; -	**FLESHLY**	-; -
FLAXES	-; -	**FLETCH**	-; -
FLAXIER	-; -	**FLEURY**	-; -
FLAY	-; flays	**FLEW**	-; flews
FLAYED	-; -	**FLEX**	-; -
FLAYER	-; flayers	**FLEXED**	-; -
FLAYING	-; -	**FLEXES**	-; -
FLEA	-; fleam, fleas	**FLEXILE**	-; -
FLEABAG	-; fleabags	**FLEXING**	-; -
FLEAM	-; fleams	**FLEXION**	-; flexions
FLEAPIT	-; fleapits	**FLEXOR**	-; flexors
FLECHE	-; fleches	**FLEXURE**	-; flexures
FLECK	-; flecks, flecky	**FLEY**	-; fleys
FLECKED	-; -	**FLEYED**	-; -
FLED	-; -	**FLEYING**	-; -
FLEDGE	-; fledged, fledges	**FLIC**	-; flick, flics
		FLICK	-; flicks
FLEDGY	-; -	**FLICKED**	-; -
FLEE	-; fleer, flees, fleet	**FLICKER**	-; flickers, flickery
		FLIED	-; -
FLEECE	-; fleeced, fleecer, fleeces	**FLIER**	-; fliers

FLIES	-; fliest	**FLOKATI**	-; flokatis
FLIGHT	-; flights, flighty	**FLONG**	-; flongs
FLIMSY	-; -	**FLOOD**	-; floods
FLINCH	-; -	**FLOODED**	-; -
FLINDER	-; flinders	**FLOODER**	-; flooders
FLING	-; flings	**FLOOEY**	-; -
FLINGER	-; flingers	**FLOOIE**	-; -
FLINT	-; flints, flinty	**FLOOR**	-; floors
FLINTED	-; -	**FLOORED**	-; -
FLINTLY	-; -	**FLOORER**	-; floorers
FLIP	-; flips	**FLOOSIE**	-; floosies
FLIPPED	-; -	**FLOOSY**	-; -
FLIPPER	-; flippers	**FLOOZIE**	-; floozies
FLIPPY	-; -	**FLOOZY**	-; -
FLIR	-; flirs, flirt	**FLOP**	-; flops
FLIRT	-; flirts, flirty	**FLOPPED**	-; -
FLIRTED	-; -	**FLOPPER**	-; floppers
FLIRTER	-; flirters	**FLOPPY**	-; -
FLIT	-; flite, flits	**FLORA**	-; florae, floral, floras
FLITCH	-; -		
FLITE	-; flited, flites	**FLORET**	-; florets
FLITING	-; -	**FLORID**	-; -
FLITTED	-; -	**FLORIN**	-; florins
FLITTER	-; flitters	**FLORIST**	-; florists
FLIVVER	-; flivvers	**FLORUIT**	-; floruits
FLOAT	afloat; floats, floaty	**FLOSS**	-; flossy
		FLOSSIE	-; flossies
FLOATED	-; -	**FLOTA**	-; flotas
FLOATEL	-; floatels	**FLOTAGE**	-; flotages
FLOATER	-; floaters	**FLOTSAM**	-; flotsams
FLOC	-; flock, flocs	**FLOUNCE**	-; flounced, flounces
FLOCCED	-; -		
FLOCCI	-; -	**FLOUNCY**	-; -
FLOCCUS	-; -	**FLOUR**	-; flours, floury
FLOCK	-; flocks, flocky	**FLOURED**	-; -
FLOCKED	-; -	**FLOUT**	-; flouts
FLOE	-; floes	**FLOUTED**	-; -
FLOG	-; flogs	**FLOUTER**	-; flouters
FLOGGED	-; -	**FLOW**	-; flown, flows
FLOGGER	-; floggers	**FLOWAGE**	-; flowages

FLOWER	-; flowers, flowery	**FLUORIN**	-; fluorine, fluorins
FLU	-; flub, flue, flus, flux	**FLURRY**	-; -
		FLUSH	-; -
FLUB	-; flubs	**FLUSHED**	-; -
FLUBBED	-; -	**FLUSHER**	-; flushers
FLUBBER	-; flubbers	**FLUSHES**	-; -
FLUBDUB	-; flubdubs	**FLUSTER**	-; flusters
FLUE	-; flued, flues	**FLUTE**	-; fluted, fluter, flutes
FLUENCY	-; -		
FLUENT	-; -	**FLUTER**	-; fluters
FLUERIC	-; fluerics	**FLUTEY**	-; -
FLUFF	-; fluffs, fluffy	**FLUTIER**	-; -
FLUFFED	-; -	**FLUTING**	-; flutings
FLUFFER	-; fluffers	**FLUTIST**	-; flutists
FLUID	-; fluids	**FLUTTER**	aflutter; flutters, fluttery
FLUIDAL	-; -		
FLUIDIC	-; fluidics	**FLUTY**	-; -
FLUIDLY	-; -	**FLUVIAL**	-; -
FLUISH	-; -	**FLUX**	-; -
FLUKE	-; fluked, flukes, flukey	**FLUXED**	-; -
		FLUXES	-; -
FLUKIER	-; -	**FLUXING**	-; -
FLUKY	-; -	**FLUXION**	-; fluxions
FLUME	-; flumed, flumes	**FLUYT**	-; fluyts
		FLY	-; -
FLUMING	-; -	**FLYING**	-; -
FLUMMOX	-; -	**FLYABLE**	-; -
FLUMP	-; flumps	**FLYAWAY**	-; flyaways
FLUMPED	-; -	**FLYBELT**	-; flybelts
FLUNG	-; -	**FLYBLEW**	-; -
FLUNK	-; flunks, flunky	**FLYBLOW**	-; flyblown, flyblows
FLUNKED	-; -		
FLUNKER	-; flunkers	**FLYBOAT**	-; flyboats
FLUNKEY	-; flunkeys	**FLYBOY**	-; flyboys
FLUNKIE	-; flunkies	**FLYBY**	-; flybys
FLUOR	-; fluors	**FLYER**	-; flyers
FLUORIC	-; -	**FLYING**	-; flyings
FLUORID	-; fluoride, fluorids	**FLYLEAF**	-; -
		FLYLESS	-; -

FLYMAN	-; -	**FOETUS**	-; -
FLYMEN	-; -	**FOG**	-; fogs, fogy
FLYOFF	-; flyoffs	**FOGBOW**	-; fogbows
FLYOVER	-; flyovers	**FOGDOG**	-; fogdogs
FLYPAST	-; flypasts	**FOGEY**	-; fogeys
FLYSCH	-; -	**FOGGAGE**	-; foggages
FLYTE	-; flyted, flytes	**FOGGED**	-; -
FLYTIER	-; flytiers	**FOGGER**	-; foggers
FLYTING	-; flytings	**FOGGIER**	-; -
FLYTRAP	-; flytraps	**FOGGILY**	-; -
FLYWAY	-; flyways	**FOGGING**	-; -
FOAL	-; foals	**FOGGY**	-; -
FOALED	-; -	**FOGHORN**	-; foghorns
FOALING	-; -	**FOGIE**	-; fogies
FOAM	-; foams, foamy	**FOGLESS**	-; -
		FOGY	-; -
FOAMED	-; -	**FOGYISM**	-; fogyisms
FOAMER	-; foamers	**FOH**	-; fohn
FOAMIER	-; -	**FOHN**	-; fohns
FOAMILY	-; -	**FOIBLE**	-; foibles
FOAMING	-; -	**FOIL**	-; foils
FOB	-; fobs	**FOILED**	-; -
FOBBED	-; -	**FOILING**	-; -
FOBBING	-; -	**FOILIST**	-; foilists
FOCAL	-; -	**FOIN**	-; foins
FOCALLY	-; -	**FOINED**	-; -
FOCI	-; -	**FOINING**	-; -
FOCUS	-; -	**FOISON**	-; foisons
FOCUSED	-; -	**FOIST**	-; foists
FOCUSER	-; focusers	**FOISTED**	-; -
FOCUSES	-; -	**FOLACIN**	-; folacins
FODDER	-; fodders	**FOLATE**	-; folates
FODGEL	-; -	**FOLD**	-; folds
FOE	-; foes	**FOLDED**	-; -
FOEHN	-; foehns	**FOLDER**	-; folders
FOEMAN	-; -	**FOLDING**	-; -
FOEMEN	-; -	**FOLDOUT**	-; foldouts
FOETAL	-; -	**FOLDUP**	-; foldups
FOETID	-; -	**FOLEY**	-; foleys
FOETOR	-; foetors	**FOLIA**	-; foliar

FOLIAGE	-; foliaged, foliages	**FONDU**	-; fondue, fondus
FOLIATE	-; foliated, foliates	**FONDUE**	-; fondues
		FONT	-; fonts
FOLIC	-; -	**FONTAL**	-; -
FOLIO	-; folios	**FONTINA**	-; fontinas
FOLIOED	-; -	**FOOD**	-; foods
FOLIOSE	-; -	**FOODIE**	-; foodies
FOLIOUS	-; -	**FOOL**	-; fools
FOLIUM	-; foliums	**FOOLED**	-; -
FOLK	-; folks, folky	**FOOLERY**	-; -
FOLKIE	-; folkies	**FOOLING**	-; -
FOLKISH	-; -	**FOOLISH**	-; -
FOLKMOT	-; folkmote, folkmots	**FOOT**	afoot; foots, footy
FOLKS	-; folksy	**FOOTAGE**	-; footages
FOLKSY	-; -	**FOOTBOY**	-; footboys
FOLKWAY	-; folkways	**FOOTED**	-; -
FOLKY	-; -	**FOOTER**	-; footers
FOLLES	-; -	**FOOTIE**	-; footier, footies
FOLLIES	-; -		
FOLLIS	-; -	**FOOTIER**	-; -
FOLLOW	-; follows	**FOOTING**	-; footings
FOLLY	-; -	**FOOTLE**	-; footled, footler, footles
FOMENT	-; foments		
FOMITE	-; fomites	**FOOTLER**	-; footlers
FON	-; fond, fons, font	**FOOTMAN**	-; -
		FOOTMEN	-; -
FOND	-; fonds, fondu	**FOOTPAD**	-; footpads
FONDANT	-; fondants	**FOOTS**	-; footsy
FONDED	-; -	**FOOTSIE**	-; footsies
FONDER	-; -	**FOOTWAY**	-; footways
FONDEST	-; -	**FOOZLE**	-; foozled, foozler, foozles
FONDING	-; -		
FONDLE	-; fondled, fondler, fondles		
		FOOZLER	-; foozlers
		FOP	-; fops
FONDLER	-; fondlers	**FOPPED**	-; -
FONDLY	-; -	**FOPPERY**	-; -

FOPPING	-; -	**FOREDO**	-; -
FOPPISH	-; -	**FOREGO**	-; -
FOR	-; fora, forb,	**FOREGUT**	-; foreguts
	ford, fore, fork,	**FOREIGN**	-; -
	form, fort	**FORELEG**	-; forelegs
FORA	-; foram	**FOREMAN**	-; -
FORAGE	-; foraged,	**FOREMEN**	-; -
	forager,	**FOREPAW**	-; forepaws
	forages	**FORERUN**	-; foreruns
FORAGER	-; foragers	**FORESAW**	-; -
FORAM	-; forams	**FORESEE**	-; foreseen,
FORAMEN	-; foramens		foreseer,
FORAY	-; forays		foresees
FORAYED	-; -	**FOREST**	-; forests
FORAYER	-; forayers	**FORETOP**	-; foretops
FORB	-; forbs, forby	**FOREVER**	-; forevers
FORBAD	-; forbade	**FOREX**	-; -
FORBEAR	-; forbears	**FOREXES**	-; -
FORBID	-; forbids	**FORFEIT**	-; forfeits
FORBODE	-; forboded,	**FORFEND**	-; forfends
	forbodes	**FORGAT**	-; -
FORBORE	-; -	**FORGAVE**	-; -
FORBY	-; forbye	**FORGE**	-; forged,
FORCE	-; forced,		forger, forges,
	forcer, forces		forget
FORCEPS	-; -	**FORGER**	-; forgers,
FORCER	-; forcers		forgery
FORCING	-; -	**FORGET**	-; forgets
FORD	-; fordo, fords	**FORGING**	-; forgings
FORDID	-; -	**FORGIVE**	-; forgiven,
FORDING	-; -		forgiver,
FORDO	-; -		forgives
FORDOES	-; -	**FORGO**	-; forgot
FORDONE	-; -	**FORGOER**	-; forgoers
FORE	afore; fores	**FORGOES**	-; -
FOREARM	-; forearms	**FORGONE**	-; -
FOREBAY	-; forebays	**FORINT**	-; forints
FOREBY	-; forebye	**FORK**	-; forks, forky
FOREDID	-; -	**FORKED**	-; -

FORKER	-; forkers	**FORWARD**	-; forwards
FORKFUL	-; forkfuls	**FORWENT**	-; -
FORKIER	-; -	**FORWHY**	-; -
FORKING	-; -	**FORWORN**	-; -
FORKY	-; -	**FOSS**	-; fossa, fosse
FORLORN	-; -	**FOSSA**	-; fossae
FORM	-; forme, forms	**FOSSATE**	-; -
FORMAL	-; formals	**FOSSE**	-; fosses
FORMANT	-; formants	**FOSSICK**	-; fossicks
FORMAT	-; formate, formats	**FOSSIL**	-; fossils
		FOSTER	-; fosters
FORMATE	-; formates	**FOU**	-; foul, four
FORME	-; formed, formee, former, formes	**FOUETTE**	-; fouettes
		FOUGHT	-; -
		FOUL	afoul; fouls
FORMER	-; formers	**FOULARD**	-; foulards
FORMFUL	-; -	**FOULER**	-; -
FORMIC	-; -	**FOULEST**	-; -
FORMING	-; -	**FOULING**	-; foulings
FORMOL	-; formols	**FOULLY**	-; -
FORMULA	-; formulae, formulas	**FOUND**	-; founds
		FOUNDED	-; -
FORMYL	-; formyls	**FOUNDER**	-; founders
FORNENT	-; -	**FOUNDRY**	-; -
FORNIX	-; -	**FOUNT**	-; founts
FORRIT	-; -	**FOUR**	-; fours
FORSAKE	-; forsaken, forsaker, forsakes	**FOURGON**	-; fourgons
		FOURTH	-; fourths
		FOUSTY	-; -
FORSOOK	-; -	**FOVEA**	-; foveae, foveal
FORT	-; forte, forth, forts, forty	**FOVEATE**	-; foveated
FORTE	-; fortes	**FOVEOLA**	-; foveolae, foveolar, foveolas
FORTIES	-; -		
FORTIFY	-; -		
FORTIS	-; -	**FOVEOLE**	-; foveoles, foveolet
FORTUNE	-; fortuned, fortunes	**FOWL**	-; fowls
FORUM	-; forums	**FOWLED**	-; -

FOWLER	-; fowlers	**FRAISE**	-; fraises
FOWLING	-; fowlings	**FRAKTUR**	-; frakturs
FOWLPOX	-; -	**FRAME**	-; framed,
FOX	-; foxy		framer, frames
FOXED	-; -	**FRAMER**	-; framers
FOXES	-; -	**FRAMING**	-; -
FOXFIRE	-; foxfires	**FRANC**	-; francs
FOXFISH	-; -	**FRANK**	-; franks
FOXHOLE	-; foxholes	**FRANKED**	-; -
FOXIER	-; -	**FRANKER**	-; frankers
FOXIEST	-; -	**FRANKLY**	-; -
FOXILY	-; -	**FRANTIC**	-; -
FOXING	-; foxings	**FRAP**	-; fraps
FOXLIKE	-; -	**FRAPPE**	-; frapped,
FOXSKIN	-; foxskins		frappes
FOXTAIL	-; foxtails	**FRASS**	-; -
FOXTROT	-; foxtrots	**FRASSES**	-; -
FOY	-; foys	**FRAT**	-; frats
FOYER	-; foyers	**FRATER**	-; fraters
FOZIER	-; -	**FRAUD**	-; frauds
FOZIEST	-; -	**FRAUGHT**	-; fraughts
FOZY	-; -	**FRAY**	-; frays
FRACAS	-; -	**FRAYED**	-; -
FRACTAL	-; fractals	**FRAYING**	-; frayings
FRACTED	-; -	**FRAZIL**	-; frazils
FRACTI	-; -	**FRAZZLE**	-; frazzled,
FRACTUR	-; fracture,		frazzles
	fracturs	**FREAK**	-; freaks,
FRACTUS	-; -		freaky
FRAE	-; -	**FREAKED**	-; -
FRAENA	-; -	**FRECKLE**	-; freckled,
FRAENUM	-; fraenums		freckles
FRAG	-; frags	**FRECKLY**	-; -
FRAGGED	-; -	**FREE**	-; freed, freer,
FRAGILE	-; -		frees
FRAIL	-; frails, fraily	**FREEBEE**	-; freebees
FRAILER	-; -	**FREEBIE**	-; freebies
FRAILLY	-; -	**FREEDOM**	-; freedoms
FRAILTY	-; -	**FREEGAN**	-; freegans

FREELY	-; -	**FRIED**	-; -
FREEMAN	-; -	**FRIEND**	-; friends
FREEMEN	-; -	**FRIER**	-; friers
FREER	-; freers	**FRIES**	-; -
FREES	-; freest	**FRIEZE**	-; friezes
FREESIA	-; freesias	**FRIG**	-; frigs
FREEWAY	-; freeways	**FRIGATE**	-; frigates
FREEZE	-; freezer, freezes	**FRIGGED**	-; -
		FRIGHT	-; frights
FREEZER	-; freezers	**FRIGID**	-; -
FREIGHT	-; freights	**FRIJOL**	-; frijole
FREMD	-; -	**FRIJOLE**	-; frijoles
FRENA	-; -	**FRILL**	-; frills, frilly
FRENCH	-; -	**FRILLED**	-; -
FRENUM	-; frenums	**FRILLER**	-; frillers
FRENZY	-; -	**FRINGE**	-; fringed, fringes
FRERE	-; freres		
FRESCO	-; frescos	**FRINGY**	-; -
FRESH	afresh; -	**FRISE**	-; frisee, frises
FRESHED	-; -	**FRISEE**	-; frisees
FRESHEN	-; freshens	**FRISEUR**	-; friseurs
FRESHER	-; -	**FRISK**	-; frisks, frisky
FRESHES	-; freshest	**FRISKED**	-; -
FRESHET	-; freshets	**FRISKER**	-; friskers
FRESHLY	-; -	**FRISKET**	-; friskets
FRESNEL	-; fresnels	**FRISSON**	-; frissons
FRET	-; frets	**FRIT**	afrit; frith, frits, fritt, fritz
FRETFUL	-; -		
FRETSAW	-; fretsaws	**FRITES**	-; -
FRETTED	-; -	**FRITH**	-; friths
FRETTER	-; fretters	**FRITS**	afrits; -
FRETTY	-; -	**FRITT**	-; fritts
FRIABLE	-; -	**FRITTED**	-; -
FRIAR	-; friars, friary	**FRITTER**	-; fritters
FRIARLY	-; -	**FRITZ**	-; -
FRIBBLE	-; fribbled, fribbler, fribbles	**FRITZES**	-; -
		FRIVOL	-; frivols
		FRIZ	-; frizz
FRICOT	-; fricots	**FRIZED**	-; -
FRIDGE	-; fridges	**FRIZER**	-; frizers

FRIZES	-; -	**FROUNCE**	-; frounced,
FRIZING	-; -		frounces
FRIZZ	-; frizzy	**FROUZY**	-; -
FRIZZED	-; -	**FROW**	-; frown, frows
FRIZZER	-; frizzers	**FROWARD**	-; -
FRIZZES	-; -	**FROWN**	-; frowns
FRIZZLE	-; frizzled,	**FROWNED**	-; -
	frizzler, frizzles	**FROWNER**	-; frowners
FRIZZLY	-; -	**FROWNY**	-; -
FRO	-; froe, frog,	**FROWS**	-; frowsy
	from, frow	**FROWST**	-; frowsts,
FROCK	-; frocks		frowsty
FROCKED	-; -	**FROWZY**	-; -
FROE	-; froes	**FROZE**	-; frozen
FROG	-; frogs	**FRUG**	-; frugs
FROGEYE	-; frogeyed,	**FRUGAL**	-; -
	frogeyes	**FRUGGED**	-; -
FROGGED	-; -	**FRUIT**	-; fruits, fruity
FROGGY	-; -	**FRUITED**	-; -
FROGLET	-; froglets	**FRUITER**	-; fruiters
FROGMAN	-; -	**FRUMP**	-; frumps,
FROGMEN	-; -		frumpy
FROLIC	-; frolics	**FRUSTA**	-; -
FROM	-; -	**FRUSTUM**	-; frustums
FROMAGE	-; fromages	**FRY**	-; -
FROND	-; fronds	**FRYER**	-; fryers
FRONDED	-; -	**FRYING**	-; -
FRONS	-; -	**FRYPAN**	-; frypans
FRONT	-; fronts	**FUB**	-; fubs
FRONTAL	-; frontals	**FUBBED**	-; -
FRONTED	-; -	**FUBBING**	-; -
FRONTER	-; -	**FUBS**	-; fubsy
FRONTES	-; -	**FUBSIER**	-; -
FRONTON	-; frontons	**FUCHSIA**	-; fuchsias
FRORE	-; -	**FUCHSIN**	-; fuchsine,
FROSH	-; -		fuchsins
FROST	-; frosts, frosty	**FUCI**	-; -
FROSTED	-; frosteds	**FUCOID**	-; fucoids
FROTH	-; froths, frothy	**FUCOSE**	-; fucoses
FROTHED	-; -	**FUCOUS**	-; -

FUD	-; fuds	**FULHAM**	-; fulhams
FUDDIES	-; -	**FULL**	-; fulls, fully
FUDDLE	-; fuddled, fuddles	**FULLAM**	-; fullams
		FULLED	-; -
FUDDY	-; -	**FULLER**	-; fullers, fullery
FUDGE	-; fudged, fudges	**FULLEST**	-; -
		FULLING	-; -
FUEHRER	-; fuehrers	**FULMAR**	-; fulmars
FUEL	-; fuels	**FULMINE**	-; fulmined, fulmines
FUELED	-; -		
FUELER	-; fuelers	**FULNESS**	-; -
FUELING	-; -	**FULSOME**	-; -
FUELLED	-; -	**FULVOUS**	-; -
FUELLER	-; fuellers	**FUMARIC**	-; -
FUG	-; fugs, fugu	**FUMBLE**	-; fumbled, fumbler, fumbles
FUGAL	-; -		
FUGALLY	-; -		
FUGATO	-; fugatos	**FUMBLER**	-; fumblers
FUGGED	-; -	**FUME**	-; fumed, fumer, fumes, fumet
FUGGIER	-; -		
FUGGILY	-; -		
FUGGING	-; -	**FUMER**	-; fumers
FUGGY	-; -	**FUMET**	-; fumets
FUGIO	-; fugios	**FUMETTE**	-; fumettes
FUGLE	-; fugled, fugles	**FUMIER**	-; -
		FUMIEST	-; -
FUGLING	-; -	**FUMING**	-; -
FUGU	-; fugue, fugus	**FUMULI**	-; -
FUGUE	-; fugued, fugues	**FUMULUS**	-; -
		FUMY	-; -
FUGUING	-; -	**FUN**	-; fund, funk, funs
FUGUIST	-; fuguists		
FUHRER	-; fuhrers	**FUNCTOR**	-; functors
FUJI	-; fujis	**FUND**	-; fundi, funds
FULCRA	-; -	**FUNDED**	-; -
FULCRUM	-; fulcrums	**FUNDI**	-; fundic
FULFIL	-; fulfill, fulfils	**FUNDING**	-; -
FULFILL	-; fulfills	**FUNDUS**	-; -
FULGENT	-; -	**FUNERAL**	-; funerals
FULGID	-; -	**FUNEST**	-; -

FUNFAIR	-; funfairs	**FURLED**	-; -
FUNFEST	-; funfests	**FURLER**	-; furlers
FUNGAL	-; fulgals	**FURLESS**	-; -
FUNGI	-; fungic	**FURLING**	-; -
FUNGO	-; -	**FURLONG**	-; furlongs
FUNGOES	-; -	**FURMETY**	-; -
FUNGOID	-; fungoids	**FURMITY**	-; -
FUNGOUS	-; -	**FURNACE**	-; furnaced, furnaces
FUNGUS	-; -		
FUNICLE	-; funicles	**FURNISH**	-; -
FUNK	-; funks, funky	**FUROR**	-; furore, furors
FUNKED	-; -	**FURORE**	-; furores
FUNKER	-; funkers	**FURRED**	-; -
FUNKIA	-; funkias	**FURRIER**	-; furriers, furriery
FUNKIER	-; -		
FUNKING	-; -	**FURRILY**	-; -
FUNNED	-; -	**FURRING**	-; furrings
FUNNEL	-; funnels	**FURROW**	-; furrows, furrowy
FUNNIER	-; -		
FUNNIES	-; funniest	**FURRY**	-; -
FUNNILY	-; -	**FURTHER**	-; furthers
FUNNING	-; -	**FURTIVE**	-; -
FUNNY	-; -	**FURZE**	-; furzes
FUNPLEX	-; -	**FURZIER**	-; -
FUNSTER	-; funsters	**FURZY**	-; -
FUR	-; furl, furs, fury	**FUSAIN**	-; fusains
FURAN	-; furane, furans	**FUSCOUS**	-; -
		FUSE	-; fused, fusee, fusel, fuses
FURANE	-; furanes		
FURBALL	-; furballs	**FUSEE**	-; fusees
FURBISH	-; -	**FUSEL**	-; fusels
FURCATE	-; furcated, furcates	**FUSIBLE**	-; -
		FUSIBLY	-; -
FURCULA	-; furculae, furcular	**FUSIL**	-; fusile, fusils
		FUSILLI	-; fusillis
FURFUR	-; -	**FUSING**	-; -
FURIES	-; -	**FUSION**	-; fusions
FURIOSO	-; -	**FUSS**	-; fussy
FURIOUS	-; -	**FUSSED**	-; -
FURL	-; furls	**FUSSER**	-; fussers

FUSSES	-; -	**FUTZ**	-; -
FUSSIER	-; -	**FUTZED**	-; -
FUSSILY	-; -	**FUTZES**	-; -
FUSSING	-; -	**FUTZING**	-; -
FUSSPOT	-; fusspots	**FUZE**	-; fuzed, fuzee, fuzes
FUSTIAN	-; fustian		
FUSTIC	-; fustics	**FUZEE**	-; fuzees
FUSTIER	-; -	**FUZIL**	-; fuzils
FUSTILY	-; -	**FUZING**	-; -
FUSTY	-; -	**FUZZ**	-; fuzzy
FUSUMA	-; -	**FUZZED**	-; -
FUTHARC	-; futharcs	**FUZZES**	-; -
FUTHARK	-; futharks	**FUZZIER**	-; -
FUTHORC	-; futhorcs	**FUZZILY**	-; -
FUTHORK	-; futhorks	**FUZZING**	-; -
FUTILE	-; -	**FYCE**	-; fyces
FUTON	-; futons	**FYKE**	-; fykes
FUTTOCK	-; futtocks	**FYLFOT**	-; fylfots
FUTURAL	-; -	**FYNBOS**	-; -
FUTURE	-; futures	**FYTTE**	-; fyttes

G

G	-; go	**GABELLE**	-; gabelled, gabelles
GAB	-; gabs, gaby		
GABBA	-; gabbas	**GABFEST**	-; gabfests
GABBARD	-; gabbards	**GABIES**	-; -
GABBART	-; gabbarts	**GABION**	-; gabions
GABBED	-; -	**GABLE**	-; gabled, gables
GABBER	-; gabbers		
GABBIER	-; -	**GABLING**	-; -
GABBING	-; -	**GABOON**	-; gaboons
GABBLE	-; gabbled, gabbler, gabbles	**GABY**	-; -
		GACH	-; -
		GACHED	-; -
GABBLER	-; gabblers	**GACHER**	-; gachers
GABBRO	-; gabbros	**GAD**	egad; gads, gadi
GABBY	-; -		

GADDED	-; -	**GAIJIN**	-; -
GADDER	-; gadders	**GAILY**	-; -
GADDI	-; gaddis	**GAIN**	again; gains
GADDING	-; -	**GAINED**	-; -
GADFLY	-; -	**GAINER**	-; gainers
GADGET	-; gadgets, gadgety	**GAINFUL**	-; -
		GAINING	-; -
GADI	-; gadid, gadis	**GAINLY**	-; -
GADID	-; gadids	**GAINS**	-; gainst
GADOID	-; gadoids	**GAINSAY**	-; gainsays
GADROON	-; gadroons	**GAINST**	against; -
GADS	egads; -	**GAIT**	-; gaits
GADWALL	-; gadwalls	**GAITED**	-; -
GAE	-; gaed, gaen, gaes	**GAITER**	-; gaiters
		GAITING	-; -
GAEING	-; -	**GAL**	egal; gala, gale, gall, gals
GAFF	-; gaffe, gaffs		
GAFFE	-; gaffed, gaffer, gaffes	**GALA**	-; galah, galas
		GALABIA	-; galabias
GAFFER	-; gaffers	**GALAGO**	-; galagos
GAFFING	-; -	**GALAH**	-; galahs
GAG	-; gaga, gage, gags	**GALANGA**	-; galangal, galangas
GAGA	-; -	**GALATEA**	-; galateas
GAGAKU	-; gagakus	**GALAX**	-; galaxy
GAGE	-; gaged, gager, gages	**GALAXES**	-; -
		GALE	-; galea, gales
GAGER	-; gagers	**GALEA**	-; galeae, galeas
GAGGED	-; -		
GAGGER	-; gaggers	**GALEATE**	-; galeated
GAGGING	-; -	**GALENA**	-; galenas
GAGGLE	-; gaggled, gaggles	**GALENIC**	-; -
		GALERE	-; galeres
GAGING	-; -	**GALETTE**	-; galettes
GAGMAN	-; -	**GALILEE**	-; galilees
GAGMEN	-; -	**GALING**	-; -
GAGSTER	-; gagsters	**GALIOT**	-; galiots
GAHNITE	-; gahnites	**GALIPOT**	-; galipots
GAIETY	-; -	**GALL**	-; galls, gally

GALLANT	-; gallants		gamp, gams,
GALLATE	-; gallates		gamy
GALLED	-; -	**GAMA**	agama;
GALLEIN	-; galleins		gamas,
GALLEON	-; galleons		gamay
GALLERY	-; -	**GAMAS**	agamas; -
GALLET	-; galleta,	**GAMB**	-; gamba,
	gallets		gambe,
GALLETA	-; galletas		gambs
GALLEY	-; galleys	**GAMBA**	-; gambas
GALLFLY	-; -	**GAMBADE**	-; gambades
GALLIC	-; gallica	**GAMBADO**	-; gambados
GALLICA	-; gallican,	**GAMBE**	-; gambes
	gallicas	**GAMBIA**	-; gambias
GALLIED	-; -	**GAMBIER**	-; gambiers
GALLIES	-; -	**GAMBIR**	-; gambirs
GALLING	-; -	**GAMBIT**	-; gambits
GALLIOT	-; galliots	**GAMBLE**	-; gambled,
GALLIUM	-; galliums		gambler,
GALLNUT	-; gallnuts		gambles
GALLON	-; gallons	**GAMBLER**	-; gamblers
GALLOON	-; galloons	**GAMBOGE**	-; gamboges
GALLOOT	-; galloots	**GAMBOL**	-; gambols
GALLOP	-; gallops	**GAMBREL**	-; gambrels
GALLOUS	-; -	**GAME**	-; gamed,
GALLOWS	-; -		gamer, games,
GALLUS	-; -		gamey
GALOOT	-; galoots	**GAMELAN**	-; gamelans
GALOP	-; galops	**GAMELY**	-; -
GALOPED	-; -	**GAMES**	-; gamest
GALORE	-; galores	**GAMEST**	-; -
GALOSH	-; galoshe	**GAMETE**	agamete;
GALOSHE	-; galoshed,		gametes
	galoshes	**GAMETES**	agametes; -
GALUMPH	-; galumphs	**GAMETIC**	-; -
GALYAC	-; galyacs	**GAMIC**	agamic; -
GALYAK	-; galyaks	**GAMIER**	-; -
GAM	ogam; gama,	**GAMIEST**	-; -
	gamb, game,	**GAMIFY**	-; -

GAMILY	-; -	**GANOF**	-; ganofs
GAMIN	-; gamine, gaming, gamins	**GANOID**	-; ganoids
		GANTLET	-; gantlets
		GANTRY	-; -
GAMINE	-; gamines	**GAOL**	-; gaols
GAMING	-; gamings	**GAOLED**	-; -
GAMMA	-; gammas	**GAOLER**	-; gaolers
GAMMED	-; -	**GAOLING**	-; -
GAMMER	-; gammers	**GAP**	-; gape, gaps, gapy
GAMMIER	-; -		
GAMMING	-; -	**GAPE**	agape; gaped, gaper, gapes
GAMMON	-; gammons		
GAMMY	-; -		
GAMP	-; gamps	**GAPER**	-; gapers
GAMS	ogams; -	**GAPING**	-; -
GAMUT	-; gamuts	**GAPLESS**	-; -
GAMY	-; -	**GAPOSES**	-; -
GAN	-; gane, gang	**GAPOSIS**	-; -
GANACHE	-; ganaches	**GAPPED**	-; -
GANDER	-; ganders	**GAPPIER**	-; -
GANE	-; ganef, ganev	**GAPPING**	-; -
GANEF	-; ganefs	**GAPPY**	-; -
GANEV	-; ganevs	**GAR**	agar; garb, gars
GANG	-; gangs		
GANGED	-; -	**GARAGE**	-; garaged, garages
GANGER	-; gangers		
GANGING	-; -	**GARB**	-; garbs
GANGLE	-; gangles	**GARBAGE**	-; garbages
GANGLIA	-; ganglial, gangliar	**GARBED**	-; -
		GARBING	-; -
GANGLY	-; -	**GARBLE**	-; garbled, garbler, garbles
GANGREL	-; gangrels		
GANGSTA	-; gangstas		
GANGUE	-; gangues	**GARBLER**	-; garblers
GANGWAY	-; gangways	**GARBOIL**	-; garboils
GANJA	-; ganjah, ganjas	**GARCON**	-; garcons
		GARDA	-; gardai
GANJAH	-; ganjahs	**GARDANT**	-; -
GANNET	-; gannets	**GARDEN**	-; gardens

GARFISH	-; -	**GASES**	-; -
GARGET	-; gargets, gargety	**GASHED**	-; -
		GASHER	-; -
GARGLE	-; gargled, gargler, gargles	**GASHES**	-; gashest
		GASHING	-; -
		GASIFY	-; -
GARGLER	-; garglers	**GASKET**	-; gaskets
GARIGUE	-; garigues	**GASKIN**	-; gasking, gaskins
GARISH	-; -		
GARLAND	-; garlands	**GASKING**	-; gaskings
GARLIC	-; garlics	**GASLESS**	-; -
GARMENT	-; garments	**GASLIT**	-; -
GARNER	-; garners	**GASMAN**	-; -
GARNET	-; garnets	**GASMEN**	-; -
GARNI	-; -	**GASOHOL**	-; gosohols
GARNISH	-; -	**GASP**	-; gasps
GAROTE	-; garoted, garotes	**GASPED**	-; -
		GASPER	-; gaspers
GAROTTE	-; garotted, garotter, garottes	**GASPING**	-; -
		GASSED	-; -
		GASSER	-; gassers
GARPIKE	-; garpikes	**GASSES**	-; -
GARRED	-; -	**GASSIER**	-; -
GARRET	-; garrets	**GASSING**	-; gassings
GARRING	-; -	**GASSY**	-; -
GARRON	-; garrons	**GAST**	-; gasts
GARROTE	-; garroted, garroter, garrotes	**GASTED**	-; -
		GASTER	-; gasters
		GASTING	-; -
GARS	agars; -	**GASTRAL**	-; -
GARTER	-; garters	**GASTREA**	-; gastreas
GARTH	-; garths	**GASTRIC**	-; -
GARVEY	-; garveys	**GASTRIN**	-; gastrins
GAS	agas; gash, gasp, gast	**GAT**	-; gats
		GATCH	-; -
GASBAG	-; gasbags	**GATCHED**	-; -
GASCHES	-; -	**GATCHER**	-; gatchers
GASCON	-; gascons	**GATCHES**	-; -
GASEITY	-; -	**GATE**	agate; gated, gater, gates
GASEOUS	-; -		

GATEAU	-; gateaux	**GAUZILY**	-; -
GATEAUX	-; -	**GAUZY**	-; -
GATEMAN	-; -	**GAVAGE**	-; gavages
GATEMEN	-; -	**GAVE**	agave; gavel
GATER	-; gaters	**GAVEL**	-; gavels
GATES	agates; -	**GAVELED**	-; -
GATEWAY	-; gateways	**GAVIAL**	-; gavials
GATHER	-; gathers	**GAVOT**	-; gavots
GATING	-; -	**GAVOTTE**	-; gavotted,
GATOR	-; gators		gavottes
GAUCH	-; -	**GAWK**	-; gawks,
GAUCHE	-; gauches,		gawky
	gauched	**GAWKED**	-; -
GAUCHO	-; gauchos	**GAWKER**	-; gawkers
GAUD	-; gauds,	**GAWKIER**	-; -
	gaudy	**GAWKIES**	-; gawkiest
GAUDERY	-; -	**GAWKILY**	-; -
GAUDIER	-; -	**GAWKING**	-; -
GAUDIES	-; gaudiest	**GAWKISH**	-; -
GAUDILY	-; -	**GAWP**	-; gawps
GAUDY	-; -	**GAWPED**	-; -
GAUFFER	-; gauffers	**GAWPER**	-; gawpers
GAUGE	-; gauged,	**GAWPING**	-; -
	gauger,	**GAWSIE**	-; -
	gauges	**GAWSY**	-; -
GAUGER	-; gaugers	**GAY**	-; gays
GAUGING	-; -	**GAYAL**	-; gayals
GAULT	-; gaults	**GAYDAR**	-; gaydars
GAUM	-; gaums	**GAYER**	-; -
GAUMED	-; -	**GAYEST**	-; -
GAUMING	-; -	**GAYETY**	-; -
GAUN	-; gaunt	**GAYLY**	-; -
GAUNTER	-; -	**GAYNESS**	-; -
GAUNTLY	-; -	**GAZABO**	-; gazabos
GAUNTRY	-; -	**GAZANIA**	-; gazanias
GAUR	-; gaurs	**GAZAR**	-; gazars
GAUSS	-; -	**GAZE**	agaze; gazed,
GAUSSES	-; -		gazer, gazes
GAUZE	-; gauzes	**GAZEBO**	-; gazebos
GAUZIER	-; -	**GAZELLE**	-; gazelles

GAZER	-; gazers	**GELATO**	-; gelatos
GAZETTE	-; gazetted, gazettes	**GELCAP**	-; gelcaps
		GELD	-; gelds
GAZING	-; -	**GELDED**	-; -
GAZUMP	-; gazumps	**GELDER**	-; gelders
GEAN	-; geans	**GELDING**	-; geldings
GEAR	-; gears	**GELEE**	-; gelees
GEARBOX	-; -	**GELID**	-; -
GEARED	-; -	**GELIDLY**	-; -
GEARING	-; gearings	**GELLANT**	-; gellants
GECK	-; gecko, gecks	**GELLED**	-; -
GECKED	-; -	**GELLIES**	-; -
GECKING	-; -	**GELLING**	-; -
GECKO	-; geckos	**GELLY**	-; -
GECKOES	-; -	**GELT**	-; gelts
GED	aged; geds	**GEM**	-; gems
GEE	agee, ogee; geed, geek, gees	**GEMINAL**	-; -
		GEMLIKE	-; -
		GEMMA	-; gemmae
GEEGAW	-; geegaws	**GEMMATE**	-; gemmated, gemmates
GEEING	-; -		
GEEK	-; geeks, geeky	**GEMMED**	-; -
GEEKDOM	-; geekdoms	**GEMMIER**	-; -
GEEKIER	-; -	**GEMMILY**	-; -
GEES	ogees; geese, geest	**GEMMING**	-; -
		GEMMULE	-; gemmules
GEEST	-; geests	**GEMMY**	-; -
GEEZ	-; -	**GEMOT**	-; gemote, gemots
GEEZER	-; geezers		
GEISHA	-; geishas	**GEMOTE**	-; gemotes
GEL	-; geld, gels, gelt	**GEMSBOK**	-; gemsboks
		GEN	-; gens
GELABLE	-; -	**GENDER**	-; genders
GELADA	-; gelada	**GENE**	agene; genes, genet
GELANT	-; gelants		
GELATE	-; gelated, gelates	**GENERA**	-; general
		GENERAL	-; generals
GELATI	-; gelatin	**GENERIC**	-; generics
GELATIN	-; gelatine, gelatins	**GENES**	agenes; -
		GENESES	-; -

GENESIS	agenesis; -	**GENU**	-; genua,
GENET	-; genets		genus
GENETIC	-; genetics	**GENUINE**	-; -
GENETTE	-; genettes	**GENUSES**	-; -
GENEVA	-; genevas	**GEODE**	-; geodes
GENIAL	-; -	**GEODESY**	-; -
GENIC	-; -	**GEODIC**	-; -
GENIE	-; genies	**GEODUCK**	-; geoducks
GENII	-; -	**GEOID**	-; geoids
GENIP	-; genips	**GEOIDAL**	-; -
GENIPAP	-; genipaps	**GEOLOGY**	-; -
GENISTA	-; genistas	**GEORGIC**	-; georgics
GENITAL	-; genitals	**GERAH**	-; gerahs
GENITOR	-; genitors	**GERBERA**	-; gerberas
GENIUS	-; -	**GERBIL**	-; gerbils
GENNED	-; -	**GERENT**	-; gerents
GENNING	-; -	**GERENUK**	-; gerenuks
GENOA	-; genoas	**GERM**	-; germs,
GENOISE	-; genoises		germy
GENOM	-; genome,	**GERMAN**	-; germane,
	genoms		germans
GENOME	-; genomes	**GERMEN**	-; germens
GENOMIC	-; genomics	**GERMIER**	-; -
GENRE	-; genres	**GERMINA**	-; germinal
GENRO	-; genros	**GERUND**	-; gerunds
GENS	-; -	**GESSO**	-; -
GENSENG	-; gensengs	**GESSOES**	-; -
GENT	agent; gents	**GEST**	egest; geste,
GENTEEL	-; -		gests
GENTES	-; -	**GESTALT**	-; gestalts
GENTIAN	-; gentians	**GESTAPO**	-; gestapos
GENTIL	-; gentile	**GESTATE**	-; gestated,
GENTILE	-; gentiles		gestates
GENTLE	-; gentled,	**GESTE**	-; gestes
	gentler,	**GESTIC**	-; -
	gentles	**GESTS**	egests; -
GENTOO	-; gentoos	**GESTURE**	-; gestured,
GENTLY	-; -		gesturer,
GENTRY	agentry; -		gestures
GENTS	agents; -	**GET**	-; geta, gets

GETA	-; getas	**GIARDIA**	-; giardias
GETABLE	-; -	**GIB**	-; gibe, gibs
GETAWAY	-; getaways	**GIBBED**	-; -
GETTER	-; getters	**GIBBER**	-; gibbers
GETTING	-; -	**GIBBET**	-; gibbets
GETUP	-; getups	**GIBBING**	-; -
GEUM	-; geums	**GIBBON**	-; gibbons
GEWGAW	-; gewgaws	**GIBBOSE**	-; -
GEY	-; -	**GIBBOUS**	-; -
GEYSER	-; geysers	**GIBE**	-; gibed, giber,
GHARIAL	-; gharials		gibes
GHARRI	-; gharris	**GIBER**	-; gibers
GHARRY	-; -	**GIBING**	-; -
GHAST	aghast; -	**GIBLET**	-; giblets
GHASTLY	-; -	**GIBSON**	-; gibsons
GHAT	-; ghats	**GID**	-; gids
GHAUT	-; ghauts	**GIDDAP**	-; -
GHAZAL	-; ghazals,	**GIDDIED**	-; -
	ghazala	**GIDDIER**	-; -
GHAZI	-; ghazis	**GIDDIES**	-; -
GHAZIES	-; -	**GIDDILY**	-; -
GHEE	-; ghees	**GIDDY**	-; -
GHERAO	-; -	**GIDDYAP**	-; -
GHERKIN	-; gherkins	**GIDDYUP**	-; -
GHETTO	-; ghettos	**GIE**	-; gied, gien,
GHI	-; ghis		gies
GHIBLI	-; ghiblis	**GIEING**	-; -
GHILLIE	-; ghillies	**GIF**	-; gifs
GHOLIE	-; gholies	**GIFT**	-; gifts
GHOST	-; ghosts,	**GIFTED**	-; -
	ghosty	**GIFTEE**	-; giftees
GHOSTED	-; -	**GIFTING**	-; -
GHOSTLY	-; -	**GIG**	-; giga, gigs
GHOUL	-; ghouls	**GIGA**	-; gigas
GHOULIE	-; ghoulies	**GIGABIT**	-; gigabits
GHYLL	-; ghylls	**GIGAS**	-; -
GI	-; gis	**GIGATON**	-; gigatons
GIANT	-; giants	**GIGGED**	-; -
GIAOUR	-; giaours	**GIGGING**	-; -

GIGGLE	-; giggled, giggler, giggles	**GINCHES**	-; -
		GINGAL	-; gingall, gingals
GIGGLER	-; gigglers	**GINGALL**	-; gingalls
GIGGLY	-; -	**GINGELI**	-; gingelis
GIGHE	-; -	**GINGELY**	-; -
GIGLET	-; giglets	**GINGER**	aginger; gingers, gingery
GIGLOT	-; giglots		
GIGOLO	-; gigolos		
GIGOT	-; gigots	**GINGHAM**	-; ginghams
GIGUE	-; gigues	**GINGILI**	-; gingilis
GILBERT	-; gilberts	**GINGIVA**	-; gingivae, gingival
GILD	-; gilds		
GILDED	-; -	**GINGKO**	-; -
GILDER	-; gilders	**GINK**	-; ginks
GILDING	-; gildings	**GINKGO**	-; ginkgos
GILL	-; gills, gilly	**GINNED**	-; -
GILLED	-; -	**GINNER**	aginner; ginners
GILLER	-; gillers		
GILLIE	-; gillied, gillies	**GINNERS**	aginners; -
GILLING	-; -	**GINNIER**	-; -
GILLNET	-; gillnets	**GINNING**	-; ginnings
GILT	-; gilts	**GINNY**	-; -
GIMBAL	-; gimbals	**GINSENG**	-; ginsengs
GIMEL	-; gimels	**GIP**	-; gips
GIMLET	-; gimlets	**GIPON**	-; gipons
GIMMAL	-; gimmals	**GIPPED**	-; -
GIMME	-;	**GIPPER**	-; gippers
GIMMICK	-; gimmicks, gimmicky	**GIPPING**	-; -
		GIPS	-; gipsy
GIMMIE	-; gimmies	**GIPSIED**	-; -
GIMP	-; gimps, gimpy	**GIPSIES**	-; -
		GIRAFFE	-; giraffes
GIMPED	-; -	**GIRASOL**	-; girasole, girasols
GIMPIER	-; -		
GIMPING	-; -	**GIRD**	-; girds
GIN	agin; gink, gins	**GIRDED**	-; -
		GIRDER	-; girders
GINCH	-; -	**GIRDING**	-; -

GIRDLE	-; girdled, girdler, girdles	**GLACE**	-; glaces
GIRDLER	-; girdlers	**GLACEED**	-; -
GIRL	-; girls, girly	**GLACIAL**	-; -
GIRLIE	-; girlies	**GLACIER**	-; glaciers
GIRLISH	-; -	**GLACIS**	-; -
GIRN	-; girns	**GLAD**	-; glade, glads, glady
GIRNED	-; -	**GLADDED**	-; -
GIRNING	-; -	**GLADDEN**	-; gladdens
GIRO	-; giron, giros	**GLADDER**	-; -
GIRON	-; girons	**GLADE**	-; glades
GIROSOL	-; girosols	**GLADIER**	-; -
GIRSH	-; -	**GLADLY**	-; -
GIRSHES	-; -	**GLAIKET**	-; -
GIRT	-; girth, girts	**GLAIKIT**	-; -
GIRTED	-; -	**GLAIR**	-; glaire, glairs, glairy
GIRTH	-; girths	**GLAIRE**	-; glaired, glaires
GIRTHED	-; -		
GIRTING	-; -	**GLAIVE**	-; glaived, glaives
GISARME	-; gisarmes		
GISMO	-; gismos	**GLAM**	-; glams
GIST	agist; gists	**GLAMMY**	-; -
GISTS	agists; -	**GLAMOR**	-; glamors
GIT	-; -	**GLAMOUR**	-; glamours
GITANO	-; gitanos	**GLANCE**	-; glanced, glances
GITCH	-; -		
GITCHES	-; -	**GLAND**	-; glands
GITE	-; gites	**GLANDES**	-; -
GITTED	-; -	**GLANS**	-; -
GITTERN	-; gitterns	**GLARE**	aglare; glared, glares
GITTIN	-; gitting		
GIVE	ogive; given, giver, gives	**GLARIER**	-; -
GIVEN	-; givens	**GLARING**	-; -
GIVER	-; givers	**GLARY**	-; -
GIVES	ogives; -	**GLASES**	-; -
GIVING	-; -	**GLASIS**	-; -
GIZMO	-; gizmos	**GLASS**	-; glassy
GIZZARD	-; gizzards	**GLASSED**	-; -
GJETOST	-; gjetosts	**GLASSES**	-; -

GLASSIE -; glassier, glassies
GLAZE -; glazed, glazer, glazes
GLAZER -; glazers
GLAZIER -; glaziers, glaziery
GLAZING -; glazings
GLAZY -; -
GLEAM agleam; gleams, gleamy
GLEAMED -; -
GLEAMER -; gleamers
GLEAN -; gleans
GLEANED -; -
GLEANER -; gleaners
GLEBA -; glebae
GLEBE -; glebes
GLED -; glede, gleds
GLEDE -; gledes
GLEE aglee; gleed, gleek, glees, gleet
GLEED -; gleeds
GLEEFUL -; -
GLEEK -; gleeks
GLEEKED -; -
GLEEMAN -; -
GLEEMEN -; -
GLEET -; gleets, gleety
GLEETED -; -
GLEG -; -
GLEGLY -; -
GLEN -; glens
GLENOID -; -
GLEY agley; gleys
GLIA -; glial, glias
GLIADIN -; gliadine, gliadins

GLIAL -; -
GLIB -; -
GLIBBER -; -
GLIBLY -; -
GLIDE -; glided, glider, glides
GLIDER -; gliders
GLIDING -; -
GLIFF -; gliffs
GLIM -; glime, glims
GLIME -; glimed, glimes
GLIMING -; -
GLIMMER aglimmer; glimmers
GLIMPSE -; glimpsed, glimpser, glimpses
GLINT -; glints
GLINTED -; -
GLIOMA -; gliomas
GLIOSIS -; -
GLISSE -; glisses
GLISTEN -; glistens
GLISTER -; glisters
GLITCH -; glitchy
GLITTER aglitter; glitters, glittery
GLITZ -; glitzy
GLITZES -; -
GLITZY -; -
GLOAM -; gloams
GLOAT -; gloats
GLOATED -; -
GLOATER -; gloaters
GLOB -; globe, globs
GLOBAL -; -
GLOBATE -; globated
GLOBBY -; -

GLOBE	-; globed, globes	**GLOUT**	-; glouts
GLOBIN	-; globing, globins	**GLOUTED**	-; -
		GLOVE	-; gloved, glover, gloves
GLOBOID	-; globoids	**GLOVER**	-; glovers
GLOBOSE	-; -	**GLOVING**	-; -
GLOBOUS	-; -	**GLOW**	aglow; glows
GLOBULE	-; globules	**GLOWED**	-; -
GLOCHID	-; glochids	**GLOWER**	-; glowers
GLOGG	-; gloggs	**GLOWFLY**	-; -
GLOM	-; gloms	**GLOWING**	-; -
GLOMERA	-; -	**GLOZE**	-; glozed, glozes
GLOMMED	-; -		
GLOMUS	-; -	**GLOZING**	-; -
GLONOIN	-; glonoins	**GLUCAN**	-; glucans
GLOOM	-; glooms, gloomy	**GLUCOSE**	-; glucoses
		GLUE	-; glued, gluer, glues, gluey
GLOOMED	-; -		
GLOOP	-; glops, gloopy	**GLUER**	-; gluers
		GLUG	-; glugs
GLOP	-; glops	**GLUGGED**	-; -
GLOPPY	-; -	**GLUIER**	-; -
GLORIA	-; glorias	**GLUIEST**	-; -
GLORIED	-; -	**GLUILY**	-; -
GLORIES	-; -	**GLUING**	-; -
GLORIFY	-; -	**GLUM**	-; glume
GLORY	-; -	**GLUME**	-; glumes
GLOSS	-; glossa, glossy	**GLUMLY**	-; -
		GLUMMER	-; -
GLOSSA	-; glossae, glossal, glossas	**GLUMPY**	-; -
		GLUNCH	-; -
		GLUON	-; gluons
GLOSSED	-; -	**GLUT**	-; gluts
GLOSSER	-; glossers	**GLUTCH**	-; -
GLOSSES	-; -	**GLUTE**	-; glutes
GLOST	-; glosts	**GLUTEAL**	-; -
GLOTTAL	-; -	**GLUTEI**	-; -
GLOTTIC	-; -	**GLUTEN**	-; glutens
GLOTTIS	-; -	**GLUTEUS**	-; -

GLUTTED	-; -	**GNOSTIC**	agnostic; -
GLUTTON	-; gluttons, gluttony	**GNU**	-; gnus
		GO	ago, ego;
GLYCAN	-; glycans		goa, gob,
GLYCIN	-; glycine, glycins		god, goo, gor, got, gox, goy
GLYCINE	-; glycines	**GOA**	-; goad, goal, goas, goat
GLYCOL	-; glycols		
GLYCYL	-; glycyls	**GOAD**	-; goads
GLYPH	-; glyphs	**GOADED**	-; -
GLYPHIC	-; -	**GOADING**	-; -
GLYPTIC	-; glyptics	**GOAL**	-; goals
GNAR	-; gnarl, gnars	**GOALED**	-; -
GNARL	-; gnarls, gnarly	**GOALIE**	-; goalies
		GOALING	-; -
GNARLED	-; -	**GOANNA**	-; goannas
GNARR	-; gnarrs	**GOAT**	-; goats
GNARRED	-; -	**GOATEE**	-; goateed, goatees
GNASH	-; -		
GNASHED	-; -	**GOATIER**	-; -
GNASHES	-; -	**GOATISH**	-; -
GNAT	-; gnats	**GOB**	-; gobo, gobs, goby
GNATHAL	-; -		
GNATHIC	-; -	**GOBAN**	-; gobang, gobans
GNATTY	-; -		
GNAW	-; gnawn, gnaws	**GOBANG**	-; gobangs
		GOBBED	-; -
GNAWED	-; -	**GOBBET**	-; gobbets
GNAWER	-; gnawers	**GOBBING**	-; -
GNAWING	-; gnawings	**GOBBLE**	-; gobbled, gobbler, gobbles
GNEISS	-; -		
GNOCCHI	-; -		
GNOME	-; gnomes	**GOBBLER**	-; gobblers
GNOMIC	-; -	**GOBIES**	-; -
GNOMISH	-; -	**GOBIOID**	-; gobioids
GNOMIST	-; gnomists	**GOBLET**	-; goblets
GNOMON	-; gnomons	**GOBLIN**	-; goblins
GNOSES	-; -	**GOBO**	-; gobos
GNOSIS	-; -	**GOBOES**	-; -

GOBONEE	-; -	**GOITRE**	-; goitres
GOBONY	-; -	**GOJI**	-; gojis
GOBY	-; -	**GOLD**	-; golds
GOD	-; gods	**GOLDARN**	-; goldarns
GODDAM	-; goddamn, goddams	**GOLDBUG**	-; goldbugs
		GOLDEN	-; -
GODDAMN	-; goddamns	**GOLDER**	-; -
GODDED	-; -	**GOLDEST**	-; -
GODDESS	-; -	**GOLDEYE**	-; goldeyes
GODDING	-; -	**GOLDURN**	-; goldurns
GODET	-; godets	**GOLEM**	-; golems
GODETIA	-; godetias	**GOLF**	-; golfs
GODHEAD	-; godheads	**GOLFED**	-; -
GODHOOD	-; godhoods	**GOLFER**	-; golfers
GODLESS	-; -	**GOLFING**	-; golfings
GODLIER	-; -	**GOLIARD**	-; goliards
GODLIKE	-; -	**GOLIATH**	-; goliaths
GODLILY	-; -	**GOLLY**	-; -
GODLING	-; godlings	**GOLOSH**	-; goloshe
GODLY	-; -	**GOLOSHE**	-; goloshes
GODOWN	-; godowns	**GOMBEEN**	-; gombeens
GODROON	-; godroons	**GOMBO**	-; gombos
GODSEND	-; godsends	**GOMER**	-; gomers
GODSHIP	-; godships	**GOMERAL**	-; gomerals
GODSON	-; godsons	**GOMEREL**	-; gomerels
GODWIT	-; godwits	**GOMERIL**	-; gomerils
GOER	-; goers	**GOMUTI**	-; gomutis
GOES	-; -	**GONAD**	-; gonads
GOETH	-; -	**GONADAL**	-; -
GOFER	-; gofers	**GONADIC**	-; -
GOFFER	-; goffers	**GONCH**	-; -
GOGGLE	-; goggled, goggler, goggles	**GONCHES**	-; -
		GONDOLA	-; gondolas
		GONE	agone; goner, gonef
GOGGLER	-; gogglers		
GOGGLY	-; -	**GONER**	-; goners
GOGLET	-; goglets	**GONG**	-; gongs
GOGO	-; gogos	**GONGED**	-; -
GOING	-; goings	**GONGING**	-; -
GOITER	-; goiters	**GONIA**	-; -

GONIDIA	-; gonidial	**GOON**	-; goons,
GONIDIC	-; -		goony
GONIF	-; goniff,	**GOONDA**	-; goondas
	gonifs	**GOONEY**	-; gooneys
GONIFF	-; goniffs	**GOONIE**	-; goonies
GONION	-; -	**GOOP**	-; goops,
GONIUM	-; -		goopy
GONOF	-; gonofs	**GOOPIER**	-; -
GONOPH	-; gonophs	**GOORAL**	-; goorals
GONZO	-; -	**GOOSE**	-; goosed,
GOO	-; good, goof,		gooses,
	gook, goon,		goosey
	goop, goos	**GOOSIER**	-; -
GOOBER	-; goobers	**GOOSING**	-; -
GOOD	-; goods,	**GOOSY**	-; -
	goody	**GOPHER**	-; gophers
GOODBY	-; goodbye,	**GOPIK**	-; -
	goodbys	**GOR**	-; gore, gorp,
GOODBYE	-; goodbyes		gory
GOODIE	-; goodies	**GORAL**	-; gorals
GOODISH	-; -	**GORCOCK**	-; gorcocks
GOODLY	-; -	**GORDITA**	-; gorditas
GOODMAN	-; -	**GORE**	-; gored, gores
GOODMEN	-; -	**GORGE**	-; gorged,
GOOEY	-; -		gorger, gorges
GOOF	-; goofs, goofy		gorget
GOOFED	-; -	**GORGER**	-; gorgers
GOOFIER	-; -	**GORGET**	-; gorgets
GOOFILY	-; -	**GORGING**	-; -
GOOFING	-; -	**GORGON**	-; gorgons
GOOFUS	-; -	**GORHEN**	-; gorhens
GOOGLE	-; googles	**GORIER**	-; -
GOOGLY	-; -	**GORIEST**	-; -
GOOGOL	-; googols	**GORILLA**	-; gorillas
GOOIER	-; -	**GORILY**	-; -
GOOIEST	-; -	**GORING**	-; -
GOOK	-; gooks,	**GORM**	-; gorms
	gooky	**GORMAND**	-; gormands
GOOMBAH	-; goombahs	**GORMED**	-; -
GOOMBAY	-; goombays	**GORMING**	-; -

GORP	-; gorps	**GOWANED**	-; -
GORSE	-; gorses	**GOWD**	-; gowds
GORSIER	-; -	**GOWK**	-; gowks
GORSY	-; -	**GOWN**	-; gowns
GORY	-; -	**GOWNED**	-; -
GOSH	-; -	**GOWNING**	-; -
GOSHAWK	-; goshawk	**GOX**	-; -
GOSLING	-; goslings	**GOXES**	-; -
GOSPEL	-; gospels	**GRAAL**	-; graals
GOSPORT	-; gosports	**GRAB**	-; grabs
GOSSAN	-; gossans	**GRABBED**	-; -
GOSSIP	-; gossips,	**GRABBER**	-; grabbers
	gossipy	**GRABBLE**	-; grabbled,
GOSSOON	-; gossoons		grabbler,
GOT	-; -		grabbles
GOTCH	-; gotchas	**GRABBY**	-; -
GOTCHA	-; gotchas	**GRABEN**	-; grabens
GOTH	-; goths	**GRACE**	-; graced,
GOTHIC	-; gothics		graces
GOTHITE	-; gothites	**GRACILE**	-; -
GOTTEN	-; -	**GRACING**	-; -
GOUACHE	-; gouaches	**GRACKLE**	-; grackles
GOUGE	-; gouged,	**GRAD**	-; grade, grads
	gouger,	**GRADATE**	-; gradated,
	gouges		gradates
GOUGER	-; gougers	**GRADE**	-; graded,
GOUGING	-; -		grader,
GOULASH	-; -		grades
GOURAMI	-; gouramis	**GRADER**	-; graders
GOURD	-; gourde,	**GRADIN**	-; gradine,
	gourds		grading,
GOURDE	-; gourdes		gradins
GOURMET	-; gourmets	**GRADINE**	-; gradines
GOUT	-; gouts, gouty	**GRADUAL**	-; graduals
GOUTIER	-; -	**GRADUS**	-; -
GOUTILY	-; -	**GRAFT**	-; grafts
GOUTY	agouty; -	**GRAFTED**	-; -
GOVERN	-; governs	**GRAFTER**	-; grafters
GOWAN	-; gowans,	**GRAHAM**	-; -
	gowany	**GRAIL**	-; grails

GRAIN	-; grains, grainy	**GRANTOR**	-; grantors
		GRANULE	-; granules
GRAINED	-; -	**GRANUM**	-; -
GRAINER	-; grainers	**GRAPE**	-; grapes, grapey
GRAM	-; grama, gramp, grams	**GRAPERY**	-; -
GRAMA	-; gramas	**GRAPH**	-; graphs
GRAMARY	-; -	**GRAPHED**	-; -
GRAMMA	-; grammas	**GRAPHIC**	-; graphics
GRAMMAR	-; grammars	**GRAPHITE**	-;
GRAMME	-; grammes	**GRAPIER**	-; -
GRAMP	-; gramps	**GRAPLIN**	-; grapline, graplins
GRAMPA	-; grampas		
GRAMPUS	-; -	**GRAPNEL**	-; grapnels
GRAN	-; grana, grand, grans, grant	**GRAPPA**	-; grappas
		GRAPPLE	-; grappled, grappler, grapples
GRANA	-; -		
GRANARY	-; -	**GRAPY**	-; -
GRAND	-; grands	**GRASP**	-; grasps
GRANDAD	-; grandads	**GRASPED**	-; -
GRANDAM	-; grandame, grandams	**GRASPER**	-; graspers
		GRASS	-; grassy
GRANDEE	-; grandees	**GRASSED**	-; -
GRANDER	-; -	**GRASSES**	-; -
GRANDLY	-; -	**GRAT**	-; grate
GRANDMA	-; grandmas	**GRATE**	-; grated, grater, grates
GRANDPA	-; grandpas		
GRANGE	-; granger, granges	**GRATER**	-; graters
		GRATIFY	-; -
GRANGER	-; grangers	**GRATIN**	-; gratine, grating, gratins
GRANITA	-; granitas		
GRANITE	-; granites		
GRANNIE	-; grannies	**GRATINE**	-; gratinee
GRANNY	-; -	**GRATING**	-; gratings
GRANOLA	-; granolas	**GRATIS**	-; -
GRANT	-; grants	**GRAUPEL**	-; graupels
GRANTED	-; -	**GRAVE**	-; graved, gravel, graven, graver, graves
GRANTEE	-; grantees		
GRANTER	-; granters		

GRAVEL	-; gravels, gravely	**GRECIZE**	-; grecized, grecizes
GRAVER	-; gravers	**GREE**	agree; greed,
GRAVES	-; gravest		greek, green,
GRAVID	-; gravida		grees, greet
GRAVIDA	-; gravidae, gravidas	**GREED**	agreed; greeds,
GRAVIES	-; -		greedy
GRAVING	-; -	**GREEING**	-; -
GRAVITY	-; -	**GREEK**	-; -
GRAVLAX	-; -	**GREEN**	-; greens,
GRAVURE	-; gravures		greeny
GRAVY	-; -	**GREENED**	-; -
GRAY	-; grays	**GREENER**	-; -
GRAYED	-; -	**GREENIE**	-; greenier,
GRAYER	-; -		greenies
GRAYEST	-; -	**GREENLY**	-; -
GRAYING	-; -	**GREENTH**	-; greenths
GRAYISH	-; -	**GREES**	agrees;
GRAYLAG	-; graylags	**GREET**	-; greets
GRAYLY	-; -	**GREETED**	-; -
GRAYOUT	-; grayouts	**GREETER**	-; greeters
GRAZE	-; grazed, grazer, grazes	**GREGO**	-; gregos
		GREIGE	-; greiges
GRAZER	-; grazers	**GREISEN**	-; greisens
GRAZIER	-; graziers	**GREMIAL**	-; gremials
GRAZING	-; grazings	**GREMLIN**	-; gremlins
GREASE	-; greased, greaser, greases	**GREMMIE**	-; gremmies
		GREMMY	-; -
		GRENADE	-; grenades
GREASER	-; greasers	**GREW**	-; -
GREASY	-; -	**GREY**	-; greys
GREAT	-; greats	**GREYED**	-; -
GREATEN	-; greatens	**GREYER**	-; -
GREATER	-; -	**GREYEST**	-; -
GREATLY	-; -	**GREYHEN**	-; greyhens
GREAVE	-; greaved, greaves	**GREYING**	-; -
		GREYISH	-; -
GREBE	-; grebes	**GREYLAG**	-; greylags

GREYLY	-; -	**GRIN**	-; grind, grins
GRIBBLE	-; gribbles	**GRINCH**	-; -
GRID	-; gride, grids	**GRIND**	-; grinds
GRIDDER	-; gridders	**GRINDED**	-; -
GRIDDLE	-; griddled, griddles	**GRINDER**	-; grinders, grindery
GRIDE	-; grided, grides	**GRINNED**	-; -
		GRINNER	-; grinners
GRIDING	-; -	**GRIOT**	-; griots
GRIEF	-; griefs	**GRIP**	-; gripe, grips, gript
GRIEVE	-; grieved, griever, grieves	**GRIPE**	-; griped, griper, gripes, gripey
GRIEVER	-; grievers		
GRIFF	-; griffe, griffs	**GRIPER**	-; gripers
GRIFFE	-; griffes	**GRIPIER**	-; -
GRIFFIN	-; griffins	**GRIPING**	-; -
GRIFFON	-; griffons	**GRIPPE**	-; gripped, gripper, grippes
GRIFT	-; grifts		
GRIFTED	-; -		
GRIFTER	-; grifters	**GRIPPER**	-; grippers
GRIG	-; grigs	**GRIPPLE**	-; -
GRIGRI	-; grigris	**GRIPPY**	-; -
GRILL	-; grille, grills	**GRIPY**	-; -
GRILLE	-; grilled, griller, grilles	**GRISKIN**	-; griskins
		GRISLY	-; -
GRILLER	-; grillers	**GRISON**	-; grisons
GRILSE	-; grilses	**GRIST**	-; grists
GRIM	-; grime, grimy	**GRISTLE**	-; gristles
GRIMACE	-; grimaced, grimacer, grimaces	**GRISTLY**	-; -
		GRIT	-; grith, grits
		GRITH	-; griths
GRIME	-; grimed, grimes	**GRITTED**	-; -
		GRITTER	-; gritters
GRIMIER	-; -	**GRITTY**	-; -
GRIMILY	-; -	**GRIVET**	-; grivets
GRIMING	-; -	**GRIZZLE**	-; grizzled, grizzler, grizzles
GRIMLY	-; -		
GRIMMER	-; -		

GRIZZLY	-; -	**GROUCH**	-; grouchy
GROAN	-; groans	**GROUND**	aground;
GROANED	-; -		grounds
GROANER	-; groaners	**GROUP**	-; groups
GROAT	-; groats	**GROUPED**	-; -
GROCER	-; grocers,	**GROUPER**	-; groupers
	grocery	**GROUPIE**	-; groupies
GRODIER	-; -	**GROUSE**	-; groused,
GRODY	-; -		grouser,
GROG	-; grogs		grouses
GROGGY	-; -	**GROUSER**	-; grousers
GROGRAM	-; grograms	**GROUT**	-; grouts,
GROIN	-; groins		grouty
GROINED	-; -	**GROUTED**	-; -
GROK	-; groks	**GROUTER**	-; grouters
GROKKED	-; -	**GROVE**	-; groved,
GROMMET	-; grommets		grovel, groves
GROOM	-; grooms	**GROVEL**	-; grovels
GROOMED	-; -	**GROVY**	-; -
GROOMER	-; groomers	**GROW**	-; growl,
GROOVE	-; grooved,		grown, grows
	groover,	**GROWER**	-; growers
	grooves	**GROWING**	-; -
GROOVER	-; groovers	**GROWL**	-; growls,
GROOVY	-; -		growly
GROPE	-; groped,	**GROWLED**	-; -
	groper, gropes	**GROWLER**	-; growlers
GROPER	-; gropers	**GROWNUP**	-; grownups
GROPING	-; -	**GROWTH**	-; growths
GROSS	-; -	**GROWTHY**	-; -
GROSSED	-; -	**GROYNE**	-; groynes
GROSSER	-; grossers	**GRR**	- -
GROSSES	-; grossest	**GRRRL**	-; grrrls
GROSSLY	-; -	**GRUB**	-; grubs
GROSZ	-; grosze,	**GRUBBED**	-; -
	groszy	**GRUBBER**	-; grubbers
GROSZE	-; -	**GRUBBY**	-; -
GROT	-; grots	**GRUDGE**	-; grudged,
GROTTO	-; grottos		grudger,
GROTTY	-;		grudges

GRUDGER	-; grudgers	**GUAN**	-; guans
GRUE	-; gruel, grues	**GUANACO**	-; guanacos
GRUEL	-; gruels	**GUANASE**	-; guanases
GRUELED	-; -	**GUANAY**	-; guanays
GRUELER	-; gruelers	**GUANIN**	-; guanine,
GRUFF	-; gruffs, gruffy		guanins
GRUFFED	-; -	**GUANINE**	-; guanines
GRUFFER	-; -	**GUANO**	-; guanos
GRUFFLY	-; -	**GUAR**	-; guard,
GRUGRU	-; grugrus		guars
GRUM	-; grume	**GUARANA**	-; guaranas
GRUMBLE	-; grumbled,	**GUARANI**	-; guaranis
	grumbler,	**GUARD**	-; guards
	grumbles	**GUARDED**	-; -
GRUMBLY	-; -	**GUARDER**	-; guarders
GRUME	-; grumes	**GUAVA**	-; guavas
GRUMMER	-; -	**GUAYULE**	-; guayules
GRUMMET	-; grummets	**GUCK**	-; gucks
GRUMOSE	-; -	**GUDE**	-; gudes
GRUMOUS	-; -	**GUDGEON**	-; gudgeons
GRUMP	-; grumps,	**GUENON**	-; guenons
	grumpy	**GUERDON**	-; guerdons
GRUMPED	-; -	**GUESS**	-; -
GRUMPHY	-; -	**GUESSED**	-; -
GRUMPY	-; -	**GUESSER**	-; guessers
GRUNGE	-; grunges	**GUESSES**	-; -
GRUNGY	-; -	**GUEST**	-; guests
GRUNION	-; grunions	**GUESTED**	-; -
GRUNT	-; grunts	**GUFF**	-; guffs
GRUNTED	-; -	**GUFFAW**	-; guffaws
GRUNTER	-; grunters	**GUGGLE**	-; guggled,
GRUNTLE	-; gruntled,		guggles
	gruntles	**GUGLET**	-; guglets
GRUSHIE	-; -	**GUID**	-; guide, guids
GRUTCH	-; -	**GUIDE**	-; guided,
GRUTTEN	-; -		guider, guides
GRUYERE	-; gruyeres	**GUIDER**	-; guiders
GRYPHON	-; gryphons	**GUIDING**	-; -
GUACO	-; guacos	**GUIDON**	-; guidons
GUAIAC	-; guaiacs	**GUILD**	-; guilds

GUILDER	-; guilders	**GUMDROP**	-; gumdrops
GUILE	-; guiled, guiles	**GUMLESS**	-; -
GUILT	-; guilts, guilty	**GUMLIKE**	-; -
GUIMPE	-; guimpes	**GUMLINE**	-; gumlines
GUINEA	-; guineas	**GUMMA**	-; gummas
GUINEP	-; guineps	**GUMMATA**	-; -
GUIPURE	-; guipures	**GUMMED**	-; -
GUIRO	-; guiros	**GUMMER**	-; gummers
GUISARD	-; guisards	**GUMMI**	-; gummis
GUISE	-; guised,	**GUMMIER**	-; -
	guises	**GUMMILY**	-; -
GUITAR	-; guitars	**GUMMING**	-; -
GUL	-; gulf, gull,	**GUMMITE**	-; gummites
	gulp, guls	**GUMMOSE**	-; -
GULAG	-; gulags	**GUMMOUS**	-; -
GULAR	-; -	**GUMMY**	-; -
GULCH	-; -	**GUMSHOE**	-; gumshoed,
GULDEN	-; guldens		gumshoes
GULES	-; -	**GUMTREE**	-; gumtrees
GULF	-; gulfs, gulfy	**GUMWEED**	-; gumweeds
GULFED	-; -	**GUMWOOD**	-; gumwoods
GULFIER	-; -	**GUN**	-; gunk, guns
GULFING		**GUNBOAT**	-; gunboats
GULL	-; gulls, gully	**GUNDOG**	-; gundogs
GULLED	-; -	**GUNFIRE**	-; gunfires
GULLET	-; gullets	**GUNFLINT**	-; gunflints
GULLEY	-; gulleys	**GUNGE**	-; gunged,
GULLIED	-; -		gunges
GULLIES	-; -	**GUNGY**	-; -
GULLING	-; -	**GUNITE**	-; gunites
GULP	-; gulps, gulpy	**GUNK**	-; gunks
GULPED	-; -	**GUNKED**	-; -
GULPER	-; gulpers	**GUNKING**	-; -
GULPIER	-; -	**GUNLESS**	-; -
GULPING	-; -	**GUNLOCK**	-; gunlocks
GUM	-; gums	**GUNMAN**	-; -
GUMBALL	-; gumballs	**GUNMEN**	-; -
GUMBO	-; gumbos	**GUNNED**	-; -
GUMBOIL	-; gumboils	**GUNNEL**	-; gunnels
GUMBOOT	-; gumboots	**GUNNEN**	-; -

GUNNER	-; gunners, gunnery	**GUSSY**	-; -
GUNNIES	-; -	**GUST**	-; gusto, gusts, gusty
GUNNING	-; gunnings	**GUSTED**	-; -
GUNNY	-; -	**GUSTIER**	-; -
GUNPLAY	-; gunplays	**GUSTILY**	-; -
GUNPORT	-; gunports	**GUSTING**	-; -
GUNROOM	-; gunrooms	**GUSTOES**	-; -
GUNSEL	-; gunsels	**GUT**	-; guts
GUNSHIP	-; gunships	**GUTLESS**	-; -
GUNSHOT	-; gunshots	**GUTLIKE**	-; -
GUNTER	-; gunters	**GUTS**	-; gutsy
GUNWALE	-; gunwales	**GUTSIER**	-; -
GUPPIES	-; -	**GUTSILY**	-; -
GUPPY	-; -	**GUTSY**	-; -
GURGE	-; gurged, gurges	**GUTTA**	-; guttae
		GUTTATE	-; guttated
GURGING	-; -	**GUTTED**	-; -
GURGLE	-; gurgled, gurgles, gurglet	**GUTTER**	-; gutters, guttery
		GUTTIER	-; -
GURGLET	-; gurglets	**GUTTING**	-; -
GURNARD	-; gurnards	**GUTTLE**	-; guttled, guttler, guttles
GURNET	-; gurnets		
GURNEY	-; gurneys	**GUTTLER**	-; guttlers
GURRIES	-; -	**GUTTY**	-; -
GURRY	-; -	**GUV**	-; guvs
GURSH	-; -	**GUY**	-; guys
GURSHES	-; -	**GUYED**	-; -
GURU	-; gurus	**GUYING**	-; -
GUSH	-; gushy	**GUYLINE**	-; guylines
GUSHED	-; -	**GUYOT**	-; guyots
GUSHER	-; gushers	**GUZZLE**	-; guzzled, guzzler, guzzles
GUSHES	-; -		
GUSHIER	-; -		
GUSHILY	-; -	**GUZZLER**	-; guzzlers
GUSHING	-; -	**GWEDUC**	-; gweduck, gweducs
GUSSET	-; gussets		
GUSSIE	-; gussied, gussies	**GWEDUCK**	-; gweducks
		GWYINE	-; -

GYBE	-; gybed, gybes	GYPSUM	-; gypsums
		GYPSY	-; -
GYBING	-; -	GYRAL	-; -
GYM	-; gyms	GYRALLY	-; -
GYMNAST	-; gymnasts	GYRASE	-; gyrases
GYMSLIP	-; gymslips	GYRATE	-; gyrated, gyrates
GYNECIA	-; -		
GYNECIC	-; -	GYRATOR	-; gyrators, gyratory
GYNIE	-; gynies		
GYNO	-; gynos	GYRE	-; gyred, gyres
GYOZA	-; gyozas	GYRENE	-; gyrenes
GYP	-; gyps	GYRI	-; -
GYPLURE	-; gyplures	GYRING	-; -
GYPO	-; gypos	GYRO	-; gyron, gyros
GYPPED	-; -	GYRON	-; gyrons
GYPPER	-; gyppers	GYROSE	-; -
GYPPING	-; -	GYRUS	-; -
GYPS	-; gypsy	GYTTJA	-; gyttjas
GYPSIED	-; -	GYVE	-; gyved, gyves
GYPSIES	-; -		
GYPSTER	-; gypsters	GYVING	-; -

H

H	ah, eh, oh, sh; ha, he, hi, ho	HABITUE	-; habitues
		HABITUS	-; -
HA	aha, sha, wha; had, hae, hag, hah, haj, ham, hao, hap, has, hat, haw, hay	HABOOB	-; haboobs
		HABU	-; habus
		HACEK	-; haceks
		HACHURE	-; hachured, hachures
HAAF	-; haafs	HACK	shack, thack, whack; hacks
HAAR	-; haars		
HABILE	-; -	HACKBUT	-; hackbuts
HABIT	-; habits	HACKED	thacked, whacked; -
HABITAN	-; habitans, habitant		
		HACKEE	-; hackees
HABITAT	-; habitats	HACKER	whacker; -
HABITED	-; -	HACKIE	-; hackies

HACKING	thacking, whacking; -	**HAEMAL**	-; -
HACKLE	shackle; hackled, hackler, hackles	**HAEMIC**	-; -
		HAEMIN	-; haemins
		HAEMOID	-; -
		HAEN	-; -
		HAERES	-; -
HACKLED	shackled; -	**HAET**	-; haets
HACKLER	shackler; hacklers	**HAFFET**	-; haffets
		HAFFIT	-; haffits
HACKLES	shackles; -	**HAFIS**	-; -
HACKLY	-; -	**HAFIZ**	-; -
HACKMAN	-; -	**HAFIZES**	-; -
HACKMEN	-; -	**HAFNIUM**	-; hafniums
HACKNEY	-; hackneys	**HAFT**	shaft; hafts
HACKS	shacks, thacks, whacks; -	**HAFTARA**	-; haftarah, haftaras
HACKSAW	-; hacksaws	**HAFTED**	shafted; -
HAD	chad, shad; hade; hadj	**HAFTER**	-; hafters
		HAFTING	shafting; -
HADAL	-; -	**HAFTS**	shafts; -
HADARIM	-; -	**HAG**	shag; hags
HADDEST	-; -	**HAGADIC**	-; -
HADDOCK	-; haddocks	**HAGBORN**	-; -
HADE	shade; haded, hades	**HAGBUSH**	-; -
		HAGBUT	-; hagbuts
HADED	shaded; -	**HAGDON**	-; hagdons
HADES	shades; -	**HAGFISH**	-; -
HADING	shading; -	**HAGGADA**	-; haggadah, haggadas
HADITH	-; hadiths		
HADJ	-; hadji	**HAGGARD**	-; haggards
HADJEE	-; hadjees	**HAGGED**	shagged; -
HADJES	-; -	**HAGGING**	shagging; -
HADJI	-; hadjis	**HAGGIS**	-; haggish
HADRON	-; hadrons	**HAGGLE**	-; haggled, haggler, haggles
HADST	-; -		
HAE	thae; haed, haem, haen, haes, haet		
		HAGGLER	-; hagglers
		HAGRIDE	-; hagrides
HAEING	-; -	**HAGRODE**	-; -
HAEM	-; haems	**HAGS**	shags; -

HAH	shah; haha, hahs	**HALAL**	-; halala, halals
HAHA	-; hahas	**HALALA**	-; halalah,
HAHNIUM	-; hahniums		halalas
HAHS	shahs; -	**HALALAH**	halalahs
HAIK	-; haika, haiks, haiku	**HALAVAH**	-; halavahs
		HALBERD	-; halberds
HAIKU	-; haikus	**HALBERT**	-; halberts
HAIL	-; hails	**HALCYON**	-; halcyons
HAILED	-; -	**HALE**	shale, whale;
HAILER	-; hailers		haled, haler,
HAILING	-; -		hales
HAIMISH	-; -	**HALED**	shaled,
HAINT	-; -		whaled; -
HAIR	chair; hairs, hairy	**HALER**	thaler, whaler; halers, haleru
HAIRCAP	-; haircaps	**HALERS**	thalers,
HAIRCUT	-; haircuts		whalers; -
HAIRDO	-; hairdos	**HALES**	shales,
HAIRED	chaired; -		whales; halest
HAIRIER	-; -	**HALF**	-; -
HAIRILY	-; -	**HALFWAY**	-; -
HAIRNET	-; hairnets	**HALFWIT**	-; halfwits
HAIRPIN	-; hairpins	**HALIBUT**	-; halibuts
HAIRS	chairs; -	**HALID**	-; halide,
HAJ	-; haji, hajj		halids
HAJES	-; -	**HALIDE**	-; halides
HAJI	-; hajis	**HALIDOM**	-; halidome,
HAJJ	-; hajji		halidoms
HAJJES	-; -	**HALIER**	-; haliers
HAJJI	-; hajji	**HALING**	whaling; -
HAKE	shake; hakes	**HALITE**	-; halites
HAKEEM	-; hakeems	**HALITUS**	-; -
HAKES	shakes; -	**HALL**	shall; hallo,
HAKIM	-; hakims		halls
HAKU	-; hakus	**HALLAH**	challah;
HALACHA	-; halachas		hallahs
HALAKAH	-; halakahs	**HALLAHS**	challahs; -
HALAKHA	-; halakhas	**HALLAL**	-; -
HALAKIC	-; -	**HALLEL**	-; hallels

HALLO	-; halloa, halloo, hallos, hallot, hallow	**HALYARD**	-; halyards
		HAM	cham, sham, wham; hame, hams
HALLOA	-; halloas		
HALLOED	-; -	**HAMADA**	-; hamadas
HALLOES	-; -	**HAMAL**	-; hamals
HALLOO	-; halloos	**HAMATE**	-; hamates
HALLOT	challot, shallot; halloth	**HAMAUL**	-; hamauls
		HAMBONE	-; hamboned, hambones
HALLOTH	challoth; -		
HALLOW	shallow; hallows	**HAMBURG**	-; hamburgs
		HAME	shame; hames
HALLOWS	shallows; -	**HAMES**	shames; -
HALLS	shalls; -	**HAMLET**	-; hamlets
HALLUX	-; -	**HAMMAL**	-; hammals
HALLWAY	-; hallways	**HAMMAM**	-; hammams
HALM	-; halma, halms	**HAMMED**	shammed, whammed; -
HALMA	-; halmas		
HALO	-; halos	**HAMMER**	shammer; hammers
HALOED	-; -		
HALOES	-; -	**HAMMERS**	shammers; -
HALOGEN	-; halogens	**HAMMIER**	-; -
HALOID	-; haloids	**HAMMILY**	-; -
HALOING	-; -	**HAMMING**	shamming, whamming; -
HALON	-; halons		
HALT	shalt; halts	**HAMMOCK**	-; hammocks
HALTED	-; -	**HAMMY**	chammy, shammy, whammy; -
HALTER	-; haltere, halters		
		HAMPER	champer; hampers
HALTERE	-; haltered, halteres		
		HAMPERS	champers; -
HALTING	-; -	**HAMS**	chams, shams, whams; -
HALUTZ	chalutz; -		
HALVA	-; halvah, halvas	**HAMSTER**	-; hamsters
		HAMULAR	-; -
HALVAH	-; halvahs	**HAMULI**	-; -
HALVE	-; halved, halves	**HAMULUS**	-; -
		HAMZA	-; hamzah, hamzas
HALVERS	-; -		
HALVING	-; -		

HAMZAH	-; hamzahs	**HANGMAN**	-; -
HANAPER	-; hanapers	**HANGMEN**	-; -
HANCE	chance; hances	**HANGOUT**	-; hangouts
HANCES	chances; -	**HANGS**	bhangs,
HAND	-; hands,		changs,
	handy		whangs; -
HANDAX	-; -	**HANGTAG**	-; hangtags
HANDBAG	-; handbags	**HANGUP**	-; hangups
HANDCAR	-; handcars,	**HANGUL**	-; -
	handcart	**HANIWA**	-; haniwas
HANDED	-; -	**HANK**	shank, thank;
HANDER	-; handers		hanks, hanky
HANDFUL	-; handfuls	**HANKED**	shanked,
HANDGUN	-; handguns		thanked; -
HANDIER	-; -	**HANKER**	thanker;
HANDILY	-; -		hankers
HANDING	-; -	**HANKERS**	thankers; -
HANDLE	-; handled,	**HANKIE**	-; hankies
	handler,	**HANKING**	shanking,
	handles		thanking; -
HANDLER	-; handlers	**HANKS**	shanks,
HANDOFF	-; handoffs		thanks; -
HANDOUT	-; handouts	**HANSA**	-; hansas
HANDSAW	-; handsaws	**HANSE**	-; hansel,
HANDSEL	-; handsels		hanses
HANDSET	-; handsets	**HANSEL**	-; hansels
HANDSFUL	-; -	**HANSOM**	-; hansoms
HANDY	shandy; -	**HANT**	chant; hants
HANG	bhang, chang,	**HANTED**	chanted; -
	whang; hangs	**HANTING**	chanting; -
HANGAR	-; hangars	**HANTLE**	-; hantles
HANGDOG	-; hangdogs	**HANTS**	chants; -
HANGED	changed,	**HANUMAN**	-; hanumans
	whanged; -	**HAO**	-; -
HANGER	changer;	**HAOLE**	-; haoles
	hangers	**HAP**	chap, whap;
HANGERS	changers; -		chaps
HANGING	changing,	**HAPAX**	-; -
	whanging;	**HAPAXES**	-; -
	hangings	**HAPKIDO**	-; hapkidos

HAPLESS	-; -
HAPLITE	-; haplites
HAPLOID	-; haploids, haploidy
HAPLONT	-; haplonts
HAPLY	-; -
HAPPED	chapped, whapped; -
HAPPEN	-; happens
HAPPI	-; happis
HAPPIER	-; -
HAPPILY	-; -
HAPPING	chapping, whapping; -
HAPPY	-; -
HAPS	chaps, whaps; -
HAPTEN	-; haptene, haptens
HAPTENE	-; haptenes
HAPTIC	-; -
HARAM	-; -
HARASS	-; -
HARBOR	-; harbors
HARBOUR	-; harbours
HARD	chard, shard; hards, hardy
HARDEN	-; hardens
HARDER	-; -
HARDEST	-; -
HARDHAT	-; hardhats
HARDIER	-; -
HARDIES	-; hardiest
HARDILY	-; -
HARDLY	-; -
HARDPAN	-; hardpans
HARDS	chards, shards; -
HARDSET	-; -
HARDTOP	-; hardtops
HARE	chare, share; hared, harem, hares
HARED	chared, shared; -
HAREEM	-; hareems
HARELIP	-; harelips
HAREM	-; harems
HARES	chares, shares; -
HARIANA	-; harianas
HARICOT	-; haricots
HARIJAN	-; harijans
HARING	-; charing, sharing
HARISSA	-; harissas
HARK	chark, shark; harks
HARKED	charked, sharked; -
HARKEN	-; harkens
HARKING	charking, sharking; -
HARKS	charks, sharks; -
HARL	-; harls
HARLOT	charlot; harlots
HARLOTS	charlots; -
HARM	charm, tharm; harms
HARMED	charmed; -
HARMER	charmer; harmers
HARMERS	charmers; -
HARMFUL	-; -
HARMIN	-; harmine, harming, harmins
HARMINE	-; harmines
HARMING	charming; -

HARMONY	-; -	**HASLET**	-; haslets
HARMS	charms,	**HASP**	-; hasps
	tharms; -	**HASPED**	-; -
HARNESS	-; -	**HASPING**	-; -
HARP	sharp; harps,	**HASSEL**	-; hassels
	harpy	**HASSIUM**	-; hassiums
HARPED	sharped; -	**HASSLE**	-; hassled,
HARPER	sharper;		hassles
	harpers	**HASSOCK**	-; hassocks
HARPERS	sharpers; -	**HAST**	ghast; haste,
HARPIES	sharpies; -		hasty
HARPIN	-; harping,	**HASTATE**	-; -
	harpins	**HASTE**	chaste; hasted,
HARPING	sharping; -		hasten, hastes
HARPIST	-; harpists	**HASTEN**	chasten;
HARPOON	-; harpoons		hastens
HARPS	sharps; -	**HASTENS**	chastens; -
HARPY	sharpy; -	**HASTIER**	-; -
HARRIED	-; -	**HASTILY**	-; -
HARRIER	charrier; -	**HASTING**	-; -
HARRIES	-; -	**HAT**	chat, ghat,
HARROW	-; harrows		khat, phat,
HARRY	charry,		that, what;
	gharry; -		hate, hats,
HARSH	-; -		hath
HARSHEN	-; harshens	**HATABLE**	-; -
HARSHER	-; -	**HATBAND**	-; hatbands
HARSHLY	-; -	**HATBOX**	-; -
HARSLET	-; harslets	**HATCH**	thatch; -
HART	chart; harts	**HATCHED**	thatched; -
HARTAL	-; hartals	**HATCHEL**	-; hatchels
HARTS	charts; -	**HATCHER**	thatcher;
HARUMPH	-; harumphs		hatchers,
HARVEST	-; harvests		hatchery
HAS	-; hash, hasp,	**HATCHES**	thatches; -
	hast	**HATCHET**	-; hatchets
HASHED	-; -	**HATE**	-; hated, hater,
HASHES	-; -		hates
HASHING	-; -	**HATEFUL**	-; -
HASHISH	-; -	**HATER**	-; haters

HATFUL	-; hatfuls	**HAUT**	ghaut; haute
HATH	-; -	**HAUTBOY**	-; hautboys
HATING	-; -	**HAUTEUR**	-; hauteurs
HATLESS	-; -	**HAVARTI**	-; havartis
HATLIKE	-; -	**HAVE**	shave; haven,
HATPIN	-; hatpins		haver, haves
HATRACK	-; hatracks	**HAVEN**	shaven;
HATRED	-; hatreds		havens
HATS	chats, ghats,	**HAVENED**	-; -
	khats, whats; -	**HAVER**	shaver;
HATSFUL	-; -		havers
HATTED	chatted; -	**HAVERED**	-; -
HATTER	chatter,	**HAVEREL**	-; haverels
	shatter; hatters	**HAVERS**	shavers; -
HATTERS	chatters,	**HAVES**	shaves; -
	shatters; -	**HAVING**	shaving; -
HATTING	chatting; -	**HAVIOR**	-; haviors
HAUBERK	-; hauberks	**HAVIOUR**	-; haviours
HAUGH	shaugh;	**HAVOC**	-; havocs
	haughs	**HAW**	chaw, shaw,
HAUGHS	shaughs; -		thaw; hawk,
HAUGHTY	-; -		haws
HAUL	shaul; haulm,	**HAWALA**	-; hawalas
	hauls	**HAWED**	chawed,
HAULAGE	-; haulages		shawed,
HAULED	shauled; -		thawed; -
HAULER	-; haulers	**HAWING**	chawing,
HAULIER	-; hauliers		shawing,
HAULING	shauling; -		thawing; -
HAULM	-; haulms,	**HAWK**	-; hawks
	haulmy	**HAWKED**	-; -
HAULOUT	-; haulouts	**HAWKER**	-; hawkers
HAULS	shauls; -	**HAWKEY**	-; hawkeys
HAUNCH	-; -	**HAWKIE**	-; hawkies
HAUNT	chaunt; haunts	**HAWKING**	-; hawkings
HAUNTED	chaunted; -	**HAWKISH**	-; -
HAUNTER	chaunter;	**HAWS**	chaws, shaws,
	haunters		thaws; -
HAUNTS	chaunts; -	**HAWSE**	-; hawser,
HAUSEN	-; hausens		hawses

HAWSER	-; hawsers	**HEAD**	ahead; heads,
HAY	chay, shay;		heady
	hays	**HEADED**	-; -
HAYCOCK	-; haycocks	**HEADEND**	-; headends
HAYED	-; -	**HEADER**	-; headers
HAYER	-; hayers	**HEADFUL**	-; headfuls
HAYEY	-; -	**HEADIER**	-; -
HAYFORK	-; hayforks	**HEADILY**	-; -
HAYING	-; hayings	**HEADING**	-; headings
HAYLAGE	-; haylages	**HEADMAN**	-; -
HAYLOFT	-; haylofts	**HEADMEN**	-; -
HAYMOW	-; haymows	**HEADPIN**	-; headpins
HAYRACK	-; hayracks	**HEADSET**	-; headsets
HAYRICK	-; hayricks	**HEADWAY**	-; headways
HAYRIDE	-; hayrides	**HEAL**	sheal, wheal;
HAYS	chays, shays; -		heals
HAYSEED	-; hayseeds	**HEALED**	-; -
HAYWARD	-; haywards	**HEALER**	-; healers
HAYWIRE	-; haywires	**HEALING**	shealing; -
HAZAN	chazan;	**HEALS**	sheals,
	hazans		wheals; -
HAZANS	chazans; -	**HEALTH**	-; healths,
HAZARD	-; hazards		healthy
HAZE	-; hazed,	**HEAP**	cheap; heaps
	hazel, hazer,	**HEAPED**	-; -
	hazes	**HEAPING**	-; -
HAZEL	-; hazels	**HEAPS**	cheaps; -
HAZELLY	-; -	**HEAR**	shear; heard,
HAZER	-; hazers		hears, heart
HAZIER	-; -	**HEARER**	-; hearers
HAZIEST	-; -	**HEARING**	shearing;
HAZILY	-; -		hearings
HAZING	-; hazings	**HEARKEN**	-; hearkens
HAZMAT	-; hazmats	**HEARS**	shears; hearse
HAZY	-; -	**HEARSAY**	-; hearsays
HAZZAN	-; hazzans	**HEARSE**	-; hearsed,
HE	she, the; heh,		hearses
	hem, hen, her,	**HEART**	-; hearth,
	hes, het, hex,		hearts, hearty
	hew, hey	**HEARTED**	-; -

HEARTEN -; heartens
HEARTH -; hearths
HEAT cheat, wheat; heath, heats
HEATED cheated; -
HEATER cheater, theater; heaters
HEATERS cheaters, theaters; -
HEATH sheath; heaths, heathy
HEATHEN -; heathens
HEATHER sheather; heathers, heathery
HEATHS sheaths; -
HEATING cheating; -
HEATS cheats, wheats; -
HEAUME -; heaumes
HEAVE sheave; heaved, heaven, heaves
HEAVED sheaved; -
HEAVEN -; heavens
HEAVER -; heavers
HEAVES sheaves; -
HEAVIER -; -
HEAVIES -; heaviest
HEAVILY -; -
HEAVING sheaving; -
HEAVY -; -
HEBE thebe; hebes
HEBETIC -; -
HECK check; hecks
HECKLE -; heckled, heckler, heckles

HECKLER -; hecklers
HECKS checks; -
HECTARE -; hectares
HECTIC -; -
HECTOR -; hectors
HEDARIM -; -
HEDDLE -; heddles
HEDER cheder; heders
HEDERS cheders; -
HEDGE -; hedged, hedger, hedges
HEDGER -; hedgers
HEDGIER -; -
HEDGING -; -
HEDGY -; -
HEDONIC -; hedonics
HEED -; heeds
HEEDED -; -
HEEDER -; heeders
HEEDFUL -; -
HEEDING -; -
HEEHAW -; heehaws
HEEL wheel; heels
HEELED wheeled; -
HEELER wheeler; heelers
HEELERS wheelers; -
HEELING wheeling; -
HEELS wheels; -
HEELTAP -; heeltaps
HEEZE wheeze; heezed, heezes
HEEZES wheezes; -
HEEZING wheezing; -
HEFT theft; hefts, hefty
HEFTED -; -
HEFTER -; hefters

HEFTIER	-; -	**HELICON**	-; helicons
HEFTILY	-; -	**HELIO**	-; helios
HEFTING	-; -	**HELIPAD**	-; helipads
HEFTS	thefts; -	**HELISKI**	-; heliskis
HEGARI	-; hegaris	**HELIUM**	-; heliums
HEGEMON	-; hegemons	**HELIX**	-; -
HEGIRA	-; hegiras	**HELIXES**	-; -
HEGUMEN	-; hegumene,	**HELL**	shell; hells
	hegumens,	**HELLBOX**	-; -
	hegumeny	**HELLCAT**	-; hellcats
HEH	-; hehs	**HELLED**	shelled; -
HEIFER	-; heifers	**HELLER**	sheller; helleri,
HEIGH	-; height		hellers, hellery
HEIGHT	-; heighth,	**HELLERI**	-; helleris
	heights	**HELLERS**	shellers; -
HEIGHTH	-; heighths	**HELLING**	shelling; -
HEIL	-; heils	**HELLION**	-; hellions
HEILED	-; -	**HELLISH**	-; -
HEILING	-; -	**HELLO**	-; hellos
HEIMISH	-; -	**HELLOED**	-; -
HEINIE	-; heinies	**HELLOES**	-; -
HEINOUS	-; -	**HELLS**	shells; -
HEIR	their; heirs	**HELLUVA**	-; -
HEIRDOM	-; heirdoms	**HELM**	whelm; helms
HEIRED	-; -	**HELMED**	whelmed; -
HEIRESS	-; -	**HELMET**	-; helmets
HEIRING	-; -	**HELMING**	whelming; -
HEIRS	theirs; -	**HELMS**	whelms; -
HEISHI	-; -	**HELO**	-; helos, helot
HEIST	theist; heists	**HELOT**	-; helots
HEISTED	-; -	**HELOTRY**	-; -
HEISTER	-; heisters	**HELP**	whelp; helps
HEISTS	theists; -	**HELPED**	whelped; -
HEJIRA	-; hejiras	**HELPER**	-; helpers
HEKTARE	-; hektares	**HELPFUL**	-; -
HELD	-; -	**HELPING**	whelping; -
HELIAC	-; -	**HELPS**	whelps; -
HELIAST	-; heliasts	**HELVE**	shelve; helved,
HELICAL	-; -		helves
HELICES	-; -	**HELVED**	shelved; -

HELVES	shelves; -	**HENPECK**	-; henpecks
HELVING	shelving; -	**HENRIES**	-; -
HEM	ahem, them;	**HENRY**	-; henrys
	heme, hemp,	**HENS**	thens, whens; -
	hems	**HENT**	shent; hents
HEMAGOG	-; hemagogs	**HENTED**	-; -
HEMAL	-; -	**HENTING**	-; -
HEMATAL	-; -	**HEP**	-; -
HEMATIC	rhematic;	**HEPARIN**	-; heparins
	hematics	**HEPATIC**	-; hepatica,
HEMATIN	-; hematine,		hepatics
	hematins	**HEPCAT**	-; hepcats
HEME	theme; hemes	**HEPTAD**	-; heptads
HEMES	themes; -	**HEPTANE**	-; heptanes
HEMIC	chemic; -	**HEPTOSE**	-; heptoses
HEMIN	-; hemins	**HER**	-; herb, herd,
HEMIOLA	-; hemiolas		here, herl,
HEMLINE	-; hemlines		herm, hern,
HEMLOCK	-; hemlocks		hero, hers
HEMMED	-; -	**HERALD**	-; heralds
HEMMER	-; hemmers	**HERB**	-; herbs, herby
HEMMING	-; -	**HERBAGE**	-; herbages
HEMOID	-; -	**HERBAL**	-; herbals
HEMP	-; hemps,	**HERBED**	-; -
	hempy	**HERBIER**	-; -
HEMPEN	-; -	**HERD**	sherd; herds,
HEMPIE	-; hempier	**HERDED**	-; -
HEN	then, when;	**HERDER**	-; herders
	hens, hent	**HERDIC**	-; herdics
HENBANE	-; henbanes	**HERDING**	-; -
HENBIT	-; henbits	**HERDMAN**	-; -
HENCE	thence,	**HERDMEN**	-; -
	whence; -	**HERDS**	sherds; -
HENCOOP	-; hencoops	**HERE**	there, where;
HENGE	-; henges		heres
HENLEY	-; henleys	**HEREAT**	thereat,
HENLIKE	-; -		whereat; -
HENNA	-; hennas	**HEREBY**	thereby,
HENNAED	-; -		whereby; -
HENNERY	-; -	**HEREDES**	-; -

HEREIN	therein; wherein; -		sherries, wherries; -
HEREOF	thereof, whereof; -	**HERRING**	-; herrings
HEREON	thereon, whereon; -	**HERRY**	cherry, sherry, wherry; -
HERES	theres, wheres; heresy	**HERSELF**	-; -
HERETIC	-; heretics	**HERTZ**	-; -
HERETO	thereto, whereto; -	**HERTZES**	-; -
		HES	shes; hest
HERIOT	-; heriots	**HESSIAN**	-; hessians
HERITOR	-; heritors	**HESSITE**	-; hessites
HERL	-; herls	**HEST**	chest; hests
HERM	therm; herma, herms	**HESTS**	chests; -
HERMA	-; hermae, hermai	**HET**	khet, whet; heth, hets
HERMAE	thermae; -	**HETAERA**	-; hetaerae, hetaeras
HERMIT	thermit; hermits	**HETAIRA**	-; hetairai, hetairas
HERMITS	thermits; -	**HETERO**	-; heteros
HERMS	therms; -	**HETH**	cheth, kheth; heths
HERN	-; herns	**HETHS**	cheths; -
HERNIA	-; herniae, hernial, hernias	**HETMAN**	-; hetmans
		HETS	khets, whets; -
HERO	-; heron, heros	**HEUCH**	sheuch; heuchs
HEROES	-; -	**HEUCHS**	sheuchs; -
HEROIC	-; heroics	**HEUGH**	sheugh; heughs
HEROIN	-; heroine, heroins	**HEUGHS**	sheughs; -
HEROINE	-; heroines	**HEW**	chew, phew, shew, thew, whew; hewn, hews
HEROISM	-; heroisms		
HEROIZE	-; heroized, heroizes		
HERON	-; herons	**HEWABLE**	chewable; -
HERONRY	-; -	**HEWED**	chewed, shewed; -
HERPES	-; -		
HERRIED	wherried; -	**HEWER**	chewer, shewer; -
HERRIES	cherries,		

HEWERS	chewers, shewers; -	**HICCUPY**	-; -
HEWING	chewing, shewing; -	**HICK**	chick, thick; hicks
HEWN	shewn; -	**HICKER**	-; -
HEWS	chews, shews, thews, whews; -	**HICKEST**	-; -
		HICKEY	-; hickeys
		HICKIE	-; hickies
		HICKISH	-; -
HEX	-; -	**HICKORY**	-; -
HEXAD	-; hexade, hexads	**HICKS**	chicks, thicks; -
		HID	chid, whid; hide
HEXADE	-; hexades		
HEXADIC	-; -	**HIDABLE**	-; -
HEXAGON	-; hexagons	**HIDALGO**	-; hidalgos
HEXANE	-; hexanes	**HIDDEN**	chidden; -
HEXAPLA	-; hexaplar, hexaplas	**HIDE**	chide; hided, hider, hides
HEXAPOD	-; hexapods, hexapody	**HIDED**	chided; -
		HIDEOUS	-; -
HEXED	-; -	**HIDEOUT**	-; hideouts
HEXER	-; hexers	**HIDER**	chider; hiders
HEXEREI	-; hexereis	**HIDERS**	chiders; -
HEXES	-; -	**HIDES**	chides; -
HEXING	-; -	**HIDING**	chiding; hidings
HEXONE	-; hexones		
HEXOSAN	-; hexosans	**HIE**	-; hied, hies
HEXOSE	-; hexoses	**HIED**	shied; -
HEXYL	-; hexyls	**HIEING**	-; -
HEY	they, whey; -	**HIEMAL**	-; -
HEYDAY	-; heydays	**HIES**	shies; -
HEYDEY	-; heydeys	**HIGGLE**	-; higgled, higgler, higgles
HI	chi, ghi, khi, phi; hic, hid, hie, him, hin, hip, his, hit		
		HIGGLER	-; higglers
		HIGH	thigh; highs, hight
HIATAL	-; -		
HIATUS	-; -	**HIGHBOY**	-; highboys
HIBACHI	-; hibachis	**HIGHER**	-; -
HIC	chic; hick	**HIGHEST**	-; -
HICCUP	-; hiccups	**HIGHLY**	-; -

HIGHS	thighs; -	**HILUM**	-; -
HIGHT	-; highth, hights	**HILUS**	-; -
HIGHTED	-; -	**HIM**	shim, whim; -
HIGHTH	-; highths	**HIMBO**	-; himbos
HIGHTOP	-; hightops	**HIMSELF**	-; -
HIGHWAY	-; highways	**HIN**	chin, shin, thin,
HIJAB	-; hijabs		whin; hind,
HIJACK	-; hijacks		hins, hint
HIJINKS	-; -	**HIND**	-; hinds
HIJRA	-; hijrah, hijras	**HINDER**	-; hinders
HIJRAH	-; hijrahs	**HINDGUT**	-; hindguts
HIKE	-; hiked, hiker,	**HINGE**	-; hinged,
	hikes		hinger, hinges
HIKER	-; hikers	**HINGER**	-; hingers
HIKING	-; -	**HINGING**	-; -
HILA	-; hilar	**HINKIER**	-; -
HILDING	-; hildings	**HINKY**	-; -
HILI	chili; -	**HINNIED**	shinnied; -
HILL	chill, shill, thill;	**HINNIES**	shinnies; -
	hillo, hills,	**HINNY**	shinny,
	hilly		whinny; -
HILLED	chilled,	**HINS**	chins, shins,
	shilled; -		thins, whins; -
HILLER	chiller; hillers	**HINT**	-; hints
HILLERS	chillers	**HINTED**	-; -
HILLIER	-; -	**HINTER**	-; hinters
HILLING	chilling,	**HINTING**	-; -
	shilling; -	**HINTS**	chints; -
HILLO	-; hilloa, hillos	**HIP**	chip, ship,
HILLOA	-; hilloas		whip; hips
HILLOCK	-; hillocks,	**HIPBONE**	-; hipbones
	hillocky	**HIPLESS**	-; -
HILLOED	-; -	**HIPLIKE**	-; -
HILLS	chills, shills,	**HIPLINE**	-; hiplines
	thills; -	**HIPLY**	-; -
HILLTOP	-; hilltops	**HIPNESS**	-; -
HILLY	chilly, shilly; -	**HIPPED**	chipped,
HILT	-; hilts		shipped,
HILTED	-; -		whipped; -
HILTING	-; -	**HIPPER**	chipper,

	shipper,	**HISPID**	-; -
	whipper; -	**HISSED**	-; -
HIPPEST	-; -	**HISSELF**	-; -
HIPPIE	chippie;	**HISSER**	-; hissers
	hippier,	**HISSES**	-; -
	hippies	**HISSIER**	-; -
HIPPIER	whippier; -	**HISSING**	-; hissings
HIPPIES	chippies;	**HISSY**	-; -
	hippiest	**HIST**	shist, whist;
HIPPING	chipping,		hists
	shipping,	**HISTED**	whisted; -
	whipping; -	**HISTING**	whisting; -
HIPPISH	-; -	**HISTOID**	-; -
HIPPO	-; hippos	**HISTONE**	-; histones
HIPPY	chippy,	**HISTORY**	-; -
	whippy; -	**HISTS**	shists, whists; -
HIPS	chips, ships,	**HIT**	chit, shit, whit;
	whips; -		hits
HIPSHOT	-; -	**HITCH**	-; -
HIPSTER	-; hipsters	**HITCHED**	-; -
HIRABLE	-; -	**HITCHER**	-; hitchers
HIRCINE	-; -	**HITCHES**	-; -
HIRE	ahire, shire;	**HITHER**	thither,
	hired, hiree,		wither; -
	hirer, hires	**HITLESS**	-; -
HIREE	-; hirees	**HITMAN**	-; -
HIRER	-; hirers	**HITMEN**	-; -
HIRES	shires; -	**HITS**	chits, whits; -
HIRING	-; -	**HITTER**	chitter, whitter;
HIRPLE	-; hirpled,		hitters
	hirples	**HITTERS**	chitters,
HIRSEL	-; hirsels		whitters; -
HIRSLE	-; hirsled,	**HITTING**	-; -
	hirsles	**HIVE**	chive, shive;
HIRSUTE	-; -		hived, hives
HIRUDIN	-; hirudins	**HIVES**	chives, shives; -
HIS	chis, ghis, khis,	**HIVING**	-; -
	phis, this; hisn,	**HIYA**	-; hiyas
	hiss, hist	**HM**	ohm; hmm
HISN	-; -	**HMM**	-; - hmmm

HMMM	-; -	**HOBOED**	-; -
HO	mho, oho, rho,	**HOBOES**	-; -
	tho, who; hob,	**HOBOING**	-; -
	hod, hoe, hog,	**HOBOISM**	-; hoboisms
	hon, hop, hot,	**HOCK**	chock, shock;
	how, hoy		hocks
HOAGIE	-; hoagies	**HOCKED**	chocked,
HOAGY	-; -		shocked; -
HOAR	-; hoard,	**HOCKER**	shocker;
	hoars, hoary		hockers
HOARD	-; hoards	**HOCKERS**	shockers; -
HOARDED	-; -	**HOCKEY**	-; hockeys
HOARDER	-; hoarders	**HOCKING**	chocking,
HOARIER	-; -		shocking; -
HOARILY	-; -	**HOCKS**	chocks,
HOARSE	-; hoarsen,		shocks; -
	hoarser,	**HOCUS**	-; -
	hoarses	**HOCUSED**	-; -
HOARSEN	-; hoarsens	**HOCUSES**	-; -
HOARSES	-; hoarsest	**HOD**	shod; hods
HOATZIN	-; hoatzins	**HODAD**	-; hodads
HOAX	-; -	**HODADDY**	-; -
HOAXED	-; -	**HODDEN**	shodden;
HOAXER	-; hoaxers		hoddens
HOAXES	-; -	**HODDIN**	-; hoddins
HOAXING	-; -	**HOE**	shoe; hoed,
HOB	-; hobo, hobs		hoer, hoes
HOBBED	-; -	**HOECAKE**	-; hoecakes
HOBBER	-; hobbers	**HOED**	shoed; -
HOBBIES	-; -	**HOEDOWN**	-; hoedowns
HOBBING	-; -	**HOEING**	shoeing; -
HOBBLE	-; hobbled,	**HOELIKE**	-; -
	hobbler,	**HOER**	shoer; hoers
	hobbles	**HOERS**	shoers; -
HOBBLER	-; hobblers	**HOES**	shoes; -
HOBBY	-; -	**HOG**	shog; hogg,
HOBLIKE	-; -		hogs
HOBNAIL	-; hobnails	**HOGAN**	-; hogans
HOBNOB	-; hobnobs	**HOGBACK**	-; hogbacks
HOBO	-; hobos	**HOGFISH**	-; -

HOGG	-; hoggs	**HOLDER**	-; holders
HOGGED	shogged; -	**HOLDING**	-; holdings
HOGGER	-; hoggers	**HOLDOUT**	-; holdouts
HOGGET	-; hoggets	**HOLDS**	aholds; -
HOGGING	shogging; -	**HOLDUP**	-; holdups
HOGGISH	-; -	**HOLE**	ahole, dhole,
HOGLIKE	-; -		thole, whole;
HOGMANE	-; hogmanes		holed, holes,
HOGNOSE	-; hognoses		holey
HOGNUT	-; hognuts	**HOLED**	tholed; -
HOGS	shogs; -	**HOLES**	dholes, tholes,
HOGTIE	-; hogtied,		wholes; -
	hogties	**HOLIBUT**	-; holibuts
HOGWASH	-; -	**HOLIDAY**	-; holidays
HOGWEED	-; hogweeds	**HOLIER**	-; -
HOICK	-; hoicks	**HOLIES**	-; holiest
HOICKED	-; -	**HOLILY**	-; -
HOIDEN	-; hoidens	**HOLING**	tholing; -
HOISE	-; hoised,	**HOLISM**	-; holisms
	hoises	**HOLIST**	-; holists
HOISIN	-; hoisins	**HOLK**	-; holks
HOISING	-; -	**HOLKED**	-; -
HOIST	-; hoists	**HOLKING**	-; -
HOISTED	-; -	**HOLLA**	cholla;
HOISTER	-; hoisters		hollas
HOKE	choke; hoked,	**HOLLAED**	-; -
	hokes, hokey	**HOLLAND**	-; hollands
HOKED	choked; -	**HOLLAS**	chollas; -
HOKES	chokes; -	**HOLLER**	-; hollers
HOKEY	chokey; -	**HOLLIES**	-; -
HOKIER	chokier; -	**HOLLO**	-; holloa,
HOKIEST	chokiest; -		holloo, hollos,
HOKILY	-; -		hollow
HOKING	choking; -	**HOLLOA**	-; holloas
HOKKU	-; -	**HOLLOED**	-; -
HOKUM	-; hokums	**HOLLOO**	-; holloos
HOLARD	-; holards	**HOLLOW**	-; hollows
HOLD	ahold; holds	**HOLLY**	wholly; -
HOLDALL	-; holdalls	**HOLM**	-; holms
HOLDEN	-; -	**HOLMIC**	-; -

HOLMIUM	-; holmiums	**HOMONYM**	-; homonyms,
HOLP	-; -		homonymy
HOLPEN	-; -	**HOMOSEX**	-; -
HOLS	-; -	**HOMY**	-; -
HOLSTER	-; holsters	**HON**	chon, phon;
HOLT	-; holts		hone, hong,
HOLY	-; -		honk, hons
HOLYDAY	-; holydays	**HONAN**	-; honans
HOM	-; homa, homs,	**HONCHO**	-; honchos
	homy	**HONDA**	-; hondas
HOMA	-; homas	**HONDLE**	-; -
HOMAGE	-; homaged,	**HONE**	phone, shone;
	homager,		honed, honer,
	homages		hones, honey
HOMAGER	-; homagers	**HONED**	phoned; -
HOMBRE	-; hombres	**HONER**	-; honers
HOMBURG	-; homburgs	**HONES**	phones;
HOME	-; homed,		honest
	homen, homer,	**HONEST**	-; honesty
	homes, homey	**HONEY**	phoney;
HOMEBOY	-; homeboys		honeys
HOMELY	-; -	**HONEYED**	-; -
HOMEN	-; homens	**HONEYS**	phoneys; -
HOMER	-; homers	**HONG**	thong; hongi,
HOMERED	-; -		hongs
HOMEY	-; homeys	**HONGIES**	-; -
HOMIE	-; homies	**HONGS**	thongs; -
HOMIER	-; -	**HONIED**	-; -
HOMIEST	-; -	**HONING**	phoning; -
HOMILY	-; -	**HONK**	-; honks
HOMINES	-; -	**HONKED**	-; -
HOMING	-; -	**HONKER**	-; honkers
HOMINID	-; hominids	**HONKING**	-; -
HOMININ	-; hominins	**HONOR**	-; honors
HOMINY	-; -	**HONORED**	-; -
HOMMOCK	-; hommocks	**HONOREE**	-; honorees
HOMMOS	-; -	**HONORER**	-; honorers
HOMO	-; homos	**HONOUR**	-; honours
HOMOLOG	-; homologs,	**HONS**	phons; -
	homology	**HOO**	-; -

HOOCH	-; -
HOOCHES	-; -
HOOCHIE	-; hoochies
HOOD	-; hoods
HOODED	-; -
HOODIE	-; hoodies
HOODING	-; -
HOODLUM	-; hoodlums
HOODOO	-; hoodoos
HOOEY	phooey; hooeys
HOOF	whoof; hoofs
HOOFED	-; -
HOOFER	-; hoofers
HOOFING	-; -
HOOK	shook; hooka, hooks, hooky
HOOKA	-; hookah, hookas
HOOKAH	-; hookahs
HOOKED	-; -
HOOKER	-; -
HOOKEY	-; hookeys
HOOKIER	-; -
HOOKIES	-; hookiest
HOOKING	-; -
HOOKLET	-; hooklets
HOOKS	shooks; -
HOOKUP	-; hookups
HOOLIE	-; -
HOOLY	dhooly; -
HOOP	whoop; hoops
HOOPED	whooped; -
HOOPER	whooper; hoopers
HOOPING	whooping; -
HOOPLA	whoopla; hooplas
HOOPLAS	whooplas; -
HOOPOE	-; hoopoes
HOOPOO	-; hoopoos
HOOPS	whoops; -
HOORAH	-; hoorahs
HOORAY	-; hoorays
HOOSGOW	-; hoosgows
HOOT	bhoot, shoot; hoots, hooty
HOOTCH	-; -
HOOTED	-; -
HOOTER	shooter; hooters
HOOTERS	shooters; -
HOOTIER	-; -
HOOTING	shooting; -
HOOTS	bhoots, shoots; -
HOOVED	-; -
HOOVES	-; -
HOP	chop, shop, whop; hope, hops
HOPAK	-; hopaks
HOPE	-; hoped, hoper, hopes
HOPEFUL	-; hopefuls
HOPER	-; hopers
HOPHEAD	-; hopheads
HOPING	-; -
HOPLITE	-; hoplites
HOPPED	chopped, shopped, whopped; -
HOPPER	chopper, shopper, whopper; hoppers
HOPPERS	choppers, shoppers, whoppers; -
HOPPIER	choppier; -

HOPPING	chopping, shopping, whopping; -	**HORSIER**	-; -
		HORSILY	-; -
		HORSING	-; -
HOPPLE	-; hoppled, hopples	**HORST**	-; horste, horsts
		HORSTE	-; horstes
HOPPY	choppy; -	**HORSY**	-; -
HOPS	chops, shops, whops; -	**HOSANNA**	-; hosannah, hosannas
HOPSACK	-; hopsacks	**HOSE**	chose, those, whose; hosed, hosel, hosen, hoser, hoses, hosey
HOPTOAD	-; hoptoads		
HORA	-; horae, horah, horal, horas		
HORAH	-; horahs		
HORAL	choral; -	**HOSEL**	-; hosels
HORARY	-; -	**HOSER**	-; hosers
HORDE	-; horded, hordes	**HOSES**	choses; -
		HOSEY	-; hoseys
HORDED	chorded; -	**HOSIER**	-; hosiers, hosiery
HORDEIN	-; hordeins		
HORDING	-; -	**HOSING**	-; -
HORIZON	-; horizons	**HOSPICE**	-; hospices
HORMONE	-; hormones	**HOST**	ghost; hosta, hosts
HORN	shorn, thorn; horns, horny		
		HOSTA	-; hostas
HORNED	thorned; -	**HOSTAGE**	-; hostages
HORNET	-; hornets	**HOSTED**	ghosted; -
HORNIER	-; -	**HOSTEL**	-; hostels
HORNILY	-; -	**HOSTESS**	-; -
HORNING	thorning; -	**HOSTILE**	-; hostiles
HORNIST	-; hornists	**HOSTING**	-; -
HORNITO	-; hornitos	**HOSTLER**	-; hostlers
HORNS	thorns; -	**HOSTLY**	ghostly; -
HORNY	thorny; -	**HOSTS**	ghosts; -
HORRENT	-; -	**HOT**	phot, shot; hots
HORRID	-; -		
HORRIFY	-; -	**HOTBED**	-; hotbeds
HORROR	-; horrors	**HOTBOX**	-; -
HORSE	ahorse; horsed, horses, horsey	**HOTCAKE**	-; hotcakes
		HOTCH	-; -
		HOTCHED	-; -

HOTCHES	-; -	**HOVER**	shover; hovers
HOTDOG	-; hotdogs	**HOVERED**	-; -
HOTEL	-; hotels	**HOVERER**	-; hoverers
HOTFOOT	-; hotfoots	**HOVERS**	shovers; -
HOTHEAD	-; hotheads	**HOW**	chow, dhow,
HOTLINE	-; hotlines		show; howe,
HOTLY	-; -		howf, howk,
HOTNESS	-; -		howl, hows
HOTPOT	-; hotpots	**HOWBEIT**	-; -
HOTROD	-; hotrods	**HOWDAH**	-; howdahs
HOTS	phots, shots; -	**HOWDIE**	-; howdies
HOTSHOT	-; hotshots	**HOWDY**	-; -
HOTSPUR	-; hotspurs	**HOWE**	-; howes
HOTTED	shotted; -	**HOWEVER**	-; -
HOTTER	-; -	**HOWF**	-; howff, howfs
HOTTEST	-; -	**HOWFF**	-; howffs
HOTTING	shotting; -	**HOWK**	-; howks
HOTTISH	-; -	**HOWKED**	-; -
HOUDAH	-; houdahs	**HOWKING**	-; -
HOUND	-; hounds	**HOWL**	-; howls
HOUNDED	-; -	**HOWLED**	-; -
HOUNDER	-; hounders	**HOWLER**	-; howlers
HOUR	-; houri, hours	**HOWLET**	-; howlets
HOURI	-; houris	**HOWLING**	-; -
HOURLY	-; -	**HOWS**	chows, dhows,
HOUSE	chouse;		shows; -
	housed,	**HOY**	ahoy; hoya,
	housel, houser,		hoys
	houses	**HOYA**	-; hoyas
HOUSED	choused; -	**HOYDEN**	-; hoydens
HOUSEL	-; housels	**HOYLE**	-; hoyles
HOUSER	chouser;	**HRYVNA**	-; hryvnas
	housers	**HRYVNIA**	; hryvnias
HOUSES	chouses; -	**HRYVNYA**	-; -
HOUSING	chousing;	**HUB**	chub; hubs
	housings	**HUBBIES**	-; -
HOVE	shove; hovel,	**HUBBLY**	-; -
	hover	**HUBBUB**	-; hubbubs
HOVEL	shovel; hovels	**HUBBY**	chubby; -
HOVELS	shovels; -	**HUBCAP**	-; hubcaps

HUBLESS	-; -	**HUIC**	-; -
HUBRIS	-; -	**HUIPIL**	-; huipils
HUBS	chubs; -	**HULA**	-; hulas
HUCK	chuck, shuck; hucks	**HULK**	-; hulks, hulky
		HULKED	-; -
HUCKLE	chuckle; huckles	**HULKIER**	-; -
		HULKING	-; -
HUCKLES	chuckles; -	**HULL**	ahull; hullo, hulls
HUCKS	chucks, shucks; -		
		HULLED	-; -
HUDDLE	-; huddled, huddler, huddles	**HULLER**	-; hullers
		HULLING	-; -
		HULLO	-; hulloa, hullos
HUDDLER	-; huddlers	**HULLOA**	-; hulloas
HUE	-; hued, hues	**HULLOED**	-; -
HUELESS	-; -	**HULLOES**	-; -
HUFF	chuff; huffs, huffy	**HULLOO**	-; hulloos
		HUM	chum; hump, hums
HUFFED	chuffed; -		
HUFFIER	chuffier; -	**HUMAN**	-; humane, humans
HUFFILY	-; -		
HUFFING	-; -	**HUMANE**	-; humaner
HUFFISH	-; -	**HUMANLY**	-; -
HUFFS	chuffs; -	**HUMATE**	-; humates
HUFFY	chuffy; -	**HUMBLE**	-; humbled, humbler, humbles
HUG	chug, thug; huge, hugs		
		HUMBLER	-; humblers
HUGE	-; huger	**HUMBLES**	-; humblest
HUGELY	-; -	**HUMBLY**	-; -
HUGEOUS	-; -	**HUMBUG**	-; humbugs
HUGER	-; -	**HUMDRUM**	-; humdrums
HUGEST	-; -	**HUMERAL**	-; humerals
HUGGED	chugged; -	**HUMERI**	-; -
HUGGER	chugger; huggers	**HUMERUS**	-; -
		HUMIC	-; -
HUGGERS	chuggers; -	**HUMID**	-; -
HUGGING	chugging; -	**HUMIDEX**	-; -
HUGGY	-; -	**HUMIDLY**	-; -
HUGS	chugs, thugs; -	**HUMIDOR**	-; humidors
HUH	-; -		

HUMINT	-; humints	**HUNGER**	-; hungers
HUMMED	chummed; -	**HUNGRY**	-; -
HUMMER	-; hummers	**HUNH**	-; -
HUMMING	chumming; -	**HUNK**	chunk, thunk;
HUMMOCK	-; hummocks,		hunks, hunky
	hummocky	**HUNKER**	-; hunkers
HUMMUS	-; -	**HUNKIES**	-; -
HUMOR	-; humors	**HUNKS**	chunks; -
HUMORAL	-; -	**HUNKY**	chunky; -
HUMORED	-; -	**HUNNISH**	-; -
HUMOUR	-; humours	**HUNS**	shuns; -
HUMP	chump, thump,	**HUNT**	shunt; hunts
	whump;	**HUNTED**	shunted; -
	humph,	**HUNTER**	chunter,
	humps, humpy		shunter;
HUMPED	chumped,		hunters
	thumped,	**HUNTERS**	chunters,
	whumped; -		shunters; -
HUMPER	-; humpers	**HUNTING**	shunting;
HUMPH	-; humphs		huntings
HUMPHED	-; -	**HUNTS**	shunts; -
HUMPIER	-; -	**HUP**	-; -
HUMPING	chumping,	**HUPPAH**	-; huppahs
	thumping,	**HURDIES**	-; -
	whumping; -	**HURDLE**	-; hurdled,
HUMPS	chumps,		hurdler,
	thumps,		hurdles
	whumps; -	**HURDLER**	-; hurdlers
HUMS	chums; -	**HURDS**	-; -
HUMUS	-; -	**HURL**	churl, thurl;
HUMUSES	-; -		hurls, hurly
HUMVEE	-; humvees	**HURLED**	-; -
HUN	shun; hung,	**HURLER**	-; hurlers
	hunh, hunk,	**HURLEY**	-; hurleys
	huns, hunt	**HURLIES**	-; -
HUNCH	-; -	**HURLING**	-; hurlings
HUNCHED	-; -	**HURLS**	churls, thurls; -
HUNCHES	-; -	**HURRAH**	-; hurrahs
HUNDRED	-; hundreds	**HURRAY**	-; hurrays
HUNG	-; -	**HURRIED**	-; -

HURRIER	-; hurriers	**HUTTING**	shutting; -
HURRY	-; -	**HUTZPA**	chutzpa;
HURST	-; hursts		hutzpah,
HURT	-; hurts		hutzpas
HURTER	-; hurters	**HUTZPAH**	chutzpah;
HURTFUL	-; -		hutzpahs
HURTING	-; -	**HUTZPAS**	chutzpas; -
HURTLE	-; hurtled,	**HUZZA**	-; huzzah,
	hurtles		huzzas
HUSBAND	-; husbands	**HUZZAED**	-; -
HUSH	shush; -	**HUZZAH**	-; huzzahs
HUSHABY	-; -	**HWAN**	-; -
HUSHED	shushed; -	**HWYL**	-; hwyls
HUSHES	shushes; -	**HYADES**	-; -
HUSHFUL	-; -	**HYAENA**	-; hyaenas
HUSHING	shushing; -	**HYAENIC**	-; -
HUSK	-; husks, husky	**HYALIN**	-; hyaline,
HUSKED	-; -		hyalins
HUSKER	-; huskers	**HYALINE**	-; hyalines
HUSKIER	-; -	**HYALITE**	-; hyalites
HUSKIES	-; huskiest	**HYALOID**	-; hyaloids
HUSKILY	-; -	**HYBRID**	-; hybrids
HUSKING	-; huskings	**HYBRIS**	-; -
HUSSAR	-; hussars	**HYDATID**	-; hydatids
HUSSIES	-; -	**HYDRA**	-; hydrae,
HUSSY	-; -		hydras
HUSTLE	-; hustled,	**HYDRANT**	-; hydranth,
	hustler, hustles		hydrants
HUSTLER	-; hustlers	**HYDRASE**	-; hydrases
HUSWIFE	-; huswifes	**HYDRATE**	-; hydrated,
HUT	bhut, phut,		hydrates
	shut; huts	**HYDRIA**	-; hydriae
HUTCH	-; -	**HYDRIC**	-; -
HUTCHED	-; -	**HYDRID**	-; hydride,
HUTCHES	-; -		hydrids
HUTLIKE	-; -	**HYDRIDE**	-; hydrides
HUTMENT	-; hutments	**HYDRO**	-; hydros
HUTS	bhuts, phuts,	**HYDROID**	-; hydroids
	shuts; -	**HYDROPS**	-; hydropsy
HUTTED	-; -	**HYDROUS**	-; -

HYDROXY	-; hydroxyl	**HYPE**	-; hyped,
HYENA	-; hyenas		hyper, hypes
HYENIC	-; -	**HYPERON**	-; hyperons
HYENINE	-; -	**HYPHA**	-; hyphae,
HYENOID	-; -		hyphal
HYETAL	-; -	**HYPHEN**	-; hyphens
HYGEIST	-; hygeists	**HYPING**	-; -
HYGIENE	-; hygienes	**HYPNIC**	-; -
HYGIEST	-; hygiests	**HYPNOID**	-; -
HYING	-; -	**HYPO**	-; hypos
HYLA	phyla; hylas	**HYPOED**	-; -
HYMEN	-; hymens	**HYPOID**	-; hypoids
HYMENAL	-; -	**HYPOING**	-; -
HYMN	-; hymns	**HYPOGEA**	-; hypogeal,
HYMNAL	-; hymnals		hypogean
HYMNARY	-; -	**HYPONEA**	-; hyponeas
HYMNED	-; -	**HYPONYM**	-; hyponyms
HYMNIC	-; -	**HYPOXIA**	-; hypoxias
HYMNING	-; -	**HYPOXIC**	-; -
HYMNIST	-; hymnists	**HYRACES**	-; -
HYMNODY	-; -	**HYRAX**	-; -
HYOID	-; hyoids	**HYRAXES**	-; -
HYOIDAL	-; -	**HYSON**	-; hysons
HYP	-; hype, hyps	**HYSSOP**	-; hyssops
		HYTE	-; -

I

I	ai, bi, di, fi, hi,	**IBIDEM**	-; -
	li, mi, pi, si, ti,	**IBIS**	-; -
	xi; id, if, in, is,	**ICE**	bice, dice,
	it		fice, lice, mice,
IAMB	-; iambi, iambs		nice, pice,
IAMBIC	-; iambics		rice, sice, vice;
IAMBUS	-; -		iced, ices
IATRIC	-; -	**ICEBERG**	-; icebergs
IBEX	-; -	**ICEBOAT**	-; iceboats
IBEXES	-; -	**ICEBOX**	-; -
IBICES	-; -	**ICECAP**	-; icecaps

ICED	diced, riced, viced; -		pickers, tickers, wickers; -
ICEFALL	-; icefalls	**ICKIER**	pickier; -
ICEFISH	-; -	**ICKIEST**	pickiest; -
ICELESS	-; -	**ICKILY**	-; -
ICELIKE	-; -	**ICKY**	dicky, kicky,
ICEMAN	-; -		picky; -
ICEMEN	-; -	**ICON**	-; icons
ICES	bices, dices,	**ICONES**	-; -
	fices, rices,	**ICONIC**	-; -
	sices, vices; -	**ICTERIC**	-; icterics
ICEWINE	-; icewines	**ICTERUS**	-; -
ICEWORM	-; iceworms	**ICTIC**	-; -
ICH	lich, rich, wich;	**ICTUS**	-; -
	ichs	**ICTUSES**	-; -
ICHNITE	-; ichnites	**ICY**	-; -
ICHOR	-; ichors	**ID**	aid, bid, did,
ICHORUS	-; -		fid, gid, hid,
ICICLE	-; icicled,		kid, lid, mid,
	icicles		rid, ids
ICIER	dicier; -	**IDEA**	-; ideal,
ICIEST	diciest; -		ideas
ICILY	-; -	**IDEAL**	-; ideals
ICINESS	-; -	**IDEALLY**	-; -
ICING	dicing, ricing,	**IDEATE**	-; ideated,
	vicing; icings		ideates
ICK	dick, hick,	**IDEM**	-; -
	kick, lick, mick,	**IDENTIC**	-; -
	nick, pick, rick,	**IDES**	bides, hides,
	sick, tick, wick;		nides, rides,
	icky		sides, tides,
ICKER	bicker, dicker,		wides; -
	kicker, licker,		
	nicker, picker,	**IDIOCY**	-; -
	sicker, ticker,	**IDIOM**	-; idioms
	wicker; ickers	**IDIOT**	-; idiots
ICKERS	bickers,	**IDIOTIC**	-; -
	dickers,	**IDLE**	sidle; idled,
	kickers, lickers,		idler, idles
	nickers,	**IDLED**	sidled; -
		IDLER	sidler; idlers

IDLERS	sidlers; -	**IGNITES**	lignites; -
IDLES	sidles; idlest	**IGNITOR**	-; ignitors
IDLESSE	-; idlesses	**IGNOBLE**	-; -
IDLEST	-; -	**IGNOBLY**	-; -
IDLING	sidling; -	**IGNORE**	signore;
IDLY	-; -		ignored,
IDOL	-; idols		ignorer,
IDOLISE	-; idolised,		ignores
	idoliser,	**IGNORER**	-; ignorers
	idolises	**IGUANA**	-; iguanas
IDOLISM	-; idolisms	**IHRAM**	-; ihrams
IDOLIZE	-; idolized,	**IKAT**	-; ikats
	idolizer,	**IKEBANA**	-; ikebanas
	idolizes	**IKON**	eikon; ikons
IDS	aids, bids,	**IKONS**	eikons; -
	fids, gids, hids,	**ILEA**	pilea; ileac,
	kids, lids, mids,		ileal
	rids	**ILEITIS**	-; -
IDYL	-; idyll, idyls	**ILEUM**	pileum; -
IDYLIST	-; idylists	**ILEUS**	-; -
IDYLL	-; idylls	**ILEUSES**	-; -
IDYLLIC	-; -	**ILEX**	silex; -
IF	kif, rif; ifs	**ILEXES**	silexes; -
IFF	biff, jiff, miff,	**ILIA**	cilia, milia;
	niff, tiff, viff;		iliac, iliad, ilial
	iffy	**ILIAC**	-; -
IFFIER	miffier; -	**ILIAD**	-; iliads
IFFIEST	-; -	**ILIAL**	filial; -
IFFY	biffy, jiffy,	**ILIUM**	milium; -
	miffy; -	**ILK**	bilk, milk, silk;
IFS	kifs, rifs; -		ilka, ilks
IGG	-; iggs	**ILKS**	bilks, milks,
IGLOO	-; igloos		silks; -
IGLU	-; iglus	**ILL**	bill, dill, fill,
IGNATIA	-; ignatias		gill, hill, jill, kill,
IGNEOUS	-; -		mill, nill, pill,
IGNIFY	lignify; -		rill, sill, till, vill,
IGNITE	lignite; ignited,		will, yill, zill;
	igniter, ignites		ills, illy
IGNITER	-; igniters	**ILLEGAL**	-; -

ILLICIT	-; -
ILLITE	-; illites
ILLITIC	-; -
ILLNESS	-; -
ILLOGIC	-; illogics
ILLS	bills, dills, fills, gills, hills, jills, kills, mills, nills, pills, rills, sills, tills, vills, wills, yills, zills; -
ILLUDE	-; illuded, illudes
ILLUME	-; illumed, illumes
ILLY	billy, dilly, filly, gilly, hilly, silly, willy; -
IMAGE	-; imaged, imager, images
IMAGER	-; imagers, imagery
IMAGINE	-; imagined, imaginer, imagines
IMAGING	-; -
IMAGISM	-; imagisms
IMAGIST	-; imagists
IMAGO	-; imagos
IMAGOES	-; -
IMAM	-; imams
IMAMATE	-; imamates
IMARET	-; imarets
IMAUM	-; imaums
IMBALM	-; imbalms
IMBARK	-; imbarks
IMBED	limbed; imbeds

IMBIBE	-; imbibed, imbiber, imbibes
IMBIBER	-; imbibers
IMBLAZE	-; imblazed, imblazes
IMBODY	-; -
IMBOSOM	-; imbosoms
IMBOWER	-; imbowers
IMBROWN	-; imbrowns
IMBRUE	-; imbrued, imbrues
IMBRUTE	-; imbruted, imbrutes
IMBUE	-; imbued, imbues
IMBUING	-; -
IMID	timid; imide, imido, imids
IMIDE	-; imides
IMIDIC	-; -
IMIDO	-; -
IMINE	-; imines
IMINO	-; -
IMITATE	-; imitated, imitates
IMMANE	-; -
IMMENSE	-; immenser
IMMERGE	-; immerged, immerges
IMMERSE	-; immersed, immerses
IMMESH	-; -
IMMIES	jimmies; -
IMMIX	-; -
IMMIXED	-; immixed
IMMIXES	-; -
IMMORAL	-; -
IMMUNE	-; immunes

IMMURE	-; immured, immures	**IMPI**	-; impis
		IMPIETY	-; -
IMMY	jimmy; -	**IMPING**	gimping,
IMP	gimp, jimp,		limping,
	limp, pimp,		pimping;
	simp, wimp;		impinge,
	impi, imps		impings
IMPACT	-; impacts	**IMPINGE**	-; impinged,
IMPAINT	-; impaints		impinger,
IMPAIR	-; impairs		impinges
IMPALA	-; impalas	**IMPIOUS**	-; -
IMPALE	-; impaled,	**IMPIS**	-; impish
	impaler,	**IMPLANT**	-; implants
	impales	**IMPLEAD**	-; impleads
IMPALER	-; impalers	**IMPLIED**	-; -
IMPANEL	-; impanels	**IMPLIES**	-; -
IMPARK	-; imparks	**IMPLODE**	-; imploded,
IMPART	-; imparts		implodes
IMPASSE	-; impasses	**IMPLORE**	-; implored,
IMPASTE	-; impasted,		implorer,
	impastes		implores
IMPASTO	-; impastos	**IMPLY**	jimply,
IMPAVID	-; -		limply,
IMPAWN	-; impawns		pimply,
IMPEACH	-; -		simply; -
IMPEARL	-; impearls	**IMPONE**	-; imponed,
IMPED	gimped,		impones
	limped,	**IMPORT**	-; imports
	pimped; -	**IMPOSE**	-; imposed,
IMPEDE	-; impeded,		imposer,
	impeder,		imposes
	impedes	**IMPOSER**	-; imposers
IMPEDER	-; impeders	**IMPOST**	-; imposts
IMPEL	-; impels	**IMPOUND**	-; impounds
IMPEND	-; impends	**IMPOWER**	-; impowers
IMPERIA	-; imperial	**IMPREGN**	-; impregns
IMPERIL	-; imperils	**IMPRESA**	-; impresas
IMPETUS	-; -	**IMPRESE**	-; impreses
IMPHEE	-; imphees	**IMPRESS**	-; -

IMPREST	-; imprests	**INBREED**	-; inbreeds
IMPRINT	-; imprints	**INBUILT**	-; -
IMPRO	-; impros	**INBURST**	-; inbursts
IMPROV	-; improve, improvs	**INBY**	-; inbye
IMPROVE	-; improved, improver, improves	**INCAGE**	-; incaged, incages
		INCANT	-; incants
IMPS	gimps, jimps, limps, pimps, simps, wimps; -	**INCASE**	-; incased, incases
		INCENSE	-; incensed, incenses
IMPUGN	-; impugns	**INCENT**	-; incents
IMPULSE	-; impulsed, impulses	**INCEPT**	-; incepts
		INCEST	-; incests
IMPURE	-; -	**INCH**	cinch, finch, pinch, winch; -
IMPUTE	-; imputed, imputer, imputes	**INCHED**	cinched, pinched, winched; -
IMPUTER	-; imputers		
IN	ain, bin, din, fin, gin, hin, jin, kin, lin, pin, rin, sin, tin, vin, win, yin; ink, inn, ins	**INCHER**	pincher; inchers
		INCHES	cinches, finches, pinches, winches; -
INANE	-; inaner, inanes	**INCHING**	cinching, pinching, winching; -
INANELY	-; -	**INCIPIT**	-; incipits
INANES	-; inanest	**INCISAL**	-; -
INANITY	-; -	**INCISE**	-; incised, incises
INAPT	-; -		
INAPTLY	-; -	**INCISOR**	-; incisors, incisory
INARCH	-; -		
INARM	-; inarms	**INCITE**	-; incited, inciter, incites
INARMED	-; -		
INBEING	-; inbeings	**INCITER**	-; inciters
INBOARD	-; inboards	**INCIVIL**	-; -
INBORN	-; -	**INCLASP**	-; inclasps
INBOUND	-; inbounds	**INCLINE**	-; inclined,
INBRED	-; -		

incliner,
inclines
INCLIP -; inclips
INCLOSE -; inclosed,
incloser,
incloses
INCLUDE -; included,
includes
INCOG -; incogs
INCOME -; incomer,
incomes
INCOMER -; incomers
INCONNU -; inconnus
INCONY -; -
INCROSS -; -
INCRUST -; incrusts
INCUBI -; -
INCUBUS -; -
INCUDAL -; -
INCUDES -; -
INCULT -; -
INCUR -; incurs
INCURVE -; incurved,
incurves
INCUS -; incuse
INCUSE -; incused,
incuses
INDABA -; indabas
INDAMIN -; indamine,
indamins
INDEED -; -
INDEEDY -; -
INDENE -; indenes
INDENT -; indents
INDEX -; -
INDEXED -; -
INDEXER -; indexers
INDEXES -; -
INDICAN -; indicans,
indicant

INDICES -; -
INDICIA -; indicias
INDICT -; indicts
INDIE -; indies
INDIGEN -; indigene,
indigens,
indigent
INDIGN -; -
INDIGO windigo;
indigos
INDIGOS windigos; -
INDITE -; indited,
inditer,
indites
INDITER -; inditers
INDIUM -; indiums
INDOL -; indole,
indols
INDOLE -; indoles
INDOOR -; indoors
INDORSE -; indorsed,
indorsee,
indorser,
indorses
INDOW window;
indows
INDOWED -; -
INDOWS windows; -
INDOXYL -; indoxyls
INDRAFT -; indrafts
INDRAWN -; -
INDRI -; indris
INDUCE -; induced,
inducer,
induces
INDUCER -; inducers
INDUCT -; inducts
INDUE -; indued,
indues
INDULGE -; indulged,

indulger,
indulges

INDULIN -; induline,
indulins
INDULT -; indults
INDUNA -; indunas
INDWELL -; indwells
INDWELT -; -
INEARTH -; inearths
INEDITA -; -
INEPT -; -
INEPTLY -; -
INERT -; inerts
INERTIA -; inertiae,
inertial,
inertias
INERTLY -; -
INEXACT -; -
INFALL -; infalls
INFAMY -; -
INFANCY -; -
INFANT -; infanta,
infante, infants
INFANTA -; infantas
INFANTE -; infantes
INFARCT -; infarcts
INFARE -; infares
INFAUNA -; infaunae,
infaunal,
infaunas
INFECT -; infects
INFEED -; infeeds
INFEOFF -; infeoffs
INFER -; infers
INFERNO -; infernos
INFEST -; infests
INFIDEL -; infidels
INFIELD -; infields
INFIGHT -; infights
INFILL -; -

INFIRM -; infirms
INFIX -; -
INFIXED -; -
INFIXES -; -
INFLAME -; inflamed,
inflamer,
inflames
INFLATE -; inflated,
inflater, inflates
INFLECT -; inflects
INFLICT -; inflicts
INFLOW -; inflows
INFLUX -; -
INFO -; infos
INFOLD pinfold; infolds
INFOLDS pinfolds; -
INFORM -; informs
INFRA -; -
INFRACT -; infracts
INFULA -; infulae
INFUSE -; infused,
infuser, infuses
INFUSER -; infusers
INFUSIVE -; -
INGATE -; ingates
INGENUE -; ingenues
INGEST -; ingesta,
ingests
INGLE dingle, jingle,
mingle, single,
tingle; ingles
INGLES dingles, jingles,
mingles,
singles,
tingles; -
INGOING -; -
INGOT -; ingots
INGOTED -; -
INGRAFT -; ingrafts
INGRAIN -; ingrains

INGRATE	-; ingrates	pinked,
INGRESS	-; -	winked; -
INGROUP	-; ingroups	**INKER** jinker, linker,
INGROWN	-; -	pinker, sinker,
INGULF	-; ingulfs	tinker, winker;
INHABIT	-; inhabits	inkers
INHALE	-; inhaled,	**INKERS** jinkers, linkers,
	inhaler,	sinkers, tinkers,
	inhales	winkers; -
INHALER	-; inhalers	**INKHORN** -; inkhorns
INHAUL	-; inhauls	**INKIER** dinkier,
INHERE	-; inhered,	kinkier; -
	inheres	**INKIEST** dinkiest; -
INHERIT	-; inherits	**INKING** finking, jinking,
INHIBIN	-; inhibins	kinking,
INHIBIT	-; inhibits	linking,
INHUMAN	-; inhumane	oinking,
INHUME	-; inhumed,	pinking,
	inhumer,	sinking,
	inhumes	winking; -
INHUMER	-; inhumers	**INKJET** -; -
INIA	-; -	**INKLE** tinkle, winkle;
INION	minion,	inkles
	pinion; -	**INKLES** tinkles,
INITIAL	-; initials	winkles;
INJECT	-; injects	inkless
INJERA	-; injeras	**INKLIKE** -; -
INJURE	-; injured,	**INKLING** -; inklings
	injurer, injures	**INKPOT** -; inkpots
INJURER	-; injurers	**INKS** dinks, finks,
INJURY	-; -	ginks, jinks,
INK	dink, fink, gink,	kinks, links,
	jink, kink, link,	minks, oinks,
	mink, oink,	pinks, rinks,
	pink, rink, sink,	sinks, winks; -
	wink; inks, inky	**INKWELL** -; inkwells
INKBLOT	-; inkblots	**INKWOOD** -; inkwoods
INKED	dinked, finked,	**INKY** dinky, kinky,
	jinked, kinked,	linky, pinky,
	linked, oinked,	zinky; -

INLACE -; inlaced, inlaces
INLAID -; -
INLAND -; inlands
INLAY -; inlays
INLAYER -; inlayers
INLET -; inlets
INLIER -; inliers
INLY -; -
INMATE -; inmates
INMESH -; -
INMOST -; -
INN jinn, linn; inns
INNAGE -; innages
INNARDS -; -
INNATE -; -
INNED binned, dinned, finned, ginned, pinned, sinned, tinned, winned; -
INNER dinner, ginner, pinner, sinner, tinner, winner; inners
INNERLY -; -
INNERS dinners, ginners, pinners, sinners, tinners, winners; -
INNERVE -; innerved, innerves
INNING binning, dinning, finning, ginning, pinning, rinning, sinning, tinning, winning; innings
INNINGS ginnings, winnings; -
INNLESS -; -
INNS jinns, linns; -
INOSINE -; inosines
INOSITE -; inosites
INPHASE -; -
INPOUR -; inpours
INPUT -; inputs
INQUEST -; inquests
INQUIET -; inquiets
INQUIRE -; inquired, inquirer, inquires
INQUIRY -; -
INRO -; -
INROAD -; inroads
INRUN -; inruns
INRUSH -; -
INS ains, bins, dins, fins, gins, hins, jins, kins, lins, pins, rins, sins, tins, wins, yins; -
INSANE -; insaner
INSCAPE -; inscapes
INSCULP -; insculps
INSEAM -; inseams
INSECT -; insects
INSERT -; inserts
INSET -; insets
INSHORE -; -
INSIDE -; insider, insides
INSIDER -; insiders

INSIGHT	-; insights	**INTENSE**	-; intenser
INSIGNE	-; -	**INTENT**	-; intents
INSIPID	-; -	**INTER**	hinter, linter,
INSIST	-; insists		minter, sinter,
INSNARE	-; insnared,		tinter, winter;
	insnarer,		intern, inters
	insnares	**INTERIM**	-; interims
INSOFAR	-; -	**INTERN**	-; interne,
INSOLE	-; insoles		interns
INSOUL	-; insouls	**INTERNE**	-; interned,
INSPAN	-; inspans		internee,
INSPECT	-; inspects		internes
INSPIRE	-; inspired,	**INTERS**	hinters, linters,
	inspirer,		minters,
	inspires		sinters, tinters,
INSTAL	-; install,		winters; -
	instals	**INTHRAL**	-; inthrall,
INSTALL	-; installs		inthrals
INSTANT	-; instants	**INTI**	-; intis
INSTAR	-; instars	**INTIMA**	-; intimae,
INSTATE	-; instated,		intimal,
	instates		intimas
INSTEAD	-; -	**INTIME**	-; -
INSTEP	-; insteps	**INTINE**	-; intines
INSTIL	-; instill, instils	**INTITLE**	-; intitled,
INSTILL	-; instills		intitles
INSULA	-; insulae,	**INTO**	pinto; -
	insular	**INTOMB**	-; intombs
INSULAR	-; insulars	**INTONE**	-; intoned,
INSULIN	-; insulins		intoner,
INSULT	-; insults		intones
INSURE	-; insured,	**INTONER**	-; intoners
	insurer, insures	**INTORT**	-; intorts
INSURED	-; insureds	**INTOWN**	-; -
INSURER	-; insurers	**INTRANT**	-; intrants
INSWEPT	-; -	**INTREAT**	-; intreats
INTACT	-; -	**INTRO**	-; intron,
INTAKE	-; intakes		intros
INTEGER	-; integers	**INTROFY**	-; -
INTEND	-; intends	**INTROIT**	-; introits

INTRON	-; introns	**INVOKER**	-; invokers
INTRUDE	-; intruded, intruder, intrudes	**INVOLVE**	-; involved, involver, involves
INTRUST	-; intrusts	**INWALL**	-; inwalls
INTUIT	-; intuits	**INWARD**	-; inwards
INTURN	-; inturns	**INWEAVE**	-; inweaved, inweaves
INTWINE	-; intwined, intwines	**INWIND**	-; inwinds
INTWIST	-; intwists	**INWOUND**	-; -
INUKSUK	-; inuksuks	**INWOVE**	-; inwoven
INULASE	-; inulases	**INWRAP**	-; inwraps
INULIN	-; inulins	**IODATE**	-; iodated, iodates
INURE	-; inured, inures	**IODIC**	-; -
INURN	-; inurns	**IODID**	-; iodide, iodids
INURNED	-; -		
INUTILE	-; -	**IODIDE**	-; iodides
INVADE	-; invaded, invader, invades	**IODIN**	-; iodine, iodins
		IODINE	-; iodines
INVADER	-; invaders	**IODISE**	-; iodises
INVALID	-; invalids	**IODISM**	-; iodisms
INVAR	-; invars	**IODIZE**	-; iodized, iodizer, iodizes
INVEIGH	-; inveighs		
INVENT	-; invents		
INVERSE	-; inverses	**IODIZER**	-; iodizers
INVERT	-; inverts	**IODOUS**	-; -
INVEST	-; invests	**IOLITE**	-; iolites
INVITAL	-; -	**ION**	cion, lion, pion; ions
INVITE	-; invited, invitee, inviter, invites	**IONIC**	bionic, pionic; ionics
INVITEE	-; invitees	**IONICS**	bionics; -
INVITER	-; inviters	**IONISE**	lionise; ionised, ionises
INVOICE	-; invoiced, invoices		
INVOKE	-; invoked, invoker, invokes	**IONISED**	lionised; -
		IONISES	lionises; -
		IONIUM	ioniums; -

IONIZE	lionize; ionized, ionizer, ionizes	**IRIDIUM**	-; iridiums
		IRING	airing, firing, hiring, miring, siring, tiring, wiring; -
IONIZED	lionized; -		
IONIZER	lionizer; ionizers	**IRIS**	-; -
IONIZES	lionizes; -	**IRISED**	-; -
IONOGEN	-; ionogens	**IRISES**	-; -
IONOMER	-; ionomers	**IRISING**	-; -
IONONE	-; ionones	**IRITIC**	-; -
IONS	cions, lions, pions; -	**IRITIS**	-; -
		IRK	birk, dirk, kirk, mirk; irks
IOTA	biota; iotas		
IOTAS	biotas; -	**IRKED**	-; -
IPECAC	-; ipecacs	**IRKING**	-; -
IPOMOEA	-; ipomoeas	**IRKS**	birks, dirks, kirks, mirks; -
IRACUND	-; -		
IRADE	tirade; irades	**IRKSOME**	-; -
IRADES	tirades; -	**IROKO**	-; irokos
IRATE	pirate; irater	**IRON**	giron; irone, irons, irony
IRATELY	-; -		
IRATEST	-; -	**IRONE**	-; ironed, ironer, irones
IRE	cire, dire, fire, hire, lire, mire, sire, tire, wire; ired, ires		
		IRONER	-; ironers
		IRONIC	-; -
		IRONIES	-; -
IRED	aired, fired, hired, mired, sired, tired, wired; -	**IRONING**	-; ironings
		IRONIST	-; ironists
		IRONIZE	-; ironized, ironizes
IREFUL	direful; -	**IRONS**	girons; -
IRELESS	wireless; -	**IRONY**	-; -
IRENIC	eirenic; irenics	**IRREAL**	-; -
IRES	cires, fires, hires, mires, sires, tires, vires, wires	**IRRUPT**	-; irrupts
		IS	ais, bis, cis, dis, fis, his, lis, mis, pis, sis, tis, vis, wis, xis; ism
IRID	virid; irids		
IRIDES	-; -		
IRIDIC	-; -	**ISAGOGE**	-; isagoges

ISATIN	-; isatine, isatins
ISATINE	-; isatines
ISBA	-; isbas
ISCHIA	-; ischial
ISCHIUM	-; -
ISLAND	-; islands
ISLE	aisle, lisle; isled, isles, islet
ISLED	misled; -
ISLES	aisles, lisles; -
ISLET	-; islets
ISLING	-; -
ISM	jism; isms
ISOBAR	-; isobare, isobars
ISOBARE	-; isobares
ISOBATH	-; isobaths
ISOCHOR	-; isochore, isochors
ISODOSE	-; -
ISOFORM	-; isoforms
ISOGAMY	-; -
ISOGENY	-; -
ISOGON	-; isogone, isogons, isogony
ISOGONE	-; isogones
ISOGONY	-; -
ISOGRAM	-; isograms
ISOGRIV	-; isogrivs
ISOHEL	-; isohels
ISOHYET	-; isohyets
ISOLATE	-; isolated, isolates
ISOLEAD	-; isoleads
ISOLINE	-; isolines
ISOLOG	-; isologs
ISOMER	-; isomers
ISONOMY	-; -
ISOPACH	-; isopachs
ISOPOD	-; isopods
ISOSPIN	-; isospins
ISOTACH	-; isotachs
ISOTONE	-; isotones
ISOTOPE	-; isotopes
ISOTOPY	-; -
ISOTYPE	-; isotypes
ISOZYME	-; isozymes
ISSEI	-; isseis
ISSUANT	-; -
ISSUE	tissue; issued, issuer, issues
ISSUED	tissued; -
ISSUER	-; issuers
ISSUES	tissues; -
ISTHMI	-; isthmic
ISTHMUS	-; -
ISTLE	-; istles
IT	ait, bit, dit, fit, git, hit, kit, lit, nit, pit, sit, tit, uit, wit, zit; its
ITALIC	-; italics
ITCH	aitch, bitch, ditch, fitch, hitch, pitch, witch; itchy
ITCHED	bitched, ditched, hitched, pitched, witched; -
ITCHES	aitches, bitches, ditches, fitches, hitches, pitches, witches; -

ITCHIER	-; -		either, hither,
ITCHING	bitching,		lither, mither,
	ditching,		tither, wither,
	hitching,		zither; -
	pitching,	**ITS**	aits, bits, dits,
	witching;		fits, gits, hits,
	itchings		kits, lits, nits,
ITCHY	bitchy, fitchy,		pits, sits, tits,
	pitchy,		wits, zits; -
	witchy; -	**ITSELF**	-; -
ITEM	-; items	**IVIED**	-; -
ITEMED	-; -	**IVIES**	-; -
ITEMING	-; -	**IVORIES**	-; -
ITEMISE	-; itemised,	**IVORY**	-; -
	itemiser,	**IVY**	tivy; -
	itemises	**IVYLIKE**	-; -
ITEMIZE	-; itemized,	**IWIS**	kiwis; -
	itemizer,	**IXIA**	-; ixias
	itemizes	**IXODID**	-; ixodids
ITERANT	-; -	**IXORA**	-; ixoras
ITERATE	-; iterated,	**IXTLE**	-; ixtles
	iterates	**IZAR**	sizar; izars
ITERUM	-; -	**IZARS**	sizars; -
ITHER	cither, dither,	**IZZARD**	lizzard;
			izzards

J

J	-; jo	**JACINTH**	-; jacinthe,
JAB	-; jabs		jacinths
JABBED	-; -	**JACK**	-; jacks, jacky
JABBER	-; jabbers	**JACKAL**	-; jackals
JABBING	-; -	**JACKASS**	-; -
JABIRU	-; jabirus	**JACKDAW**	-; jackdaws
JABOT	-; jabots	**JACKED**	-; -
JACAL	-; jacals	**JACKER**	-; jackers
JACALES	-; -	**JACKET**	-; jackets
JACAMAR	-; jacamars	**JACKFISH**	-; -
JACANA	-; jacanas	**JACKIES**	-; -

JACKING	-; -	**JAM**	-; jamb, jams
JACKLEG	-; jacklegs	**JAMB**	-; jambe,
JACKPOT	-; jackpots		jambs
JACKY	-; -	**JAMBE**	-; jambed,
JACOBIN	-; jacobins		jambes
JACOBUS	-; -	**JAMBEAU**	-; jambeaux
JACONET	-; jaconets	**JAMBING**	-; -
JADE	-; jaded, jades	**JAMLIKE**	-; -
JADEDLY	-; -	**JAMMED**	-; -
JADEITE	-; jadeites	**JAMMER**	-; jammers
JADING	-; -	**JAMMIES**	-; -
JADISH	-; -	**JAMMING**	-; -
JADITIC	-; -	**JANE**	-; janes
JAEGER	-; jaegers	**JANGLE**	-; jangled,
JAG	-; jagg, jags		jangler,
JAGER	-; jagers		jangles
JAGG	-; jaggs, jaggy	**JANGLER**	-; janglers
JAGGARY	-; -	**JANGLY**	-; -
JAGGED	-; -	**JANITOR**	-; janitors
JAGGER	-; jaggers,	**JANNY**	-; -
	jaggery	**JANTY**	-; -
JAGGIER	-; -	**JAPAN**	-; japans
JAGGIES	-; -	**JAPE**	-; japed, japer,
JAGGING	-; -		japes
JAGGY	-; -	**JAPER**	-; japers, japery
JAGLESS	-; -	**JAPING**	-; -
JAGRA	-; jagras	**JAR**	ajar; jarl, jars
JAGUAR	-; jaguars	**JARFUL**	-; jarfuls
JAIL	-; jails	**JARGON**	-; jargons,
JAILED	-; -		jargony
JAILER	-; jailers	**JARGONY**	-; -
JAILING	-; -	**JARGOON**	-; jargoons
JAILOR	-; jailors	**JARHEAD**	-; jarheads
JAKE	-; jakes	**JARINA**	-; jarinas
JALAP	-; jalaps	**JARL**	-; jarls
JALAPIC	-; -	**JARLDOM**	-; jarldoms
JALAPIN	-; jalapins	**JARRAH**	-; jarrahs
JALOP	-; jalops,	**JARRED**	-; -
	jalopy	**JARRING**	-; -
JALOPPY	-; -	**JARSFUL**	-; -

JARVEY	-; jarveys	**JAZZES**	-; -
JASMIN	-; jasmine, jasmins	**JAZZIER**	-; -
		JAZZILY	-; -
JASMINE	-; jasmines	**JAZZING**	-; -
JASPER	-; jaspers, jaspery	**JAZZMAN**	-; -
		JAZZMEN	-; -
JASSID	-; jassids	**JAZZY**	-; -
JATO	-; jatos	**JEALOUS**	-; jealousy
JAUK	-; jauks	**JEAN**	-; jeans
JAUKED	-; -	**JEBEL**	djebel; jebels
JAUKING	-; -	**JEBELS**	djebels; -
JAUNCE	-; jaunced, jaunces	**JEE**	ajee; jeed, jeep, jeer, jees, jeez
JAUNT	-; jaunts, jaunty		
JAUNTED	-; -	**JEEING**	-; -
JAUP	-; jaups	**JEEP**	-; jeeps
JAUPED	-; -	**JEEPED**	-; -
JAUPING	-; -	**JEEPERS**	-; -
JAVA	-; javas	**JEEPING**	-; -
JAVELIN	-; javelina, javelins	**JEEPNEY**	-; jeepneys
		JEER	-; jeers
JAW	-; jaws	**JEERED**	-; -
JAWAN	-; jawans	**JEERER**	-; jeerers
JAWBONE	-; jawboned, jawboner, jawbones	**JEERING**	-; -
		JEEZ	-; -
		JEFE	-; jefes
JAWED	-; -	**JEHAD**	-; jehadi
JAWING	-; -	**JEHADI**	-;- jehadis
JAWLESS	-; -	**JEHU**	-; jehus
JAWLIKE	-; -	**JEJUNA**	-; jejunal
JAWLINE	-; jawlines	**JEJUNE**	-; -
JAY	-; jays	**JELL**	-; jells, jelly
JAYBIRD	-; jaybirds	**JELLABA**	djellaba; jellabas
JAYGEE	-; jaygees		
JAYVEE	-; jayvees	**JELLED**	-; -
JAYWALK	-; jaywalks	**JELLIED**	-; -
JAZZ	-; jazzy	**JELLIES**	-; -
JAZZBO	-; jazzbos	**JELLIFY**	-; -
JAZZED	-; -	**JELLING**	-; -
JAZZER	-; jazzers	**JEMADAR**	-; jemadars

JEMIDAR	-; jemidars	**JETFOIL**	-; jetfoils
JEMMIED	-; -	**JETLAG**	-; jetlags
JEMMIES	-; -	**JETLIKE**	-; -
JEMMY	-; -	**JETON**	-; jetons
JENNET	-; jennets	**JETPORT**	-; jetports
JENNIES	-; -	**JETSAM**	-; jetsams
JENNY	-; -	**JETSOM**	-; jetsoms
JEON	-; -	**JETTED**	-; -
JEOPARD	-; jeopards,	**JETTIED**	-; -
	jeopardy	**JETTIER**	-; -
JERBOA	-; jerboas	**JETTIES**	-; jettiest
JEREED	-; jereeds	**JETTING**	-; -
JERID	-; jerids	**JETTON**	-; jettons
JERK	-; jerks, jerky	**JETTY**	-; -
JERKED	-; -	**JEU**	-; jeux
JERKER	-; jerkers	**JEUX**	-; -
JERKIER	-; -	**JEVE**	-; jeved, jeves
JERKIES	-; jerkiest	**JEWEL**	-; jewels
JERKILY	-; -	**JEWELED**	-; -
JERKIN	-; jerking,	**JEWELER**	-; jewelers,
	jerkins		jewelery
JERREED	-; jerreeds	**JEWFISH**	-; -
JERRID	-; jerrids	**JEZAIL**	-; jezails
JERRIES	-; -	**JEZEBEL**	-; jezebels
JERRY	-; -	**JIAO**	-; -
JERSEY	-; jerseys	**JIB**	-; jibb, jibe,
JESS	-; jesse		jibs
JESSANT	-; -	**JIBB**	-; jibbs
JESSE	-; jessed,	**JIBBED**	-; -
	jesses	**JIBBER**	-; jibbers
JESSING	-; -	**JIBBING**	-; -
JEST	-; jests	**JIBBOOM**	-; jibbooms
JESTED	-; -	**JIBE**	-; jibed, jiber,
JESTER	-; jesters		jibes
JESTFUL	-; -	**JIBER**	-; jibers
JESTING	-; jestings	**JIBING**	-; -
JESUIT	-; jesuits	**JICAMA**	-; jicamas
JET	-; jete, jets	**JIFF**	-; jiffs, jiffy
JETBEAD	-; jetbeads	**JIFFIES**	-; -
JETE	-; jetes	**JIG**	-; jigs

JIGGED	-; -	**JINGLY**	-; -
JIGGER	-; jiggers	**JINGO**	-; -
JIGGING	-; -	**JINGOES**	-; -
JIGGISH	-; -	**JINK**	-; jinks
JIGGLE	-; jiggled, jiggles	**JINKED**	-; -
		JINKER	-; jinkers
JIGGLY	-; -	**JINKING**	-; -
JIGGY	-; -	**JINN**	djinn; jinni, jinns
JIGLIKE	-; -		
JIGSAW	-; jigsawn, jigsaws	**JINNEE**	-; -
		JINNI	djinni; -
JIHAD	-; jihads	**JINNS**	djinns; -
JIHADI	-; jihadis	**JINS**	djins; -
JILL	-; jills	**JINX**	-; -
JILLION	-; jillions	**JINXED**	-; -
JILT	-; jilts	**JINXES**	-; -
JILTED	-; -	**JINXING**	-; -
JILTER	-; jilters	**JIRD**	-; jirds
JILTING	-; -	**JISM**	-; jisms
JIMINY	-; -	**JITNEY**	-; jitneys
JIMJAMS	-; -	**JITTER**	-; jitters, jittery
JIMMIED	-; -	**JIVE**	-; jived, jiver, jives, jivey
JIMMIES	-; -		
JIMMINY	-; -	**JIVEASS**	-; -
JIMMY	-; -	**JIVER**	-; jivers
JIMP	-; jimpy	**JIVEY**	-; -
JIMPER	-; -	**JIVING**	-; -
JIMPEST	-; -	**JNANA**	-; jnanas
JIMPY	-; -	**JO**	-; job, joe, jog, jot, jow, joy
JIMSON	-; jimsons		
JIN	djin; jink, jinn, jins, jinx	**JOANNES**	-; -
		JOB	-; jobs
JINED	-; -	**JOBBED**	-; -
JINGAL	-; jingall, jingals	**JOBBER**	-; jobbers, jobbery
JINGALL	-; jingalls	**JOBBING**	-; -
JINGKO	-; -	**JOBLESS**	-; -
JINGLE	-; jingled, jingler, jingles	**JOBNAME**	-; jobnames
		JOCK	-; jocko, jocks
JINGLER	-; jinglers	**JOCKEY**	-; jockeys

JOCKISH	-; -	**JOKING**	-; -
JOCKO	-; jockos	**JOKY**	-; -
JOCOSE	-; -	**JOLE**	-; joles
JOCULAR	-; -	**JOLLIED**	-; -
JOCUND	-; -	**JOLLIER**	-; -
JODHPUR	-; jodhpurs	**JOLLIES**	-; jolliest
JOE	-; joel, joes, joey	**JOLLIFY**	-; -
		JOLLILY	-; -
JOEL	-; -	**JOLLITY**	-; -
JOEY	-; joeys	**JOLLY**	-; -
JOG	-; jogs	**JOLT**	-; jolts, jolty
JOGGED	-; -	**JOLTED**	-; -
JOGGER	-; joggers	**JOLTER**	-; jolters
JOGGING	-; -	**JOLTIER**	-; -
JOGGLE	-; joggled, joggler, joggles	**JOLTILY**	-; -
		JOLTING	-; -
		JOMON	-; -
JOGGLER	-; jogglers	**JONES**	-; -
JOGTROT	-; jogtrots	**JONESES**	-; -
JOHN	-; johns	**JONQUIL**	-; jonquils
JOHNNIE	-; johnnies	**JOOK**	-; jooks
JOHNNY	-; -	**JORAM**	-; jorams
JOIN	-; joins, joint	**JORDAN**	-; jordans
JOINDER	-; joinders	**JORUM**	-; jorums
JOINED	-; -	**JOSEPH**	-; josephs
JOINER	-; joiners, joinery	**JOSH**	-; -
		JOSHED	-; -
JOINING	-; joinings	**JOSHER**	-; joshers
JOINT	-; joints	**JOSHES**	-; -
JOINTED	-; -	**JOSHING**	-; -
JOINTER	-; jointers	**JOSS**	-; -
JOINTLY	-; -	**JOSSES**	-; -
JOIST	-; joists	**JOSTLE**	-; jostled, jostler, jostles
JOISTED	-; -		
JOJOBA	-; jojobas	**JOSTLER**	-; jostlers
JOKE	-; joked, joker, jokes, jokey	**JOT**	-; jota, jots
		JOTA	-; jotas
JOKER	-; jokers	**JOTTED**	-; -
JOKIER	-; -	**JOTTER**	-; jotters
JOKIEST	-; -	**JOTTING**	-; jottings

JOTTY	-; -	**JUBILEE**	-; jubilees
JOUAL	-; jouals	**JUCO**	-; jucos
JOUK	-; jouks	**JUCOS**	-; -
JOUKED	-; -	**JUDAS**	-; -
JOUKING	-; -	**JUDASES**	-; -
JOULE	-; joules	**JUDDER**	-; judders
JOUNCE	-; jounced, jounces	**JUDGE**	-; judged, judger, judges
JOUNCY	-; -	**JUDGER**	-; judgers
JOURNAL	-; journals	**JUDGING**	-; -
JOURNEY	-; journeys	**JUDGY**	-; -
JOURNO	-; journos	**JUDO**	-; judos
JOUST	-; jousts	**JUDOIST**	-; judoists
JOUSTED	-; -	**JUDOKA**	-; judokas
JOUSTER	-; jousters	**JUG**	-; juga, jugs
JOVIAL	-; -	**JUGA**	ajuga; jugal
JOW	-; jowl, jows	**JUGATE**	-; -
JOWAR	-; jowars	**JUGFUL**	-; jugfuls
JOWED	-; -	**JUGGED**	-; -
JOWING	-; -	**JUGGING**	-; -
JOWL	-; jowls, jowly	**JUGGLE**	-; juggled, juggler, juggles
JOWLED	-; -		
JOWLIER	-; -	**JUGGLER**	-; jugglers, jugglery
JOY	-; joys		
JOYANCE	-; joyances	**JUGHEAD**	-; jugheads
JOYED	-; -	**JUGSFUL**	-; -
JOYFUL	-; -	**JUGULA**	-; jugular
JOYING	-; -	**JUGULAR**	-; jugulars
JOYLESS	-; -	**JUGULUM**	-; -
JOYOUS	-; -	**JUGUM**	-; jugums
JOYPAD	-; joypads	**JUICE**	-; juiced, juicer, juices
JOYPOP	-; joypops		
JOYRIDE	-; joyrider, joyrides	**JUICER**	-; juicers
JUBA	-; jubas	**JUICIER**	-; -
JUBBAH	-; jubbahs	**JUICILY**	-; -
JUBE	-; jubes	**JUICING**	-; -
JUBHAH	-; jubhahs	**JUICY**	-; -
JUBILE	-; jubilee, jubiles	**JUJITSU**	-; jujitsus
		JUJU	-; jujus

JUJUBE	-; jujubes	**JUNKIES**	-; junkiest
JUJUISM	-; jujuisms	**JUNKMAN**	-; -
JUJUIST	-; jujuists	**JUNKMEN**	-; -
JUJUTSU	-; jujutsus	**JUNTA**	-; juntas
JUKE	-; juked, jukes	**JUNTO**	-; juntos
JUKEBOX	-; -	**JUPE**	-; jupes
JUKING	-; -	**JUPON**	-; jupons
JUKU	-; jukus	**JURA**	-; jural, jurat
JULEP	-; juleps	**JURALLY**	-; -
JUMAR	-; jumars	**JURANT**	-; jurants
JUMARED	-; -	**JURAT**	-; jurats
JUMBAL	-; jumbals	**JUREL**	-; jurels
JUMBLE	-; jumbled,	**JURIDIC**	-; -
	jumbler,	**JURIES**	-; -
	jumbles	**JURIST**	-; jurists
JUMBLER	-; jumblers	**JUROR**	-; jurors
JUMBO	-; jumbos	**JURY**	-; -
JUMBUCK	-; jumbucks	**JURYMAN**	-; -
JUMP	-; jumps, jumpy	**JURYMEN**	-; -
JUMPED	-; -	**JUS**	-; just
JUMPER	-; jumpers	**JUSSIVE**	-; jussives
JUMPIER	-; -	**JUST**	-; justs
JUMPILY	-; -	**JUSTED**	-; -
JUMPING	-; -	**JUSTER**	-; justers
JUMPOFF	-; jumpoffs	**JUSTEST**	-; -
JUN	-; junk	**JUSTICE**	-; justices
JUNCO	-; juncos	**JUSTIFY**	-; -
JUNCOES	-; -	**JUSTLE**	-; justled,
JUNGLE	-; jungles		justles
JUNGLY	-; -	**JUSTLY**	-; -
JUNIOR	-; juniors	**JUT**	-; jute, juts
JUNIPER	-; junipers	**JUTE**	-; jutes
JUNK	-; junks, junky	**JUTTED**	-; -
JUNKED	-; -	**JUTTIED**	-; -
JUNKER	-; junkers	**JUTTIES**	-; -
JUNKING	-; -	**JUTTING**	-; -
JUNKET	-; junkets	**JUTTY**	-; -
JUNKIE	-; junkier,	**JUVENAL**	-; juvenals
	junkies	**JUVIE**	-; juvies

K

K	-; ka, ki	**KAIZEN**	-; kaizens
KA	oka, ska, uka;	**KAJEPUT**	-; kajeputs
	kab, kae, kaf,	**KAKA**	-; kakas
	kas, kat, kay	**KAKAPO**	-; kakapos
KAAS	-; -	**KAKI**	-; kakis
KAB	-; kabs	**KAKIVAK**	-; kakivaks
KABAB	-; kababs	**KALAM**	-; kalams
KABAKA	-; kabakas	**KALE**	-; kales
KABALA	-; kabalas	**KALENDS**	-; -
KABAR	-; kabars	**KALIAN**	-; kalians
KABAYA	-; kabayas	**KALIF**	-; kalifs
KABBALA	-; kabbalah,	**KALIMBA**	-; kalimbas
	kabbalas	**KALIPH**	-; kaliphs
KABIKI	-; kabikis	**KALIUM**	-; kaliums
KABOB	-; kabobs	**KALMIA**	-; kalmias
KABOCHA	-; kabochas	**KALONG**	-; kalongs
KABOOM	-; kabooms	**KALPA**	-; kalpak,
KABUKI	-; kabukis		kalpas
KABYLE	-; -	**KALPAK**	-; kalpaks
KACHINA	-; kachinas	**KAMALA**	-; kamalas
KADDISH	-; -	**KAME**	-; kames
KADI	-; kadis	**KAMI**	-; kamik
KAE	-; kaes	**KAMIK**	-; kamiks
KAF	-; kafs	**KAMPONG**	-; kampongs
KAFFIR	-; kaffirs	**KAMSEEN**	-; kamseens
KAFIR	-; kafirs	**KAMSIN**	-; kamsins
KAFTAN	-; kaftans	**KANA**	-; kanas
KAGU	-; kagus	**KANBAN**	-; kanbans
KAHUNA	-; kahunas	**KANE**	-; kanes
KAIAK	-; kaiaks	**KANJI**	-; kanjis
KAIF	-; kaifs	**KANTAR**	-; kantars
KAIL	-; kails	**KANTELE**	-; kanteles
KAIN	-; kains	**KANZU**	-; kanzus
KAINIT	-; kainite,	**KAOLIN**	-; kaoline,
	kainits		kaolins
KAINITE	-; kainites	**KAOLINE**	-; kaolines
KAISER	-; kaisers	**KAON**	-; kaons

KAPA	-; kapas	**KAVA**	-; kavas
KAPH	-; kaphs	**KAVAS**	-; kavass
KAPOK	-; kapoks	**KAY**	okay; kays
KAPOW	-; -	**KAYAK**	-; kayaks
KAPPA	-; kappas	**KAYAKER**	-; kayakers
KAPUT	-; kaputt	**KAYLES**	-; -
KARAHI	-; karahis	**KAYO**	-; kayos
KARAKUL	-; karakuls	**KAYOED**	-; -
KARAT	-; karate,	**KAYOES**	-; -
	karats	**KAYOING**	-; -
KARATE	-; karates	**KAYS**	okays; -
KAREN	-; karens	**KAZOO**	-; kazoos
KARMA	-; karmas	**KBAR**	-; kbars
KARMIC	-; -	**KEA**	-; keas
KARN	-; karns	**KEBAB**	-; kebabs
KAROO	-; karoos	**KEBAR**	-; kebars
KAROSS	-; -	**KEBBIE**	-; kebbies
KARROO	-; karroos	**KEBBOCK**	-; kebbocks
KARST	-; karsts	**KEBBUCK**	-; kebbucks
KARSTIC	-; -	**KEBLAH**	-; keblahs
KART	-; karts	**KEBOB**	-; kebobs
KARTING	-; kartings	**KECK**	-; kecks
KAS	okas, skas; -	**KECKED**	-; -
KASBAH	-; kasbahs	**KECKING**	-; -
KASHA	-; kashas	**KECKLE**	-; keckled,
KASHER	-; kashers		keckles
KASHMIR	-; kashmirs	**KEDDAH**	-; keddahs
KASHRUT	-; kashruth,	**KEDGE**	-; kedged,
	kashruts		kedges
KAT	skat; kata, kats	**KEDGING**	-; -
KATA	-; katas	**KEEF**	-; keefs
KATCINA	-; katcinas	**KEEK**	-; keeks
KATHODE	-; kathodes	**KEEKED**	-; -
KATION	-; kations	**KEEKING**	-; -
KATS	skats; -	**KEEL**	-; keels
KATSURA	-; katsuras	**KEELAGE**	-; keelages
KATYDID	-; katydids	**KEELED**	-; -
KAURI	-; kauris	**KEELING**	-; -
KAURIES	-; -	**KEELSON**	-; keelsons
KAURY	-; -	**KEEN**	skeen; keens

KEENED	-; -	**KEMP**	-; kemps,
KEENER	-; keeners		kempt
KEENEST	-; -	**KEN**	-; keno, kens,
KEENING	-; -		kent
KEENLY	-; -	**KENAF**	-; kenafs
KEENS	skeens; -	**KENCH**	-; -
KEEP	-; keeps	**KENCHES**	-; -
KEEPER	-; keepers	**KENDO**	-; kendos
KEEPING	-; keepings	**KENNED**	-; -
KEESTER	-; keesters	**KENNEL**	-; kennels
KEET	skeet; keets	**KENNELED**	-; -
KEETS	skeets; -	**KENNING**	-; kennings
KEEVE	-; keeves	**KENO**	-; kenos
KEF	-; kefs	**KENOSIS**	-; -
KEFIR	-; kefirs	**KENOTIC**	-; -
KEG	skeg; kegs	**KENT**	-; kente
KEGELER	-; kegelers	**KENTE**	-; kentes
KEGGER	-; keggers	**KEP**	skep; kepi,
KEGLER	-; keglers		keps, kept
KEGLING	-; keglings	**KEPI**	-; kepis
KEGS	skegs; -	**KEPPED**	-; -
KEIR	-; keirs	**KEPPEN**	-; -
KEISTER	-; keisters	**KEPPING**	-; -
KEITLOA	-; keitloas	**KEPS**	skeps; -
KELEP	-; keleps	**KERAMIC**	-; keramics
KELLIES	-; -	**KERATIN**	-; keratins
KELIM	-; kelims	**KERB**	-; kerbs
KELLY	-; -	**KERBED**	-; -
KELOID	-; keloids	**KERBING**	-; -
KELP	skelp; kelps,	**KERCHOO**	-; -
	kelpy	**KERF**	-; kerfs
KELPED	skelped; -	**KERFED**	-; -
KELPIE	-; kelpies	**KERFING**	-; -
KELPING	skelping; -	**KERMES**	-; kermess
KELPS	skelps; -	**KERMIS**	-; -
KELSON	-; kelsons	**KERMODE**	-; kermodes
KELT	-; kelts	**KERN**	-; kerne, kerns
KELTER	skelter; kelters	**KERNE**	-; kerned,
KELTERS	skelters; -		kernel, kernes
KELVIN	-; kelvins	**KERNEL**	-; kernels

KERNING	-; -	**KEYSET**	-; keysets
KERNITE	-; kernites	**KEYSTER**	-; keysters
KEROGEN	-; kerogens	**KEYWAY**	-; keyways
KERRIA	-; kerrias	**KEYWORD**	-; keywords
KERRIES	skerries; -	**KHADDAR**	-; khaddars
KERRY	skerry; -	**KHADI**	-; khadis
KERSEY	-; kerseys	**KHAF**	-; khafs
KERYGMA	-; -	**KHAKI**	-; khakis
KESTREL	-; kestrels	**KHALIF**	-; khalifa,
KETA	-; ketas		khalifs
KETAINE	-; -	**KHALIFA**	-; khalifas
KETCH	sketch; -	**KHAMSIN**	-; khamsins
KETCHES	sketches; -	**KHAN**	-; khans
KETCHUP	-; ketchups	**KHANATE**	-; khanates
KETENE	-; ketenes	**KHAPH**	-; khaphs
KETO	-; ketol	**KHAT**	-; khats
KETOL	-; ketols	**KHAZEN**	-; khazens
KETONE	-; ketones	**KHEDA**	-; khedah,
KETONIC	-; -		khedas
KETOSE	-; ketoses	**KHEDAH**	-; khedahs
KETOSIS	-; -	**KHEDIVE**	-; khedives
KETOTIC	-; -	**KHET**	-; kheth, khets
KETTLE	-; kettles	**KHETH**	-; kheths
KEV	-; kevs	**KHI**	-; khis
KEVEL	-; kevels	**KHIRKAH**	-; khirkahs
KEVIL	-; kevils	**KHOUM**	-; khoums
KEX	-; -	**KI**	ski; kis
KEXES	-; -	**KIACK**	-; kiacks
KEY	-; keys	**KIANG**	-; kiangs
KEYCARD	-; keycards	**KIAUGH**	-; kiaughs
KEYED	-; -	**KIBBE**	-; kibbeh,
KEYER	-; keyers		kibbes
KEYHOLE	-; keyholes	**KIBBEH**	-; kibbehs
KEYING	-; -	**KIBBI**	-; kibbis
KEYLESS	-; -	**KIBBITZ**	-; -
KEYNOTE	-; keynoted,	**KIBBLE**	-; kibbled,
	keynoter,		kibbles
	keynotes	**KIBBUTZ**	-; -
KEYPAD	-; keypads	**KIBE**	-; kibei, kibes
KEYPAL	-; keypals	**KIBEI**	-; kibeis

KIBITZ	-; -	**KILLER**	-; killers
KIBLA	-; kiblah, kiblas	**KILLICK**	-; killicks
KIBLAH	-; kiblahs	**KILLIE**	-; killies
KIBOSH	-; -	**KILLING**	-; killings
KICK	-; kicks, kicky	**KILLJOY**	-; killjoys
KICKBOX	-; -	**KILLOCK**	-; killocks
KICKED	-; -	**KILLS**	skills; -
KICKER	-; kickers	**KILN**	-; kilns
KICKIER	-; -	**KILNED**	-; -
KICKING	-; -	**KILNING**	-; -
KICKOFF	-; kickoffs	**KILO**	-; kilos
KICKUP	-; kickups	**KILOBAR**	-; kilobars
KID	skid; kids	**KILOBIT**	-; kilobits
KIDDED	skidded; -	**KILORAD**	-; kilorads
KIDDER	skidder; kidders	**KILOTON**	-; kilotons
KIDDERS	skidders; -	**KILT**	-; kilts, kilty
KIDDIE	-; kiddies	**KILTED**	-; -
KIDDING	skidding; -	**KILTER**	-; kilters
KIDDISH	-; -	**KILTIE**	-; kilties
KIDDO	-; kiddos	**KILTING**	-; kiltings
KIDDOES	-; -	**KIMCHEE**	-; kimchees
KIDDUSH	-; -	**KIMCHI**	-; kimchis
KIDDY	skiddy; -	**KIMONO**	-; kimonos
KIDLIKE	-; -	**KIN**	akin, skin; kina, kind, kine, king, kink, kino, kins
KIDNAP	-; kidnaps		
KIDNEY	-; kidneys		
KIDS	skids; -	**KINA**	-; kinas
KIDSKIN	-; kidskins	**KINARA**	-; kinaras
KIDVID	-; kidvids	**KINAS**	-; kinase
KIEF	-; kiefs	**KINASE**	-; kinases
KIER	skier; kiers	**KIND**	-; kinds
KIERS	skiers; -	**KINDER**	-; -
KIESTER	-; kiesters	**KINDEST**	-; -
KIF	-; kifs	**KINDLE**	-; kindled, kindler, kindles
KILIM	-; kilims		
KILL	skill; kills	**KINDLER**	-; kindlers
KILLDEE	-; killdeer, killdees	**KINDLY**	-; -
		KINDRED	-; kindreds
KILLED	skilled; -	**KINE**	-; kines

KINEMA	-; kinemas	**KIPS**	skips; -
KINESES	-; -	**KIPSKIN**	-; kipskins
KINESIC	-; kinesics	**KIR**	-; kirk, kirn, kirs
KINESIS	-; -	**KIRK**	-; kirks
KINETIC	-; kinetics	**KIRKMAN**	-; -
KINETIN	-; kinetins	**KIRKMEN**	-; -
KINFOLK	-; kinfolks	**KIRMESS**	-; -
KING	eking; kings	**KIRN**	-; kirns
KINGCUP	-; kingcups	**KIRNED**	-; -
KINGDOM	-; kingdoms	**KIRNING**	-; -
KINGED	-; -	**KIRPAN**	-; kirpans
KINGING	-; -	**KIRSCH**	-; -
KINGLET	-; kinglets	**KIRTLE**	-; kirtled, kirtles
KINGLY	-; -	**KISHKA**	-; kishkas
KINGPIN	-; kingpins	**KISHKE**	-; kishkes
KININ	-; kinins	**KISMAT**	-; kismats
KINK	skink; kinks, kinky	**KISMET**	-; kismets
		KISS	-; kissy
KINKED	skinked; -	**KISSED**	-; -
KINKIER	-; -	**KISSER**	-; kissers
KINKILY	-; -	**KISSES**	-; -
KINKING	skinking; -	**KISSING**	-; -
KINKS	skinks; -	**KIST**	-; kists
KINLESS	skinless; -	**KISTFUL**	-; kistfuls
KINO	-; kinos	**KIT**	skit; kite, kith, kits
KINS	skins; -		
KINSHIP	-; kinships	**KITBAG**	-; kitbags
KINSMAN	-; -	**KITCHEN**	-; kitchens
KINSMEN	-; -	**KITE**	skite; kited, kiter, kites
KIOSK	-; kiosks		
KIP	skip; kips	**KITED**	skited; -
KIPPA	-; kippah, kippas	**KITER**	-; kiters
		KITES	skites; -
KIPPAH	-; kippahs	**KITH**	-; kithe, kiths
KIPPED	skipped; -	**KITHARA**	-; kitharas
KIPPEN	-; -	**KITHE**	-; kithed, kithes
KIPPER	skipper; kippers	**KITHING**	-; -
		KITING	skiting; -
KIPPERS	skippers; -	**KITLING**	-; kitlings
KIPPING	skipping; -	**KITS**	skits; -

KITSCH	-; kitschy	**KNAR**	-; knars
KITTED	-; -	**KNARRED**	-; -
KITTEL	-; -	**KNARRY**	-; -
KITTEN	-; kittens	**KNAUR**	-; knaurs
KITTIES	-; -	**KNAVE**	-; knaves
KITTING	-; -	**KNAVERY**	-; -
KITTLE	skittle; kittled,	**KNAVISH**	-; -
	kittler, kittles	**KNAWE**	-; knawel,
KITTLES	skittles; kittlest		knawes
KITTY	-; -	**KNAWEL**	-; knawels
KIVA	-; kivas	**KNEAD**	-; kneads
KIWI	-; kiwis	**KNEADED**	-; -
KLATCH	-; -	**KNEADER**	-; kneaders
KLATSCH	-; -	**KNEE**	-; kneed,
KLAVERN	-; klaverns		kneel, knees
KLAXON	-; klaxons	**KNEECAP**	-; kneecaps
KLEAGLE	-; kleagles	**KNEEING**	-; -
KLEPHT	-; klephts	**KNEEL**	-; kneels
KLEPTO	-; kleptos	**KNEELED**	-; -
KLEZMER	-; -	**KNEELER**	-; kneelers
KLICK	-; klicks	**KNEEPAD**	-; kneepads
KLIEG	-; kliegs	**KNEEPAN**	-; kneepans
KLIK	-; kliks	**KNEIDEL**	-; kneidels
KLISTER	-; klisters	**KNELL**	-; knells
KLONG	-; klongs	**KNELLED**	-; -
KLOOF	-; kloofs	**KNELT**	-; -
KLUDGE	-; kludges,	**KNESSET**	-; knessets
	kludgey	**KNEW**	-; -
KLUDGY	-; -	**KNIFE**	-; knifed, knifer,
KLUGE	-; kluges		knifes
KLUTZ	-; klutzy	**KNIFER**	-; knifers
KLUTZES	-; -	**KNIFING**	-; -
KNACK	-; knacks	**KNIGHT**	-; knights
KNACKED	-; -	**KNISH**	-; -
KNACKER	-; knackers,	**KNISHES**	-; -
	knackery	**KNIT**	-; knits
KNAIDEL	-; knaidels	**KNITTED**	-; -
KNAP	-; knaps	**KNITTER**	-; knitters
KNAPPED	-; -	**KNIVES**	-; -
KNAPPER	-; knappers	**KNOB**	-; knobs

KNOBBED	-; -	**KOINE**	-; koines
KNOBBLY	-; -	**KOJI**	-; kojis
KNOBBY	-; -	**KOKAM**	-; kokams
KNOCK	-; knocks	**KOKANEE**	-; kokanees
KNOCKED	-; -	**KOLA**	-; kolas
KNOCKER	-; knockers	**KOLACKY**	-; -
KNOLL	-; knolls, knolly	**KOLBASI**	-; kolbasis
KNOLLED	-; -	**KOLHOZ**	-; kolhozy
KNOLLER	-; knollers	**KOLKHOS**	-; kolkhosy
KNOP	-; knops	**KOLKHOZ**	-; kolkhozy
KNOPPED	-; -	**KOLKOZ**	-; kolkozy
KNOSP	-; knosps	**KOLO**	-; kolos
KNOT	-; knots	**KOMATIK**	-; komatiks
KNOTTED	-; -	**KOMBU**	-; kombus
KNOTTER	-; knotters	**KONGONI**	-; kongonis
KNOTTY	-; -	**KONK**	-; konks
KNOUT	-; knouts	**KONKED**	-; -
KNOUTED	-; -	**KONKING**	-; -
KNOW	-; known,	**KOODOO**	-; koodoos
	knows	**KOOK**	-; kooks, kooky
KNOWER	-; knowers	**KOOKIE**	-; kookier
KNOWING	-; knowings	**KOOKUM**	-; kookums
KNOWN	-; knowns	**KOP**	-; koph, kops
KNUBBY	-; -	**KOPECK**	-; kopecks
KNUCKLE	-; knuckled,	**KOPEK**	-; kopeks
	knuckler,	**KOPH**	-; kophs
	knuckles	**KOPIYKA**	-; kopiykas
KNUCKLY	-; -	**KOPJE**	-; kopjes
KNUR	-; knurl, knurs	**KOPPA**	-; koppas
KNURL	-; knurls, knurly	**KOPPIE**	-; koppies
KNURLED	-; -	**KOR**	-; kora, kors
KOA	-; koan, koas	**KORA**	-; korai, koras,
KOALA	-; koalas		korat
KOAN	-; koans	**KORAT**	-; korats
KOB	-; kobo, kobs	**KORE**	-; -
KOBOLD	-; kobolds	**KORMA**	-; kormas
KOEL	-; koels	**KORUN**	-; koruna,
KOFTA	-; koftas		koruny
KOHL	-; kohls	**KORUNA**	-; korunas
KOI	-; kois	**KOS**	-; koss

KOSHER	-; koshers	**KUCHEN**	-; -
KOTO	-; kotos, kotow	**KUDO**	-; kudos
KOTOW	-; kotows	**KUDU**	-; kudus
KOTOWED	-; -	**KUDZU**	-; kudzus
KOTOWER	-; kotowers	**KUE**	-; kues
KOUMIS	-; koumiss	**KUFI**	-; kufis
KOUMYS	-; koumyss	**KUGEL**	-; kugels
KOUROI	-; -	**KUKRI**	-; kukris
KOUROS	-; -	**KULAK**	-; kulaki, kulaks
KOUSSO	-; koussos	**KULTUR**	-; kulturs
KOWTOW	-; kowtows	**KUMIS**	-; -
KRAAL	-; kraals	**KUMISS**	-; -
KRAALED	-; -	**KUMKUM**	-; kumkums
KRAFT	-; krafts	**KUMMEL**	-; kummels
KRAIT	-; kraits	**KUMQUAT**	-; kumquats
KRAKEN	-; krakens	**KUMYS**	-; -
KRATER	-; kraters	**KUMYSES**	-; -
KRAUT	-; krauts	**KUNA**	-; -
KRAY	-; krays	**KUNE**	-; -
KREEP	-; kreeps	**KUNZITE**	-; kunzites
KREMLIN	-; kremlins	**KURBASH**	-; -
KREUZER	-; kreuzers	**KURGAN**	-; kurgans
KREWE	-; krewes	**KURTA**	-; kurtas
KRILL	-; krills	**KURU**	-; kurus
KRIMMER	-; krimmers	**KURUSH**	-; -
KRIS	-;	**KUSSO**	-; kussos
KRISES	-; -	**KUVASZ**	-; -
KRONA	-; -	**KVAS**	-; kvass
KRONE	-; kronen, kroner	**KVASES**	-; -
		KVASSES	-; -
KRONOR	-; -	**KVELL**	-; kvells
KRONUR	-; -	**KVELLED**	-; -
KROON	-; krooni, kroons	**KVETCH**	-; kvetchy
		KWACHA	-; -
KRUBI	-; krubis	**KWANZA**	-; kwanzas
KRUBUT	-; krubuts	**KYACK**	-; kyacks
KRULLER	-; krullers	**KYAK**	-; kyaks
KRYPTON	-; kryptons	**KYANISE**	-; kyanised, kyanises
KUBASA	-; kubasas		
KUBIE	-; kubies	**KYANITE**	-; kyanites

KYANIZE	-; kyanized, kyanizes	**KYLIN**	-; kylins
		KYLIX	-; -
KYAR	-; kyars	**KYRIE**	-; kyries
KYAT	-; kyats	**KYTE**	-; kytes
KYBOSH	-;-	**KYTHE**	-; kythed, kythes
KYE	- kyes		
KYLIKES	-; -	**KYTHING**	-; -

L

L	el; la, li, lo	**LABRUM**	-; labrums
LA	ala; lab, lac, lad, lag, lam, lap, lar, las, lat, lav, law, lax, lay	**LABS**	blabs, flabs, slabs; -
		LAC	-; lace, lack, lacs, lacy
LAAGER	-; laagers	**LACE**	glace, place; laced, lacer, laces, lacey
LAARI	-; -		
LAB	blab, flab, slab; labs	**LACED**	glaced, placed; -
LABARA	-; -	**LACER**	placer; lacers
LABARUM	-; labarums		
LABEL	-; labels	**LACERS**	placers; -
LABELED	-; -	**LACES**	glaces, places; -
LABELER	-; labelers		
LABELLA	glabella; -	**LACEY**	-; -
LABIA	-; labial	**LACHES**	-; -
LABIAL	-; labials	**LACIER**	glacier; -
LABIATE	-; labiated, labiates	**LACIEST**	-; -
		LACILY	-; -
LABILE	-; -	**LACING**	placing; lacings
LABIUM	-; -		
LABOR	-; labors	**LACK**	alack, black, clack, flack, plack, slack; lacks
LABORED	-; -		
LABORER	-; laborers		
LABOUR	-; labours		
LABRA	-; -	**LACKED**	blacked, clacked, slacked; -
LABRET	-; labrets		
LABROID	-; labroids		

LACKER   blacker, clacker, slacker; lackers

LACKERS   clackers, slackers; -

LACKEY   -; lackeys

LACKING   blacking, clacking; -

LACKS   blacks, clacks, flacks, placks, slacks; -

LACONIC   -; -

LACQUER   -; lacquers

LACQUEY   -; lacqueys

LACTAM   -; lactams

LACTARY   -; -

LACTASE   -; lactases

LACTATE   -; lactated, lactates

LACTEAL   -; lacteals

LACTEAN   -; -

LACTIC   -; -

LACTONE   -; lactones

LACTOSE   -; lactoses

LACUNA   -; lacunae, lacunal, lacunar, lacunas

LACUNAR   -; lacunars, lacunary

LACUNE   -; lacunes

LACY   -; -

LAD   clad, glad; lade, lads, lady

LADANUM   -; ladanums

LADDER   bladder, gladder; ladders

LADDERS   bladders; -

LADDIE   -; laddies

LADDISH   -; -

LADDISM   -; laddisms

LADDISMS   -; -

LADDY   -; -

LADE   blade, glade; laded, laden, lader, lades

LADEN   -; ladens

LADENED   -; -

LADER   -; laders

LADES   blades, glades; -

LADIES   -; -

LADING   -; ladings

LADINO   -; ladinos

LADLE   -; ladled, ladler, ladles

LADLER   -; ladlers

LADLING   -; -

LADRON   -; ladrone, ladrons

LADRONE   -; ladrones

LADS   clads, glads; -

LADY   glady; -

LADYBUG   -; ladybugs

LADYISH   -; -

LADYKIN   -; ladykins

LAEVO   -; -

LAG   clag, flag, slag; lags

LAGAN   -; lagans

LAGEND   -; lagends

LAGER   -; lagers

LAGERED   -; -

LAGGARD   -; laggards

LAGGED   clagged, flagged, slagged; -

LAGGER	flagger; laggers	**LAKE**	flake, slake; laked, laker, lakes
LAGGERS	flaggers; -		
LAGGING	clagging, flagging, slagging; laggings	**LAKEBED**	-; lakebeds
		LAKED	flaked, slaked; -
		LAKER	flaker, slaker; lakers
LAGOON	-; lagoons		
LAGS	clags, flags, slags; -	**LAKERS**	flakers, slakers; -
LAGUNA	-; lagunas	**LAKES**	flakes, slakes; -
LAGUNE	-; lagunes	**LAKH**	-; lakhs
LAH	-; laha, lahs	**LAKIER**	flakier; -
LAHAL	slahal; lahals	**LAKIEST**	flakiest; -
		LAKING	flaking, slaking; lakings
LAHAR	-; lahars		
LAIC	-; laich, laics		
LAICAL	-; -	**LAKY**	flaky; -
LAICH	-; laichs	**LALIQUE**	-; laliques
LAICISE	-; laicised, laicises	**LALL**	-; lalls
		LALLAN	-; lalland, lallans
LAICISM	-; laicisms		
LAICIZE	-; laicized, laicizes	**LALLAND**	-; lallands
		LALLED	-; -
LAID	plaid; -	**LALLING**	-; -
LAIGH	-; laighs	**LAM**	blam, clam, flam, slam; lama, lamb, lame, lamp, lams
LAIN	blain, elain, plain, slain; -		
LAIR	flair, glair; laird, lairs		
LAIRD	-; lairds	**LAMA**	ulama; lamas
LAIRDLY	-; -	**LAMAS**	ulamas; -
LAIRED	glaired; -	**LAMB**	-; lambs, lamby
LAIRING	glairing; -		
LAIRS	flairs, glairs; -	**LAMBAST**	-; lambaste, lambasts
LAITH	-; -		
LAITHLY	-; -	**LAMBDA**	-; lambdas
LAITIES	-; -	**LAMBED**	-; -
LAITY	-; -	**LAMBENT**	-; -

LAMBER	clamber; lambers, lambert	**LAMMING**	clamming, flamming, slamming; -
LAMBERS	clambers; -	**LAMP**	clamp; lamps
LAMBERT	-; lamberts		
LAMBIE	-; lambies	**LAMPAD**	-; lampads
LAMBING	-; -	**LAMPAS**	-; -
LAMBKIN	-; lambkins	**LAMPED**	clamped; -
LAMBY	-; -	**LAMPER**	clamper; lampers
LAME	blame, flame; lamed, lamer, lames	**LAMPERS**	clampers; -
		LAMPING	clamping; -
LAMED	blamed, flamed; lamedh, lameds	**LAMPION**	-; lampions
		LAMPOON	-; lampoons
		LAMPREY	-; lampreys
		LAMPS	clamps; -
LAMEDH	-; lamedhs	**LAMS**	blams, clams, flams, slams; -
LAMELLA	-; lamellae, lamellar, lamellas		
		LAMSTER	-; lamsters
LAMELY	-; -	**LANAI**	-; lanais
LAMENT	-; laments	**LANATE**	planate; lanated
LAMER	blamer, flamer; -		
		LANCE	glance; lanced, lancer, lances, lancet
LAMES	blames, flames; lamest		
LAMIA	-; lamiae, lamias	**LANCED**	glanced; -
		LANCER	-; lancers
LAMINA	-; laminae, laminal, laminar, laminas	**LANCES**	glances; -
		LANCET	-; lancets
		LANCH	-; -
		LANCHED	-; -
LAMINAR	-; laminary	**LANCHES**	-; -
LAMING	blaming, flaming; -	**LANCING**	glancing; -
		LAND	aland, bland, eland, gland; lands
LAMININ	-; laminins		
LAMMED	clammed, flammed, slammed; -	**LANDAU**	-; landaus
		LANDED	-; -

LANDER	blander, slander; landers	**LANNER**	planner; lanners
		LANNERS	planners; -
LANDERS	glanders, slanders; -	**LANOLIN**	-; lanoline, lanolins
LANDING	-; landings	**LANOSE**	-; -
LANDLER	-; landlers	**LANTANA**	-; lantanas
LANDMAN	-; -	**LANTERN**	-; lanterns
LANDMEN	-; -	**LANUGO**	-; lanugos
LANDS	alands, blands, elands, glands; -	**LANYARD**	-; lanyards
		LAOGAI	-; laogais
		LAP	clap, flap, slap; laps
LANE	alane, plane; lanes	**LAPDOG**	-; lapdogs
		LAPEL	-; lapels
LANELY	-; -	**LAPELED**	-; -
LANES	flanes, planes; -	**LAPFUL**	-; lapfuls
		LAPIDES	-; -
LANEWAY	-; laneways	**LAPIN**	-; lapins
LANG	alang, clang, slang; -	**LAPIS**	-; -
		LAPISES	-; -
LANGLEY	-; langleys	**LAPPED**	clapped, flapped, slapped; -
LANGREL	-; langrels		
LANGUE	-; langued		
LANGUET	-; languets	**LAPPER**	clapper, flapper, slapper; lappers
LANGUID	-; -		
LANGUOR	-; languors		
LANGUR	-; langurs		
LANIARD	-; laniards	**LAPPERS**	clappers, flappers, slappers; -
LANIARY	-; -		
LANITAL	-; lanitals		
LANK	blank, clank, flank, plank, slank; lanky	**LAPPET**	-; lappets
		LAPPING	clapping, flapping, slapping; -
LANKER	blanker, flanker; -		
		LAPS	claps, flaps, slaps; lapse
LANKEST	blankest; -		
LANKIER	-; -	**LAPSE**	elapse; lapsed, lapser, lapses
LANKILY	-; -		
LANKLY	blankly; -		

LAPSED	elapsed; -	**LARKISH**	-; -
LAPSER	-; lapsers	**LARN**	-; larns, larnt
LAPSES	elapses; -	**LARNED**	-; -
LAPSING	elapsing; -	**LARRUP**	-; larrups
LAPSUS	-; -	**LARUM**	alarum;
LAPTOP	-; laptops		larums
LAPWING	-; lapwings	**LARUMS**	alarums; -
LAR	alar; lard, lari,	**LARVA**	-; larvae,
	lark, lars		larval, larvas
LARCENY	-; -	**LARYNX**	-; -
LARCH	-; -	**LAS**	alas; lase,
LARCHEN	-; -		lash, lass, last
LARCHES	-; -	**LASAGNA**	-; lasagnas
LARD	-; lards, lardy	**LASAGNE**	-; lasagnes
LARDED	-; -	**LASCAR**	-; lascars
LARDER	-; larders	**LASE**	blase; lased,
LARDING	-; -		laser, lases
LARDIER	-; -	**LASER**	-; lasers
LARDON	-; lardons	**LASH**	clash, flash,
LARDOON	-; lardoons		plash, slash; -
LAREE	-; larees	**LASHED**	clashed,
LARES	blares, flares,		flashed,
	glares; -		plashed,
LARGE	-; larger, larges		slashed; -
LARGELY	-; -	**LASHER**	clasher,
LARGES	-; largess,		flasher,
	largest		plasher,
LARGESS	-; largesse		slasher;
LARGISH	-; -		lashers
LARGO	-; largos	**LASHERS**	clashers,
LARI	-; laris		flashers,
LARIAT	-; lariats		plashers,
LARIGAN	-; larigans		slashers; -
LARINE	-; -	**LASHES**	clashes,
LARING	-; -		flashes,
LARK	-; larks, larky		plashes,
LARKED	-; -		slashes; -
LARKER	-; larkers	**LASHING**	clashing,
LARKIER	-; -		flashing,
LARKING	-; -		plashing,

slashing;
lashings

LASHINS -; -

LASHKAR -; lashkars

LASING -; -

LASS class, glass;
lassi, lasso

LASSES classes,
glasses; -

LASSI -; lassie, lassis

LASSIE glassie;
lassies

LASSIES glassies; -

LASSO -; lassos

LASSOED -; -

LASSOER -; lassoers

LASSOES -; -

LASSY -; -

LAST blast, clast;
lasts

LASTED blasted; -

LASTER blaster,
plaster; lasters

LASTERS blasters,
plasters; -

LASTING blasting;
lastings

LASTLY -; -

LASTS blasts, clasts; -

LAT blat, flat, plat,
slat; lati, lats

LATAKIA -; latakias

LATCH klatch, slatch; -

LATCHED -; -

LATCHES klatches,
slatches; -

LATCHET -; latchets

LATE alate, blate,
elate, plate,
slate; lated,

laten, later,
lates, latex

LATED alated, elated,
plated,
slated; -

LATEEN -; lateens

LATELY -; -

LATEN platen; latens,
latent

LATENCY -; -

LATENED -; -

LATENS platens; -

LATENT -; latents

LATER elater, plater,
slater; -

LATERAD -; -

LATERAL -; laterals

LATES elates; latest

LATEST -; latests

LATEX -; -

LATEXES -; -

LATH -; lathe, lathi,
laths, lathy

LATHE -; lathed,
lather, lathes

LATHER blather,
slather;
lathers, lathery

LATHERS blathers,
slathers; -

LATHI -; lathis

LATHIER -; -

LATHING -; lathings

LATI -; -

LATICES -; -

LATIGO -; latigos

LATILLA -; latillas

LATINO -; latinos

LATISH -; -

LATKE -; latkes

LATOSOL	-; latosols	**LAVED**	slaved; -
LATRIA	-; latrias	**LAVEER**	-; laveers
LATRINE	-; latrines	**LAVER**	claver,
LATS	blats, flats,		slaver;
	plats, slats; -		lavers
LATTE	-; latten, latter,	**LAVERS**	clavers,
	lattes		slavers; -
LATTEN	flatten; lattens	**LAVES**	slaves; -
LATTENS	flattens; -	**LAVING**	slaving; -
LATTER	blatter, clatter,	**LAVISH**	slavish; -
	flatter, platter; -	**LAVROCK**	-; lavrocks
LATTICE	-; latticed,	**LAW**	blaw, claw,
	lattices		flaw, slaw;
LATTIN	-; lattins		lawn, laws
LATU	-; -	**LAWBOOK**	-; lawbooks
LAUAN	-; lauans	**LAWED**	blawed,
LAUD	-; lauds		clawed,
LAUDED	-; -		flawed; -
LAUDER	-; lauders	**LAWFUL**	-; -
LAUDING	-; -	**LAWINE**	-; lawines
LAUGH	-; laughs	**LAWING**	blawing,
LAUGHED	-; -		clawing,
LAUGHER	-; laughers		flawing;
LAUNCE	-; launces		lawings
LAUNCH	-;	**LAWLESS**	flawless; -
LAUNDER	-; launders	**LAWLIKE**	-; -
LAUNDRY	-; -	**LAWMAN**	-; -
LAURA	-; laurae,	**LAWMEN**	-; -
	lauras	**LAWN**	blawn; lawns,
LAUREL	-; laurels		lawny
LAUWINE	-; lauwines	**LAWS**	blaws, claws,
LAV	-; lava, lave,		flaws, slaws; -
	lavs	**LAWSUIT**	-; lawsuits
LAVA	-; lavas	**LAWYER**	-; lawyers
LAVABO	-; lavabos	**LAX**	flax; -
LAVAGE	-; lavages	**LAXER**	-; -
LAVASH	-; -	**LAXEST**	-; -
LAVE	clave, slave;	**LAXITY**	-; -
	laved, laver,	**LAXLY**	-; -
	laves	**LAXNESS**	-; -

LAY	clay, flay, play, slay; lays	**LAZING**	blazing, glazing; -
LAYAWAY	-; layaways	**LAZULI**	-; lazulis
LAYED	clayed, flayed, played; -	**LAZY**	glazy; -
		LAZYING	-; -
LAYER	flayer, player, slayer; layers	**LAZYISH**	-; -
		LEA	flea, ilea, olea, plea; lead,
LAYERED	-; -		leaf, leak, leal,
LAYERS	flayers, players, slayers; -		lean, leap, lear, leas
LAYETTE	-; layettes	**LEACH**	bleach, pleach;
LAYIN	-; laying, layins		leachy
LAYING	claying, flaying, playing, slaying; -	**LEACHED**	bleached, pleached; -
		LEACHER	bleacher; leachers
LAYMAN	-; -		
LAYMEN	-; -	**LEACHES**	bleaches; -
LAYOFF	playoff; layoffs	**LEAD**	plead; leads, leady
LAYOFFS	playoffs; -		
LAYOUT	-; layouts	**LEADED**	pleaded; -
LAYOVER	-; layovers	**LEADEN**	-; -
LAYS	clays, flays, plays, slays; -	**LEADER**	pleader; leaders
LAYUP	-; layups	**LEADERS**	pleaders; -
LAZAR	-; lazars	**LEADIER**	-; -
LAZARET	-; lazarets	**LEADING**	pleading; leadings
LAZE	blaze, glaze; lazed, lazes	**LEADMAN**	-; -
LAZED	blazed, glazed; -	**LEADMEN**	-; -
		LEADOFF	-; leadoffs
LAZES	blazes, glazes; -	**LEADS**	pleads; -
		LEAF	-; leafs, leafy
LAZIED	-; -	**LEAFAGE**	-; leafages
LAZIER	glazier; -	**LEAFED**	-; -
LAZIES	-; laziest	**LEAFIER**	-; -
LAZIEST	glaziest; -	**LEAFING**	-; -
LAZILY	-; -	**LEAFLET**	-; leaflets

LEAGUE -; leagued, leaguer, leagues

LEAGUER -; leaguers

LEAK bleak; leaks, leaky

LEAKAGE -; leakages

LEAKED -; -

LEAKER bleaker; leakers

LEAKIER -; -

LEAKILY -; -

LEAKING -; -

LEAKS bleaks; -

LEAL ileal; -

LEALLY -; -

LEALTY -; -

LEAN clean, glean; leans, leant

LEANED cleaned, gleaned; -

LEANER cleaner, gleaner; -

LEANEST cleanest; -

LEANING cleaning, gleaning; leanings

LEANLY cleanly; -

LEANS cleans, gleans; -

LEAP -; leaps, leapt

LEAPED -; -

LEAPER -; leapers

LEAPING -; -

LEAR blear, clear; learn, lears, leary

LEARIER blearier; -

LEARN -; learns, learnt

LEARNED -; -

LEARNER -; learners

LEARS blears, clears; -

LEARY bleary; -

LEAS fleas, pleas; lease, leash, least

LEASE please; leased, leaser, leases

LEASED pleased; -

LEASER pleaser; leasers

LEASERS pleasers; -

LEASES pleases; -

LEASHE -; leashed, leashes

LEASHED -; -

LEASHES -; -

LEASING pleasing; leasings

LEAST -; leasts

LEATHER -; leathern, leathers, leathery

LEAVE cleave, sleave; leaved, leaven, leaver, leaves

LEAVED cleaved, sleaved; -

LEAVEN -; leavens

LEAVER cleaver; leavers

LEAVERS cleavers; -

LEAVES cleaves, sleaves

LEAVIER -; -

LEAVING	cleaving, sleaving; leavings	**LEECHED**	fleeched; -
		LEECHES	fleeches; -
		LEEK	cleek, gleek, sleek; leeks
LEAVY	-; -		
LEBEN	-; lebens	**LEEKS**	cleeks, gleeks, sleeks; -
LECH	-; -		
LECHED	-; -	**LEER**	fleer; leers, leery
LECHER	-; lechers, lechery		
		LEERED	fleered; -
LECHING	-; -	**LEERIER**	-; -
LECHWE	-; lechwes	**LEERILY**	-; -
LECTERN	-; lecterns	**LEERING**	fleering; -
LECTIN	-; lectins	**LEERS**	fleers; -
LECTION	election; lections	**LEES**	flees, glees; -
		LEET	fleet, gleet, sleet; leets
LECTOR	elector; lectors		
LECTORS	electors; -	**LEETS**	fleets, gleets, sleets; -
LECTURE	-; lectured, lecturer, lectures		
		LEEWARD	-; leewards
		LEEWAY	-; leeways
LED	bled, fled, gled, pled, sled; -	**LEFT**	cleft; lefts, lefty
		LEFTER	-; -
		LEFTEST	-; -
LEDE	-; ledes	**LEFTIES**	-; -
LEDGE	fledge, pledge, sledge; ledges	**LEFTISH**	-; -
		LEFTISM	-; leftisms
		LEFTIST	-; leftists
LEDGER	pledger; ledgers	**LEFTS**	clefts; -
		LEG	gleg; legs
LEDGERS	pledgers; -	**LEGACY**	-; -
LEDGES	fledges, pledges, sledges; -	**LEGAL**	-; legals
		LEGALLY	-; -
		LEGATE	-; legated, legatee, legates
LEDGIER	fledgier; -		
LEDGY	fledgy; -		
LEE	alee, flee, glee; leek, leer, lees, leet	**LEGATEE**	-; legatees
		LEGATO	-; legator, legatos
LEECH	fleech; -	**LEGATOR**	-; legators

LEGEND	-; legends	**LEMMATA**	-; -
LEGER	-; legers	**LEMMING**	-; lemmings
LEGES	-; -	**LEMON**	-; lemons,
LEGGED	-; -		lemony
LEGGIER	-; -	**LEMPIRA**	-; lempiras
LEGGIN	-; legging,	**LEMUR**	-; lemurs
	leggins	**LEMURES**	-; -
LEGGING	-; leggings	**LEND**	blend; lends
LEGGY	-; -	**LENDER**	blender,
LEGHOLD	-; legholds		slender;
LEGHORN	-; leghorns		lenders
LEGIBLE	-; -	**LENDERS**	blenders; -
LEGIBLY	-; -	**LENDING**	blending; -
LEGION	-; legions	**LENDS**	blends; -
LEGIST	elegist; legists	**LENES**	-; -
LEGISTS	elegists; -	**LENGTH**	-; lengths,
LEGIT	elegit; legits		lengthy
LEGITS	elegits; -	**LENIENT**	-; -
LEGLESS	-; -	**LENIS**	-; -
LEGLIKE	-; -	**LENITE**	-; lenited,
LEGMAN	-; -		lenites
LEGMEN	-; -	**LENITY**	-; -
LEGONG	-; legongs	**LENO**	-; lenos
LEGROOM	-; legrooms	**LENS**	glens; lense
LEGUME	-; legumes	**LENSE**	flense; lensed,
LEGUMIN	-; legumins		lenses
LEGWORK	-; legworks	**LENSED**	flensed; -
LEHAYIM	-; lehayims	**LENSES**	flenses; -
LEHR	-; lehrs	**LENSMAN**	-; -
LEHUA	-; lehuas	**LENSMEN**	-; -
LEI	-; leis	**LENT**	blent; lento
LEISTER	-; leisters	**LENTEN**	-; -
LEISURE	-; leisured,	**LENTIC**	-; -
	leisures	**LENTIGO**	-; -
LEK	-; leke, leks,	**LENTIL**	-; lentils
	leku	**LENTISK**	-; lentisks
LEKVAR	-; lekvars	**LENTO**	-; lentos
LEMAN	-; lemans	**LENTOID**	-; -
LEMMA	-; lemmas	**LEONE**	-; leones

LEONINE	-; -	**LEUCITE**	-; leucites
LEOPARD	-; leopards	**LEUCOMA**	-; leucomas
LEOTARD	-; leotards	**LEUCON**	-; leucons
LEPER	-; lepers	**LEUD**	-; leuds
LEPORID	-; leporids	**LEUKOMA**	-; leukomas
LEPROSE	-; -	**LEUKON**	-; leukons
LEPROSY	-; -	**LEV**	-; leva, levo,
LEPROUS	-; -		levy
LEPT	clept; lepta	**LEVANT**	-; levants
LEPTA	-; -	**LEVATOR**	elevator;
LEPTIN	-; leptins		levators
LEPTON	-; leptons	**LEVEE**	-; leveed,
LESBIAN	-; lesbians		levees
LESION	-; lesions	**LEVEL**	-; levels
LESS	bless; -	**LEVELED**	-; -
LESSEE	-; lessees	**LEVELER**	-; levelers
LESSEN	-; lessens	**LEVELLY**	-; -
LESSER	blesser; -	**LEVER**	clever; levers
LESSON	-; lessons	**LEVERED**	-; -
LESSOR	plessor; lessors	**LEVERET**	-; leverets
LESSORS	plessors; -	**LEVIED**	-; -
LEST	blest; -	**LEVIER**	-; leviers
LET	blet; lets	**LEVIES**	-; -
LETCH	fletch; -	**LEVIN**	alevin; levins
LETCHED	fletched; -	**LEVINS**	alevins; -
LETCHES	fletches; -	**LEVITY**	-; -
LETDOWN	-; letdowns	**LEVO**	-; -
LETHAL	-; lethals	**LEVULIN**	-; levulins
LETHE	-; lethes	**LEVY**	-; -
LETHEAN	-; -	**LEVYING**	-; -
LETS	blets; -	**LEWD**	-; -
LETTED	-; -	**LEWDER**	-; -
LETTER	-; letters	**LEWDEST**	-; -
LETTING	-; -	**LEWDLY**	-; -
LETTUCE	-; lettuces	**LEWIS**	-; -
LETUP	-; letups	**LEWISES**	-; -
LEU	-; leud	**LEX**	flex, ilex; -
LEUCIN	-; leucine,	**LEXEME**	-; lexemes
	leucins	**LEXEMIC**	-; -
LEUCINE	-; leucines	**LEXES**	flexes, ilexes; -

LEXICA	-; lexical	**LICENCE**	-; licenced,
LEXICON	-; lexicons		licencee,
LEXIS	-; -		licencer,
LEY	fley, gley; leys		licences
LEYS	fleys, gleys; -	**LICENSE**	-; licensed,
LI	-; lib, lid, lie,		licensee,
	lin, lip, lis, lit		licenser,
LIABLE	pliable; -		licenses
	-; -	**LICENTE**	-; -
LIAISE	-; liaised,	**LICENTI**	-; -
	liaises	**LICH**	-; lichi, licht
LIAISON	-; liaisons	**LICHEE**	-; lichees
LIANA	-; lianas	**LICHEN**	-; lichens
LIANE	-; lianes	**LICHES**	-; -
LIANG	-; liangs	**LICHI**	-; lichis
LIANOID	-; -	**LICHT**	-; lichts
LIAR	-; liard, liars	**LICHTED**	-; -
LIARD	-; liards	**LICHTLY**	-; -
LIAS	-; -	**LICIT**	elicit; -
LIASES	-; -	**LICITLY**	-; -
LIASSIC	-; -	**LICK**	click, flick,
LIB	glib; libs		slick; licks
LIBBER	glibber;	**LICKED**	clicked,
	libbers		flicked,
LIBEL	-; libels		slicked; -
LIBELED	-; -	**LICKER**	clicker, flicker,
LIBELEE	-; libelees		slicker; lickers
LIBELER	-; libelers	**LICKERS**	clickers,
LIBER	-; libers		flickers,
LIBERAL	-; liberals		slickers; -
LIBERTY	-; -	**LICKING**	clicking,
LIBIDO	-; libidos		flicking,
LIBLAB	-; liblabs		slicking;
LIBRA	-; librae,		lickings
	libras	**LICKS**	clicks, flicks,
LIBRARY	-; -		slicks; -
LIBRATE	-; librated,	**LICTOR**	-; lictors
	librates	**LID**	slid; lido, lids
LIBRI	-; -	**LIDAR**	-; lidars
LICE	slice; -	**LIDDED**	-; -

LIDDING	-; -	**LIGATE**	-; ligated,
LIDLESS	-; -		ligates
LIDO	-; lidos	**LIGER**	-; ligers
LIE	plie; lied, lief,	**LIGHT**	alight, blight,
	lien, lier, lies,		flight, plight,
	lieu		slight; lights
LIED	flied, plied; -	**LIGHTED**	alighted,
LIEDER	-; -		blighted,
LIEF	-; -		flighted,
LIEFER	-; -		plighted,
LIEFEST	-; -		slighted; -
LIEFLY	-; -	**LIGHTEN**	-; lightens
LIEGE	-; lieges	**LIGHTER**	blighter,
LIEN	alien; liens		plighter,
LIENAL	-; -		slighter;
LIENS	aliens; -		lighters
LIER	flier, plier,	**LIGHTLY**	slightly; -
	slier; liers	**LIGHTS**	alights, blights,
LIERNE	-; liernes		flights, plights,
LIERS	fliers, pliers; -		slights; -
LIES	flies, plies; -	**LIGNAN**	-; lignans
LIEU	-; lieus	**LIGNIFY**	-; -
LIEVE	-; liever	**LIGNIN**	-; lignins
LIEVEST	-; -	**LIGNITE**	-; lignites
LIFE	-; lifer	**LIGROIN**	-; ligroine,
LIFEFUL	-; -		ligroins
LIFER	-; lifers	**LIGULA**	-; ligulae,
LIFEWAY	-; lifeways		ligular, ligulas
LIFT	clift; lifts	**LIGULE**	-; ligules
LIFTED	-; -	**LIGURE**	-; ligures
LIFTER	-; lifters	**LIKABLE**	-; -
LIFTING	-; -	**LIKE**	alike; liked,
LIFTMAN	-; -		liken, liker, likes
LIFTMEN	-; -	**LIKELY**	-; -
LIFTOFF	-; liftoffs	**LIKEN**	-; likens
LIFTS	clifts; -	**LIKENED**	-; -
LIGAN	-; ligand,	**LIKER**	-; likers
	ligans	**LIKES**	-; likest
LIGAND	-; ligands	**LIKING**	-; likings
LIGASE	-; ligases	**LIKUTA**	-; -

LILAC	-; lilacs	**LIMING**	gliming,
LILIED	-; -		sliming; -
LILIES	-; -	**LIMIT**	-; limits
LILT	-; lilts	**LIMITED**	-; limiteds
LILTED	-; -	**LIMITER**	-; limiters
LILTING	-; -	**LIMITES**	-; -
LILY	slily; -	**LIMMER**	glimmer,
LIMA	-; liman, limas		slimmer;
LIMACON	-; limacons		limmers
LIMAN	-; limans	**LIMMERS**	glimmers; -
LIMB	climb; limba,	**LIMN**	-; limns
	limbi, limbo,	**LIMNED**	-; -
	limbs, limby	**LIMNER**	-; limners
LIMBA	-; limbas	**LIMNIC**	-; -
LIMBATE	-; -	**LIMNING**	-; -
LIMBECK	-; limbecks	**LIMO**	-; limos
LIMBED	climbed; -	**LIMP**	blimp; limps
LIMBER	climber;	**LIMPA**	-; limpas
	limbers	**LIMPED**	-; -
LIMBERS	climbers; -	**LIMPER**	-; limpers
LIMBI	-; limbic	**LIMPEST**	-; -
LIMBIER	-; -	**LIMPET**	-; limpets
LIMBING	climbing; -	**LIMPID**	-; -
LIMBO	-; limbos	**LIMPING**	-; -
LIMBS	climbs; -	**LIMPKIN**	-; limpkins
LIMBUS	-; -	**LIMPLY**	-; -
LIME	clime, glime,	**LIMPS**	blimps; -
	slime; limed,	**LIMPSEY**	-; -
	limen, limes,	**LIMPSY**	slimpsy; -
	limey	**LIMULI**	-; -
LIMEADE	-; limeades	**LIMULUS**	-; -
LIMED	glimed,	**LIMY**	blimy, slimy; -
	slimed; -	**LIN**	blin; line, ling,
LIMEN	-; limens		link, linn, lino,
LIMES	climes, glimes,		lins, lint, liny
	slimes; -	**LINABLE**	-; -
LIMEY	blimey; limeys	**LINAC**	-; linacs
LIMIER	slimier; -	**LINAGE**	-; linages
LIMIEST	slimiest; -	**LINALOL**	-; linalols
LIMINA	-; liminal	**LINDANE**	-; lindanes

LINDEN	-; lindens	**LINGUAL**	-; linguals
LINDIES	-; -	**LINGULA**	-; lingulae
LINDY	-; -	**LINGY**	clingy; -
LINE	aline, cline;	**LINHAY**	-; linhays
	lined, linen,	**LINIER**	-; -
	liner, lines,	**LINIEST**	-; -
	liney	**LININ**	-; lining, linins
LINEAGE	-; lineages	**LINING**	alining; linings
LINEAL	-; -	**LINK**	blink, clink,
LINEAR	-; -		plink, slink;
LINEATE	-; lineated		links, linky
LINECUT	-; linecuts	**LINKAGE**	-; linkages
LINED	alined; -	**LINKBOY**	-; linkboys
LINEMAN	-; -	**LINKED**	blinked,
LINEMEN	-; -		clinked,
LINEN	-; linens, lineny		plinked; -
LINER	aliner; liners	**LINKER**	blinker, clinker,
LINERS	aliners; -		plinker; linkers
LINES	alines, clines; -	**LINKERS**	blinkers,
LINEUP	-; lineups		clinkers,
LING	cling, fling,		plinkers; -
	sling; linga,	**LINKING**	blinking,
	lingo, lings,		clinking,
	lingy		plinking,
LINGA	-; lingam,		slinking; -
	lingas	**LINKMAN**	-; -
LINGAM	-; lingams	**LINKMEN**	-; -
LINGCOD	-; lingcods	**LINKS**	blinks, clinks,
LINGER	clinger, flinger,		plinks, slinks; -
	slinger; lingers	**LINKUP**	-; linkups
LINGERS	clingers,	**LINKY**	slinky; -
	flingers	**LINN**	-; linns
	slingers; -	**LINNET**	-; linnets
LINGIER	-; -	**LINO**	-; linos
LINGO	-; -	**LINOCUT**	-; linocuts
LINGOES	-; -	**LINSANG**	-; linsangs
LINGS	clings, flings,	**LINSEED**	-; linseeds
	slings; -	**LINSEY**	-; linseys
LINGUA	-; linguae,	**LINT**	elint, flint, glint;
	lingual		lints, linty

LINTEL	-; lintels		flippers,
LINTER	-; linters		slippers; -
LINTIER	-; -	**LIPPIER**	-; -
LINTOL	-; lintols	**LIPPING**	blipping,
LINTS	flints, glints; -		clipping,
LINTY	flinty; -		flipping,
LINUM	-; linums		slipping;
LION	-; lions		lippings
LIONESS	-; -	**LIPPY**	slippy; -
LIONISE	-; lionised,	**LIPREAD**	-; lipreads
	lioniser,	**LIPS**	blips, clips,
	lionises		flips, slips; -
LIONIZE	-; lionized,	**LIQUATE**	-; liquated,
	lionizer,		liquates
	lionizes	**LIQUEFY**	-; -
LIP	blip, clip, flip,	**LIQUEUR**	-; liqueurs
	slip; lipa, lipe,	**LIQUID**	-; liquids
	lips	**LIQUIFY**	-; -
LIPA	-;	**LIQUOR**	-; liquors
LIPASE	-; lipases	**LIRA**	-; liras
LIPE	-; -	**LIRE**	-; -
LIPID	-; lipide,	**LIRIOPE**	-; liriopes
	lipids	**LIROT**	-; liroth
LIPIDE	-; lipides	**LIS**	-; lisp, list
LIPIDIC	-; -	**LISLE**	-; lisles
LIPIN	-; lipins	**LISP**	-; lisps
LIPLESS	-; -	**LISPED**	-; -
LIPLIKE	-; -	**LISPER**	-; lispers
LIPO	-; lipos	**LISPING**	-; -
LIPOID	-; lipoids	**LISSOM**	-; lissome
LIPOMA	-; lipomas	**LIST**	alist; lists
LIPPED	blipped,	**LISTED**	-; -
	clipped,	**LISTEE**	-; listees
	flipped,	**LISTEL**	-; listels
	slipped; -	**LISTEN**	glisten; listens
LIPPEN	-; lippens	**LISTENS**	glistens; -
LIPPER	clipper,	**LISTER**	blister, glister;
	flipper, slipper;		listers
	lippers	**LISTERS**	blisters,
LIPPERS	clippers,		glisters; -

LISTING 310

LISTING	-; listings	**LIVEN**	-; livens
LIT	alit, flit, slit; lits, litu	**LIVENED**	-; -
		LIVENER	-; liveners
LITAI	-; -	**LIVER**	sliver; livers, livery
LITANY	-; -		
LITAS	-; -	**LIVERS**	clivers, slivers; -
LITCHI	-; litchis		
LITER	-; liters	**LIVES**	olives; livest
LITERAL	-; literals	**LIVID**	-; -
LITHE	blithe; lither	**LIVIDLY**	-; -
LITHELY	blithely; -	**LIVIER**	-; liviers
LITHER	blither, slither; -	**LIVING**	-; livings
LITHEST	blithest; -	**LIVRE**	-; livres
LITHIA	-; lithias	**LIVYER**	-; livyers
LITHIC	-; -	**LIXIVIA**	-; -
LITHIUM	-; lithiums	**LIZARD**	-; lizards
LITHO	-; lithos	**LLAMA**	-; llamas
LITHOID	-; lithoids	**LLANO**	-; llanos
LITMUS	-; -	**LO**	-; lob, log, loo, lop, lot, low, lox
LITORAL	clitoral; -		
LITOTES	-; -		
LITOTIC	-; -	**LOACH**	-; -
LITRE	-; litres	**LOACHES**	-; -
LITS	flits, slits; -	**LOAD**	-; loads
LITTEN	-; -	**LOADED**	-; -
LITTER	flitter, glitter, slitter; litters, littery	**LOADER**	-; loaders
		LOADING	-; loadings
		LOAF	-; loafs
LITTERS	flitters, glitters, slitters; -	**LOAFED**	-; -
		LOAFER	-; loafers
LITTERY	glittery; -	**LOAFING**	-; -
LITTLE	-; littler, littles	**LOAM**	gloam; loams, loamy
LITTLES	-; littlest		
LITU	-; -	**LOAMED**	-; -
LITURGY	-; -	**LOAMIER**	-; -
LIVABLE	-; -	**LOAMING**	gloaming; -
LIVE	alive, olive; lived, liven, liver, lives	**LOAMS**	gloams; -
		LOAN	-; loans
		LOANED	-; -
LIVELY	-; -	**LOANER**	-; loaners

LOANING	-; loanings	**LOCAL**	-; locale, locals
LOATH	-; loathe	**LOCALE**	-; locales
LOATHE	-; loathed,	**LOCALLY**	-; -
	loather,	**LOCATE**	-; located,
	loathes		locater,
LOATHER	-; loathers		locates
LOATHLY	-; -	**LOCATER**	-; locaters
LOAVES	-; -	**LOCATOR**	-; locators
LOB	blob, glob,	**LOCH**	-; lochs
	slob; lobe,	**LOCHIA**	-; lochial
	lobo, lobs	**LOCI**	-; -
LOBAR	-; -	**LOCK**	block, clock,
LOBATE	globate;		flock; locks
	lobated	**LOCKAGE**	blockage;
LOBATED	globated; -		lockages
LOBBED	blobbed; -	**LOCKBOX**	-; -
LOBBER	clobber;	**LOCKED**	blocked,
	lobbers		clocked,
LOBBIED	-; -		flocked; -
LOBBIES	-; -	**LOCKER**	blocker,
LOBBING	blobbing; -		clocker;
LOBBY	-; -		lockers
LOBBYER	-; lobbyers	**LOCKERS**	blockers,
LOBE	globe; lobed,		clockers; -
	lobes	**LOCKET**	-; lockets
LOBED	globed; -	**LOCKING**	blocking,
LOBEFIN	-; lobefins		clocking,
LOBELIA	-; lobelias		flocking; -
LOBES	globes; -	**LOCKJAW**	-; lockjaws
LOBO	-; lobos	**LOCKNUT**	-; locknuts
LOBS	blobs, globs,	**LOCKOUT**	-; lockouts
	slobs; -	**LOCKRAM**	-; lockrams
LOBSTER	-; lobsters	**LOCKS**	blocks, clocks,
LOBTAIL	-; lobtails		flocks; -
LOBULAR	globular; -	**LOCKSET**	-; locksets
LOBULE	globule;	**LOCKUP**	-; lockups
	lobules	**LOCO**	-; locos
LOBULES	globules; -	**LOCOED**	-; -
LOBWORM	-; lobworms	**LOCOES**	-; -
LOCA	-; local	**LOCOING**	-; -

LOCOISM -; locoisms
LOCULAR -; -
LOCULE -; loculed, locules
LOCULI -; -
LOCULUS -; -
LOCUM -; locums
LOCUS -; locust
LOCUST -; locusta, locusts
LOCUSTA -; locustae, locustal
LODE -; loden, lodes
LODEN -; lodens
LODGE -; lodged, lodger, lodges
LODGER -; lodgers
LODGING -; lodgings
LOESS -; -
LOESSAL -; -
LOESSES -; -
LOFT aloft; lofts, lofty
LOFTED -; -
LOFTER -; lofters
LOFTIER -; -
LOFTILY -; -
LOFTING -; -
LOG clog, flog, slog; loge, logo, logs, logy
LOGAN slogan; logans
LOGANIA -; -
LOGANS slogans; -
LOGBOOK -; logbooks
LOGE -; loges
LOGGATS -; -
LOGGED clogged, flogged, slogged; -

LOGGER flogger, slogger; loggers
LOGGERS floggers, sloggers; -
LOGGETS -; -
LOGGIA -; loggiae, loggias
LOGGIER -; -
LOGGING clogging, flogging, slogging; loggings
LOGGY cloggy; -
LOGIA -; -
LOGIC -; logics
LOGICAL alogical; -
LOGIER -; -
LOGIEST -; -
LOGILY -; -
LOGIN logins
LOGION -; logions
LOGJAM -; logjams
LOGO -; logoi, logon, logos
LOGON -; logons
LOGOUT -; logouts
LOGROLL -; logrolls
LOGS clogs, flogs, slogs; -
LOGWAY -; logways
LOGWOOD -; logwoods
LOGY ology; -
LOID -; loids
LOIDED -; -
LOIDING -; -
LOIN aloin, eloin; loins
LOINS aloins, eloins; -
LOITER -; loiters

LOLL	-; lolls, lolly	**LOOFS**	kloofs; -
LOLLED	-; -	**LOOIE**	-; looies
LOLLER	-; lollers	**LOOING**	-; -
LOLLIES	-; -	**LOOK**	-; looks
LOLLING	-; -	**LOOKED**	-; -
LOLLOP	-; lollops	**LOOKER**	-; lookers
LOLLY	-; -	**LOOKING**	-; -
LOMEIN	-; lomeins	**LOOKISM**	-; lookisms
LOMENT	-; loments	**LOOKIST**	-; lookists
LONE	alone, clone; loner	**LOOKIT**	-; lookits
		LOOKOUT	-; lookouts
LONELY	-; -	**LOOKUP**	-; lookups
LONER	-; loners	**LOOM**	bloom, gloom; looms
LONG	along, flong, klong; longe, longs	**LOOMED**	bloomed, gloomed; -
LONGAN	-; longans	**LOOMING**	blooming, glooming; -
LONGBOW	-; longbows		
LONGE	-; longed, longer, longes	**LOOMS**	blooms, glooms; -
LONGER	-; longers	**LOON**	-; loons, loony
LONGIES	-; -	**LOONEY**	-; -
LONGING	-; longings	**LOONIER**	-; -
LONGISH	-; -	**LOONIES**	-; looniest
LONGLY	-; -	**LOONY**	-; -
LONGS	flongs, klongs; -	**LOOP**	bloop, sloop; loops, loopy
LOO	-; loof, look, loom, loon, loop, loos, loot	**LOOPED**	-; -
		LOOPER	blooper; loopers
		LOOPERS	bloopers; -
LOOBIES	-; -	**LOOPING**	blooping; -
LOOBY	-; -	**LOOPS**	bloops, sloops; -
LOOED	-; -		
LOOEY	flooey; looeys	**LOOS**	-; loose
LOOF	aloof, kloof; loofa, loofs	**LOOSE**	-; loosed, loosen, looser, looses
LOOFA	-; loofah, loofas	**LOOSELY**	-; -
LOOFAH	-; loofahs	**LOOSEN**	-; loosens

LOOSES	-; loosest		glops, plops,
LOOSING	-; -		slops; -
LOOT	cloot; loots	**LOQUAT**	-; loquats
LOOTED	-; -	**LOR**	-; -
LOOTER	-; looters	**LORAL**	floral; -
LOOTING	-; -	**LORAN**	-; lorans
LOOTS	cloots; -	**LORD**	-; lords
LOP	clop, flop,	**LORDED**	-; -
	glop, plop,	**LORDING**	-; lordings
	slop; lope,	**LORDLY**	-; -
	lops	**LORDOMA**	-; lordomas
LOPE	elope, slope;	**LORE**	-; lores
	loped, loper,	**LOREAL**	-; -
	lopes	**LORICA**	-; loricae
LOPED	eloped,	**LORIES**	glories; -
	sloped; -	**LORIMER**	-; lorimers
LOPER	eloper, sloper;	**LORINER**	-; loriners
	lopers	**LORIS**	-; -
LOPERS	elopers,	**LORISES**	-; -
	slopers; -	**LORN**	-; -
LOPES	elopes,	**LORRIES**	-; -
	slopes; -	**LORRY**	-; -
LOPING	eloping,	**LORY**	glory; -
	sloping; -	**LOSABLE**	closable; -
LOPPED	clopped,	**LOSE**	close; losel,
	flopped,		loser, loses
	plopped,	**LOSEL**	-; losels
	slopped; -	**LOSER**	closer; losers
LOPPER	flopper;	**LOSERS**	closers; -
	loppers	**LOSES**	closes; -
LOPPERS	floppers; -	**LOSING**	closing;
LOPPIER	floppier; -		losings
LOPPING	clopping,	**LOSS**	floss, gloss;
	flopping,		lossy
	plopping,	**LOSSES**	flosses,
	slopping; -		glosses; -
LOPPY	floppy,	**LOSSY**	flossy, glossy; -
	sloppy; -	**LOST**	glost; -
LOPS	clops, flops,	**LOT**	blot, clot, plot,

	slot; lota, loth, loti, lots	**LOUGHS**	cloughs, ploughs, sloughs; -
LOTA	flota; lotah, lotas	**LOUIE**	-; louies
LOTAH	-; lotahs	**LOUIS**	-; -
LOTAS	flotas; -	**LOUMA**	-; loumas
LOTH	cloth, sloth; -	**LOUNGE**	-; lounged, lounger, lounges
LOTI	-; lotic		
LOTIC	-; -		
LOTION	-; lotions	**LOUNGER**	-; loungers
LOTOS	-; -	**LOUNGY**	-; -
LOTOSES	-; -	**LOUP**	-; loupe, loups
LOTS	blots, clots, plots, slots; -	**LOUPE**	-; louped, loupen, loupes
LOTTED	blotted, clotted, plotted, slotted; -	**LOUPING**	-; -
		LOUR	clour, flour; lours, loury
		LOURED	floured; -
LOTTER	blotter, plotter, slotter; lotters, lottery	**LOURING**	clouring, flouring; -
		LOURS	clours, flours; -
LOTTERY	-; -	**LOURY**	floury; -
LOTTING	blotting, clotting, plotting, slotting; -	**LOUSE**	blouse; loused, louses
		LOUSED	bloused; -
		LOUSES	blouses; -
LOTTO	blotto; lottos	**LOUSIER**	-; -
LOTUS	-; -	**LOUSILY**	-; -
LOTUSES	-; -	**LOUSING**	blousing; -
LOUCHE	-; -	**LOUSY**	blousy; -
LOUD	aloud, cloud; -	**LOUT**	clout, flout, glout; louts
LOUDEN	-; loudens		
LOUDER	-; -	**LOUTED**	clouted, flouted, glouted; -
LOUDEST	-; -		
LOUDISH	-; -		
LOUDLY	-; -	**LOUTING**	clouting, flouting, glouting; -
LOUGH	clough, plough, slough; loughs		
		LOUTISH	-; -

LOUTS clouts, flouts, glouts; -

LOUVER -; louvers

LOUVRE -; louvres

LOVABLE -; -

LOVABLY -; -

LOVAGE -; lovages

LOVAT -; lovats

LOVE clove, glove; loved, lover, loves

LOVEBUG -; lovebugs

LOVED cloved, gloved; -

LOVELY -; -

LOVER clover, glover, plover; lovers

LOVERLY -; -

LOVERS clovers, glovers, plovers; -

LOVES cloves, gloves; -

LOVING gloving; -

LOW alow, blow, flow, glow, plow, slow; lowe, lown, lows

LOWBALL -; lowballs

LOWBORN -; -

LOWBOY -; lowboys

LOWBRED -; -

LOWBROW -; lowbrows

LOWDOWN -; lowdowns

LOWE -; lowed, lower, lowes

LOWED flowed, glowed, plowed, slowed; -

LOWER blower, flower, glower, plower, slower; lowers, lowery

LOWERED flowered; -

LOWERS blowers, flowers, glowers, plowers; -

LOWERY flowery; -

LOWEST slowest; -

LOWING blowing, flowing, glowing, plowing, slowing; lowings

LOWISH slowish; -

LOWLAND plowland; lowlands

LOWLIER -; -

LOWLIFE -; lowlifes

LOWLY slowly; -

LOWN blown, clown, flown; -

LOWNESS slowness; -

LOWS blows, flows, glows, plows, slows; lowse

LOX -; -

LOXED -; -

LOXES -; -

LOXING -; -

LOYAL -; -

LOYALER -; -

LOYALLY -; -

LOYALTY	-; -	**LUDE**	elude; ludes
LOZENGE	-; lozenges	**LUDIC**	-; -
LUAU	-; luaus	**LUDO**	-; ludos
LUBBER	blubber,	**LUES**	blues, clues,
	clubber,		flues, glues,
	slubber;		slues; -
	lubbers	**LUETIC**	-; luetics
LUBBERS	blubbers,	**LUFF**	bluff, fluff,
	clubbers,		sluff; luffa, luffs
	slubbers; -	**LUFFA**	-; luffas
LUBE	-; lubes	**LUFFED**	bluffed,
LUBRIC	-; -		fluffed,
LUCARNE	-; lucarnes		sluffed; -
LUCE	-; luces	**LUFFING**	bluffing,
LUCENCE	-; lucences		fluffing,
LUCENCY	-; -		sluffing; -
LUCENT	-; -	**LUFFS**	bluffs, fluffs,
LUCERN	-; lucerne,		sluffs; -
	lucerns	**LUG**	glug, plug,
LUCERNE	-; lucernes		slug; luge, lugs
LUCES	-; -	**LUGE**	kluge; luged,
LUCID	-; -		luger, luges
LUCIDLY	-; -	**LUGGAGE**	-; luggages
LUCIFER	-; lucifers	**LUGGED**	plugged,
LUCK	cluck, pluck;		slugged; -
	lucks, lucky	**LUGGER**	plugger,
LUCKED	clucked,		slugger;
	plucked; -		luggers
LUCKIE	-; luckier,	**LUGGERS**	pluggers,
	luckies		sluggers; -
LUCKIER	pluckier; -	**LUGGIE**	-; luggies
LUCKIES	-; luckiest	**LUGGING**	plugging,
LUCKILY	pluckily; -		slugging; -
LUCKING	clucking,	**LUGS**	glugs, plugs,
	plucking; -		slugs; -
LUCKS	clucks,	**LUGSAIL**	-; lugsails
	plucks; -	**LULL**	-; lulls
LUCKY	plucky; -	**LULLABY**	-; -
LUCRE	-; lucres	**LULLED**	-; -

LULLING	-; -		plumping,
LULU	-; lulus		slumping; -
LUM	alum, glum,	**LUMPISH**	plumpish; -
	plum, slum;	**LUMPS**	clumps,
	luma, lump,		flumps,
	lums		plumps,
LUMA	-; lumas		slumps; -
LUMBAGO	plumbago;	**LUMPY**	clumpy,
	lumbagos		glumpy; -
LUMBAR	-; lumbars	**LUMS**	alums, glums,
LUMBER	clumber,		plums, slums; -
	plumber,	**LUN**	-; luna, lunas
	slumber;	**LUNA**	-; lunar, lunas
	lumbers	**LUNACY**	-; -
LUMBERS	clumbers,	**LUNAR**	-; lunars
	plumbers,	**LUNATE**	-; lunated
	slumbers; -	**LUNATIC**	-; lunatics
LUMEN	-; lumens	**LUNCH**	glunch; -
LUMENAL	-; -	**LUNCHED**	glunched; -
LUMINA	alumina;	**LUNCHER**	-; lunchers
	luminal	**LUNCHES**	glunches; -
LUMMOX	-; -	**LUNE**	-; lunes, lunet
LUMP	clump, flump,	**LUNET**	-; lunets
	plump, slump;	**LUNETTE**	-; lunettes
	lumps, lumpy	**LUNG**	clung, flung,
LUMPED	clumped,		slung; lunge,
	flumped,		lungi, lungs
	plumped,	**LUNGAN**	-; lungans
	slumped; -	**LUNGE**	blunge,
LUMPEN	plumpen;		plunge;
	lumpens		lunged,
LUMPENS	plumpens; -		lungee,
LUMPER	plumper;		lunger,
	lumpers		lunges
LUMPERS	plumpers; -	**LUNGED**	blunged,
LUMPIER	clumpier,		plunged; -
	glumpier; -	**LUNGEE**	-; lungees
LUMPILY	-; -	**LUNGER**	blunger,
LUMPING	clumping,		plunger;
	flumping,		lungers

LUNGERS blungers, plungers; -
LUNGES plunges; -
LUNGI -; lungis
LUNGING blunging, plunging; -
LUNGYI -; lungyis
LUNIER -; -
LUNIES -; luniest
LUNK clunk, flunk, plunk, slunk; lunks
LUNKER clunker, flunker, plunker; lunkers
LUNKERS clunkers, flunkers, plunkers; -
LUNKS clunks, flunks, plunks; -
LUNT blunt; lunts
LUNTED blunted; -
LUNTING blunting; -
LUNTS blunts; -
LUNULA -; lunulae, lunular
LUNULE -; lunules
LUNY -; -
LUPANAR -; lupanars
LUPIN -; lupine, lupins
LUPINE -; lupines
LUPOUS -; -
LUPULIN -; lupulins
LUPUS -; -
LUPUSES -; -
LURCH -; -
LURCHED -; -
LURCHER -; lurchers
LURCHES -; -

LURDAN -; lurdane, lurdans
LURDANE -; lurdanes
LURE -; lured, lurer, lures
LURER -; lurers
LURID -; -
LURIDLY -; -
LURING -; -
LURK -; lurks
LURKED -; -
LURKER -; lurkers
LURKING -; -
LUSH blush, flush, plush, slush; -
LUSHED blushed, flushed, slushed; -
LUSHER blusher, flusher, plusher; -
LUSHES blushes, flushes, plushes, slushes; lushest
LUSHEST flushest, plushest; -
LUSHING blushing, flushing, slushing; -
LUSHLY plushly; -
LUST -; lusts, lusty
LUSTED -; -
LUSTER bluster, cluster, fluster; lusters
LUSTERS blusters, clusters, flusters; -
LUSTFUL -; -
LUSTIER -; -

LUSTILY	-; -	**LYCEA**	-; -
LUSTING	-; -	**LYCEE**	-; lycees
LUSTRA	-; lustral	**LYCEUM**	-; lyceums
LUSTRE	-; lustred, lustres	**LYCH**	-; -
		LYCHEE	-; lychees
LUSTRUM	-; lustrums	**LYCHES**	-; -
LUSUS	-; -	**LYCHNIS**	-; -
LUSUSES	-; -	**LYCOPOD**	-; lycopods
LUTE	elute, flute; lutea, luted, lutes	**LYDDITE**	-; lyddites
		LYE	-; lyes
		LYING	flying, plying; lyings
LUTEA	-; luteal		
LUTEAL	gluteal; -	**LYINGLY**	plyingly; -
LUTED	eluted, fluted; -	**LYINGS**	flyings; -
LUTEIN	-; luteins	**LYMPH**	-; lymphs
LUTEOUS	-; -	**LYNCEAN**	-; -
LUTES	elutes, flutes; -	**LYNCH**	-; -
LUTEUM	-; -	**LYNCHED**	-; -
LUTFISK	-; lutfisks	**LYNCHER**	-; lynchers
LUTHERN	-; lutherns	**LYNCHES**	-; -
LUTHIER	-; luthiers	**LYNX**	-; -
LUTING	eluting, fluting; lutings	**LYNXES**	-; -
		LYRATE	-; lyrated
LUTINGS	flutings; -	**LYRE**	-; lyres
LUTIST	flutist; lutists	**LYRIC**	-; lyrics
LUTISTS	flutists; -	**LYRICAL**	-; -
LUV	-; luvs	**LYRISM**	-; lyrisms
LUVVIE	-; luvvies	**LYRIST**	-; lyrists
LUVVY	-; -	**LYSATE**	-; lysates
LUX	flux; luxe	**LYSE**	-; lysed, lyses
LUXATE	-; luxated, luxates	**LYSIN**	-; lysine, lysing, lysins
LUXE	-; luxes	**LYSINE**	-; lysines
LUXES	fluxes; -	**LYSIS**	-; -
LUXURY	-; -	**LYSOGEN**	-; lysogens, lysogeny
LWEI	-; lweis		
LYARD	-; -	**LYSSA**	-; lyssas
LYART	-; -	**LYTIC**	-; -
LYASE	-; lyases	**LYTTA**	-; lyttae, lyttas

M

M	am, em, om; ma, me, mi, mu, my	**MACKS**	smacks; -
		MACLE	-; macled, macles
MA	ama; mad, mae, mag, man, map, mar, mas, mat, maw, may	**MACON**	-; macons
		MACRAME	-; macrames
		MACRO	-; macron, macros
MAAR	-; maars	**MACRON**	-; macrons
MABE	-; mabes	**MACULA**	-; maculae, macular, maculas
MAC	mace, mach, mack, macs	**MACULE**	-; maculed, macules
MACABER	-; -	**MACUMBA**	-; macumbas
MACABRE	-; -	**MAD**	-; made, mads
MACACO	-; macacos	**MADAM**	-; madame, madams
MACADAM	-; macadams		
MACAQUE	-; macaques	**MADAME**	-; madames
MACAW	-; macaws	**MADCAP**	-; madcaps
MACCHIA	-; -	**MADDED**	-; -
MACCHIE	-; -	**MADDEN**	-; maddens
MACE	-; maced, macer, maces	**MADDER**	-; madders
MACER	-; macers	**MADDEST**	-; -
MACH	-; mache, machs	**MADDING**	-; -
		MADDISH	-; -
MACHACHA	-; machachas	**MADEIRA**	-; madeiras
MACHE	-; maches	**MADLY**	-; -
MACHETE	-; machetes	**MADMAN**	-; -
MACHINE	-; machined, machines	**MADMEN**	-; -
		MADNESS	-; -
MACHO	-; machos	**MADONNA**	-; madonnas
MACHREE	-; machrees	**MADRAS**	-; -
MACHZOR	-; machzors	**MADRASA**	-; madrasah, madrasas
MACING	-; -		
MACK	smack; macks	**MADRE**	-; madres
MACKLE	-; mackled, mackles	**MADRONA**	-; madronas
		MADRONE	-; madrones

MADRONO	-; madronos	**MAGPIE**	-; magpies
MADTOM	-; madtoms	**MAGUEY**	-; magueys
MADURO	-; maduros	**MAGUS**	-; -
MADWORT	-; madworts	**MAHATMA**	-; mahatmas
MADZOON	-; madzoons	**MAHJONG**	-; mahjongg,
MAE	-; maes		mahjongs
MAENAD	-; maenads	**MAHOE**	-; mahoes
MAESTRI	-; -	**MAHONIA**	-; mahonias
MAESTRO	-; maestros	**MAHOUT**	-; mahouts
MAFFIA	-; maffias	**MAHUA**	-; mahuas
MAFFICK	-; mafficks	**MAHUANG**	-; mahuangs
MAFIA	-; mafias	**MAHWA**	-; mahwas
MAFIC	-; -	**MAHZOR**	-; mahzors
MAFIOSI	-; -	**MAID**	-; maids
MAFIOSO	-; -	**MAIDAN**	-; maidans
MAFTIR	-; maftirs	**MAIDEN**	-; maidens
MAG	-; mage, magi,	**MAIDISH**	-; -
	mags	**MAIGRE**	-; -
MAGALOG	-; maglogs	**MAIHEM**	-; maihems
MAGE	image; mages	**MAIL**	-; maile, maill,
MAGENTA	-; magentas		mails
MAGES	images; -	**MAILBAG**	-; mailbags
MAGGOT	-; maggots,	**MAILBOX**	-; -
	maggoty	**MAILE**	-; mailed,
MAGI	-; magic		mailer, mailes
MAGIAN	-; magians	**MAILER**	-; mailers
MAGIC	-; magics	**MAILING**	-; mailings
MAGICAL	-; -	**MAILL**	-; maills
MAGILP	-; magilps	**MAILLOT**	-; maillots
MAGLEV	-; -	**MAILMAN**	-; -
MAGMA	-; magmas	**MAILMEN**	-; -
MAGMATA	-; -	**MAIM**	-; maims
MAGNATE	-; magnates	**MAIMED**	-; -
MAGNET	-; magnets	**MAIMER**	-; maimers
MAGNETO	-; magneton,	**MAIMING**	-; -
	magnetos	**MAIN**	amain; mains
MAGNIFY	-; -	**MAINLY**	-; -
MAGNOX	-; -	**MAINTOP**	-; maintops
MAGNUM	-; magnums	**MAIR**	-; mairs
MAGOT	-; magots	**MAIST**	-; maists

MAIZE	-; maizes	**MALLEE**	-; mallees
MAJAGUA	-; majaguas	**MALLEI**	-; -
MAJESTY	-; -	**MALLET**	-; mallets
MAJLIS	-; -	**MALLEUS**	-; -
MAJOR	-; majors	**MALLING**	-; -
MAJORLY	-; -	**MALLOW**	-; mallows
MAKABLE	-; -	**MALLS**	smalls; -
MAKAR	-; makars	**MALM**	-; malms,
MAKE	-; maker,		malmy
	makes	**MALMIER**	-; -
MAKER	-; makers	**MALMSEY**	-; malmseys
MAKEUP	-; makeups	**MALODOR**	-; malodors
MAKI	-; makis	**MALOTI**	-; -
MAKING	-; makings	**MALT**	smalt; malts,
MAKO	-; makos		malty
MAKUTA	-; -	**MALTASE**	-; maltases
MALACCA	-; malaccas	**MALTED**	-; malteds
MALADY	-; -	**MALTHA**	-; malthas
MALAISE	-; malaises	**MALTIER**	-; -
MALANGA	-; malangas	**MALTING**	-; -
MALAR	-; malars	**MALTOL**	-; maltols
MALARIA	-; malarial,	**MALTOSE**	-; maltoses
	malarian,	**MALTS**	smalts; -
	malarias	**MAM**	-; mama, mams
MALARKY	-; -	**MAMA**	-; mamas
MALATE	-; malates	**MAMAS**	-; -
MALE	-; males	**MAMBA**	-; mambas
MALEATE	-; maleates	**MAMBO**	-; mambos
MALEFIC	-; -	**MAMBOED**	-; -
MALFED	-; -	**MAMBOES**	-; -
MALGRE	-; -	**MAMEE**	-; mamees
MALIC	-; malice	**MAMEY**	-; mameys
MALICE	-; malices	**MAMEYES**	-; -
MALIGN	-; maligns	**MAMIE**	-; mamies
MALINE	-; malines	**MAMILLA**	- ; mamillae
MALISON	-; malisons	**MAMLUK**	-; mamluks
MALKIN	-; malkins	**MAMMA**	-; mammae,
MALL	small; malls		mammal,
MALLARD	-; mallards		mammas
MALLED	-; -	**MAMMAL**	-; mammals

MAMMARY	-; -	**MANEGE**	-; maneges
MAMMATE	-; -	**MANFUL**	-; -
MAMMEE	-; mammees	**MANGA**	-; mangas
MAMMER	-; mammers	**MANGABY**	-; -
MAMMET	-; mammets	**MANGE**	-; mangel,
MAMMEY	-; mammeys		manger,
MAMMIE	-; mammies		manges,
MAMMOCK	-; mammocks		mangey
MAMMON	-; mammons	**MANGEL**	-; mangels
MAMMOTH	-; mammoths	**MANGER**	-; mangers
MAMMY	-; -	**MANGEY**	-; -
MAMZER	-; mamzers	**MANGIER**	-; -
MAN	-; mane, mano,	**MANGILY**	-; -
	mans, many	**MANGLE**	-; mangled,
MANA	-; manas,		mangler,
	manat		mangles
MANACLE	-; manacled,	**MANGLER**	-; manglers
	manacles	**MANGO**	-; mangos
MANAGE	-; managed,	**MANGOES**	-; -
	manager,	**MANGOLD**	-; mangolds
	manages	**MANGY**	-; -
MANAGER	-; managers	**MANHOLE**	-; manholes
MANAKIN	-; manakins	**MANHOOD**	-; manhoods
MANANA	-; mananas	**MANHUNT**	-; manhunts
MANAT	-; manats	**MANIA**	-; maniac,
MANATEE	-; manatees		manias
MANCHE	-; manches,	**MANIAC**	-; maniacs
	manchet	**MANIC**	-; manics
MANCHET	-; manchets	**MANIHOT**	-; manihots
MANDALA	-; mandalas	**MANIKIN**	-; manikins
MANDATE	-; mandated,	**MANILA**	-; manilas
	mandates	**MANILLA**	-; manillas
MANDOLA	-; mandolas	**MANILLE**	-; manilles
MANDORA	-; mandoras	**MANIOC**	-; manioca,
MANDREL	-; mandrels		maniocs
MANDRIL	-; mandrill,	**MANIOCA**	-; maniocas
	mandrils	**MANIPLE**	-; maniples
MANE	-; maned,	**MANITO**	-; manitos,
	manes		manitou
MANEB	-; manebs	**MANITOU**	-; manitous

MANITU	-; manitus	MANTRAP	-; mantraps
MANKIND	-; -	MANTRIC	-; -
MANLESS	-; -	MANTUA	-; mantuas
MANLIER	-; -	MANUAL	-; manuals
MANLIKE	-; -	MANUARY	-; -
MANLILY	-; -	MANUKA	-; manukas
MANLY	-; -	MANUMIT	-; manumits
MANMADE	-; -	MANURE	-; manured, manurer, manures
MANNA	-; mannan, mannas		
MANNAN	-; mannans	MANURER	-; manurers
MANNED	-; -	MANUS	-; -
MANNER	-; manners	MANWARD	-; manwards
MANNING	-; -	MANWISE	-; -
MANNISH	-; -	MAP	-; maps
MANNITE	-; mannites	MAPLE	-; maples
MANNOSE	-; mannoses	MAPLESS	-; -
MANO	-; manor, manos	MAPLIKE	-; -
		MAPPED	-; -
MANOR	-; manors	MAPPER	-; mappers
MANPACK	-; -	MAPPING	-; mappings
MANQUE	-; -	MAQUI	-; maquis
MANROPE	-; manropes	MAQUILA	-; maquilas
MANSARD	-; mansards	MAR	-; mara, marc, mare, mark, marl, mars, mart
MANSE	-; manses		
MANSION	-; mansions		
MANTA	-; mantas		
MANTEAU	-; manteaus, manteaux	MARA	-; maras
		MARABOU	-; marabous, marabout
MANTEL	-; mantels		
MANTES	-; -	MARACA	-; maracas
MANTIC	-; -	MARAKA	-; -
MANTID	-; mantids	MARANTA	-; marantas
MANTIS	-; -	MARASCA	-; marascas
MANTLE	-; mantled, mantles, mantlet	MARAUD	-; marauds
		MARBLE	-; marbled, marbler, marbles
MANTLET	-; mantlets		
MANTRA	-; mantrap, mantras	MARBLER	-; marblers
		MARBLY	-; -

MARC	-; march, marcs	**MARLIER**	-; -
MARCATO	-; -	**MARLIN**	-; marline, marling, marlins
MARCEL	-; marcels		
MARCH	-; -	**MARLINE**	-; marlines
MARCHED	-; -	**MARLING**	-; marlings
MARCHEN	-; -	**MARLITE**	-; marlites
MARCHER	-; marchers	**MARMITE**	-; marmites
MARCHES	-; marchesa, marchese	**MARMOT**	-; marmots
		MAROON	-; maroons
MARCONI	-; marconis	**MARPLOT**	-; marplots
MARE	-; mares	**MARQUE**	-; marquee, marques
MAREMMA	-; -		
MAREMME	-; -	**MARQUEE**	-; marquees
MARENGO	-; -	**MARQUES**	-; marquess
MARGAY	-; margays	**MARQUIS**	-; marquise
MARGE	-; marges	**MARRAM**	-; marrams
MARGENT	-; margents	**MARRANO**	-; marranos
MARGIN	-; margins	**MARRED**	-; -
MARIA	-; -	**MARRER**	-; marrers
MARIMBA	-; marimbas	**MARRIED**	-; -
MARINA	-; marinas	**MARRIER**	-; marriers
MARINE	-; mariner, marines	**MARRIES**	-; -
		MARRING	-; -
MARINER	-; mariners	**MARRON**	-; marrons
MARISH	-; -	**MARROW**	-; marrows, marrowy
MARITAL	-; -		
MARK	-; marka, marks	**MARRY**	-; -
		MARSALA	-; marsalas
MARKA	-; markas	**MARSE**	-; marses
MARKED	-; -	**MARSH**	-; marshy
MARKER	-; markers	**MARSHAL**	-; marshall, marshals
MARKET	-; markets		
MARKHOR	-; markhors	**MARSHES**	-; -
MARKING	-; markings	**MART**	smart; marts
MARKKA	-; markkaa, markkas	**MARTED**	smarted; -
		MARTEN	smarten; martens
MARKUP	-; markups		
MARL	-; marls, marly	**MARTENS**	smartens; -
MARLED	-; -	**MARTIAL**	-; -

MARTIAN	-; martians	**MASQUE**	-; masquer,
MARTIN	-; marting,		masques
	martini,	**MASQUER**	-; masquers
	martins	**MASS**	amass; massa,
MARTING	smarting; -		masse, massy
MARTINI	-; martinis	**MASSA**	-; massas
MARTLET	-; martlets	**MASSAGE**	-; massaged,
MARTS	smarts; -		massager,
MARTYR	-; martyrs,		massages
	martyry	**MASSE**	-; massed,
MARTYRY	-; -		masses
MARVEL	-; marvels	**MASSED**	amassed; -
MARVY	-; -	**MASSES**	amasses; -
MAS	amas; masa,	**MASSEUR**	-; masseurs
	mash, mask,	**MASSIER**	-; -
	mass, mast	**MASSIF**	-; massifs
MASA	-; masas	**MASSING**	amassing; -
MASALA	-. masalas	**MASSIVE**	-; -
MASCARA	-; mascaras	**MAST**	-; masts
MASCON	-; mascons	**MASTABA**	-; mastabah,
MASCOT	-; mascots		mastabas
MASER	-; masers	**MASTED**	-; -
MASH	smash; mashy	**MASTER**	-; masters,
MASHED	smashed; -		mastery
MASHER	smasher;	**MASTIC**	-; mastics
	mashers	**MASTIFF**	-; mastiffs
MASHERS	smashers; -	**MASTING**	-; -
MASHES	smashes; -	**MASTIX**	-; -
MASHIE	-; mashies	**MASTOID**	-; mastoids
MASHING	smashing; -	**MAT**	-; mate, math,
MASJID	-; masjids		mats, matt
MASK	-; masks	**MATADOR**	-; matadors
MASKED	-; -	**MATCH**	-; -
MASKEG	-; maskegs	**MATCHED**	-; -
MASKER	-; maskers	**MATCHER**	-; matchers
MASKING	-; maskings	**MATCHES**	-; -
MASON	-; masons	**MATCHUP**	-; matchups
MASONED	-; -	**MATE**	-; mated,
MASONIC	-; -		mater, mates,
MASONRY	-; -		matey

MATELOT	-; matelote, matelots	**MATZOON**	-; matzoons
MATER	-; maters	**MATZOT**	-; matzoth
MATEY	-; mateys	**MAUD**	-; mauds
MATH	-; maths	**MAUDLIN**	-; -
MATILDA	-; matildas	**MAUGER**	-; -
MATIN	-; mating, matins	**MAUGRE**	-; -
		MAUL	-; mauls
MATINAL	-; -	**MAULED**	-; -
MATINEE	-; matinees	**MAULER**	-; maulers
MATING	-; matings	**MAULING**	-; -
MATLESS	-; -	**MAUMET**	-; maumets
MATRASS	-; -	**MAUN**	-; maund
MATRES	-; -	**MAUND**	-; maunds, maundy
MATRIX	-; -	**MAUNDER**	-; maunders
MATRON	-; matrons	**MAUSIER**	-; -
MATSAH	-; matsahs	**MAUSY**	-; -
MATT	-; matte, matts	**MAUT**	-; mauts
MATTE	-; matted, matter, mattes	**MAUVE**	-; mauves
		MAUZY	-; −
MATTER	smatter; matters, mattery	**MAVEN**	-; mavens
		MAVIE	-; mavies
		MAVIN	-; mavins
MATTERS	smatters; -	**MAVIS**	-; -
MATTIN	-; matting, mattins	**MAVISES**	-; -
		MAW	-; mawn, maws
MATTING	-; mattings	**MAWED**	-; -
MATTOCK	-; mattocks	**MAWING**	-; -
MATTOID	-; mattoids	**MAWKISH**	-; -
MATURE	-; matured, maturer, matures	**MAX**	-; maxi
		MAXI	-; maxim, maxis
MATURES	-; maturest	**MAXILLA**	-; maxillae, maxillas
MATZA	-; matzah, matzas	**MAXIM**	-; maxima, maxims
MATZAH	-; matzahs		
MATZO	-; matzoh, matzos, matzot	**MAXIMA**	-; maximal
		MAXIMAL	-; maximals
		MAXIMIN	-; maximins
MATZOH	-; matzohs	**MAXIMUM**	-; maximums

MAXIXE	-; maxixes	**MAZY**	-; -
MAXWELL	-; maxwells	**MAZZARD**	-; mazzards
MAY	-; maya, mayo, mays	**MBIRA**	-; mbiras
		ME	eme; med,
MAYA	-; mayan, mayas		mel, mem, men, met
MAYBE	-; maybes	**MEAD**	-; meads
MAYBIRD	-; maybirds	**MEADOW**	-; meadows,
MAYBUSH	-; -		meadowy
MAYDAY	-; maydays	**MEAGER**	-; -
MAYED	-; -	**MEAGRE**	-; -
MAYEST	-; -	**MEAL**	-; meals, mealy
MAYFLY	-; -	**MEALIE**	-; mealier,
MAYHAP	-; -		mealies
MAYHEM	-; mayhems	**MEALIES**	-; mealiest
MAYING	-; mayings	**MEAN**	-; means,
MAYO	-; mayor, mayos		meant, meany
		MEANDER	-; meanders
MAYOR	-; mayors	**MEANER**	-; meaners
MAYORAL	-; -	**MEANEST**	-; -
MAYPOLE	-; maypoles	**MEANIE**	-; meanies
MAYPOP	-; maypops	**MEANING**	-; meanings
MAYS	-; mayst	**MEANLY**	-; -
MAYVIN	-; mayvins	**MEASLE**	-; measled,
MAYWEED	-; mayweeds		measles
MAZARD	-; mazards	**MEASLY**	-; -
MAZE	amaze, smaze; mazed, mazer, mazes	**MEASURE**	-; measured, measurer, measures
MAZED	amazed; -	**MEAT**	-; meats, meaty
MAZEDLY	amazedly; -	**MEATAL**	-; -
MAZER	-; mazers	**MEATIER**	-; -
MAZES	amazes, smazes; -	**MEATILY**	-; -
		MEATUS	-; -
MAZIER	-; -	**MECCA**	-; meccas
MAZIEST	-; -	**MECHOUI**	-; mechouis
MAZILY	-; -	**MED**	-; -
MAZING	amazing; -	**MEDAKA**	-; medakas
MAZUMA	-; mazumas	**MEDAL**	-; medals
MAZURKA	-; mazurkas	**MEDALED**	-; -

MEDDLE	-; meddled, meddler, meddles	**MEEKLY**	-; -
		MEET	-; meets
		MEETER	-; meeters
MEDEVAC	-; medevacs	**MEETING**	-; meetings
MEDFLY	-; -	**MEETLY**	-; -
MEDIA	-; mediad, mediae, medial, median, medias	**MEG**	-; mega, megs
		MEGABAR	-; megabars
		MEGABIT	-; megabits
		MEGAPOD	-; megapode
		MEGARA	-; -
MEDIACY	-; -	**MEGARON**	-; megarons
MEDIAD	--	**MEGASS**	-; megasse
MEDIAL	-; medials	**MEGASSE**	-; megasses
MEDIAN	-; medians, mediant	**MEGATON**	-; megatons
		MEGILLA	-; megillah, megillas
MEDIATE	-; mediated, mediates	**MEGILP**	-; megilph, megilps
MEDIC	-; medics		
MEDICAL	-; medicals	**MEGLIPH**	-; megliphs
MEDICK	-; medicks	**MEGOHM**	-; megohms
MEDICO	-; medicos	**MEGRIM**	-; megrims
MEDII	-; -	**MEHNDI**	-; mehndis
MEDINA	-; medinas	**MEIKLE**	-; -
MEDIUM	-; mediums	**MEINIE**	-; meinies
MEDIUS	-; -	**MEINY**	-; -
MEDIVAC	-; medivacs	**MEIOSES**	-; -
MEDLAR	-; medlars	**MEIOSIS**	-; -
MEDLEY	-; medleys	**MEIOTIC**	-; -
MEDULLA	-; medullae, medullar, medullas	**MEISTER**	-; meisters
		MEL	-; meld, mell, mels, melt
MEDUSA	-; medusae, medusal, medusan, medusas	**MELAMED**	-; -
		MELANGE	-; melanges
		MELANIC	-; melanics
		MELANIN	-; melanins
MEDUSAN	-; medusans	**MELD**	-; melds
MEED	-; meeds	**MELDED**	-; -
MEEK	smeek; -	**MELDER**	-; melders
MEEKER	-; -	**MELDING**	-; -
MEEKEST	-; -	**MELEE**	-; melees

MELENA	-; melenas	**MENAD**	-; menads
MELIC	-; -	**MENAGE**	-; menages
MELILOT	-; melilots	**MENAZON**	-; menazons
MELISMA	-; melismas	**MEND**	amend,
MELL	smell; mells		emend; mends
MELLED	smelled; -	**MENDED**	amended,
MELLING	smelling; -		emended; -
MELLOW	-; mellows	**MENDER**	amender,
MELLS	smells; -		emender;
MELODIA	-; melodias		menders
MELODIC	-; -	**MENDERS**	amenders,
MELODY	-; -		emenders; -
MELOID	-; meloids	**MENDIGO**	-; mendigos
MELON	-; melons	**MENDING**	amending,
MELT	smelt; melts,		emending;
	melty		mendings
MELTAGE	-; meltages	**MENDS**	amends,
MELTED	smelted; -		emends; -
MELTER	smelter;	**MENFOLK**	-; menfolks
	melters	**MENHIR**	-; menhirs
MELTERS	smelters; -	**MENIAL**	-; menials
MELTING	smelting; -	**MENINX**	-; -
MELTON	-; meltons	**MENO**	-; -
MELTS	smelts; -	**MENORAH**	-; menorahs
MELTY	-; -	**MENSA**	-; mensae,
MEM	-; meme,		mensal,
	memo, mems		mensas
MEMBER	-; members	**MENSCH**	-; -
MEME	-; memes	**MENSE**	-; mensed,
MEMENTO	-; mementos		menses
MEMO	-; memos	**MENSH**	-; -
MEMOIR	-; memoirs	**MENSHES**	-; -
MEMORY	-; -	**MENSING**	-; -
MEN	amen, omen;	**MENTA**	-; mental
	mend, meno,	**MENTEE**	-; mentees
	menu	**MENTHOL**	-; menthols
MENACE	-; menaced,	**MENTION**	-; mentions
	menacer,	**MENTO**	-; mentor,
	menaces		mentos
MENACER	-; menacers	**MENTOR**	-; mentors

MENTUM	omentum; -	**MERLIN**	-; merlins
MENU	-; menus	**MERLON**	-; merlons
MENUDO	-; menudos	**MERLOT**	-; merlots
MEOU	-; meous	**MERMAID**	-; mermaids
MEOUED	-; -	**MERMAN**	-; -
MEOUING	-; -	**MERMEN**	-; -
MEOW	-; meows	**MERONYM**	-; meronyms,
MEOWED	-; -		meronymy
MEOWING	-; -	**MEROPIA**	-; meropias
MERC	-; mercs	**MEROPIC**	-; -
MERCADO	-; mercados	**MERRIER**	-; -
MERCER	amercer;	**MERRILY**	-; -
	mercers,	**MERRY**	-; -
	mercery	**MESA**	-; mesas
MERCERS	amercers; -	**MESALLY**	-; -
MERCH	-; -	**MESARCH**	-; -
MERCHES	-; -	**MESCAL**	-; mescals
MERCIES	-; -	**MESCLUN**	-; mescluns
MERCURY	-; -	**MESEEMS**	-; -
MERCY	-; -	**MESH**	-; meshy
MERDE	-; merdes	**MESHED**	-; -
MERE	-; merer, meres	**MESHES**	-; -
MERELY	-; -	**MESHIER**	-; -
MERES	-; merest	**MESHING**	-; -
MERGE	emerge;	**MESHUGA**	-; meshugah
	merged,	**MESIAL**	-; -
	merger	**MESIAN**	-; -
MERGED	emerged; -	**MESIC**	-; -
MERGER	-; mergers	**MESNE**	-; -
MERGES	emerges; -	**MESON**	-; mesons
MERGING	emerging; -	**MESONIC**	-; -
MERINO	-; merinos	**MESQUIT**	-; mesquite,
MERISES	-; -		mesquits
MERISIS	-; -	**MESS**	-; messy
MERIT	-; merits	**MESSAGE**	-; messages
MERITED	-; -	**MESSAN**	-; messans
MERK	smerk; merks	**MESSED**	-; -
MERKS	smerks; -	**MESSES**	-; -
MERL	-; merle, merls	**MESSIAH**	-; messiahs
MERLE	-; merles	**MESSIER**	-; -

MESSILY	-; -	**METOPAE**	-; -
MESSING	-; -	**METOPE**	-; metopes
MESSMAN	-; -	**METOPIC**	-; -
MESSMEN	-; -	**METOPON**	-; metopons
MESTEE	-; mestees	**METRE**	-; metred,
MESTESO	-; mestesos		metres
MESTINO	-; mestinos	**METRIC**	-; metrics
MESTIZA	-; mestizas	**METRIFY**	-; -
MESTIZO	-; mestizos	**METRING**	-; -
MET	-; meta, mete,	**METRIST**	-; metrists
	meth	**METRO**	-; metros
META	-; metal	**METTLE**	-; mettled,
METAGE	-; metages		mettles
METAL	-; metals	**METUMP**	-; metumps
METALED	-; -	**MEW**	smew; mewl,
METAMER	-; metamere,		mews
	metamers	**MEWED**	-; -
METATAG	-; metatags	**MEWING**	-; -
METATE	-; metates	**MEWL**	-; mewls
METE	-; meted,	**MEWLED**	-; -
	meter, metes	**MEWLER**	-; mewlers
METEOR	-; meteors	**MEWLING**	-; -
METEPA	-; metepas	**MEWS**	smews; -
METER	-; meters	**MEZCAL**	-; mezcals
METERED	-; -	**MEZE**	-; mezes
METH	-; meths	**MEZQUIT**	-; mezquite,
METHANE	-; methanes		mezquits
METHOD	-; methods	**MEZUZA**	-; mezuzah,
METHOXY	-; methoxyl		mezuzas
METHYL	-; methyls	**MEZUZAH**	-; mezuzahs
METICA	-; metical,	**MEZUZOT**	-; mezuzoth
	meticas	**MEZZO**	-; mezzos
METICAL	-; meticals	**MHO**	-; mhos
METIER	-; metiers	**MI**	ami; mib, mid,
METING	-; -		mig, mil, mim,
METIS	-; -		mir, mis, mix
METISSE	-; metisses	**MIAOU**	-; miaous
METOL	-; metols	**MIAOUED**	-; -
METONYM	-; metonyms,	**MIAOW**	-; miaows
	metonymy	**MIAOWED**	-; -

MIASM	-; miasma, miasms	**MIDDLE**	-; middled, middler, middles
MIASMA	-; miasmal, miasmas	**MIDDLER**	-; middlers
MIASMIC	-; -	**MIDDY**	-; -
MIAUL	-; miauls	**MIDGE**	-; midges, midget
MIAULED	-; -		
MIB	-; mibs	**MIDGET**	-; midgets
MIC	-; mica, mics	**MIDGUT**	-; midguts
MICA	-; micas	**MIDI**	-; midis
MICE	amice; -	**MIDIRON**	-; midirons
MICELL	-; micella, micelle, micells	**MIDLAND**	-; midlands
		MIDLEG	-; midlegs
MICELLA	-; micellae, micellar	**MIDLIFE**	-; midlifer
		MIDLINE	-; midlines
MICELLE	-; micelles	**MIDLIST**	-; midlists
MICHE	-; miched, miches	**MIDMOST**	-; midmosts
		MIDNOON	-; midnoons
MICHING	-; -	**MIDRASH**	-; -
MICK	-; micks	**MIDRIB**	-; midribs
MICKEY	-; mickeys	**MIDRIFF**	-; midriffs
MICKLE	-; mickler, mickles	**MIDS**	amids, imids; -
		MIDSHIP	amidship; midships
MICKLES	-; micklest		
MICRA	-; -	**MIDSIZE**	-; -
MICRIFY	-; -	**MIDSOLE**	-; midsoles
MICRO	-; micron	**MIDST**	amidst; midsts
MICROBE	-; microbes	**MIDTERM**	-; midterms
MICROHM	-; microhms	**MIDTOWN**	-; midtowns
MICRON	omicron; microns	**MIDWAY**	-; midways
		MIDWEEK	-; midweeks
MICRONS	omicrons; -	**MIDWIFE**	-; midwifed, midwifes
MID	amid, imid; midi, mids		
		MIDYEAR	-; midyears
MIDAIR	-; midairs	**MIEN**	-; miens
MIDCAP	-; -	**MIFF**	-; miffs, miffy
MIDCULT	-; midcults	**MIFFED**	-; -
MIDDAY	-; middays	**MIFFIER**	-; -
MIDDEN	-; middens	**MIFFING**	-; -
MIDDIES	-; -	**MIFFY**	-; -

MIG	-; migg, migs	**MILE**	smile; miler,
MIGAWD	-; -		miles
MIGG	-; miggs	**MILEAGE**	-; mileages
MIGGLE	-; miggles	**MILER**	smiler; milers
MIGHT	-; mights,	**MILERS**	smilers; -
	mighty	**MILES**	smiles; -
MIGNON	-; mignons	**MILFOIL**	-; milfoils
MIGRANT	emigrant;	**MILIA**	-; -
	migrants	**MILIARY**	-; -
MIGRATE	emigrate;	**MILIEU**	-; milieus,
	migrated,		milieux
	migrates	**MILITIA**	-; militias
MIHRAB	-; mihrabs	**MILIUM**	-; -
MIKADO	-; mikados	**MILK**	-; milks, milky
MIKE	-; miked, mikes	**MILKED**	-; -
MIKING	-; -	**MILKER**	-; milkers
MIKRA	-; -	**MILKIER**	-; -
MIKRON	omikron;	**MILKILY**	-; -
	mikrons	**MILKING**	-; -
MIKRONS	omikrons; -	**MILKMAN**	-; -
MIKVAH	-; mikvahs	**MILKMEN**	-; -
MIKVEH	-; mikvehs	**MILKSOP**	-; milksops
MIKVOTH	-; -	**MILL**	-; mille, mills
MIL	-; mild, mile,	**MILLAGE**	-; millages
	milk, mill, milo,	**MILLDAM**	-; milldams
	mils, milt	**MILLE**	-; milled, miller,
MILADI	-; miladis		milles, millet
MILADY	-; -	**MILLER**	-; millers
MILAGE	-; milages	**MILLET**	-; millets
MILCH	-; -	**MILLIER**	-; milliers
MILCHIG	-; -	**MILLIME**	-; millimes
MILD	-; milds	**MILLINE**	-; millines
MILDED	-; -	**MILLING**	-; millings
MILDEN	-; mildens	**MILLION**	-; millions
MILDER	-; -	**MILLRUN**	-; millruns
MILDEST	-; -	**MILNEB**	-; milnebs
MILDEW	-; mildews,	**MILO**	-; milos
	mildewy	**MILORD**	-; milords
MILDING	-; -	**MILPA**	-; milpas
MILDLY	-; -	**MILREIS**	-; -

MILT	-; milts, milty		mined, miner,
MILTED	-; -		mines
MILTER	-; milters	**MINER**	-; miners
MILTIER	-; -	**MINERAL**	-; minerals
MILTING	-; -	**MINES**	amines,
MIM	-; mime		imines; -
MIMBAR	-; mimbars	**MINGIER**	-; -
MIME	-; mimed,	**MINGLE**	-; mingled,
	mimeo, mimer,		mingler,
	mimes		mingles
MIMEO	-; mimeos	**MINGLER**	-; minglers
MIMEOED	-; -	**MINGY**	-; -
MIMER	-; mimers	**MINI**	-; minim, minis
MIMESES	-; -	**MINIBAR**	-; minibars
MIMESIS	-; -	**MINIBUS**	-; -
MIMETIC	-; -	**MINICAB**	-; minicabs
MIMIC	-; mimics	**MINICAM**	-; minicams
MIMICAL	-; -	**MINICAR**	-; minicars
MIMICRY	-; -	**MINIFY**	-; -
MIMING	-; -	**MINIKIN**	-; minikins
MIMOSA	-; mimosas	**MINILAB**	-; minilabs
MINA	-; minae, minas	**MINIM**	-; minima,
MINABLE	-; -		minims
MINAE	-; -	**MINIMA**	-; minimal,
MINARET	-; minarets		minimax
MINBAR	-; minbars	**MINIMAL**	-; minimals
MINCE	-; minced,	**MINIMAX**	-; -
	mincer, minces	**MINIMUM**	-; minimums
MINCER	-; mincers	**MINING**	-; minings
MINCIER	-; -	**MINION**	-; minions
MINCING	-; -	**MINISH**	-; -
MINCY	-; -	**MINISKI**	-; miniskis
MIND	-; -	**MINIUM**	-; miniums
MINDED	-; -	**MINIVAN**	-; minivans
MINDER	-; minders	**MINIVER**	-; minivers
MINDFUL	-; -	**MINK**	-; minke, minks
MINDING	-; -	**MINKE**	-; minkes
MINDSET	-; mindsets	**MINNIES**	-; -
MINE	amine, imine;	**MINNOW**	-; minnows

MINNY	-; -
MINOR	-; minors
MINORCA	-; minorcas
MINSTER	-; minsters
MINT	-; mints, minty
MINTAGE	-; mintages
MINTED	-; -
MINTER	-; minters
MINTIER	-; -
MINTING	-; -
MINUEND	-; minuends
MINUET	-; minuets
MINUS	-; -
MINUSES	-; -
MINUTE	-; minuted, minuter, minutes
MINUTES	-; minutest
MINUTIA	-; minutiae, minutial
MINX	-; -
MINXES	-; -
MINXISH	-; -
MINYAN	-; minyans
MIOSES	-; -
MIOSIS	-; -
MIOTIC	-; miotics
MIR	amir, emir; mire, miri, mirk, mirs, miry
MIRACLE	-; miracles
MIRADOR	-; miradors
MIRAGE	-; mirages
MIRE	-; mired, mires, mirex
MIREX	-; -
MIREXES	-; -
MIRI	-; mirid, mirin
MIRIER	-; -
MIRIEST	-; -
MIRIN	-; miring, mirins
MIRING	-; -
MIRK	smirk; mirks, mirky
MIRKIER	smirkier; -
MIRKILY	-; -
MIRKS	smirks; -
MIRKY	smirky; -
MIRROR	-; mirrors
MIRS	amirs, emirs; -
MIRTH	-; mirths
MIRY	-; -
MIRZA	-; mirzas
MIS	amis; mise, miso, miss, mist
MISACT	-; misacts
MISADD	-; misadds
MISAIM	-; misaims
MISALLY	-; -
MISATE	-; -
MISAVER	-; misavers
MISBIAS	-; -
MISBILL	-; misbills
MISBIND	-; misbinds
MISCALL	-; miscalls
MISCAST	-; miscasts
MISCITE	-; miscited, miscites
MISCODE	-; miscoded, miscodes
MISCOIN	-; miscoins
MISCOOK	-; miscooks
MISCOPY	-; -
MISCUE	-; miscued, miscues
MISCUT	-; miscuts
MISDATE	-; misdated, misdates

MISDEAL	-; misdeals, misdealt	**MISKEPT**	-; -
		MISKEY	-; miskeys
MISDEED	-; misdeeds	**MISKICK**	-; miskicks
MISDEEM	-; misdeems	**MISKNEW**	-; -
MISDIAL	-; misdials	**MISKNOW**	-; misknown,
MISDID	-; -		misknows
MISDO	-; -	**MISLAID**	-; -
MISDOER	-; misdoers	**MISLAIN**	-; -
MISDOES	-; -	**MISLAY**	-; mislays
MISDONE	-; -	**MISLEAD**	-; misleads
MISDRAW	-; misdrawn, misdraws	**MISLED**	-; -
		MISLIE	-; mislies
MISE	-; miser, mises	**MISLIKE**	-; misliked,
MISEASE	-; miseases		misliker,
MISEAT	-; miseats		mislikes
MISEDIT	-; misedits	**MISLIT**	-; -
MISER	-; misers, misery	**MISLIVE**	-; mislived, mislives
MISERLY	-; -	**MISMADE**	-; -
MISFED	-; -	**MISMAKE**	-; mismakes
MISFEED	-; -	**MISMARK**	-; mismarks
MISFILE	-; misfiled, misfiles	**MISMATE**	-; mismated, mismates
MISFIRE	-; misfired, misfires	**MISMEET**	-; mismeets
		MISMET	-; -
MISFIT	-; misfits	**MISMOVE**	-; mismoved,
MISFOLD	-; misfolds		mismoves
MISFORM	-; misforms	**MISNAME**	-; misnamed,
MISGAVE	-; -		misnames
MISGIVE	-; misgiven, misgives	**MISO**	-; misos
		MISPAGE	-; mispaged,
MISGROW	-; misgrown, misgrows		mispages
		MISPART	-; misparts
MISHAP	-; mishaps	**MISPEN**	-; mispens
MISHEAR	-; misheard, mishears	**MISPLAN**	-; misplans, misplant
MISHIT	-; mishits	**MISPLAY**	-; misplays
MISJOIN	-; misjoins	**MISRATE**	-; misrated,
MISKAL	-; miskals		misrates
MISKEEP	-; miskeeps	**MISREAD**	-; misreads

MISRELY	-; -	**MISTEUK**	-; -
MISRULE	-; misruled, misrules	**MISTIER**	-; -
		MISTILY	-; -
MISS	amiss; missy	**MISTIME**	-; mistimed, mistimes
MISSAID	-; -		
MISSAL	-; missals	**MISTING**	-; -
MISSAY	-; missays	**MISTOOK**	-; -
MISSEAT	-; misseats	**MISTRAL**	-; mistrals
MISSED	-; -	**MISTUNE**	-; mistuned, mistunes
MISSEL	-; missels		
MISSEND	-; missends	**MISTY**	-; -
MISSES	-; -	**MISTYPE**	-; mistyped, mistypes
MISSET	-; missets		
MISSHOD	-; -	**MISUSE**	-; misused, misuser, misuses
MISSIES	-; -		
MISSILE	-; missiles		
MISSING	-; -	**MISUSER**	-; misusers
MISSION	emission, omission; missions	**MISWORD**	-; miswords
		MISYOKE	-; misyoked, misyokes
MISSIS	-; -	**MITE**	smite; miter, mites
MISSIVE	omissive; missives	**MITER**	smiter; miters
MISSORT	-; missorts	**MITERED**	-; -
MISSOUT	-; missouts	**MITERER**	-; miterers
MISSTEP	-; missteps	**MITERS**	smiters; -
MISSTOP	-; misstops	**MITES**	smites; -
MISSUIT	-; missuits	**MITHER**	-; mithers
MISSUS	-; -	**MITIER**	-; -
MISSY	-; -	**MITIEST**	-; -
MIST	-; mists, misty	**MITIS**	-; -
MISTAKE	-; mistaken, mistaker, mistakes	**MITISES**	-; -
		MITOGEN	-; mitogens
		MITOSES	amitoses; -
MISTBOW	-; mistbows	**MITOSIS**	amitosis; -
MISTED	-; -	**MITOTIC**	amitotic; -
MISTEND	-; mistends	**MITRAL**	-; -
MISTER	-; misterm, misters	**MITRE**	-; mitred, mitres
		MITSVAH	-; mitsvahs
MISTERM	-; misterms	**MITT**	-; mitts

MITTEN	smitten; mittens	**MOCHA**	-; mochas
MITY	amity; -	**MOCHI**	-; mochis
MITZVAH	-; mitzvahs	**MOCHILA**	-; mochilas
MIX	-; mixt	**MOCK**	smock; mocks
MIXABLE	-; -	**MOCKED**	smocked; -
MIXED	-; -	**MOCKER**	-; mockers,
MIXER	-; mixers		mockery
MIXES	-; -	**MOCKING**	smocking; -
MIXIBLE	-; -	**MOCKS**	smocks; -
MIXING	-; -	**MOCKUP**	-; mockups
MIXTURE	-; mixtures	**MOD**	-; mode, modi,
MIXUP	-; mixups		mods
MIZEN	-; mizens	**MODAL**	-; -
MIZUNA	-; mizunas	**MODALLY**	-; -
MIZZEN	-; mizzens	**MODE**	-; model,
MIZZLE	-; mizzled,		modem,
	mizzles		modes
MIZZLY	-; -	**MODEL**	-; models
MM	hmm, umm; -	**MODELED**	-; -
MO	-; moa, mos	**MODELER**	-; modelers
MOA	-; moan, moas,	**MODEM**	-; modems
	moat	**MODERN**	-; moderne,
MOAN	-; moans		moderns
MOANED	-; -	**MODES**	-; modest
MOANER	-; moaners	**MODEST**	-; modesty
MOANFUL	-; -	**MODI**	-; -
MOANING	-; -	**MODICA**	-; -
MOAT	-; moats	**MODICUM**	-; modicums
MOATED	-; -	**MODIFY**	-; -
MOATING	-; -	**MODISH**	-; -
MOB	-; mobs	**MODISTE**	-; modistes
MOBBED	-; -	**MODULAR**	-; -
MOBBER	-; mobbers	**MODULE**	-; modules
MOBBING	-; -	**MODULI**	-; -
MOBBISH	-; -	**MODULO**	-; -
MOBCAP	-; mobcaps	**MODULUS**	-; -
MOBILE	-; mobiles	**MODUS**	-; -
MOBLED	-; -	**MOFETTE**	-; mofettes
MOBSTER	-; mobsters	**MOG**	smog; mogs
MOC	-; mock, mocs	**MOGGED**	-; -

MOGGIE	-; moggies	**MOLDIER**	-; -
MOGGING	-; -	**MOLDING**	-; moldings
MOGS	smogs; -	**MOLDY**	-; -
MOGUL	-; moguls	**MOLE**	amole; moles
MOHAIR	-; mohairs	**MOLES**	amoles; molest
MOHALIM	-; -	**MOLEST**	-; molests
MOHAWK	-; mohawks	**MOLIES**	-; -
MOHEL	-; mohels	**MOLINE**	-; -
MOHUR	-; mohurs	**MOLL**	-; molls, molly
MOIDORE	-; moidores	**MOLLAH**	-; mollahs
MOIETY	-; -	**MOLLIE**	-; mollies
MOIL	-; moils	**MOLLIFY**	-; -
MOILED	-; -	**MOLLUSC**	-; molluscs
MOILER	-; moilers	**MOLLUSK**	-; mollusks
MOILING	-; -	**MOLOCH**	-; molochs
MOIRA	-; moirai	**MOLT**	smolt; molto,
MOIRE	-; moires		molts
MOIST	-; -	**MOLTED**	-; -
MOISTEN	-; moistens	**MOLTEN**	-; -
MOISTER	-; -	**MOLTER**	-; molters
MOISTLY	-; -	**MOLTING**	-; -
MOJARRA	-; mojarras	**MOLTO**	-; -
MOJITO	-; mojitos	**MOLTS**	smolts; -
MOJO	-; mojos	**MOLY**	-; -
MOKE	smoke; mokes	**MOM**	-; mome,
MOKES	smokes; -		momi, moms
MOKSHA	-; mokshas	**MOME**	-; momes
MOL	-; mola, mold,	**MOMENT**	-; momenta,
	mole, moll,		momento,
	mols, molt,		moments
	moly	**MOMENTO**	-; momentos
MOLA	-; molal, molar,	**MOMI**	-; -
	molas	**MOMISM**	-; momisms
MOLAR	-; molars	**MOMMA**	-; mommas
MOLD	-; molds,	**MOMMIES**	-; -
	moldy	**MOMMY**	-; -
MOLDED	-; -	**MOMSER**	-; momsers
MOLDER	smolder;	**MOMUS**	-; -
	molders	**MOMUSES**	-; -
MOLDERS	smolders; -	**MOMZER**	-; momzers

MON	-; monk, mono, mons, mony	**MONOCLE**	-; monocled, monocles
MONACID	-; monacids	**MONOCOT**	-; monocots
MONAD	-; monads	**MONODIC**	-; -
MONADAL	-; -	**MONODY**	-; -
MONADES	-; -	**MONOECY**	-; -
MONADIC	-; -	**MONOFIL**	-; monofils
MONARCH	-; monarchs, monarchy	**MONOLOG**	-; monologs, monology
MONARDA	-; monardas	**MONOMER**	-; monomers
MONAS	-; -	**MONS**	-; -
MONDE	-; mondes	**MONSOON**	-; monsoons
MONDO	-; mondos	**MONSTER**	-; monsters
MONEY	-; moneys	**MONTAGE**	-; montaged, montages
MONEYED	-; -		
MONEYER	-; moneyers	**MONTANE**	-; montanes
MONGER	-; mongers	**MONTE**	-; montes
MONGO	-; mongoe, mongol, mongos	**MONTERO**	-; -
		MONTH	-; months
		MONTHLY	-; -
MONGOE	-; mongoes	**MONURON**	-; monurons
MONGOL	-; mongols	**MONY**	-; -
MONGREL	-; mongrels	**MOO**	-; mood, mool,
MONGST	amongst; -		moon, moor,
MONIC	-; -		moos, moot
MONIE	-; monied, monies	**MOOCH**	smooch; -
		MOOCHED	smooched; -
MONIKER	-; monikers	**MOOCHER**	-; moochers
MONILIA	- moniliae	**MOOCHES**	smooches; -
MONISH	-; -	**MOOD**	-; moods,
MONISM	-; monisms		moody
MONIST	-; monists	**MOODIER**	-; -
MONITOR	-; monitors, monitory	**MOODILY**	-; -
		MOOED	-; -
MONK	-; monks	**MOOING**	-; -
MONKERY	-; -	**MOOL**	-; moola,
MONKEY	-; monkeys		mools
MONKISH	-; -	**MOOLA**	-; moolah,
MONO	-; monos		moolas

MOOLAH	-; moolahs	**MOPING**	-; -
MOOLEY	-; mooleys	**MOPISH**	-; -
MOON	-; moons,	**MOPOKE**	-; mopokes
	moony	**MOPPED**	-; -
MOONBOW	-; moonbows	**MOPPER**	-; moppers
MOONED	-; -	**MOPPET**	-; moppets
MOONER	-; mooners	**MOPPING**	-; -
MOONEYE	-; mooneyes	**MOPY**	-; -
MOONIER	-; -	**MOR**	-; mora, more,
MOONILY	-; -		morn, mors,
MOONING	-; -		mort
MOONISH	-; -	**MORA**	-; morae,
MOONLET	-; moonlets		moral, moras,
MOONLIT	-; -		moray
MOONSET	-; moonsets	**MORAINE**	-; moraines
MOONY	-; -	**MORAL**	amoral;
MOOR	-; moors,		morale, morals
	moory	**MORALE**	-; morales
MOORAGE	-; moorages	**MORALLY**	amorally; -
MOORED	-; -	**MORASS**	-; morassy
MOORHEN	-; moorhens	**MORAY**	-; morays
MOORIER	-; -	**MORBID**	-; -
MOORING	-; moorings	**MORCEAU**	-; morceaux
MOORISH	-; -	**MORDANT**	-; mordants
MOOSE	-; -	**MORDENT**	-; mordents
MOOT	-; moots	**MORE**	-; morel, mores
MOOTED	-; -	**MOREEN**	-; moreens
MOOTER	-; mooters	**MOREISHI**	-; -
MOOTING	-; -	**MOREL**	-; morels
MOP	-; mope, mops,	**MORELLE**	-; morelles
	mopy	**MORELLO**	-; morellos
MOPE	-; moped,	**MORGAN**	-; morgans
	moper, mopes,	**MORGEN**	-; morgens
	mopey	**MORGUE**	-; morgues
MOPED	-; mopeds	**MORION**	-; morions
MOPER	-; mopers,	**MORISH**	-; -
	mopery	**MORN**	-; morns
MOPIER	-; -	**MORNAY**	-; mornays
MOPIEST	-; -	**MORNING**	-; mornings

MOROCCO	-; moroccos	**MOSHER**	-; moshers
MORON	-; morons	**MOSHES**	-; -
MORONIC	-; -	**MOSHING**	-; moshings
MOROSE	-; -	**MOSK**	-; mosks
MORPH	-; morphs	**MOSQUE**	-; mosques
MORPHED	-; -	**MOSS**	-; mosso,
MORPHIA	-; morphias		mossy
MORPHIC	-; -	**MOSSED**	-; -
MORPHIN	-; morphine,	**MOSSER**	-; mossers
	morphins	**MOSSES**	-; -
MORPHO	-; morphos	**MOSSIER**	-; -
MORRION	-; morrions	**MOSSING**	-; -
MORRIS	-; -	**MOSSO**	-; -
MORRO	-; morros,	**MOST**	-; moste, mosts
	morrow	**MOSTEST**	-; mostests
MORROW	-; morrows	**MOSTLY**	-; -
MORSE	-; morsel	**MOT**	-; mote, moth,
MORSEL	-; morsels		mots, mott
MORT	amort; morts	**MOTE**	emote, smote;
MORTAL	-; mortals		motel, motes,
MORTAR	-; mortars,		motey
	mortary	**MOTEL**	-; motels
MORTICE	-; morticed,	**MOTES**	emotes; -
	mortices	**MOTET**	-; motets
MORTIFY	-; -	**MOTEY**	-; -
MORTISE	amortise;	**MOTH**	-; moths, mothy
	mortised,	**MOTHER**	smother;
	mortiser,		mothers,
	mortises		mothery
MORULA	-; morulae,	**MOTHERS**	smothers; -
	morular,	**MOTHERY**	smothery; -
	morulas	**MOTHIER**	-; -
MOS	-; moss, most	**MOTIF**	-; motifs
MOSAIC	-; mosaics	**MOTIFIC**	-;
MOSELLE	- moselles	**MOTILE**	-; motiles
MOSEY	-; moseys	**MOTION**	amotion,
MOSEYED	-; -		emotion;
MOSH	-; -		motions
MOSHAV	-; -	**MOTIONS**	amotions,
MOSHED	-, -		emotions; -

MOTIVE	emotive; motived, motives	**MOUNTER**	-; mounters
		MOUNTS	amounts; -
		MOURN	-; mourns
MOTIVIC	-; -	**MOURNED**	-; -
MOTLEY	-; motleys	**MOURNER**	-; mourners
MOTLIER	-; -	**MOUSAKA**	-; mousakas
MOTMOT	-; motmots	**MOUSE**	-; moused, mouser, mouses, mousey
MOTOR	-; motors		
MOTORED	-; -		
MOTORIC	-; -		
MOTT	-; motte, motto, motts	**MOUSER**	-; mousers
		MOUSIER	-; -
MOTTE	-; mottes	**MOUSILY**	-; -
MOTTLE	-; mottled, mottler, mottles	**MOUSING**	-; mousings
		MOUSSE	-; mousses
MOTTLER	-; mottlers	**MOUSY**	-; -
MOTTO	-; mottos	**MOUTH**	-; mouths, mouthy
MOTTOES	-; -		
MOUCH	-; -	**MOUTHED**	-; -
MOUCHED	-; -	**MOUTHER**	-; mouthers
MOUCHES	-; -	**MOUTON**	-; moutons
MOUE	-; moues	**MOVABLE**	-; movables
MOUFLON	-; mouflons	**MOVABLY**	-; -
MOUILLE	-; -	**MOVANT**	-; movants
MOUJIK	-; moujiks	**MOVE**	-; moved, mover, moves
MOULAGE	-; moulages		
MOULD	-; moulds, mouldy	**MOVER**	-; movers
		MOVIE	-; movies
MOULDED	-; -	**MOVING**	-; -
MOULDER	smoulder; moulders	**MOVIOLA**	-; moviolas
		MOW	-; mown, mows
MOULIN	-; moulins		
MOULT	-; moults	**MOWED**	-; -
MOULTED	-; -	**MOWER**	-; mowers
MOULTER	-; moulters	**MOWING**	-; -
MOUND	-; mounds	**MOXA**	-; moxaz
MOUNDED	-; -	**MOXIE**	-; moxies
MOUNT	amount; mounts	**MOZETTA**	-; mozettas
		MOZETTE	-; -
MOUNTED	amounted; -	**MOZO**	-; mozos

MU	amu, emu; mud, mug, mum, mun, mus, mut	**MUDDING**	-; -
		MUDDLE	-; muddled, muddler, muddles
MUCH	-; mucho	**MUDDLER**	-; muddlers
MUCHES	-; -	**MUDDLY**	-; -
MUCHLY	-; -	**MUDDY**	-; -
MUCHO	-; -	**MUDFISH**	-; -
MUCID	-; -	**MUDFLAP**	-; mudflaps
MUCIN	-; mucins	**MUDFLAT**	-; mudflats
MUCK	amuck; mucks, mucky	**MUDFLOW**	-; mudflows
		MUDHEN	-; mudhens
MUCKED	-; -	**MUDHOLE**	-; mudholes
MUCKER	-; muckers	**MUDLARK**	-; mudlarks
MUCKIER	-; -	**MUDPACK**	-; mudpacks
MUCKILY	-; -	**MUDPIE**	-; mudpies
MUCKING	-; -	**MUDRA**	-; mudras
MUCKLE	-; muckles	**MUDROCK**	-; mudrocks
MUCKS	amucks; -	**MUDROOM**	-; mudrooms
MUCLUC	-; muclucs	**MUDSILL**	-; mudsills
MUCOID	-; mucoids	**MUEDDIN**	-; mueddins
MUCOR	-; mucors	**MUESLI**	-; mueslis
MUCOSA	-; mucosae, mucosal, mucosas	**MUEZZIN**	-; muezzins
		MUFF	-; muffs
		MUFFED	-; -
MUCOSE	-; -	**MUFFIN**	-; muffing, muffins
MUCOUS	-; -		
MUCRO	-; -	**MUFFLE**	-; muffled, muffler, muffles
MUCUS	-; -		
MUCUSES	-; -		
MUD	-; muds	**MUFFLER**	-; mufflers
MUDBUG	-; mudbugs	**MUFTI**	-; muftis
MUDCAP	-; mudcaps	**MUG**	smug; mugg, mugs
MUDCAT	-; mudcats		
MUDDED	-; -	**MUGFUL**	-; mugfuls
MUDDER	-; mudders	**MUGG**	-; muggs, muggy
MUDDIED	-; -		
MUDDIER	-; -	**MUGGAR**	-; muggars
MUDDIES	-; muddiest	**MUGGED**	-; -
MUDDILY	-; -	**MUGGEE**	-; muggees

MUGGER	smugger; muggers	**MULLION**	-; mullions
MUGGIER	-; -	**MULLITE**	-; mullites
MUGGILY	-; -	**MULLOCK**	-; mullocks, mullocky
MUGGING	-; -	**MULTURE**	-; multures
MUGGINS	-; -	**MUM**	-; mumm, mump, mums
MUGGUR	-; muggurs		
MUGHAL	-; mughals	**MUMBLE**	-; mumbled, mumbler, mumbles
MUGSHOT	-; mugshots		
MUGWORT	-; mugworts		
MUGWUMP	-; mugwumps	**MUMBLER**	-; mumblers
MUHLIES	-; -	**MUMBLY**	-; -
MUHLY	-; -	**MUMM**	-; mumms, mummy
MUJIK	-; mujiks		
MUKLUK	-; mukluks	**MUMMED**	-; -
MUKTUK	-; muktuks	**MUMMER**	-; mummers, mummery
MULATTO	-; mulattos		
MULCH	-; -	**MUMMIED**	-; -
MULCHED	-; -	**MUMMIES**	-; -
MULCHES	-; -	**MUMMIFY**	-; -
MULCT	-; mulcts	**MUMMING**	-; -
MULCTED	-; -	**MUMP**	-; mumps
MULE	-; muled, mules, muley	**MUMPED**	-; -
		MUMPER	-; mumpers
MULETA	-; muletas	**MUMPING**	-; -
MULEY	-; muleys	**MUMSY**	-; -
MULIE	-; mulies	**MUMU**	-; mumus
MULING	-; -	**MUN**	-; muni, muns
MULISH	-; -	**MUNCH**	-; -
MULL	-; mulla, mulls	**MUNCHED**	-; -
MULLA	-; mullah, mullas	**MUNCHER**	-; munchers
		MUNCHES	-; -
MULLAH	-; mullahs	**MUNCHIE**	-; munchies
MULLED	-; -	**MUNDANE**	-; -
MULLEIN	-; mulleins	**MUNG**	-; mungo, mungs
MULLEN	-; mullens		
MULLER	-; mullers	**MUNGO**	-; mungos
MULLET	-; mullets	**MUNI**	-; munis
MULLEY	-; mulleys	**MUNNION**	-; munnions
MULLING	-; -	**MUNSTER**	-; munsters

MUNTIN	-; munting, muntins	**MURTHER**	-; murthers
		MUS	amus, emus; muse, mush, musk, muss, must
MUNTING	-; muntings		
MUNTJAC	-; muntjacs		
MUNTJAK	-; muntjaks		
MUON	-; muons	**MUSCA**	-; muscae, muscat
MUONIC	-; -		
MURA	-; mural, muras	**MUSCAT**	-; muscats
MURAL	-; murals	**MUSCID**	-; muscids
MURDER	-; murders	**MUSCLE**	-; muscled, muscles
MURE	-; mured, mures, murex	**MUSCLY**	-; -
MUREIN	-; mureins	**MUSE**	amuse; mused, muser, muses
MUREX	-; -		
MUREXES	-; -	**MUSED**	amused; -
MURIATE	-; muriated, muriates	**MUSEFUL**	-; -
		MUSER	amuser; musers
MURICES	-; -		
MURID	-; murids	**MUSERS**	amusers; -
MURINE	-; murines	**MUSES**	amuses; -
MURING	-; -	**MUSETTE**	-; musettes
MURK	-; murks, murky	**MUSEUM**	-; museums
MURKER	-; -	**MUSH**	-; mushy
MURKEST	-; -	**MUSHED**	-; -
MURKIER	-; -	**MUSHER**	-; mushers
MURKILY	-; -	**MUSHES**	-; -
MURKLY	-; -	**MUSHIER**	-; -
MURMUR	-; murmurs	**MUSHILY**	-; -
MURPHY	-; -	**MUSHING**	-; -
MURR	-; murra, murre, murrs, murry	**MUSHRAT**	-; mushrats
		MUSIC	-; musics
		MUSICAL	-; musicale, musicals
MURRA	-; murras		
MURRAIN	-; murrains	**MUSICK**	-; musicks
MURRE	-; murres, murrey	**MUSING**	amusing; musings
MURREY	-; murreys	**MUSJID**	-; musjids
MURRHA	-; murrhas	**MUSK**	-; musks, musky
MURRIES	-; -	**MUSKEG**	-; muskegs
MURRINE	-; -	**MUSKET**	-; muskets

MUSKIE	-; muskier, muskies	**MUTE**	-; muted, muter, mutes
MUSKIES	-; muskiest	**MUTEDLY**	-; -
MUSKILY	-; -	**MUTELY**	-; -
MUSKIT	-; muskits	**MUTES**	-; mutest
MUSKOX	-; -	**MUTINE**	-; mutined, mutines
MUSKRAT	-; muskrats		
MUSLIN	-; muslins	**MUTING**	-; -
MUSO	-; musos	**MUTINY**	-; -
MUSPIKE	-; muspikes	**MUTISM**	-; mutisms
MUSS	-; mussy	**MUTON**	-; mutons
MUSSED	-; -	**MUTS**	smuts; -
MUSSEL	-; mussels	**MUTT**	-; mutts
MUSSES	-; -	**MUTTER**	-; mutters
MUSSIER	-; -	**MUTTON**	-; muttons, muttony
MUSSILY	-; -		
MUSSING	-; -	**MUTUAL**	-; -
MUST	-; musth, musts, musty	**MUTUEL**	-; mutuels
		MUTULAR	-; -
MUSTANG	-; mustangs	**MUTULE**	-; mutules
MUSTARD	-; mustards, mustardy	**MUUMUU**	-; muumuus
		MUX	-; -
MUSTED	-; -	**MUXED**	-; -
MUSTEE	-; mustees	**MUXES**	-; -
MUSTER	-; musters	**MUXING**	-; -
MUSTH	-; musths	**MUZAK**	-; muzaks
MUSTIER	-; -	**MUZHIK**	-; muzhiks
MUSTILY	-; -	**MUZJIK**	-; muzjiks
MUSTING	-; -	**MUZZIER**	-; -
MUT	smut; mute, muts, mutt	**MUZZILY**	-; -
		MUZZLE	-; muzzled, muzzler, muzzles
MUTABLE	-; -		
MUTABLY	-; -		
MUTAGEN	-; mutagens	**MUZZLER**	-; muzzlers
MUTANT	-; mutants	**MUZZY**	-; -
MUTASE	-; mutases	**MY**	-; myc
MUTATE	-; mutated, mutates	**MYALGIA**	-; myalgias
		MYALGIC	-; -
MUTCH	smutch; -	**MYASES**	-; -
MUTCHES	smutches;	**MYASIS**	-; -

MYC	-; mycs	**MYOPIC**	-; -
MYCELE	-; myceles	**MYOPIES**	-; -
MYCELIA	-; mycelial, mycelian	**MYOPY**	-; -
		MYOSES	-; -
MYCOSES	-; -	**MYOSIN**	-; myosins
MYCOSIS	-; -	**MYOSIS**	-; -
MYCOTIC	-; -	**MYOSOTE**	-; myosotes
MYELIN	-; myeline, myelins	**MYOTIC**	-; myotics
		MYOTOME	-; myotomes
MYELINE	-; myelines	**MYRIAD**	-; myriads
MYELOID	-; -	**MYRICA**	-; myricas
MYELOMA	-; myelomas	**MYRRH**	-; myrrhs
MYIASES	-; -	**MYRRHIC**	-; -
MYIASIS	-; -	**MYRTLE**	-; myrtles
MYNA	-; mynah, mynas	**MYSELF**	-; -
		MYSID	-; mysids
MYNAH	-; mynahs	**MYSOST**	-; mysosts
MYNHEER	-; mynheers	**MYSTERY**	-; -
MYOID	-; -	**MYSTIC**	-; mystics
MYOLOGY	-; -	**MYSTIFY**	-; -
MYOMA	-; myomas	**MYTH**	-; myths
MYOMATA	-; -	**MYTHIC**	-; -
MYOMERE	-; myomere	**MYTHOI**	-; -
MYOPE	-; myopes	**MYTHOS**	-; -
MYOPIA	-; myopias	**MYXOID**	-; -
		MYXOMA	-; myxomas

N

N	an, en, in, on, un; na, no, nu	**NABE**	-; nabes
		NABIS	-; -
NA	ana; nab, nae, nag, nah, nam, nap, nay	**NABOB**	-; nabobs
		NACELLE	-; nacelles
		NACHAS	-; -
NAAN	-; naans	**NACHES**	-; -
NAB	-; nabe, nabs	**NACHO**	-; nachos
NABBED	-; -	**NACRE**	-; nacred, nacres
NABBER	-; nabbers		
NABBING	-; -	**NADA**	-; nadas

NADIR	-; nadirs
NADIRAL	-; -
NAE	-; -
NAEVI	-; -
NAEVOID	-; -
NAEVUS	-; -
NAG	snag; nags
NAGANA	-; naganas
NAGGED	snagged; -
NAGGER	-; naggers
NAGGIER	-; -
NAGGING	snagging; -
NAGGY	-; -
NAGS	snags; -
NAGWARE	-; nagwares
NAH	-; -
NAIAD	-; naiads
NAIADES	-; -
NAIF	-; naifs
NAIL	snail; nails
NAILED	snailed; -
NAILER	-; nailers
NAILING	snailing; -
NAILS	snails; -
NAILSET	-; nailsets
NAIRA	-; nairas
NAIRU	-; nairus
NAIVE	-; naiver, naives
NAIVELY	-; -
NAIVES	-; naivest
NAIVETE	-; naivetes
NAIVETY	-; -
NAKED	snaked; -
NAKEDER	-; -
NAKEDLY	-; -
NAKFA	-; nakfas
NALED	-; naleds
NAM	-; name
NAMABLE	-; -
NAME	-; named, namer, names
NAMELY	-; -
NAMER	-; namers
NAMETAG	-; nametags
NAMING	-; -
NAN	-; nana, nans
NANA	¡nana; nanas
NANAS	¡nanas; -
NANCE	-; nances
NANCIES	-; -
NANCY	-; -
NANDIN	-; nandina, nandins
NANDINA	-; nandinas
NANISM	onanism; nanisms
NANISMS	onanisms; -
NANKEEN	-; nankeens
NANKIN	-; nankins
NANNIE	-; nannies
NANNY	-; -
NANO	-; nanos
NANOBOT	-; nanobots
NAOI	-; -
NAOS	-; -
NAP	knap, snap; napa, nape, naps
NAPA	-; napas
NAPALM	-; napalms
NAPE	-; napes
NAPERY	-; -
NAPHTHA	-; naphthas
NAPHTOL	-; naphtols
NAPKIN	-; napkins
NAPLESS	snapless; -
NAPPA	-; nappas
NAPPE	-; napped,

	napper, nappes		narrater, narrates
NAPPED	knapped, snapped; -	**NARROW** **NARTHEX**	-; narrows -; -
NAPPER	knapper, snapper; nappers	**NARWAL** **NARWHAL**	-; narwals -; narwhale, narwhals
NAPPERS	knappers, snappers; -	**NARY** **NASAL**	unary; - -; nasals
NAPPIE	-; nappies	**NASALLY**	-; -
NAPPIER	snappier; -	**NASCENT**	-; -
NAPPING	knapping, snapping; -	**NASIAL** **NASION**	-; - -; nasions
NAPPY	snappy; -	**NASTIC**	-; -
NAPS	knaps, snaps; -	**NASTIER**	-; -
NARC	-; narco, narcs	**NASTILY** **NASTY**	-; - -; -
NARCEIN	-; narceine, narceins	**NATAL** **NATANT**	-; - -; -
NARCISM	-; narcisms	**NATCH**	-; -
NARCIST	-; narcists	**NATES**	enates; -
NARCO	-; narcos	**NATION**	enation;
NARCOMA	-; narcomas		nations
NARCOS	-; narcose	**NATIONS**	enations; -
NARD	-; nards	**NATIVE**	-; natives
NARDINE	-; -	**NATRIUM**	-; natriums
NARDOO	-; nardoos	**NATRON**	-; natrons
NARES	snares; -	**NATTER**	-; natters
NARGILE	-; nargileh, nargiles	**NATTIER** **NATTILY**	gnattier; - -; -
NARIAL	-; -	**NATTY**	gnatty; -
NARIC	-; -	**NATURAL**	-; naturals
NARINE	-; -	**NATURE**	-; natured,
NARIS	-; -		natures
NARK	snark; narks, narky	**NAUGHT**	-; naughts, naughty
NARKED	-; -	**NAUSEA**	-; nauseas
NARKING	-; -	**NAUTCH**	-; -
NARKS	snarks; -	**NAUTILI**	-; -
NARRATE	-; narrated,	**NAV**	-; navs

NAVAID	-; navaids	**NEBBISH**	-; -
NAVAL	-; -	**NEBULA**	-; nebulae,
NAVALLY	-; -		nebular,
NAVAR	-; navars		nebulas
NAVARIN	-; navarins	**NEBULE**	-; -
NAVE	knave; navel,	**NEBULY**	-; -
	naves	**NECK**	sneck; necks
NAVEL	-; navels	**NECKED**	-; -
NAVES	knaves; -	**NECKER**	-; neckers
NAVETTE	-; navettes	**NECKING**	-; neckings
NAVIES	-; -	**NECKLET**	-; necklets
NAVVIES	-; -	**NECKS**	snecks; -
NAVVY	-; -	**NECKTIE**	-; neckties
NAVY	-; -	**NECROSE**	-; necrosed,
NAW	gnaw; -		necroses
NAWAB	-; nawabs	**NECTAR**	-; nectars,
NAY	-; nays		nectary
NAYSAY	-; naysays	**NEDDIES**	-; -
NAZI	-; nazis	**NEDDY**	-; -
NAZIFY	-; -	**NEE**	knee; need,
NE	-; nee		neem, neep
NEAP	sneap; neaps	**NEED**	kneed; needs,
NEAPS	sneaps; -		needy
NEAR	anear; nears	**NEEDED**	-; -
NEARBY	-; -	**NEEDER**	-; needers
NEARED	-; -	**NEEDFUL**	-; needfuls
NEARER	-; -	**NEEDIER**	-; -
NEAREST	-; -	**NEEDILY**	-; -
NEARING	-; -	**NEEDING**	-; -
NEARLY	-; -	**NEEDLE**	-; needled,
NEARS	anears; -		needler,
NEAT	-; neath, neats		needles
NEATEN	uneaten;	**NEEDLER**	-; needlers
	neatens	**NEEM**	-; neems
NEATER	-; -	**NEEP**	-; neeps
NEATEST	-; -	**NEG**	-; negs
NEATH	-; -	**NEGATE**	-; negated,
NEATLY	-; -		negater,
NEATNIK	-; neatniks		negates
NEB	-; nebs	**NEGATER**	-; negaters

NEGATON	-; negatons	**NERD**	-; nerds, nerdy
NEGATOR	-; negators	**NERDISH**	-; -
NEGLECT	-; neglects	**NEREID**	-; nereids
NEGLIGE	-; negligee, negliges	**NEREIS**	-; -
		NERITIC	-; -
NEGROID	-; negroids	**NEROL**	-; neroli, nerols
NEGRONI	-; negronis	**NEROLI**	-; nerolis
NEGUS	-; -	**NERTS**	inerts; -
NEGUSES	-; -	**NERTZ**	-; -
NEIF	-; neifs	**NERVATE**	enervate; -
NEIGH	-; neighs	**NERVE**	-; nerved, nerves
NEIGHED	-; -		
NEIST	-; -	**NERVIER**	-; -
NEITHER	-; -	**NERVILY**	-; -
NEKTON	-; nektons	**NERVINE**	-; nervines
NELLIE	-; nellies	**NERVING**	-; nervings
NELLY	-; -	**NERVOUS**	-; -
NELSON	-; nelsons	**NERVULE**	-; nervules
NELUMBO	-; nelumbos	**NERVURE**	-; nervures
NEMA	enema; nemas	**NERVY**	-; -
NEMAS	enemas; -	**NESS**	-; -
NEMATIC	-; -	**NESSES**	-; -
NEMESES	-; -	**NEST**	-; nests
NEMESIA	-; nemesias	**NESTED**	-; -
NEMESIS	-; -	**NESTER**	-; nesters
NENE	-; -	**NESTING**	-; -
NEOCON	-; neocons	**NESTLE**	-; nestled, nestler, nestles
NEOLITH	-; neoliths		
NEOLOGY	-; -	**NESTLER**	-; nestlers
NEOMYCIN	-; -	**NESTOR**	-; nestors
NEON	-; neons	**NET**	-; nets, nett
NEONATE	-; neonates	**NETBALL**	-; netballs
NEONED	-; -	**NETBOOK**	-; netbooks
NEOTENY	-; -	**NETFUL**	-; netfuls
NEOTYPE	-; neotypes	**NETHER**	-; -
NEPETA	-; nepetas	**NETIZEN**	-; netizens
NEPHEW	-; nephews	**NETLESS**	-; -
NEPHRIC	-; -	**NETLIKE**	-; -
NEPHRON	-; nephrons	**NETOP**	-; netops
NEPOTIC	-; -	**NETSUKE**	-; netsukes

NETSURF	- netsurfs	**NEWEST**	-; -
NETT	-; netts, netty	**NEWIE**	-; newies
NETTED	-; -	**NEWISH**	-; -
NETTER	-; netters	**NEWLY**	-; -
NETTIER	-; -	**NEWMOWN**	-; -
NETTING	-; nettings	**NEWNESS**	-; -
NETTLE	-; nettled,	**NEWS**	-; newsy
	nettler, nettles	**NEWSBOY**	-; newsboys
NETTLER	-; nettlers	**NEWSIE**	-; newsier,
NETTLY	-; -		newsies
NETWORK	-; networks	**NEWSIER**	-; -
NEUK	-; neuks	**NEWSIES**	-; newsiest
NEUM	-; neume,	**NEWSMAN**	-; -
	neums	**NEWSMEN**	-; -
NEUME	-; neumes	**NEWT**	-; newts
NEUMIC	-; -	**NEWTON**	-; newtons
NEURAL	-; -	**NEXT**	-; -
NEURINE	-; neurines	**NEXUS**	-; -
NEUROID	-; -	**NEXUSES**	-; -
NEUROMA	-; neuromas	**NGWEE**	-; -
NEURON	-; neurone,	**NIACIN**	-; niacins
	neurons	**NIB**	snib; nibs
NEURONE	-; neurones	**NIBBED**	snibbed; -
NEURULA	-; neurulae,	**NIBBING**	snibbing; -
	neurulas	**NIBBLE**	-; nibbled,
NEUSTON	-; neustons		nibbler,
NEUTER	-; neuters		nibbles,
NEUTRAL	-; neutrals		nibblet
NEUTRON	-; neutrons	**NIBBLER**	-; nibblers
NEVE	-; never, neves	**NIBLET**	-; niblets
NEVI	-; -	**NIBLICK**	-; niblicks
NEVOID	-; -	**NIBLIKE**	-; -
NEVUS	-; -	**NIBS**	snibs; -
NEW	anew, knew;	**NICAD**	-; nicads
	news, newt	**NICE**	-; nicer
NEWB	-; newbs	**NECELY**	-; -
NEWBIE	-; newbies	**NICEST**	-; -
NEWBORN	-; newborns	**NICETY**	-; -
NEWEL	-; newels	**NICHE**	-; niched,
NEWER	-; -		niches

NICHING	-; -	**NIGGLE**	sniggle;
NICK	snick; nicks		niggled,
NICKED	snicked; -		niggler,
NICKEL	-; nickels		niggles
NICKER	snicker; nickers	**NIGGLED**	sniggled; -
NICKERS	knickers,	**NIGGLER**	sniggler;
	snickers; -		nigglers
NICKING	snicking; -	**NIGGLES**	sniggles; -
NICKLE	-; nickles	**NIGGLY**	-; -
NICKS	snicks; -	**NIGH**	-; nighs, night
NICOISE	-; -	**NIGHED**	-; -
NICOL	-; nicols	**NIGHER**	-; -
NICOTIN	-; nicotine,	**NIGHEST**	-; -
	nicotins	**NIGHING**	-; -
NICTATE	-; nictated,	**NIGHT**	knight; nights,
	nictates		nighty
NIDAL	-; -	**NIGHTIE**	-; nighties
NIDATE	-; nidates	**NIGHTLY**	knightly; -
NIDE	snide; nided,	**NIGHTS**	knights; -
	nides	**NIGRIFY**	-; -
NIDGET	-; nidgets	**NIHIL**	-; nihils
NIDI	-; -	**NIKAH**	-; nikahs
NIDIFY	-; -	**NIL**	anil; nill, nils
NIDING	-; -	**NILGAI**	-; nilgais
NIDUS	-; -	**NILGAU**	-; nilgaus
NIDUSES	-; -	**NILGHAI**	-; nilghais
NIECE	-; nieces	**NILGHAU**	-; nilghaus
NIELLI	-; -	**NILL**	-; nills
NIELLO	-; niellos	**NILLED**	-; -
NIEVE	-; nieves	**NILLING**	-; -
NIFF	sniff; niffs, niffy	**NILS**	anils; -
NIFFER	sniffer; niffers	**NIM**	-; nims
NIFFERS	sniffers; -	**NIMBI**	-; -
NIFFTY	-; -	**NIMBLE**	-; nimbler
NIFTIER	-; -	**NIMBLY**	-; -
NIFTIES	-; niftiest	**NIMBUS**	-; -
NIFTILY	-; -	**NIMIETY**	-; -
NIFTY	-; -	**NIMIOUS**	-; -
NIGELLA	-; nigellas	**NIMMED**	-; -
NIGGARD	-; niggards	**NIMMING**	-; -

NIMROD	-; nimrods
NINE	-; nines
NINEPIN	-; ninepins
NINETY	-; -
NINJA	-; ninjas
NINNIES	-; -
NINNY	-; -
NINON	-; ninons
NINTH	-; ninths
NINTHLY	-; -
NIOBATE	-; niobates
NIOBIC	-; -
NIOBOUS	-; -
NIOBIUM	-; niobiums
NIP	snip; nipa, nips
NIPA	-; nipas
NIPPED	snipped; -
NIPPER	snipper; nippers
NIPPERS	snippers; -
NIPPIER	snippier; -
NIPPILY	-; -
NIPPING	snipping; -
NIPPLE	-; nipples
NIPPY	snippy; -
NIPS	snips; -
NIQAAB	-; niqaabs
NIQAB	-; niqabs
NIRVANA	-; nirvanas
NISEI	-; niseis
NISI	-; -
NISUS	-; -
NIT	knit, snit, unit; nite, nits
NITCHIE	-; nitchies
NITE	-; niter, nites
NITER	uniter; niters, nitery
NITERS	uniters; -
NITERY	-; -
NITID	-; -
NITINOL	-; nitinols
NITON	-; nitons
NITPICK	-; nitpicks
NITRATE	-; nitrated, nitrates
NITRE	-; nitres
NITRIC	-; -
NITRID	-; nitride, nitrids
NITRIFY	-; -
NITRIL	-; nitrile, nitrils
NITRILE	-; nitriles
NITRITE	-; nitrites
NITRO	-; nitros
NITROSO	-; -
NITROUS	-; -
NITS	knits, snits, units; -
NITTIER	-; -
NITTY	-; -
NITWIT	-; nitwits
NIVAL	-; -
NIVEOUS	-; -
NIX	-; nixe, nixy
NIXE	-; nixed, nixes
NIXED	-; -
NIXES	-; -
NIXIE	-; nixies
NIXING	-; -
NIZAM	-; nizams
NO	-; nob, nod, nog, noh, nom, noo, nor, nos, not, now
NOB	knob, snob; nobs
NOBBIER	snobbier; -
NOBBILY	snobbily; -

NOBBLE	-; nobbled, nobbler, nobbles	**NODOSE**	-; -
		NODOUS	-; -
		NODULAR	-; -
NOBBLER	-; nobblers	**NODULE**	-; nodules
NOBBY	knobby, snobby; -	**NODUS**	-; -
		NOEL	-; noels
NOBLE	-; nobler, nobles	**NOES**	-; -
		NOESIS	-; -
NOBLES	-; noblest	**NOETIC**	-; -
NOBLY	-; -	**NOG**	snog; nogg, nogs
NOBODY	-; -		
NOBS	knobs, snobs; -	**NOGG**	-; noggs
NOBUCK	-; nobucks	**NOGGED**	-; -
NOCEBO	-; nocebos	**NOGGIN**	-; nogging, noggins
NOCENT	-; -		
NOCK	knock; nocks	**NOGGING**	-; noggings
NOCKED	knocked; -	**NOH**	-; -
NOCKING	knocking; -	**NOHOW**	-; -
NOCKS	knocks; -	**NOIL**	-; noils, noily
NOCTUID	-; noctuids	**NOIR**	-; noirs
NOCTULE	-; noctules	**NOISE**	-; noised, noises
NOCTURN	-; nocturne, nocturns		
		NOISIER	-; -
NOCUOUS	-; -	**NOISILY**	-; -
NOD	anode; node, nodi, nods	**NOISING**	-; -
		NOISOME	-; -
NODAL	anodal; -	**NOISY**	-; -
NODALLY	anodally; -	**NOLO**	-; nolos
NODDED	-; -	**NOM**	-; noma, nome, noms
NODDER	-; nodders		
NODDIES	-; -	**NOMA**	-; nomad, nomas
NODDING	-; -		
NODDLE	-; noddled, noddles	**NOMAD**	-; nomads
		NOMADIC	-; -
NODDY	-; -	**NOMARCH**	-; nomarchs, nomarchy
NODE	anode; nodel, nodes		
		NOMBLES	-; -
NODES	anodes; -	**NOMBRIL**	-; nombrils
NODI	-; -	**NOME**	gnome; nomen, nomes
NODICAL	-; -		

NOMES	gnomes; -	**NONIRON**	-; -
NOMINA	-; nominal	**NONJURY**	-; -
NOMINAL	-; nominals	**NONKIN**	-; nonkins
NOMINEE	-; nominees	**NONLIFE**	-; -
NOMISM	-; nomisms	**NONMAN**	-; -
NOMOI	-; -	**NONMEAT**	-; -
NOMOS	-; -	**NONMEN**	-; -
NONA	-; nonas	**NONNEWS**	-; -
NONACID	-; nonacids	**NONOILY**	-; -
NONAGE	-; nonages	**NONPAID**	-; -
NONAGON	-; nonagons	**NONPAR**	-; -
NONANE	-; nonanes	**NONPAST**	-; nonpasts
NONART	-; nonarts	**NONPEAK**	-; -
NONARY	-; -	**NONPLAY**	-; nonplays
NONBANK	-; -	**NONPLUS**	-; -
NONBODY	-; -	**NONPOOR**	-; -
NONBOOK	-; nonbooks	**NONPROS**	-; -
NONCASH	-; -	**NONSELF**	-; -
NONCE	-; nonces	**NONSKED**	-; nonskeds
NONCOLA	-; noncolas	**NONSKID**	-; -
NONCOM	-; noncoms	**NONSLIP**	-; -
NONCORE	-; -	**NONSTOP**	-; -
NONDRIP	-; -	**NONSUCH**	-; -
NONDRUG	-; -	**NONSUIT**	-; nonsuits
NONE	-; nones, nonet	**NONTAX**	-; -
NONEGO	-; nonegos	**NONUPLE**	-; nonuples
NONESUCH	-; -	**NONUSE**	-; nonuser,
NONET	-; nonets		nonuses
NONFACT	-; nonfacts	**NONUSER**	-; nonusers
NONFAN	-; nonfans	**NONWAR**	-; nonwars
NONFARM	-; -	**NONWOOL**	-; -
NONFAT	-; -	**NONWORD**	-; nonwords
NONFOOD	-; -	**NONWORK**	-; -
NONFUEL	-; -	**NONYL**	-; nonyls
NONGAME	-; -	**NONZERO**	-; -
NONGAY	-; nongays	**NOO**	-; nook, noon
NONHEME	-; -	**NOODGE**	-; noodged,
NONHERO	-; -		noodges
NONHOME	-; -	**NOODLE**	-; noodled,
NONI	-; nonis		noodles

NOOGIE	-; noogies	**NOSIEST**	-; -
NOOK	snook; nooks,	**NOSILY**	-; -
	nooky	**NOSING**	-; -
NOOKIES	-; -	**NOSTOC**	-; nostocs
NOOKS	snooks; -	**NOSTRIL**	-; nostrils
NOON	-; noons	**NOSTRUM**	-; nostrum
NOONDAY	-; noondays	**NOT**	knot, snot;
NOONING	-; noonings		nota, note
NOOSE	-; noosed,	**NOTA**	-; notal
	nooser, nooses	**NOTABLE**	-; notables
NOOSER	-; noosers	**NOTABLY**	-; -
NOPAL	-; nopals	**NOTAL**	-; -
NOPE	-; -	**NOTARY**	-; -
NOR	-; nori, norm	**NOTATE**	-; notated,
NORDIC	-; -		notates
NORENA	-; norenas	**NOTCH**	-; -
NORI	-; noria, noris	**NOTCHED**	-; -
NORIA	-; norias	**NOTCHER**	-; notchers
NORITE	-; norites	**NOTCHES**	-; -
NORITIC	-; -	**NOTE**	-; noted, noter,
NORLAND	-; norlands		notes
NORM	enorm; norms	**NOTEDLY**	-; -
NORMAL	-; normals	**NOTELET**	-; notelets
NORMED	-; -	**NOTEPAD**	-; notepads
NORTH	-; norths	**NOTER**	-; noters
NORTHER	-; northern,	**NOTHER**	-; -
	northers	**NOTHING**	-; nothings
NOS	-; nose, nosy	**NOTICE**	-; noticed,
NOSE	-; nosed,		notices
	noses, nosey	**NOTIFY**	-; -
NOSEBAG	-; nosebags	**NOTING**	-; -
NOSEGAY	-; nosegays	**NOTION**	-; notions
NOSES	gnoses; -	**NOTUM**	-; -
NOSEY	-; -	**NOUGAT**	-; nougats
NOSH	-; -	**NOUGHT**	-; noughts
NOSHED	-; -	**NOUN**	-; nouns
NOSHER	-; noshers	**NOUNAL**	-; -
NOSHES	-; -	**NOURISH**	-; -
NOSHING	-; -	**NOUS**	-; -
NOSIER	-; -	**NOUSES**	-; -

NOVA	-; novae, novas	**NUCLEAL**	-; -
NOVEL	-; novels	**NUCLEAR**	-; -
NOVELLA	-; novellas	**NUCLEI**	-; nuclein
NOVELLE	-; -	**NUCLEIN**	-; nucleins
NOVELLY	-; -	**NUCLEON**	-; nucleons
NOVELTY	-; -	**NUCLEUS**	-; -
NOVENA	-; novenae, novenas	**NUCLIDE**	-; nuclides
		NUDE	-; nuder, nudes
NOVICE	-; novices	**NUDELY**	-; -
NOW	enow, know, snow; nows, nowt	**NUDES**	-; nudest
		NUDGE	-; nudged, nudger, nudges
NOWAY	-; noways		
NOWHERE	-; nowheres	**NUDGER**	-; nudgers
NOWISE	-; -	**NUDIE**	-; nudies
NOWNESS	-; -	**NUDISM**	-; nudisms
NOWS	enows, knows, snows; -	**NUDIST**	-; nudists
		NUDITY	-; -
NOWT	-; nowts	**NUDNICK**	-; nudnicks
NOXIOUS	-; -	**NUDNIK**	-; nudniks
NOYADE	-; noyades	**NUDZH**	-; -
NOYAU	-; noyaux	**NUDZHED**	-; -
NOZZLE	-; nozzles	**NUDZHES**	-; -
NTH	-; -	**NUFF**	-; snuff, nuffs
NU	gnu; nub, nun, nus, nut	**NUG**	-; nugs
		NUGGET	-; nuggets, nuggety
NUANCE	-; nuanced, nuances		
		NUKE	-; nuked, nukes
NUB	snub; nubs	**NUKING**	-; -
NUBBIER	snubbier; -	**NULL**	-; nulls
NUBBIN	-; nubbins	**NULLAH**	-; nullahs
NUBBLE	-; nubbles	**NULLED**	-; -
NUBBLY	-; -	**NULLIFY**	-; -
NUBBY	snubby; -	**NULLING**	-; -
NUBIA	-; nubias	**NULLITY**	-; -
NUBILE	-; -	**NUMB**	-; numbs
NUBS	snubs; -	**NUMBAT**	-; numbats
NUCHA	-; nuchae, nuchal	**NUMBED**	-; -
		NUMBER	-; numbers
NUCHAL	-; nuchals	**NUMBEST**	-; -

NUMBING	-; -	**NUTATE**	-; nutated, nutates
NUMBLES	-; -		
NUMBLY	-; -	**NUTBAR**	-; nutbars
NUMDAH	-; numdahs	**NUTCASE**	-; nutcases
NUMEN	-; -	**NUTGALL**	-; nutgalls
NUMERAL	-; numerals	**NUTJOB**	-; nutjobs
NUMERIC	-; numerics	**NUTLET**	-; nutlets
NUMINA	-; -	**NUTLIKE**	-; -
NUMMARY	-; -	**NUTMEAT**	-; nutmeats
NUMMY	-; -	**NUTMEG**	-; nutmegs
NUMNAH	-; numnahs	**NUTPICK**	-; nutpicks
NUN	-; nuns	**NUTRIA**	-; nutrias
NUNATAK	-; nunataks	**NUTS**	-; nutsy
NUNCIO	-; nuncios	**NUTSIER**	-; -
NUNCLE	-; nuncles	**NUTTED**	-; -
NUNLIKE	-; -	**NUTTER**	-; nutters
NUNNERY	-; -	**NUTTIER**	-; -
NUNNISH	-; -	**NUTTILY**	-; -
NUPTIAL	-; nuptials	**NUTTING**	-; -
NURD	-; nurds	**NUTTY**	-; -
NURL	knurl; nurls	**NUTWOOD**	-; nutwoods
NURLED	knurled; -	**NUZZLE**	-; nuzzled, nuzzler, nuzzles
NURLING	knurling; -		
NURLS	knurls; -		
NURSE	-; nursed, nurser, nurses	**NUZZLER**	-; nuzzlers
		NYAH	-; -
		NYALA	-; nyalas
NURSER	-; nursers, nursery	**NYLGHAI**	-; nylghais
		NYLGHAU	-; nylghaus
NURSING	-; nursings	**NYLON**	-; nylons
NURTURE	-; nurtured, nurturer, nurtures	**NYMPH**	-; nympha, nympho, nymphs
NUS	anus, gnus, onus; -	**NYMPHA**	-; nymphae, nymphal
NUT	-; nuts	**NYMPHET**	-; nymphets
NUTANT	-; -	**NYMPHO**	-; nymphos

O

O	bo, do, go, ho, jo, lo, no, so, to, wo, yo; od, of, oh, om, on, op, or, os, ow, ox, oy	**OAST**	boast, coast, roast, toast; oasts
OAF	loaf; oafs	**OASTS**	boasts, coasts, roasts, toasts; -
OAFISH	-; -	**OAT**	boat, coat, doat, goat,
OAFS	loafs		moat; oath,
OAK	soak; oaks, oaky		oats
		OATCAKE	-; oatcakes
OAKED	-; soaked	**OATEN**	-; -
OAKEN	-; -	**OATER**	boater, coater;
OAKIER	-; -		oaters
OAKIEST	-; -	**OATERS**	boaters, coaters; -
OAKLIKE	-; -	**OATH**	loath; oaths
OAKMOSS	-; -	**OATLIKE**	-; -
OAKS	soaks; -	**OATMEAL**	-; oatmeals
OAKUM	-; oakums	**OATS**	boats, coats, doats, goats,
OAKY	-; -		moats; -
OAR	boar, hoar, roar, soar; oars	**OATY**	-; -
		OAVES	loaves, soaves; -
OARED	roared, soared; -	**OBA**	soba-; obas
OARFISH	-; -	**OBAS**	sobas; -
OARING	roaring, soaring; -	**OBCONIC**	-; -
		OBE	lobe, robe; obes, obey
OARLESS	-; -		
OARLIKE	-; -	**OBEAH**	-; obeahs
OARLOCK	-; oarlocks	**OBELI**	-; obelia
OARS	boars, hoars, roars, soars; -	**OBELIA**	lobelia; obelias
OARSMAN	-; -	**OBELIAS**	lobelias; -
OARSMEN	-; -	**OBELISE**	-; obelised, obelises
OASES	-; -		
OASIS	-; -	**OBELISK**	-; obelisks

OBELISM	-; obelisms	**OBOLE**	-; oboles
OBELIZE	-; obelized, obelizes	**OBOLUS**	-; -
		OBOVATE	-; -
OBELUS	-; -	**OBOVOID**	-; -
OBENTO	-; obentos	**OBSCENE**	-; obscener
OBES	lobes, robes; obese	**OBSCURE**	-; obscured, obscurer, obscures
OBESELY	-; -		
OBESITY	-; -	**OBSEQUY**	-; -
OBEY	-; obeys	**OBSERVE**	-; observed, observer, observes
OBEYED	-; -		
OBEYER	-; obeyers		
OBEYING	-; -	**OBSESS**	-; -
OBI	-; obia, obis, obit	**OBTAIN**	-; obtains
		OBTECT	-; -
OBIA	cobia; obias	**OBTEST**	-; obtests
OBIAS	cobias; -	**OBTRUDE**	-; obtruded, obtruder, obtrudes
OBIISM	-; obiisms		
OBIT	-; obits		
OBJECT	-; objects	**OBTUND**	-; obtunds
OBJET	-; objets	**OBTUSE**	-; obtuser
OBLAST	-; oblasti, oblasts	**OBVERSE**	-; obverses
		OBVERT	-; obverts
OBLATE	-; oblates	**OBVIATE**	-; obviated, obviates
OBLIGE	-; obliged, obligee, obliger, obliges		
		OBVIOUS	-; -
		OCA	coca, loca; ocas
OBLIGEE	-; obligees	**OCARINA**	-; ocarinas
OBLIGER	-; obligers	**OCAS**	cocas; -
OBLIGOR	-; obligors	**OCCIPUT**	-; occiputs
OBLIQUE	-; obliqued, obliques	**OCCLUDE**	-; occluded, occludes
OBLONG	-; oblongs	**OCCULT**	-; occults
OBLOQUY	-; -	**OCCUPY**	-; -
OBOE	-; oboes	**OCCUR**	-; occurs
OBOES	goboes; -	**OCEAN**	-; oceans
OBOIST	-; oboists	**OCEANIC**	-; -
OBOL	-; obole, oboli, obols	**OCELLAR**	-; -
		OCELLI	-; -

OCELLUS -; -
OCELOID -; -
OCELOT -; ocelots
OCH -; oche
OCHE -; ocher, oches
OCHER -; ochers, ochery
OCHERED -; -
OCHONE -; -
OCHRE -; ochrea, ochred, ochres
OCHREA -; ochreae, ochreas
OCHRING -; -
OCHROID -; -
OCHROUS -; -
OCHRY -; -
OCICAT -; ocicats
OCKER cocker, docker, hocker, locker, mocker, rocker; ockers
OCKERS cockers, dockers, hockers, lockers, mockers, rockers; -
OCREA -; ocreae
OCREATE -; -
OCTAD -; octads
OCTADIC -; -
OCTAGON -; octagons
OCTAL -; -
OCTAN -; octane, octans, octant
OCTANE -; octanes
OCTANOL -; octanols
OCTANT -; octants

OCTAVAL -; -
OCTAVE -; octaves
OCTAVO -; octavos
OCTET -; octets
OCTETTE -; octettes
OCTOPI -; -
OCTOPOD -; octopods
OCTOPUS -; -
OCTROI -; octrois
OCTUPLE -; octupled, octuples, octuplet, octuplex
OCTUPLY -; -
OCTYL -; octyls
OCULAR jocular, locular; oculars
OCULIST -; oculists
OCULUS -; -
OD bod, cod, god, hod, mod, nod, pod, rod, sod, tod, yod; odd, ode, ods
ODA coda, soda; odah, odas
ODAH -; odahs
ODALISK -; odalisks
ODAS codas, sodas; -
ODD -; odds
ODDBALL -; oddballs
ODDER codder, dodder, fodder, nodder; -
ODDEST -; -
ODDISH -; -

ODDITY	-; -		roe, woe;
ODDLY	-; -		oes
ODDMENT	-; oddments	**OEDEMA**	-; oedemas
ODDNESS	-; -	**OEDIPAL**	-; -
ODE	bode, code,	**OENOMEL**	-; oenomels
	lode, mode,	**OERSTED**	-; oersteds
	node, rode;	**OESTRIN**	-; oestrins
	odea, odes	**OESTRUM**	-; oestrums
ODEON	-; odeons	**OESTRUS**	-; -
ODES	bodes, codes,	**OEUVRE**	-; oeuvres
	lodes, modes,	**OF**	-; off, oft
	nodes; -	**OFAY**	-; ofays
ODEUM	-; odeums	**OFF**	boff, coff, doff,
ODIC	iodic, sodic; -		toff; offs
ODIOUS	-; -	**OFFAL**	-; offals
ODIST	-; odists	**OFFBEAT**	-; offbeats
ODIUM	podium,	**OFFCAST**	-; offcasts
	sodium;	**OFFCUT**	-; offcuts
	odiums	**OFFED**	doffed; -
ODIUMS	podiums,	**OFFENCE**	-; offences
	sodiums; -	**OFFEND**	-; offends
ODONATE	-; odonates	**OFFENSE**	-; offenses
ODOR	-; odors	**OFFER**	coffer, doffer,
ODORANT	-; odorants		goffer; offers
ODORED	-; -	**OFFERED**	coffered,
ODORFUL	-; -		goffered; -
ODORIZE	-; odorized,	**OFFEREE**	-; offerees
	odorizes	**OFFERER**	-; offerers
ODOROUS	-; -	**OFFEROR**	-; offerors
ODOUR	-; odours	**OFFERS**	coffers,
ODS	bods, cods,		doffers,
	gods, hods,		goffers; -
	mods, nods,	**OFFHAND**	-; -
	pods, rods,	**OFFICE**	-; officer,
	sods, tods,		offices
	yods; -	**OFFICER**	-; officers
ODYL	-; odyle, odyls	**OFFING**	coffing,
ODYLE	-; odyles		doffing; offings
ODYSSEY	-; odysseys	**OFFISH**	-; -
OE	foe, hoe, joe,	**OFFKEY**	-; -

OFFLINE	-; offlines	**OHING**	-; -
OFFLOAD	-; offloads	**OHM**	-; ohms
OFFPRINT	-; offprints	**OHMAGE**	-; ohmages
OFFRAMP	-; offramps	**OHMIC**	-; -
OFFS	boffs, coffs,	**OHO**	coho; -
	doffs, toffs; -	**OHS**	nohs; -
OFFSET	-; offsets	**OI**	moi, poi; oik,
OFFSIDE	-; offsides		oil
OFT	coft, loft, soft,	**OIDIA**	-; -
	toft; -	**OIDIUM**	-; -
OFTEN	soften; -	**OIK**	-; oiks
OFTENER	-; -	**OIL**	boil, coil, foil,
OFTER	softer; -		moil, noil, roil,
OFTEST	softest; -		soil, toil; oils,
OFTS	lofts, softs,		oily
	tofts; -	**OILBIRD**	-; oilbirds
OGAM	-; ogams	**OILCAMP**	-; oilcamps
OGDOAD	-; ogdoads	**OILCAN**	-; oilcans
OGEE	-; ogees	**OILCUP**	-; oilcups
OGEES	yogees; -	**OILED**	boiled, coiled,
OGHAM	-; oghams		doiled, foiled,
OGHAMIC	-; -		moiled, roiled,
OGIVAL	-; -		soiled, toiled; -
OGIVE	-; ogives	**OILER**	boiler, coiler,
OGLE	bogle; ogled,		moiler, toiler;
	ogler, ogles		oilers
OGLER	-; oglers	**OILERS**	boilers, coilers,
OGLES	bogles; -		moilers,
OGLING	-; -		toilers; -
OGRE	-; ogres	**OILHOLE**	-; oilholes
OGREISH	-; -	**OILIER**	roilier; -
OGREISM	-; ogreisms	**OILIEST**	-; -
OGRESS	-; -	**OILILY**	-; -
OGRISH	-; -	**OILING**	boiling,
OGRISM	-; ogrisms		coiling, foiling,
OH	foh, noh, ooh,		moiling,
	poh; ohm,		roiling, soiling,
	oho, ohs		toiling; -
OHED	-; -	**OILMAN**	-; -
OHIA	-; ohias	**OILMEN**	-; -

OILS	boils, coils, foils, moils, noils, roils, soils, toils; -	**OLDER**	bolder, colder, folder, golder, holder, molder, polder, solder; -
OILSEED	-; oilseeds		
OILSKIN	-; oilskins		
OILWAY	-; oilways	**OLDEST**	boldest, coldest, goldest; -
OILY	doily, noily, roily; -		
OINK	-; oinks	**OLDIE**	-; oldies
OINKED	-; -	**OLDISH**	coldish; -
OINKING	-; -	**OLDNESS**	-; -
OINOMEL	-; oinomels	**OLDS**	colds, folds, golds, holds, molds, wolds; -
OK	wok		
OKA	-; okas, okay		
OKAPI	-; okapis	**OLDSTER**	-; oldsters
OKAY	tokay; okays	**OLDWIFE**	-; -
OKAYED	-; -	**OLDY**	moldy; -
OKAYING	-; -	**OLE**	bole, cole, dole, hole, jole, mole, pole, role, sole, tole, vole; olea, oleo, oles
OKAYS	tokays; -		
OKE	coke, hoke, joke, moke, poke, soke, toke, woke, yoke; okeh, okes		
OKEH	-; okehs	**OLEATE**	-; oleates
OKES	cokes, hokes, jokes, mokes, pokes, sokes, tokes, yokes; -	**OLEFIN**	-; olefine, olefins
		OLEFINE	-; olefines
		OLEIC	-; -
OKRA	-; okras	**OLEIN**	-; oleine, oleins
OLD	bold, cold, fold, gold, hold, mold, sold, told, wold; olds, oldy	**OLEINE**	-; oleines
		OLEO	-; oleos
		OLES	boles, coles, doles, holes, joles, moles, poles, roles, soles, toles, voles; -
OLDEN	golden, holden; -		

OLESTRA	-; olestras	**OMENED**	-; -
OLEUM	-; oleums	**OMENING**	-; -
OLICOOK	-; olicooks	**OMENS**	homens; -
OLINGO	-; olingos	**OMENTA**	-; omental
OLIO	folio, polio; olios	**OMENTUM**	-; omentums
OLIOS	folios, polios; -	**OMER**	comer, homer, vomer; omers
OLIVARY	-; -	**OMERS**	comers, homers,
OLIVE	-; olives		vomers; -
OLIVINE	-; olivines		
OLLA	holla; ollas	**OMERTA**	-; omertas
OLLAS	hollas; -	**OMICRON**	-; omicrons
OLLIE	-; ollied, ollies	**OMIKRON**	-; omikrons
OLOGIES	-; -	**OMINOUS**	-; -
OLOGIST	-; ologists	**OMIT**	vomit; omits
OLOGY	-; -	**OMITS**	vomits; -
OM	dom, mom, nom, pom, rom, tom, yom; oms	**OMITTED**	vomitted; -
		OMITTER	-; omitters
		OMNIBUS	-; -
		OMNIFIC	-; -
OMA	coma, homa, soma; omas	**OMPHALI**	-; -
		OMS	doms, moms, noms, poms, roms, toms; -
OMASA	-; -		
OMASUM	-; -		
OMBER	bomber, comber, somber; ombers	**ON**	con, don, eon, fon, hon, ion, mon, son, ton, von, won, yon; one, ons
OMBERS	bombers, combers; -	**ONAGER**	-; onagers
OMBRE	hombre, sombre; ombres	**ONANISM**	-; onanisms
		ONANIST	-; onanists
		ONBOARD	-; -
OMBRES	hombres; -	**ONCE**	nonce, ponce; onces, oncet
OMEGA	-; omegas		
OMELET	-; omelets	**ONCES**	nonces, ponces; -
OMEN	homen, nomen, women; omens	**ONCET**	-; -
		ONE	bone, cone, done, gone,

	hone, lone,
	none, pone,
	sone, tone,
	zone; ones
ONEFOLD	-; -
ONEIRIC	-; -
ONENESS	-; -
ONEROUS	-; -
ONERY	-; -
ONES	bones, cones,
	hones, jones,
	nones, pones,
	sones, tones,
	zones; -
ONESELF	-; -
ONETIME	-; -
ONGOING	-; -
ONION	gonion,
	ronion; onions
ONIONS	ronions; -
ONIUM	conium,
	gonium,
	ionium; -
ONLIEST	-; -
ONLINE	-; -
ONLOAD	-; onloads
ONLY	sonly; -
ONO	mono; onos
ONOS	monos; -
ONRUSH	-; -
ONS	cons, dons,
	eons, fons,
	hons, ions,
	mons, pons,
	sons, tons,
	wons; -
ONSET	-; onsets
ONSHORE	-; -
ONSIDE	-; -
ONSTAGE	-; -

ONTIC	-; -
ONTO	conto; -
ONUS	bonus, conus,
	tonus; -
ONUSES	bonuses,
	nonuses,
	tonuses; -
ONWARD	-; onwards
ONYX	-; -
ONYXES	-; -
OOCYST	-; oocysts
OOCYTE	-; oocytes
OODLES	boodles,
	doodles,
	noodles; -
OODLINS	-; -
OOGAMY	-; -
OOGENY	-; -
OOGONIA	-; oogonial
OOH	pooh; oohs
OOHED	poohed; -
OOHING	poohing; -
OOHS	poohs; -
OOLITE	-; oolites
OOLITH	-; ooliths
OOLITIC	-; -
OOLOGIC	-; -
OOLOGY	zoology; -
OOLONG	-; oolongs
OOMIAC	-; oomiack,
	oomiacs
OOMIACK	-; oomiacks
OOMIAK	-; oomiaks
OOMPAH	-; oompahs
OOMPH	-; oomphs
OOPHYTE	-; oophytes
OOPS	coops, goops,
	hoops, loops,
	poops,
	woops; -

OORALI   woorali;
                ooralis
OORIE   -; -
OOSPERM   -; oosperms
OOSPORE   -; oospores
OOT   boot, coot,
                foot, hoot,
                loot, moot,
                root, soot,
                toot; oots
OOTHECA   -; oothecae,
                oothecal
OOTID   -; ootids
OOTS   boots, coots,
                foots, hoots,
                loots, moots,
                roots, soots,
                toots; -
OOZE   booze; oozed,
                oozes
OOZED   boozed; -
OOZES   boozes; -
OOZIER   boozier,
                woozier; -
OOZIEST   booziest; -
OOZILY   boozily,
                woozily; -
OOZING   boozing; -
OOZY   boozy, doozy,
                woozy; -
OP   bop, cop, fop,
                hop, kop, lop,
                mop, pop,
                sop, top; ope,
                ops, opt
OPACIFY   -; -
OPACITY   -; -
OPAH   -; opahs
OPAL   copal, nopal;
                opals

OPALINE   -; opalines
OPALS   copals,
                nopals; -
OPAQUE   -; opaqued,
                opaquer,
                opaques
OPAQUES   -; opaquest
OPE   cope, dope,
                hope, lope,
                mope, nope,
                pope, rope,
                tope; oped,
                open, opes
OPED   coped, doped,
                hoped, loped,
                moped, roped,
                toped; -
OPEN   copen;
                opens
OPENED   -; -
OPENER   -; openers
OPENEST   -; -
OPENING   -; openings
OPENLY   -; -
OPENS   copens; -
OPERA   -; operas
OPERAND   -; operands
OPERANT   -; operants
OPERATE   -; operated,
                operates
OPERON   -; operons
OPEROSE   -; -
OPES   copes, dopes,
                hopes, lopes,
                mopes, popes,
                ropes, topes; -
OPHITE   -; ophites
OPHITIC   -; -
OPIATE   -; opiated,
                opiates

OPINE	-; opined, opines	**OPUNTIA**	-; opuntias
OPING	coping,	**OPUS**	-; -
	doping,	**OPUSES**	-; -
	hoping,	**OQUASSA**	-; oquassas
	loping,	**OR**	cor, dor, for,
	moping,		gor, kor, mor,
	roping,		nor, tor; ora,
	toping; -		orb, orc, ore,
			ors, ort
OPINING	-; -	**ORA**	bora, fora,
OPINION	-; opinions		hora, mora,
OPIOID	-; opioids		sora, tora;
OPIUM	-; opiums		orad, oral,
OPOSSUM	-; opossums		oras
OPPIDAN	-; oppidans	**ORACH**	-; orache
OPPOSE	-; opposed,	**ORACHE**	-; oraches
	opposer,	**ORACIES**	-; -
	opposes	**ORACLE**	coracle;
OPPOSER	-; opposers		oracles
OPPRESS	-; -	**ORACLES**	coracles; -
OPPUGN	-; oppugns	**ORACY**	-; -
OPS	bops, cops,	**ORAD**	-; -
	fops, hops,	**ORAL**	boral, coral,
	kops, lops,		goral, horal,
	mops, pops,		loral, moral;
	sops, tops,		orals
	wops; -	**ORALISM**	-; oralisms
OPSIN	-; opsins	**ORALIST**	-; oralists
OPSONIC	-; -	**ORALITY**	-; -
OPSONIN	-; opsonins	**ORALLY**	-; -
OPT	-; opts	**ORALS**	corals, gorals,
OPTED	-; -		morals; -
OPTIC	-; optics	**ORANG**	-; orange,
OPTICAL	-; -		orangs,
OPTIMA	-; optimal		orangy
OPTIME	-; optimes	**ORANGE**	-; oranges,
OPTIMUM	-; optimums		orangey
OPTING	-; -	**ORANGY**	-; -
OPTION	-; options	**ORAS**	boras,
OPULENT	-; -		horas; -

ORATE	borate; orated, orates	**ORDINAL**	-; ordinals
ORATED	borated; -	**ORDINES**	sordines; -
ORATES	borates; -	**ORDO**	fordo; ordos
ORATING	-; -	**ORDURE**	bordure; ordures
ORATION	-; orations	**ORDURES**	bordures; -
ORATOR	-; orators, oratory	**ORE**	bore, core, dore, fore, gore, lore, more, pore, sore, tore, wore, yore; ores
ORATRIX	-; -		
ORB	forb, sorb; orbs, orby		
ORBED	sorbed; -		
ORBIER	-; -		
ORBIEST	-; -	**OREAD**	-; oreads
ORBING	sorbing; -	**OREBODY**	-; -
ORBIT	forbit; orbits	**ORECTIC**	-; -
ORBITAL	-; orbitals	**OREGANO**	-; oreganos
ORBITED	-; -	**OREIDE**	-; oreides
ORBITER	-; orbiters	**ORES**	bores, cores, fores, gores, lores, mores, pores, sores, tores, yores; -
ORBS	forbs, sorbs; -		
ORBY	corby, forby; -		
ORC	-; orca, orcs		
ORCA	-; orcas		
ORCEIN	-; orceins	**ORFRAY**	-; orfrays
ORCHARD	-; orchards	**ORG**	-; orgs
ORCHID	-; orchids	**ORGAN**	-; organa, organs
ORCHIL	-; orchils		
ORCHIS	-; -	**ORGANDY**	-; -
ORCIN	-; orcins	**ORGANIC**	-; organics
ORCINOL	-; orcinols	**ORGANON**	-; organons
ORDAIN	-; ordains	**ORGANUM**	-; organums
ORDEAL	-; ordeals	**ORGANZA**	-; organzas
ORDER	border, corder; orders	**ORGASM**	-; orgasms
		ORGEAT	-; orgeats
ORDERED	bordered; -	**ORGIAC**	-; -
ORDERER	borderer; orderers	**ORGIC**	-; -
		ORGIES	porgies; -
ORDERLY	-; -	**ORGONE**	-; orgones
ORDERS	borders, corders; -	**ORGY**	porgy; -
		ORIBI	-; oribis

ORIEL	-; oriels	**ORT**	bort, fort,
ORIENT	-; orients		mort, port,
ORIFICE	-; orifices		sort, tort, wort;
ORIGAMI	-; origamis		orts
ORIGAN	-; origans	**ORTHO**	-; -
ORIGIN	-; origins	**ORTOLAN**	-; ortolans
ORIOLE	-; orioles	**ORTS**	borts, forts,
ORISHA	-; -		morts, ports,
ORISON	-; orisons		sorts, torts,
ORLE	-; orles		worts; -
ORLOP	-; orlops	**ORYX**	-; -
ORMER	dormer,	**ORYXES**	-; -
	former,	**ORZO**	-; orzos
	wormer;	**OS**	bos, cos, dos,
	ormers		kos, nos, wos;
ORMERS	dormers,		ose
	formers; -	**OSAR**	-; -
ORMOLU	-; ormolus	**OSCINE**	-; oscines
ORNATE	-; -	**OSCULA**	-; oscular
ORNERY	-; -	**OSCULE**	-; oscules
ORNIS	-; -	**OSCULUM**	-; -
OROGEN	-; orogens,	**OSE**	dose, hose,
	orogeny		lose, nose,
OROGENY	-; -		pose, rose;
OROIDE	-; oroides		oses
OROLOGY	-; -	**OSES**	doses, hoses,
OROTUND	-; -		loses, noses,
ORPHAN	-; orphans		poses, roses; -
ORPHIC	-; -	**OSETRA**	-; osetras
ORPHREY	-; orphreys	**OSIER**	cosier, hosier,
ORPIN	-; orpine,		nosier, rosier;
	orpins		osiers
ORPINE	-; orpines	**OSIERS**	hosiers; -
ORRA	-; -	**OSMATIC**	-; -
ORRERY	-; -	**OSMICS**	-; -
ORRICE	-; orrices	**OSMIOUS**	-; -
ORRIS	-; -	**OSMIUM**	-; osmiums
ORRISES	-; -	**OSMOL**	-; osmole,
ORS	dors, kors,		osmols
	mors, tors; -	**OSMOLAL**	-; -

OSMOLAR	-; -	**OTALGY**	-; -
OSMOLE	-; osmoles	**OTHER**	bother,
OSMOSE	-; osmosed,		mother,
	osmoses		pother, tother;
OSMOSES	cosmoses; -		others
OSMOSIS	-; -	**OTHERS**	bothers,
OSMOTIC	-; -		mothers; -
OSMOUS	-; -	**OTIC**	lotic; -
OSMUND	-; osmunda,	**OTIOSE**	-; -
	osmunds	**OTITIC**	-; -
OSMUNDA	-; osmundas	**OTITIS**	-; -
OSPREY	-; ospreys	**OTOCYST**	-; otocysts
OSSA	fossa; -	**OTOLITH**	-; otoliths
OSSEIN	-; osseins	**OTOLGY**	-; -
OSSEOUS	-; -	**OTTAR**	cottar; ottars
OSSIA	-; -	**OTTARS**	cottars
OSSICLE	-; ossicles	**OTTAVA**	-; ottavas
OSSIFIC	-; -	**OTTER**	cotter, dotter,
OSSIFY	-; -		hotter, potter,
OSSUARY	-; -		rotter, totter;
OSTEAL	-; -		otters
OSTEITIS	-; -	**OTTERS**	cotters, dotters,
OSTEOID	-; osteoids		potters, rotters,
OSTEOMA	-; osteomas		totters; -
OSTIA	-; -	**OTTO**	lotto, motto,
OSTIARY	-; -		potto; ottos
OSTIOLE	-; ostioles	**OTTOMAN**	-; ottomans
OSTIUM	-; -	**OTTOS**	lottos, mottos,
OSTLER	hostler, jostler;		pottos; -
	ostlers	**OUABAIN**	-; ouabains
OSTLERS	hostlers,	**OUCH**	couch, mouch,
	jostlers; -		pouch, touch,
OSTMARK	-; ostmarks		vouch; -
OSTOMY	-; -	**OUCHED**	couched,
OSTOSES	-; -		mouched,
OSTOSIS	-; -		pouched,
OSTRICH	-; -		touched,
OTAKU	-; -		vouched; -
OTALGIA	-; otalgias	**OUCHES**	couches,
OTALGIC	-; -		douches,

	mouches, pouches, rouches, touches, vouches; -	**OURIE**	-; -
		OURS	fours, hours, lours, pours, sours, tours, yours; -
OUCHING	couching, douching, mouching, pouching, touching, vouching; -	**OURSELF**	yourself; -
		OUSEL	housel; ousels
OUD	loud; ouds	**OUSELS**	housels; -
OUGHT	bought, dought, fought, nought, sought; oughts	**OUST**	joust, roust; ousts
		OUSTED	jousted, rousted; -
		OUSTER	jouster, rouster; ousters
OUGHTED	-; -	**OUSTERS**	jousters, rousters; -
OUGHTS	noughts; -	**OUSTING**	jousting, rousting; -
OUGIYA	-; ougiyas	**OUSTS**	jousts, rousts; -
OUGUIYA	-; oughiyas	**OUT**	bout, gout, lout, pout, rout, tout; outs
OUISTITI	-; ouistitis		
OUNCE	bounce, jounce, pounce; ounces	**OUTACT**	-; outacts
		OUTADD	-; outadds
		OUTAGE	-; outages
OUNCES	bounces, jounces, pounces; -	**OUTASK**	-; outasks
		OUTATE	-; -
OUPH	-; ouphe, ouphs	**OUTBACK**	-; outbacks
		OUTBAKE	-; outbaked, outbakes
OUPHE	-; ouphes		
OUR	dour, four, hour, lour, pour, sour, tour, your; ours	**OUTBARK**	-; outbarks
		OUTBAWL	-; outbawls
		OUTBEAM	-; outbeams
		OUTBEG	-; outbegs
OURANG	-; ourangs	**OUTBID**	-; outbids
OURARI	-; ouraris	**OUTBOX**	-; -
OUREBI	-; ourebis	**OUTBRAG**	-; outbrags
OUREBIS	-; -	**OUTBULK**	-; outbulks

OUTBURN	-; outburns, outburnt		routers, souters, touters; -
OUTBY	-; outbye		
OUTCALL	-; outcalls	**OUTFACE**	-; outfaced, outfaces
OUTCAST	-; outcaste, outcasts	**OUTFALL**	-; outfalls
OUTCITY	-; -	**OUTFAST**	-; outfasts
OUTCOME	-; outcomes	**OUTFAWN**	-; outfawns
OUTCOOK	-; outcooks	**OUTFEEL**	-; outfeels
OUTCROP	-; outcrops	**OUTFELT**	-; -
OUTCROW	-; outcrows	**OUTFIND**	-; outfinds
OUTCRY	-; -	**OUTFIRE**	-; outfired, outfires
OUTDARE	-; outdared, outdares	**OUTFISH**	-; -
OUTDATE	-; outdated, outdates	**OUTFIT**	-; outfits
		OUTFLEW	-; -
OUTDID	-; -	**OUTFLOW**	-; outflown, outflows
OUTDO	-; -		
OUTDOER	-; outdoers	**OUTFLY**	-; -
OUTDOES	-; -	**OUTFOOL**	-; outfools
OUTDONE	-; -	**OUTFOOT**	-; outfoots
OUTDOOR	-; outdoors	**OUTFOX**	-; -
OUTDRAG	-; outdrags	**OUTGAIN**	-; outgains
OUTDRAW	-; outdrawn, outdraws	**OUTGAS**	-; -
		OUTGAVE	-; -
OUTDREW	-; -	**OUTGAZE**	-; outgazed, outgazes
OUTDROP	-; outdrops		
OUTDUEL	-; outduels	**OUTGIVE**	-; outgiven, outgives
OUTEARN	-; outearns		
OUTEAT	-; outeats	**OUTGLOW**	-; outglows
OUTECHO	-; -	**OUTGNAW**	-; outgnawn, outgnaws
OUTED	louted, pouted, routed, touted; -		
		OUTGO	-; -
		OUTGOES	-; -
		OUTGONE	-; -
OUTER	couter, pouter, router, souter, touter; outers	**OUTGREW**	-; -
		OUTGRIN	-; outgrins
		OUTGROW	-; outgrown, outgrows
OUTERS	couters, pouters,		
		OUTGUN	-; outguns

OUTGUSH	-; -	**OUTLOVE**	-; outloved,
OUTHAUL	-; outhauls		outloves
OUTHEAR	-; outheard,	**OUTMAN**	-; outmans
	outhears	**OUTMODE**	-; outmoded,
OUTHIT	-; outhits		outmodes
OUTHOWL	-; outhowls	**OUTMOST**	-; -
OUTHUNT	-; outhunts	**OUTMOVE**	-; outmoved,
OUTING	louting,		outmoves
	pouting,	**OUTPACE**	-; outpaced,
	routing,		outpaces
	touting;	**OUTPASS**	-; -
	outings	**OUTPITY**	-; -
OUTJINX	-; -	**OUTPLAN**	-; outplans
OUTJUMP	-; outjumps	**OUTPLAY**	-; outplays
OUTJUT	-; outjuts	**OUTPLOD**	-; outplods
OUTKEEP	-; outkeeps	**OUTPLOT**	-; outplots
OUTKEPT	-; -	**OUTPOLL**	-; outpolls
OUTKICK	-; outkicks	**OUTPORT**	-; outports
OUTKILL	-; outkills	**OUTPOST**	-; outposts
OUTKISS	-; -	**OUTPOUR**	-; outpours
OUTLAID	-; -	**OUTPRAY**	-; outprays
OUTLAIN	-; -	**OUTPULL**	-; outpulls
OUTLAND	-; outlands	**OUTPUSH**	-; -
OUTLAST	-; outlasts	**OUTPUT**	-; outputs
OUTLAW	-; outlaws	**OUTRACE**	-; outraced,
OUTLAY	-; outlays		outraces
OUTLEAD	-; outleads	**OUTRAGE**	-; outraged,
OUTLEAP	-; outleaps,		outrages
	outleapt	**OUTRAN**	-; outrang,
OUTLET	-; outlets		outrank
OUTLIE	-; outlier,	**OUTRANG**	-; outrange
	outlies	**OUTRANK**	-; outranks
OUTLIER	-; outliers	**OUTRATE**	-; outrated,
OUTLINE	-; outlined,		outrates
	outlines	**OUTRAVE**	-; outraved,
OUTLIVE	-; outlived,		outraves
	outliver,	**OUTRE**	-; -
	outlives	**OUTREAD**	-; outreads
OUTLOOK	-; outlooks	**OUTRIDE**	-; outrides

OUTRIG	-; outrigs	**OUTSULK**	-; outsulks
OUTRING	-; outrings	**OUTSUNG**	-; -
OUTRO	-; outros	**OUTSWAM**	-; -
OUTROAR	-; outroars	**OUTSWIM**	-; outswims
OUTROCK	-; outrocks	**OUTTAKE**	-; outtakes
OUTRODE	-; -	**OUTTALK**	-; outtalks
OUTROLL	-; outrolls	**OUTTASK**	-; outtasks
OUTROOT	-; outroots	**OUTTELL**	-; outtells
OUTROW	-; outrows	**OUTTOLD**	-; -
OUTRUN	-; outrung, outruns	**OUTTROT**	-; outtrots
		OUTTURN	-; outturns
OUTRUSH	-; -	**OUTVIE**	-; outvied, outvies
OUTS	bouts, gouts, louts, pouts, routs, touts; -	**OUTVOTE**	-; outvoted, outvotes
OUTSAID	-; -	**OUTWAIT**	-; outwaits
OUTSAIL	-; outsails	**OUTWALK**	-; outwalks
OUTSANG	-; -	**OUTWAR**	-; outward, outwars
OUTSAT	-; -		
OUTSAW	-; -	**OUTWARD**	-; outwards
OUTSEE	-; outseen, outsees	**OUTWASH**	-; -
		OUTWEAR	-; outwears, outweary
OUTSELL	-; outsells		
OUTSERT	-; outserts	**OUTWEEP**	-; outweeps
OUTSET	-; outsets	**OUTWENT**	-; -
OUTSIDE	-; outsider, outsides	**OUTWEPT**	-; -
		OUTWILE	-; outwiled, outwiles
OUTSIN	-; outsing, outsins		
		OUTWILL	-; outwills
OUTSING	-; outsings	**OUTWIND**	-; outwinds
OUTSIT	-; outsits	**OUTWISH**	-; -
OUTSIZE	-; outsized, outsizes	**OUTWIT**	-; outwith, outwits
OUTSOAR	-; outsoars	**OUTWITH**	-; -
OUTSOLD	-; -	**OUTWORE**	-; -
OUTSOLE	-; outsoles	**OUTWORK**	-; outworks
OUTSPAN	-; outspans	**OUTWORN**	-; -
OUTSTAY	-; outstays	**OUTWRITE**	-; outwrites
OUTSTEP	-; outsteps	**OUTYELL**	-; outyells

OUTYELP	-; outyelps	**OVERDID**	-; -
OUZEL	-; ouzels	**OVERDO**	-; -overdog
OUZO	-; ouzos	**OVERDOG**	-; overdogs
OVA	nova; oval	**OVERDRY**	-; -
OVAL	-; ovals	**OVERDUB**	-; overdubs
OVALITY	-; -	**OVERDUE**	-; -
OVALLY	-; -	**OVERDYE**	-; overdyed,
OVARIAL	-; -		overdyes
OVARIAN	-; -	**OVEREAT**	-; overeats
OVARIES	-; -	**OVERED**	covered,
OVARY	-; -		hovered; -
OVATE	-; -	**OVERFAR**	-; -
OVATELY	-; -	**OVERFAT**	-; -
OVATION	-; ovations	**OVERFED**	-; -
OVEN	coven, doven,	**OVERFIT**	-; -
	roven, woven;	**OVERFLY**	-; -
	ovens	**OVERHOT**	-; -
OVENS	covens,	**OVERING**	covering,
	dovens; -		hovering; -
OVER	cover, hover,	**OVERJOY**	-; overjoys
	lover, mover,	**OVERLAP**	-; overlaps
	rover; overs,	**OVERLAX**	-; -
	overt	**OVERLAY**	-; overlays
OVERACT	-; overacts	**OVERLET**	-; overlets
OVERAGE	coverage;	**OVERLIE**	-; overlies
	overages	**OVERLIT**	-; -
OVERALL	coverall;	**OVERLY**	loverly; -
	overalls	**OVERMAN**	-; overmans,
OVERAPT	-; -		overmany
OVERARM	-; -	**OVERMEN**	-; -
OVERATE	-; -	**OVERMIX**	-; -
OVERAWE	-; overawed,	**OVERNEW**	-; -
	overawes	**OVERPAY**	-; overpays
OVERBED	-; -	**OVERPLY**	-; -
OVERBET	-; overbets	**OVERRAN**	-; overrank
OVERBID	-; overbids	**OVERRUN**	-; overruns
OVERBIG	-; -	**OVERS**	covers, hovers,
OVERBUY	-; overbuys		lovers, movers,
OVERCOY	-; -		rovers; -
OVERCUT	-; overcuts	**OVERSAD**	-; -

OVERSAW	-; -		row, sow, tow,
OVERSEA	-; overseas		vow, wow,
OVERSEE	-; overseed,		yow; owe,
	overseen,		owl, own
	overseer,	**OWE**	howe, lowe,
	oversees		yowe; owed,
OVERSET	-; oversets		owes
OVERSEW	-; oversewn,	**OWED**	bowed,
	oversews		cowed,
OVERSUP	-; oversups		jowed, lowed,
OVERT	covert; -		mowed,
OVERTAX	-; -		rowed, sowed,
OVERTIP	-; overtips		towed, vowed,
OVERTLY	covertly; -		woved; -
OVERTOP	-; overtops	**OWES**	howes,
OVERUSE	-; overused,		lowes; -
	overuses	**OWIE**	-; owies
OVERWET	-; overwets	**OWING**	bowing,
OVIBOS	-; -		cowing,
OVICIDE	-; ovicides		jowing,
OVIDUCT	-; oviducts		lowing,
OVIFORM	-; -		mowing,
OVINE	bovine; ovines		rowing,
OVINES	bovines; -		sowing,
OVIPARA	-; -		towing,
OVISAC	-; ovisacs		vowing,
OVOID	-; ovoids		wowing,
OVOIDAL	-; -		yowing; -
OVOLI	-; -	**OWL**	bowl, cowl,
OVOLO	-; ovolos		fowl, howl,
OVONIC	-; ovonics		jowl, yowl;
OVULAR	-; ovulary		owls
OVULATE	-; ovulated,	**OWLET**	howlet;
	ovulates		owlets
OVULE	-; ovules	**OWLETS**	howlets; -
OVUM	-; -	**OWLISH**	-; -
OW	bow, cow,	**OWLLIKE**	-; -
	dow, how,	**OWLS**	bowls, cowls,
	jow, low, mow,		fowls, howls,
	now, pow,		jowls, yowls; -

OWN	down, gown, lown, mown, sown, town; owns	**OXID**	-; oxide, oxids
		OXIDANT	-; oxidants
		OXIDASE	-; oxidases
		OXIDATE	-; oxidated, oxidates
OWNABLE	-; -		
OWNED	downed, gowned; -	**OXIDE**	-; oxides
		OXIDIC	-; -
OWNER	downer; owners	**OXIDISE**	-; oxidised, oxidiser, oxidises
OWNERS	downers; -		
OWNING	downing, gowning; -	**OXIDIZE**	-; oxidized, oxidizer, oxidizes
OWNS	downs, gowns, mowns, towns; -		
		OXIM	-; oxime, oxims
		OXIME	-; oximes
OWSE	bowse, dowse, lowse; owsen	**OXLIKE**	foxlike; -
		OXLIP	-; oxlips
OWT	-; owts	**OXO**	-; -
OX	box, cox, fox, gox, lox, pox, sox, vox; oxo, oxy	**OXTAIL**	foxtail; oxtails
		OXTAILS	foxtails; -
		OXTER	-; oxters
		OXY	boxy, doxy, foxy; -
OXALATE	-; oxalated, oxalates		
		OXYACID	-; oxyacids
OXALIC	-; -	**OXYGEN**	-; oxygens
OXALIS	-; -	**OXYMORA**	-; -
OXAZINE	-; oxazines	**OXYPHIL**	-; oxyphile, oxyphils
OXAZOLE	-; oxazoles		
OXBLOOD	-; oxbloods	**OXYSALT**	-; oxysalts
OXBOW	-; oxbows	**OXYSOME**	-; oxysomes
OXCART	-; oxcarts	**OXYTONE**	-; oxytones
OXEN	-; -	**OY**	boy, coy, foy, hoy, joy, soy, toy; -
OXER	boxer; oxers		
OXES	boxes, coxes, foxes, goxes, loxes, poxes; -	**OYER**	coyer, foyer toyer; oyers
OXEYE	-; oxeyes	**OYERS**	foyers, toyers; -
OXFORD	-; oxfords	**OYES**	-; -
OXHEART	-; oxhearts	**OYESSES**	-; -
OXIC	toxic; -	**OYEZ**	-; -

OYEZES	-; -	**OZONIDE**	-; ozonides
OYSTER	royster; oysters	**OZONISE**	-; ozonised,
OYSTERS	roysters; -		ozonises
OZONATE	-; ozonated,	**OZONIZE**	-; ozonized,
	ozonates		ozonizer,
OZONE	-; ozones		ozonizes
OZONIC	-; -	**OZONOUS**	-; -

P

P	op, up; pa,	**PACIFY**	opacify; -
	pe, pi	**PACING**	spacing; -
PA	spa; pac, pad,	**PACK**	-; packs
	pah, pal, pam,	**PACKAGE**	-; packaged,
	pan, pap, par,		packager,
	pas, pat, paw,		packages
	pax, pay	**PACKED**	-; -
PABLUM	-; pablums	**PACKER**	-; packers
PABULAR	-; -	**PACKET**	-; packets
PABULUM	-; pabulums	**PACKING**	-; packings
PAC	-; paca, pace,	**PACKLY**	-; -
	pack, pacs,	**PACKMAN**	-; -
	pact, pacy	**PACKMEN**	-; -
PACA	-; pacas	**PACKWAX**	-; -
PACE	apace, space;	**PACT**	epact; pacts
	paced, pacer,	**PACTION**	-; pactions
	paces	**PACTS**	epacts; -
PACED	spaced; -	**PACY**	spacy; -
PACER	spacer;	**PACZKI**	-; paczkis
	pacers	**PAD**	-; padi, pads
PACERS	spacers; -	**PADAUK**	-; padauks
PACES	spaces; -	**PADDED**	-; -
PACEY	-; -	**PADDER**	-; padders
PACHA	-; pachas	**PADDIES**	-; -
PACHISI	-; pachisis	**PADDING**	-; paddings
PACHUCO	-; pachucos	**PADDLE**	-; paddled,
PACIER	spacier; -		paddler,
PACIEST	spaciest; -		paddles
PACIFIC	-; -	**PADDLER**	-; paddlers

PADDOCK	-; paddocks	**PAILFUL**	-; pailfuls
PADDY	-; -	**PAILS**	spails; -
PADI	-; padis	**PAIN**	-; pains, paint
PADLE	-; padles	**PAINCH**	-; -
PADLOCK	-; padlocks	**PAINED**	-; -
PADNAG	-; padnags	**PAINFUL**	-; -
PADOUK	-; padouks	**PAINING**	-; -
PADRE	-; padres	**PAINT**	-; paints,
PADRI	-; -		painty
PADRONA	-; padronas	**PAINTED**	-; -
PADRONE	-; padrones	**PAINTER**	-; painters
PADRONI	-; -	**PAINTY**	-; -
PADSHAH	-; padshahs	**PAIR**	-; pairs
PAEAN	-; paeans	**PAIRED**	-; -
PAELLA	-; paellas	**PAIRING**	-; -
PAEON	-; paeons	**PAISA**	-; paisan,
PAESAN	-; paesani,		paisas
	paesano,	**PAISAN**	-; paisano,
	paesans		paisans
PAESANO	-; paesanos	**PAISE**	-; -
PAGAN	-; pagans	**PAISLEY**	-; paisleys
PAGE	-; paged,	**PAJAMA**	-; pajamas
	pager, pages	**PAKEHA**	-; pakehas
PAGEANT	-; pageants	**PAKORA**	-; pakoras
PAGEBOY	-; pageboys	**PAL**	opal; pale,
PAGEFUL	-; pagefuls		pall, palm,
PAGER	-; pagers		palp, pals,
PAGINAL	-; -		paly
PAGING	-; -	**PALABRA**	-; palabras
PAGOD	-; pagoda,	**PALACE**	-; palaced,
	pagods		palaces
PAGODA	-; pagodas	**PALADIN**	-; paladins
PAGURID	-; pagurids	**PALAIS**	-; -
PAH	opah; -	**PALAPA**	-; palapal,
PAHLAVI	-; pahlavis		palapas
PAID	-; -	**PALATAL**	-; palatals
PAIK	-; paiks	**PALATE**	-; palates
PAIKED	-; -	**PALAVER**	-; palavers
PAIKING	-; -	**PALAZZI**	-; -
PAIL	spail; pails	**PALAZZO**	-; palazzos

PALE	-; palea, paled, paler, pales, palet	**PALMYRA**	-; palmyras
		PALOOKA	-; palookas
		PALP	-; palps
PALEA	-; paleae, paleal	**PALPAL**	-; -
		PALPATE	-; palpated, palpates
PALEATE	-; -		
PALELY	-; -	**PALPED**	-; -
PALES	spales; palest	**PALPI**	-; -
PALET	-; palets	**PALPING**	-; -
PALETOT	-; paletots	**PALPUS**	-; -
PALETTE	-; palettes	**PALS**	opals; palsa, palsy
PALFREY	-; palfreys		
PALI	-; palis	**PALSHIP**	-; palships
PALIER	-; -	**PALSIED**	-;
PALIEST	-; -	**PALSIES**	-; -
PALIKAR	-; palikars	**PALTER**	-; palters
PALING	-; palings	**PALTRY**	-; -
PALISH	-; -	**PALUDAL**	-; -
PALL	spall; palls, pally	**PAM**	spam; pams
		PAMPA	-; pampas
PALLED	spalled; -	**PAMPEAN**	-; pampeans
PALLET	-; pallets	**PAMPER**	-; pampero, pampers
PALLIA	-; pallial		
PALLID	-; -	**PAMPERO**	-; pamperos
PALLIER	-; -	**PAN**	span; pane, pang, pans, pant
PALLING	-; -		
PALLIUM	-; palliums		
PALLOR	-; pallors	**PANACEA**	-; panacean, panaceas
PALLS	spalls; -		
PALLY	-; -	**PANACHE**	-; panaches
PALM	-; palms, palmy	**PANADA**	-; panadas
		PANAMA	-; panamas
PALMAR	-; palmary	**PANCAKE**	-; pancaked, pancakes
PALMATE	-; palmated		
PALMED	-; -	**PANCHAX**	-; -
PALMER	-; palmers	**PANDA**	-; pandas
PALMFUL	-; palmfuls	**PANDECT**	-; pandects
PALMIER	-; -	**PANDER**	-; panders
PALMING	-; -	**PANDIED**	-; -
PALMIST	-; palmists	**PANDIES**	-; -

PANDIT	-; pandits	**PANT**	-; panto, pants, panty
PANDOOR	-; pandoors		
PANDORA	-; pandoras	**PANTED**	-; -
PANDORE	-; pandores	**PANTHER**	-; panthers
PANDOUR	-; pandours	**PANTIE**	-; panties
PANDURA	-; panduras	**PANTILE**	-; pantiled, pantiles
PANDY	-; -		
PANE	-; paned, panel, panes	**PANTING**	-; -
		PANTO	-; pantos
PANEL	-; panels	**PANTOUM**	-; pantoums
PANFISH	-; -	**PANTRY**	-; -
PANFRY	-; -	**PANZER**	-; panzers
PANFUL	-; panfuls	**PAP**	-; papa, paps
PANG	spang; panga, pangs	**PAPA**	-; papal, papas
PANGA	-; pangas	**PAPACY**	-; -
PANGED	-; -	**PAPADAM**	-; papadams
PANGEN	-; pangens	**PAPADOM**	-; papadoms
PANGING	-; -	**PAPADUM**	-; papadums
PANIC	-; panics	**PAPAIN**	-; papains
PANICKY	-; -	**PAPAL**	-; -
PANICLE	-; panicled, panicles	**PAPALLY**	-; -
		PAPAW	-; papaws
PANICUM	-; panicums	**PAPAYA**	-; papayan, papayas
PANIER	-; paniers		
PANINI	-; paninis	**PAPER**	-; papers, papery
PANINO	-; -		
PANNE	-; panned, pannes	**PAPERED**	-; -
		PAPERER	-; paperers
PANNED	spanned; -	**PAPHIAN**	-; paphians
PANNIER	-; panniers	**PAPILLA**	-; papillae, papillar
PANNING	spanning; -		
PANNIST	-; pannists	**PAPIST**	-; papists
PANOCHA	-; panochas	**PAPOOSE**	-; papooses
PANOCHE	-; panoches	**PAPPI**	-; -
PANOPLY	-; -	**PAPPIER**	-; -
PANPIPE	-; panpipes	**PAPPIES**	-; pappiest
PANS	spans; pansy	**PAPPOSE**	-; -
PANSIES	-; -	**PAPPOUS**	-; -

PAPPUS   -; -
PAPPY   -; -
PAPRICA   -; papricas
PAPRIKA   -; paprikas
PAPULA   -; papulae,
               papulan,
               papular
PAPULE   -; papules
PAPYRI   -; -
PAPYRUS   -; -
PAR   spar; para,
               pard,
               pare, park,
               parr, pars,
               part
PARA   -; paras
PARABLE   sparable;
               parables
PARADE   -; paraded,
               parader,
               parades
PARADER   -; paraders
PARADOR   -; paradors
PARADOS   -; -
PARADOX   -; -
PARAGON   -; paragons
PARAMO   -; paramos
PARANG   -; parangs
PARAPET   -; parapets
PARAPH   -; paraphs
PARASOL   -; parasols
PARATHA   -; parathas
PARBAKE   -; parbaked,
               parbakes
PARBOIL   -; parboils
PARCEL   -; parcels
PARCH   eparch; -
PARCHED   -; -
PARCHES   -; parchesi

PARD   -; pardi, pards,
               pardy
PARDAH   -; pardahs
PARDEE   -; -
PARDI   -; pardie
PARDINE   -; -
PARDNER   -; pardners
PARDON   -; pardons
PARE   spare; pared,
               parer, pares,
               pareu
PARED   spared; -
PAREIRA   -; pareiras
PAREN   -; parens,
               parent
PARENT   -; parents
PARER   sparer; parers
PARERS   sparers; -
PARES   spares; -
PARESES   -; -
PARESIS   -; -
PARETIC   -; paretics
PAREU   -; pareus
PAREVE   -; -
PARFAIT   -; parfaits
PARGE   sparge;
               parged,
               parges, parget
PARGED   sparged; -
PARGES   sparges; -
PARGET   -; pargets
PARGING   sparging;
               pargings
PARGO   -; pargos
PARIAH   -; pariahs
PARIAN   -; parians
PARIES   -; -
PARING   sparing;
               parings

PARIS	-; parish	**PARRED**	sparred; -
PARITY	-; -	**PARREL**	-; parrels
PARK	spark; parka, parks	**PARRIED**	-; -
		PARRIER	-; parriers
PARKA	-; parkas	**PARRIES**	-; -
PARKED	sparked; -	**PARRING**	sparring; -
PARKER	sparker; parkers	**PARROT**	-; parrots, parroty
PARKERS	sparkers; -	**PARROTY**	-; -
PARKIER	-; -	**PARRY**	sparry; -
PARKIN	-; parkins	**PARS**	spars; -
PARKING	-; parkings	**PARSE**	sparse; parsec, parsed, parser, parses
PARKINS	-; -		
PARKS	sparks; -		
PARKWAY	-; parkways	**PARSEC**	-; parsecs
PARLAY	-; parlays	**PARSER**	sparser; parsers
PARLE	-; parled, parles, parley		
PARLEY	-; parleys	**PARSING**	-; -
PARLING	-; -	**PARSLEY**	-; parsleys
PARLOR	-; parlors	**PARSNIP**	-; parsnips
PARLOUR	-; parlours	**PARSON**	-; parsons
PARLOUS	-; -	**PART**	apart; parts, party
PARODIC	-; -		
PARODOI	-; -	**PARTAKE**	-; partaken, partaker, partakes
PARODOS	-; -		
PARODY	-; -		
PAROL	-; parole, parols	**PARTAN**	-; partans
		PARTED	-; -
PAROLE	-; paroled, parolee, paroles	**PARTIAL**	-; partials
		PARTIED	-; -
		PARTIER	-; partiers
PAROLEE	-; parolees	**PARTIES**	-; -
PARONYM	-; paronymy	**PARTING**	-; partings
PAROTIC	-; -	**PARTITA**	-; partitas
PAROTID	-; parotids	**PARTITE**	-; -
PAROUS	-; -	**PARTLET**	-; partlets
PARQUET	-; parquets	**PARTLY**	-; -
PARR	-; parrs, parry	**PARTNER**	-; partners
PARRAL	-; parrals	**PARTON**	-; partons

PARTOOK	-; -	**PASSIM**	-; -
PARTWAY	-; -	**PASSING**	-; passings
PARTYER	-; partyers	**PASSION**	-; passions
PARURA	-; paruras	**PASSIVE**	-; passives
PARURE	-; parures	**PASSKEY**	-; passkeys
PARVE	-; -	**PASSUS**	-; -
PARVENU	-; parvenue, parvenus	**PAST**	-; pasta, paste, pasts, pasty
PARVIS	-; parvise	**PASTA**	-; pastas
PARVISE	-; parvises	**PASTE**	-; pasted, pastel, paster, pastes
PARVO	-; parvos		
PAS	spas, upas; pase, pash, pass, past	**PASTEL**	-; pastels
		PASTER	-; pastern, pasters
PASCAL	-; pascals		
PASCHAL	-; paschals	**PASTERN**	-; pasterns
PASE	-; paseo, pases	**PASTEUP**	-; pasteups
PASES	upases; -	**PASTIE**	-; pasties
PASEO	-; paseos	**PASTIER**	-; -
PASH	-; pasha	**PASTIES**	-; pastiest
PASHA	-; pashas	**PASTIL**	-; pastils
PASHED	-; -	**PASTIME**	-; pastimes
PASHING	-; -	**PASTINA**	-; pastinas
PASHKA	-; pashkas	**PASTING**	-; -
PASHM	-; pashms	**PASTIS**	-; -
PASKA	-; paskas	**PASTOR**	-; pastors
PASKHA	-; -	**PASTRY**	-; -
PASQUIL	-; pasquils	**PASTURE**	-; pastured, pasturer, pastures
PASS	-; passe		
PASSADE	-; passades		
PASSADO	-; passados	**PASTY**	-; -
PASSAGE	-; passaged, passages	**PAT**	spat; pats, paty
PASSANT	-; -	**PATACA**	-; patacas
PASSE	-; passed, passee, passel, passer, passes	**PATAGIA**	-; patagial
		PATAMAR	-; patamars
		PATCH	-; patchy
		PATCHED	-; -
PASSEL	-; passels	**PATCHER**	-; patchers
PASSER	-; passers	**PATCHES**	-; -

PATE	spate; pated, paten, pater, pates	**PATTEST**	-; -
		PATTIE	-; patties
		PATTING	spatting; -
PATELLA	-; patellae, patellar, patellas	**PATTY**	-; -
		PATY	-; -
		PATZER	-; patzers
PATEN	-; patens, patent	**PAUA**	-; pauas
		PAUCITY	-; -
PATENCY	-; -	**PAUGHTY**	-; -
PATENT	-; patents	**PAULIN**	-; paulins
PATER	-; paters	**PAUNCH**	-; paunchy
PATES	spates; -	**PAUPER**	-; paupers
PATH	-; paths	**PAUSAL**	-; -
PATHOS	-; -	**PAUSE**	-; paused, pauser, pauses
PATHWAY	-; pathways		
PATIENT	-; patients		
PATIN	-; patina, patine, patins	**PAUSER**	-; pausers
		PAUSING	-; -
PATINA	-; patinae, patinas	**PAVAN**	-; pavane, pavans
PATINE	-; patined, patines	**PAVANE**	-; pavanes
		PAVE	-; paved, paver, paves
PATIO	-; patios		
PATLY	-; -	**PAVEED**	-; -
PATNESS	-; -	**PAVER**	-; pavers
PATOIS	-; -	**PAVID**	-; -
PATRIOT	-; patriots	**PAVIN**	spavin; paving, pavins
PATROL	-; patrols		
PATRON	-; patrons	**PAVING**	-; pavings
PATROON	-; patroons	**PAVINS**	spavins; -
PATS	spats; patsy	**PAVIOR**	-; paviors
PATSIES	-; -	**PAVIOUR**	-; paviours
PATTED	spatted; -	**PAVIS**	-; pavise
PATTEE	-; -	**PAVISE**	-; paviser, pavises
PATTEN	-; pattens		
PATTER	spatter; pattern, patters	**PAVISER**	-; pavisers
		PAVISSE	-; pavisses
		PAVLOVA	-; pavlovas
PATTERN	-; patterns	**PAW**	-; pawl, pawn, paws
PATTERS	spatters; -		

PAWED	-; -	**PAYS**	spays; -
PAWER	-; pawers	**PAYSLIP**	-; payslips
PAWING	-; -	**PAYWALL**	-; paywalls
PAWKIER	-; -	**PAZAZZ**	-; -
PAWKILY	-; -	**PE**	ape, ope; pea,
PAWKY	-; -		pec, ped, pee,
PAWL	-; pawls		peg, peh, pen,
PAWN	spawn; pawns		pep, per, pes,
PAWNAGE	-; pawnages		pet, pew
PAWNED	spawned; -	**PEA**	-; peag, peak,
PAWNEE	-; pawnees		peal, pean,
PAWNER	spawner;		pear, peas,
	pawners		peat
PAWNERS	spawners; -	**PEACE**	-; peaced,
PAWNING	spawning; -		peaces
PAWNOR	-; pawnors	**PEACH**	-; peachy
PAWNS	spawns; -	**PEACHER**	-; peachers
PAWPAW	-; pawpaws	**PEACING**	-; -
PAX	-; -	**PEACOAT**	-; peacoats
PAXES	-; -	**PEACOCK**	-; peacocks,
PAXWAX	-; -		peacocky
PAY	spay; pays	**PEAFOWL**	-; peafowls
PAYABLE	-; -	**PEAG**	-; peage,
PAYABLY	-; -		peags
PAYBACK	-; paybacks	**PEAGE**	-; peages
PAYDAY	-; paydays	**PEAHEN**	-; peahens
PAYDOWN	-; paydowns	**PEAK**	apeak, speak;
PAYED	spayed; -		peaks, peaky
PAYEE	-; payees	**PEAKED**	-; -
PAYER	-; payers	**PEAKIER**	-; -
PAYESS	-; -	**PEAKING**	speaking; -
PAYING	spaying; -	**PEAKISH**	-; -
PAYLOAD	-; payloads	**PEAKS**	speaks; -
PAYMENT	-; payments	**PEAL**	-; peals
PAYNIM	-; paynims	**PEALED**	-; -
PAYOFF	-; payoffs	**PEALIKE**	-; -
PAYOLA	-; payolas	**PEALING**	-; -
PAYOR	-; payors	**PEAN**	spean; peans
PAYOUT	-; payouts	**PEANS**	speans; -
PAYROLL	-; payrolls	**PEANUT**	-; peanuts

PEAR	spear; pearl, pears, peart	**PECTASE**	-; pectases
PEARL	-; pearls, pearly	**PECTATE**	spectate; pectates
		PECTEN	-; pectens
PEARLED	-; -	**PECTIC**	-; -
PEARLER	-; pearlers	**PECTIN**	-; pectins
PEARLY	-; -	**PECTIZE**	-; pectized, pectizes
PEARS	spears; -		
PEART	-; -	**PED**	aped, oped, sped; peds
PEAS	-; pease		
PEASANT	-; peasants	**PEDAGOG**	-; pedagogs, pedagogy
PEASCOD	-; peascods		
PEASE	-; peasen, peases	**PEDAL**	-; pedalo, pedals
PEAT	-; peats, peaty	**PEDALO**	-; pedalos
		PEDANT	-; pedants
PEATIER	-; -	**PEDATE**	-; -
PEAVEY	-; peaveys	**PEDDLE**	-; peddled, peddler, peddles
PEAVY	-; -		
PEBBLE	-; pebbled, pebbles		
		PEDDLER	-; peddlers, peddlery
PEBBLY	-; -		
PEC	spec; pecs	**PEDES**	-; -
PECAN	-; pecans	**PEDICAB**	-; pedicabs
PECCANT	-; -	**PEDICEL**	-; pedicels
PECCARY	-; -	**PEDICLE**	-; pedicled, pedicles
PECCAVI	-; peccavis		
PECH	-; pechs	**PEDLAR**	-; pedlars, pedlary
PECHAN	-; pechans		
PECHED	-; -	**PEDLER**	-; pedlers
PECHING	-; -	**PEDOCAL**	-; pedocals
PECK	apeck, speck; pecks, pecky	**PEDRO**	-; pedros
		PEDWAY	-; pedways
PECKED	specked; -	**PEE**	epee; peed, peek, peel, peen, peep, peer, pees
PECKER	-; peckers		
PECKIER	-; -		
PECKING	specking; -		
PECKISH	-; -	**PEEBEEN**	-; peebeens
PECKS	specks; -	**PEED**	speed; -
PECS	specs; -	**PEEING**	-; -

PEEK	apeek; peeks	**PEH**	-; pehs
PEEKED	-; -	**PEIN**	-; peins
PEEKING	-; -	**PEINED**	-; -
PEEL	speel; peels	**PEINING**	-; -
PEELED	speeled; -	**PEISE**	speise; peised,
PEELER	-; peelers		peises
PEELERS	speelers; -	**PEISES**	speises; -
PEELING	speeling;	**PEISING**	-; -
	peelings	**PEKAN**	-; pekans
PEELS	speels; -	**PEKE**	-; pekes
PEEN	-; peens	**PEKEPOO**	-; pekepoos
PEENED	-; -	**PEKIN**	-; pekins
PEENING	-; -	**PEKOE**	-; pekoes
PEEP	-; peeps	**PELAGE**	-; pelages
PEEPBO	-; peepbos	**PELAGIC**	-; -
PEEPED	-; -	**PELAU**	-; pelaus
PEEPER	-; peepers	**PELE**	-; peles
PEEPING	-; -	**PELF**	-; pelfs
PEEPUL	-; peepuls	**PELHAM**	-; pelhams
PEER	speer; peers,	**PELICAN**	-; pelicans
	peery	**PELISSE**	-; pelisses
PEERAGE	-; peerages	**PELITE**	-; pelites
PEERED	speered; -	**PELITIC**	-; -
PEERESS	-; -	**PELLET**	-; pellets
PEERIE	-; peeries	**PELMET**	-; pelmets
PEERING	speering; -	**PELON**	-; -
PEERS	speers; -	**PELORIA**	-; pelorian,
PEES	epees; -		pelorias
PEEVE	-; peeved,	**PELORIC**	-; -
	peeves	**PELORUS**	-; -
PEEVING	-; -	**PELOTA**	-; pelotas
PEEVISH	-; -	**PELT**	spelt; pelts
PEEWEE	-; peewees	**PELTAST**	-; peltasts
PEEWIT	-; peewits	**PELTATE**	-; -
PEG	-; pegs	**PELTED**	-; -
PEGBOX	-; -	**PELTER**	spelter; pelters
PEGGED	-; -	**PELTERS**	spelters; -
PEGGING	-; -	**PELTING**	-; -
PEGLESS	-; -	**PELTRY**	-; -
PEGLIKE	-; -	**PELTS**	spelts; -

PELVES	-; -	**PENNAME**	-; pennames
PELVIC	-; pelvics	**PENNANT**	-; pennants
PELVIS	-; -	**PENNATE**	-; pennated
PEMBINA	-; pembinas	**PENNE**	-; penned,
PEMICAN	-; pemicans		penner
PEMPHIX	-; -	**PENNED**	-; -
PEN	open; pend,	**PENNER**	-; penners
	pens, pent	**PENNI**	-; pennia,
PENAL	-; -		pennis
PENALLY	-; -		
PENALTY	-; -	**PENNIES**	-; -
PENANCE	-; penanced,	**PENNINE**	-; pennines
	penances	**PENNING**	-; -
		PENNON	-; pennons
PENANG	-; penangs	**PENNY**	-; -
PENATES	-; -	**PENOCHE**	-; penoches
PENCE	spence;	**PENS**	opens; -
	pencel	**PENSEE**	-; pensees
PENCELS	-; pencels	**PENSIL**	-; pensile,
PENCIL	-; pencils		pensils
PEND	spend, upend;	**PENSION**	-; pensione,
	pends		pensions
PENDANT	-; pendants	**PENSIVE**	-; -
PENDED	upended; -	**PENSTER**	-; pensters
PENDENT	-; pendents	**PENT**	spent; -
PENDING	spending,	**PENTAD**	-; pentads
	upending; -	**PENTANE**	-; pentanes
PENDS	spends,	**PENTENE**	-; pentenes
	upends; -	**PENTODE**	-; pentodes
PENES	-; -	**PENTOSE**	-; pentoses
PENGO	-; pengos	**PENTYL**	-; pentyls
PENGUIN	-; penguins	**PENUCHE**	-; penuches
PENIAL	-; -	**PENUCHI**	-; penuchis
PENICIL	-; penicils	**PENULT**	-; penults
PENILE	-; -	**PENURY**	-; -
PENIS	-; -	**PEON**	-; peons,
PENISES	-; -		peony
PENLITE	-; penlites	**PEONAGE**	-; peonages
PENMAN	-; -	**PEONES**	-; -
PENMEN	-; -	**PEONIES**	-; -
PENNA	-; pennae	**PEONISM**	-; peonisms

PEOPLE	-; peopled, peopler, peoples	**PERCHER**	-; perchers
		PERCHES	-; -
		PERCOID	-; percoids
PEP	-; pepo, peps	**PERCUSS**	-; -
PEPINO	-; pepinos	**PERDIE**	-; -
PEPITA	-; pepitas	**PERDU**	-; perdue, perdus
PEPLA	-; -		
PEPLOS	-; -	**PERDUE**	-; perdues
PEPLUM	-; peplums	**PERDY**	-; -
PEPLUS	-; -	**PERE**	-; perea, peres
PEPO	-; pepos		
PEPPED	-; -	**PEREIA**	-; -
PEPPER	-; peppers, peppery	**PEREION**	-; -
		PEREON	-; -
PEPPIER	-; -	**PERFECT**	-; perfecta, perfecto, perfects
PEPPILY	-; -		
PEPPING	-; -		
PEPPY	-; -	**PERFIDY**	-; -
PEPSIN	-; pepsine, pepsins	**PERFORM**	-; performs
		PERFUME	-; perfumed, perfumer, perfumes
PEPSINE	-; pepsines		
PEPTALK	-; peptalks		
PEPTIC	-; peptics	**PERFUMY**	-; -
PEPTID	-; peptide, peptids	**PERFUSE**	-; perfused, perfuses
PEPTIDE	-; peptides	**PERGOLA**	-; pergolas
PEPTIZE	-; peptized, peptizer, peptizes	**PERHAPS**	-; -
		PERI	-; peril, peris
		PERIAPT	-; periapts
PEPTONE	-; peptones	**PERIDOT**	-; peridots
PER	aper; pere, peri, perk, perm, pert	**PERIGEE**	-; perigees
		PERIGON	-; perigons
		PERIL	-; perils
PERACID	-; peracids	**PERILLA**	-; perillas
PERC	-; percs	**PERINEA**	-; perineal
PERCALE	-; percales	**PERIOD**	-; periods
PERCENT	-; percents	**PERIQUE**	-; periques
PERCEPT	-; percepts	**PERISH**	-; -
PERCH	-; -	**PERITUS**	-; -
PERCHED	-; -	**PERIWIG**	-; periwigs

PERJURE	-; perjured, perjurer, perjures		personal, personas
		PERT	-;
PERJURY	-; -	**PERTAIN**	-; pertains
PERK	-; perks, perky	**PERTER**	-; -
PERKED	-; -	**PERTEST**	-; -
PERKIER	-; -	**PERTILY**	-; -
PERKILY	-; -	**PERTLY**	-; -
PERKING	-; -	**PERTURB**	-; perturbs
PERKISH	-; -	**PERUKE**	-; perukes
PERLITE	-; perlites	**PERUSAL**	-; perusals
PERM	sperm; perms	**PERUSE**	-; perused, peruser, peruses
PERMED	-; -		
PERMING	-; -		
PERMIT	-; permits	**PERUSER**	-; perusers
PERMS	sperms; -	**PERV**	-; pervs
PERMUTE	-; permuted, permutes	**PERVADE**	-; pervaded, pervader, pervades
PERNIO	-; -		
PEROGI	-; perogie, perogis	**PERVERT**	-; perverts
		PERVO	-; pervos
PEROGY	-; -	**PERVY**	-; -
PERORAL	-; -	**PES**	apes, opes; peso, pest
PEROXID	-; peroxide, peroxids		
		PESADE	-; pesades
PEROXY	-; -	**PESETA**	-; pesetas
PERP	-; perps	**PESEWA**	-; pesewas
PERPEND	-; perpends	**PESKIER**	-; -
PERPENT	-; perpents	**PESKILY**	-; -
PERPLEX	-; -	**PESKY**	-; -
PERRIES	-; -	**PESO**	-; pesos
PERRON	-; perrons	**PESSARY**	-; -
PERRY	-; -	**PEST**	-; pesto, pests
PERSALT	-; persalts	**PESTER**	-; pesters
PERSE	-; perses	**PESTLE**	-; pestled, pestles
PERSIST	-; persists		
PERSON	-; persona, persons	**PESTO**	-; pestos
		PET	-; pets
PERSONA	-; personae,	**PETAL**	-; petals

PETALED	-; -	PFENNIG	-; pfennige, pfennigs
PETARD	-; petards		
PETASOS	-; -	PFFT	-; -
PETASUS	-; -	PFUI	-; -
PETCOCK	-; petcocks	PHAETON	-; phaetons
PETER	-; peters	PHAGE	-; phages
PETERED	-; -	PHALLI	-; phallic
PETIOLE	-; petioled, petioles	PHALLUS	-; -
		PHANTOM	-; phantoms
PETIT	-; petite	PHARAOH	-; pharaohs
PETITE	-; petites	PHARMA	-; pharmas
PETNAP	-; petnaps	PHARMER	-; pharmers
PETRALE	-; petrales	PHAROS	-; -
PETREL	-; petrels	PHARYNX	-; -
PETRIFY	-; -	PHASE	-; phased, phases
PETROL	-; petrols		
PETROUS	-; -	PHASEAL	-; -
PETSAI	-; petsais	PHASIC	aphasic; -
PETTED	-; -	PHASIS	-; -
PETTER	-; petters	PHASMID	-; phasmids
PETTI	-; -	PHAT	-; -
PETTIER	-; -	PHATIC	-; -
PETTILY	-; -	PHATTER	-; -
PETTING	-; -	PHELLEM	-; phellems
PETTISH	-; -	PHENATE	-; phenates
PETTLE	-; pettled, pettles	PHENIX	-; -
		PHENOL	-; phenols
PETTO	-; -	PHENOM	-; phenoms
PETTY	-; -	PHENOXY	-; -
PETUNIA	-; petunias	PHENYL	-; phenyls
PEW	spew; pews	PHEW	-; -
PEWEE	-; pewees	PHI	-; phis, phiz
PEWIT	-; pewits	PHIAL	-; phials
PEWS	spews; -	PHILTER	-; philters
PEWTER	-; pewters	PHILTRA	-; -
PEYOTE	-; peyotes	PHILTRE	-; philtred, philtres
PEYOTL	-; peyotls		
PEYTRAL	-; peytrals	PHISH	-; -
PEYTREL	-; peytrels	PHISHED	-; -

PHISHER	-; -	**PHORATE**	ephorate;
PHIZ	-; -		phorates
PHIZES	-; -	**PHORESY**	-; -
PHLEGM	-; phlegms,	**PHOT**	-; photo, phots
	phlegmy	**PHOTIC**	aphotic;
PHLEGMY	-; -		photics
PHLOEM	-; phloems	**PHOTO**	-; photog,
PHLOX	-; -		photon,
PHLOXES	-; -		photos
PHO	-; phos, phot	**PHOTOED**	-; -
PHOBIA	-; phobias	**PHOTOG**	-; photogs
PHOBIC	-; phobics	**PHOTON**	-; photons
PHOCINE	-; -	**PHPHT**	-; -
PHOEBE	-; phoebes	**PHRASAL**	-; -
PHOEBUS	-; -	**PHRASE**	-; phrased,
PHOENIX	-; -		phrases
PHON	-; phone,	**PHRATRY**	-; -
	phono, phons,	**PHREAK**	-; phreaks
	phony	**PHRENIC**	-; -
PHONAL	-; -	**PHRENSY**	-; -
PHONATE	-; phonated,	**PHT**	-; -
	phonates	**PHUT**	-; phuts
PHONE	-; phoned,	**PHYLA**	-; phylae,
	phones,		phylar
	phoney	**PHYLE**	-; -
PHONEME	-; phonemes	**PHYLIC**	-; -
PHONEY	-; phoneys	**PHYLLO**	-; phyllon,
PHONIC	aphonic;		phyllos
	phonics	**PHYLON**	-; -
PHONIED	-; -	**PHYLUM**	-; -
PHONIER	-; -	**PHYSED**	-; physeds
PHONIES	-; phoniest	**PHYSES**	-; -
PHONILY	-; -	**PHYSIC**	-; physics
PHONING	-; -	**PHYSIO**	-; physios
PHONO	-; phonon,	**PHYSIS**	-; -
	phonos	**PHYTANE**	-; phytanes
PHONON	-; phonons	**PHYTIN**	-; phytins
PHONY	-; -	**PHYTOID**	-; -
PHOOEY	-; -	**PHYTOL**	-; phytols

PHYTON	-; phytons	**PICCATA**	-; -
PI	pia, pic, pie,	**PICCOLO**	-; piccolos
	pig, pin, pip,	**PICE**	spice; -
	pis, pit, piu,	**PICEOUS**	-; -
	pix; -	**PICK**	spick; picks,
PIA	-; pial, pian,		picky
	pias	**PICKAX**	-; pickaxe
PIAFFE	-; piaffed,	**PICKAXE**	-; pickaxed,
	piaffer, piaffes		pickaxes
PIAFFER	-; piaffers	**PICKED**	-; -
PIAL	-; -	**PICKEER**	-; pickeers
PIAN	apian; piano,	**PICKER**	-; pickers
	pians	**PICKET**	-; pickets
PIANI	-; -	**PICKIER**	-; -
PIANIC	-; -	**PICKING**	-; pickings
PIANISM	-; pianisms	**PICKLE**	-; pickled,
PIANIST	-; pianists		pickles
PIANO	-; pianos	**PICKOFF**	-; pickoffs
PIASABA	-; piasabas	**PICKS**	spicks; -
PIASAVA	-; piasavas	**PICKUP**	-; pickups
PIASTER	-; piasters	**PICKY**	-; -
PIASTRE	-; piastres	**PICNIC**	-; picnics
PIAZZA	-; piazzas	**PICOLIN**	-; picoline,
PIAZZE	-; -		picolins
PIBAL	-; pibals	**PICOT**	-; picots
PIBROCH	-; pibrochs	**PICOTED**	-; -
PIC	epic, spic;	**PICOTEE**	-; picotees
	pica, pice,	**PICQUET**	-; picquets
	pick, pics	**PICRATE**	-; picrated,
PICA	spica; pical,		picrates
	picas	**PICRIC**	-; -
PICACHO	-; picachos	**PICRITE**	-; picrites
PICADOR	-; picadors	**PICS**	epics, spics; -
PICAL	apical,	**PICTURE**	-; pictured,
	epical; -		pictures
PICANTE	-; -	**PICUL**	-; piculs
PICARA	-; picaras	**PIDDLE**	-; piddled,
PICARO	-; picaros		piddler,
PICAS	spicas; -		piddles

PIDDLER	-; piddlers	**PIGGIES**	-; piggiest
PIDDLY	-; -	**PIGGIN**	-; pigging,
PIDDOCK	-; piddocks		piggins
PIDGIN	-; pidgins	**PIGGISH**	-; -
PIE	-; pied, pier,	**PIGGY**	-; -
	pies	**PIGLET**	-; piglets
PIEBALD	-; piebalds	**PIGLIKE**	-; -
PIECE	apiece;	**PIGMENT**	-; pigments
	pieced, piecer,	**PIGMIES**	-; -
	pieces	**PIGMY**	-; -
PIECER	-; piecers	**PIGNOLI**	-; pignolia,
PIECING	-; piecings		pignolis
PIED	spied; -	**PIGNORA**	-; -
PIEFORT	-; pieforts	**PIGNUS**	-; -
PIEHOLE	-; pieholes	**PIGNUT**	-; pignuts
PIEING	-; -	**PIGOUT**	-; pigouts
PIER	spier; piers	**PIGPEN**	-; pigpens
PIERCE	-; pierced,	**PIGSKIN**	-; pigskins
	piercer,	**PIGSNEY**	-; pigsneys
	pierces	**PIGSTY**	-; -
PIERCER	-; piercers	**PIGTAIL**	-; pigtails
PIEROGI	-; -	**PIGWEED**	-; pigweeds
PIERROT	-; pierrots	**PIING**	-; -
PIERS	spiers; -	**PIKA**	-; pikas
PIES	spies; -	**PIKAKE**	-; pikakes
PIETA	-; pietas	**PIKE**	spike; piked,
PIETIES	-; -		piker, pikes
PIETISM	-; pietisms	**PIKED**	spiked; -
PIETIST	-; pietists	**PIKEMAN**	-; -
PIETY	-; -	**PIKEMEN**	-; -
PIEZO	-; -	**PIKER**	spiker; pikers
PIFFLE	-; piffled,	**PIKERS**	spikers; -
	piffles	**PIKES**	spikes; -
PIG	-; pigs	**PIKI**	-; pikis
PIGBOAT	-; pigboats	**PIKING**	spiking; -
PIGEON	-; pigeons	**PILAF**	-; pilaff, pilafs
PIGFISH	-; -	**PILAFF**	-; pilaffs
PIGGED	-; -	**PILAR**	-; -
PIGGERY	-; -	**PILAU**	-; pilaus
PIGGIE	-; piggies	**PILAW**	-; pilaws

PILE	spile; pilea, piled, pilei, piles	**PIMP**	-; pimps
		PIMPED	-; -
		PIMPING	-; -
PILEATE	-; pileated	**PIMPLE**	-; pimpled, pimples
PILED	spiled; -		
PILEOUS	-; -	**PIMPLY**	-; -
PILES	spiles; -	**PIN**	spin; pina, pine, ping, pink, pins, pint, piny
PILEUM	-; -		
PILEUP	-; pileups		
PILEUS	-; -		
PILFER	-; pilfers	**PINA**	-; pinas
PILGRIM	-; pilgrims	**PINANG**	-; pinangs
PILI	-; pilis	**PINATA**	-; pinatas
PILING	spiling; pilings	**PINBALL**	-; pinballs
PILINGS	spilings; -	**PINBONE**	-; pinbones
PILL	spill; pills	**PINCER**	-; pincers
PILLAGE	-; pillaged, pillager, pillages	**PINCH**	-; -
		PINCHED	-; -
		PINCHER	-; pinchers
PILLAR	-; pillars	**PINCHES**	-; -
PILLBOX	-; -	**PINCURL**	-; pincurls
PILLBUG	-; pillbugs	**PINDER**	-; pinders
PILLED	spilled; -	**PINE**	opine, spine; pined, pines, piney
PILLING	spilling; -		
PILLION	-; pillions		
PILLORY	-; -	**PINEAL**	-; -
PILLOW	-; pillows, pillowy	**PINED**	opined, spined; -
PILLS	spills; -	**PINENE**	-; pinenes
PILOSE	-; -	**PINERY**	-; -
PILOT	-; pilots	**PINES**	opines, spines; -
PILOTED	-; -		
PILOUS	-; -	**PINESAP**	-; pinesaps
PILSNER	-; pilsners	**PINETA**	-; -
PILULAR	-; -	**PINETUM**	-; -
PILULE	-; pilules	**PINEY**	-; -
PILUS	-; -	**PINFISH**	-; -
PILY	-; -	**PINFOLD**	-; pinfolds
PIMA	-; pimas	**PING**	aping, oping; pingo, pings
PIMENTO	-; pimentos		

PINGED	-; -	**PINNULA**	-; pinnulae, pinnular
PINGER	-; pingers		
PINGING	-; -	**PINNULE**	-; pinnules
PINGO	-; pingos	**PINNY**	spinny; -
PINGUID	-; -	**PINOCLE**	-; pinocles
PINHEAD	-; pinheads	**PINOLE**	-; pinoles
PINHOLE	-; pinholes	**PINON**	-; pinons
PINIER	spinier; -	**PINONES**	-; -
PINIEST	-; -	**PINOT**	-; pinots
PINING	opining; -	**PINS**	spins; -
PINION	opinion; pinions	**PINT**	-; pinta, pinto, pints
PINIONS	opinions; -	**PINTA**	-; pintas
PINITE	-; pinites	**PINTADA**	-; pintadas
PINITOL	-; pinitols	**PINTADO**	-; pintados
PINK	-; pinko, pinks, pinky	**PINTAIL**	-; pintails
		PINTANO	-; pintanos
PINKED	-; -	**PINTLE**	-; pintles
PINKEN	-; pinkens	**PINTO**	-; pintos
PINKER	-; -	**PINTOES**	-; -
PINKEST	-; -	**PINUP**	-; pinups
PINKEY	-; pinkeye, pinkeys	**PINWALE**	-; pinwales
		PINWEED	-; pinweeds
PINKEYE	-; pinkeyes	**PINWORK**	-; pinworks
PINKIE	-; pinkies	**PINWORM**	-; pinworms
PINKING	-; pinkings	**PINY**	spiny; -
PINKISH	-; -	**PINYIN**	-; pinyins
PINKLY	-; -	**PINYON**	-; pinyons
PINKO	-; pinkos	**PIOLET**	-; piolets
PINKOES	-; -	**PION**	-; pions
PINNA	-; pinnae, pinnal, pinnas	**PIONEER**	-; pioneers
		PIONIC	-; -
PINNACE	-; pinnaces	**PIOSITY**	-; -
PINNATE	-; pinnated	**PIOUS**	-; -
PINNED	-; -	**PIOUSLY**	-; -
PINNER	spinner; pinners	**PIP**	-; pipe, pips, pipy
PINNERS	spinners; -	**PIPA**	-; pipal, pipas
PINNIES	-; -	**PIPAGE**	-; pipages
PINNING	spinning; -	**PIPAL**	-; pipals

PIPE	-; piped, piper, pipes, pipet		piscinal, piscinas
PIPEAGE	-; pipeages	**PISCINE**	-; -
PIPEFUL	-; pipefuls	**PISCO**	-; piscos
PIPER	-; pipers	**PISH**	apish; -
PIPET	-; pipets	**PISHED**	-; -
PIPETTE	-; pipetted, pipettes	**PISHER**	-; pishers
		PISHES	-; -
PIPIER	-; -	**PISHING**	-; -
PIPIEST	-; -	**PISHOGE**	-; pishoges
PIPING	-; pipings	**PISMIRE**	-; pismires
PIPIT	-; pipits	**PISO**	-; pisos
PIPKIN	-; pipkins	**PISS**	-; -
PIPLESS	-; -	**PISSANT**	-; pissants
PIPPED	-; -	**PISSED**	-; -
PIPPIN	-; pipping, pippins	**PISSER**	-; pissers
		PISSES	-; -
PIPPY	-; -	**PISSING**	-; -
PIQUANT	-; -	**PISSOIR**	-; pissoirs
PIQUE	-; piqued, piques, piquet	**PISTE**	-; pistes
		PISTIL	-; pistils
PIQUET	-; piquets	**PISTOL**	-; pistole, pistols
PIQUING	-; -		
PIRACY	-; -	**PISTOLE**	-; pistoled, pistoles
PIRAGUA	-; piraguas		
PIRANA	-; piranas	**PISTON**	-; pistons
PIRANHA	-; piranhas	**PISTOU**	-; pistous
PIRATE	-; pirated, pirates	**PIT**	spit; pita, pith, pits, pity
PIRATIC	-; -	**PITA**	-; pitas
PIRAYA	-; pirayas	**PITAPAT**	-; pitapats
PIRN	-; pirns	**PITAYA**	-; pitayas
PIROG	-; pirogi	**PITCH**	-; pitchy
PIROGEN	-; -	**PITCHED**	-; -
PIROGHI	-; -	**PITCHER**	-; pitchers
PIROGUE	-; pirogues	**PITCHES**	-; -
PIROQUE	-; piorques	**PITCHY**	-; -
PIS	-; piso	**PITEOUS**	-; -
PISCARY	-; -	**PITFALL**	-; pitfalls
PISCINA	-; piscinae,	**PITH**	-; piths, pithy

PITHEAD	-; pitheads		placer, places,
PITHED	-; -		placet
PITHIER	-; -	**PLACEBO**	-; placebos
PITHILY	-; -	**PLACER**	-; placers
PITHING	-; -	**PLACET**	-; -
PITHOI	-; -	**PLACID**	-; -
PITHOS	-; -	**PLACING**	-; -
PITIED	-; -	**PLACK**	-; placks
PITIER	-; -	**PLACKET**	-; plackets
PITIES	-; -	**PLACOID**	-; placoids
PITIFUL	-; -	**PLAFOND**	-; plafonds
PITMAN	-; pitmans	**PLAGAL**	-; -
PITMEN	-; -	**PLAGE**	-; plages
PITON	-; pitons	**PLAGUE**	-; plagued,
PITOT	-; pitots		plaguer,
PITS	spits; -		plagues,
PITSAW	-; pitsaws		plaguey
PITTA	-; pittas	**PLAGUER**	-; plaguers
PITTED	spitted; -	**PLAGUY**	-; -
PITTING	spitting;	**PLAICE**	-; plaices
	pittings	**PLAID**	-; plaids
PIU	-; -	**PLAIDED**	-; -
PIVOT	-; pivots	**PLAIN**	-; plains, plaint
PIVOTAL	-; -	**PLAINED**	-; -
PIVOTED	-; -	**PLAINER**	-; -
PIX	-; pixy	**PLAINLY**	-; -
PIXEL	-; pixels	**PLAINT**	-; plaints
PIXES	-; -	**PLAIT**	-; plaits
PIXIE	-; pixies	**PLAITED**	-; -
PIXIES	-; pixiesh	**PLAITER**	-; plaiters
PIXY	-; -	**PLAN**	-; plane, plank,
PIXYISH	-; -		plans, plant
PIZAZZ	-; pizazzy	**PLANAR**	-; -
PIZZA	-; pizzas	**PLANATE**	-; -
PIZZLE	-; pizzles	**PLANCH**	-; planche
PLACARD	-; placards	**PLANCHE**	-; planches,
PLACATE	-; placated,		planchet
	placater,	**PLANE**	-; planed,
	placates		planer, planes,
PLACE	-; placed,		planet

PLANED	-; -		platen, plater,
PLANER	-; planers		plates
PLANET	-; planets	**PLATEAU**	-; plateaus,
PLANING	-; -		plateaux
PLANISH	-; -	**PLATEN**	-; platens
PLANK	-; planks	**PLATER**	-; platers
PLANKED	-; -	**PLATIER**	-; -
PLANNED	-; -	**PLATIES**	-; platiest
PLANNER	-; planners	**PLATINA**	-; platinas
PLANT	-; plants	**PLATING**	-; platings
PLANTAR	-; -	**PLATOON**	-; platoons
PLANTED	-; -	**PLATS**	splats; -
PLANTER	-; planters	**PLATTED**	-; -
PLANULA	-; planulae,	**PLATTER**	splatter;
	planular		platters
PLAQUE	-; plaques	**PLATY**	-; platys
PLASH	splash;	**PLAUDIT**	-; plaudits
	plashy	**PLAY**	splay; playa,
PLASHED	splashed; -		plays
PLASHER	-; plashers	**PLAYA**	-; playas
PLASHES	splashes; -	**PLAYACT**	-; playacts
PLASHY	splashy; -	**PLAYBOY**	-; playboys
PLASM	-; plasma,	**PLAYDAY**	-; playdays
	plasms	**PLAYED**	splayed; -
PLASMA	-; plasmas	**PLAYER**	-; players
PLASMIC	-; -	**PLAYERS**	splayers; -
PLASMID	-; plasmids	**PLAYFUL**	-; -
PLASMIN	-; plasmins	**PLAYING**	splaying; -
PLASMON	-; plasmons	**PLAYLET**	-; playlets
PLASTER	-; plasters,	**PLAYOFF**	-; playoffs
	plastery	**PLAYPEN**	-; playpens
PLASTIC	aplastic;	**PLAYS**	splays; -
	plastics	**PLAZA**	-; plazas
PLASTID	-; plastids	**PLEA**	-; plead,
PLAT	splat; plate,		pleas,
	plats, platy		pleat
PLATAN	-; platane,	**PLEACH**	-; -
	platans	**PLEAD**	-; pleads
PLATANE	-; platanes	**PLEADED**	-; -
PLATE	-; plated,	**PLEADER**	-; pleaders

PLEASE	-; pleased, pleaser, pleases	**PLEXAL**	-; -
		PLEXES	-; -
		PLEXOR	-; plexors
PLEASER	-; pleasers	**PLEXUS**	-; -
PLEAT	-; pleats	**PLIABLE**	-; -
PLEATED	-; -	**PLIABLY**	-; -
PLEATER	-; pleaters	**PLIANCY**	-; -
PLEB	-; plebe, plebs	**PLIANT**	-; -
PLEBE	-; plebes	**PLICA**	-; plicae, plical
PLED	-; -	**PLICATE**	-; plicated
PLEDGE	-; pledged, pledgee, pledger, pledges, pledget	**PLIE**	-; plied, plier, plies
		PLIER	-; pliers
		PLIGHT	-; plights
		PLIMSOL	-; plimsole, plimsoll, plimsols
PLEDGEE	-; pledgees		
PLEDGER	-; pledgers		
PLEDGET	-; pledgets	**PLINK**	-; plinks, plinky
PLEDGOR	-; pledgors	**PLINKED**	-; -
PLEIAD	-; pleiads	**PLINKER**	-; plinkers
PLENA	-; -	**PLINTH**	-; plinths
PLENARY	-; -	**PLISKIE**	-; pliskies
PLENCH	-; -	**PLISKY**	-; -
PLENISH	-; -	**PLISSE**	-; plisses
PLENISM	-; plenisms	**PLOD**	-; plods
PLENIST	-; plenists	**PLODDED**	-; -
PLENTY	aplenty; -	**PLODDER**	-; plodders
PLENUM	-; plenums	**PLOIDY**	-; -
PLEON	-; -	**PLONK**	-; plonks
PLEONAL	-; -	**PLONKED**	-; -
PLEONIC	-; -	**PLOP**	-; plops
PLEOPOD	-; pleopods	**PLOPPED**	-; -
PLEROMA	-; pleromas	**PLOSION**	-; plosions
PLESSOR	-; plessors	**PLOSIVE**	-; plosives
PLEURA	-; pleurae, pleural, pleuras	**PLOT**	-; plots, plotz
		PLOTTED	-; -
		PLOTTER	-; plotters
PLEURON	-; -	**PLOTTY**	-; -
PLEW	-; plews	**PLOTZ**	-; -
PLEX	-; -	**PLOTZED**	-; -

PLOTZES	-; -	**PLUMMET**	-; plummets
PLOUGH	-; ploughs	**PLUMMY**	-; -
PLOVER	-; plovers	**PLUMOSE**	-; -
PLOW	-; plows	**PLUMP**	-; plumps
PLOWBOY	-; plowboys	**PLUMPED**	-; -
PLOWED	-; -	**PLUMPEN**	-; plumpens
PLOWER	-; plowers	**PLUMPER**	-; plumpers
PLOWING	-; -	**PLUMPLY**	-; -
PLOWMAN	-; -	**PLUMULE**	-; plumules
PLOWMEN	-; -	**PLUMY**	-; -
PLOY	-; ploys	**PLUNDER**	-; plunders
PLOYE	-; ployed, ployes	**PLUNGE**	-; plunged, plunger, plunges
PLOYED	-; -		
PLOYING	-; -	**PLUNGER**	-; plungers
PLUCK	-; plucks, plucky	**PLUNK**	-; plunks, plunky
PLUCKED	-; -	**PLUNKED**	-; -
PLUCKER	-; pluckers	**PLUNKER**	-; plunkers
PLUG	-; plugs	**PLUNKY**	-; -
PLUGGED	-; -	**PLUOT**	-; pluots
PLUGGER	-; pluggers	**PLURAL**	-; plurals
PLUGOLA	-; plugolas	**PLUS**	-; plush
PLUM	-; plumb, plume, plump, plums, plumy	**PLUSES**	-; -
		PLUSH	-; plushy
		PLUSHED	-; -
PLUMAGE	-; plumaged, plumages	**PLUSHER**	-; -
		PLUSHES	-; -
PLUMATE	-; -	**PLUSHLY**	-; -
PLUMB	-; plumbs	**PLUSSES**	-; -
PLUMBED	-; -	**PLUTEI**	-; -
PLUMBER	-; plumbers, plumbery	**PLUTEUS**	-; -
		PLUTON	-; plutons
PLUMBIC	-; -	**PLUVIAL**	-; pluvials
PLUMBUM	-; plumbums	**PLUVIAN**	-; -
PLUME	-; plumed, plumes	**PLY**	-; -
		PLYER	-; plyers
PLUMERY	-; -	**PLYING**	-; -
PLUMIER	-; -	**PLYWOOD**	-; plywoods
PLUMING	-; -	**PNEUMA**	-; pneumas

PO	-; poo, pos	**POETIC**	-; poetics
POACH	-; poachy	**POETISE**	-; poetised,
POACHED	-; -		poetiser,
POACHER	-; poachers		poetises
POACHES	-; -	**POETIZE**	-; poetized,
POBLANO	-; poblanos		poetizer,
POBOY	-; poboys		poetizes
POCHARD	-; pochards	**POETRY**	-; -
POCK	-; pocks, pocky	**POGEY**	-; pogeys
POCKED	-; -	**POGIES**	-; -
POCKET	-; pockets	**POGONIA**	-; pogonias
POCKIER	-; -	**POGONIP**	-; pogonips
POCKILY	-; -	**POGROM**	-; pogroms
POCKING	-; -	**POGY**	-; -
POCO	-; -	**POH**	-; -
POCOSEN	-; pocosens	**POI**	-; pois
POCOSIN	-; pocosins	**POILU**	-; poilus
POCOSON	-; pocosons	**POIND**	-; poinds
POD	apod; pods	**POINDED**	-; -
PODCAST	-; podcasts	**POINT**	-; pointe,
PODAGRA	-; podagral,		points, pointy
	podagras	**POINTE**	-; pointed,
PODDED	-; -		pointer,
PODDING	-; -		pointes
PODESTA	-; podestas	**POINTER**	-; pointers
PODGIER	-; -	**POISE**	-; poised,
PODGILY	-; -		poiser, poises
PODGY	-; -	**POISER**	-; poisers
PODIA	-; -	**POISHA**	-; -
PODITE	-; podites	**POISING**	-; -
PODITIC	-; -	**POISON**	-; poisons
PODIUM	-; podiums	**POITREL**	-; poitrels
PODLIKE	-; -	**POKE**	spoke; poked,
PODSOL	-; podsols		poker, pokes,
PODUNK	-; podunks		pokey
PODZOL	-; podzols	**POKED**	spoked; -
POEM	-; poems	**POKER**	-; pokers
POESIES	-; -	**POKES**	spokes; -
POESY	-; -	**POKEY**	-; pokeys
POET	-; poets	**POKIER**	-; -

POKIES	-; pokiest	**POLLEN**	-; pollens
POKILY	-; -	**POLLER**	-; pollers
POKING	spoking; -	**POLLEX**	-; -
POKY	-; -	**POLLING**	-; -
POL	-; pole, poll,	**POLLIST**	-; pollists
	polo, pols,	**POLLOCK**	-; pollocks
	poly	**POLLUTE**	-; polluted,
POLAR	-; polars		polluter,
POLARON	-; polarons		pollutes
POLDER	-; polders	**POLO**	-; polos
POLE	-; poled, poler,	**POLOIST**	-; poloists
	poles	**POLY**	-; polyp, polys
POLEAX	-; poleaxe	**POLYP**	-; polypi
POLEAXE	-; poleaxed,	**POLYCOT**	-; polycots
	poleaxes	**POLYENE**	-; polyenes
POLECAT	-; polecats	**POLYGON**	-; polygons,
POLEIS	-; -		polygony
POLEMIC	-; polemics	**POLYMER**	-; polymers
POLENTA	-; polentas	**POLYNYA**	-; polynyas
POLER	-; polers	**POLYOL**	-; polyols
POLEYN	-; poleyns	**POLYOMA**	-; polyomas
POLICE	-; policed,	**POLYP**	-; polypi,
	policer,		polyps
	polices	**POLYPED**	-; polypeds
POLICER	-; policers	**POLYPOD**	-; polypods,
POLICY	-; -		polypody
POLING	-; -	**POLYPUS**	-; -
POLIO	-; polios	**POM**	-; pome,
POLIS	-; polish		pomp, poms
POLITE	-; politer	**POMACE**	-; pomaces
POLITIC	-; politick,	**POMADE**	-; pomaded,
	politics		pomades
POLITY	-; -	**POMATUM**	-; pomatums
POLKA	-; polkas	**POME**	-; pomes
POLKAED	-; -	**POMELO**	-; pomelos
POLL	-; polls	**POMFRET**	-; pomfrets
POLLACK	-; pollacks	**POMMEE**	-; -
POLLARD	-; pollards	**POMMEL**	-; pommels
POLLED	-; -	**POMMIE**	-; pommies
POLLEE	-; pollees	**POMMY**	-; -

POMO	-; pomos	**POOCH**	-; -
POMP	-; pomps	**POOCHED**	-; -
POMPANO	-; pompanos	**POOCHES**	-; -
POMPOM	-; pompoms	**POOD**	-; poods
POMPON	-; pompons	**POODLE**	-; poodles
POMPOUS	-; -	**POOED**	-; -
PONCE	-; ponced, ponces	**POOF**	spoof; poofs, poofy
PONCHO	-; ponchos	**POOFTAH**	-; pooftahs
PONCING	-; -	**POOFTER**	-; poofters
POND	-; ponds	**POOH**	-; poohs
PONDED	-; -	**POOHBAH**	-; poohbahs
PONDER	-; ponders	**POOHED**	-; -
PONDING	-; -	**POOHING**	-; -
PONE	-; pones	**POOING**	-; -
PONENT	-; -	**POOJA**	-; poojas
PONG	-; pongo, pongs, pongy	**POOKA**	-; pookas
		POOL	spool; pools
PONGAL	-; pongals	**POOLED**	spooled; -
PONGED	-; -	**POOLER**	spooler; poolers
PONGEE	-; pongees		
PONGID	-; pongids	**POOLERS**	spoolers; -
PONGING	-; -	**POOLING**	spooling; -
PONGO	-; pongos	**POOLS**	spools; -
PONIARD	-; poniards	**POON**	spoon; poons
PONIED	-; -	**POONS**	spoons; -
PONIES	-; -	**POOP**	-; poops
PONS	-; -	**POOPED**	-; -
PONTES	-; -	**POOPEY**	-; -
PONTIFF	-; pontiffs	**POOPING**	-; -
PONTIL	-; pontils	**POOR**	spoor; poori
PONTINE	-; -	**POORER**	-; -
PONTON	-; pontons	**POOREST**	-; -
PONTOON	spontoon; pontoons	**POORI**	-; pooris
		POORIS	-; poorish
PONY	-; -	**POORLY**	-; -
PONZU	-; ponzus	**POORS**	spoors; -
POO	-; pood, poof, pool, poop, poor, poos	**POOVE**	-; pooves
		POP	-; pope, pops
		POPCORN	-; popcorns

POPE	-; popes	**PORN**	-; porno,
POPEDOM	-; popedoms		porns, porny
POPERY	-; -	**PORNO**	-; pornos
POPEYED	-; -	**POROSE**	-; -
POPGUN	-; popguns	**POROUS**	-; -
POPISH	-; -	**PORRECT**	-; -
POPLAR	-; poplars	**PORT**	aport, sport;
POPLIN	-; poplins		ports
POPOVER	-; popovers	**PORTAGE**	-; portaged,
POPPA	-; poppas		portages
POPPED	-; -	**PORTAL**	-; portals
POPPER	-; poppers	**PORTED**	sported; -
POPPET	-; poppets	**PORTEND**	-; portends
POPPIED	-; -	**PORTENT**	-; portents
POPPIES	-; -	**PORTER**	sporter;
POPPING	-; -		porters
POPPLE	-; poppled,	**PORTERS**	sporters; -
	popples	**PORTICO**	-; porticos
POPPY	-; -	**PORTING**	-; -
POPS	-; popsy	**PORTION**	-; portions
POPSIE	-; popsies	**PORTLY**	-; -
POPULAR	-; -	**PORTRAY**	-; portrays
PORCH	-; -	**PORTS**	sports; -
PORCHES	-; -	**POSADA**	-; posadas
PORCINE	-; -	**POSE**	-; posed,
PORCINI	-; -		poser, poses
PORCINO	-; -	**POSER**	-; posers
PORE	spore; pored,	**POSEUR**	-; poseurs
	pores	**POSH**	-; -
PORED	spored; -	**POSHER**	-; -
PORES	spores; -	**POSHEST**	-; -
PORGIES	-; -	**POSHLY**	-; -
PORGY	-; -	**POSIES**	-; -
PORING	sporing; -	**POSING**	-; -
PORISM	-; porisms	**POSIT**	-; posits
PORK	-; porks, porky	**POSITED**	-; -
PORKER	-; porkers	**POSOLE**	-; posoles
PORKIER	-; -	**POSSE**	-; posses,
PORKIES	-; porkiest		posset
PORKPIE	-; porkpies	**POSSES**	-; possess

POSSET	-; possets	**POTENCY**	-; -
POSSUM	opossum; possums	**POTENT**	-; -
		POTFUL	-; potfuls
POSSUMS	opossums; -	**POTHEAD**	-; potheads
POST	-; posts	**POTHEEN**	-; potheens
POSTAGE	-; postages	**POTHER**	-; potherb, pothers
POSTAL	-; postals		
POSTBAG	-; postbags	**POTHERB**	-; potherbs
POSTBOX	-; -	**POTHOLE**	-; potholed, potholes
POSTBOY	-; postboys		
POSTDOC	-; postdocs	**POTHOOK**	-; pothooks
POSTED	-; -	**POTHOS**	-; -
POSTEEN	-; posteens	**POTICHE**	-; potiches
POSTER	-; postern, posters	**POTION**	-; potions
		POTLACH	-; potlache
POSTFIX	-; -	**POTLIKE**	-; -
POSTIE	-; posties	**POTLINE**	-; potlines
POSTIN	-; posting, postins	**POTLUCK**	-; potlucks
		POTMAN	-; -
POSTING	-; postings	**POTMEN**	-; -
POSTMAN	-; -	**POTPIE**	-; potpies
POSTMEN	-; -	**POTS**	spots; -
POSTOP	-; postops	**POTSHOT**	-; potshots
POSTTAX	-; -	**POTSIE**	-; potsies
POSTURE	-; postured, posturer, postures	**POTSY**	-; -
		POTTAGE	-; pottages
		POTTED	spotted; -
POSTWAR	-; -	**POTTEEN**	-; potteens
POSY	-; -	**POTTER**	spotter; potters, pottery
POT	spot; pots		
POTABLE	-; potables		
POTAGE	-; potages	**POTTERS**	spotters; -
POTAMIC	-; -	**POTTIER**	-; -
POTASH	-; -	**POTTIES**	-; pottiest
POTATO	-; -	**POTTING**	spotting; -
POTBOIL	-; potboils	**POTTLE**	-; pottles
POTBOY	-; potboys	**POTTO**	-; pottos
POTEEN	-; poteens	**POTTY**	spotty; -
POTENCE	-; potences	**POTZER**	-; potzers

POUCH	-; pouchy	POVERTY	-; -
POUCHED	-; -	POW	-; pows
POUCHES	-; -	POWDER	-; powders, powdery
POUF	-; pouff, poufs		
POUFED	-; -	POWER	-; powers
POUFF	-; pouffe, pouffs	POWERED	-; -
		POWTER	-; powters
POUFFE	-; pouffed, pouffes	POWWOW	-; powwows
		POX	-; poxy
POULARD	-; poularde, poulards	POXED	-; -
		POXES	-; -
POULT	-; poults	POXIER	-; -
POULTER	-; poulters	POXING	-; -
POULTRY	-; -	POYOU	-; poyous
POUNCE	-; pounced, pouncer, pounces	POZOLE	-; pozoles
		PRAAM	-; praams
		PRACTIC	-; practice
POUNCER	-; pouncers	PRAETOR	-; praetors
POUND	-; pounds	PRAHU	-; prahus
POUNDAL	-; poundals	PRAIRIE	-; prairies
POUNDED	-; -	PRAISE	upraise; praised, praiser, praises
POUNDER	-; pounders		
POUR	-; pours		
POURED	-; -		
POURER	-; pourers	PRAISED	upraised; -
POURING	-; -	PRAISER	upraiser; praisers
POUSSIE	-; poussies		
POUT	spout; pouts, pouty	PRAISES	upraises; -
		PRAJNA	-; prajnas
POUTED	spouted; -	PRALINE	-; pralines
POUTER	spouter; pouters	PRAM	-; prams
		PRANA	-; pranas
POUTERS	spouters; -	PRANCE	-; pranced, prancer, prances
POUTFUL	-; -		
POUTIER	-; -		
POUTINE	-; poutines	PRANCER	-; prancers
POUTING	spouting; -	PRANG	sprang; prangs
POUTS	spouts; -		
POUTY	-; -	PRANGED	-; -

PRANK	-; pranks	**PREBEND**	-; prebends
PRANKED	-; -	**PREBID**	-; prebids
PRAO	-; praos	**PREBILL**	-; prebills
PRASE	-; prases	**PREBIND**	-; prebinds
PRAT	sprat; prate, prats	**PREBOIL**	-; preboils
		PREBOOK	-; prebooks
PRATE	-; prated, prater, prates	**PREBOOM**	-; -
		PREBUY	-; prebuys
PRATER	-; praters	**PRECAST**	-; precasts
PRATIE	-; praties	**PRECAVA**	-; precavae, precaval
PRATING	-; -		
PRATS	sprats; -	**PRECEDE**	-; preceded, precedes
PRATTLE	sprattle; prattled, prattler, prattles		
		PRECENT	-; precents
		PRECEPT	-; precepts
		PRECESS	-; -
PRAU	-; praus	**PRECHILL**	-; prechills
PRAWN	-; prawns	**PRECIPE**	-; precipes
PRAWNED	-; -	**PRECIS**	-; precise
PRAWNER	-; prawners	**PRECISE**	-; precised, preciser, precises
PRAXES	-; -		
PRAXIS	-; -		
PRAY	spray; prays	**PRECODE**	-; precoded, precodes
PRAYED	sprayed; -		
PRAYER	sprayer; prayers	**PRECOOK**	-; precooks
		PRECOOL	-; precools
PRAYERS	sprayers; -	**PRECOUP**	-; -
PRAYING	spraying; -	**PRECURE**	-; precured, precures
PRAYS	sprays; -		
PREACH	upreach; preachy	**PRECUT**	-; precuts
		PREDATE	-; predated, predates
PREACT	-; preacts		
PREAGED	-; -	**PREDAWN**	-; predawns
PREAMP	-; preamps	**PREDIAL**	-; -
PREANAL	-; -	**PREDICT**	-; predicts
PREARM	-; prearms	**PREDIVE**	-; -
PREAVER	-; preavers	**PREDRY**	-; -
PREBADE	-; -	**PREDUSK**	-; predusks
PREBAKE	-; prebaked, prebakes	**PREE**	spree; preed, preen, prees

PREEDIT	-; preedits	**PREMIE**	-; premier,
PREEING	-; -		premies
PREEMIE	-; preemies	**PREMIER**	-; premiere,
PREEMPT	-; preempts		premiers
PREEN	-; preens	**PREMISE**	-; premised,
PREENER	-; preeners		premises
PREES	sprees; -	**PREMISS**	-; -
PREFAB	-; prefabs	**PREMIUM**	-; premiums
PREFACE	-; prefaced,	**PREMIX**	-; -
	prefacer,	**PREMOLD**	-; premolds
	prefaces	**PREMOLT**	-; -
PREFADE	-; prefaded,	**PREMUNE**	-; -
	prefades	**PRENAME**	-; prenames
PREFECT	-; prefects	**PRENOON**	-; -
PREFER	-; prefers	**PRENUP**	-; prenups
PREFILE	-; prefiled,	**PREOP**	-; preops
	prefiles	**PREP**	-; preps
PREFIRE	-; prefired,	**PREPACK**	-; prepacks
	prefires	**PREPAID**	-; -
PREFIX	-; -	**PREPARE**	-; prepared,
PREFORM	-; preforms		preparer,
PREFUND	-; prefunds		prepares
PREGAME	-; -	**PREPAVE**	-; prepaved,
PREHEAT	-; preheats		prepaves
PRELACY	-; -	**PREPAY**	-; prepays
PRELATE	-; prelates	**PREPILL**	-; -
PRELAW	-; -	**PREPLAN**	-; preplans,
PRELECT	-; prelects		preplant
PRELIFE	-; -	**PREPOSE**	-; preposed,
PRELIM	-; prelims		preposes
PRELOAD	-; preloads	**PREPPED**	-; -
PRELUDE	-; preluded,	**PREPPIE**	-; preppies
	preluder,	**PREPPY**	-; -
	preludes	**PREPREG**	-; prepregs
PREMADE	-; -	**PREPUCE**	-; prepuces
PREMAN	-; -	**PREPURA**	-; prepurae,
PREMEAL	-; -		prepuras
PREMED	-; premeds	**PREQUEL**	-; prequels
PREMEET	-; -	**PRERACE**	-; -
PREMEN	-; -	**PRERIOT**	-; -

PREROCK	-; -	**PRETEXT**	-; pretexts
PRESA	-; -	**PRETOR**	-; pretors
PRESAGE	-; presaged, presager, presages	**PRETRIM**	-; pretrims
		PRETTY	-; -
		PRETYPE	-; pretyped, pretypes
PRESALE	-; -		
PRESE	-; preset	**PRETZEL**	-; pretzels
PRESELL	-; presells	**PREVAIL**	-; prevails
PRESENT	-; presents	**PREVENT**	-; prevents
PRESET	-; presets	**PREVERB**	-; preverbs
PRESHIP	-; preships	**PREVIEW**	-; previews
PRESHOW	-; preshown, preshows	**PREVISE**	-; prevised, previses
PRESIDE	-; presided, presider, presides	**PREVUE**	-; prevued, prevues
		PREWAR	-; prewarm, prewarn
PRESIFT	-; presifts		
PRESOAK	-; presoaks	**PREWARM**	-; prewarms
PRESOLD	-; -	**PREWARN**	-; prewarns
PRESONG	-; -	**PREWASH**	-; -
PRESORT	-; presorts	**PREWIRE**	-; prewired, prewires
PRESS	-; -		
PRESSED	-; -	**PREWORK**	-; -
PRESSER	-; pressers	**PREWRAP**	-; prewraps
PRESSES	-;	**PREX**	-; prexy
PRESSOR	-; -	**PREXES**	-; -
PREST	-; presto, prests	**PREXIES**	-; -
PRESTER	-; presters	**PREY**	-; preys
PRESTO	-; prestos	**PREYED**	-; -
PRESUME	-; presumed, presumer, presumes	**PREYER**	-; preyers
		PREYING	-; -
		PREZ	-; -
PRETAPE	-; pretaped, pretapes	**PREZES**	-; -
		PREZZIE	-; prezzies
PRETAX	-; -	**PRIAPI**	-; priapic
PRETEEN	-; preteens	**PRIAPUS**	-; -
PRETELL	-; pretells	**PRICE**	-; priced, pricer, prices, pricey
PRETEND	-; pretends		
PRETERM	-; -		
PRETEST	-; pretests	**PRICER**	-; pricers

PRICIER	-; -
PRICILY	-; -
PRICING	-; -
PRICK	-; pricks, pricky
PRICKED	-; -
PRICKER	-; prickers
PRICKET	-; prickets
PRICKLE	-; prickled, prickles
PRICKLY	-; -
PRICKY	-; -
PRICY	-; -
PRIDE	-; prided, prides
PRIDING	-; -
PRIED	-; -
PRIER	sprier; priers
PRIES	-; priest
PRIEST	-; priests
PRIG	sprig; prigs
PRIGGED	sprigged; -
PRIGS	sprigs; -
PRILL	-; prills
PRILLED	-; -
PRIM	-; prima, prime, primi, primo, primp, prims
PRIMA	-; primal, primas
PRIMACY	-; -
PRIMAGE	-; primages
PRIMARY	-; -
PRIMATE	-; primates
PRIME	-; primed, primer, primes
PRIMELY	-; -
PRIMER	-; primers
PRIMERO	-; primeros
PRIMI	primis
PRIMINE	-; primines
PRIMING	-; primings
PRIMLY	-; -
PRIMMED	-; -
PRIMMER	-; -
PRIMO	-; primos
PRIMP	-; primps
PRIMPED	-; -
PRIMSIE	-; -
PRIMULA	-; primulas
PRIMUS	-; -
PRINCE	-; princes
PRINCES	-; princess
PRINCOX	-; -
PRINK	-; prinks
PRINKED	-; -
PRINKER	-; prinkers
PRINT	sprint; prints
PRINTED	sprinted; -
PRINTER	sprinter; printers, printery
PRION	-; prions
PRIOR	-; priors, priory
PRIORLY	-; -
PRIORY	-; -
PRISE	uprise; prised, prises
PRISERE	-; priseres
PRISES	uprises; -
PRISING	-; -
PRISM	-; prisms
PRISON	-; prisons
PRISS	-; prissy
PRISSED	-; -
PRISSES	-; -
PRITHEE	-; -
PRIVACY	-; -
PRIVATE	-; privater, privates
PRIVET	-; privets

PRIVIER	-; -	**PRODUCT**	-; products
PRIVIES	-; priviest	**PROEM**	-; proems
PRIVILY	-; -	**PROETTE**	-; proettes
PRIVITY	-; -	**PROF**	-; profs
PRIVY	-; -	**PROFANE**	-; profaned,
PRIZE	-; prized,		profaner,
	prizer, prizes		profanes
PRIZER	-; prizers	**PROFESS**	-; -
PRIZING	-; -	**PROFFER**	-; proffers
PRO	-; proa, prod,	**PROFILE**	-; profiled,
	prof, prog,		profiler,
	prom, prop,		profiles
	pros, prow	**PROFIT**	-; profits
PROA	-; proas	**PROFUSE**	-; -
PROBAND	-; probands	**PROG**	-; progs
PROBANG	-; probangs	**PROGENY**	-; -
PROBATE	-; probated,	**PROGGED**	-; -
	probates	**PROGGER**	-; proggers
PROBE	-; probed,	**PROGRAM**	-; programs
	prober, probes	**PROGUN**	-; -
PROBER	-; probers	**PROJECT**	-; projects
PROBING	-; -	**PROJET**	-; projets
PROBIT	-; probits,	**PROLAN**	-; prolans
	probity	**PROLATE**	-; -
PROBLEM	-; problems	**PROLE**	-; proles
PROCARP	-; procarps	**PROLEG**	-; prolegs
PROCEED	-; proceeds	**PROLINE**	-; prolines
PROCESS	-; -	**PROLIX**	-; -
PROCTOR	-; proctors	**PROLOG**	-; prologs
PROCURE	-; procured,	**PROLONG**	-; prolonge,
	procurer,		prolongs
	procures	**PROM**	-; promo,
PROD	-; prods		proms
PRODDED	-; -	**PROMINE**	-; promines
PRODDER	-; prodders	**PROMISE**	-; promised,
PRODIGY	-; -		promisee,
PRODRUG	-; prodrugs		promiser,
PRODUCE	-; produced,		promises
	producer,	**PROMO**	-; promos
	produces	**PROMOTE**	-; promoted,

	promoter,	**PROSE**	uprose;
	promotes		prosed,
PROMPT	-; prompts		proser, proses
PRONATE	-; pronated,	**PROSECT**	-; prosects
	pronates	**PROSER**	-; prosers
PRONE	-; -	**PROSIER**	-; -
PRONELY	-; -	**PROSILY**	-; -
PRONG	-; prongs	**PROSING**	-; -
PRONGED	-; -	**PROSIT**	-; -
PRONOUN	-; pronouns	**PROSO**	-; prosos
PRONTO	-; -	**PROSODY**	-; -
PROOF	-; proofs	**PROSOMA**	-; prosomal,
PROOFED	-; -		prosomas
PROOFER	-; proofers	**PROSPER**	-; prospers
PROP	-; props	**PROSS**	-; -
PROPANE	-; propanes	**PROSSES**	-; -
PROPEL	-; propels	**PROSSIE**	-; prossies
PROPEND	-; propends	**PROST**	-; -
PROPENE	-; propenes	**PROSTIE**	-; prosties
PROPER	-; propers	**PROSY**	-; -
PROPHET	-; prophets	**PROTEA**	-; protean,
PROPINE	-; propined,		proteas
	propines	**PROTECT**	-; protects
PROPJET	-; propjets	**PROTEGE**	-; protegee,
PROPMAN	-; -		proteges
PROPMEN	-; -	**PROTEI**	-; proteid,
PROPONE	-; proponed,		protein, proteis
	propones	**PROTEID**	-; proteide,
PROPOSE	-; proposed,	**PROTEIN**	-; proteins
	proposer,	**PROTEND**	-; protends
	proposes	**PROTEST**	-; protests
PROPPED	-; -	**PROTEUS**	-; -
PROPRIA	-; -	**PROTIST**	-; protists
PROPYL	-; propyls	**PROTIUM**	-; protiums
PROPYNE	-; propynes	**PROTON**	-; protons
PRORATE	-; prorated,	**PROTYL**	-; protyle,
	prorates		protyls
PROS	-; prose, proso,	**PROTYLE**	-; protyles
	pross, prosy	**PROUD**	-; -
PROSAIC	-; -	**PROUDER**	-; -

PROUDLY	-; -	**PRUTA**	-; prutah
PROVE	-; proved,	**PRUTOT**	-; prutoth
	proven,	**PRY**	spry; -
	prover,	**PRYER**	spryer;
	proves		pryers
PROVER	-; proverb,	**PRYING**	-; -
	provers	**PRYTHEE**	-; -
PROVERB	-; proverbs	**PSALM**	-; psalms
PROVIDE	-; provided,	**PSALMED**	-; -
	provider,	**PSALMIC**	-; -
	provides	**PSALTER**	-; psalters,
PROVING	-; -		psaltery
PROVISO	-; provisos	**PSALTRY**	-; -
PROVOKE	-; provoked,	**PSCHENT**	-; pschents
	provoker,	**PSEUD**	-; pseudo
	provokes	**PSHAW**	-; pshaws
PROVOST	-; provosts	**PSHAWED**	-; -
PROW	-; prowl, prows	**PSI**	-; psis
PROWAR	-; -	**PSIS**	apsis; -
PROWER	-; -	**PSOAE**	-; -
PROWESS	-; -	**PSOAI**	-; -
PROWEST	-; -	**PSOAS**	-; -
PROWL	-; prowls	**PSOCID**	-; psocids
PROWLED	-; -	**PSST**	-; -
PROWLER	-; prowlers	**PST**	-; -
PROXIES	-; -	**PSYCH**	-; psyche,
PROXIMO	-; -		psycho, psychs
PROXY	-; -	**PSYCHE**	-; psyched,
PRUDE	-; prudes		psyches
PRUDENT	-; -	**PSYCHIC**	-; psychics
PRUDERY	-; -	**PSYCHO**	-; psychos
PRUDISH	-; -	**PSYLLA**	-; psyllas
PRUNE	-; pruned,	**PSYLLID**	-; psyllids
	pruner, prunes	**PSYOPS**	-; -
PRUNER	-; pruners	**PSYWAR**	-; psywars
PRUNEY	-; -	**PTERIN**	-; pterins
PRUNING	-; -	**PTERYLA**	-; pterylae
PRUNUS	-; -	**PTISAN**	-; ptisans
PRURIGO	-; prurigos	**PTOMAIN**	-; ptomaine,
PRUSSIC	-; -		ptomains

PTOOEY	-; -	**PUFFED**	-; -
PTOSES	-; -	**PUFFER**	-; puffers,
PTOSIS	-; -		puffery
PTOTIC	-; -	**PUFFIER**	-; -
PTUI	-; -	**PUFFILY**	-; -
PTYALIN	-; ptyalins	**PUFFIN**	-; puffing,
PUB	-; pubs		puffins
PUBERAL	-; -	**PUG**	-; pugh, pugs
PUBERTY	-; -	**PUGAREE**	-; pugarees
PUBES	-; -	**PUGGED**	-; -
PUBIC	-; -	**PUGGIER**	-; -
PUBIS	-; -	**PUGGING**	-; -
PUBLIC	-; publics	**PUGGISH**	-; -
PUBLISH	-; -	**PUGGREE**	-; puggrees
PUCCOON	-; puccoons	**PUGGRY**	-; -
PUCE	-; puces	**PUGGY**	-; -
PUCK	-; pucka, pucks	**PUGH**	-; -
PUCKA	-; puckas	**PUGMARK**	-; pugmarks
PUCKER	-; puckers,	**PUGREE**	-; pugrees
	puckery	**PUISNE**	-; puisnes
PUCKISH	-; -	**PUJA**	-; pujah, pujas
PUD	spud; puds	**PUJAH**	-; pujahs
PUDDING	-; puddings	**PUKE**	-; puked, pukes
PUDDLE	-; puddled,	**PUKING**	-; -
	puddler,	**PUKKA**	-; -
	puddles	**PUL**	-; pula, pule,
PUDDLER	-; puddlers		puli, pull, pulp,
PUDDLY	-; -		puls
PUDENCY	-; -	**PULA**	-; pulas
PUDEUR	-; pudeurs	**PULAO**	-; pulaos
PUDGE	-; pudges	**PULE**	-; puled, puler,
PUDGIER	-; -		pules
PUDGILY	-; -	**PULER**	-; pulers
PUDGY	-; -	**PULI**	-; pulik, pulis
PUDIC	-; -	**PULIK**	-; -
PUDS	spuds; -	**PULING**	-; pulings
PUDU	-; pudus	**PULK**	-; pulka, pulks
PUEBLO	-; pueblos	**PULKA**	-; pulkas
PUERILE	-; -	**PULL**	-; pulls
PUFF	-; puffs, puffy	**PULLED**	-; -

PULLER	-; pullers		puns, punt,
PULLET	-; pullets		puny
PULLEY	-; pulleys	PUNA	-; punas
PULLING	-; -	PUNCH	-; punchy
PULLMAN	-; pullmans	PUNCHED	-; -
PULLOUT	-; pullouts	PUNCHER	-; punchers
PULLUP	-; pullups	PUNCHES	-; -
PULP	-; pulps, pulpy	PUNDIT	-; pundits
PULPAL	-; -	PUNG	-; pungs
PULPED	-; -	PUNGENT	-; -
PULPER	-; pulpers	PUNGLE	-; pungled,
PULPIER	-; -		pungles
PULPILY	-; -	PUNIER	-; -
PULPING	-; -	PUNIEST	-; -
PULPIT	-; pulpits	PUNILY	-; -
PULPOUS	-; -	PUNISH	-; -
PULQUE	-; pulques	PUNJI	-; punjis
PULSANT	-; -	PUNK	spunk; punka,
PULSAR	-; pulsars		punks, punky
PULSATE	-; pulsated,	PUNKA	-; punkah,
	pulsates		punkas
PULSE	-; pulsed,	PUNKAH	-; punkahs
	pulser, pulses	PUNKER	-; punkers
PULSER	-; pulsers	PUNKEY	-; punkeys
PULSING	-; -	PUNKIE	spunkie;
PULSION	-; pulsions		punkier,
PUMA	-; pumas		punkies
PUMELO	-; pumelos	PUNKIER	spunkier; -
PUMICE	-; pumiced,	PUNKIES	spunkies; -
	pumicer,	PUNKIN	-; punkins
	pumices	PUNKISH	-; -
PUMICER	-; pumicers	PUNKS	spunks; -
PUMMEL	-; pummels	PUNKY	spunky; -
PUMP	-; pumps	PUNNED	-; -
PUMPED	-; -	PUNNER	-; punners
PUMPER	-; pumpers	PUNNET	-; punnets
PUMPING	-; -	PUNNING	-; -
PUMPKIN	-; pumpkins	PUNNY	-; -
PUN	spun; puna,	PUNSTER	-; punsters
	pung, punk,	PUNT	-; punts, punty

PUNTED	-; -	**PURGING**	-; purgings
PUNTER	-; punters	**PURI**	-; purin, puris
PUNTIES	-; -	**PURIFY**	-; -
PUNTING	-; -	**PURIN**	-; purine,
PUNTO	-; puntos		purins
PUP	-; pupa, pups,	**PURINE**	-; purines
	pupu	**PURISM**	-; purisms
PUPA	-; pupae,	**PURIST**	-; purists
	pupal, pupas	**PURITAN**	-; puritans
PUPATE	-; pupated,	**PURITY**	-; -
	pupates	**PURL**	-; purls
PUPFISH	-; -	**PURLED**	-; -
PUPIL	-; pupils	**PURLIEU**	-; purlieus
PUPILAR	-; pupilary	**PURLIN**	-; purline,
PUPPED	-; -		purling, purlins
PUPPET	-; puppets	**PURLOIN**	-; purloins
PUPPIES	-; -	**PURPLE**	-; purpled,
PUPPING	-; -		purpler,
PUPPY	-; -		purples
PUPU	-; pupus	**PURPLES**	-; purplest
PUR	spur; pure,	**PURPLY**	-; -
	puri, purl, purr,	**PURPORT**	-; purports
	purs	**PURPOSE**	-; purposed,
PURANA	-; puranas		purposes
PURANIC	-; -	**PURPURA**	-; purpuras
PURDA	-; purdah,	**PURPURE**	-; purpures
	purdas	**PURR**	-; purrs
PURDAH	-; purdahs	**PURRED**	spurred; -
PURE	-; puree, purer	**PURRING**	spurring; -
PUREE	-; pureed,	**PURS**	spurs; purse,
	purees		pursy
PURELY	-; -	**PURSE**	-; pursed,
PUREST	-; -		purser, purses
PURFLE	-; purfled,	**PURSER**	-; pursers
	purfles	**PURSIER**	-; -
PURGE	spurge;	**PURSILY**	-; -
	purged,	**PURSING**	-; -
	purger, purges	**PURSUE**	-; pursued,
PURGER	-; purgers		pursuer,
PURGES	spurges; -		pursues

PURSUER	-; pursuers	**PUTRID**	-; -
PURSUIT	-; pursuits	**PUTSCH**	-; -
PURSY	-; -	**PUTT**	-; putti, putto,
PURTY	-; -		putts, putty
PURVEY	-; purveys	**PUTTED**	-; -
PURVIEW	-; purviews	**PUTTEE**	-; puttees
PUS	opus; push,	**PUTTER**	sputter; putters
	puss	**PUTTERS**	sputters; -
PUSES	opuses; -	**PUTTI**	-; -
PUSH	-; pushy	**PUTTIE**	-; puttied,
PUSHED	-; -		putties
PUSHER	-; pushers	**PUTTIED**	-; -
PUSHES	-; -	**PUTTIER**	-; -
PUSHFUL	-; -	**PUTTIES**	-; -
PUSHIER	-; -	**PUTTING**	-; -
PUSHILY	-; -	**PUTTO**	-; -
PUSHING	-; -	**PUTTY**	-; -
PUSHPIN	-; pushpins	**PUTZ**	-; -
PUSHROD	-; pushrods	**PUTZED**	-; -
PUSHUP	-; pushups	**PUTZES**	-; -
PUSLEY	-; pusleys	**PUTZING**	-; -
PUSLIKE	-; -	**PUZZLE**	-; puzzled,
PUSS	-; pussy		puzzler,
PUSSES	-; -		puzzles
PUSSIER	-; -	**PUZZLER**	-; puzzlers
PUSSIES	-; pussiest	**PYA**	-; pyas
PUSSLEY	-; pussleys	**PYAEMIA**	-; pyaemias
PUSSLY	-; -	**PYAEMIC**	-; -
PUSTULE	-; pustuled,	**PYE**	-; pyes
	pustules	**PYEMIA**	-; pyemias
PUT	-; puts, putt,	**PYEMIC**	-; -
	putz	**PYGMEAN**	-; -
PUTAMEN	-; -	**PYGMIES**	-; -
PUTDOWN	-; putdowns	**PYGMOID**	-; -
PUTLOCK	-; putlocks	**PYGMY**	-; -
PUTLOG	-; putlogs	**PYIC**	-; -
PUTOFF	-; putoffs	**PYIN**	-; pyins
PUTON	-; putons	**PYJAMAS**	-; -
PUTOUT	-; putouts	**PYKNIC**	-; pyknics
PUTREFY	-; -	**PYLON**	-; pylons

PYLORI	-; pyloric	**PYROGY**	-; -
PYLORUS	-; -	**PYROLA**	-; pyrolas
PYOID	-; -	**PYRONE**	-; pyrones
PYOSES	-; -	**PYROPE**	-; pyropes
PYOSIS	-; -	**PYROPHY**	-; -
PYRALID	-; pyralids	**PYROSIS**	-; -
PYRAMID	-; pyramids	**PYRRHIC**	-; pyrrhics
PYRAN	-; pyrans	**PYRROL**	-; pyrrole,
PYRE	-; pyres		pyrrols
PYRENE	-; pyrenes	**PYRROLE**	-; pyrroles
PYRETIC	-; -	**PYTHON**	-; pythons
PYREXIA	-; pyrexial,	**PYURIA**	-; pyurias
	pyrexias	**PYX**	-; -
PYREXIC	-; -	**PYXES**	-; -
PYRIC	-; -	**PYXIDES**	-; -
PYRIDIC	-; -	**PYXIDIA**	-; -
PYRITE	-; pyrites	**PYXIE**	-; pyxies
PYRITIC	-; -	**PYXIS**	-; -
PYRO	-; pyros	**PZAZZ**	-; -
PYROGEN	-; pryogens	**PZAZZES**	-; -

Q

Q	-; qi	**QINTAR**	-; qintars
QABALA	-; qabalah,	**QIVIUT**	-; qiviuts
	qabalas	**QOPH**	-; qophs
QABALAH	-; qabalahs	**QUA**	aqua; quad,
QADI	-; qadis		quag, quai,
QAID	-; qaids		quay
QAJAQ	-; qajaqs	**QUACK**	-; quacks
QAMUTIK	-; qamutiks	**QUACKED**	-; -
QANAT	-; qanats	**QUAD**	squad; quads
QAPIK	-; qapiks	**QUADDED**	squadded; -
QAT	-; qats	**QUADRAT**	-; quadrate,
QAWWALI	-; qawwalis		quadrats
QI	-; qis	**QUADRIC**	-; quadrics
QIBLA	-; qiblas	**QUADS**	squads; -
QIGONG	-; qigongs	**QUAERE**	-; quaeres
QINDAR	-; qindars	**QUAFF**	-; quaffs

QUAFFED	-; -		quarto, quarts,
QUAFFER	-; quaffers		quartz
QUAG	-; quags	**QUARTAN**	-; quartans
QUAGGA	-; quaggas	**QUARTE**	-; quartes,
QUAGGY	-; -		quartet
QUAHAUG	-; quahaugs	**QUARTER**	-; quartern,
QUAHOG	-; quahogs		quarters
QUAI	-; quail, quais	**QUARTET**	-; quartets
QUAICH	-; quaichs	**QUARTIC**	-; quartics
QUAIGH	-; quaighs	**QUARTO**	-; quartos
QUAIL	-; quails	**QUARTZ**	-; -
QUAILED	-; -	**QUASAR**	-; quasars
QUAINT	-; -	**QUASH**	squash; -
QUAKE	-; quaked,	**QUASHED**	squashed; -
	quaker,	**QUASHER**	-; quashers
	quakes	**QUASHES**	squashes; -
QUAKER	-; quakers	**QUASI**	-; -
QUAKIER	-; -	**QUASS**	-; -
QUAKILY	-; -	**QUASSES**	-; -
QUAKY	-; -	**QUASSIA**	-; quassias
QUALE	-; -	**QUASSIN**	-; quassins
QUALIA	-; -	**QUATE**	equate; -
QUALIFY	-; -	**QUATRE**	-; quatres
QUALITY	equality; -	**QUAVER**	-; quavers,
QUALM	-; qualms,		quavery
	qualmy	**QUAY**	-; quays
QUAMASH	-; -	**QUAYAGE**	-; quayages
QUANGO	-; quangos	**QUBIT**	-; qubits
QUANT	-; quanta,	**QUBYTE**	-; qubytes
	quants	**QUEAN**	-; queans
QUANTA	-; quantal	**QUEASY**	-; -
QUANTED	-; -	**QUEAZY**	-; -
QUANTIC	-; quantics	**QUEEN**	-; queens
QUANTUM	-; -	**QUEENED**	-; -
QUARE	square; -	**QUEENLY**	-; -
QUARK	-; quarks	**QUEER**	-; queers
QUARREL	-; quarrels	**QUEERED**	-; -
QUARRY	-; -	**QUEERER**	-; -
QUART	-; quarte,	**QUEERLY**	-; -

QUELEA	-; queleas	**QUIETUS**	-; -
QUELL	-; quells	**QUIFF**	-; quiffs
QUELLED	-; -	**QUILL**	squill; quills
QUELLER	-; quellers	**QUILLAI**	-; quillaia,
QUENCH	-; -		quillais
QUERIDA	-; queridas	**QUILLED**	-; -
QUERIED	-; -	**QUILLET**	-; quillets
QUERIER	-; queriers	**QUILLOW**	-; quillows
QUERIES	-; -	**QUILLS**	squills; -
QUERIST	-; querists	**QUILT**	-; quilts
QUERN	-; querns	**QUILTED**	-; -
QUERY	-; -	**QUILTER**	-; quilters
QUEST	-; quests	**QUIN**	-; quins, quint
QUESTED	-; -	**QUINARY**	-; -
QUESTER	-; questers	**QUINATE**	-; -
QUESTOR	-; questors	**QUINCE**	-; quinces
QUETZAL	-; quetzals	**QUINELA**	-; quinelas
QUEUE	-; queued,	**QUINIC**	-; -
	queuer,	**QUININ**	-; quinina,
	queues		quinine,
QUEUER	-; queuers		quinins
QUEY	-; queys	**QUININA**	-; quininas
QUEZAL	-; quezals	**QUININE**	-; quinines
QUIBBLE	-; quibbled,	**QUINNAT**	-; quinnats
	quibbler,	**QUINOA**	-; quinoas
	quibbles	**QUINOID**	-; quinoids
QUICHE	-; quiches	**QUINOL**	-; quinols
QUICK	-; quicks	**QUINONE**	-; quinones
QUICKEN	-; quickens	**QUINS**	-; quinsy
QUICKER	-; -	**QUINT**	squint; quints
QUICKIE	-; quickies	**QUINTA**	-; quintas
QUICKLY	-; -	**QUINTAL**	-; quintals
QUID	squid; quids	**QUINTAN**	-; quintans
QUIDS	squids; -	**QUINTAR**	-; quintars
QUIET	-; quiets	**QUINTE**	-; quintes,
QUIETED	-; -		quintet
QUIETEN	-; quietens	**QUINTET**	-; quintets
QUIETER	-; quieters	**QUINTIC**	-; quintics
QUIETLY	-; -	**QUINTIN**	-; quintins

QUINTS	squints; -
QUINZIE	-; quinzies
QUIP	equip; quips, quipu
QUIPPED	equipped; -
QUIPPU	-; quippus
QUIPPY	-; -
QUIPS	equips; -
QUIPU	-; quipus
QUIRE	squire; quired, quires
QUIRED	squired; -
QUIRES	squires; -
QUIRING	squiring; -
QUIRK	-; quirks, quirky
QUIRKED	-; -
QUIRT	squirt; quirts
QUIRTED	squirted; -
QUIRTS	squirts; -
QUIT	-; quite, quits
QUITCH	-; -
QUITE	-; -
QUITTED	-; -
QUITTER	-; quitters
QUITTOR	-; quittors
QUIVER	aquiver; quivers, quivery
QUIXOTE	-; quixotes
QUIZ	-; -
QUIZZED	-; -
QUIZZER	-; quizzers
QUIZZES	-; -
QULLIQ	-; qulliqs
QUOD	-; quods
QUOHOG	-; quohogs
QUOIN	-; quoins
QUOINED	-; -
QUOIT	-; quoits
QUOITED	-; -
QUOKKA	-; quokkas
QUOLL	-; quolls
QUOMODO	-; quomodos
QUONDAM	-; -
QUORATE	-; -
QUORUM	-; quorums
QUOTA	-; quotas
QUOTE	-; quoted, quoter, quotes
QUOTER	-; quoters
QUOTH	-; quotha
QUOTING	-; -
QURSH	-; -
QURSHES	-; -
QURUSH	-; -
QWERTY	-; qwertys

R

R	ar, er, or; re
RABASKA	-; rabaskas
RABAT	-; rabato, rabats
RABATO	-; rabatos
RABBET	drabbet; rabbets
RABBI	-; rabbin, rabbis, rabbit
RABBIES	-; -
RABBIN	-; rabbins
RABBIT	-; rabbits, rabbity
RABBLE	brabble,

	drabble,	**RACHIAL**	-; -
	grabble;	**RACHIS**	-; -
	rabbled,	**RACIAL**	-; -
	rabbler,	**RACIER**	-; -
	rabbles	**RACIEST**	-; -
RABBLED	brabbled,	**RACILY**	-; -
	drabbled,	**RACING**	bracing,
	grabbled; -		gracing,
RABBLER	brabbler,		tracing;
	grabbler;		racings
	rabblers	**RACINO**	-; racinos
RABBLES	brabbles,	**RACISM**	-; racisms
	drabbles,	**RACIST**	-; racists
	grabbles; -	**RACK**	crack, track,
RABBONI	-; rabbonis		wrack;
RABIC	-; -		racks
RABID	-; -	**RACKED**	cracked,
RABIDLY	-; -		tracked,
RABIES	-; -		wracked; -
RACCOON	-; raccoons	**RACKER**	cracker,
RACE	brace, grace,		tracker;
	trace; raced,		rackers
	racer, races	**RACKERS**	crackers,
RACED	braced,		trackers; -
	graced,	**RACKET**	bracket;
	traced; -		rackets,
RACEME	-; racemed,		rackety
	racemes	**RACKETS**	brackets; -
RACEMIC	-; -	**RACKFUL**	-; rackfuls
RACER	bracer, tracer;	**RACKING**	cracking,
	racers		tracking,
RACERS	bracers,		wracking; -
	tracers; -	**RACKLE**	crackle,
RACES	braces,		grackle; -
	graces,	**RACKS**	cracks, tracks,
	traces; -		wracks; -
RACEWAY	-; raceways	**RACON**	-; racons
RACHET	brachet;	**RACOON**	-; racoons
	rachets	**RACQUET**	-; racquets
RACHETS	brachets; -	**RACY**	-; -

RAD	brad, grad, orad, trad; rads	**RAFFS**	draffs; -
		RAFT	craft, draft, graft, kraft; rafts
RADAR	-; radars		
RADDED	bradded; -	**RAFTED**	crafted, drafted, grafted; -
RADDING	bradding; -		
RADDLE	-; raddled, raddles		
		RAFTER	drafter, grafter; rafters
RADIAL	-; radiale, radials		
RADIAN	-; radians, radiant	**RAFTERS**	drafters, grafters; -
RADIANT	-; radiants	**RAFTING**	crafting, drafting, grafting; -
RADIATE	eradiate; radiated, radiates		
		RAFTS	crafts, drafts, grafts, krafts; -
RADICAL	-; radicals		
RADICEL	-; radicels	**RAG**	brag, crag, drag, frag, trag; raga, rage, ragg, ragi, rags
RADICES	-; -		
RADICLE	-; radicles		
RADII	-; -		
RADIO	-; radios		
RADIOED	-; -	**RAGA**	-; ragas
RADISH	-; -	**RAGBAG**	-; ragbags
RADIUM	-; radiums	**RAGE**	-; raged, ragee, rages
RADIUS	-; -		
RADIX	-; -	**RAGEE**	dragee; ragees
RADIXES	-; -		
RADOME	-; radomes	**RAGEES**	dragees; -
RADON	-; radons	**RAGG**	-; raggs
RADS	brads, grads; -	**RAGGED**	bragged, cragged, dragged, fragged; raggedy
RADULA	-; radulae, radular, radulas		
RAFF	draff; raffs		
RAFFIA	-; raffias	**RAGGEE**	-; raggees
RAFFISH	draffish; -	**RAGGIES**	-; -
RAFFLE	-; raffled, raffler, raffles	**RAGGING**	bragging, dragging, fragging; -
RAFFLER	-; rafflers		

RAGGLE	draggle; raggles	**RAILER**	frailer, trailer; railers
RAGGLES	draggles; -	**RAILERS**	trailers; -
RAGGY	braggy, craggy, draggy; -	**RAILING**	brailing, trailing; railings
RAGI	tragi; ragis	**RAILMAN**	-; -
RAGING	-; -	**RAILMEN**	-; -
RAGLAN	-; raglans	**RAILS**	brails, drails, frails, grails, trails; -
RAGMAN	-; -		
RAGMEN	-; -		
RAGOUT	-; ragouts	**RAILWAY**	-; railways
RAGS	brags, crags, drags, frags; -	**RAIMENT**	-; raiments
		RAIN	brain, drain, grain, train; rains, rainy
RAGTAG	-; ragtags		
RAGTAIL	-; -		
RAGTIME	-; ragtimes	**RAINBOW**	-; rainbows
RAGTOP	-; ragtops	**RAINED**	brained, drained, grained, trained; -
RAGWEED	-; ragweeds		
RAGWORM	-; ragworms		
RAGWORT	-; ragworts		
RAH	-; -	**RAINIER**	grainier; -
RAI	-; raia, raid, rais	**RAINILY**	-; -
		RAINING	braining, draining, graining, training; -
RAIA	-; raias		
RAID	braid; raids		
RAIDED	braided; -		
RAIDER	braider; raiders	**RAINOUT**	-; rainouts
		RAINS	brains, drains, grains, trains; -
RAIDERS	braiders; -		
RAIDING	braiding; -	**RAINY**	brainy, grainy; -
RAIDS	braids; -		
RAIL	brail, drail, frail, grail, trail; rails	**RAISE**	braise, fraise, praise; raised, raiser, raises
RAILBUS	-; -	**RAISED**	braised, praised; -
RAILCAR	-; railcard, railcars		
		RAISER	praiser; raisers
RAILED	brailed, trailed; -		
		RAISERS	praisers; -

RAISES	braises, fraises, praises; -	**RAMAL**	-; -
		RAMATE	-; -
		RAMBLA	-; ramblas
RAISIN	-; raising, raisins	**RAMBLE**	bramble; rambled, rambler, rambles
RAISING	braising, praising; raisings		
		RAMBLED	brambled; -
RAITA	-; raitas	**RAMBLER**	-; ramblers
RAJ	-; raja	**RAMBLES**	brambles; -
RAJA	-; rajah, rajas	**RAMEE**	-; ramees
RAJAH	-; rajahs	**RAMEKIN**	-; ramekins
RAJES	-; -	**RAMEN**	-; -
RAKE	brake, crake, drake; raked, rakee, raker, rakes	**RAMET**	-; ramets
		RAMI	-; ramie
		RAMIE	-; ramies
		RAMIFY	-; -
RAKED	braked; -	**RAMILIE**	-; ramilies
RAKEE	-; rakees	**RAMJET**	-; ramjets
RAKEOFF	-; rakeoffs	**RAMMED**	crammed, drammed, trammed; -
RAKER	-; rakers		
RAKES	brakes, crakes, drakes; -		
		RAMMER	crammer; rammers
RAKI	-; rakis		
RAKING	braking; -	**RAMMERS**	crammers; -
RAKIS	-; rakish, rakis	**RAMMIER**	-; -
RAKU	-; rakus	**RAMMING**	cramming, dramming, tramming; -
RALE	-; rales		
RALLIED	-; -		
RALLIER	-; ralliers	**RAMMISH**	-; -
RALLIES	-; -	**RAMMY**	-; -
RALLINE	-; -	**RAMONA**	-; ramonas
RALLY	orally; rallye	**RAMOSE**	-; -
RALLYE	-; rallyes	**RAMOUS**	-; -
RALPH	-; ralphs	**RAMP**	cramp, gramp, tramp; ramps
RAM	cram, dram, gram, pram, tram; rami, ramp, rams		
		RAMPAGE	-; rampaged, rampager, rampages
RAMADA	-; ramadas	**RAMPANT**	-; -

RAMPART	-; ramparts	**RANDAN**	-; randans
RAMPED	cramped,	**RANDIER**	-; -
	tramped; -	**RANDIES**	-; randiest
RAMPIKE	-; rampikes	**RANDOM**	-; randoms
RAMPING	cramping,	**RANDS**	brands,
	tramping; -		grands; -
RAMPION	-; rampions	**RANDY**	brandy; -
RAMPOLE	-; rampoles	**RANEE**	-; ranees
RAMPS	cramps,	**RANG**	orang, prang,
	gramps,		wrang; range,
	tramps; -		rangy
RAMROD	-; ramrods	**RANGE**	grange,
RAMS	crams, drams,		orange;
	grams, prams,		ranged,
	trams; -		ranger,
RAMSON	-; ramsons		ranges
RAMTIL	-; ramtils	**RANGED**	pranged; -
RAMUS	-; -	**RANGER**	granger;
RAN	bran; rand,		rangers
	rang, rani,	**RANGERS**	grangers; -
	rank, rant	**RANGES**	granges,
RANCE	prance,		oranges; -
	trance; rances	**RANGIER**	orangier; -
RANCES	prances,	**RANGING**	-; -
	trances; -	**RANGY**	orangy; -
RANCH	branch,	**RANI**	-; ranid, ranis
	cranch;	**RANID**	-; ranids
	rancho	**RANK**	brank, crank,
RANCHED	branched,		drank, frank,
	cranched; -		prank, trank;
RANCHER	-; ranchero,		ranks
	ranchers	**RANKED**	cranked,
RANCHES	branches,		franked,
	cranches; -		pranked; -
RANCHO	-; ranchos	**RANKER**	cranker,
RANCID	-; -		franker;
RANCOR	-; rancors		rankers
RANCOUR	-; rancours	**RANKERS**	frankers; -
RAND	brand, grand;	**RANKEST**	crankest,
	rands, randy		frankest; -

RANKING	cranking, franking, pranking; rankings
RANKISH	prankish; -
RANKLE	crankle; rankled, rankler, rankles
RANKLED	crankled; -
RANKLES	crankles; -
RANKLY	crankly, frankly; -
RANKS	branks, cranks, franks, pranks; -
RANPIKE	-; ranpikes
RANSACK	-; ransacks
RANSOM	-; ransoms
RANT	brant, grant; rants
RANTED	granted; -
RANTER	granter; ranters
RANTERS	granters; -
RANTING	-; -
RANTS	brants, grants; -
RANULA	-; ranulas
RAP	crap, frap, trap, wrap; rape, raps, rapt
RAPE	crape, drape, grape; raped, raper, rapes
RAPED	craped, draped; -
RAPER	draper; rapers
RAPERS	drapers; -
RAPES	crapes, drapes, grapes, trapes; -
RAPHAE	-; -
RAPHE	-; raphes
RAPHES	graphes; -
RAPHIA	-; raphias
RAPHIDE	-; raphides
RAPHIS	-; -
RAPID	-; rapids
RAPIDER	-; -
RAPIDLY	-; -
RAPIER	grapier; rapiers
RAPINE	-; rapines
RAPING	craping, draping; -
RAPINI	-; -
RAPIST	-; rapists
RAPPED	crapped, frapped, trapped, wrapped; -
RAPPEE	-; rappees
RAPPEL	-; rappels
RAPPEN	-; -
RAPPER	crapper, trapper, wrapper; rappers
RAPPERS	crappers, trappers, wrappers; -
RAPPING	crapping, frapping, trapping, wrapping; -

RAPPINI	-; -	**RASHES**	brashes,
RAPPORT	-; rapports		crashes,
RAPS	craps, fraps,		trashes;
	traps, wraps; -		rashest
RAPT	trapt, wrapt; -	**RASHEST**	brashest; -
RAPTLY	-; -	**RASHLY**	brashly; -
RAPTOR	-; raptors	**RASING**	erasing; -
RAPTURE	-; raptured,	**RASP**	grasp; rasps,
	raptures		raspy
RARE	urare; rared,	**RASPED**	grasped; -
	rarer, rares	**RASPER**	grasper;
RAREBIT	-; rarebits		raspers
RAREFY	-; -	**RASPERS**	graspers; -
RARELY	-; -	**RASPIER**	-; -
RARES	urares; rarest	**RASPING**	grasping; -
RAREST	-; -	**RASPISH**	-; -
RARIFY	-; -	**RASPS**	grasps; -
RARING	-; -	**RASSLE**	-; rassled,
RARITY	-; -		rassles
RAS	bras, eras;	**RASTER**	-; rasters
	rase, rash,	**RASURE**	erasure;
	rasp		rasures
RASBORA	-; rasboras	**RASURES**	erasures; -
RASCAL	-; rascals	**RAT**	brat, drat,
RASE	erase, prase,		frat, grat, prat;
	urase; rased,		rate, rath, rato,
	raser, rases		rats
RASED	erased; -	**RATABLE**	-; -
RASER	eraser; rasers	**RATABLY**	-; -
RASERS	erasers; -	**RATAFEE**	-; ratafees
RASES	crases, erases,	**RATAFIA**	-; ratafias
	prases,	**RATAL**	-; ratals
	urases; -	**RATAN**	-; ratans,
RASH	brash, crash,		ratany
	trash; -	**RATATAT**	-; ratatats
RASHER	brasher,	**RATBAG**	-; ratbags
	crasher;	**RATCH**	cratch; -
	rashers	**RATCHES**	cratches; -
RASHERS	crashers; -	**RATCHET**	-; ratchets

RATE	crate, grate,	**RATO**	-; ratos
	irate, orate,	**RATOON**	-; ratoons
	prate, urate;	**RATS**	brats, drats,
	rated, ratel,		frats, prats; -
	rater, rates	**RATTAIL**	-; rattails
RATED	crated, grated,	**RATTAN**	-; rattans
	orated,	**RATTED**	dratted; -
	prated; -	**RATTEEN**	-; ratteens
RATEL	-; ratels	**RATTEN**	-; rattens
RATER	crater, frater,	**RATTER**	-; ratters
	grater, irater,	**RATTIER**	brattier; -
	krater, prater;	**RATTING**	dratting; -
	raters	**RATTISH**	-; -
RATERS	craters, fraters,	**RATTLE**	brattle, prattle;
	graters,		rattled, rattler,
	kraters,		rattles
	praters; -	**RATTLED**	brattled,
RATES	crates, grates,		prattled; -
	orates, prates,	**RATTLER**	prattler;
	urates; -		rattlers
RATFINK	-; ratfinks	**RATTLES**	brattles,
RATFISH	-; -		prattles; -
RATH	wrath; rathe	**RATTLY**	-; -
RATHE	-; rather	**RATTON**	-; rattons
RATHOLE	-; ratholes	**RATTOON**	-; rattoons
RATIFY	-; -	**RATTRAP**	-; rattraps
RATINE	-; ratines	**RATTY**	bratty; -
RATING	crating,	**RAUCITY**	-; -
	grating,	**RAUCOUS**	-; -
	orating,	**RAUNCH**	-; raunchy
	prating;	**RAUNCHY**	-; -
	ratings	**RAVAGE**	-; ravaged,
RATIO	-; ration, ratios		ravager,
RATION	oration; rations		ravages
RATIONS	orations; -	**RAVAGER**	-; ravagers
RATITE	-; ratites	**RAVE**	brave, crave,
RATLIKE	-; -		drave, grave,
RATLIN	-; ratline,		trave; raved,
	ratlins		ravel, raven,
RATLINE	-; ratlines		raver, raves

RAVED	braved, craved, graved; -	**RAWER**	brawer, drawer; -
		RAWEST	brawest; -
RAVEL	gravel, travel; ravels	**RAWHIDE**	-; rawhided, rawhides
RAVELED	graveled, traveled; -	**RAWIN**	-; rawins
		RAWISH	-; -
RAVELER	traveler; ravelers	**RAWLY**	brawly, crawly,
RAVELIN	-; raveling, ravelins		drawly; -
		RAWNESS	-; -
RAVELLY	gravelly; -	**RAWS**	braws, craws,
RAVELS	gravels, travels; -		draws; -
		RAX	-; -
RAVEN	craven, graven; ravens	**RAXED**	-; -
		RAXES	praxes; -
RAVENED	-; -	**RAXING**	-; -
RAVENER	-; raveners	**RAY**	bray, dray,
RAVER	braver, craver, graver; ravers		fray, gray, pray, tray; raya, rays
RAVERS	bravers, gravers; -	**RAYA**	-; rayah, rayas
RAVES	braves, craves, graves, traves; -	**RAYAH**	-; rayahs
		RAYED	brayed, drayed, frayed, grayed, prayed; -
RAVEY	-; -		
RAVIER	-; -		
RAVIEST	-; -		
RAVIN	-; ravine, raving, ravins	**RAYING**	braying, draying, fraying, graying, praying; -
RAVINE	-; ravines		
RAVING	braving, craving, graving; ravings		
		RAYLESS	-; -
RAVINGS	cravings; -	**RAYLIKE**	-; -
RAVIOLI	-; raviolis	**RAYON**	crayon; rayons
RAVISH	-; -	**RAYS**	brays, drays,
RAW	braw, craw, draw; raws		frays, grays, prays, trays; -

RAZE	braze, craze, graze; razed, razee, razer, razes	**REACHES**	preaches; -
		REACT	preact; reacts
		REACTED	preacted; -
		REACTOR	-; reactors
RAZED	brazed, crazed, grazed; -	**REACTS**	preacts; -
		READ	bread, dread, oread, tread; readd, reads, ready
RAZEE	-; razeed, razees		
RAZER	brazer, grazer; razers	**READAPT**	preadapt; readapts
RAZERS	brazers, grazers; -	**READD**	-; readds
		READER	treader; readers
RAZES	brazes, crazes, grazes; -	**READERS**	treaders; -
		READIED	-; -
RAZING	brazing, crazing, grazing; -	**READIER**	-; -
		READIES	-; readiest
		READILY	-; -
RAZOR	-; razors	**READING**	breading, dreading; readings
RAZORED	-; -		
RAZZ	-; -		
RAZZED	-; -	**READMIT**	preadmit; readmits
RAZZES	-; -		
RAZZIA	-; razzias	**READOPT**	preadopt; readopts
RAZZING	-; -		
RE	are, ere, ire, ore; reb, rec, red, ree, ref, reg, rei, rem, res, ret, rev, rex	**READORN**	-; readorns
		READOUT	-; readouts
		READS	breads, dreads, oreads, treads; -
REACH	breach, preach; -	**REAFFIX**	-; -
		REAGENT	-; reagents
REACHED	breached, preached; -	**REAGIN**	-; reagins
		REAL	-; reals
REACHER	breacher, preacher; reachers	**REALER**	-; -
		REALES	-; realest
		REALGAR	-; realgars

REALIA	-; -	REARED	-; -
REALIGN	-; realigns	REARER	-; rearers
REALISE	-; realised, realiser, realises	REARGUE	-; reargued, reargues
		REARING	-; -
REALISM	-; realisms	REARM	prearm; rearms
REALIST	-; realists		
REALITY	-; -	REARMED	-; -
REALIZE	-; realized, realizer, realizes	REARMS	prearms; -
		REASON	treason; reasons
REALLOT	-; reallots	REASONS	treasons; -
REALLY	-; -	REATA	-; reatas
REALM	-; realms	REAVAIL	-; reavails
REALTER	-; realters	REAVE	greave; reaved, reaver, reaves
REALTOR	-; realtors		
REALTY	-; -	REAVED	greaved; -
REAM	bream, cream, dream; reams	REAVER	preaver; reavers
REAMED	breamed, creamed, dreamed; -	REAVERS	preavers; -
		REAVES	greaves; -
REAMER	creamer, dreamer; reamers	REAVING	-; -
		REAVOW	-; reavows
		REAWAKE	-; reawaked, reawaken, reawakes
REAMERS	creamers, dreamers; -		
REAMING	breaming, creaming, dreaming; -	REAWOKE	-; reawoken
		REB	-; rebs
		REBAIT	-; rebaits
REAMS	breams, creams, dreams; -	REBAR	-; rebars
		REBATE	-; rebated, rebater, rebates
REAP	-; reaps		
REAPED	-; -	REBATER	-; rebaters
REAPER	-; reapers	REBATO	-; rebatos
REAPING	-; -	REBBE	-; rebbes
REAPPLY	-; -	REBEC	-; rebeck, rebecs
REAR	drear; rears		

REBECK	-; rebecks	**REBUY**	-; rebuys
REBEGIN	-; rebegins	**REC**	-; reck, recs
REBEL	-; rebels	**RECALL**	-; recalls
REBID	-; rebids	**RECANE**	-; recaned,
REBILL	prebill; rebills		recanes
REBILLS	prebills; -	**RECANT**	-; recants
REBIND	prebind;	**RECAP**	-; recaps
	rebinds	**RECARRY**	-; -
REBINDS	prebinds; -	**RECAST**	precast;
REBIRTH	-; rebirths		recasts
REBLEND	-; reblends	**RECASTS**	precasts; -
REBLOOM	-; reblooms	**RECCE**	-; recces
REBOANT	-; -	**RECEDE**	precede;
REBOARD	-; reboards		receded,
REBODY	-; -		recedes
REBOIL	preboil;	**RECEDED**	preceded; -
	reboils	**RECEDES**	precedes; -
REBOILS	preboils; -	**RECEIPT**	-; receipts
REBOOK	-; rebooks	**RECEIVE**	-; received,
REBOOT	-; reboots		receiver,
REBOP	-; rebops		receives
REBORE	-; rebored,	**RECENCY**	-; -
	rebores	**RECENT**	-; -
REBORN	-; -	**RECEPT**	precept;
REBOUND	prebound;		recepts
	rebounds	**RECEPTS**	precepts; -
REBOZO	-; rebozos	**RECESS**	precess; -
REBRAND	-; rebrands	**RECHART**	-; recharts
REBREED	-; rebreeds	**RECHEAT**	-; recheats
REBUFF	-; rebuffs	**RECHECK**	precheck;
REBUILD	-; rebuilds		rechecks
REBUILT	-; -	**RECHEW**	-; rechews
REBUKE	-; rebuked,	**RECIPE**	precipe;
	rebuker,		recipes
	rebukes	**RECIPES**	precipes; -
REBUKER	-; rebukers	**RECIT**	-; recits
REBURY	-; -	**RECITAL**	-; recitals
REBUS	-; -	**RECITE**	-; recited,
REBUSES	-; -		reciter, recites
REBUT	-; rebuts	**RECITED**	precited; -

RECITER	-; reciters	**RECRATE**	-; recrated, recrates
RECK	dreck, wreck; recks	**RECROSS**	-; -
RECKED	wrecked; -	**RECROWN**	-; recrowns
RECKING	wrecking; -	**RECRUIT**	-; recruits
RECKON	-; reckons	**RECTA**	-; rectal
RECKS	drecks, wrecks; -	**RECTI**	-; -
		RECTIFY	-; -
RECLAD	-; -	**RECTO**	-; rector, rectos
RECLAIM	-; reclaims	**RECTOR**	erector; rectors, rectory
RECLAME	-; reclames		
RECLASP	-; reclasps	**RECTORS**	erectors; -
RECLEAN	preclean; recleans	**RECTRIX**	-; -
		RECTUM	-; rectums
RECLINE	-; reclined, recliner, reclines	**RECTUS**	-; -
		RECUR	-; recurs
RECLUSE	-; recluses	**RECURVE**	-; recurved, recurves
RECOAL	-; recoals	**RECUSAL**	-; recusals
RECOAT	-; recoats	**RECUSE**	-; recused, recuses
RECOCK	-; recocks		
RECODE	-; recoded, recodes	**RECUT**	-; recuts
RECOIL	-; recoils	**RECYCLE**	-; recycled, recycler, recycles
RECOIN	-; recoins		
RECOLOR	-; recolors	**RED**	bred, ired, ored; redd, rede, redo, reds
RECOMB	-; recombs		
RECON	-; recons		
RECOOK	precook; recooks	**REDACT**	-; redacts
RECOOKS	precooks; -	**REDAN**	-; redans
RECOPY	-; -	**REDATE**	predate; redated, redates
RECORD	-; records		
RECORK	-; recorks		
RECOUNT	-; recounts	**REDATED**	predated; -
RECOUP	-; recoupe, recoups	**REDATES**	predates; -
		REDBAIT	-; redbaits
RECOUPE	-; recouped	**REDBAY**	-; redbays
RECOVER	-; recovers, recovery	**REDBIRD**	-; redbirds
		REDBONE	-; redbones

REDBUD -; redbuds
REDBUG -; redbugs
REDCAP -; redcaps
REDCOAT -; redcoats
REDD -; redds
REDDED -; -
REDDEN -; reddens
REDDER -; redders
REDDEST -; -
REDDING -; -
REDDISH -; -
REDDLE treddle; reddled, reddles
REDDLED treddled; -
REDDLES treddles; -
REDDY -; -
REDE brede; reded, redes
REDEAR -; redears
REDEEM -; redeems
REDEFY -; -
REDENY -; -
REDES bredes; -
REDEYE -; redeyes
REDFIN -; redfins
REDFISH -; -
REDHEAD -; redheads
REDIA uredia; rediae, redial, redias
REDIAL predial, uredial; -
REDID -; -
REDING -; -
REDIP -; redips, redipt
REDLEG -; redlegs
REDLINE -; redlined, redlines
REDLY -; -
REDNECK -; rednecks

REDNESS -; -
REDO credo, uredo; redos, redox
REDOCK -; redocks
REDOES -; -
REDOING -; -
REDON -; redone, redons
REDONE -; -
REDOS credos, uredos; -
REDOUBT -; redoubts
REDOUND -; redounds
REDOUT -; redouts
REDOWA -; redowas
REDOX -; -
REDOXES -; -
REDPOLL -; redpolls
REDRAFT -; redrafts
REDRAW -; redrawn, redraws
REDREAM -; redreams, redreamt
REDRESS -; -
REDREW -; -
REDRIED -; -
REDRIES -; -
REDRILL -; redrills
REDRIVE -; redriven, redrives
REDROOT -; redroots
REDROVE -; -
REDRY -; -
REDSKIN -; redskins
REDTOP -; redtops
REDUB -; redubs
REDUCE -; reduced, reducer, reduces
REDUCER -; reducers

REDUX	-; -	**REEKIER**	-; -
REDWARE	-; redwares	**REEKING**	-; -
REDWING	-; redwings	**REEKS**	breeks,
REDWOOD	-; redwoods		creeks; -
REDYE	-; redyed,	**REEL**	creel; reels
	redyes	**REELECT**	preelect;
REE	bree, dree,		reelects
	free, gree,	**REELED**	-; -
	pree, tree;	**REELER**	-; reelers
	reed, reef,	**REELING**	-; -
	reek, reel, rees	**REELS**	creels; -
REEARN	-; reearns	**REEMIT**	-; reemits
REECHO	-; -	**REENACT**	preenact;
REECHY	-; -		reenacts
REED	breed, creed,	**REENDOW**	-; reendows
	dreed, freed,	**REENJOY**	-; reenjoys
	greed, preed,	**REENLIST**	-; reenlists
	treed; reeds,	**REENTER**	-; reenters
	reedy	**REENTRY**	-; -
REEDED	-; -	**REEQUIP**	-; reequips
REEDIER	greedier; -	**REERECT**	-; reerects
REEDIFY	-; -	**REES**	brees, drees,
REEDILY	-; -		frees, grees,
REEDING	breeding;		prees, trees;
	reedings		reest
REEDIT	-; reedits	**REEST**	freest; reests
REEDS	breeds,	**REESTED**	-; -
	creeds,	**REEVE**	-; reeved,
	greeds; -		reeves
REEDY	greedy; -	**REEVING**	-; -
REEF	-; reefs, reefy	**REEVOKE**	-; reevoked,
REEFED	-; -		reevokes
REEFER	-; reefers	**REEXPEL**	-; reexpels
REEFIER	-; -	**REF**	tref; refs, reft
REEFING	-; -	**REFACE**	preface;
REEJECT	-; reejects		refaced,
REEK	creek, greek;		refaces
	reeks, reeky	**REFACED**	prefaced; -
REEKED	-; -	**REFACES**	prefaces; -
REEKER	-; reekers	**REFALL**	-; refalls

REFECT	prefect; refects	**REFLOOD**	-; refloods
REFECTS	prefects; -	**REFLOW**	-; reflown,
REFED	-; -		reflows
REFEED	-; refeeds	**REFLUX**	-; -
REFEEL	-; refeels	**REFLY**	-; -
REFEL	-; refell, refels,	**REFOCUS**	prefocus; -
	refelt	**REFOLD**	-; refolds
REFENCE	-; refenced,	**REFORGE**	-; reforged,
	refences		reforges
REFER	prefer; refers	**REFORM**	preform;
REFEREE	-; refereed,		reforms
	referees	**REFORMS**	preforms; -
REFERS	prefers; -	**REFOUND**	-; refounds
REFFED	-; -	**REFRACT**	-; refracts
REFFING	-; -	**REFRAIN**	-; refrains
REFIGHT	-; refights	**REFRAME**	-; reframed,
REFILE	-; refiled,		reframes
	refiles	**REFRESH**	-; -
REFILL	-; refills	**REFRIED**	-; -
REFILM	-; refilms	**REFRIES**	-; -
REFIND	-; refinds	**REFRONT**	-; refronts
REFINE	-; refined,	**REFRY**	-; -
	refiner, refiners	**REFT**	-; -
REFINER	-; refiners,	**REFUEL**	-; refuels
	refinery	**REFUGE**	-; refuged,
REFIRE	-; refired,		refugee,
	refires		refuges
REFIT	-; refits	**REFUGEE**	-; refugees
REFIX	prefix; -	**REFUND**	-; refunds
REFIXED	prefixed; -	**REFUSAL**	-; refusals
REFIXES	prefixes; -	**REFUSE**	-; refused,
REFLAG	-; reflags		refuser, refuses
REFLATE	-; reflated,	**REFUSER**	-; refusers
	reflates	**REFUTAL**	-; refutals
REFLECT	-; reflects	**REFUTE**	-; refuted,
REFLET	-; reflets		refuter, refutes
REFLEW	-; -	**REFUTER**	-; refuters
REFLEX	-; -	**REG**	dreg; regs
REFLIES	-; -	**REGAIN**	-; regains
REFLOAT	-; refloats	**REGAL**	-; regale

REGALE	-; regaled, regaler, regales	**REGNA**	-; regnal
		REGNANT	-; -
		REGNUM	-; -
REGALER	-; regalers	**REGORGE**	-; regorged,
REGALIA	-; -		regorges
REGALLY	-; -	**REGOSOL**	-; regosols
REGARD	-; regards	**REGRADE**	-; regraded,
REGATTA	-; regattas		regrades
REGAUGE	-; regauged, regauges	**REGRAFT**	-; regrafts
		REGRANT	-; regrants
REGAVE	-; -	**REGRATE**	-; regrated,
REGEAR	-; regears		regrates
REGENCY	-; -	**REGREEN**	-; regreens
REGENT	-; regents	**REGREET**	-; regreets
REGES	-; -	**REGRESS**	-; -
REGGAE	-; reggaes	**REGRET**	-; regrets
REGIE	-; regies	**REGREW**	-; -
REGIFT	- ; regifts	**REGRIND**	-; regrinds
REGILD	-; regilds	**REGROOM**	-; regrooms
REGILT	-; regilts	**REGROUP**	-; regroups
REGIME	-; regimen, regimes	**REGROW**	-; regrown, regrows
REGIMEN	-; regimens, regiment	**REGS**	dregs; -
		REGULAR	-; regulars
REGINA	-; reginae, reginal, reginas	**REGULI**	-; -
		REGULUS	-; -
		REHAB	-; rehabs
REGION	-; regions	**REHANG**	-; rehangs
REGIUS	-; -	**REHASH**	-; -
REGIVE	-; regiven, regives	**REHEAR**	-; reheard, rehears
REGLAZE	-; reglazed, reglazes	**REHEAT**	preheat; reheats
REGLET	-; reglets	**REHEATS**	preheats; -
REGLOSS	-; -	**REHEEL**	-; reheels
REGLOW	-; reglows	**REHEM**	-; rehems
REGLUE	-; reglued, reglues	**REHINGE**	-; rehinged, rehinges
REGMA	bregma; -	**REHIRE**	-; rehired, rehires
REGMATA	bregmata; -		

REHOUSE	-; rehoused, rehouses	**RELACE**	-; relaced, relaces
REHUNG	-; -	**RELAID**	-; -
REI	-; reif, rein, reis	**RELAND**	-; relands
REIF	-; reifs, reify	**RELAPSE**	-; relapsed,
REIFIED	-; -		relapser,
REIFIER	-; reifiers		relapses
REIFIES	-; -	**RELATE**	prelate;
REIGN	-; reigns		related,
REIGNED	-; -		relater, relates
REIMAGE	-; reimaged, reimages	**RELATER**	-; relaters
		RELATES	prelates; -
REIN	-; reink, reins	**RELATOR**	-; relators
REINCUR	-; reincurs	**RELAX**	-; -
REINDEX	-; -	**RELAXED**	-; -
REINED	-; -	**RELAXER**	-; relaxers
REINING	-; -	**RELAXES**	-; -
REINK	-; reinks	**RELAXIN**	-; relaxing,
REINKED	-; -		relaxins
REINTER	-; reinters	**RELAY**	-; relays
REISSUE	-; reissued, reissues	**RELAYED**	-; -
		RELEARN	-; relearns,
REITBOK	-; reitboks		relearnt
REIVE	-; reived, reiver, reives	**RELEASE**	-; released, releaser,
REIVER	-; reivers		releases
REJECT	-; rejects	**RELEND**	-; relends
REJIG	-, rejigs	**RELENT**	-; relents
REJOICE	-; rejoiced, rejoicer, rejoices	**RELET**	-; relets
		RELEVE	-; releves
		RELIANT	-; -
REJOIN	-; rejoins	**RELIC**	-; relics, relict
REJUDGE	prejudge; rejudged, rejudges	**RELICT**	-; relicts
		RELIED	-; -
		RELIEF	-; reliefs
REKEY	-; rekeys	**RELIER**	-; reliers
REKEYED	-; -	**RELIES**	-; -
REKNIT	-; reknits	**RELIEVE**	-; relieved,
REKNOT	-; reknots		reliever,
RELABEL	-; relabels		relieves

RELIEVO	-; relievos	**REMELT**	-; remelts
RELIGHT	-; relights	**REMEND**	-; remends
RELINE	-; relined, relines	**REMERGE**	-; remerged, remerges
RELINK	-; relinks	**REMET**	-; -
RELIQUE	-; reliques	**REMEX**	-; -
RELISH	-; -	**REMIGES**	-; -
RELIST	-; relists	**REMIND**	-; reminds
RELIT	-; -	**REMINT**	-; remints
RELIVE	-; relived, relives	**REMISE**	premise; remised, remises
RELLENO	-; rellenos		
RELOAD	-; reloads	**REMISED**	premised; -
RELOAN	-; reloans	**REMISES**	premises; -
RELOCK	-; relocks	**REMISS**	premiss; -
RELOOK	-; relooks	**REMIT**	-; remits
RELUCT	-; relucts	**REMIX**	premix; remixt
RELUME	-; relumed, relumes	**REMIXED**	premixed; -
RELY	-; -	**REMIXES**	premixes; -
RELYING	-; -	**REMNANT**	-; remnants
REM	-; rems	**REMODEL**	-; remodels
REMADE	-; -	**REMOLD**	-; remolds
REMAIL	-; remails	**REMORA**	-; remoras
REMAIN	cremain; remains	**REMORID**	-; -
		REMORSE	premorse; remorses
REMAINS	cremains; -		
REMAKE	-; remakes	**REMOTE**	-; remoter
REMAN	preman; remand, remans	**REMOUNT**	-; remounts
		REMOVAL	-; removals
		REMOVE	-; removed, remover, removes
REMAND	-; remands		
REMAP	-; remaps		
REMARK	-; remarks	**REMOVER**	-; removers
REMARRY	-; -	**REMUDA**	-; remudas
REMATCH	-; -	**RENAIL**	-; renails
REMATE	-; remated, remates	**RENAL**	-; -
		RENAME	prename; renamed, renames
REMEDY	-; -		
REMEET	-; remeets		

RENAMES	prenames; -	**REPACK**	prepack;
REND	trend; rends		repacks
RENDED	trended; -	**REPACKS**	prepacks; -
RENDER	-; renders	**REPAID**	prepaid; -
RENDING	trending; -	**REPAINT**	-; repaints
RENDS	trends; -	**REPAIR**	-; repairs
RENEGE	-; reneged,	**REPAND**	-; -
	reneger,	**REPANEL**	-; repanels
	reneges	**REPAPER**	-; repapers
RENEGER	-; renegers	**REPARK**	-; reparks
RENEST	-; renests	**REPASS**	-; -
RENEW	-; renews	**REPAST**	-; repasts
RENEWAL	-; renewals	**REPATCH**	-; -
RENEWED	-; -	**REPAVE**	-; repaved,
RENEWER	-; renewers		repaves
RENIG	-; renigs	**REPAY**	prepay;
RENIN	-; renins		repays
RENNASE	-; rennases	**REPAYS**	prepays; -
RENNET	-; rennets	**REPEAL**	-; repeals
RENNIN	-; rennins	**REPEAT**	-; repeats
RENO	-; renos	**REPEG**	-; repegs
RENOWN	-; renowns	**REPEL**	-; repels
RENT	brent; rente,	**REPENT**	-; repents
	rents	**REPERK**	-; reperks
RENTAL	-; rentals	**REPIN**	-; repine,
RENTE	-; rented,		repins
	renter,	**REPINE**	-; repined,
	rentes		repiner,
RENTER	-; renters		repines
RENTIER	-; rentiers	**REPINER**	-; repiners
RENTS	brents; -	**REPLACE**	preplace;
RENVOI	-; renvois		replaced,
REOCCUR	-; reoccurs		replacer,
REOFFER	-; reoffers		replaces
REOIL	-; reoils	**REPLAN**	preplan;
REOILED	-; -		replans,
REOPEN	-; reopens		replant
REORDER	-; reorders	**REPLANS**	preplans; -
REP	prep; repp,	**REPLANT**	preplant;
	reps		replants

REPLATE	-; replated, replates	**REPROVE**	-; reproved, reprover, reproves
REPLAY	-; replays		
REPLEAD	-; repleads	**REPS**	preps; -
REPLED	-; -	**REPTANT**	-; -
REPLETE	-; -	**REPTILE**	-; reptiles
REPLEVY	-; -	**REPUGN**	-; repugns
REPLICA	-; replicas	**REPULSE**	-; repulsed,
REPLIED	-; -		repulser,
REPLIER	-; repliers		repulses
REPLIES	-; -	**REPUMP**	-; repumps
REPLOT	-; replots	**REPUTE**	-; reputed,
REPLOW	-; replows		reputes
REPLUMB	-; replumbs	**REQUEST**	-; requests
REPLY	-; -	**REQUIEM**	-; requiems
REPO	-; repos, repot	**REQUIN**	-; requins
REPOLL	-; repolls	**REQUIRE**	-; required,
REPORT	-; reports		requirer,
REPOS	-; repose		requires
REPOSAL	-; reposals	**REQUITE**	-; requited,
REPOSE	-; reposed,		requiter,
	reposer,		requites
	reposes	**RERACK**	-; reracks
REPOSER	-; reposers	**RERAISE**	-; reraised,
REPOSIT	-; reposits		reraises
REPOT	-; repots	**RERAN**	-; -
REPOUR	-; repours	**REREAD**	-; rereads
REPOWER	-; repowers	**REREDOS**	-; -
REPP	-; repps	**RERENT**	-; rerents
REPPED	prepped; -	**RERIG**	-; rerigs
REPRESS	-; -	**RERISE**	-; rerisen,
REPRICE	-; repriced,		rerises
	reprices	**REROLL**	-; rerolls
REPRINT	-; reprints	**REROOF**	-; reroofs
REPRISE	-; reprised,	**REROSE**	-; -
	reprises	**REROUTE**	-; rerouted,
REPRO	-; repros		reroutes
REPROBE	-; reprobed,	**RERUN**	-; reruns
	reprobes	**RES**	ares, ires, ores;
REPROOF	-; reproofs		resh, rest

RESAID -; -

RESAIL -; resails

RESALE -; resales

RESAW -; resawn, resaws

RESAWED -; -

RESAY -; resays

RESCALE -; rescaled, rescales

RESCIND -; rescinds

RESCORE prescore; rescored, rescores

RESCUE -; rescued, rescuer, rescues

RESCUER -; rescuers

RESEAL -; reseals

RESEAT -; reseats

RESEAU -; reseaus, reseaux

RESECT -; resects

RESEDA -; resedas

RESEE -; reseed, reseek, reseen, resees

RESEED -; reseeds

RESEEK -; reseeks

RESEEN -; -

RESEIZE -; reseized, reseizes

RESELL presell; resells

RESELLS presells; -

RESEND -; resends

RESENT present; resents

RESENTS presents; -

RESERVE preserve; reserved, reserver, reserves

RESET preset; resets

RESETS presets;

RESEW -; resewn, resews

RESEWED -; -

RESH fresh; -

RESHAPE preshape; reshaped, reshapes

RESHAVE -; reshaved, reshaven, reshaves

RESHES freshes; -

RESHINE -; reshined, reshines

RESHIP -; reships

RESHOD -; -

RESHOE -; reshoes

RESHONE -; -

RESHOOT -; reshoots

RESHOT -; -

RESHOW preshow; reshown, reshows

RESHOWN preshown; -

RESHOWS preshows; -

RESID -; reside, resids

RESIDE preside; resided, resider, resides

RESIDED presided; -

RESIDER presider; residers

RESIDES presides; -

RESIDUA -; residual

RESIDUE -; residues

RESIFT presift; resifts

RESIFTS	presifts; -	**RESPELT**	-; -
RESIGHT	-; resights	**RESPIRE**	-; respired,
RESIGN	-; resigns		respires
RESILE	-; resiled,	**RESPITE**	-; respited,
	resiles		respites
RESILIN	-; resilins	**RESPLIT**	-; resplits
RESIN	-; resins, resiny	**RESPOKE**	-; respoken
RESINED	-; -	**RESPOND**	-; responds
RESIST	-; resists	**RESPOOL**	-; respools
RESITE	-; resited,	**RESPOT**	-; respots
	resites	**RESPRAY**	-; resprays
RESIZE	-; resized,	**REST**	crest, drest,
	resizes		prest, wrest;
RESKIN	-; reskins		rests
RESLATE	-; reslated,	**RESTACK**	-; restacks
	reslates	**RESTAFF**	-; restaffs
RESMELT	-; resmelts	**RESTAGE**	-; restaged,
RESOAK	-; resoaks		restages
RESOD	-; resods	**RESTAMP**	prestamp;
RESOJET	-; resojets		restamps
RESOLD	presold; -	**RESTART**	-; restarts
RESOLE	-; resoled,	**RESTATE**	-; restated,
	resoles		restates
RESOLVE	-; resolved,	**RESTED**	crested,
	resolver,		wrested; -
	resolves	**RESTER**	prester,
RESORB	-; resorbs		wrester; resters
RESORT	-; resorts	**RESTERS**	presters,
RESOUND	-; resounds		wresters; -
RESOW	-; resown,	**RESTFUL**	-; -
	resows	**RESTING**	cresting,
RESOWED	-; -		wresting; -
RESPACE	-; respaced,	**RESTIVE**	-; -
	respaces	**RESTOCK**	-; restocks
RESPADE	-; respaded,	**RESTOKE**	-; restoked,
	respades		restokes
RESPEAK	-; respeaks	**RESTORE**	-; restored,
RESPECT	-; respects		restorer,
RESPELL	-; respells		restores

RESTRAIN	-; restrains	**RETCH**	wretch; -
RESTS	crests, prests,	**RETCHED**	wretched; -
	wrests; -	**RETCHES**	wretches; -
RESTUDY	-; -	**RETE**	arete; retem
RESTUFF	-; restuffs	**RETEACH**	-; -
RESTYLE	-; restyled,	**RETEAM**	-; reteams
	restyles	**RETEAR**	-; retears
RESUE	-; resued,	**RETELL**	-; retells
	resues	**RETEM**	-; retems
RESULT	-; results	**RETENE**	-; retenes
RESUME	presume;	**RETEST**	pretest; retests
	resumed,	**RETESTS**	pretests; -
	resumer,	**RETHINK**	-; rethinks
	resumes	**RETIA**	-; retial
RESUMED	presumed; -	**RETIARY**	-; -
RESUMER	presumer;	**RETICLE**	-; reticles
	resumers	**RETIE**	-; retied, reties
RESUMES	presumes; -	**RETILE**	-; retiled, retiles
RESURGE	-; resurged,	**RETIME**	-; retimed,
	resurges		retimes
RET	fret, tret; rete,	**RETINA**	-; retinae,
	rets		retinal, retinas
RETABLE	-; retables	**RETINAL**	-; retinals
RETACK	-; retacks	**RETINOL**	-; retinols
RETAG	-; retags	**RETINT**	-; retints
RETAIL	-; retails	**RETINUE**	-; retinued,
RETAIN	-; retains		retinues
RETAKE	-; retaken,	**RETIRE**	-; retired,
	retaker,		retiree, retirer,
	retakes		retires
RETALLY	-; -	**RETIREE**	-; retirees
RETAPE	-; retaped,	**RETIRER**	-; retirers
	retapes	**RETITLE**	-; retitled,
RETARD	-; retards		retitles
RETASTE	pretaste;	**RETOLD**	-; -
	retasted,	**RETOOK**	-; -
	retastes	**RETOOL**	-; retools
RETAX	pretax; -	**RETORE**	-; -
RETAXED	-; -	**RETORN**	-; -
RETAXES	-; -	**RETORT**	-; retorts

RETOTAL	-; retotals	**REVALUE**	-; revalued,
RETOUCH	-; -		revalues
RETRACE	-; retraced,	**REVAMP**	-; revamps
	retraces	**REVEAL**	-; reveals
RETRACK	-; retracks	**REVEL**	-; revels
RETRACT	-; retracts	**REVELED**	-; -
RETRAIN	-; retrains	**REVELER**	-; revelers
RETRAL	-; -	**REVELRY**	-; -
RETREAD	-; retreads	**REVENGE**	-; revenged,
RETREAT	pretreat;		revenger,
	retreats		revenges
RETRIAL	-; retrials	**REVENUE**	-; revenued,
RETRIED	-; -		revenuer,
RETRIES	-; -		revenues
RETRIM	-; retrims	**REVERB**	-; reverbs
RETRO	-; retros	**REVERE**	-; revered,
RETROD	-; retrods		reverer,
RETRY	-; -		reveres
RETS	frets, trets; -	**REVERER**	-; reverers
RETSINA	-; retsinas	**REVERIE**	-; reveries
RETTED	fretted; -	**REVERS**	-; reverse,
RETTING	fretting; -		reverso
RETUNE	-; retuned,	**REVERSE**	-; reversed,
	retunes		reverser,
RETURN	-; returns		reverses
RETUSE	-; -	**REVERSO**	-; reversos
RETWIST	-; retwists	**REVERT**	-; reverts
RETYING	-; -	**REVERY**	-; -
RETYPE	-; retyped,	**REVEST**	-; revests
	retypes	**REVET**	brevet, trevet;
REUNIFY	-; -		revets
REUNION	preunion;	**REVETS**	brevets,
	reunions		trevets; -
REUNITE	preunite;	**REVIEW**	preview;
	reunited,		reviews
	reunites	**REVIEWS**	previews; -
REUSE	-; reused,	**REVILE**	-; reviled,
	reuses		reviler, reviles
REUTTER	-; reutters	**REVILER**	-; revilers
REV	-; revs	**REVISAL**	-; revisals

REVISE	previse; revised, reviser, revises	**REWASH** **REWAX** **REWAXED**	prewash; - -; - -; -
REVISED	prevised; -	**REWAXES**	-; -
REVISER	-; revisers	**REWEAR**	-; rewears
REVISES	previses; -	**REWEAVE**	-; reweaved,
REVISIT	-; revisits		reweaver,
REVISOR	previsor; revisors, revisory	**REWED**	reweaves brewed, crewed;
REVIVAL	-; revivals		reweds
REVIVE	-; revived, reviver, revives	**REWEIGH** **REWELD**	-; reweighs -; rewelds
REVIVER	-; revivers	**REWET**	-; rewets
REVOICE	-; revoiced, revoices	**REWIDEN** **REWIN**	-; rewidens -; rewind,
REVOKE	-; revoked, revoker, revokes	**REWIND** **REWIRE**	rewins -; rewinds -; rewired,
REVOKER	-; revokers		rewires
REVOLT	-; revolts	**REWOKE**	-; rewoken
REVOLVE	-; revolved, revolver, revolves	**REWON** **REWORD** **REWORK**	-; - -; rewords -; reworks
REVOTE	-; revoted, revotes	**REWOUND** **REWOVE**	-; - -; rewoven
REVUE	prevue; revues	**REWRAP**	prewrap;
REVUES	prevues; -		rewraps,
REVUIST	-; revuists		rewrapt
REVVED	-; -	**REWRAPS**	-; -
REVVING	-; -	**REWRITE**	-; rewrites
REWAKE	-; rewaked, rewaken, rewakes	**REWROTE** **REX** **REXES**	-; - prex; - prexes; -
REWAKEN	-; rewakens	**REYNARD**	-; reynards
REWAN	-; -	**REZ**	-; -
REWARD	-; rewards	**REZERO**	-; rezeros
REWARM	prewarms; rewarms	**REZES** **REZONE**	-; - -; rezoned,
REWARMS	prewarms; -		rezones

REZZES	-; -	**RHYMER**	-; rhymers
RHABDOM	-; rhabdome, rhabdoms	**RHYTA**	-; -
		RHYTHM	-; rhythms
RHACHIS	-; -	**RHYTON**	-; -
RHAMNUS	-; -	**RIA**	aria; rial, rias
RHAPHAE	-; -	**RIAL**	trial, urial; rials
RHAPHE	-; rhaphes	**RIALS**	trials; -
RHATANY	-; -	**RIALTO**	-; rialtos
RHEA	-; rheas	**RIANT**	-; -
RHEBOK	-; rheboks	**RIANTLY**	-; -
RHENIUM	-; rheniums	**RIAS**	arias; -
RHESUS	-; -	**RIATA**	-; riatas
RHETOR	-; rhetors	**RIB**	crib, drib; ribs
RHEUM	-; rheums, rheumy	**RIBALD**	-; ribalds
		RIBAND	-; ribands
RHEUMIC	-; -	**RIBBAND**	-; ribbands
RHINAL	-; -	**RIBBED**	cribbed, dribbed; -
RHINO	-; rhinos		
RHIZOID	-; rhizoids	**RIBBER**	cribber; ribbers
RHIZOMA	-; -		
RHIZOME	-; rhizomes	**RIBBERS**	cribbers; -
RHO	thro; rhos	**RIBBIER**	-; -
RHODIC	-; -	**RIBBING**	cribbing, dribbing; ribbings
RHODIUM	-; rhodiums		
RHODORA	-; rhodoras		
RHOMB	-; rhombi, rhombs	**RIBBON**	-; ribbons, ribbony
RHOMBI	-; -	**RIBBY**	-; -
RHOMBUS	-; -	**RIBES**	bribes, tribes; -
RHONCHI	-; -	**RIBIER**	-; -
RHOTIC	-; -	**RIBLESS**	-; -
RHUBARB	-; rhubarbs	**RIBLET**	-; riblets
RHUMB	-; rhumba, rhumbs	**RIBLIKE**	-; -
		RIBOSE	-; riboses
RHUMBA	-; rhumbas	**RIBS**	cribs, dribs; -
RHUS	-; -	**RIBWORT**	-; ribworts
RHUSES	-; -	**RICE**	price, trice; riced, ricer, rices
RHYME	-; rhymed, rhymer, rhymes		
		RICED	priced, triced; -

RICER	pricer; ricers	**RIDDEN**	-; -
RICERS	pricers; -	**RIDDER**	-; ridders
RICES	prices, trices; -	**RIDDING**	-; -
RICH	-; -	**RIDDLE**	griddle;
RICHEN	-; richens		riddled,
RICHER	-; -		riddler, riddles
RICHES	-; richest	**RIDDLED**	griddled; -
RICHLY	-; -	**RIDDLER**	-; riddlers
RICIN	-; ricing, ricins	**RIDDLES**	griddles; -
RICING	pricing,	**RIDE**	bride, cride,
	tricing; -		gride, pride;
RICINUS	-; -		rider, rides
RICK	brick, crick,	**RIDENT**	trident; -
	prick, trick,	**RIDER**	arider; riders
	wrick; ricks	**RIDES**	brides, grides,
RICKED	bricked,		irides, prides; -
	cricked,	**RIDGE**	bridge, fridge;
	pricked,		ridged, ridgel,
	tricked; -		ridges
RICKETS	crickets,	**RIDGED**	bridged; -
	prickets,	**RIDGEL**	-; ridgels
	rickets; -	**RIDGES**	bridges,
RICKETY	-; -		fridges; -
RICKEY	-; rickeys	**RIDGIER**	-; -
RICKING	bricking,	**RIDGIL**	-; ridgils
	cricking,	**RIDGING**	bridging; -
	pricking,	**RIDGY**	-; -
	tricking; -	**RIDING**	griding,
RICKS	bricks, cricks,		priding;
	pricks, tricks; -		ridings
RICKSHA	-; rickshas,	**RIDLEY**	-; ridleys
	rickshaw	**RIDOTTO**	-; ridottos
RICOTTA	-; ricottas	**RIDS**	arids, grids; -
RICRAC	-; ricracs	**RIEL**	ariel, oriel;
RICTAL	-; -		riels
RICTUS	-; -	**RIELS**	ariels, oriels; -
RID	arid, grid, irid;	**RIEVER**	griever; rievers
	ride, rids	**RIEVERS**	-; grievers
RIDABLE	-; -	**RIF**	-; rife, riff, rifs,
RIDDED	-; -		rift

RIFE	-; rifer	**RIGHTER**	brighter; righters
RIFELY	-; -	**RIGHTLY**	-; -
RIFEST	-; -	**RIGHTS**	brights, frights, wrights; -
RIFF	griff; riffs		
RIFFED	-; -	**RIGID**	frigid; -
RIFFING	-; -	**RIGIDLY**	-; -
RIFFLE	-; riffled, riffler, riffles	**RIGOR**	-; rigors
		RIGOUR	-; rigours
RIFFLER	-; rifflers	**RIGS**	brigs, frigs, grigs, prigs, trigs; -
RIFFS	griffs; -		
RIFLE	trifle; rifled, rifler, rifles		
		RIKISHA	-; rikishas
RIFLER	trifler; riflers, riflery	**RIKSHAW**	-; rikshaws
		RILE	-; riled, riles, riley
RIFLERS	triflers; -		
RIFLES	trifles; -	**RILED**	ariled; -
RIFLING	trifling; riflings	**RILIEVI**	-; -
RIFLIP	-; riflips	**RILIEVO**	-; -
RIFT	drift, grift; rifts	**RILING**	-; -
RIFTED	drifted, grifted; -	**RILL**	brill, drill, frill, grill, krill, prill, trill; rille, rills
RIFTING	drifting, grifting; -		
RIFTS	drifts, grifts; -	**RILLE**	grille; rilled, rilles, rillet
RIG	brig, frig, grig, prig, trig; rigs		
		RILLED	drilled, frilled, grilled, prilled, trilled; -
RIGGED	frigged, prigged, trigged; -		
		RILLES	grilles; -
RIGGER	trigger; riggers	**RILLET**	-; rillets
RIGGERS	triggers; -	**RILLING**	drilling, frilling, grilling, prilling, trilling; -
RIGGING	frigging, prigging, trigging; riggings		
		RILLS	brills, drills, frills, grills, krills, prills, trills; -
RIGHT	aright, bright, fright, wright; righto, rights, righty		
		RIM	brim, grim, prim, trim; rime, rims, rimy
RIGHTED	frighted; -		

RIME	crime, grime, prime; rimed, rimer, rimes	**RIMPLED**	crimpled; -
		RIMPLES	crimples; -
		RIMROCK	-; rimrocks
RIMED	grimed, primed; -	**RIMS**	brims, prims, trims; -
RIMER	primer, trimer; rimers	**RIMY**	grimy; -
		RIN	brin, grin; rind, ring, rink, rins
RIMERS	primers, trimmers; -		
		RIND	grind; rinds
RIMES	crimes, grimes, primes; -	**RINDED**	brinded, grinded; -
RIMFIRE	-; -	**RINDS**	grinds; -
RIMIER	grimier; -	**RING**	bring, iring, wring; rings
RIMIEST	grimiest; -		
RIMING	griming, priming; -	**RINGED**	cringed, fringed wringed; -
RIMLAND	-; rimlands		
RIMLESS	-; -	**RINGENT**	-; -
RIMMED	brimmed, primmed, trimmed; -	**RINGER**	bringer, cringer wringer; ringers
RIMMER	brimmer, crimmer, grimmer, krimmer, primmer, trimmer; rimmers	**RINGERS**	bringers, cringers, wringers,
		RINGGIT	-; -
		RINGING	bringing, fringing, wringing; -
RIMMERS	brimmers, crimmers, krimmers, trimmers; -	**RINGLET**	-; -
		RINGS	brings, wrings; -
RIMMING	brimming, primming, trimming; -	**RINGTAW**	-; ringtaws
		RINK	brink, drink, prink; rinks
RIMOSE	-; -	**RINKS**	brinks, drinks, prinks; -
RIMOUS	-; -		
RIMPLE	crimple; rimpled, rimples	**RINNING**	-; -
		RINS	brins, grins; rinse

RINSE	-; rinsed, rinser, rinses		grippers, trippers; -
RINSER	-; rinsers	**RIPPING**	dripping,
RINSING	-; rinsings		gripping,
RIOJA	-; riojas		tripping; -
RIOT	griot; riots	**RIPPLE**	cripple,
RIOTED	-; -		gripple;
RIOTER	-; rioters		rippled,
RIOTING	-; -		rippler, ripples
RIOTOUS	-; -	**RIPPLED**	crippled; -
RIP	drip, grip, trip; ripe, rips	**RIPPLER**	crippler; ripplers
RIPCORD	-; ripcords	**RIPPLET**	-; ripplets
RIPE	cripe, gripe, tripe; riped, ripen, riper, ripes	**RIPPLY**	-; -
		RIPRAP	-; ripraps
		RIPS	drips, grips, trips; -
RIPED	griped; -	**RIPSAW**	-; ripsaws
RIPELY	-; -	**RIPSTOP**	-; ripstops
RIPEN	-; ripens	**RIPT**	gript; -
RIPENED	-; -	**RIPTIDE**	-; riptides
RIPER	griper; -	**RISE**	arise, frise, prise; risen, riser, rises
RIPES	gripes, tripes; ripest		
RIPIENI	-; -	**RISEN**	arisen; -
RIPIENO	-; ripienos	**RISER**	-; risers
RIPING	griping; -	**RISES**	arises, crises, frises, irises, krises, prises; -
RIPOFF	-; ripoffs		
RIPOST	-; riposte, riposts		
RIPOSTE	-; riposted, ripostes	**RISHI**	-; rishis
		RISIBLE	-; -
		RISIBLY	-; -
RIPPED	dripped, gripped, tripped; -	**RISING**	arising, irising, prising; risings
RIPPER	dripper, gripper, tripper; rippers	**RISK**	brisk, frisk; risks, risky
		RISKED	brisked, frisked; -
RIPPERS	drippers,	**RISKER**	brisker, frisker; riskers

RISKERS	friskers; -	**RIVETER**	-; riveters
RISKIER	-; -	**RIVETS**	grivets, privets,
RISKILY	-; -		trivets; -
RISKING	brisking,	**RIVIERA**	-; rivieras
	frisking; -	**RIVIERE**	-; rivieres
RISKS	brisks, frisks; -	**RIVING**	driving; -
RISKY	frisky; -	**RIVULET**	-; rivulets
RISOTTO	-; risottos	**RIYAL**	-; riyals
RISQUE	-; -	**ROACH**	broach; -
RISSOLE	-; rissoles	**ROACHED**	broached; -
RISTRA	-; ristras	**ROACHES**	broaches; -
RISUS	-; -	**ROAD**	broad;
RISUSES	-; -		roads
RITARD	-; ritards	**ROADBED**	-; roadbeds
RITE	trite, write;	**ROADEO**	-; roadeos
	rites	**ROADIE**	-; roadies
RITES	writes; -	**ROADS**	broads; -
RITTER	critter, fritter;	**ROADWAY**	-; roadways
	ritters	**ROAM**	-; roams
RITTERS	critters,	**ROAMED**	-; -
	fritters; -	**ROAMER**	-; roamers
RITTS	britts, fritts; -	**ROAMING**	-; -
RITUAL	-; rituals	**ROAN**	groan; roans
RITZ	-; ritzy	**ROANS**	groans; -
RITZIER	-; -	**ROAR**	-; roars
RITZILY	-; -	**ROARED**	-; -
RIVAGE	-; rivages	**ROARER**	-; roarers
RIVAL	-; rivals	**ROARING**	-; roarings
RIVALED	-; -	**ROAST**	-; roasts
RIVALRY	-; -	**ROASTED**	-; -
RIVE	drive; rived,	**ROASTER**	-; roasters
	riven, river,	**ROB**	-; robe, robs
	rives, rivet	**ROBALO**	-; robalos
RIVEN	driven; -	**ROBAND**	proband;
RIVER	driver; rivers		robands
RIVERS	drivers; -	**ROBANDS**	probands; -
RIVES	drives; -	**ROBATA**	-; robatas
RIVET	grivet, privet,	**ROBBED**	-; -
	trivet; rivets	**ROBBER**	-; robbers,
RIVETED	-; -		robbery

ROBBIN	-; robbing, robbins	**ROCKS**	brocks, crocks, frocks, trocks; -
ROBE	probe; robed, robes	**ROCOCO**	-; rococos
		ROCS	crocs;
ROBED	probed; -	**ROD**	prod, trod; rode, rods
ROBES	probes; -		
ROBIN	-; robing, robins	**RODDED**	prodded; -
		RODDING	prodding; -
ROBING	probing; -	**RODE**	erode, trode; rodeo
ROBLE	-; robles		
ROBOT	-; robots	**RODENT**	erodent; rodents
ROBOTIC	-; -		
ROBOTRY	-; -	**RODEO**	-; rodeos
ROBUST	-; -	**RODLESS**	-; -
ROC	croc; rock, rocs	**RODLIKE**	-; -
		RODMAN	-; -
ROCHET	crochet; rochets	**RODMEN**	-; -
		RODS	prods; -
ROCHETS	crochets; -	**RODSMAN**	-; -
ROCK	brock, crock, frock, trock; rocks, rocky	**RODSMEN**	-; -
		ROE	froe; roes
ROCKABY	-; rockabye	**ROEBUCK**	-; roebucks
ROCKED	crocked, frocked, trocked; -	**ROES**	froes; -
		ROGER	-; rogers
		ROGUE	brogue, drouge; rogued, rogues
ROCKER	-; rockers, rockery		
ROCKERY	crockery; -	**ROGUERY**	broguery; -
ROCKET	brocket, crocket; rockets	**ROGUES**	brogues, drogues; -
		ROGUING	-; -
ROCKETS	brockets, crockets; -	**ROGUISH**	broguish; -
		ROIL	broil; roils, roily
ROCKIER	-; -		
ROCKILY	-; -	**ROILED**	broiled; -
ROCKING	crocking, frocking, trocking; -	**ROILIER**	-; -
		ROILING	broiling; -
		ROILS	broils; -
ROCKOON	-; rockoons	**ROISTER**	-; roisters

ROLE	prole; roles	**RONDE**	-; rondes
ROLES	proles; -	**RONDEAU**	-; rondeaux
ROLF	-; rolfs	**RONDEL**	-; rondels
ROLFED	-; -	**RONDO**	-; rondos
ROLFER	-; rolfers	**RONDURE**	-; rondures
ROLFING	-; -	**RONIN**	-; ronins
ROLL	droll, troll; rolls	**RONION**	-; ronions
ROLLED	drolled, trolled; -	**RONNEL**	-; ronnels
		RONTGEN	-; rontgens
ROLLER	droller, troller; rollers	**RONYON**	-; ronyons
		ROO	-; rood, roof, room, roos, root
ROLLERS	trollers; -		
ROLLICK	-; rollicks, rollicky	**ROOD**	brood; roods
ROLLING	drolling, trolling; rollings	**ROODS**	broods; -
		ROOF	proof; roofs
		ROOFED	proofed; -
ROLLMOP	-; rollmops	**ROOFER**	proofer; roofers
ROLLOUT	-; rollouts		
ROLLS	drolls, trolls; -	**ROOFERS**	proofers; -
ROLLTOP	-; -	**ROOFIE**	-; roofies
ROLLWAY	-; rollways	**ROOFING**	proofing; roofings
ROM	from, prom; romp, roms	**ROOFS**	proofs; -
ROMAINE	-; romaines	**ROOFTOP**	-; rooftops
ROMAJI	-; romajis	**ROOK**	brook, crook; rooks, rooky
ROMAN	-; romano, romans	**ROOKED**	brooked, crooked; -
ROMANCE	-; romanced, romancer, romances	**ROOKERY**	-; -
		ROOKIE	-; rookier, rookies
ROMANO	-; romanos		
ROMAUNT	-; romaunts	**ROOKIES**	-; rookiest
ROMEO	-; romeos	**ROOKING**	brooking, crooking; -
ROMP	tromp; romps		
ROMPED	tromped; -	**ROOKS**	brooks, crooks; -
ROMPER	-; rompers		
ROMPING	tromping; -	**ROOM**	broom, groom, vroom; rooms, roomy
ROMPISH	-; -		
ROMPS	tromps; -		

ROOMED	broomed, groomed, vroomed; -		proper; ropers, ropery
ROOMER	groomer; roomers	**ROPERS**	gropers, propers; -
ROOMERS	groomers; -	**ROPES**	gropes, tropes; -
ROOMFUL	-; roomfuls	**ROPEWAY**	-; ropeways
ROOMIER	broomier; -	**ROPIER**	-; -
ROOMILY	-; -	**ROPIEST**	-; -
ROOMING	brooming, grooming, vrooming; -	**ROPILY**	-; -
		ROPING	groping; -
		ROPY	-; -
ROOMS	brooms, grooms, vrooms; -	**ROQUE**	-; roques, roquet
		ROQUET	croquet; roquets
ROOMY	broomy; -		
ROOSE	-; roosed, rooser, rooses	**ROQUETS**	croquets; -
		RORQUAL	-; rorquals
ROOSER	-; roosers	**ROSACEA**	-; rosaceas
ROOSING	-; -	**ROSARIA**	-; rosarian
ROOST	-; roosts	**ROSARY**	-; -
ROOSTED	-; -	**ROSCOE**	-; roscoes
ROOSTER	-; roosters	**ROSE**	arose, brose, erose, prose; rosed, roses, roset
ROOT	-; roots, rooty		
ROOTAGE	-; rootages		
ROOTCAP	-; rootcaps		
ROOTED	-; -	**ROSEATE**	-; -
ROOTER	-; rooters	**ROSEBAY**	-; rosebays
ROOTIER	-; -	**ROSEBUD**	-; rosebuds
ROOTING	-; -	**ROSED**	prosed; -
ROOTKIT	-; rootkits	**ROSELLA**	-; rosellas
ROOTLE	-; rootled, rootles, rootlet	**ROSELLE**	-; roselles
		ROSEOLA	-; roseolar, roseolas
ROOTLET	-; rootlets		
ROPABLE	-; -	**ROSERY**	-; -
ROPE	grope, trope; roped, roper, ropes, ropey	**ROSES**	broses, eroses, proses; -
		ROSET	-; rosets
ROPED	groped; -	**ROSETTE**	-; rosettes
ROPER	groper,	**ROSHI**	-; roshis

ROSIER	crosier, prosier; -	**ROTTEN**	-; -
		ROTTER	trotter; rotters
ROSIEST	prosiest; -	**ROTTERS**	trotters; -
ROSILY	prosily; -	**ROTTING**	trotting; -
ROSIN	-; rosing, rosins, rosiny	**ROTUND**	-; rotunda
		ROTUNDA	-; rotundas
ROSINED	-; -	**ROUBLE**	trouble; roubles
ROSING	-; -		
ROSINOL	-; rosinols	**ROUBLES**	troubles; -
ROSOLIO	-; rosolios	**ROUCHE**	-; rouches
ROSTER	-; rosters	**ROUCHES**	crouches, grouches; -
ROSTI	-; rostis		
ROSTRA	-; rostral	**ROUE**	-; rouen, roues
ROSTRUM	-; rostrums	**ROUEN**	-; rouens
ROSY	brosy, prosy, trosy; -	**ROUGE**	-; rouged, rouges
ROT	grot, trot; rota, rote, rotl, roto, rots	**ROUGH**	trough; roughs
		ROUGHED	-; -
		ROUGHEN	-; roughens
ROTA	-; rotas	**ROUGHER**	-; roughers
ROTARY	-; -	**ROUGHLY**	-; -
ROTATE	-; rotated, rotates	**ROUGHS**	troughs; -
		ROUGING	-; -
ROTATOR	-; rotators, rotatory	**ROULADE**	-; roulades
		ROULEAU	-; rouleaus, rouleaux
ROTCH	crotch; rotche		
ROTCHE	-; rotches	**ROUND**	around, ground; rounds
ROTCHES	crotches; -		
ROTE	wrote; rotes		
ROTGUT	-; rotguts	**ROUNDED**	grounded; -
ROTI	-; rotis	**ROUNDEL**	-; roundels
ROTIFER	-; rotifers	**ROUNDER**	grounder; rounders
ROTINI	-; rotinis		
ROTL	-; rotls	**ROUNDLY**	-; -
ROTO	-; rotor, rotos	**ROUNDS**	grounds; -
ROTOR	-; rotors	**ROUNDUP**	-; roundups
ROTS	grots, trots; -	**ROUP**	croup, group; roups, roupy
ROTTE	rotted, rotten, rottes		
		ROUPED	grouped, trouped; -
ROTTED	trotted; -		

ROUPET	-; -	**ROUTINE**	-; routines
ROUPIER	croupier; -	**ROUTING**	grouting; -
ROUPILY	croupily; -	**ROUTS**	grouts, trouts; -
ROUPING	grouping, trouping; -	**ROUX**	-; -
		ROVE	drove, grove, prove, trove; roved, roven, rover, roves
ROUPS	croups, groups; -		
ROUPY	croupy; -		
ROUSE	arouse, crouse, grouse; roused, rouser, rouses	**ROVED**	droved, groved, proved; -
		ROVEN	proven; -
		ROVER	drover, prover, trover; rovers
ROUSED	aroused, groused; -		
		ROVERS	drovers, provers, trovers; -
ROUSER	arouser, grouser, trouser; rousers		
		ROVES	droves, groves, proves, troves; -
ROUSERS	arousers, grousers, trousers; -		
		ROVING	droving, proving; rovings
ROUSES	arouses, grouses; -		
		ROW	brow, crow, frow, grow, prow, trow, vrow; rows
ROUSING	arousing, grousing; -		
ROUST	-; rousts		
ROUSTED	-; -	**ROWABLE**	growable; -
ROUSTER	-; rousters	**ROWAN**	-; rowans
ROUT	grout, trout; route, routh, routs	**ROWBOAT**	-; rowboats
		ROWDIER	-; -
		ROWDIES	crowdies; rowdiest
ROUTE	-; routed, router, routes		
		ROWDILY	-; -
ROUTED	grouted; -	**ROWDY**	crowdy; -
ROUTER	grouter; routers	**ROWED**	crowed, trowed; -
ROUTERS	grouters; -	**ROWEL**	trowel; rowels
ROUTH	drouth; rouths	**ROWELED**	-; -
ROUTHS	drouths; -	**ROWELS**	trowels; -

ROWEN	-; rowens	**RUBBERS**	drubbers,
ROWER	crower,		grubbers; -
	grower,	**RUBBING**	drubbing,
	prower;		grubbing;
	rowers		rubbings
ROWERS	crowers,	**RUBBISH**	-; rubbishy
	growers; -	**RUBBLE**	-; rubbled,
ROWING	crowing,		rubbles
	growing,	**RUBBLY**	-; -
	trowing;	**RUBBY**	-; -
	rowings	**RUBDOWN**	-; rubdowns
ROWLOCK	-; rowlocks	**RUBE**	-; rubes
ROWS	brows, crows,	**RUBELLA**	-; rubellas
	frows, grows,	**RUBEOLA**	-; rubeolar,
	prows, trows,		rubeolas
	vrows; -	**RUBIDIC**	-; -
ROWTH	growth, trowth;	**RUBIED**	-; -
	rowths	**RUBIER**	-; -
ROWTHS	growths,	**RUBIES**	-; rubiest
	trowths; -	**RUBIGO**	-; rubigos
ROYAL	-; royals	**RUBIOUS**	-; -
ROYALLY	-; -	**RUBLE**	-; rubles
ROYALTY	-; -	**RUBLI**	-; -
ROYSTER	-; roysters	**RUBOFF**	-; ruboffs
ROZZER	-; rozzers	**RUBOUT**	-; rubouts
RUANA	-; ruanas	**RUBRIC**	-; rubrics
RUB	drub, grub;	**RUBS**	drubs, grubs; -
	rube, rubs,	**RUBUS**	-; -
	ruby	**RUBY**	-; -
RUBABOO	-; rubaboos	**RUBYING**	-; -
RUBACE	-; rubaces	**RUCHE**	-; ruches
RUBASSE	-; rubasses	**RUCHING**	-; ruchings
RUBATO	-; rubatos	**RUCK**	cruck, truck;
RUBBED	drubbed,		rucks
	grubbed; -	**RUCKED**	trucked; -
RUBBER	drubber,	**RUCKING**	trucking; -
	grubber;	**RUCKLE**	-; ruckled,
	rubbers,		ruckles
	rubbery	**RUCKS**	trucks; -

RUCKUS	-; -	**RUFIYAA**	-; rufiyaas
RUCTION	-; ructions	**RUFOUS**	-; -
RUDD	-; rudds, ruddy	**RUG**	drug, frug,
RUDDER	-; rudders		trug; ruga,
RUDDIER	-; -		rugs
RUDDILY	-; -	**RUGA**	-; rugae, rugal
RUDDLE	-; ruddled,	**RUGAL**	frugal; -
	ruddles	**RUGATE**	-; -
RUDDOCK	-; ruddocks	**RUGBIES**	-; -
RUDDY	cruddy; -	**RUGBY**	-; -
RUDE	crude, prude;	**RUGGED**	drugged,
	ruder		frugged; -
RUDELY	crudely; -	**RUGGER**	-; ruggers
RUDER	cruder; rudery	**RUGGING**	drugging,
RUDERAL	-; ruderals		frugging; -
RUDESBY	-; -	**RUGLIKE**	-; -
RUDEST	crudest; -	**RUGOLA**	-; rugolas
RUE	grue, true;	**RUGOSA**	-; rugosas
	rued, ruer,	**RUGOSE**	-; -
	rues	**RUGOUS**	-; -
RUED	trued; -	**RUGRAT**	-; rugrats
RUEFUL	-; -	**RUGS**	drugs, erugs,
RUER	truer; ruers		frugs; -
RUES	trues; -	**RUIN**	bruin; ruing,
RUFF	gruff; ruffe,		ruins
	ruffs	**RUINATE**	-; ruinated,
RUFFE	truffe; ruffed,		ruinates
	ruffes	**RUINED**	-; -
RUFFED	gruffed; -	**RUINER**	-; ruiners
RUFFES	truffes; -	**RUING**	truing; -
RUFFIAN	-; ruffians	**RUINING**	-; -
RUFFING	-; -	**RUINOUS**	-; -
RUFFLE	truffle; ruffled,	**RUINS**	bruins; -
	ruffler, ruffles	**RUKH**	-; rukhs
RUFFLED	truffled; -	**RULE**	-; ruled, ruler,
RUFFLER	-; rufflers		rules
RUFFLES	truffles; -	**RULER**	-; rulers
RUFFLY	gruffly; -	**RULING**	-; rulings
RUFFS	gruffs; -	**RULY**	truly; -

RUM	arum, drum, grum; rump, rums	**RUMP**	crump, frump, grump, trump; rumps
RUMAKI	-; rumakis	**RUMPLE**	crumple;
RUMBA	-; rumbas		rumpled,
RUMBAED	-; -		rumples
RUMBLE	crumble, drumble, grumble; rumbled, rumbler, rumbles	**RUMPLED**	crumpled; -
		RUMPLES	crumples; rumpless
		RUMPLY	crumply; -
		RUMPOT	-; rumpots
		RUMPS	crumps, frumps, grumps, trumps; -
RUMBLED	crumbled, drumbled, grumbled; -		
		RUMPUS	-; -
RUMBLER	grumbler; rumblers	**RUMS**	arums, drums; -
RUMBLES	crumbles, drumbles, grumbles; -	**RUN**	rune, rung, runs, runt; -
RUMBLY	crumbly, grumbly; -	**RUNAWAY**	-; runaways
		RUNBACK	-; runbacks
RUMDUM	-; rumdums	**RUNDLE**	trundle; rundles, rundlet
RUMEN	-; rumens		
RUMINA	-; ruminal		
RUMLY	-; -	**RUNDLES**	trundles; -
RUMMAGE	-; rummaged, rummager, rummages	**RUNDLET**	-; rundlets
		RUNDOWN	-; rundowns
		RUNE	prune; runes
RUMMER	drummer, grummer; rummers	**RUNES**	prunes; -
		RUNG	wrung; rungs
		RUNIC	-; -
RUMMERS	drummers; -	**RUNKLE**	-; runkled, runkles
RUMMEST	grummest; -		
RUMMIER	-; -	**RUNLESS**	-; -
RUMMIES	-; rummiest	**RUNLET**	-; runlets
RUMMY	crummy; -	**RUNNEL**	trunnel; runnels
RUMOR	-; rumors		
RUMORED	-; -	**RUNNELS**	trunnels; -
RUMOUR	-; rumours	**RUNNER**	-; runners

RUNNIER	-; -	**RUSINE**	-; -
RUNNING	-; runnings	**RUSK**	brusk; rusks
RUNNY	-; -	**RUSSET**	-; russets,
RUNOFF	-; runoffs		russety
RUNOUT	-; runouts	**RUSSIFY**	-; -
RUNOVER	-; runovers	**RUST**	crust, trust;
RUNT	brunt, grunt;		rusts, rusty
	runts, runty	**RUSTED**	crusted,
RUNTIER	-; -		trusted; -
RUNTISH	-; -	**RUSTIC**	-; rustics
RUNTS	brunts, grunts; -	**RUSTIER**	trustier; -
RUNWAY	-; runways	**RUSTILY**	-; -
RUPEE	-; rupees	**RUSTING**	crusting,
RUPIAH	-; rupiahs		trusting; -
RUPTURE	-; ruptured,	**RUSTLE**	-; rustled,
	ruptures		rustler,
RURAL	crural; -		rustles
RURALLY	-; -	**RUSTLER**	-; rustlers
RURBAN	-; -	**RUSTS**	crusts, trusts; -
RUSE	cruse, druse;	**RUSTY**	crusty, trusty; -
	ruses	**RUT**	brut; ruth, ruts
RUSES	cruses, druses,	**RUTH**	truth; ruths
	uruses;	**RUTHFUL**	-; -
RUSH	brush, crush;	**RUTHS**	truths; -
	rushy	**RUTILE**	-; rutiles
RUSHED	brushed,	**RUTIN**	-; rutins
	crushed; -	**RUTTED**	-; -
RUSHEE	-; rushees	**RUTTIER**	-; -
RUSHER	brusher,	**RUTTILY**	-; -
	crusher;	**RUTTING**	-; -
	rushers	**RUTTISH**	-; -
RUSHERS	brushers,	**RUTTY**	-; -
	crushers; -	**RYA**	-; ryas
RUSHES	brushes,	**RYE**	-; ryes
	crushes; -	**RYKE**	-; ryked, rykes
RUSHIER	brushier; -	**RYKING**	-; -
RUSHING	brushing,	**RYND**	-; rynds
	crushing;	**RYOKAN**	-; ryokans
	rushings	**RYOT**	-; ryots
RUSHY	brushy; -	**RYU**	-; ryus

S

S	as, es, is, os, us; sh, si, so	**SACKED**	-; -
		SACKER	-; sackers
SAB	-; sabs, sabe	**SACKFUL**	-; sackfuls
SABAL	-; sabals	**SACKING**	-; sackings
SABATON	-; sabatons	**SACLIKE**	-; -
SABAYON	-; sabayons	**SACQUE**	-; sacques
SABBAT	-; sabbath, sabbats	**SACRA**	-; sacral
		SACRAL	-; sacrals
SABBATH	-; sabbaths	**SACRED**	-; -
SABBED	-; -	**SACRING**	-; sacrings
SABBING	-; -	**SACRIST**	-; sacrists, sacristy
SABE	-; sabed, saber, sabes		
		SACRUM	-; -
SABEING	-; -	**SAD**	-; sade, sadi
SABER	-; sabers	**SADDEN**	-; saddens
SABERED	-; -	**SADDER**	-; -
SABICO	-; sabicos	**SADDEST**	-; -
SABIN	-; sabine, sabins	**SADDHU**	-; saddhus
		SADDISH	-; -
SABINE	-; sabines	**SADDLE**	-; saddled, saddler, saddles
SABIR	-; sabirs		
SABKHA	-; sabkhas		
SABLE	usable; sables	**SADDLER**	-; saddlers, saddlery
SABOT	-; sabots		
SABRA	-; sabras	**SADE**	tsade; sades
SABRE	-; sabred, sabres	**SADHE**	-; sadhes
		SADHU	-; sadhus
SAC	-; sack, sacs	**SADI**	tsadi; sadis
SACATON	-; sacatons	**SADIRON**	-; sadirons
SACBUT	-; sacbuts	**SADIS**	tsadis; -
SACCADE	-; saccades	**SADISM**	-; sadisms
SACCATE	-; -	**SADIST**	-; sadists
SACCULE	-; saccules	**SADLY**	-; -
SACCULI	-; -	**SADNESS**	-; -
SACHEM	-; sachems	**SAE**	-; -
SACHET	-; sachets	**SAFARI**	-; safaris
SACK	-; sacks	**SAFE**	-; safer, safes
SACKBUT	-; sackbuts	**SAFELY**	-; -

SAFES	-; safest	**SAIMIN**	-; saimins
SAFETY	-; -	**SAIN**	-; sains, saint
SAFFRON	-; saffrons	**SAINED**	-; -
SAFROL	-; safrole, safrols	**SAINING**	-; -
		SAINT	-; saints
SAFROLE	-; safroles	**SAINTED**	-; -
SAG	-; saga, sage, sago, sags, sagy	**SAINTLY**	-; -
		SAITH	-; saithe
		SAIYID	-; saiyids
SAGA	-; sagas	**SAJOU**	-; sajous
SAGAMAN	-; -	**SAKE**	-; saker, sakes
SAGAMEN	-; -		
SAGBUT	-; sagbuts	**SAKER**	-; sakers
SAGE	usage; sager, sages	**SAKI**	-; sakis
		SAKTI	-; saktis
SAGELY	-; -	**SAL**	-; sale, sall, salp, sals, salt
SAGES	usages; sagest		
SAGGAR	-; saggard, saggars	**SALAAM**	-; salaams
SAGGARD	-; saggards	**SALABLE**	-; -
SAGGED	-; -	**SALABLY**	-; -
SAGGER	-; saggers	**SALAD**	-; salads
SAGGING	-; -	**SALAL**	-; salals
SAGGY	-; -	**SALAMI**	-; salamis
SAGIER	-; -	**SALARY**	-; -
SAGIEST	-; -	**SALAT**	-; salats
SAGO	-; sagos	**SALE**	-; salep, sales
SAGUARO	-; saguaros	**SALEP**	-; saleps
SAGUM	-; -	**SALIC**	-; -
SAHIB	-; sahibs	**SALICIN**	-; salicine, salicins
SAHIWAL	-; sahiwals		
SAHUARO	-; sahuaros	**SALIENT**	-; salients
SAICE	-; saices	**SALIFY**	-; -
SAID	-; saids	**SALINA**	-; salinas
SAIGA	-; saigas	**SALINE**	-; salines
SAIL	-; sails	**SALIVA**	-; salivas
SAILED	-; -	**SALL**	-; sally
SAILER	-; sailers	**SALLET**	-; sallets
SAILING	-; sailings	**SALLIED**	-; -
SAILOR	-; sailors	**SALLIER**	-; salliers

SALLIES	-; -		salvager,
SALLOW	-; sallows,		salvages
	sallowy	**SALVE**	-; salved,
SALMI	-; salmis		salver, salves
SALMON	-; salmons	**SALVER**	-; salvers
SALOL	-; salols	**SALVIA**	-; salvias
SALON	-; salons	**SALVING**	-; -
SALOON	-; saloons	**SALVO**	-; salvor, salvos
SALOOP	-; saloops	**SALVOED**	-; -
SALP	-; salpa, salps	**SALVOES**	-; -
SALPA	-; salpae,	**SALVOR**	-; salvors
	salpas	**SALWAR**	-; salwars
SALPIAN	-; salpians	**SAMADHI**	-; samadhis
SALPID	-; salpids	**SAMARA**	-; samaras
SALPINX	-; -	**SAMBA**	-; sambal,
SALSA	-; salsas		sambar,
SALSIFY	-; -		sambas
SALT	-; salts, salty	**SAMBAL**	-; sambals
SALTANT	-; -	**SAMBAR**	-; sambars
SALTBOX	-; -	**SAMBHAR**	-; sambhars
SALTED	-; -	**SAMBHUR**	-; sambhurs
SALTER	psalter;	**SAMBO**	-; sambos
	saltern, salters	**SAMBUCA**	-; sambucas
SALTERN	-; salterns	**SAMBUKE**	-; sambukes
SALTERS	psalters; -	**SAMBUR**	-; samburs
SALTEST	-; -	**SAME**	-; samek
SALTIE	-; saltier, salties	**SAMECH**	-; samechs
SALTIES	-; saltiest	**SAMEK**	-; samekh,
SALTILY	-; -		sameks
SALTINE	-; saltines	**SAMEKH**	-; samekhs
SALTING	-; -	**SAMEY**	-; -
SALTIRE	-; saltires	**SAMFU**	-; samfus
SALTISH	-; -	**SAMIEL**	-; samiels
SALTPAN	-; saltpans	**SAMIER**	-; -
SALUKI	-; salukis	**SAMIEST**	-; -
SALUTE	-; saluted,	**SAMISEN**	-; samisens
	saluter, salutes	**SAMITE**	-; samites
SALUTER	-; saluters	**SAMLET**	-; samlets
SALVAGE	-; salvaged,	**SAMOSA**	-; samosas
	salvagee,	**SAMOVAR**	-; samovars

SAMP	-; samps	**SANGER**	-; sangers
SAMPAN	-; sampans	**SANGH**	-; sanghs
SAMPLE	-; sampled,	**SANGRIA**	-; sangrias
	sampler,	**SANICLE**	-; sanicles
	samples	**SANIES**	-; -
SAMPLER	-; samplers	**SANING**	-; -
SAMSARA	-; samsaras	**SANIOUS**	-; -
SAMSHU	-; samshus	**SANITY**	-; -
SAMURAI	-; samurais	**SANJAK**	-; sanjaks
SAN	-; sans	**SANK**	-; -
SANCTA	-; -	**SANNOP**	-; sannops
SANCTUM	-; sanctums	**SANNUP**	-; sannups
SAND	-; sands, sandy	**SANS**	-; -
SANDAL	-; sandals	**SANSAR**	-; sansars
SANDBAG	-; sandbags	**SANSEI**	-; sanseis
SANDBAR	-; sandbars	**SANTERO**	-; santeros
SANDBOX	-; -	**SANTIMI**	-; -
SANDBUR	-; sandburr,	**SANTIMS**	-; -
	sandburs	**SANTIMU**	-; -
SANDDAB	-; sanddabs	**SANTIR**	-; santirs
SANDED	-; -	**SANTO**	-; santor,
SANDER	-; sanders		santos
SANDFLY	-; -	**SANTOL**	-; santols
SANDHI	-; sandhis	**SANTOUR**	-; santours
SANDHOG	-; sandhogs	**SANTUR**	-; santurs
SANDIER	-; -	**SANYASI**	-; sanyasis
SANDING	-; -	**SAP**	-; saps
SANDLOT	-; sandlots	**SAPAJOU**	-; sapajous
SANDMAN	-; -	**SAPELE**	-; sapeles
SANDMEN	-; -	**SAPHEAD**	-; sapheads
SANDPIT	-; sandpits	**SAPHENA**	-; saphenae
SANE	-; saned,	**SAPID**	-; -
	saner, sanes	**SAPIENS**	-; -
SANELY	-; -	**SAPIENT**	-; -
SANES	-; sanest	**SAPLESS**	-; -
SANG	-; sanga,	**SAPLING**	-; saplings
	sangh	**SAPONIN**	-; saponine,
SANGA	-; sangar,		saponins
	sangas	**SAPOR**	-; sapors
SANGAR	-; sangars	**SAPOTA**	-; sapotas

SAPOTE	-; sapotes	**SAROSES**	-; -
SAPOUR	-; sapours	**SARSAR**	-; sarsars
SAPPED	-; -	**SARSEN**	-; sarsens
SAPPER	-; sappers	**SARSNET**	-; sarsnets
SAPPHIC	-; sapphics	**SARTOR**	-; sartors
SAPPIER	-; -	**SASH**	-; -
SAPPILY	-; -	**SASHAY**	-; sashays
SAPPING	-; -	**SASHED**	-; -
SAPPY	-; -	**SASHES**	-; -
SAPROBE	-; saprobes	**SASHIMI**	-; sashimis
SAPSAGO	-; sapsagos	**SASHING**	-; -
SAPWOOD	-; sapwoods	**SASIN**	-; sasins
SARAN	-; sarans	**SASS**	-; sassy
SARAPE	-; sarapes	**SASSABY**	-; -
SARCASM	-; sarcasms	**SASSED**	-; -
SARCINA	-; sarcinae,	**SASSES**	-; -
	sarcinas	**SASSIER**	-; -
SARCOID	-; sarcoids	**SASSIES**	-; sassiest
SARCOMA	-; sarcomas	**SASSILY**	-; -
SARCOUS	-; -	**SASSING**	-; -
SARD	-; sards	**SAT**	-; sate, sati
SARDANA	-; sardanas	**SATANG**	-; satangs
SARDAR	-; sardars	**SATANIC**	-; -
SARDINE	-; sardines	**SATARA**	-; sataras
SARDIUS	-; -	**SATAY**	-; satays
SAREE	-; sarees	**SATCHEL**	-; satchels
SARGE	-; sarges	**SATCOM**	-; satcoms
SARGO	-; sargos	**SATE**	-; sated, satem,
SARI	-; sarin, saris		sates
SARIN	-; sarins	**SATEEN**	-; sateens
SARK	-; sarks, sarky	**SATEM**	-; -
SARKIER	-; -	**SATI**	-; satin, satis
SARMENT	-; sarmenta,	**SATIATE**	-; satiated,
	sarments		satiates
SARNIE	-; sarnies	**SATIETY**	-; -
SAROD	-; sarode,	**SATIN**	isatin; sating,
	sarods		satins, satiny
SARODE	-; sarodes	**SATINET**	-; satinets
SARONG	-; sarongs	**SATINS**	isatins; -
SAROS	-; -	**SATIRE**	-; satires

SATIRIC	-; -	**SAVANNA**	-; savannah, savannas
SATIRST	-; satirsts		
SATISFY	-; -	**SAVANT**	-; savants
SATORI	-; satoris	**SAVARIN**	-; savarins
SATRAP	-; satraps, satrapy	**SAVATE**	-; savates
		SAVE	-; saved, saver, saves
SATSUMA	-; satsumas		
SATYR	-; satyrs	**SAVELOY**	-; saveloys
SATYRID	-; satyrids	**SAVER**	-; savers
SAU	-; saul	**SAVIN**	-; savine, saving, savins
SAUCE	-; sauced, saucer, sauces		
		SAVINE	-; savines
SAUCER	-; saucers	**SAVING**	-; savings
SAUCH	-; sauchs	**SAVIOR**	-; saviors
SAUCIER	-; -	**SAVIOUR**	-; saviours
SAUCILY	-; -	**SAVOR**	-; savors, savory
SAUCING	-; -		
SAUCY	-; -	**SAVORED**	-; -
SAUGER	-; saugers	**SAVORER**	-; savorers
SAUGH	-; saughs	**SAVOUR**	-; savours, savoury
SAUL	-; sauls, sault		
SAULT	-; saults	**SAVOY**	-; savoys
SAUNA	-; saunas	**SAVVIED**	-; -
SAUNTER	-; saunters	**SAVVIES**	-; -
SAUREL	-; saurels	**SAVVY**	-; -
SAURIAN	-; saurians	**SAW**	-; sawn, saws
SAURIES	-; -	**SAWBILL**	-; sawbills
SAURY	-; -	**SAWBUCK**	-; sawbucks
SAUSAGE	-; sausages	**SAWDUST**	-; sawdusts
SAUTE	-; sauted, sautes	**SAWED**	-; -
		SAWER	-; sawers
SAUTEED	-; -	**SAWFISH**	-; -
SAUTOIR	-; sautoire, sautoirs	**SAWFLY**	-; -
		SAWING	-; -
SAVABLE	-; -	**SAWLIKE**	-; -
SAVAGE	-; savaged, savager, savages	**SAWLOG**	-; sawlogs
		SAWMILL	-; sawmills
		SAWNEY	-; sawneys
SAVAGER	-; savagery	**SAWYER**	-; sawyers
SAVAGES	-; savagest	**SAX**	-; -

SAXES	-; -	**SCALL**	-; scalls
SAXHORN	-; saxhorns	**SCALLOP**	-; scallops
SAXIST	-; saxists	**SCALP**	-; scalps
SAXMAN	-; -	**SCALPED**	-; -
SAXMEN	-; -	**SCALPEL**	-; scalpels
SAXONY	-; -	**SCALPER**	-; scalpers
SAXTUBA	-; saxtubas	**SCALY**	-; -
SAY	-; says	**SCAM**	-; scamp,
SAYABLE	-; -		scams
SAYED	-; sayeds	**SCAMMER**	-; scammers
SAYER	-; sayers	**SCAMP**	-; scampi,
SAYEST	-; -		scamps
SAYID	-; sayids	**SCAMPED**	-; -
SAYING	-; sayings	**SCAMPER**	-; scampers
SAYS	-; sayst	**SCAN**	-; scans, scant
SAYYID	-; sayyids	**SCANDAL**	-; scandals
SCAB	-; scabs	**SCANDIA**	-; scandias
SCABBED	-; -	**SCANDIC**	-; -
SCABBLE	scabbled,	**SCANNED**	-; -
	scabbles	**SCANNER**	-; scanners
SCABBY	-; -	**SCANT**	-; scants,
SCABIES	-; -		scanty
SCAD	-; scads	**SCANTED**	-; -
SCAG	-; scags	**SCANTER**	-; -
SCALADE	-; scalades	**SCANTLY**	-; -
SCALADO	-; scalados	**SCAPE**	escape;
SCALAGE	-; scalages		scaped,
SCALAR	-; scalare,		scapes
	scalars	**SCAPED**	escaped; -
SCALARE	-; scalares	**SCAPES**	escapes; -
SCALD	-; scalds	**SCAPING**	escaping; -
SCALDED	-; -	**SCAPOSE**	-; -
SCALDIC	-; -	**SCAPULA**	-; scapulae,
SCALE	-; scaled,		scapular,
	scaler, scales		scapulas
SCALENE	-; -	**SCAR**	escar, oscar;
SCALER	-; scalers		scare, scarf,
SCALEUP	-; scaleups		scarp, scars,
SCALIER	-; -		scart, scary
SCALING	-; -	**SCARAB**	-; scarabs

SCARCE	-; scarcer	**SCENDS**	ascends; -
SCARE	-; scared,	**SCENE**	-; -
	scarer,	**SCENERY**	-; -
	scares,	**SCENIC**	-; -
	scarey	**SCENT**	ascent; scents
SCARER	-; scarers	**SCENTED**	-; -
SCARF	-; scarfs	**SCENTS**	ascents; -
SCARFED	-; -	**SCEPTER**	-; scepters
SCARFER	-; scarfers	**SCEPTIC**	-; sceptics
SCARIER	-; -	**SCEPTRE**	-; sceptred,
SCARIFY	-; -		sceptres
SCARILY	-; -	**SCHAPPE**	-; schappes
SCARING	-; -	**SCHAV**	-; schavs
SCARLET	-; scarlets	**SCHEMA**	-; -
SCARP	escarp;	**SCHEME**	-; schemed,
	scarph,		schemer,
	scarps		schemes
SCARPED	-; -	**SCHEMER**	-; schemers
SCARPER	-; scarpers	**SCHERZI**	-; -
SCARPH	-; scarphs	**SCHERZO**	-; scherzos
SCARPS	escarps; -	**SCHISM**	-; schisms
SCARRED	-; -	**SCHIST**	-; schists
SCARRY	-; -	**SCHIZO**	-; schizos
SCART	-; scarts	**SCHIZY**	-; -
SCARTED	-; -	**SCHIZZY**	-; -
SCARVES	-; -	**SCHLEP**	-; schlepp,
SCAT	-; scats, scatt		schleps
SCATHE	-; scathed,	**SCHLEPP**	-; schlepps
	scathes	**SCHLOCK**	-; schlocks,
SCATT	-; scatts, scatty		scholcky
SCATTED	-; -	**SCHLUB**	-; schlubs
SCATTER	-; scatters	**SCHLUMP**	-; schlumps
SCATTY	-; -	**SCHMALZ**	-; schmalzy
SCAUP	-; scaups	**SCHMATTE**	-; schmattes
SCAUPER	-; scaupers	**SCHMEAR**	-; schmears
SCAUR	-; scaurs	**SCHMEER**	-; schmeers
SCENA	-; scenas	**SCHMO**	-; schmoe
SCEND	ascend;	**SCHMOE**	-; schmoes
	scends	**SCHMOOS**	-; schmoose
SCENDED	-; -	**SCHMUCK**	-; schmucks

SCHMUTZ	-; -	**SCOOPED**	-; -
SCHNAPS	-; -	**SCOOPER**	-; scoopers
SCHNOOK	-; schnooks	**SCOOT**	-; scoots
SCHNOZ	-; schnozz	**SCOOTED**	-; -
SCHNOZZ	-; -	**SCOOTER**	-; scooters
SCHOLAR	-; scholars	**SCOOTH**	-; -
SCHOLIA	-; -	**SCOP**	-; scope, scops
SCHOOL	-; schools	**SCOPE**	-; scopes
SCHORL	-; schorls	**SCOPULA**	-; scopulae,
SCHRIK	-; schriks		scopulas
SCHROD	-; schrods	**SCORCH**	-; -
SCHTICK	-; schticks	**SCORE**	-; scored,
SCHTIK	-; schtiks		scorer, scores
SCHUIT	-; schuits	**SCORER**	-; scorers
SCHUL	-; schuln	**SCORIA**	-; scoriae
SCHUSS	-; -	**SCORIFY**	-; -
SCHVITZ	-; -	**SCORING**	-; -
SCHWA	-; schwas	**SCORN**	-; scorns
SCIATIC	-; sciatica,	**SCORNED**	-; -
	sciatics	**SCORNER**	-; scorners
SCIENCE	-; sciences	**SCOT**	ascot, escot;
SCILLA	-; scillas		scots
SCION	-; scions	**SCOTCH**	-; -
SCISSOR	-; scissors	**SCOTER**	-; scoters
SCIURID	-; sciurids	**SCOTIA**	-; scotias
SCLAFF	-; sclaffs	**SCOTOMA**	-; scotomas
SCLERA	-; sclerae,	**SCOTS**	ascots,
	scleral, screlas		escots; -
SCOFF	-; scoffs	**SCOTTIE**	-; scotties
SCOFFED	-; -	**SCOUR**	-; scours
SCOFFER	-; scoffers	**SCOURED**	-; -
SCOLD	-; scolds	**SCOURER**	-; scourers
SCOLDED	-; -	**SCOURGE**	-; scourged,
SCOLDER	-; scolders		scourger,
SCOLEX	-; -		scourges
SCOLLOP	-; scollops	**SCOUSE**	-; scouses
SCONCE	-; sconced,	**SCOUT**	-; scouth, scouts
	sconces	**SCOUTED**	-; -
SCONE	-; scones	**SCOUTER**	-; scouters
SCOOP	-; scoops	**SCOUTH**	-; scouths

SCOW	-; scowl, scows	**SCRIBE**	ascribe;
SCOWDER	-; scowders		scribed,
SCOWED	-; -		scriber, scribes
SCOWING	-; -	**SCRIBED**	ascribed; -
SCOWL	-; scowls	**SCRIBER**	-; scribers
SCOWLED	-; -	**SCRIBES**	ascribes; -
SCOWLER	-; scowlers	**SCRIED**	-; -
SCRAG	-; scrags	**SCRIES**	-; -
SCRAGGY	-; -	**SCRIEVE**	-; scrieved,
SCRAICH	-; scraichs		scrieves
SCRAIGH	-; scraighs	**SCRIM**	-; scrimp,
SCRAM	-; scrams		scrims
SCRAN	-; scrans	**SCRIMP**	-; scrimps,
SCRAP	-; scrape,		scrimpy
	scraps	**SCRIP**	-; scrips, script
SCRAPE	-; scraped,	**SCRIPT**	-; scripts
	scraper,	**SCRIVE**	-; scrived,
	scrapes		scrives
SCRAPER	-; scrapers	**SCROD**	-; scrods
SCRAPIE	-; scrapies	**SCROGGY**	-; -
SCRAPPY	-; -	**SCROLL**	-; scrolls
SCRATCH	-; scratchy	**SCROOCH**	-; -
SCRAVEL	-; scravels	**SCROOGE**	-; scrooges
SCRAWB	-; scrawbs	**SCROOP**	-; scroops
SCRAWL	-; scrawls,	**SCROTA**	-; scrotal
	scrawly	**SCROTUM**	-; scrotums
SCRAWNY	-; -	**SCROUGE**	-; scrouged,
SCREAK	-; screaks,		scrouges
	screaky	**SCRUB**	-; scrubs
SCREAM	-; screams	**SCRUBBY**	-; -
SCREE	-; screed,	**SCRUFF**	-; scruffs,
	screen, screes		scruffy
SCREECH	-; screechy	**SCRUM**	-; scrums
SCREED	-; screeds	**SCRUNCH**	-; -
SCREEN	-; screens	**SCRUPLE**	-; scrupled,
SCREW	-; screws,		scruples
	screwy	**SCRY**	-; -
SCREWED	-; -	**SCRYER**	-; scryers
SCREWER	-; screwers	**SCRYING**	-; -
SCRIBAL	-; -	**SCUBA**	-; scubas

SCUD	-; scudi, scudo, scuds	**SCUTAGE**	-; scutages
		SCUTATE	-; -
SCUDDED	-; -	**SCUTCH**	-; -
SCUDO	escudo; -	**SCUTE**	-; scutes
SCUFF	-; scuffs	**SCUTTER**	-; scutters
SCUFFED	-; -	**SCUTTLE**	-; scuttled,
SCUFFER	-; scuffers		scuttles
SCUFFLE	-; scuffled,	**SCUTUM**	-; -
	scuffler,	**SCUZZ**	-; scuzzy
	scuffles	**SCUZZES**	-; -
SCULCH	-; -	**SCUZZY**	-; -
SCULK	-; sculks	**SCYPHI**	-; -
SCULKED	-; -	**SCYPHUS**	-; -
SCULKER	-; sculkers	**SCYTHE**	-; scythed,
SCULL	-; sculls		scythes
SCULLED	-; -	**SEA**	asea; seal,
SCULLER	-; scullers,		seam, sear,
	scullery		seas, seat
SCULP	-; sculps, sculpt	**SEABAG**	-; seabags
SCULPED	-; -	**SEABED**	-; seabeds
SCULPIN	-; sculpins	**SEABIRD**	-; seabirds
SCULPT	-; sculpts	**SEABOOT**	-; seaboots
SCULTCH	-; -	**SEACOCK**	-; seacocks
SCUM	-; scums	**SEADOG**	-; seadogs
SCUMBAG	-; scumbags	**SEAFOAM**	-; seafoams
SCUMBLE	-; scumbled,	**SEAFOOD**	-; seafoods
	scumbles	**SEAFOWL**	-; seafowls
SCUMMED	-; -	**SEAFRONT**	-; seafronts
SCUMMER	-; scummers	**SEAGIRT**	-; seagirts
SCUMMY	-; -	**SEAGULL**	-; seagulls
SCUNNER	-; scunners	**SEAL**	-; seals
SCUP	-; scups	**SEALANT**	-; sealants
SCUPPER	-; scuppers	**SEALED**	-; -
SCURF	-; scurfs, scurfy	**SEALER**	-; sealers,
SCURRIL	-; scurrile		sealery
SCURRY	-; -	**SEALIFT**	-; sealifts
SCURVY	-; -	**SEALING**	-; -
SCUT	-; scuta, scute,	**SEAM**	-; seams,
	scuts		seamy

SEAMAN	-; -	**SECEDER**	-; seceders
SEAMARK	-; seamarks	**SECERN**	-; secerns
SEAMED	-; -	**SECLUDE**	-; secluded,
SEAMEN	-; -		secludes
SEAMER	-; seamers	**SECOND**	-; seconde,
SEAMIER	-; -		secondi,
SEAMING	-; -		secondo,
SEANCE	-; seances		seconds
SEAPORT	-; seaports	**SECONDE**	-; seconder,
SEAR	-; sears		secondes
SEARCH	-; -	**SECPAR**	-; secpars
SEARED	-; -	**SECRECY**	-; -
SEARER	-; -	**SECRET**	-; secrete,
SEAREST	-; -		secrets
SEARING	-; -	**SECRETE**	-; secreted,
SEASICK	-; -		secreter,
SEASIDE	-; seasides		secretes
SEASON	-; seasons	**SECT**	-; sects
SEAT	-; seats	**SECTARY**	-; -
SEATED	-; -	**SECTILE**	-; -
SEATER	-; seaters	**SECTION**	-; sections
SEATING	-; seatings	**SECTOR**	-; sectors
SEAWALL	-; seawalls	**SECULAR**	-; seculars
SEAWAN	-; seawans,	**SECUND**	-; -
	seawant	**SECURE**	-; secured,
SEAWANT	-; seawants		securer,
SEAWARD	-; seawards		secures
SEAWARE	-; seawares	**SECURER**	-; securers
SEAWAY	-; seaways	**SECURES**	-; securest
SEAWEED	-; seaweeds	**SEDAN**	-; sedans
SEBACIC	-; -	**SEDARIM**	-; -
SEBASIC	-; -	**SEDATE**	-; sedated,
SEBUM	-; sebums		sedater,
SEC	-; secs, sect		sedates
SECANT	-; secants	**SEDATES**	-; sedatest
SECCO	-; seccos	**SEDER**	-; seders
SECEDE	-; seceded,	**SEDGE**	-; sedges
	seceder,	**SEDGIER**	-; -
	secedes	**SEDGY**	-; -

SEDILE	-; -	**SEEPING**	-; -
SEDILIA	-; -	**SEER**	-; seers
SEDUCE	-; seduced,	**SEERESS**	-; -
	seducer,	**SEESAW**	-; seesaws
	seduces	**SEETHE**	-; seethed,
SEDUCER	-; seducers		seethes
SEDUM	-; sedums	**SEG**	-; sego, segs
SEE	-; seed, seek,	**SEGETAL**	-; -
	seel, seem,	**SEGGAR**	-; seggars
	seen, seep,	**SEGMENT**	-; segments
	seer, sees	**SEGNI**	-; -
SEEABLE	-; -	**SEGNO**	-; segnos
SEED	-; seeds, seedy	**SEGO**	-; segos
SEEDBED	-; seedbeds	**SEGUE**	-; segued,
SEEDED	-; -		segues
SEEDER	-; seeders	**SEI**	-; seif, seis
SEEDIER	-; -	**SEICHE**	-; seiches
SEEDILY	-; -	**SEIDEL**	-; seidels
SEEDING	-; -	**SEIF**	-; seifs
SEEDMAN	-; -	**SEINE**	-; seined,
SEEDMEN	-; -		seiner, seines
SEEDPOD	-; seedpods	**SEINER**	-; seiners
SEEING	-; seeings	**SEINING**	-; -
SEEK	-; seeks	**SEISE**	-; seised,
SEEKER	-; seekers		seiser, seises
SEEKING	-; -	**SEISER**	-; seisers
SEEL	-; seels, seely	**SEISIN**	-; seising,
SEELED	-; -		seisins
SEELING	-; -	**SEISING**	-; seisings
SEEM	-; seems	**SEISM**	-; seisms
SEEMED	-; -	**SEISMAL**	-; -
SEEMER	-; seemers	**SEISMIC**	-; -
SEEMING	-; seemings	**SEISOR**	-; seisors
SEEMLY	-; -	**SEISURE**	-; seisures
SEEN	-; -	**SEITAN**	-; seitans
SEEP	-; seeps,	**SEIZE**	-; seized,
	seepy		seizer, seizes
SEEPAGE	-; seepages	**SEIZER**	-; seizers
SEEPED	-; -	**SEIZIN**	-; seizing,
SEEPIER	-; -		seizins

SEIZING	-; seizings	**SEMINA**	-; seminal,
SEIZOR	-; seizors		seminar
SEIZURE	-; seizures	**SEMINAR**	-; seminars,
SEJANT	-; -		seminary
SEL	-; self, sell,	**SEMIPRO**	-; semipros
	sels	**SEMIRAW**	-; -
SELAH	-; selahs	**SEMISES**	-; -
SELDOM	-; -	**SEMPLE**	-; -
SELECT	-; selects	**SEMPRE**	-; -
SELENIC	-; -	**SEN**	-; send, sene,
SELF	-; selfs		sent
SELFDOM	-; selfdoms	**SENARY**	-; -
SELFED	-; -	**SENATE**	-; senates
SELFIE	-; selfies	**SENATOR**	-; senators
SELFING	-; -	**SEND**	-; sends
SELFISH	-; -	**SENDAL**	-; sendals
SELKIE	-; selkies	**SENDER**	-; senders
SELL	-; selle, sells	**SENDING**	-; -
SELLE	-; seller, selles	**SENDOFF**	-; sendoffs
SELLER	-; sellers	**SENDUP**	-; sendups
SELLING	-; -	**SENE**	-; -
SELLOFF	-; selloffs	**SENECA**	-; senecas
SELLOUT	-; sellouts	**SENECIO**	-; senecios
SELSYN	-; selsyns	**SENEGA**	-; senegas
SELTZER	-; seltzers	**SENGI**	-; -
SELVA	-; selvas	**SENHOR**	-; senhora,
SELVAGE	-; selvaged,		senhors
	selvages	**SENHORA**	-; senhoras
SELVES	-; -	**SENILE**	-; seniles
SEMATIC	-; -	**SENIOR**	-; seniors
SEME	-; semen,	**SENITI**	-; -
	semes	**SENNA**	-; sennas
SEMEE	-; semees	**SENNET**	-; sennets
SEMEME	-; sememes	**SENNIT**	-; sennits
SEMEN	-; semens	**SENOPIA**	-; senopias
SEMI	-; semis	**SENOR**	-; senora,
SEMIDRY	-; -		senors
SEMIFIT	-; -	**SENORA**	-; senoras
SEMILOG	-; -	**SENORES**	-; -
SEMIMAT	-; semimatt	**SENRYU**	-; -

SENSA	-; -	**SERAI**	-; serail, serais
SENSATE	-; sensated, sensates	**SERAIL**	-; serails
		SERAPE	-; serapes
SENSE	-; sensed, sensei, senses	**SERAPH**	-; seraphs
		SERDAB	-; serdabs
SENSEI	-; senseis	**SERE**	-; sered, serer, seres
SENSING	-; -		
SENSOR	-; sensors, sensory	**SEREIN**	-; sereins
		SERENE	-; serener, serenes
SENSUAL	-; -		
SENSUM	-; -	**SERENES**	-; serenest
SENT	-; sente, senti	**SERES**	-; serest
SENTIMO	-; sentimos	**SERF**	-; serfs
SENTRY	-; -	**SERFAGE**	-; serfages
SEPAL	-; sepals	**SERFDOM**	-; serfdoms
SEPALED	-; -	**SERFISH**	-; -
SEPIA	-; sepias	**SERGE**	-; serger, serges
SEPIC	-; -		
SEPOY	-; sepoys	**SERGER**	-; sergers
SEPPUKU	-; seppukus	**SERGING**	-; sergings
SEPSES	asepses; -	**SERIAL**	-; serials
SEPSIS	asepsis; -	**SERIATE**	-; seriated, seriates
SEPT	-; septa, septs		
SEPTA	-; septal	**SERICIN**	-; sericins
SEPTATE	-; -	**SERIEMA**	-; seriemas
SEPTET	-; septets	**SERIES**	-; -
SEPTIC	-; septics	**SERIF**	-; serifs
SEPTIME	-; septimes	**SERIN**	-; serine, sering, serins
SEPTUM	-; -		
SEQUEL	-; sequela, sequels	**SERINE**	eserine; serines
SEQUELA	-; sequelae	**SERINES**	eserines; -
SEQUENT	-; sequents	**SERING**	-; seringa
SEQUIN	-; sequins	**SERINGA**	-; seringas
SEQUOIA	-; sequoias	**SERIOUS**	-; -
SER	user; sera, sere, serf, sers	**SERMON**	-; sermons
		SEROMA	-; seromas
SERA	-; serac, serai, seral	**SEROSA**	-; serosae, serosal, serosas
SERAC	-; seracs		

SEROUS	-; -	**SETOUT**	-; setouts
SEROW	-; serows	**SETT**	-; setts
SERPENT	-; serpents	**SETTEE**	-; settees
SERPIGO	-; -	**SETTER**	-; setters
SERRATE	-; serrated, serrates	**SETTING**	-; settings
		SETTLE	-; settled, settler, settles
SERRIED	-; -		
SERRIES	-; -	**SETTLER**	-; settlers
SERRY	-; -	**SETTLOR**	-; settlors
SERS	users; -	**SETUP**	-; setups
SERUM	-; serums	**SEVEN**	-; sevens
SERUMAL	-; -	**SEVENTH**	-; sevenths
SERVAL	-; servals	**SEVENTY**	-; -
SERVANT	-; servants	**SEVER**	-; severe, severs
SERVE	-; served, server, serves	**SEVERAL**	-; severals
SERVER	-; servers	**SEVERE**	-; severed, severer
SERVICE	-; serviced, servicer, services	**SEVICHE**	-; seviches
		SEVRUGA	-; sevrugas
SERVILE	-; -	**SEW**	-; sewn, sews
SERVING	-; servings	**SEWAGE**	-; sewages
SERVO	-; servos	**SEWAN**	-; sewans
SESAME	-; sesames	**SEWAR**	-; sewars
SESH	-; -	**SEWED**	-; -
SESHES	-; -	**SEWER**	-; sewers
SESSILE	-; -	**SEWING**	-; sewings
SESSION	-; sessions	**SEWN**	-; -
SESTET	-; sestets	**SEX**	-; sext, sexy
SESTINA	-; sestinas	**SEXED**	-; -
SESTINE	-; sestines	**SEXES**	-; -
SET	-; seta, sets, sett	**SEXIER**	-; -
		SEXIEST	-; -
SETA	-; setae, setal	**SEXILY**	-; -
SETBACK	-; setbacks	**SEXING**	-; -
SETLINE	-; setlines	**SEXISM**	-; sexisms
SETOFF	-; setoffs	**SEXIST**	-; sexists
SETON	-; setons	**SEXLESS**	-; -
SETOSE	-; -	**SEXPOT**	-; sexpots
SETOUS	-; -	**SEXT**	-; sexto, sexts

SEXTAIN	-; sextains	**SHAGGED**	-; -
SEXTAN	-; sextans, sextant	**SHAGGY**	-; -
		SHAH	-; shahs
SEXTANT	-; sextants	**SHAHADA**	-; shahadas
SEXTET	-; sextets	**SHAHDOM**	-; shahdoms
SEXTILE	-; sextiles	**SHAHEED**	-; shaheeds
SEXTO	-; sexton, sextos	**SHAHID**	-; shahids
		SHAIKH	-; shaikhs
SEXTON	-; sextons	**SHAIRD**	-; shairds
SEXUAL	asexual; -	**SHAIRN**	-; shairns
SFERICS	-; -	**SHAITAN**	-; shaitans
SFUMATO	-; sfumatos	**SHAKE**	-; shaken, shaker, shakes
SH	ash; sha, she, shh, shy		
		SHAKER	-; shakers
SHA	-; shad, shag, sham, shaw, shay,	**SHAKEUP**	-; shakeups
		SHAKIER	-; -
		SHAKILY	-; -
SHABBY	-; -	**SHAKING**	-; -
SHACK	-; shacko, shacks	**SHAKO**	-; shakos
		SHAKOES	-; -
SHACKLE	-; shackled, shackler, shackles	**SHAKY**	-; -
		SHALE	-; shaled, shales
SHACKO	-; shackos	**SHALEY**	-; -
SHAD	-; shade, shads, shady	**SHALIER**	-; -
		SHALL	-; -
SHADE	-; shaded, shader, shades	**SHALLOP**	-; shallops
		SHALLOT	-; shallots
SHADER	-; shaders	**SHALLOW**	-; shallows
SHADFLY	-; -	**SHALOM**	-; -
SHADIER	-; -	**SHALT**	-; -
SHADILY	-; -	**SHALWAR**	-; shalwars
SHADING	-; shadings	**SHALY**	-; -
SHADOOF	-; shadoofs	**SHAM**	-; shame, shams
SHADOW	-; shadows, shadowy		
		SHAMAN	-; shamans
SHADUF	-; shadufs	**SHAMAS**	-; -
SHAFT	-; shafts	**SHAMBA**	-; shambas
SHAFTED	-; -	**SHAMBLE**	-; shambled, shambles
SHAG	-; shags		

SHAME	-; shamed, shames	**SHARKED**	-; -
		SHARKER	-; sharkers
SHAMED	ashamed; -	**SHARN**	-; sharns, sharny
SHAMING	-; -		
SHAMMAS	-; shammash	**SHARP**	-; sharps, sharpy
SHAMMED	-; -		
SHAMMER	-; shammers	**SHARPED**	-; -
SHAMMES	-; -	**SHARPEN**	-; sharpens
SHAMMOS	-; -	**SHARPER**	-; sharpers
SHAMMY	-; -	**SHARPIE**	-; sharpies
SHAMOIS	-; -	**SHARPLY**	-; -
SHAMOS	-; -	**SHASLIK**	-; shasliks
SHAMOY	-; shamoys	**SHASTA**	-; shastas
SHAMPOO	-; shampoos	**SHAT**	-; -
SHAMUS	-; -	**SHATTER**	-; shatters
SHANDY	-; -	**SHAUGH**	-; shaughs
SHANK	-; shanks	**SHAUL**	-; shaull, shauls
SHANKED	-; -	**SHAULED**	-; -
SHANNY	-; -	**SHAVE**	-; shaved, shaven, shaver, shaves
SHANTEY	-; shanteys		
SHANTI	-; shantih, shantis		
		SHAVER	-; shavers
SHANTIH	-; shantihs	**SHAVIE**	-; shavies
SHANTY	-; -	**SHAVING**	-; shavings
SHAPE	-; shaped, shapen, shaper, shapes	**SHAW**	pshaw; shawl, shawn, shaws
		SHAWED	pshawed; -
SHAPELY	-; -	**SHAWING**	-; -
SHAPER	-; shapers	**SHAWL**	-; shawls
SHAPEUP	-; shapeups	**SHAWLED**	-; -
SHAPING	-; -	**SHAWM**	-; shawms
SHARD	-; shards	**SHAWS**	pshaws; -
SHARE	-; shared, sharer, shares	**SHAY**	-; shays
		SHAYKH	-; shaykhs
SHARER	-; sharers	**SHAZAM**	-; -
SHARIA	-; sharias	**SHE**	shea, shed, shes, shew; -
SHARIAH	-; shariahs		
SHARIF	-; sharifs	**SHEA**	-; sheaf, sheal, shear, sheas
SHARING	-; -		
SHARK	-; sharks	**SHEAF**	-; sheafs

SHEAFED	-; -	**SHELF**	-; -
SHEAL	-; sheals	**SHELL**	-; shells, shelly
SHEAR	-; shears	**SHELLAC**	-; shellack,
SHEARED	-; -		shellacs
SHEARER	-; shearers	**SHELLED**	-; -
SHEATH	-; sheathe,	**SHELLER**	-; shellers
	sheaths	**SHELTA**	-; sheltas
SHEATHE	-; sheathed,	**SHELTER**	-; shelters
	sheather	**SHELTIE**	-; shelties
SHEAVE	-; sheaved,	**SHELTY**	-; -
	sheaves	**SHELVE**	-; shelved,
SHEBANG	-; shebangs		shelver,
SHEBEAN	-; shebeans		shelves
SHEBEEN	-; shebeens	**SHELVER**	-; shelvers
SHED	ashed; sheds	**SHELVY**	-; -
SHEDDED	-; -	**SHEND**	-; shends
SHEDDER	-; shedders	**SHENT**	-; -
SHEEN	-; sheens,	**SHEOL**	-; sheols
	sheeny	**SHEQEL**	-; sheqels
SHEENED	-; -	**SHERBET**	-; sherbets
SHEENEY	-; sheeneys	**SHERD**	-; sherds
SHEENIE	-; sheenies	**SHEREEF**	-; shereefs
SHEEP	-; -	**SHERIF**	-; sheriff,
SHEER	-; sheers		sherifs
SHEERED	-; -	**SHERIFF**	-; sheriffs
SHEERER	-; -	**SHERO**	-; -
SHEERLY	-; -	**SHEROES**	-; -
SHEESH	-; -	**SHEROOT**	-; sheroots
SHEET	-; sheets	**SHERPA**	-; sherpas
SHEETED	-; -	**SHERRIS**	-; -
SHEETER	-; sheeters	**SHERRY**	-; -
SHEEVE	-; sheeves	**SHES**	ashes; -
SHEGETZ	-; -	**SHEUCH**	-; sheuchs
SHEHNAI	-; shehnais	**SHEUGH**	-; sheughs
SHEIK	-; sheikh,	**SHEW**	-; shewn,
	sheiks		shews
SHEIKH	-; sheikhs	**SHEWED**	-; -
SHEILA	-; sheilas	**SHEWER**	-; shewers
SHEITAN	-; sheitans	**SHEWING**	-; -
SHEKEL	-; shekels	**SHH**	-; -

SHIATSU	-; shiatsus	**SHINILY**	-; -
SHIATZU	-; shiatzus	**SHINING**	-; -
SHIBAH	-; shibahs	**SHINNED**	-; -
SHICKSA	-; shicksas	**SHINNEY**	-; shinneys
SHIED	-; -	**SHINNY**	-; -
SHIEL	-; shield, shiels	**SHIP**	-; ships
SHIELD	-; shields	**SHIPLAP**	-; shiplaps
SHIER	ashier; shiers	**SHIPMAN**	-; -
SHIES	-; shiest	**SHIPMEN**	-; shipment
SHIEST	ashiest; -	**SHIPPED**	-; -
SHIFT	-; shifts, shifty	**SHIPPEN**	-; shippens
SHIFTED	-; -	**SHIPPER**	-; shippers
SHIFTER	-; shifters	**SHIPPON**	-; shippons
SHIKAR	-; shikari, shikars	**SHIPWAY**	-; shipways
		SHIRE	-; shires
SHIKARI	-; shikaris	**SHIRK**	-; shirks
SHIKKER	-; shikkers	**SHIRKED**	-; -
SHIKSA	-; shiksas	**SHIRKER**	-; shirkers
SHIKSE	-; shikses	**SHIRR**	-; shirrs
SHILL	-; shills	**SHIRRED**	-; -
SHILLED	-; -	**SHIRT**	-; shirts, shirty
SHILPIT	-; -	**SHIST**	-; shists
SHILY	-; -	**SHIT**	-; shits
SHIM	-; shims	**SHITTAH**	-; shittahs
SHIMMED	-; -	**SHITTED**	-; -
SHIMMER	-; shimmers, shimmery	**SHITTIM**	-; shittims
		SHITTY	-; -
SHIMMY	-; -	**SHIUR**	-; -
SHIN	-; shine, shins, shiny	**SHIURIM**	-; -
		SHIV	-; shiva, shive, shivs
SHINDIG	-; shindigs		
SHINDY	-; shindys	**SHIVA**	-; shivah, shivas
SHINE	-; shined, shiner, shines		
		SHIVAH	-; shivahs
SHINER	-; shiners	**SHIVE**	-; shiver, shives
SHINGLE	-; shingled, shingler, shingles	**SHIVER**	-; shivers, shivery
		SHIVITI	-; shivitis
SHINGLY	-; -	**SHLEP**	-; shlepp, shleps
SHINIER	-; -		

SHLEPP	-; shlepps	**SHOG**	-; shogi, shogs
SHLOCK	-; shlocks	**SHOGGED**	-; -
SHLUB	-; shlubs	**SHOGI**	-; shogis
SHLUMP	-; shlumps, shlumpy	**SHOGUN**	-; shoguns
		SHOJI	-; shojis
SHMALTZ	-; shmaltzy	**SHOLOM**	-; -
SHMEAR	-; shmears	**SHONE**	-; -
SHMEER	-; shmeers	**SHOO**	-; shook, shool,
SHMO	-; -		shoon, shoos,
SHMOES	-; -		shoot
SHMOOZE	-; shmoozed; schmoozes	**SHOOED**	-; -
		SHOOFLY	-; -
SHMUCK	-; shmucks	**SHOOK**	-; shooks
SHNAPS	-; -	**SHOOL**	-; shools
SHNOOK	-; shnooks	**SHOOLED**	-; -
SHO	-; shod, shoe,	**SHOON**	-; -
	shog, shoo,	**SHOOSH**	-; -
	shop, shot,	**SHOOT**	-; shoots
	show	**SHOOTER**	-; shooters
SHOAL	-; shoals,	**SHOP**	-; shops
	shoaly	**SHOPBOY**	-; shopboys
SHOALED	-; -	**SHOPHAR**	-; shophars
SHOALER	-; -	**SHOPMAN**	-; -
SHOAT	-; shoats	**SHOPMEN**	-; -
SHOCHET	-; -	**SHOPPE**	-; shopped,
SHOCHETIM	-; -		shopper,
SHOCHU	-; shochus		shoppes
SHOCK	-; shocks	**SHOPPER**	-; shoppers
SHOCKED	-; -	**SHORAN**	-; shorans
SHOCKER	-; shockers	**SHORE**	ashore;
SHOD	-; -		shored, shores
SHODDEN	-; -	**SHORING**	-; shorings
SHODDY	-; -	**SHORL**	-; shorls
SHOE	-; shoed,	**SHORN**	-; -
	shoer, shoes	**SHORT**	-; shorts, shorty
SHOEING	-; -	**SHORTED**	-; -
SHOEPAC	-; shoepack,	**SHORTEN**	-; shortens
	shoepacs	**SHORTIA**	-; shortias
SHOER	-; shoers	**SHORTIE**	-; shorties
SHOFAR	-; shofars	**SHORTLY**	-; -

SHOT	-; shote, shots, shott	**SHRIFT**	-; shrifts
		SHRIKE	-; shrikes
SHOTE	-; shotes	**SHRILL**	-; shrills, shrilly
SHOTGUN	-; shotguns	**SHRIMP**	-; shrimps, shrimpy
SHOTT	-; shotts		
SHOTTED	-; -	**SHRINE**	-; shrined, shrines
SHOTTEN	-; -		
SHOULD	-; -	**SHRINK**	-; shrinks
SHOUT	-; shouts	**SHRIVE**	-; shrivel, shriven, shriver, shrives
SHOUTED	-; -		
SHOUTER	-; shouters		
SHOVE	-; shoved, shovel, shover, shoves	**SHRIVEL**	-; shrivels
		SHRIVER	-; shrivers
		SHROFF	-; shroffs
SHOVEL	-; shovels	**SHROOM**	-; shrooms
SHOVER	-; shovers	**SHROUD**	-; shrouds
SHOVING	-; -	**SHROVE**	-; -
SHOW	-; shown, shows, showy	**SHRUB**	-; shrubs
		SHRUBBY	-; -
SHOWBIZ	-; -	**SHRUG**	-; shrugs
SHOWED	-; -	**SHRUNK**	-; -
SHOWER	-; showers, showery	**SHTETEL**	-; -
		SHTETL	-; -
SHOWIER	-; -	**SHTICK**	-; shticks, shticky
SHOWILY	-; -		
SHOWING	-; showings	**SHTIK**	-; shtiks
SHOWMAN	-; -	**SHUCK**	-; shucks
SHOWMEN	-; -	**SHUCKED**	-; -
SHOWOFF	-; showoffs	**SHUCKER**	-; shuckers
SHOYU	-; shoyus	**SHUDDER**	-; shudders, shuddery
SHRANK	-; -		
SHRED	-; shreds	**SHUFFLE**	-; shuffled, shuffler, shuffles
SHREW	-; shrewd, shrews		
SHREWED	-; -	**SHUL**	-; shuln, shuls
SHRI	-; shris	**SHUMAI**	-; -
SHRIEK	-; shrieks, shrieky	**SHUN**	-; shuns, shunt
		SHUNNED	-; -
SHRIEVE	-; shrieved, shrieves	**SHUNNER**	-; shunners
		SHUNT	-; shunts

SHUNTED	-; -	**SIC**	-; sice, sick,
SHUNTER	-; shunters		sics
SHURA	-; shuras	**SICCAN**	-; -
SHUSH	-; -	**SICE**	-; sices
SHUSHED	-; -	**SICK**	-; sicks, sicko
SHUSHES	-; -	**SICKBAY**	-; sickbays
SHUT	-; shute, shuts	**SICKBED**	-; sickbeds
SHUTE	-; shuted,	**SICKED**	-; -
	shutes	**SICKEE**	-; sickees
SHUTEYE	-; shuteyes	**SICKEN**	-; sickens
SHUTOFF	-; shutoffs	**SICKER**	-; -
SHUTOUT	-; shutouts	**SICKEST**	-; -
SHUTTER	-; shutters	**SICKIE**	-; sickies
SHUTTLE	-; shuttled,	**SICKING**	-; -
	shuttles	**SICKISH**	-; -
SHWA	-; shwas	**SICKLE**	-; sickled,
SHY	ashy; -		sickles
SHYER	-; shyers	**SICKLY**	-; -
SHYEST	-; -	**SICKO**	-; sickos
SHYING	-; -	**SICKOUT**	-; sickouts
SHYLOCK	-; shylocks	**SIDDHA**	-; siddhas
SHYLY	-; -	**SIDDUR**	-; siddurs
SHYNESS	-; -	**SIDE**	aside; sided,
SHYSTER	-; shysters		sides
SI	psi; sib, sic,	**SIDEARM**	-; -
	sim, sin, sip,	**SIDEBAR**	-; sidebars
	sir, sis, sit, six	**SIDECAR**	-; sidecars
SIAL	-; sials	**SIDEMAN**	-; -
SIALIC	-; -	**SIDEMEN**	-; -
SIALID	-; -	**SIDES**	asides; -
SIALOID	-; -	**SIDEWAY**	-; sideways
SIAMANG	-; siamangs	**SIDH**	-; sidhe
SIAMESE	-; siameses	**SIDING**	-; sidings
SIB	-; sibb, sibs	**SIDLE**	-; sidled, sidler,
SIBB	-; sibbs		sidles
SIBLING	-; siblings	**SIDLER**	-; sidlers
SIBSHIP	-; sibships	**SIDLING**	-; -
SIBYL	-; sibyls	**SIDEMAN**	-; -
SIBYLIC	-; -	**SIDEMEN**	-; -

SIEGE	-; sieged, sieges	**SIGNA**	-; signal
		SIGNAGE	-; signages
SIEGING	-; -	**SIGNAL**	-; signals
SIEMENS	-; -	**SIGNED**	-; -
SIENITE	-; sienites	**SIGNEE**	-; signees
SIENNA	-; siennas	**SIGNER**	-; signers
SIERRA	-; sierran, sierras	**SIGNET**	-; signets
		SIGNIFY	-; -
SIESTA	-; siestas	**SIGNING**	-; -
SIEUR	-; sieurs	**SIGNIOR**	-; signiors, signiory
SIEVE	-; sieved, sieves	**SIGNOR**	-; signora, signore, signori, signors, signory
SIEVERT	-; sieverts		
SIEVING	-; -		
SIFAKA	-; sifakas		
SIFT	-; sifts		
SIFTED	-; -	**SIGNORA**	-; signoras
SIFTER	-; sifters	**SIKA**	-; sikas
SIFTING	-; siftings	**SIKE**	-; siker, sikes
SIG	-; sigh, sign, sigs	**SILAGE**	-; silages
		SILANE	-; silanes
SIGANID	-; siganids	**SILD**	-; silds
SIGH	-; sighs, sight	**SILENCE**	-; silenced, silencer, silences
SIGHED	-; -		
SIGHER	-; sighers		
SIGHING	-; -	**SILENI**	-; -
SIGHT	-; sights	**SILENT**	-; silents
SIGHTED	-; -	**SILENUS**	-; -
SIGHTER	-; sighters	**SILESIA**	-; silesias
SIGHTLY	-; -	**SILEX**	-; -
SIGIL	-; sigils	**SILEXES**	-; -
SIGLA	-; -	**SILICA**	-; silicas
SIGLOI	-; -	**SILICIC**	-; -
SIGLOS	-; -	**SILICLE**	-; silicles
SIGLUM	-; -	**SILICON**	-; silicone, silicons
SIGMA	-; sigmas		
SIGMATE	-; -	**SILIQUA**	-; siliquae
SIGMOID	-; sigmoids	**SILIQUE**	-; siliques
SIGN	-; signa, signs	**SILK**	-; silks, silky

SILKED	-; -	**SIMONY**	-; -
SILKEN	-; -	**SIMOOM**	-; simooms
SILKIER	-; -	**SIMOON**	-; simoons
SILKIES	-; -	**SIMP**	-; simps
SILKILY	-; -	**SIMPER**	-; simpers
SILKING	-; -	**SIMPLE**	-; simpler,
SILL	-; sills, silly		simples,
SILLER	-; sillers		simplex
SILLIER	-; -	**SIMPLES**	-; simplest
SILLIES	-; silliest	**SIMPLY**	-; -
SILLILY	-; -	**SIMULAR**	-; simulars
SILO	-; silos	**SIN**	-; sine, sing,
SILOED	-; -		sinh, sink, sins
SILOING	-; -	**SINCE**	-; -
SILT	-; silts, silty	**SINCERE**	-; sincerer
SILTED	-; -	**SINE**	-; sines, sinew
SILTIER	-; -	**SINEW**	-; sinews,
SILTING	-; -		sinewy
SILURID	-; silurids	**SINEWED**	-; -
SILVA	-; silvae, silvan,	**SINFUL**	-; -
	silvas	**SING**	using; singe,
SILVAN	-; silvans		sings
SILVER	-; silvern,	**SINGE**	-; singed,
	silvers, silvery		singer, singes
SILVEX	-; -	**SINGER**	-; singers
SILVICS	-; -	**SINGING**	-; -
SIM	-; sima, simp,	**SINGLE**	-; singled,
	sims		singles, singlet
SIMA	-; simar, simas	**SINGLET**	-; singlets
SIMAR	-; simars	**SINGLY**	-; -
SIMCHA	-; simchas	**SINH**	-; sinhs
SIMIAN	-; simians	**SINK**	-; sinks
SIMILAR	-; -	**SINKAGE**	-; sinkages
SIMILE	-; similes	**SINKER**	-; sinkers
SIMIOID	-; -	**SINKING**	-; -
SIMIOUS	-; -	**SINLESS**	-; -
SIMITAR	-; simitars	**SINNED**	-; -
SIMLIN	-; simlins	**SINNER**	-; sinners
SIMMER	-; simmers	**SINNET**	-; sinnets
SIMNEL	-; simnels	**SINNING**	-; -

SINOPIA	-; sinopias	**SIT**	-; sita, site, sith,
SINOPIE	-; -		siti, sits
SINSYNE	-; -	**SITAR**	-; sitars
SINTER	-; sinters	**SITCOM**	-; sitcoms
SINUATE	-; sinuated,	**SITE**	-; sited, sites
	sinuates	**SITH**	-; -
SINUOUS	-; -	**SITHENS**	-; -
SINUS	-; -	**SITING**	-; -
SINUSES	-; -	**SITTEN**	-; -
SIP	-; sipe, sips	**SITTER**	-; sitters
SIPE	-; siped, sipes	**SITTING**	-; sittings
SIPHON	-; siphons	**SITUATE**	-; situated,
SIPING	-; -		situates
SIPPED	-; -	**SITUP**	-; situps
SIPPER	-; sippers	**SITUS**	-; -
SIPPET	-; sippets	**SITUSES**	-; -
SIPPING	-; -	**SIVER**	-; sivers
SIR	-; sire, sirs	**SIX**	-; -
SIRDAR	-; sirdars	**SIXES**	-; -
SIRE	-; sired, siree,	**SIXFOLD**	-; -
	siren, sires	**SIXMO**	-; sixmos
SIREE	-; sirees	**SIXTE**	-; sixtes
SIREN	-; sirens	**SIXTEEN**	-; sixteens
SIRING	-; -	**SIXTH**	-; sixths
SIRLOIN	-; sirloins	**SIXTHLY**	-; -
SIROCCO	-; siroccos	**SIXTIES**	-; -
SIRRA	-; sirrah, sirras	**SIXTY**	-; -
SIRRAH	-; sirrahs	**SIZABLE**	-; -
SIRREE	-; sirrees	**SIZABLY**	-; -
SIRUP	-; sirups, sirupy	**SIZAR**	-; sizars
SIS	psis; -	**SIZE**	-; sized, sizer,
SISAL	-; sisals		sizes
SISES	-; -	**SIZER**	-; sizers
SISKIN	-; siskins	**SIZIER**	-; -
SISSIER	-; -	**SIZIEST**	-; -
SISSIES	-; sissiest	**SIZING**	-; sizings
SISSY	-; -	**SIZY**	-; -
SISTER	-; sisters	**SIZZLE**	-; sizzled,
SISTRA	-; -		sizzler, sizzles
SISTRUM	-; sistrums	**SIZZLER**	-; sizzlers

SJAMBOK	-; sjamboks	**SKEPTIC**	-; skeptics
SKA	-; skag, skas, skat	**SKERRY**	-; -
		SKETCH	-; sketchy
SKAG	-; skags	**SKEW**	askew; skews
SKALD	-; skalds	**SKEWED**	-; -
SKALDIC	-; -	**SKEWER**	-; skewers
SKANK	-; skanks, skanky	**SKEWING**	-; -
		SKI	-; skid, skin, skip, skis, skit
SKANKY	-; -		
SKAT	-; skate, skats	**SKIABLE**	-; -
SKATE	-; skated, skater, skates	**SKIBOB**	-; skibobs
		SKID	-; skids
SKATER	-; skaters	**SKIDDED**	-; -
SKATING	-; skatings	**SKIDDER**	-; skidders
SKATOL	-; skatole, skatols	**SKIDDOO**	-; skiddoos
		SKIDDY	-; -
SKATOLE	-; skatoles	**SKIDOO**	-; skidoos
SKEAN	-; skeane, skeans	**SKIDPAD**	-; skidpads
		SKIDWAY	-; skidways
SKEANE	-; skeanes	**SKIED**	-; -
SKEE	-; skeed, skeen, skees, skeet	**SKIER**	-; skiers
		SKIES	-; -
SKEEING	-; -	**SKIEY**	-; -
SKEEN	-; skeens	**SKIFF**	-; skiffs
SKEET	-; skeets	**SKIFFLE**	-; skiffled, skiffles
SKEETER	-; skeeters		
SKEG	-; skegs	**SKIING**	-; skiings
SKEIGH	-; -	**SKILFUL**	-; -
SKEIN	-; skeins	**SKILL**	-; skills
SKEINED	-; -	**SKILLED**	-; -
SKELL	-; skells	**SKILLET**	-; skillets
SKELLUM	-; skellums	**SKIM**	-; skimo, skimp, skims
SKELM	-; skelms		
SKELP	-; skelps	**SKIMMED**	-; -
SKELPED	-; -	**SKIMMER**	-; skimmers
SKELPIT	-; -	**SKIMO**	-; skimos
SKELTER	-; skelters	**SKIMP**	-; skimps, skimpy
SKENE	-; skenes	**SKIMPED**	-; -
SKEP	-; skeps	**SKIN**	-; skink, skins, skint
SKEPSIS	-; -		

SKINFUL	-; skinfuls	**SKREEGH**	-; skreeghs
SKINK	-; skinks	**SKREIGH**	-; skreighs
SKINKED	-; -	**SKRY**	-; -
SKINKER	-; skinkers	**SKUA**	-; skuas
SKINNED	-; -	**SKULK**	-; skulks
SKINNER	-; skinners	**SKULKED**	-; -
SKINNY	-; -	**SKULKER**	-; skulkers
SKINT	-; -	**SKULL**	-; skulls
SKIP	-; skips	**SKULLED**	-; -
SKIPPED	-; -	**SKUNK**	-; skunks
SKIPPER	-; skippers	**SKUNKED**	-; -
SKIPPET	-; skippets	**SKY**	-; -
SKIRIED	-; -	**SKYBOX**	-; -
SKIRIES	-; -	**SKYCAP**	-; skycaps
SKIRL	-; skirls	**SKYDIVE**	-; skydived,
SKIRLED	-; -		skydiver,
SKIRR	-; skirrs		skydives
SKIRRED	-; -	**SKYED**	-; -
SKIRRET	-; skirrets	**SKYEY**	-; -
SKIRT	-; skirts	**SKYHOOK**	-; skyhooks
SKIRTED	-; -	**SKYING**	-; -
SKIRTER	-; skirters	**SKYJACK**	-; skyjacks
SKIT	-; skite, skits	**SKYLARK**	-; skylarks
SKITE	-; skited, skiter	**SKYLIKE**	-; -
SKITING	-; -	**SKYLINE**	-; skylines
SKITTER	-; skitters,	**SKYLIT**	-; -
	skittery	**SKYMAN**	-; -
SKITTLE	-; skittles	**SKYMEN**	-; -
SKIVE	-; skived,	**SKYPHOI**	-; -
	skiver, skives	**SKYPHOS**	-; -
SKIVER	-; skivers	**SKYSAIL**	-; skysails
SKIVING	-; -	**SKYSURF**	-; skysurfs
SKIVVY	-; -	**SKYWALK**	-; skywalks
SKIWEAR	-; skiwears	**SKYWARD**	-; skywards
SKLENT	-; sklents	**SKYWAY**	-; skyways
SKOAL	-; skoals	**SLAB**	-; slabs
SKOALED	-; -	**SLABBED**	-; -
SKOOKUM	-; -	**SLABBER**	-; slabbers,
SKOSH	-; -		slabbery
SKOSHES	;	**SLACK**	-; slacks

SLACKED	-; -	**SLATHER**	-; slathers
SLACKEN	-; slackens	**SLATIER**	-; -
SLACKER	-; slackers	**SLATING**	-; slatings
SLACKLY	-; -	**SLATTED**	-; -
SLAG	-; slags	**SLAVE**	-; slaved,
SLAGGED	-; -		slaver, slaves,
SLAGGY	-; -		slavey
SLAHAL	-; slahals	**SLAVER**	-; slavers,
SLAIN	-; -		slavery
SLAINTE	-; -	**SLAVEY**	-; slaveys
SLAKE	-; slaked,	**SLAVING**	-; -
	slaker, slakes	**SLAVISH**	-; -
SLAKER	-; slakers	**SLAW**	-; slaws
SLAKING	-; -	**SLAY**	-; slays
SLALOM	-; slaloms	**SLAYER**	-; slayers
SLAM	-; slams	**SLAYING**	-; -
SLAMMED	-; -	**SLEAVE**	-; sleaved,
SLAMMER	-; slammers		sleaves
SLANDER	islander;	**SLEAZE**	-; sleazes
	slanders	**SLEAZO**	-; -
SLANG	-; slangs,	**SLEAZY**	-; -
	slangy	**SLED**	isled; sleds
SLANGED	-; -	**SLEDDED**	-; -
SLANK	-; -	**SLEDDER**	-; sledders
SLANT	aslant; slants,	**SLEDGE**	-; sledged,
	slanty		sledges
SLANTED	-; -	**SLEEK**	-; sleeks,
SLAP	-; slaps		sleeky
SLAPPED	-; -	**SLEEKED**	-; -
SLAPPER	-; slappers	**SLEEKEN**	-; sleekens
SLASH	-; -	**SLEEKER**	-; -
SLASHED	-; -	**SLEEKIT**	-; -
SLASHER	-; slashers	**SLEEKLY**	-; -
SLASHES	-; -	**SLEEP**	asleep; sleeps,
SLAT	-; slate, slats,		sleepy
	slaty	**SLEEPER**	-; sleepers
SLATCH	-; -	**SLEET**	-; sleets, sleety
SLATE	-; slated, slater,	**SLEETED**	-; -
	slates, slatey	**SLEEVE**	-; sleeved,
SLATER	-; slaters		sleeves

SLEIGH -; sleighs, sleight
SLEIGHT -; sleights
SLENDER -; -
SLEPT -; -
SLEUTH -; sleuths
SLEW -; slews
SLEWED -; -
SLEWING -; -
SLICE -; sliced, slicer, slices
SLICER -; slicers
SLICING -; -
SLICK -; slicks
SLICKED -; -
SLICKER -; slickers
SLICKLY -; -
SLID -; slide
SLIDDEN -; -
SLIDE -; slider, slides
SLIDER -; sliders
SLIDING -; -
SLIER -; -
SLIEST -; -
SLIEVE -; slieves
SLIGHT -; slights
SLILY -; -
SLIM -; slime, slims, slimy
SLIME -; slimed, slimes
SLIMER -; slimers
SLIMIER -; -
SLIMILY -; -
SLIMING -; -
SLIMLY -; -
SLIMMED -; -
SLIMMER -; -
SLIMPSY -; -
SLIMSY -; -

SLING isling; slings
SLINGER -; slingers
SLINK -; slinks, slinky
SLIP -; slipe, slips, slipt
SLIPE -; sliped, slipes
SLIPING -; -
SLIPOUT -; slipouts
SLIPPED -; -
SLIPPER -; slippers, slippery
SLIPPY -; -
SLIPUP -; slipups
SLIPWAY -; slipways
SLIT -; slits
SLITHER -; slithers, slithery
SLITTED -; -
SLITTER -; slitters
SLITTY -; -
SLIVER -; slivers
SLOB -; slobs
SLOBBER -; slobbers, slobbery
SLOBBY -; -
SLOE -; sloes
SLOG -; slogs
SLOGAN -; slogans
SLOGGED -; -
SLOGGER -; sloggers
SLOID -; sloids
SLOJD -; slojds
SLOOP -; sloops
SLOP -; slope, slops
SLOPE aslope; sloped, sloper, slopes
SLOPER -; slopers
SLOPPED -; -
SLOPPY -; -

SLOSH	-; sloshy	**SLUMMY**	-; -
SLOSHED	-; -	**SLUMP**	-; slumps
SLOSHES	-; -	**SLUMPED**	-; -
SLOT	-; sloth, slots	**SLUNG**	-; -
SLOTH	-; sloths	**SLUNK**	-; -
SLOTTED	-; -	**SLUR**	-; slurb, slurp,
SLOTTER	-; slotters		slurs
SLOUCH	-; slouchy	**SLURB**	-; slurbs
SLOUGH	-; sloughs,	**SLURBAN**	-; -
	sloughy	**SLURP**	-; slurps
SLOVEN	-; slovens	**SLURPED**	-; -
SLOW	-; slows	**SLURRED**	-; -
SLOWED	-; -	**SLURRY**	-; -
SLOWER	-; -	**SLUSH**	-; slushy
SLOWING	-; -	**SLUSHED**	-; -
SLOWISH	-; -	**SLUSHES**	-; -
SLOWLY	-; -	**SLUT**	-; sluts
SLOYD	-; sloyds	**SLUTTY**	-; -
SLUB	-; slubs	**SLY**	-; -
SLUBBED	-; -	**SLYER**	-; -
SLUBBER	-; slubbers	**SLYEST**	-; -
SLUDGE	-; sludges	**SLYLY**	-; -
SLUDGY	-; -	**SLYNESS**	-; -
SLUE	-; slued, slues	**SLYPE**	-; slypes
SLUFF	-; sluffs	**SMACK**	-; smacks
SLUFFED	-; -	**SMACKED**	-; -
SLUG	-; slugs	**SMACKER**	-; smackers
SLUGGED	-; -	**SMALL**	-; smalls
SLUGGER	-; sluggers	**SMALLER**	-; -
SLUICE	-; sluiced,	**SMALT**	-; smalti,
	sluices		smalto, smalts
SLUICY	-; -	**SMALTO**	-; smaltos
SLUING	-; -	**SMARAGD**	-; smaragde,
SLUM	-; slump, slums		smaragds
SLUMBER	-; slumbers,	**SMARM**	-; smarms,
	slumbery		smarmy
SLUMGUM	-; slumgums	**SMART**	-; smarts,
SLUMISM	-; slumisms		smarty
SLUMMED	-; -	**SMARTED**	-; -
SLUMMER	-; slummers	**SMARTEN**	-; smartens

SMARTER	-; -	**SMIRCH**	-; -
SMARTIE	-; smarties	**SMIRK**	-; smirks,
SMARTLY	-; -		smirky
SMASH	-; -	**SMIRKED**	-; -
SMASHED	-; -	**SMIRKER**	-; smirkers
SMASHER	-; smashers	**SMIT**	-; smite
SMASHES	-; -	**SMITE**	-; smiter, smites
SMASHUP	-; smashups	**SMITER**	-; smiters
SMATTER	-; smatters	**SMITH**	-; smiths,
SMAZE	-; smazes		smithy
SMEAR	-; smears,	**SMITING**	-; -
	smeary	**SMITTEN**	-; -
SMEARED	-; -	**SMOCK**	-; smocks
SMEARER	-; smearers	**SMOCKED**	-; -
SMECTIC	-; -	**SMOG**	-; smogs
SMEDDUM	-; smeddums	**SMOGGY**	-; -
SMEEK	-; smeeks	**SMOKE**	-; smoked,
SMEEKED	-; -		smoker,
SMEGMA	-; smegmas		smokes,
SMELL	-; smells,		smokey
	smelly	**SMOKER**	-; smokers
SMELLED	-; -	**SMOKIER**	-; -
SMELLER	-; smellers	**SMOKILY**	-; -
SMELT	-; smelts	**SMOKING**	-; -
SMELTED	-; -	**SMOKY**	-; -
SMELTER	-; smelters,	**SMOLDER**	-; smolders
	smeltery	**SMOLT**	-; smolts
SMERK	-; smerks	**SMOOCH**	-; smoochy
SMERKED	-; -	**SMOOSH**	-; -
SMEW	-; smews	**SMOOTH**	-; smooths,
SMIDGE	-; smidgen,		smoothy
	smidges	**SMOTE**	-; -
SMIDGEN	-; smidgens	**SMOTHER**	-; smothers,
SMIDGIN	-; smidgins		smothery
SMILAX	-; -	**SMRITI**	-; smirtis
SMILE	-; smiled,	**SMUDGE**	-; smudged,
	smiler, smiles		smudges
SMILER	-; smilers	**SMUDGY**	-; -
SMILEY	-; smileys	**SMUG**	-; -
SMILING	-; -	**SMUGGER**	-; -

SMUGGLE	-; smuggled, smuggler, smuggles	**SNARL**	-; snarls, snarly
		SNARLED	-; -
SMUGLY	-; -	**SNARLER**	-; snarlers
SMUSH	-; -	**SNASH**	-; -
SMUSHED	-; -	**SNASHES**	-; -
SMUSHES	-; -	**SNATCH**	-; snatchy
SMUT	-; smuts	**SNATH**	-; snathe, snaths
SMUTCH	-; smutchs, smutchy	**SNATHE**	-; snathes
SMUTTED	-; -	**SNAW**	-; snaws
SMUTTY	-; -	**SNAWED**	-; -
SNACK	-; snacks	**SNAWING**	-; -
SNACKED	-; -	**SNAZZY**	-; -
SNACKER	-; snackers	**SNEAK**	-; sneaks, sneaky
SNAFFLE	-; snaffled, snaffles	**SNEAKED**	-; -
SNAFU	-; snafus	**SNEAKER**	-; sneakers
SNAFUED	-; -	**SNEAP**	-; sneaps
SNAG	-; snags	**SNEAPED**	-; -
SNAGGED	-; -	**SNECK**	-; snecks
SNAGGY	-; -	**SNED**	-; sneds
SNAIL	-; snails	**SNEDDED**	-; -
SNAILED	-; -	**SNEER**	-; sneers
SNAKE	-; snaked, snakes	**SNEERED**	-; -
		SNEERER	-; sneerers
SNAKIER	-; -	**SNEESH**	-; -
SNAKILY	-; -	**SNEEZE**	-; sneezed, sneezer, sneezes
SNAKING	-; -		
SNAKISH	-; -		
SNAKY	-; -	**SNEEZER**	-; sneezers
SNAP	-; snaps	**SNEEZY**	-; -
SNAPPED	-; -	**SNELL**	-; snells
SNAPPER	-; snappers	**SNELLER**	-; -
SNAPPY	-; -	**SNIB**	-; snibs
SNARE	-; snared, snarer, snares	**SNIBBED**	-; -
		SNICK	-; snicks
SNARER	-; snarers	**SNICKED**	-; -
SNARING	-; -	**SNICKER**	-; snickers, snickery
SNARK	-; snarks		

SNIDE	-; snider	**SNOOT**	-; snoots,
SNIDELY	-; -		snooty
SNIDEST	-; -	**SNOOTED**	-; -
SNIFF	-; sniffs, sniffy	**SNOOZE**	-; snoozed,
SNIFFED	-; -		snoozer,
SNIFFER	-; sniffers		snoozes
SNIFFLE	-; sniffled,	**SNOOZER**	-; snoozers
	sniffler, sniffles	**SNOOZLE**	-; snoozled,
SNIFTER	-; snifters		snoozles
SNIGGER	-; sniggers	**SNOOZY**	-; -
SNIGGLE	-; sniggled,	**SNORE**	-; snored,
	sniggler,		snorer, snores
	sniggles	**SNORER**	-; snorers
SNIP	-; snipe, snips	**SNORING**	-; -
SNIPE	-; sniped,	**SNORKEL**	-; snorkels
	sniper, snipes	**SNORT**	-; snorts
SNIPER	-; snipers	**SNORTED**	-; -
SNIPPED	-; -	**SNORTER**	-; snorters
SNIPPER	-; snippers	**SNOT**	-; snots
SNIPPET	-; snippets,	**SNOTTY**	-; -
	snippety	**SNOUT**	-; snouts,
SNIPPY	-; -		snouty
SNIT	-; snits	**SNOUTED**	-; -
SNITCH	-; -	**SNOW**	-; snows,
SNITTY	-; -		snowy
SNIVEL	-; snivels	**SNOWCAP**	-; snowcaps
SNOB	-; snobs	**SNOWCAT**	-; snowcats
SNOBBY	-; -	**SNOWED**	-; -
SNOG	-; snogs	**SNOWIER**	-; -
SNOOD	-; snoods	**SNOWILY**	-; -
SNOODED	-; -	**SNOWING**	-; -
SNOOK	-; snooks	**SNOWMAN**	-; -
SNOOKED	-; -	**SNOWMEN**	-; -
SNOOKER	-; snookers	**SNUB**	-; snubs
SNOOL	-; snools	**SNUBBED**	-; -
SNOOLED	-; -	**SNUBBER**	-; snubbers
SNOOP	-; snoops,	**SNUBBY**	-; -
	snoopy	**SNUCK**	-; -
SNOOPED	-; -	**SNUFF**	-; snuffs, snuffy
SNOOPER	-; snoopers	**SNUFFED**	-; -

SNUFFER	-; snuffers
SNUFFLE	-; snuffled, snuffler, snuffles
SNUFFLY	-; -
SNUG	-; snugs
SNUGGED	-; -
SNUGGER	-; -
SNUGGLE	-; snuggled, snuggles
SNUGLY	-; -
SNYE	-; snyes
SO	-; sob, sod, sol, son, sop, sos, sot, sou, sow, sox, soy
SOAK	-; soaks
SOAKAGE	-; soakages
SOAKED	-; -
SOAKER	-; soakers
SOAP	-; soaps, soapy
SOAPBOX	-; -
SOAPED	-; -
SOAPER	-; soapers
SOAPIER	-; -
SOAPILY	-; -
SOAPING	-; -
SOAR	-; soars
SOARED	-; -
SOARER	-; soarers
SOARING	-; soarings
SOAVE	-; soaves
SOB	-; soba, sobs
SOBA	-; sobas
SOBBED	-; -
SOBBER	-; sobbers
SOBBING	-; -
SOBEIT	-; -
SOBER	-; sobers

SOBERED	-; -
SOBERER	-; -
SOBERLY	-; -
SOBFUL	-; -
SOCA	-; socas
SOCAGE	-; socager, socages
SOCAGER	-; socagers
SOCCAGE	-; soccages
SOCCER	-; soccers
SOCIAL	asocial; socials
SOCIETY	-; -
SOCK	-; socko, socks
SOCKED	-; -
SOCKET	-; sockets
SOCKEYE	-; sockeyes
SOCKING	-; -
SOCKMAN	-; -
SOCKMEN	-; -
SOCKO	-; -
SOCLE	-; socles
SOCMAN	-; -
SOCMEN	-; -
SOD	-; soda, sods
SODA	-; sodas
SODDED	-; -
SODDEN	-; soddens
SODDIE	-; soddies
SODDING	-; -
SODDY	-; -
SODIC	-; -
SODIUM	-; sodiums
SODOM	-; sodoms, sodomy
SODOMY	-; -
SOEVER	-; -
SOFA	-; sofar, sofas
SOFABED	-; sofabeds

SOFAR	-; sofars	**SOLAND**	-; solands
SOFFIT	-; soffits	**SOLANIN**	-; solanine,
SOFT	-; softa, softs,		solanins
	softy	**SOLANO**	-; solanos
SOFTA	-; softas	**SOLANUM**	-; solanums
SOFTEN	-; softens	**SOLAR**	-; -
SOFTER	-; -	**SOLARIA**	-; -
SOFTEST	-; -	**SOLATE**	isolate;
SOFTIE	-; softies		solated,
SOFTLY	-; -		solates
SOGGED	-; -	**SOLATED**	isolated; -
SOGGIER	-; -	**SOLATES**	isolates; -
SOGGILY	-; -	**SOLATIA**	-; -
SOGGY	-; -	**SOLD**	-; soldi, soldo
SOH	-; sohs	**SOLDAN**	-; soldans
SOIGNE	-; soignee	**SOLDER**	-; solders
SOIL	-; soils	**SOLDI**	-; -
SOILAGE	-; soilages	**SOLDIER**	-; soldiers,
SOILED	-; -		soldiery
SOILING	-; -	**SOLDO**	-; -
SOILURE	-; soilures	**SOLE**	-; soled, soles
SOIREE	-; soirees	**SOLEI**	-; -
SOJA	-; sojas	**SOLELY**	-; -
SOJOURN	-; sojourns	**SOLEMN**	-; -
SOJU	-; -	**SOLERET**	-; solerets
SOKE	-; sokes	**SOLEUS**	-; -
SOKEMAN	-; -	**SOLFEGE**	-; solfeges
SOKEMEN	-; -	**SOLGEL**	-; -
SOKOL	-; sokols	**SOLI**	-; solid
SOL	-; sola, sold,	**SOLICIT**	-; solicits
	sole, soll, solo,	**SOLID**	-; solidi, solids
	sols	**SOLIDER**	-; -
SOLA	-; solan, solar	**SOLIDLY**	-; -
SOLACE	-; solaced,	**SOLIDUS**	-; -
	solacer,	**SOLING**	-; -
	solaces	**SOLION**	-; solions
SOLACER	-; solacers	**SOLITON**	-; solitons
SOLAN	-; soland,	**SOLO**	-; solos
	solano, solans	**SOLOED**	-; -

SOLOING	-; -	**SONDE**	-; sonder,
SOLOIST	-; soloists		sondes
SOLON	-; solons	**SONDER**	-; sonders
SOLUBLE	-; solubles	**SONE**	-; sones
SOLUBLY	-; -	**SONG**	-; songs
SOLUM	-; solums	**SONGFUL**	-; -
SOLUS	-; -	**SONHOOD**	-; sonhoods
SOLUTE	-; solutes	**SONIC**	-; sonics
SOLVATE	-; solvated,	**SONLESS**	-; -
	solvates	**SONLIKE**	-; -
SOLVE	-; solved,	**SONLY**	-; -
	solver, solves	**SONNET**	-; sonnets
SOLVENT	-; solvents	**SONNIES**	-; -
SOLVER	-; solvers	**SONNY**	-; -
SOLVING	-; -	**SONOVOX**	-; -
SOM	-; soma, some,	**SONS**	-; sonsy
	soms	**SONSHIP**	-; sonships
SOMA	-; soman,	**SONSIE**	-; sonsier
	somas	**SOOEY**	-; -
SOMAN	-, somans	**SOOK**	-; sooks
SOMATA	-; -	**SOON**	-; -
SOMATIC	-; -	**SOONER**	-; sooners
SOMBER	-; -	**SOONEST**	-; -
SOMBRE	-; -	**SOOT**	-; sooth, soots,
SOME	-; -		sooty
SOMEDAY	-; -	**SOOTED**	-; -
SOMEHOW	-; -	**SOOTH**	-; soothe,
SOMEONE	-; someones		sooths
SOMEWAY	-; someways	**SOOTHE**	-; soothed,
SOMITAL	-; -		soother,
SOMITE	-; somites		soothes
SOMITIC	-; -	**SOOTHER**	-; soothers
SOMONI	-; -	**SOOTHES**	-; soothest
SON	-; sone, song,	**SOOTHLY**	-; -
	sons	**SOOTIER**	-; -
SONANCE	-; sonances	**SOOTILY**	-; -
SONANT	-; sonants	**SOOTING**	-; -
SONAR	-; sonars	**SOP**	-; soph, sops
SONATA	-; sonatas	**SOPH**	-; sophs, sophy

SOPHIES	-; -	**SORITIC**	-; -
SOPHISM	-; sophisms	**SORN**	-; sorns
SOPHIST	-; sophists	**SORNED**	-; -
SOPITE	-; sopited, sopites	**SORNER**	-; sorners
		SORNING	-; -
SOPOR	-; sopors	**SOROCHE**	-; soroches
SOPPED	-; -	**SORORAL**	-; -
SOPPIER	-; -	**SOROSES**	-; -
SOPPING	-; -	**SOROSIS**	-; -
SOPPY	-; -	**SORREL**	-; sorrels
SOPRANI	-; -	**SORRIER**	-; -
SOPRANO	-; sopranos	**SORRILY**	-; -
SORA	-; soras	**SORROW**	-; sorrows
SORB	-; sorbs	**SORRY**	-; -
SORBATE	-; sorbates	**SORT**	-; sorts
SORBED	-; -	**SORTED**	-; -
SORBENT	-; sorbents	**SORTER**	-; sorters
SORBET	-; sorbets	**SORTIE**	-; sortied, sorties
SORBIC	-; -		
SORBING	-; -	**SORTING**	-; -
SORBOSE	-; sorboses	**SORUS**	-; -
SORCERY	-; -	**SOT**	-; soth, sots
SORD	-; sords	**SOTH**	-; soths
SORDID	-; -	**SOTOL**	-; sotols
SORDINE	-; sordines	**SOTTED**	-; -
SORDINI	-; -	**SOTTISH**	-; -
SORDINO	-; -	**SOU**	-; souk, soul, soup, sour, sous
SORDOR	-; sordors		
SORE	-; sorel, sorer, sores		
		SOUARI	-; souaris
SOREL	-; sorels, sorely	**SOUBISE**	-; soubises
SORES	-; sorest	**SOUCAR**	-; soucars
SORGHO	-; sorghos	**SOUDAN**	-; soudans
SORGHUM	-; sorghums	**SOUDING**	-; soudings
SORGO	-; sorgos	**SOUFFLE**	-; souffles
SORI	-; -	**SOUGH**	-; soughs, sought
SORING	-; -		
SORITAL	-; soritals	**SOUGHED**	-; -
SORITES	-; -	**SOUK**	-; souks

SOUKOUS	-; -	**SOWBACK**	-; sowbacks
SOUL	-; souls	**SOWBUG**	-; sowbugs
SOULED	-; -	**SOWCAR**	-; sowcars
SOULFUL	-; -	**SOWED**	-; -
SOUND	-; sounds	**SOWENS**	-; -
SOUNDED	-; -	**SOWER**	-; sowers
SOUNDER	-; sounders	**SOWING**	-; -
SOUNDLY	-; -	**SOX**	-; -
SOUP	-; soups, soupy	**SOY**	-; soya, soys
SOUPCON	-; soupcons	**SOYA**	-; soyas
SOUPED	-; -	**SOYBEAN**	-; soybeans
SOUPIER	-; -	**SOYMILK**	-; soymilks
SOUPING	-; -	**SOYUZ**	-; -
SOUR	-; sours	**SOYUZES**	-; -
SOURCE	-; sources	**SOZIN**	-; sozine, sozins
SOURED	-; -		
SOURER	-; -	**SOZINE**	-; sozines
SOUREST	-; -	**SOZZLED**	-; -
SOURING	-; -	**SPA**	-; spae, span, spar, spas, spat, spay, spaz
SOURISH	-; -		
SOURLY	-; -		
SOURSOP	-; soursops		
SOUSE	-; soused, souses	**SPACE**	-; spaced, spacer, spaces, spacey
SOUSING	-; -		
SOUSLIK	-; sousliks		
SOUTANE	-; soutanes	**SPACER**	-; spacers
SOUTER	-; souters	**SPACIAL**	-; -
SOUTH	-; souths	**SPACIER**	-; -
SOUTHED	-; -	**SPACING**	-; spacings
SOUTHER	-; southern, southers	**SPACKLE**	-; spackled, spackles
SOVIET	-; soviets	**SPACY**	-; -
SOVKHOZ	-; sovkhozy	**SPADE**	-; spaded, spader, spades
SOVRAN	-; sovrans		
SOW	-; sown, sows		
SOWABLE	-; -	**SPADER**	-; spaders
SOWANS	-; -	**SPADING**	-; -
SOWAR	-; sowars	**SPADIX**	-; -

SPADO	-; -	**SPARGER**	-; spargers
SPAE	-; spaed, spaes	**SPARID**	-; sparids
SPAEING	-; spaeings	**SPARING**	-; -
SPAHEE	-; spahees	**SPARK**	-; sparks,
SPAHI	-; spahis		sparky
SPAIL	-; spails	**SPARKED**	-; -
SPAIT	-; spaits	**SPARKER**	-; sparkers
SPAKE	-; -	**SPARKLE**	-; sparkled,
SPALE	-; spales		sparkler,
SPALL	-; spalls		sparkles
SPALLED	-; -	**SPAROID**	-; sparoids
SPALLER	-; spallers	**SPARRED**	-; -
SPAM	-; spams	**SPARROW**	-; sparrows
SPAMBOT	-; spambots	**SPARRY**	-; -
SPAMMED	-; -	**SPARSE**	-; sparser
SPAN	-; spang,	**SPARTAN**	-; -
	spank, spans	**SPASM**	-; spasms
SPANCEL	-; spancels	**SPASTIC**	-; spastics
SPANDEX	-; -	**SPAT**	-; spate, spats
SPANG	-; -	**SPATE**	-; spates
SPANGLE	-; spangled,	**SPATHAL**	-; -
	spangles	**SPATHE**	-; spathed,
SPANGLY	-; -		spathes
SPANIEL	-; spaniels	**SPATHIC**	-; -
SPANK	-; spanks	**SPATIAL**	-; -
SPANKED	-; -	**SPATTED**	-; -
SPANKER	-; spankers	**SPATTER**	-; spatters
SPANNED	-; -	**SPATULA**	-; spatular,
SPANNER	-; spanners		spatulas
SPAR	-; spare, spark,	**SPATZLE**	-; -
	spars	**SPAVIE**	-; spavies,
SPARE	-; spared,		spaviet
	sparer, spares	**SPAVIN**	-; spavins
SPARELY	-; -	**SPAWN**	-; spawns
SPARER	-; sparers	**SPAWNED**	-; -
SPARES	-; sparest	**SPAWNER**	-; spawners
SPARGE	-; sparged,	**SPAY**	-; spays
	sparger,	**SPAYED**	-; -
	sparges	**SPAYING**	-; -

SPEAK	-; speaks	**SPELLER**	-; spellers
SPEAKER	-; speakers	**SPELT**	-; spelts, speltz
SPEAN	-; speans	**SPELTER**	-; spelters
SPEANED	-; -	**SPELTZ**	-; -
SPEAR	-; spears	**SPELUNK**	-; spelunks
SPEARED	-; -	**SPENCE**	-; spencer,
SPEARER	-; spearers		spences
SPEC	-; specs	**SPENCER**	-; spencers
SPECIAL	-; specials	**SPEND**	-; spends,
SPECIE	-; species		spendy
SPECIFY	-; -	**SPENDER**	-; spenders
SPECK	-; specks	**SPENDY**	-; -
SPECKED	-; -	**SPENSE**	-; spenses
SPECKLE	-; speckled,	**SPENT**	-; -
	speckles	**SPERM**	-; sperms
SPECTER	-; specters	**SPERMIC**	-; -
SPECTRA	-; spectral	**SPEW**	-; spews
SPECTRE	-; spectres	**SPEWED**	-; -
SPECULA	-; specular	**SPEWER**	-; spewers
SPED	-; -	**SPEWING**	-; -
SPEECH	-; -	**SPHENE**	-; sphenes
SPEED	-; speedo,	**SPHENIC**	-; -
	speeds,	**SPHERAL**	-; -
	speedy	**SPHERE**	-; sphered,
SPEEDER	-; speeders		spheres
SPEEDO	-; speedos	**SPHERIC**	-; spherics
SPEEDUP	-;speedups	**SPHERY**	-; -
SPEEL	-; speels	**SPHINX**	-; -
SPEER	-; speers	**SPHNYX**	-; -
SPEERED	-; -	**SPICA**	-; spicae,
SPEIL	-; speils		spicas
SPEILED	-; -	**SPICATE**	-; spicated
SPEIR	-; speirs	**SPICE**	-; spiced,
SPEIRED	-; -		spicer,
SPEISE	-; speises		spices,
SPEISS	-; -		spicey
SPELEAN	-; -	**SPICER**	-; spicers,
SPELL	-; spells		spicery
SPELLED	-; -	**SPICIER**	-; -

SPICILY	-; -	**SPINAL**	-; spinals
SPICING	-; -	**SPINATE**	-; -
SPICULA	-; spiculae, spicular	**SPINDLE**	-; spindled, spindler, spindles
SPICULE	-; spicules		
SPICY	-; -	**SPINDLY**	-; -
SPIDER	-; spiders, spidery	**SPINE**	-; spined, spinel, spines, spinet
SPIED	espied; -		
SPIEGEL	-; spiegels	**SPINEL**	-; spinels
SPIEL	-; spiels	**SPINET**	-; spinets
SPIELED	-; -	**SPINIER**	-; -
SPIELER	-; spielers	**SPINNER**	-; spinners, spinnery
SPIER	-; spiers		
SPIERED	-; -	**SPINNEY**	-; spinneys
SPIES	espies; -	**SPINNY**	-; -
SPIFF	-; spiffs, spiffy	**SPINOFF**	-; spinoffs
SPIFFED	-; -	**SPINOR**	-; spinors
SPIFFY	-; -	**SPINOSE**	-; -
SPIGOT	-; spigots	**SPINOUS**	-; -
SPIK	-; spike, spiks, spiky	**SPINOUT**	-; spinouts
		SPINTO	-; spintos
SPIKE	-; spiked, spiker, spikes	**SPINULA**	-; spinulae
		SPINULE	-; spinules
SPIKER	-; spikers	**SPIRAEA**	-; spiraeas
SPIKIER	-; -	**SPIRAL**	-; spirals
SPIKILY	-; -	**SPIRANT**	aspirant; spirants
SPIKING	-; -		
SPILE	-; spiled, spiles	**SPIRE**	aspire; spirea, spired, spirem, spires
SPILING	-; spilings		
SPILL	-; spills		
SPILLED	-; -	**SPIREA**	-; spireas
SPILLER	-; spillers	**SPIRED**	aspired; -
SPILT	-; spilth	**SPIREM**	-; spireme, spirems
SPILTH	-; spilths		
SPIN	-; spine, spins, spiny	**SPIREME**	-; spiremes
		SPIRES	aspires; -
SPINACH	-; -	**SPIRING**	aspiring; -
SPINAGE	-; spinages	**SPIRIT**	-; spirits

SPIROID	-; -	**SPLURGE**	-; splurged, splurges
SPIRT	-; spirts		
SPIRTED	-; -	**SPLURGY**	-; -
SPIRULA	-; spirulae, spirulas	**SPLURT**	-; splurts
		SPODE	-; spodes
SPIRY	-; -	**SPOIL**	-; spoils, spoilt
SPIT	-; spite, spits, spitz	**SPOILED**	-; -
		SPOILER	-; spoilers
SPITAL	-; spitals	**SPOKE**	-; spoked, spoken, spokes
SPITE	-; spited, spites		
SPITING	-; -		
SPITTED	-; -	**SPOKING**	-; -
SPITTER	-; spitters	**SPONDEE**	-; spondees
SPITTLE	-; spittles	**SPONGE**	-; sponged, sponger, sponges
SPITZ	-; -		
SPITZES	-; -		
SPIV	-; spivs	**SPONGER**	-; spongers
SPIVVY	-; -	**SPONGIN**	-; sponging, spongins
SPLAKE	-; splakes		
SPLASH	-; splashy	**SPONGY**	-; -
SPLAT	-; splats	**SPONSAL**	-; -
SPLAY	-; splays	**SPONSON**	-; sponsons
SPLAYED	-; -	**SPONSOR**	-; sponsors
SPLEEN	-; spleens, spleeny	**SPOOF**	-; spoofs, spoofy
SPLENIA	-; splenial	**SPOOFED**	-; -
SPLENIC	-; -	**SPOOFER**	-; spoofers, spoofery
SPLENT	-; splents		
SPLICE	-; spliced, splicer, splices	**SPOOK**	-; spooks, spooky
SPLICER	-; splicers	**SPOOKED**	-; -
SPLIFF	-; spliffs	**SPOOL**	-; spools
SPLINE	-; splined, splines	**SPOOLED**	-; -
		SPOOLER	-; spoolers
SPLINT	-; splints	**SPOON**	-; spoons, spoony
SPLIT	-; splits		
SPLORE	-; splores	**SPOONED**	-; -
SPLOSH	-; -	**SPOONEY**	-; spooneys
SPLOTCH	-; splotchy	**SPOOR**	-; spoors

SPOORED	-; -	**SPRIEST**	-; -
SPOORING	-; -	**SPRIG**	-; sprigs
SPORAL	-; -	**SPRIGGY**	-; -
SPORE	-; spored, spores	**SPRIGHT**	-; sprights
SPORING	-; -	**SPRING**	-; springs, springy
SPOROID	-; -	**SPRINGE**	-; springed,
SPORRAN	-; sporrans		springer,
SPORT	-; sports, sporty		springes
SPORTED	-; -	**SPRINT**	-; sprints
SPORTER	-; sporters	**SPRIT**	esprit; sprite, sprits, spritz
SPORTIF	-; -	**SPRITE**	-; sprites
SPORULE	-; sporules	**SPRITZ**	-; -
SPOT	-; spots	**SPROG**	-; sprogs
SPOTLIT	-; -	**SPROUT**	-; sprouts
SPOTTED	-; -	**SPRUCE**	-; spruced,
SPOTTER	-; spotters		sprucer,
SPOTTY	-; -		spruces
SPOUSAL	-; spousals	**SPRUCY**	-; -
SPOUSE	espouse; spoused, spouses	**SPRUE**	-; sprues
		SPRUG	-; sprugs
		SPRUNG	-; -
SPOUT	-; spouts	**SPRY**	-; -
SPOUTED	-; -	**SPRYER**	-; -
SPOUTER	-; spouters	**SPRYEST**	-; -
SPRAG	-; sprags	**SPRYLY**	-; -
SPRAIN	-; sprains	**SPUD**	-; spuds
SPRANG	-; -	**SPUDDED**	-; -
SPRAT	-; sprats	**SPUDDER**	-; spudders
SPRAWL	-; sprawls, sprawly	**SPUE**	-; spued, spues
		SPUING	-; -
SPRAY	-; sprays	**SPUME**	-; spumed, spumes
SPRAYED	-; -		
SPRAYER	-; sprayers	**SPUMIER**	-; -
SPREAD	-; spreads	**SPUMING**	-; -
SPREE	-; sprees	**SPUMONE**	-; spumones
SPRENT	-; -	**SPUMONI**	-; spumonis
SPRIER	-; -	**SPUMOUS**	-; -

SPUMY	-; -	**SQUARES**	-; squarest
SPUN	-; spunk	**SQUARK**	-; squarks
SPUNK	-; spunks, spunky	**SQUASH**	-; squashy
		SQUAT	-; squats
SPUNKIE	-; spunkier, spunkies	**SQUATLY**	-; -
		SQUATTY	-; -
SPUR	-; spurn, spurs, spurt	**SQUAW**	-; squawk, squaws
SPURGE	-; spurges	**SQUAWK**	-; squawks
SPURN	-; spurns	**SQUEAK**	-; squeaks, squeaky
SPURNED	-; -		
SPURNER	-; spurners	**SQUEAL**	-; squeals
SPURRED	-; -	**SQUEEZE**	-; squeezed, squeezer, squeezes
SPURRER	-; spurrers		
SPURREY	-; spurreys		
SPURRY	-; -	**SQUEG**	-; squegs
SPURT	-; spurts	**SQUELCH**	-; squelchy
SPURTED	-; -	**SQUIB**	-; squibs
SPURTLE	-; spurtler, spurtles	**SQUID**	-; squids
		SQUIDGY	-; -
SPURTLER	-; spurtlers	**SQUIFFY**	-; -
SPUTA	-; -	**SQUILL**	-; squilla, squills
SPUTNIK	-; sputniks		
SPUTTER	-; sputters	**SQUILLA**	-; squillae, squillas
SPUTUM	-; -		
SPY	espy; -	**SQUINCH**	-; -
SPYING	-; -	**SQUINNY**	-; -
SQUAB	-; squabs	**SQUINT**	asquint; squints, squinty
SQUABBY	-; -		
SQUAD	-; squads	**SQUIRE**	esquire; squired, squires
SQUALID	-; -		
SQUALL	-; squalls, squally		
		SQUIRED	esquired; -
SQUALOR	-; squalors	**SQUIRES**	esquires; -
SQUAMA	-; squamae	**SQUIRM**	-; squirms, squirmy
SQUARE	-; squared, squarer, squares	**SQUIRT**	-; squirts
		SQUISH	-; squishy
SQUARER	-; squarers	**SQUOOSH**	-; -

SQUUSH	-; -	**STAGING**	-; stagings
SRADDHA	-; sraddhas	**STAID**	-; -
SRADHA	-; sradhas	**STAIDER**	-; -
SRI	-; sris	**STAIDLY**	-; -
STAB	-; stabs	**STAIG**	-; staigs
STABBED	-; -	**STAIN**	-; stains
STABBER	-; stabbers	**STAINED**	-; -
STABILE	-; stabiles	**STAINER**	-; stainers
STABLE	-; stabled,	**STAIR**	-; stairs
	stabler,	**STAITHE**	-; staithes
	stables	**STAKE**	-; staked,
STABLER	-; stablers		stakes
STABLES	-; stablest	**STAKING**	-; -
STABLY	-; -	**STALAG**	-; stalags
STACK	-; stacks	**STALE**	-; staled, staler,
STACKED	-; -		stales
STACKER	-; stackers	**STALELY**	-; -
STACTE	-; stactes	**STALES**	-; stalest
STADDLE	-; staddles	**STALING**	-; -
STADE	-; stades	**STALK**	-; stalks, stalky
STADIA	-; stadias	**STALKED**	-; -
STADIUM	-; stadiums	**STALKER**	-; stalkers
STAFF	-; staffs	**STALL**	-; stalls
STAFFED	-; -	**STALLED**	-; -
STAFFER	-; staffers	**STAMEN**	-; stamens
STAG	-; stage, stags,	**STAMINA**	-; staminal,
	stagy		staminas
STAGE	-; staged,	**STAMMEL**	-; stammels
	stager, stages,	**STAMMER**	-; stammers
	stagey	**STAMP**	-; stamps
STAGER	-; stagers	**STAMPED**	-; -
STAGGED	-; -	**STAMPER**	-; stampers
STAGGER	-; staggers,	**STANCE**	-; stances
	staggery	**STANCH**	-; -
STAGGIE	-; staggier,	**STAND**	-; stands
	staggies	**STANDBY**	-; standbys
STAGGY	-; -	**STANDEE**	-; standees
STAGIER	-; -	**STANDER**	-; standers
STAGILY	-; -	**STANDUP**	-; -

STANE	-; staned, stanes	**STARVE**	-; starved, starver, starves
STANG	-; stangs	**STARVER**	-; starvers
STANGED	-; -	**STASES**	-; -
STANINE	-; stanines	**STASH**	-; -
STANING	-; -	**STASHED**	-; -
STANK	-; stanks	**STASHES**	-; -
STANNIC	-; -	**STASIS**	-; -
STANNUM	-; stannums	**STAT**	-; state, stats
STANOL	-; stanols	**STATAL**	-; -
STANZA	-; stanzas	**STATANT**	-; -
STAPES	-; -	**STATE**	estate; stated, stater, states
STAPH	-; staphs		
STAPLE	-; stapled, stapler, staples	**STATED**	estated; -
		STATELY	-; -
STAPLER	-; staplers	**STATER**	-; staters
STAR	-; stare, stark, stars, start	**STATES**	estates; -
		STATIC	astatic; statics
STARCH	-; starchy	**STATICE**	-; statices
STARDOM	-; stardoms	**STATIN**	-; stating, statins
STARE	-; stared, starer, stares	**STATING**	-; -
STARER	-; starers	**STATION**	-; stations
STARETS	-; -	**STATISM**	-; statisms
STARING	-; -	**STATIST**	-; statists
STARK	-; -	**STATIVE**	-; statives
STARKER	-; starkers	**STATOR**	-; stators
STARKLY	-; -	**STATUE**	-; statued, statues
STARLET	-; starlets		
STARLIT	-; -	**STATURE**	-; statures
STARRED	-; -	**STATUS**	-; -
STARRY	-; -	**STATUTE**	-; statutes
START	-; starts	**STAUNCH**	-; -
STARTED	-; -	**STAVE**	-; staved, staves
STARTER	-; starters		
STARTLE	-; startled, startler, startles	**STAVING**	-; -
		STAW	-; -
STARTS	-; startsy	**STAY**	-; stays
STARTUP	-; startups	**STAYED**	-; -

STAYER	-; stayers	**STELENE**	-; -
STAYING	-; -	**STELIC**	-; -
STEAD	-; steads, steady	**STELLA**	-; stellar, stellas
		STEM	-; stems
STEADED	-; -	**STEMMA**	-; stemmas
STEAK	-; steaks	**STEMMED**	-; -
STEAL	osteal; steals	**STEMMER**	-; stemmers, stemmery
STEALER	-; stealers		
STEALTH	-; stealths, stealthy	**STEMMY**	-; -
		STEMSON	-; stemsons
STEAM	-; steams, steamy	**STENCH**	-; stenchy
		STENCIL	-; stencils
STEAMED	-; -	**STENGAH**	-; stengahs
STEAMER	-; steamers	**STENO**	-; stenos
STEARIC	-; -	**STENOKY**	-; -
STEARIN	-; stearine, stearins	**STENT**	-; stents
		STENTOR	-; stentors
STEED	-; steeds	**STEP**	-; steps
STEEK	-; steeks	**STEPDAD**	-; stepdads
STEEKED	-; -	**STEPPE**	-; stepped, stepper, steppes
STEEL	-; steels, steely		
STEELED	-; -		
STEELIE	-; steelies	**STEPPER**	-; steppers
STEEP	-; steeps	**STEPSON**	-; stepsons
STEEPED	-; -	**STERE**	-; stereo, steres
STEEPEN	-; steepens	**STEREO**	-; stereos
STEEPER	-; steepers	**STERIC**	-; -
STEEPLE	-; steepled, steeples	**STERILE**	-; -
		STERLET	-; sterlets
STEEPLY	-; -	**STERN**	astern; sterna, sterns
STEER	-; steers		
STEERED	-; -	**STERNA**	-; sternal
STEERER	-; steerers	**STERNER**	-; -
STEEVE	-; steeved, steeves	**STERNLY**	-; -
		STERNUM	-; sternums
STEIN	-; steins	**STEROID**	-; steroids
STELA	-; stelae, stelai, stelar	**STEROL**	-; sterols
		STERTOR	-; stertors
STELE	-; steles	**STET**	-; stets

STETSON	-; stetsons	**STILL**	-; stills, stilly
STETTED	-; -	**STILLED**	-; -
STEVIA	-; stevias	**STILLER**	-; -
STEW	-; stews	**STILT**	-; stilts
STEWARD	-; stewards	**STILTED**	-; -
STEWBUM	-; stewbums	**STIME**	-; stimes
STEWED	-; -	**STIMIED**	-; -
STEWING	-; -	**STIMIES**	-; -
STEWPAN	-; stewpans	**STIMY**	-; -
STEWPOT	-; stewpots	**STING**	-; stingo, stings, stingy
STEWY	-; -		
STEY	-; -	**STINGER**	-; stingers
STHENIA	-; sthenias	**STINGO**	-; stingos
STHENIC	-; -	**STINK**	-; stinko, stinks, stinky
STIBIAL	-; -		
STIBINE	-; stibines	**STINKER**	-; stinkers
STIBIUM	-; stibiums	**STINKO**	-; -
STICH	-; stichs	**STINT**	-; stints
STICHIC	-; -	**STINTED**	-; -
STICK	-; sticks, sticky	**STINTER**	-; stinters
STICKED	-; -	**STIPE**	-; stiped, stipel, stipes
STICKER	-; stickers		
STICKIT	-; -	**STIPEL**	-; stipels
STICKLE	-; stickled, stickler, stickles	**STIPEND**	-; stipends
		STIPPLE	-; stippled, stippler, stipples
STICKUM	-; stickums		
STICKUP	-; stickups		
STIED	-; -	**STIPULE**	-; stipuled, stipules
STIES	-; -		
STIFF	-; stiffs	**STIR**	astir; stirk, stirp, stirs
STIFFEN	-; stiffens		
STIFFER	-; -	**STIRK**	-; stirks
STIFFLY	-; -	**STIRP**	-; stirps
STIFLE	-; stifled, stifler, stifles	**STIRPES**	-; -
		STIRRED	-; -
STIFLER	-; stiflers	**STIRRER**	-; stirrers
STIGMA	-; stigmal, stigmas	**STIRRUP**	-; stirrups
		STITCH	-; -
STILE	-; stiles	**STITHY**	-; -

STIVER	-; stivers	**STONER**	-; stoners
STOA	-; stoae, stoai, stoas, stoat	**STONIER**	-; -
		STONILY	-; -
STOAT	-; stoats	**STONING**	-; -
STOB	-; stobs	**STONISH**	-; -
STOBBED	-; -	**STONK**	-; stonks
STOCK	-; stocks, stocky	**STONKED**	-; -
STOCKED	-; -	**STONKER**	-; -
STOCKER	-; stockers	**STONY**	astony; -
STODDED	-; -	**STOOD**	-; -
STODGE	-; stodged, stodges	**STOOGE**	-; stooged, stooges
STODGY	-; -	**STOOK**	-; stooks
STOGEY	-; stogeys	**STOOKED**	-; -
STOGIE	-; stogies	**STOOKER**	-; stookers
STOGY	-; -	**STOOL**	-; stools
STOIC	-; stoics	**STOOLED**	-; -
STOICAL	-; -	**STOOLIE**	-; stoolies
STOKE	-; stoked, stoker, stokes	**STOOP**	-; stoops
		STOOPED	-; -
STOKER	-; stokers	**STOOPER**	-; stoopers
STOKING	-; -	**STOP**	estop; stope, stops, stopt
STOLE	-; stoled, stolen, stoles	**STOPE**	-; stoped, stoper, stopes
STOLID	-; -		
STOLLEN	-; stollens	**STOPER**	-; stopers
STOLON	-; stolons	**STOPGAP**	-; stopgaps
STOMA	-; stomal, stomas	**STOPING**	-; -
		STOPOFF	-; stopoffs
STOMACH	-; stomachy	**STOPPED**	-; -
STOMATA	-; stomatal	**STOPPER**	-; stoppers
STOMATE	-; stomates	**STOPPLE**	-; stoppled, stopples
STOMP	-; stomps, stompy		
		STOPS	estops; -
STOMPED	-; -	**STORAGE**	-; storages
STOMPER	-; stompers	**STORAX**	-; -
STONE	-; stoned, stoner, stones, stoney	**STORE**	-; stored, storer, stores, storey

STORER	-; storers	**STRAKE**	-; straked,
STOREY	-; storeys		strakes
STORIED	-; -	**STRAND**	-; strands
STORIES	-; -	**STRANG**	-; strange
STORING	-; -	**STRANGE**	-; stranger
STORK	-; storks	**STRAP**	-; straps
STORM	-; storms,	**STRAPPY**	-; -
	stormy	**STRASS**	-; -
STORMED	-; -	**STRATA**	-; stratal,
STORY	-; -		stratas
STOSS	-; -	**STRATH**	-; straths
STOT	-; stots, stott	**STRATI**	-; -
STOTIN	-; stotins	**STRATUM**	-; stratums
STOTT	-; stotts	**STRATUS**	-; -
STOTTED	-; -	**STRAW**	-; straws,
STOUND	astound;		strawy
	stounds	**STRAWED**	-; -
STOUNDS	astounds; -	**STRAY**	astray, estray;
STOUP	-; stoups		strays
STOUR	-; stoure,	**STRAYED**	-; -
	stours, stoury	**STRAYER**	-; strayers
STOURE	-; stoures	**STRAYS**	estrays; -
STOURIE	-; -	**STREAK**	-; streaks,
STOUT	-; stouts		streaky
STOUTEN	-; stoutens	**STREAM**	-; streams,
STOUTER	-; -		streamy
STOUTLY	-; -	**STREEK**	-; streeks
STOVE	-; stover, stoves	**STREEL**	-; streels
STOVER	-; stovers	**STREET**	-; streets
STOW	-; stowp, stows	**STREP**	-; streps
STOWAGE	-; stowages	**STRESS**	-; -
STOWED	-; -	**STRETCH**	-; stretchy
STOWP	-; stowps	**STRETTA**	-; strettas
STRAFE	-; strafed,	**STRETTE**	-; -
	strafer,	**STRETTI**	-; -
	strafes	**STRETTO**	-; strettos
STRAFER	-; strafers	**STREW**	-; strewn,
STRAIN	-; strains		strews
STRAIT	-; straits	**STREWED**	-; -

STREWER	-; strewers	**STROOK**	-; -
STRIA	-; striae	**STROP**	-; strops
STRIATE	-; striated, striates	**STROPHE**	-; strophes
		STROPPY	-; -
STRICK	-; stricks	**STROUD**	-; strouds
STRICT	astrict; -	**STROVE**	-; -
STRID	-; stride	**STROW**	-; strown, strows
STRIDE	astride; strider, strides		
		STROWED	-; -
STRIDER	-; striders	**STROY**	-; stroys
STRIDOR	-; stridors	**STROYED**	-; -
STRIFE	-; strifes	**STROYER**	-; stroyers
STRIGIL	-; strigils	**STRUCK**	-; -
STRIKE	-; striker, strikes	**STRUDEL**	-; strudels
STRIKER	-; strikers	**STRUM**	estrum; struma, strums
STRING	-; strings, stringy		
		STRUMA	-; strumae, strumas
STRIP	-; stripe, strips, stript, stripy		
		STRUMS	estrums; -
STRIPE	-; striped, striper, stripes	**STRUNG**	-; -
		STRUNT	-; strunts
STRIPER	-; stripers	**STRUT**	-; struts
STRIPEY	-; -	**STUB**	-; stubs
STRIVE	-; strived, striven, striver, strives	**STUBBED**	-; -
		STUBBLE	-; stubbled, stubbles
STRIVER	-; strivers	**STUBBLY**	-; -
STROBE	-; strobes	**STUBBY**	-; -
STROBIC	-; -	**STUCCO**	-; stuccos
STROBIL	-; strobila, strobile, strobili, strobils	**STUCK**	-; -
		STUD	-; studs, study
		STUDDED	-; -
STRODE	-; -	**STUDDIE**	-; studdies
STROKE	-; stroked, stroker, strokes	**STUDENT**	-; students
		STUDIED	-; -
STROKER	-; strokers	**STUDIER**	-; studiers
STROLL	-; strolls	**STUDIES**	-; -
STROMA	-; stromal	**STUDIO**	-; studios
STRONG	-; -	**STUDLY**	-; -

STUDY	-; -	**STYLING**	-; stylings
STUFF	-; stuffs, stuffy	**STYLISE**	-; stylised,
STUFFED	-; -		styliser,
STUFFER	-; stuffers		stylises
STUIVER	-; stuivers	**STYLISH**	-; -
STULL	-; stulls	**STYLIST**	-; stylists
STUM	-; stump, stums	**STYLITE**	-; stylites
STUMBLE	-; stumbled,	**STYLIZE**	-; stylized,
	stumbler,		stylizer,
	stumbles		stylizes
STUMMED	-; -	**STYLOID**	-; -
STUMP	-; stumps,	**STYLUS**	-; -
	stumpy	**STYMIE**	-; stymied,
STUMPED	-; -		stymies
STUMPER	-; stumpers	**STYMY**	-; -
STUN	-; stung, stunk,	**STYPSES**	-; -
	stuns, stunt	**STYPSIS**	-; -
STUNNED	-; -	**STYPTIC**	-; styptics
STUNNER	-; stunners	**STYRAX**	-; -
STUNT	-; stunts	**STYRENE**	-; styrenes
STUPA	-; stupas	**SUABLE**	-; -
STUPE	-; stupes	**SUABLY**	-; -
STUPEFY	-; -	**SUASION**	-; suasions
STUPID	-; stupids	**SUASIVE**	-; -
STUPOR	-; stupors	**SUASORY**	-; -
STURDY	-; -	**SUAVE**	-; suaver
STURT	-; sturts	**SUAVELY**	-; -
STUTTER	-; stutters	**SUAVER**	-; -
STY	-; stye	**SUAVEST**	-; -
STYE	-; styed, styes	**SUAVITY**	-; -
STYGIAN	-; -	**SUB**	-; suba, subs
STYING	-; -	**SUBA**	tsuba; subah,
STYLAR	astylar; -		subas
STYLATE	-; -	**SUBACID**	-; -
STYLE	-; styled, styler,	**SUBADAR**	-; subadars
	styles, stylet	**SUBAH**	-; subahs
STYLER	-; stylers	**SUBALAR**	-; -
STYLET	-; stylets	**SUBAREA**	-; subareas
STYLI	-; -	**SUBARID**	-; -

SUBATOM	-; subatoms		sublimer,
SUBBASE	-; subbases		sublimes
SUBBASS	-; -	**SUBLINE**	-; sublines
SUBBED	-; -	**SUBLOT**	-; sublots
SUBBING	-; subbings	**SUBMENU**	-; submenus
SUBCELL	-; subcells	**SUBMISS**	-; -
SUBCLAN	-; subclans	**SUBMIT**	-; submits
SUBCODE	-; subcodes	**SUBNET**	-; subnets
SUBCOOL	-; subcools	**SUBORAL**	-; -
SUBCULT	-; subcults	**SUBORN**	-; suborns
SUBDEAN	-; subdeans	**SUBOVAL**	-; -
SUBDEB	-; subdebs	**SUBPAR**	-; subpart
SUBDUAL	-; subduals	**SUBPART**	-; subparts
SUBDUCE	-; subduced,	**SUBPENA**	-; subpenas
	subduces	**SUBPLOT**	-; subplots
SUBDUCT	-; subducts	**SUBRACE**	-; subraces
SUBDUE	-; subdued,	**SUBRENT**	-; subrents
	subduer,	**SUBRING**	-; subrings
	subdues	**SUBRULE**	-; subrules
SUBDUER	-; subduers	**SUBSALE**	-; subsales
SUBECHO	-; -	**SUBSEA**	-; -
SUBEDIT	-; subedits	**SUBSECT**	-; subsects
SUBER	-; subers	**SUBSERE**	-; subseres
SUBERIC	-; -	**SUBSET**	-; subsets
SUBERIN	-; suberins	**SUBSIDE**	-; subsided,
SUBFIX	-; -		subsider,
SUBFUSC	-; -		subsides
SUBGOAL	-; subgoals	**SUBSIDY**	-; -
SUBGUM	-; -	**SUBSIST**	-; subsists
SUBHEAD	-; subheads	**SUBSITE**	-; subsites
SUBIDEA	-; subideas	**SUBSOIL**	-; subsoils
SUBITEM	-; subitems	**SUBSUME**	-; subsumed,
SUBITO	-; -		subsumes
SUBJECT	-; subjects	**SUBTASK**	-; subtasks
SUBJOIN	-; subjoins	**SUBTAXA**	-; -
SUBLATE	-; sublated,	**SUBTEEN**	-; subteens
	sublates	**SUBTEND**	-; subtends
SUBLET	-; sublets	**SUBTEST**	-; subtests
SUBLIME	-; sublimed,	**SUBTEXT**	-; subtexts

SUBTILE	-; subtiler	**SUDARY**	-; -
SUBTLE	-; subtler	**SUDD**	-; sudds
SUBTLY	-; -	**SUDDEN**	-; suddens
SUBTONE	-; subtones	**SUDOKU**	-; sudokus
SUBTYPE	-; subtypes	**SUDOR**	-; sudors
SUBUNIT	-; subunits	**SUDORAL**	-; -
SUBURB	-; suburbs	**SUDS**	-; sudsy
SUBVENE	-; subvened, subvenes	**SUDSED**	-; -
		SUDSER	-; sudsers
SUBVERT	-; subverts	**SUDSES**	-; -
SUBWAY	-; subways	**SUDSIER**	-; -
SUBZERO	-; -	**SUDSING**	-; -
SUBZONE	-; subzones	**SUE**	-; sued, suer, sues, suet
SUCCAH	-; succahs		
SUCCEED	-; succeeds	**SUEDE**	-; sueded, suedes
SUCCESS	-; -		
SUCCOR	-; succors, succory	**SUEDING**	-; -
		SUER	-; suers
SUCCOTH	-; -	**SUET**	-; suets, suety
SUCCOUR	-; succours	**SUFFARI**	-; suffaris
SUCCUBA	-; succubae	**SUFFER**	-; suffers
SUCCUMB	-; succumbs	**SUFFICE**	-; sufficed, sufficer, suffices
SUCCUSS	-; -		
SUCH	-; -		
SUCK	-; sucks	**SUFFIX**	-; -
SUCKED	-; -	**SUFFUSE**	-; suffused, suffuses
SUCKER	-; suckers		
SUCKING	-; -	**SUGAR**	-; sugars, sugary
SUCKLE	-; suckled, suckler, suckles		
		SUGARED	-; -
		SUGARER	-; sugarers
SUCKLER	-; sucklers	**SUGGEST**	-; suggests
SUCKLES	-; suckless	**SUGH**	-; sughs
SUCKY	-; -	**SUGHED**	-; -
SUCRASE	-; sucrases	**SUGHING**	-; -
SUCRE	-; sucres	**SUICIDE**	-; suicided, suicides
SUCROSE	-; sucroses		
SUCTION	-; suctions	**SUING**	-; -
SUDARIA	-; -	**SUINT**	-; suints

SUIT	-; suite, suits	**SULPHA**	-; sulphas
SUITE	-; suited, suiter, suites	**SULPHID**	-; sulphide, sulphids
SUITER	-; suiters	**SULPHUR**	-; sulphurs, sulphury
SUITING	-; suitings		
SUITOR	-; suitors	**SULTAN**	-; sultana, sultans
SUK	-; suks		
SUKKAH	-; sukkahs	**SULTANA**	-; sultanas
SUKKOT	-; sukkoth	**SULTRY**	-; -
SULCAL	-; -	**SULU**	-; sulus
SULCATE	-; sulcated	**SUM**	-; sumo, sump, sums
SULCI	-; -		
SULCUS	-; -	**SUMAC**	-; sumach, sumacs
SULDAN	-; suldans		
SULFA	-; sulfas	**SUMACH**	-; sumachs
SULFATE	-; sulfated, sulfates	**SUMLESS**	-; -
		SUMMA	-; summae, summas
SULFID	-; sulfide, sulfids	**SUMMAND**	-; summands
SULFIDE	-; sulfides	**SUMMARY**	-; -
SULFITE	-; sulfites	**SUMMATE**	-; summated, summates
SULFO	-; -		
SULFONE	-; sulfones	**SUMMED**	-; -
SULFUR	-; sulfurs, sulfury	**SUMMER**	-; summers, summery
SULFURY	-; sulfuryl	**SUMMING**	-; -
SULK	-; sulks, sulky	**SUMMIT**	-; summits
		SUMMON	-; summons
SULKED	-; -	**SUMO**	-; sumos
SULKER	-; sulkers	**SUMOIST**	-; sumoists
SULKIER	-; -	**SUMP**	-; sumps
SULKIES	-; sulkiest	**SUMPTER**	-; sumpters
SULKILY	-; -	**SUN**	-; sung, sunk, sunn, suns
SULKING	-; -		
SULLAGE	-; sullages	**SUNBACK**	-; -
SULLEN	-; -	**SUNBATH**	-; sunbathe, sunbaths
SULLIED	-; -		
SULLIES	-; -	**SUNBEAM**	-; sunbeams, sunbeamy
SULLY	-; -		

SUNBELT	-; sunbelts	**SUNROOM**	-; sunrooms
SUNBIRD	-; sunbirds	**SUNSET**	-; sunsets
SUNBOW	-; sunbows	**SUNSPOT**	-; sunspots
SUNBURN	-; sunburns,	**SUNSTAR**	-; sunstars
	sunburnt	**SUNSUIT**	-; sunsuits
SUNDAE	-; sundaes	**SUNTAN**	-; suntans
SUNDECK	-; sundecks	**SUNTRAP**	-; suntraps
SUNDER	asunder;	**SUNUP**	-; sunups
	sunders	**SUNWARD**	-; sunwards
SUNDEW	-; sundews	**SUNWISE**	-; -
SUNDIAL	-; sundials	**SUP**	-; supe, sups
SUNDOG	-; sundogs	**SUPE**	-; super, supes
SUNDOWN	-; sundowns	**SUPER**	-; superb,
SUNDRESS	-; -		supers
SUNDRY	-; -	**SUPERED**	-; -
SUNFAST	-; -	**SUPINE**	-; supines
SUNFISH	-; -	**SUPPED**	-; -
SUNGLOW	-; sunglows	**SUPPER**	-; suppers
SUNK	-; -	**SUPPING**	-; -
SUNKEN	-; -	**SUPPLE**	-; suppled,
SUNKET	-; sunkets		suppler,
SUNLAMP	-; sunlamps		supples
SUNLAND	-; sunlands	**SUPPLY**	-; -
SUNLESS	-; -	**SUPPORT**	-; supports
SUNLIKE	-; -	**SUPPOSE**	-; supposed,
SUNLIT	-; -		supposer,
SUNN	-; sunna, sunns,		supposes
	sunny	**SUPRA**	-; -
SUNNA	-; sunnah,	**SUPREME**	-; supremer
	sunnas	**SUPREMO**	-; supremos
SUNNAH	-; sunnahs	**SURA**	-; surah, sural,
SUNNED	-; -		suras
SUNNIER	-; -	**SURAL**	-; -
SUNNILY	-; -	**SURAH**	-; surahs
SUNNING	-; -	**SURBASE**	-; surbased,
SUNNY	-; -		surbases
SUNRAY	-; sunrays	**SURCOAT**	-; surcoats
SUNRISE	-; sunrises	**SURD**	-; surds
SUNROOF	-; sunroofs	**SURE**	-; surer

SURELY	-; -	**SURVEIL**	-; surveils
SURER	usurer; -	**SURVEY**	-; surveys
SUREST	-; -	**SURVIVE**	-; survived,
SURETY	-; -		surviver,
SURF	-; surfs, surfy		survives
SURFACE	-; surfaced,	**SUS**	-; suss
	surfacer,	**SUSED**	-; -
	surfaces	**SUSES**	-; -
SURFED	-; -	**SUSHI**	-; sushis
SURFEIT	-; surfeits	**SUSING**	-; -
SURFER	-; surfers	**SUSLIK**	-; susliks
SURFIER	-; -	**SUSPECT**	-; suspects
SURFING	-; surfings	**SUSPEND**	-; suspends
SURFMAN	-; -	**SUSPIRE**	-; suspired,
SURFMEN	-; -		suspires
SURGE	-; surged,	**SUSS**	-; -
	surger, surges	**SUSSED**	-; -
SURGEON	-; surgeons	**SUSSES**	-; -
SURGER	-; surgers,	**SUSTAIN**	-; sustains
	surgery	**SUTLER**	-; sutlers
SURGING	-; -	**SUTRA**	-; sutras
SURGY	-; -	**SUTTA**	-; suttas
SURILY	-; -	**SUTTEE**	-; suttees
SURIMI	-; surimis	**SUTURAL**	-; -
SURLIER	-; -	**SUTURE**	-; sutured,
SURLY	-; -		sutures
SURMISE	-; surmised,	**SVARAJ**	-; -
	surmiser,	**SVELTE**	-; svelter
	surmises	**SWAB**	-; swabs
SURNAME	-; surnamed,	**SWABBED**	-; -
	surnamer,	**SWABBER**	-; swabbers
	surnames	**SWABBIE**	-; swabbies
SURPASS	-; -	**SWABBY**	-; -
SURPLUS	-; -	**SWACKED**	-; -
SURRA	-; surras	**SWADDLE**	-; swaddled,
SURREAL	-; -		swaddles
SURREY	-; surreys	**SWAG**	-; swage,
SURTAX	-; -		swags
SURTOUT	-; surtouts	**SWAGE**	-; swaged,

	swager, swages
SWAGER	-; swagers
SWAGGED	-; -
SWAGGER	-; swaggers
SWAGING	-; -
SWAGMAN	-; -
SWAGMEN	-; -
SWAIL	-; swails
SWAIN	-; swains
SWALE	-; swales
SWALLOW	-; swallows
SWAM	-; swami, swamp, swamy
SWAMI	-; swamis
SWAMIES	-; -
SWAMP	-; swamps, swampy
SWAMPED	-; -
SWAMPER	-; swampers
SWAN	-; swang, swank, swans
SWANK	-; swanks, swanky
SWANKED	-; -
SWANKER	-; -
SWANNED	-; -
SWANPAN	-; swanpans
SWAP	-; swaps
SWAPPED	-; -
SWAPPER	-; swappers
SWARAJ	-; -
SWARD	-; swards
SWARDED	-; -
SWARE	-; -
SWARF	-; swarfs
SWARM	aswarm; swarms
SWARMED	-; -
SWARMER	-; swarmers
SWART	-; swarth, swarty
SWARTH	-; swarths, swarthy
SWASH	-; -
SWASHED	-; -
SWASHER	-; swashers
SWASHES	-; -
SWAT	-; swath, swats
SWATCH	-; -
SWATH	-; swathe, swaths
SWATHE	-; swathed, swather, swathes
SWATHER	-; swathers
SWATTED	-; -
SWATTER	-; swatters
SWAY	-; sways
SWAYED	-; -
SWAYER	-; swayers
SWAYFUL	-; -
SWAYING	-; -
SWEAR	-; swears
SWEARER	-; swearers
SWEAT	-; sweats, sweaty
SWEATED	-; -
SWEATER	-; sweaters
SWEDE	-; swedes
SWEENY	-; -
SWEEP	-; sweeps, sweepy
SWEEPER	-; sweepers
SWEER	-; -
SWEET	-; sweets

SWEETEN	-; sweetens	**SWINGER**	-; swingers
SWEETER	-; -	**SWINGLE**	-; swingled,
SWEETIE	-; sweeties		swingles
SWEETLY	-; -	**SWINISH**	-; -
SWELL	-; swells	**SWINK**	-; swinks
SWELLED	-; -	**SWINKED**	-; -
SWELLER	-; -	**SWINNEY**	-; swinneys
SWELTER	-; swelters	**SWIPE**	-; swiped,
SWELTRY	-; -		swipes
SWEPT	-; -	**SWIPING**	-; -
SWERVE	-; swerved,	**SWIPLE**	-; swiples
	swerver,	**SWIPPLE**	-; swipples
	swerves	**SWIRL**	aswirl; swirls,
SWERVER	-; swervers		swirly
SWEVEN	-; swevens	**SWIRLED**	-; -
SWIDDEN	-; swiddens	**SWISH**	-; swishy
SWIFT	-; swifts	**SWISHED**	-; -
SWIFTER	-; swifters	**SWISHER**	-; swishers
SWIFTLY	-; -	**SWISHES**	-; -
SWIG	-; swigs	**SWISS**	-; -
SWIGGED	-; -	**SWISSES**	-; -
SWIGGER	-; swiggers	**SWITCH**	-; -
SWILE	-; swiler; swiles	**SWITH**	-; swithe
SWILL	-; swills	**SWITHE**	-; swither
SWILLED	-; -	**SWITHER**	-; swithers
SWILLER	-; swillers	**SWITHLY**	-; -
SWIM	-; swims	**SWIVE**	-; swived,
SWIMMER	-; swimmers		swivel, swives,
SWIMMY	-; -		swivet
SWINDLE	-; swindled,	**SWIVEL**	-; swivels
	swindler,	**SWIVET**	-; swivets
	swindles	**SWIVING**	-; -
SWINE	-; -	**SWIZZLE**	-; swizzled,
SWING	-; swinge,		swizzler,
	swings, swingy		swizzles
SWINGBY	-; swingbys	**SWOB**	-; swobs
SWINGE	-; swinged,	**SWOBBED**	-; -
	swinger,	**SWOBBER**	-; swobbers
	swinges	**SWOLLEN**	-; -

SWOON	aswoon; swoons	**SYLPHIC**	-; -
SWOONED	-; -	**SYLPHID**	-; sylphids
SWOONER	-; swooners	**SYLVA**	-; sylvae, sylvan, sylvas
SWOOP	-; swoops		
SWOOPED	-; -	**SYLVAN**	-; sylvans
SWOOPER	-; swoopers	**SYLVIN**	-; sylvine, sylvins
SWOOSH	-; -		
SWOP	-; swops	**SYLVINE**	-; sylvines
SWOPPED	-; -	**SYLVITE**	-; sylvites
SWORD	-; swords	**SYMBION**	-; symbions, symbiont
SWORE	-; -		
SWORN	-; -	**SYMBIOT**	-; symbiote, symbiots
SWOT	-; swots		
SWOTTED	-; -	**SYMBOL**	-; symbols
SWOTTER	-; swotters	**SYMPTOM**	-; symptoms
SWOUN	-; swound, swouns	**SYN**	-; sync, syne
		SYNAGOG	-; synagogs
SWOUND	-; swounds	**SYNANON**	-; synanons
SWOUNED	-; -	**SYNAPSE**	-; synapsed, synapses
SWUM	-; -		
SWUNG	-; -	**SYNC**	-; synch, syncs
SYBO	-; -	**SYNCARP**	-; syncarps, syncarpy
SYBOES	-; -		
SYCE	-; sycee, syces	**SYNCED**	-; -
		SYNCH	-; synchs
SYCEE	-; sycees	**SYNCHED**	-; -
SYCON	-; sycons	**SYNCHRO**	-; synchros
SYCONIA	-; -	**SYNCING**	-; -
SYCONIUM	-; -	**SYNCOM**	-; syncoms
SYCONOID	-; -	**SYNCOPE**	-; syncopes
SYCOSES	-; -	**SYNDET**	-; syndets
SYCOSIS	-; -	**SYNDIC**	-; syndics
SYENITE	-; syenites	**SYNE**	-; -
SYKE	-; sykes	**SYNESIS**	-; -
SYLI	-; sylis	**SYNFUEL**	-; synfuels
SYLLABI	-; syllabic	**SYNGAMY**	-; -
SYLPH	-; sylphs, sylphy	**SYNGAS**	-; -
		SYNOD	-; synods

SYNODAL	-; -	**SYPHER**	-; syphers
SYNODIC	-; -	**SYPHON**	-; syphons
SYNONYM	-; synonyme,	**SYREN**	-; syrens
	synonyms,	**SYRINGA**	-; syringas
	synonymy	**SYRINGE**	-; syringed,
SYNOVIA	-; synovial,		syringes
	synovias	**SYRINX**	-; -
SYNTAX	-; -	**SYRPHID**	-; syrphids
SYNTGAM	-; syntgams	**SYRUP**	-; syrups,
SYNTH	-; synths		syrupy
SYNTONE	-; syntones	**SYSOP**	-; sysops
SYNTONY	-; -	**SYSTEM**	-; systems
SYNURA	-; synurae	**SYSTOLE**	-; systoles
SYPH	-; syphs	**SYZYGAL**	-; -
		SYZYGY	-; -

T

T	at, et, it, ut; ta,	**TABER**	-; tabers
	ti, to	**TABERED**	-; -
TA	eta, uta; tab,	**TABES**	-; -
	tad, tae, tag,	**TABETIC**	-; tabetics
	taj, tam, tan,	**TABID**	-; -
	tao, tap, tar,	**TABLA**	-; tablas
	tas, tat, tau,	**TABLE**	stable; tabled,
	tav, taw, tax		tables, tablet
TAB	stab; tabs,	**TABLEAU**	-; tableaus,
	tabu		tableaux
TABANID	-; tabanids	**TABLED**	stabled; -
TABARD	-; tabards	**TABLES**	stables; -
TABARET	-; tabarets	**TABLET**	-; tablets
TABBED	stabbed; -	**TABLING**	stabling; -
TABBIED	-; -	**TABLOID**	-; tabloids
TABBIES	-; -	**TABOO**	-; taboos
TABBING	stabbing; -	**TABOOED**	-; -
TABBIS	-; -	**TABOR**	-; tabors
TABBY	-; -	**TABORED**	-; -
TABCAN	-; tabcans	**TABORER**	-; taborers

TABORET	-; taborets	**TACNODE**	-; tacnodes
TABORIN	-; taborine, taborins	**TACO**	-; tacos
		TACRINE	-; tacrines
TABOULI	-; taboulis	**TACT**	-; tacts
TABOUR	-; tabours	**TACTFUL**	-; -
TABS	stabs; -	**TACTIC**	-; tactics
TABU	-; tabus	**TACTILE**	-; -
TABUED	-; -	**TACTION**	-; tactions
TABUING	-; -	**TACTUAL**	-; -
TABULAR	-; -	**TAD**	-; tads
TABULI	-; tabulis	**TADPOLE**	-; tadpoles
TABUN	-; tabuns	**TAE**	-; tael
TACE	-; taces, tacet	**TAEL**	-; taels
TACH	-; tache, tachs	**TAENIA**	-; taeniae, taenias
TACHE	-; taches		
TACHISM	-; tachisme, tachisms	**TAFFETA**	-; taffetas
		TAFFIA	-; taffias
TACHIST	-; tachiste, tachists	**TAFFIES**	-; -
		TAFFY	-; -
TACHYON	-; tachyons	**TAFIA**	-; tafias
TACIT	-; -	**TAG**	stag; tags
TACITLY	-; -	**TAGGANT**	-; taggants
TACK	stack; tacks, tacky	**TAGGED**	stagged; -
		TAGGER	stagger; taggers
TACKED	stacked; -		
TACKER	stacker; tackers	**TAGGERS**	staggers; -
		TAGGING	stagging; -
TACKERS	stackers; -	**TAGINE**	-; tagines
TACKET	-; tackets	**TAGLIKE**	-; -
TACKEY	-; -	**TAGMEME**	-; tagmemes
TACKIER	-; -	**TAGRAG**	-; tagrags
TACKIFY	-; -	**TAGS**	stags; -
TACKILY	-; -	**TAHINA**	-; tahinas
TACKING	stacking; -	**TAHINI**	-; tahinis
TACKLE	-; tackled, tackler, tackles	**TAHR**	-; tahrs
		TAHSIL	-; tahsils
TACKLER	-; tacklers	**TAIGA**	-; taigas
TACKLES	-; tackless	**TAIL**	-; tails
TACKS	stacks; -	**TAILED**	-; -

TAILER	-; tailers	**TALCUM**	-; talcums
TAILFAN	-; tailfans	**TALE**	stale; taler,
TAILFIN	-; tailfins		tales
TAILING	-; tailings	**TALENT**	-; talents
TAILLE	-; tailles	**TALER**	staler; talers
TAILLES	-; tailless	**TALES**	stales; -
TAILOR	-; tailors	**TALI**	-; -
TAIN	stain; tains,	**TALION**	-; talions
	taint	**TALIPED**	-; talipeds
TAINS	stains; -	**TALIPES**	-; -
TAINT	-; taints	**TALIPOT**	-; talipots
TAINTED	-; -	**TALK**	stalk; talks,
TAIPAN	-; taipans		talky
TAJ	-; -	**TALKED**	stalked; -
TAJES	-; -	**TALKER**	stalker;
TAJINE	-; tajines		talkers
TAKA	-; -	**TALKERS**	stalkers; -
TAKABLE	-; -	**TALKIE**	-; talkier,
TAKAHE	-; takahes		talkies
TAKE	stake; taken,	**TALKIER**	stalkier; -
	taker, takes	**TALKIES**	-; talkiest
TAKEOFF	-; takeoffs	**TALKING**	stalking;
TAKEOUT	stakeout;		talkings
	takeouts	**TALKS**	stalks; -
TAKER	-; takers	**TALKY**	stalky; -
TAKES	stakes; -	**TALL**	stall; tally
TAKEUP	-; takeups	**TALLAGE**	-; tallaged,
TAKIN	-; taking, takins		tallages
TAKING	staking; -	**TALLBOY**	-; tallboys
TALA	-; talar, talas	**TALLER**	-; -
TALAR	-; talars	**TALLEST**	-; -
TALARIA	-; -	**TALLIED**	-; -
TALC	-; talcs	**TALLIER**	-; talliers
TALCED	-; -	**TALLIES**	-; -
TALCING	-; -	**TALLIS**	-; tallish
TALCKED	-; -	**TALLISH**	-; -
TALCKY	-; -	**TALLIT**	-; tallith
TALCOSE	-; -	**TALLITH**	-; -
TALCOUS	-; -	**TALLOL**	-; tallols

TALLOW	-; tallows, tallowy	**TAMIS**	-; -
		TAMISES	-; -
TALLYHO	-; tallyhos	**TAMMIE**	-; tammies
TALON	-; talons	**TAMMY**	-; -
TALONED	-; -	**TAMP**	stamp; tamps
TALOOKA	-; talookas	**TAMPALA**	-; tampalas
TALUK	-; taluka, taluks	**TAMPAN**	-; tampans
TALUKA	-; talukas	**TAMPED**	stamped; -
TALUS	-; -	**TAMPER**	stamper; tampers
TALUSES	-; -		
TAM	-; tame, tams	**TAMPERS**	stampers; -
TAMABLE	-; -	**TAMPING**	stamping; -
TAMAL	-; tamale, tamals	**TAMPION**	-; tampions
		TAMPON	-; tampons
TAMALE	-; tamales	**TAMPS**	stamps; -
TAMANDU	-; tamandua, tamandus	**TAN**	-; tang, tank, tans
TAMARAO	-; tamaraos	**TANAGER**	-; tanagers
TAMARAU	-; tamaraus	**TANBARK**	-; tanbarks
TAMARI	-; tamarin, tamaris	**TANDEM**	-; tandems
		TANDOOR	-; tandoori, tandoors
TAMARIN	-; tamarind, tamarins	**TANG**	stang; tanga, tangs, tangy
TAMASHA	-; tamashas		
TAMBAC	-; tambacs	**TANGA**	-; -
TAMBALA	-; tambalas	**TANGED**	stanged; -
TAMBOLA	-; tambolas	**TANGELO**	-; tangelos
TAMBOUR	-; tamboura, tambours	**TANGENT**	-; tangents
		TANGIER	-; -
TAMBUR	-; tambura, tamburs	**TANGING**	stanging; -
		TANGLE	-; tangled, tangler, tangles
TAMBURA	-; tamburas		
TAME	-; tamed, tamer, tames	**TANGLER**	-; tanglers
TAMEIN	-; tameins	**TANGLY**	-; -
TAMELY	-; -	**TANGO**	-; tangos
TAMER	-; tamers	**TANGOED**	-; -
TAMES	-; tamest	**TANGRAM**	-; tangrams
TAMING	-; -	**TANGS**	stangs; -

TANIST	-; tanists	**TAPERED**	-; -
TANK	stank; tanka, tanks	**TAPERER**	-; taperers
		TAPES	etapes, stapes; -
TANKA	-; tankas		
TANKAGE	-; tankages	**TAPETA**	-; tapetal
TANKARD	-; tankards	**TAPETUM**	-; -
TANKER	-; tankers	**TAPHOLE**	-; tapholes
TANKFUL	-; tankfuls	**TAPING**	-; -
TANKINI	-; tankinis	**TAPIOCA**	-; tapiocas
TANKS	stanks; -	**TAPIR**	-; tapirs
TANNAGE	-; tannages	**TAPIS**	-; -
TANNATE	-; tannates	**TAPISES**	-; -
TANNED	-; -	**TAPLESS**	-; -
TANNER	-; tanners, tannery	**TAPPED**	-; -
		TAPPER	-; tappers
TANNEST	-; -	**TAPPET**	-; tappets
TANNIC	stannic; -	**TAPPING**	-; tappings
TANNIN	-; tanning, tannins	**TAPROOM**	-; taprooms
		TAPROOT	-; taproots
TANNING	-; tannings	**TAPSTER**	-; tapsters
TANNISH	-; -	**TAR**	star; tare, tarn, taro, tarp, tart
TANREC	-; tanrecs		
TANSIES	-; -	**TARAMA**	-; taramas
TANSY	-; -	**TARBUSH**	-; -
TANTARA	-; tantaras	**TARDIER**	-; -
TANTIVY	-; -	**TARDIES**	-; tardiest
TANTO	-; -	**TARDILY**	-; -
TANTRA	-; tantras	**TARDIVE**	-; -
TANTRIC	-; -	**TARDO**	-; -
TANTRUM	-; tantrums	**TARDY**	-; -
TANUKI	-; tanukis	**TARDYON**	-; tardyons
TANYARD	-; tanyards	**TARE**	stare; tared, tares
TAO	-; taos		
TAP	atap; tapa, tape, taps	**TARED**	stared; -
		TARES	stares; -
TAPALO	-; tapalos	**TARGA**	-; targas
TAPE	etape; taped, taper, tapes	**TARGE**	-; targes, target
		TARGET	-; targets
TAPER	-; tapers	**TARIFF**	-; tariffs

TARING	staring; -	**TARTING**	starting; -
TARMAC	-; tarmacs	**TARTISH**	-; -
TARN	-; tarns	**TARTLET**	-; tartlets
TARNAL	-; -	**TARTLY**	-; -
TARNISH	-; -	**TARTS**	starts; -
TARO	-; taroc, tarok,	**TARTUFE**	-; tartufes
	taros, tarot	**TARTY**	-; -
TAROC	-; tarocs	**TARWEED**	-; tarweeds
TAROK	-; taroks	**TARZAN**	-; tarzans
TAROT	-; tarots	**TAS**	etas, utas; tass
TARP	-; tarps	**TASK**	-; tasks
TARPAN	-; tarpans	**TASKBAR**	-; taskbars
TARPON	-; tarpons	**TASKED**	-; -
TARRE	-; tarred, tarres	**TASKING**	-; -
TARRED	starred; -	**TASS**	-; tasse
TARRIED	-; -	**TASSE**	-; tassel, tasses,
TARRIER	starrier;		tasset
	tarriers	**TASSEL**	-; tassels
TARRIES	-; tarriest	**TASSET**	-; tassets
TARRING	starring; -	**TASSIE**	-; tassies
TARRY	starry; -	**TASTE**	-; tasted, taster,
TARS	stars; -		tastes
TARSAL	-; tarsals	**TASTER**	-; tasters
TARSI	-; tarsia	**TASTIER**	-; -
TARSIA	-; tarsias	**TASTILY**	-; -
TARSIER	-; tarsiers	**TASTING**	-; -
TARSUS	-; -	**TASTY**	-; -
TART	start; tarts,	**TAT**	stat; tate, tats
	tarty	**TATAMI**	-; tatamis
TARTAN	-; tartana,	**TATAR**	-; -
	tartans	**TATE**	state; tater,
TARTANA	-; tartanas		tates
TARTAR	-; tartare,	**TATER**	stater; taters
	tartars	**TATERS**	staters; -
TARTARE	-; -	**TATES**	states; -
TARTED	started; -	**TATOUAY**	-; tatouays
TARTER	starter; -	**TATSOI**	-; tatsois
TARTEST	-; -	**TATTED**	-; -
TARTIER	-; -	**TATTER**	-; tatters

TATTIER	-; -	**TAWPIE**	-; tawpies
TATTILY	-; -	**TAWSE**	-; tawsed,
TATTING	-; tattings		tawses
TATTLE	-; tattled,	**TAWSING**	-; -
	tattler, tattles	**TAX**	-; taxa, taxi
TATTLER	-; tattlers	**TAXABLE**	-; taxables
TATTOO	-; tattoos	**TAXABLY**	-; -
TATTY	-; -	**TAXED**	-; -
TAU	-; taus, taut	**TAXEME**	-; taxemes
TAUGHT	-; -	**TAXEMIC**	-; -
TAUNT	-; taunts	**TAXER**	-; taxers
TAUNTED	-; -	**TAXES**	-; -
TAUNTER	-; taunters	**TAXI**	-; taxis
TAUPE	-; taupes	**TAXICAB**	-; taxicabs
TAURINE	-; taurines	**TAXIED**	-; -
TAUT	-; tauts	**TAXIES**	ataxies; -
TAUTAUG	-; tautaugs	**TAXIING**	-; -
TAUTED	-; -	**TAXIMAN**	-; -
TAUTEN	-; tautens	**TAXIMEN**	-; -
TAUTER	-; -	**TAXING**	-; -
TAUTEST	-; -	**TAXITE**	-; taxites
TAUTING	-; -	**TAXIWAY**	-; taxiways
TAUTLY	-; -	**TAXLESS**	-; -
TAUTOG	-; tautogs	**TAXMAN**	-; -
TAV	-; tavs	**TAXMEN**	-; -
TAVERN	-; taverna,	**TAXOL**	-; taxols
	taverns	**TAXON**	-; taxons
TAVERNA	-; tavernas	**TAXPAID**	-; -
TAW	staw; taws	**TAXUS**	-; -
TAWDRY	-; -	**TAXWISE**	-; -
TAWED	-; -	**TAXYING**	-; -
TAWER	-; tawers	**TAYRA**	-; tayras
TAWIE	-; -	**TAZZA**	-; tazzas
TAWING	-; -	**TAZZE**	-; -
TAWNEY	-; tawneys	**TEA**	-; teak, teal,
TAWNIER	-; -		team, tear,
TAWNIES	-; tawniest		teas, teat
TAWNILY	-; -	**TEABOWL**	-; teabowls
TAWNY	-; -	**TEABOX**	-; -

TEACAKE	-; teacakes	**TECH**	-; techs,
TEACART	-; teacarts		techy
TEACH	-; -	**TECHED**	-; -
TEACHER	-; teachers	**TECHIE**	-; techier,
TEACHES	-; -		techies
TEACUP	-; teacups	**TECHIER**	-; -
TEAK	steak; teaks	**TECHILY**	-; -
TEAKS	steaks; -	**TECHNIC**	atechnic;
TEAL	steal; teals		technics
TEALS	steals; -	**TECHNO**	-; technos
TEAM	steam; teams	**TECHY**	-; -
TEAMED	steamed; -	**TECTA**	-; tectal
TEAMING	steaming; -	**TECTITE**	-; tectites
TEAMS	steams; -	**TECTRIX**	-; -
TEAPOT	-; teapots	**TECTUM**	-; -
TEAPOY	-; teapoys	**TED**	-; teds
TEAR	-; tears, teary	**TEDDED**	-; -
TEARED	-; -	**TEDDER**	-; tedders
TEARER	-; tearers	**TEDDIES**	-; -
TEARFUL	-; -	**TEDDING**	-; -
TEARGAS	-; -	**TEDDY**	-; -
TEARIER	-; -	**TEDIOUS**	-; -
TEARILY	-; -	**TEDIUM**	-; tediums
TEARING	-; -	**TEE**	-; teed, teel,
TEAROOM	-; tearooms		teem, teen, tees
TEASE	-; teased,	**TEED**	steed; -
	teasel, teaser,	**TEEING**	-; -
	teases	**TEEL**	steel; teels
TEASEL	-; teasels	**TEEM**	-; teems
TEASER	-; teasers	**TEEMED**	-; -
TEASHOP	-; teashops	**TEEMER**	-; teemers
TEASING	-; -	**TEEMING**	-; -
TEAT	-; teats	**TEEN**	-; teens, teeny
TEATED	-; -	**TEENAGE**	-; teenaged,
TEATIME	-; teatimes		teenager
TEAWARE	-; teawares	**TEENER**	-; teeners
TEAZEL	-; teazels	**TEENFUL**	-; -
TEAZLE	-; teazled,	**TEENIER**	-; -
	teazles	**TEENS**	-; teensy

TEENTSY	-; -	**TELESES**	-; -
TEEPEE	-; teepees	**TELESIS**	-; -
TEETER	-; teeters	**TELEXED**	-; -
TEETH	-; teethe	**TELEXES**	-; -
TEETHE	-; teethed, teether, teethes	**TELFER**	-; telfers
		TELFORD	-; telfords
		TELIA	-; telial
TEETHER	-; teethers	**TELIC**	atelic, stelic; -
TEEVEE	-; teevees	**TELIUM**	-; -
TEFF	-; teffs	**TELL**	-; tells, telly
TEG	-; tegg, tegs	**TELLER**	-; tellers
TEGG	-; teggs	**TELLIES**	-; -
TEGMEN	-; -	**TELLING**	-; -
TEGMINA	-; -	**TELNET**	-; telnets
TEGUA	-; teguas	**TELOI**	-; -
TEGULAR	-; -	**TELOME**	-; telomes
TEGUMEN	-; tegument	**TELOMIC**	-; -
TEIID	-; teiids	**TELOS**	-; -
TEIND	-; teinds	**TELPHER**	-; telphers
TEKKIE	-; tekkies	**TELS**	-; -
TEKTITE	-; tektites	**TELSON**	-; telsons
TEL	-; tela, tele, tell, tels	**TEMBLOR**	-; temblors
		TEMP	-; tempi, tempo, temps, tempt
TELA	stela; telae		
TELAE	stelae; -	**TEMPEH**	-; tempehs
TELAMON	-; -	**TEMPER**	-; tempera, tempers
TELCO	-; telcom, telcos		
		TEMPERA	-; temperas
TELE	stele; teles, telex	**TEMPEST**	-; tempests
		TEMPI	-; -
TELECOM	-; telecoms	**TEMPLAR**	-; templars
TELEDU	-; teledus	**TEMPLE**	-; templed, temples, templet
TELEFAX	-; -		
TELEGA	-; telegas		
TELEMAN	-; -		
TELEMEN	-; -	**TEMPLET**	-; templets
TELEOST	-; teleosts	**TEMPO**	-; tempos
TELERAN	-; telerans	**TEMPT**	-; tempts
TELES	steles; -	**TEMPTED**	-; -

TEMPTER	-; tempters	**TENSES**	-; tensest
TEMPURA	-; tempuras	**TENSILE**	-; -
TEN	-; tend, tens, tent	**TENSING**	-; -
		TENSION	-; tensions
TENABLE	-; -	**TENSITY**	-; -
TENABLY	-; -	**TENSIVE**	-; -
TENACE	-; tenaces	**TENSOR**	-; tensors
TENAIL	-; tenails	**TENT**	-; tenth, tents, tenty
TENANCY	-; -		
TENANT	-; tenants	**TENTAGE**	-; tentages
TENCH	stench; -	**TENTED**	-; -
TENCHES	stenches; -	**TENTER**	-; tenters
TEND	-; tends	**TENTH**	-; tenths
TENDED	-; -	**TENTHLY**	-; -
TENDER	-; tenders	**TENTIE**	-; tentier
TENDING	-; -	**TENTING**	-; -
TENDON	-; tendons	**TENUIS**	-; -
TENDRIL	-; tendrils	**TENUITY**	-; -
TENDU	-; tendus	**TENURE**	-; tenured, tenures
TENESI	-; -		
TENET	-; tenets	**TENUTI**	-; -
TENFOLD	-; tenfolds	**TENUTO**	-; tenutos
TENGE	-; -	**TEOPAN**	-; teopans
TENIA	-; teniae, tenias	**TEPA**	-; tepal, tepas
		TEPACHE	-; tepaches
TENNER	-; tenners	**TEPAL**	-; tepals
TENNIES	-; -	**TEPEE**	-; tepees
TENNIS	-; tennist	**TEPEFY**	-; -
TENNIST	-; tennists	**TEPHRA**	-; tephras
TENON	-; tenons	**TEPID**	-; -
TENONED	-; -	**TEPIDLY**	-; -
TENONER	-; tenoners	**TEPOY**	-; tepoys
TENOR	-; tenors	**TEQUILA**	-; tequilas
TENOUR	-; tenours	**TERAI**	-; terais
TENPIN	-; tenpins	**TERAOHM**	-; teraohms
TENREC	-; tenrecs	**TERAPH**	-; -
TENSE	-; tensed, tenser, tenses	**TERBIA**	-; terbias
		TERBIC	-; -
TENSELY	-; -	**TERBIUM**	-; terbiums

TERCE	-; tercel, terces, tercet	**TERRIT**	-; territs
		TERROR	-; terrors
TERCEL	-; tercels	**TERRY**	-; -
TERCET	-; tercets	**TERSE**	-; terser
TEREBIC	-; -	**TERSELY**	-; -
TEREDO	-; teredos	**TERSEST**	-; -
TEREFAH	-; -	**TERTIAL**	-; tertials
TERETE	-; -	**TERTIAN**	-; tertians
TERGA	-; tergal	**TESLA**	-; teslas
TERGITE	-; tergites	**TESSERA**	-; tesserae
TERGUM	-; -	**TEST**	-; testa, tests, testy
TERM	-; terms		
TERMED	-; -	**TESTA**	-; testae
TERMER	-; termers	**TESTACY**	-; -
TERMING	-; -	**TESTATE**	-; -
TERMITE	-; termites	**TESTED**	-; -
TERMLY	-; -	**TESTEE**	-; testees
TERMOR	-; termors	**TESTER**	-; testers
TERN	stern; terne, terns	**TESTES**	-; -
		TESTIER	-; -
TERNARY	-; -	**TESTIFY**	-; -
TERNATE	-; -	**TESTILY**	-; -
TERNE	eterne; ternes	**TESTING**	-; -
TERNION	-; ternions	**TESTIS**	-; -
TERNS	sterns; -	**TESTON**	-; testons
TERPENE	-; terpenes	**TESTOON**	-; testoons
TERRA	-; terrae, terras	**TESTUDO**	-; testudos
TERRACE	-; terraced, terraces	**TET**	stet; teth, tets
		TETANAL	-; -
TERRAIN	-; terrains	**TETANIC**	-; tetanics
TERRANE	-; terranes	**TETANUS**	-; -
TERRAS	-; -	**TETANY**	-; -
TERREEN	-; terreens	**TETCHED**	-; -
TERRENE	-; terrenes	**TETCHY**	-; -
TERRET	-; terrets	**TETH**	-; teths
TERRIER	-; terriers	**TETHER**	-; tethers
TERRIES	-; -	**TETOTUM**	-; tetotums
TERRIFY	-; -	**TETRA**	-; tetrad, tetras
TERRINE	-; terrines	**TETRAD**	-; tetrads

TETRI	-; teris	**THAWED**	-; -
TETRODE	-; tetrodes	**THAWER**	-; thawers
TETRYL	-; tetryls	**THAWING**	-; -
TETS	-; stets	**THE**	-; thee, them,
TETTER	-; tetters		then, thew,
TEUCH	-; -		they
TEUGH	-; -	**THEATER**	-; theaters
TEUGHLY	-; -	**THEATRE**	-; theatres
TEW	stew; tews	**THEBE**	-; -
TEWED	stewed; -	**THECA**	-; thecae,
TEWING	stewing; -		thecal
TEWS	stews; -	**THECATE**	-; -
TEXAS	-; -	**THEE**	-; -
TEXASES	-; -	**THEELIN**	-; theelins
TEXT	-; texts	**THEELOL**	-; theelols
TEXTILE	-; textiles	**THEFT**	-; thefts
TEXTUAL	-; -	**THEGN**	-; thegns
TEXTURE	-; textured,	**THEGNLY**	-; -
	textures	**THEIN**	-; theine, theins
THACK	-; thacks	**THEINE**	-; theines
THACKED	-; -	**THEIR**	-; theirs
THAE	-; -	**THEISM**	atheism;
THAIRM	-; thairms		theisms
THALER	-; thalers	**THEISMS**	atheisms; -
THALLI	-; thallic	**THEIST**	atheist; theists
THALLUS	-; -	**THEISTS**	atheists; -
THALWEG	-; thalwegs	**THEM**	-; theme
THAN	-; thane, thank	**THEME**	-; themed,
THANAGE	-; thanages		themes
THANE	ethane; thanes	**THEN**	-; thens
THANES	ethanes; -	**THENAGE**	-; thenages
THANK	-; thanks	**THENAL**	-; -
THANKED	-; -	**THENAR**	-; thenars
THANKER	-; thankers	**THENCE**	-; -
THARM	-; tharms	**THEOLOG**	-; theologs,
THAT	-; -		theology
THATCH	-; thatchy	**THEORBO**	-; theorbos
THAW	-; thaws	**THEOREM**	-; theorems

THEORY	-; -	**THICKEN**	-; thickens
THERAPY	-; -	**THICKET**	-; thickets,
THERE	-; theres		thickety
THEREAT	-; -	**THICKLY**	-; -
THEREBY	-; -	**THIEF**	-; -
THEREIN	-; -	**THIEVE**	-; thieved,
THEREOF	-; -		thieves
THEREON	-; -	**THIGH**	-; thighs
THERETO	-; -	**THIGHED**	-; -
THERIAC	-; theriaca,	**THILL**	-; thills
	theriacs	**THIMBLE**	-; thimbles
THERIAN	-; therians	**THIN**	-; thine, thing,
THERM	-; therme,		think, thins
	therms	**THING**	-; things
THERMAE	-; -	**THINGY**	-; -
THERMAL	-; -	**THINK**	-; thinks
THERME	-; thermel,	**THINKER**	-; thinkers
	thermes	**THINLY**	-; -
THERMEL	-; thermels	**THINNED**	-; -
THERMIC	-; -	**THINNER**	-; thinners
THERMOS	-; -	**THIO**	-; thiol
THEROID	-; -	**THIOL**	-; thiols
THESE	-;	**THIOLIC**	-; -
THESES	-; -	**THIONIC**	-; -
THESIS	-; -	**THIONIN**	-; thionine,
THESP	-; thesps		thionins
THETA	-; thetas	**THIONYL**	-; thionyls
THETIC	-; -	**THIR**	-; third, thire
THEURGY	-; -	**THIRAM**	-; thirams
THEW	-; thews, thewy	**THIRD**	-; thirds
THEY	-; -	**THIRDLY**	-; -
THIAMIN	-; thiamine,	**THIRL**	-; thirls
	thiamins	**THIRLED**	-; -
THIAZIN	-; thiazine,	**THIRST**	athirst; thirsts,
	thiazins		thirsty
THIAZOL	-; thiazole,	**THIRTY**	-; -
	thiazols	**THIS**	-; -
THICK	-; thicks	**THISTLE**	-; thistles

THISTLY	-; -	THREAT	-; threats
THITHER	-; -	THREE	-; threep, threes
THO	-; thou		
THOLE	-; tholed, tholes	THREEP	-; threeps
		THRESH	-; -
THOLING	-; -	THREW	-; -
THOLOI	-; -	THRICE	-; -
THOLOS	-; -	THRIFT	-; thrifts, thrifty
THONG	-; thongs		
THONGED	-; -	THRILL	-; thrills
THONGY	-; -	THRIP	-; thrips
THORAX	-; -	THRIVE	-; thrived, thriven, thriver, thrives
THORIA	-; thorias		
THORIC	-; -		
THORITE	-; thorites	THRIVER	-; thrivers
THORIUM	-; thoriums	THRO	-; throb, throe, throw
THORN	-; thorns, thorny		
		THROAT	-; throats, throaty
THORNED	-; -		
THORO	-; thoron	THROB	-; throbs
THORON	-; thorons	THROE	-; throes
THORP	-; thorpe, thorps	THRONE	-; throned, thrones
THORPE	-; thorpes	THRONG	-; throngs
THOSE	-; -	THROUGH	-; -
THOU	-; thous	THROVE	-; -
THOUED	-; -	THROW	-; thrown, throws
THOUGH	-; thought		
THOUGHT	-; thoughts	THROWER	-; throwers
THOUING	-; -	THRU	-; thrum
THRALL	-; thralls	THRUM	-; thrums
THRASH	-; -	THRUMMY	-; -
THRAVE	-; thraves	THRUPUT	-; thruputs
THRAW	-; thrawn, thraws	THRUSH	-; -
		THRUST	-; thrusts
THRAWED	-; -	THRUWAY	-; thruways
THREAD	-; threads, thready	THUD	-; thuds
		THUDDED	-; -
THREAP	-; threaps	THUG	-; thugs

THUGGEE	-; thuggees	**TIBIA**	-; tibiae, tibial, tibias
THUJA	-; thujas		
THULIA	-; thulias	**TIBIAL**	stibial; -
THULIUM	-; thuliums	**TIC**	etic, otic; tick, tics
THUMB	-; thumbs		
THUMBED	-; -	**TICAL**	-; ticals
THUMP	-; thumps	**TICK**	stick; ticks
THUMPED	-; -	**TICKED**	sticked; -
THUMPER	-; thumpers	**TICKER**	sticker; tickers
THUNDER	-; thunders, thundery	**TICKERS**	stickers; -
		TICKET	-; tickets
THUNK	-; thunks	**TICKING**	sticking; -
THUNKED	-; -	**TICKLE**	stickle; tickled, tickler, tickles
THURL	-; thurls		
THUS	-; -	**TICKLED**	stickled; -
THUSLY	-; -	**TICKLER**	stickler; ticklers
THUYA	-; thuyas	**TICKS**	sticks; -
THWACK	-; thwacks	**TICTAC**	-; tictacs
THWART	athwart; thwarts	**TICTOC**	-; tictocs
		TIDAL	-; -
THY	-; -	**TIDALLY**	-; -
THYME	-; thymes, thymey	**TIDBIT**	-; tidbits
		TIDDLY	-; -
THYMI	-; thymic	**TIDE**	-; tided, tides
THYMIER	-; -	**TIDERIP**	-; tiderips
THYMINE	-; thymines	**TIDEWAY**	-; tideways
THYMOL	-; thymols	**TIDIED**	-; -
THYMOMA	-; thymomas	**TIDIER**	-; -
THYMUS	-; -	**TIDIES**	-; tidiest
THYMY	-; -	**TIDILY**	-; -
THYROID	-; thyroids	**TIDING**	-; tidings
THYRSE	-; thyrses	**TIDY**	-; -
THYRSI	-; -	**TIDYING**	-; -
THYRSUS	-; -	**TIE**	-; tied, tier, ties
THYSELF	-; -	**TIEBACK**	-; tiebacks
TI	-; tic, tie, til, tin, tip, tis, tit	**TIED**	stied; -
		TIEING	-; -
TIARA	-; tiaras	**TIELESS**	-; -
TIARAED	-; -	**TIEPIN**	-; tiepins

TIER	-; tiers	**TILLITE**	-; tillites
TIERCE	-; tierced,	**TILLS**	stills; -
	tiercel, tierces	**TILT**	atilt, stilt; tilth,
TIERCEL	-; tiercels		tilts
TIERED	-; -	**TILTED**	stilted; -
TIERING	-; -	**TILTER**	-; tilters
TIES	sties; -	**TILTH**	-; tilths
TIFF	stiff; tiffs	**TILTING**	stilting; -
TIFFANY	-; -	**TILTS**	stilts; -
TIFFED	-; -	**TIMARAU**	-; timaraus
TIFFIN	-; tiffing, tiffins	**TIMBAL**	-; timbale,
TIFFS	stiffs; -		timbals
TIGER	-; tigers	**TIMBALE**	-; timbales
TIGHT	-; tights	**TIMBER**	-; timbers
TIGHTEN	-; tightens	**TIMBRE**	-; timbrel,
TIGHTER	-; -		timbres
TIGHTLY	-; -	**TIMBREL**	-; timbrels
TIGLON	-; tiglons	**TIME**	stime; timed,
TIGON	-; tigons		timer, times
TIGRESS	-; -	**TIMELY**	-; -
TIGRISH	-; -	**TIMEOUS**	-; -
TIKE	-; tikes	**TIMEOUT**	-; timeouts
TIKI	-; tikis	**TIMER**	-; timers
TIL	-; tile, till, tils,	**TIMES**	stimes; -
	tilt	**TIMID**	-; -
TILAK	-; tilaks	**TIMIDER**	-; -
TILAPIA	-; tilapias	**TIMIDLY**	-; -
TILBURY	-; -	**TIMING**	-; timings
TILDE	-; tildes	**TIMOLOL**	-; timolols
TILE	stile, utile;	**TIMOTHY**	-; -
	tiled, tiler, tiles	**TIMPANA**	-; -
TILER	-; tilers	**TIMPANI**	-; -
TILES	stiles; -	**TIMPANO**	-; -
TILING	-; tilings	**TIN**	-; tine, ting,
TILL	still; tills		tins, tint, tiny
TILLAGE	-; tillages	**TINAMOU**	-; tinamous
TILLED	stilled; -	**TINCAL**	-; tincals
TILLER	stiller; tillers	**TINCT**	-; tincts
TILLING	stilling; -	**TINCTED**	-; -

TINDER	-; tinders, tindery	**TINSEL**	-; tinsels
TINE	-; tinea, tined, tines	**TINT**	stint; tints
		TINTED	stinted; -
TINEA	-; tineal, tineas	**TINTER**	stinter; tinters
TINEID	-; tineids	**TINTERS**	stinters; -
TINFOIL	-; tinfoils	**TINTING**	stinting; tintings
TINFUL	-; tinfuls	**TINTS**	stints; -
TING	sting; tinge, tings	**TINTYPE**	-; tintypes
TINGE	-; tinged, tinges	**TINWARE**	-; tinwares
		TINWORK	-; tinworks
TINGING	stinging; -	**TIP**	-; tipi, tips
TINGLE	atingle; tingled, tingler, tingles	**TIPCART**	-; tipcarts
		TIPCAT	-; tipcats
		TIPI	-; tipis
TINGLER	-; tinglers	**TIPLESS**	-; -
TINGLY	-; -	**TIPOFF**	-; tipoffs
TINGS	stings; -	**TIPPED**	-; -
TINHORN	-; tinhorns	**TIPPER**	-; tippers
TINIER	-; -	**TIPPET**	-; tippets
TINIEST	-; -	**TIPPIER**	-; -
TINILY	-; -	**TIPPING**	-; -
TINING	-; -	**TIPPLE**	stipple; tippled, tippler, tipples
TINKER	stinker; tinkers		
TINKERS	stinkers; -	**TIPPLED**	stippled; -
TINKLE	-; tinkled, tinkles	**TIPPLER**	stippler; tipplers
TINKLY	-; -	**TIPPLES**	stipples; -
TINLIKE	-; -	**TIPPY**	-; -
TINMAN	-; -	**TIPS**	-; tipsy
TINMEN	-; -	**TIPSIER**	-; -
TINNED	-; -	**TIPSILY**	-; -
TINNER	-; tinners	**TIPSTER**	-; tipsters
TINNIER	-; -	**TIPTOE**	-; tiptoed, tiptoes
TINNILY	-; -		
TINNING	-; -	**TIPTOP**	-; tiptops
TINNY	-; -	**TIRADE**	-; tirades
TINPOT	-; -	**TIRE**	-; tired, tires

TIREDER	-; -	**TITTY**	-; -
TIREDLY	-; -	**TITULAR**	-; titulars,
TIRING	-; -		titulary
TIRL	-; tirls	**TITUPED**	-; -
TIRLED	-; -	**TITUPPY**	-; -
TIRLING	-; -	**TIVY**	-; -
TIRO	-; tiros	**TIYIN**	-; tiyins
TISANE	-; tisanes	**TIYN**	-; tiyns
TISSUAL	-; -	**TIZ**	-; tizz
TISSUE	-; tissued,	**TIZES**	-; -
	tissues, tissuey	**TIZZ**	-; tizzy
TIT	-; titi, tits	**TIZZIES**	-; -
TITAN	-; titans	**TIZZY**	-; -
TITANIA	-; titanias	**TMESES**	-; -
TITANIC	-; -	**TMESIS**	-; -
TITBIT	-; titbits	**TO**	-; tod, toe, tog,
TITER	-; titers		tom, ton, too,
TITFER	-; titfers		top, tor, tot,
TITHE	-; tithed, tither,		tow, toy
	tithes	**TOAD**	-; toads, toady
TITHER	-; tithers	**TOADIED**	-; -
TITHING	-; tithings	**TOADIES**	-; -
TITI	-; titis	**TOADISH**	-; -
TITIS	otitis; -	**TOAST**	-; toasts, toasty
TITIAN	-; titians	**TOASTED**	-; -
TITLARK	-; titlarks	**TOASTER**	-; toasters
TITLE	-; titled, titles	**TOBACCO**	-; tobaccos
TITLING	-; -	**TOBIES**	-; -
TITLIST	-; titlists	**TOBY**	-; -
TITMAN	-; -	**TOCCATA**	-; toccatas
TITMEN	-; -	**TOCCATE**	-; -
TITRANT	-; titrants	**TOCHER**	-; tochers
TITRATE	-; titrated,	**TOCSIN**	-; tocsins
	titrates	**TOD**	-; tods, tody
TITRE	-; titres	**TODAY**	-; todays
TITTER	-; titters	**TODDIES**	-; -
TITTIE	-; titties	**TODDLE**	-; toddled,
TITTLE	-; tittles		toddler,
TITTUP	-; tittups		toddles

TODDLER	-; toddlers	**TOILET**	-; toilets
TODDY	-; -	**TOILFUL**	-; -
TODIES	-; -	**TOILING**	-; -
TODY	-; -	**TOIT**	-; toits
TOE	-; toea, toed, toes	**TOITED**	-; -
		TOITING	-; -
TOEA	-; toeas	**TOKAMAK**	-; tokamaks
TOECAP	-; toecaps	**TOKAY**	-; tokays
TOECLIP	-; toeclips	**TOKE**	stoke; toked, token, toker, tokes
TOEHOLD	-; toeholds		
TOEING	-; -		
TOELESS	-; -	**TOKED**	-; stoked
TOELIKE	-; -	**TOKEN**	-; tokens
TOENAIL	-; toenails	**TOKENED**	-; -
TOESHOE	-; toeshoes	**TOKER**	stoker; tokers
TOFF	-; toffs, toffy	**TOKES**	stokes; -
TOFFEE	-; toffees	**TOKING**	stoking; -
TOFFIES	-; -	**TOKOMAK**	-; tokomaks
TOFT	-; tofts	**TOLA**	-; tolan, tolar, tolas
TOFU	-; tofus		
TOG	-; toga, togs	**TOLAN**	-; tolane, tolans
TOGA	-; togae, togas		
TOGAE	-; togaed	**TOLANE**	-; tolanes
TOGATE	-; togated	**TOLAR**	-; tolars
TOGGED	-; -	**TOLD**	-; -
TOGGERY	-; -	**TOLE**	stole; toled, toles
TOGGING	-; -		
TOGGLE	-; toggled, toggler, toggles	**TOLED**	stoled; toledo
		TOLEDO	-; toledos
TOGGLER	-; togglers	**TOLES**	stoles; -
TOGUE	-; togues, toguet	**TOLIDIN**	-; tolidine, tolidins
TOIL	-; toile, toils	**TOLING**	-; -
TOILE	etoile; toiled, toiler, toiles, toilet	**TOLL**	atoll; tolls
		TOLLAGE	-; tollages
		TOLLBAR	-; tollbars
TOILER	-; toilers	**TOLLED**	-; -
TOILES	etoiles; -	**TOLLER**	-; tollers

TOLLING	-; -	**TOMTIT**	-; tomtits
TOLLMAN	-; -	**TON**	-; tone, tong,
TOLLMEN	-; -		tons, tony
TOLLS	atolls; -	**TONAL**	atonal; -
TOLLWAY	-; tollways	**TONALLY**	atonally; -
TOLU	-; tolus	**TONDI**	-; -
TOLUATE	-; toluates	**TONDO**	-; -
TOLUENE	-; toluenes	**TONE**	atone, stone;
TOLUIC	-; -		toned, toner,
TOLUID	-; toluide,		tones, toney
	toluids	**TONED**	atoned,
TOLUIDE	-; toluides		stoned; -
TOLUOL	-; toluole,	**TONEME**	-; tonemes
	toluols	**TONEMIC**	-; -
TOLUOLE	-; toluoles	**TONER**	atoner, stoner;
TOLUYL	-; toluyls		toners
TOLYL	-; tolyls	**TONERS**	atoners,
TOM	atom; tomb,		stoners; -
	tome, toms	**TONES**	atones,
TOMAN	-; tomans		stones; -
TOMATO	-; -	**TONETIC**	-; tonetics
TOMB	-; tombs	**TONETTE**	-; tonettes
TOMBAC	-; tomback,	**TONEY**	stoney; -
	tombacs	**TONG**	-; tonga, tongs
TOMBACK	-; tombacks	**TONGA**	-; tongas
TOMBAK	-; tombaks	**TONGED**	-; -
TOMBAL	-; -	**TONGER**	-; tongers
TOMBED	-; -	**TONGING**	-; -
TOMBING	-; -	**TONGMAN**	-; -
TOMBOLO	-; tombolos	**TONGMEN**	-; -
TOMBOY	-; tomboys	**TONGUE**	-; tongued,
TOMCAT	-; tomcats		tongues
TOMCOD	-; tomcods	**TONIC**	atonic; tonics
TOME	-; tomes	**TONICS**	atonics; -
TOMFOOL	-; tomfools	**TONIER**	stonier; -
TOMMIES	-; -	**TONIEST**	stoniest; -
TOMMY	-; -	**TONIGHT**	-; tonights
TOMPION	-; tompions	**TONING**	atoning,
TOMS	atoms; -		stoning; -

TONISH	stonish; -	**TOOTS**	-; tootsy
TONLET	-; tonlets	**TOOTSES**	-; -
TONNAGE	-; tonnages	**TOOTSIE**	-; tootsies
TONNE	-; tonner, tonnes	**TOP**	atop, stop; tope, toph, topi, tops
TONNEAU	-; tonneaus, tonneaux	**TOPAZ**	-; -
TONNER	-; tonners	**TOPAZES**	-; -
TONNISH	-; -	**TOPCOAT**	-; topcoats
TONSIL	-; tonsils	**TOPE**	stope; toped,
TONSURE	-; tonsured, tonsures		topee, toper, topes
TONTINE	-; tontines	**TOPED**	stoped; -
TONUS	-; -	**TOPEE**	-; topees
TONUSES	-; -	**TOPER**	stoper; topers
TONY	atony, stony; -	**TOPERS**	stopers; -
TOO	-; took, tool,	**TOPES**	stopes; -
	toom, toon,	**TOPFUL**	-; topfull
	toot	**TOPH**	-; tophe, tophi,
TOOK	stook; -		tophs
TOOL	stool; tools	**TOPHE**	-; tophes
TOOLBOX	-; -	**TOPHUS**	-; -
TOOLED	stooled; -	**TOPI**	-; topic, topis
TOOLER	-; toolers	**TOPIARY**	-; -
TOOLING	stooling; toolings	**TOPIC**	atopic; topics
		TOPICAL	-; -
TOOLS	stools; -	**TOPING**	stoping; -
TOON	-; toons	**TOPKICK**	-; topkicks
TOONIE	-; toonies	**TOPKNOT**	-; topknots
TOOT	-; tooth, toots	**TOPLESS**	-; -
TOOTED	-; -	**TOPLINE**	-; toplines
TOOTER	-; tooters	**TOPMAST**	-; topmasts
TOOTH	-; tooths, toothy	**TOPMOST**	-; -
		TOPO	-; topoi, topos
TOOTHED	-; -	**TOPOI**	-; -
TOOTING	-; -	**TOPONYM**	-; toponyms,
TOOTLE	-; tootled,		toponymy
	tootler, tootles	**TOPOS**	-; -
TOOTLER	-; tootlers	**TOPPED**	stopped; -

TOPPER	stopper; toppers	**TORNADO**	-; tornados
		TORO	-; toros, torot
TOPPERS	stoppers; -	**TOROID**	-; toroids
TOPPING	stopping; toppings	**TOROSE**	-; -
		TOROT	-; toroth
TOPPLE	stopple; toppled, topples	**TOROUS**	-; -
		TORPEDO	-; torpedos
		TORPEFY	-; -
TOPPLED	stoppled; -	**TORPID**	-; torpids
TOPPLES	stopples; -	**TORPOR**	-; torpors
TOPS	stops; -	**TORQUE**	-; torqued, torquer, torques
TOPSAIL	-; topsails		
TOPSIDE	-; topsider, topsides		
		TORQUER	-; torquers
TOPSOIL	-; topsoils	**TORR**	-; -
TOPSPIN	-; topspins	**TORREFY**	-; -
TOPWORK	-; topworks	**TORRENT**	-; torrents
TOQUE	-; toques, toquet	**TORRID**	-; -
		TORRIFY	-; -
TOQUET	-; toquets	**TORSADE**	-; torsades
TOR	-; tora, torc, tore, tori, torn, toro, torr, tors, tort, tory	**TORSE**	-; torses
		TORSI	-; -
		TORSION	-; torsions
		TORSK	-; torsks
TORA	-; torah, toras	**TORSO**	-; torsos
TORAH	-; torahs	**TORT**	-; torte, torts
TORC	-; torch, torcs	**TORTE**	-; torten, tortes
TORCH	-; torchy		
TORCHED	-; -	**TORTILE**	-; -
TORCHES	-; -	**TORTONI**	-; tortonis
TORCHON	-; torchons	**TORTRIX**	-; -
TORE	store; tores	**TORTURE**	-; tortured, torturer, tortures
TORERO	-; toreros		
TORES	stores; -		
TORI	-; toric, torii	**TORULA**	-; torulae, torulas
TORIES	stories; -		
TORII	-; -	**TORUS**	-; -
TORMENT	-; torments	**TORY**	story; -
TORN	-; -	**TOSA**	-; tosas

TOSH	-; -	**TOUGHER**	-; -
TOSHES	-; -	**TOUGHIE**	-; toughies
TOSS	stoss; -	**TOUGHLY**	-; -
TOSSED	-; -	**TOUPEE**	-; toupees
TOSSER	-; tossers	**TOUPON**	-; toupons
TOSSES	-; -	**TOUR**	stour; tours
TOSSING	-; -	**TOURACO**	-; touracos
TOSSPOT	-; tosspots	**TOURED**	-; -
TOSSUP	-; tossups	**TOURER**	-; tourers
TOST	-; -	**TOURING**	-; tourings
TOSTADA	-; tostadas	**TOURISM**	-; tourisms
TOSTADOS	-; tostados	**TOURIST**	-; tourists,
TOT	-; tots		touristy
TOTABLE	-; -	**TOURNEY**	-; tourneys
TOTAL	-; totals	**TOURS**	stours; -
TOTALED	-; -	**TOUSE**	-; toused,
TOTALLY	-; -		touses
TOTE	-; toted, totem,	**TOUSING**	-; -
	toter, totes	**TOUSLE**	-; tousled,
TOTEM	-; totems		tousles
TOTEMIC	-; -	**TOUT**	stout; touts
TOTER	-; toters	**TOUTED**	-; -
TOTHER	-; -	**TOUTER**	stouter; -
TOTING	-; -	**TOUTING**	-; -
TOTTED	-; -	**TOUTS**	stouts; -
TOTTER	-; totters,	**TOUZLE**	-; touzled,
	tottery		touzles
TOTTING	-; -	**TOW**	stow; town,
TOUCAN	-; toucans		tows, towy
TOUCH	-; touche,	**TOWAGE**	stowage;
	touchy		towages
TOUCHE	-; touched,	**TOWAGES**	stowages; -
	toucher,	**TOWARD**	-; towards
	touches	**TOWAWAY**	stowaway;
TOUCHER	-; touchers		towaways
TOUCHUP	-; touchups	**TOWBOAT**	-; towboats
TOUGH	-; toughs,	**TOWED**	stowed; -
	toughy	**TOWEL**	-; towels
TOUGHEN	-; toughens	**TOWELED**	-; -

TOWER	-; towers, towery	**TRACER**	-; tracers, tracery
TOWERED	-; -	**TRACHEA**	-; tracheae, tracheal, tracheas
TOWHEAD	-; towheads		
TOWHEE	-; towhees		
TOWIE	-; towies	**TRACHLE**	-; trachled, trachles
TOWING	stowing; -		
TOWLINE	-; towlines	**TRACING**	-; tracings
TOWMOND	-; towmonds	**TRACK**	-; tracks
TOWMONT	-; towmonts	**TRACKED**	-; -
TOWN	-; towns, towny	**TRACKER**	-; trackers
TOWNEE	-; townees	**TRACT**	-; tracts
TOWNIE	-; townies	**TRACTOR**	-; tractors
TOWNISH	-; -	**TRAD**	-; trade
TOWNLET	-; townlets	**TRADE**	-; traded, trader, trades
TOWPATH	-; towpaths		
TOWROPE	-; towropes	**TRADER**	-; traders
TOWS	stows; -	**TRADING**	-; -
TOWSACK	-; towsacks	**TRADUCE**	-; traduced, traducer, traduces
TOXEMIA	-; toxemias		
TOXEMIC	-; -		
TOXIC	-; -	**TRAFFIC**	-; traffics
TOXICAL	-; -	**TRAGEDY**	-; -
TOXIN	-; toxine, toxins	**TRAGI**	-; tragic
TOXINE	-; toxines	**TRAGUS**	-; -
TOXOID	-; toxoids	**TRAIK**	-; traiks
TOY	-; toyo, toys	**TRAIKED**	-; -
TOYED	-; -	**TRAIL**	-; trails
TOYER	-; toyers	**TRAILED**	-; -
TOYING	-; -	**TRAILER**	-; trailers
TOYISH	-; -	**TRAIN**	strain; trains
TOYLESS	-; -	**TRAINED**	strained; -
TOYLIKE	-; -	**TRAINEE**	-; trainees
TOYO	-; toyon, toys	**TRAINER**	strainer; trainers
TOYON	-; toyons		
TOYSHOP	-; toyshops	**TRAINS**	strains; -
TOYTOWN	-; toytowns	**TRAIPSE**	-; traipsed, traipses
TRACE	-; traced, tracer, traces		
		TRAIT	strait; traits

TRAITOR	-; traitors	**TRASH**	-; trashy
TRAITS	straits; -	**TRASHED**	-; -
TRAJECT	-; trajects	**TRASHES**	-; -
TRAM	-; tramp, trams	**TRASS**	strass; -
TRAMCAR	-; tramcars	**TRASSES**	strasses; -
TRAMEL	-; tramell,	**TRAUMA**	-; traumas
	tramels	**TRAVAIL**	-; travails
TRAMMED	-; -	**TRAVE**	-; travel, traves
TRAMMEL	-; trammels	**TRAVEL**	-; travels
TRAMP	-; tramps,	**TRAVOIS**	-; travoise
	trampy	**TRAWL**	-; trawls
TRAMPED	-; -	**TRAWLED**	-; -
TRAMPER	-; trampers	**TRAWLER**	-; trawlers
TRAMPLE	-; trampled,	**TRAWLEY**	-; trawleys
	trampler,	**TRAY**	stray; trays
	tramples	**TRAYF**	-; -
TRAMPY	-; -	**TRAYFUL**	-; trayfuls
TRAMWAY	-; tramways	**TRAYS**	strays; -
TRANCE	-; tranced,	**TREACLE**	-; treacles
	trances	**TREACLY**	-; -
TRANCHE	-; tranches	**TREAD**	-; treads
TRANGAM	-; trangams	**TREADED**	-; -
TRANK	-; tranks	**TREADER**	-; treaders
TRANNIE	-; trannies	**TREADLE**	-; treadled,
TRANNY	-; -		treadler,
TRANQ	-; tranqs		treadles
TRANS	-; -	**TREASON**	-; treasons
TRANSIT	-; transits	**TREAT**	-; treats, treaty
TRANSOM	-; transoms	**TREATED**	-; -
TRAP	strap; traps,	**TREATER**	-; treaters
	trapt	**TREBLE**	-; trebled,
TRAPAN	-; trapans		trebles
TRAPES	-; -	**TREBLY**	-; -
TRAPEZE	-; trapezes	**TREDDLE**	-; treddled,
TRAPPED	strapped; -		treddles
TRAPPER	strapper;	**TREE**	-; treed, treen,
	trappers		trees
TRAPS	straps; -	**TREEING**	-; -
TRAPT	-; -	**TREEN**	-; treens

TREETOP	-; treetops	**TRIADIC**	-; triadics
TREF	-; -	**TRIAGE**	-; triages
TREFAH	-; -	**TRIAL**	atrial; trials
TREFOIL	-; trefoils	**TRIAZIN**	-; triazine,
TREHALA	-; trehalas		triazins
TREK	-; treks	**TRIBADE**	-; tribades
TREKKED	-; -	**TRIBAL**	-; -
TREKKER	-; trekkers	**TRIBE**	-; tribes
TRELLIS	-; -	**TRIBUNE**	-; tribunes
TREM	-; trems	**TRIBUTE**	-; tributes
TREMBLE	atremble;	**TRICE**	-; triced, trices
	trembled,	**TRICEPS**	-; -
	trembler,	**TRICING**	-; -
	trembles	**TRICITY**	-; -
TREMBLY	-; -	**TRICK**	strick; tricks,
TREMOLO	-; tremolos		tricky
TREMOR	-; tremors	**TRICKED**	-; -
TRENAIL	-; trenails	**TRICKER**	-; trickers,
TRENCH	-; -		trickery
TREND	-; trends,	**TRICKIE**	-; trickier
	trendy	**TRICKLE**	strickle;
TRENDED	-; -		trickled,
TREPAN	-; trepang,		trickles
	trepans	**TRICKLY**	-; -
TREPANG	-; trepangs	**TRICKS**	stricks; tricksy
TREPID	-; -	**TRICLAD**	-; triclads
TRESS	stress; tressy	**TRICORN**	-; tricorne,
TRESSED	stressed; -		tricorns
TRESSEL	-; tressels	**TRICOT**	-; tricots
TRESSES	stresses; -	**TRIDENT**	-; tridents
TRESTLE	-; trestles	**TRIDUUM**	-; triduums
TRET	-; trets	**TRIED**	-; -
TREVET	-; trevets	**TRIENE**	-; trienes
TREWS	strews; -	**TRIENS**	-; -
TREY	-; treys	**TRIER**	-; triers
TRIABLE	-; -	**TRIES**	-; -
TRIAC	-; triacs	**TRIFID**	-; -
TRIACID	-; triacids	**TRIFLE**	-; trifled, trifler,
TRIAD	-; triads		trifles

TRIFLER	-; triflers	**TRIOXID**	-; trioxide, trioxids
TRIFOLD	-; -		
TRIFORM	-; -	**TRIP**	atrip, strip; tripe, trips
TRIG	-; trigo, trigs		
TRIGAMY	-; -	**TRIPACK**	-; tripacks
TRIGGED	-; -	**TRIPART**	-; -
TRIGGER	-; triggers	**TRIPE**	stripe; tripes
TRIGLY	-; -	**TRIPES**	stripes; -
TRIGO	-; trigon, trigos	**TRIPLE**	-; tripled, triples, triplet, triplex
TRIGON	-; trigons		
TRIJET	-; trijets	**TRIPLET**	-; triplets
TRIKE	strike; trikes	**TRIPLY**	-; -
TRIKES	strikes; -	**TRIPOD**	-; tripods, tripody
TRILBY	-; -		
TRILITH	-; triliths	**TRIPOLI**	-; tripolis
TRILL	-; trills	**TRIPOS**	-; -
TRILLED	-; -	**TRIPPED**	stripped; -
TRILLER	-; trillers	**TRIPPER**	stripper; trippers
TRILOGY	-; -		
TRIM	-; trims	**TRIPPET**	-; trippets
TRIMER	-; trimers	**TRIPPY**	-; -
TRIMLY	-; -	**TRIPS**	strips; -
TRIMMED	-; -	**TRIPTAN**	-; triptans
TRIMMER	-; trimmers	**TRIREME**	-; triremes
TRIMPOT	-; trimpots	**TRISECT**	-; trisects
TRINAL	-; -	**TRISEME**	-; trisemes
TRINARY	-; -	**TRISMIC**	-; -
TRINDLE	-; trindled, trindles	**TRISMUS**	-; -
		TRISOME	-; trisomes
TRINE	-; trined, trines	**TRISOMY**	-; -
TRINING	-; -	**TRISTE**	-; -
TRINITY	-; -	**TRITE**	-; triter
TRINKET	-; trinkets	**TRITELY**	-; -
TRIO	-; triol, trios	**TRITEST**	-; -
TRIODE	-; triodes	**TRITIUM**	-; tritiums
TRIOL	-; triols	**TRITOMA**	-; tritomas
TRIOLET	-; triolets	**TRITON**	-; tritone, tritons
TRIOSE	-; trioses		

TRITONE	-; tritones	**TROLLOP**	-; trollops,
TRIUMPH	-; triumphs		trollopy
TRIUNE	-; triunes	**TROLLS**	strolls; -
TRIVET	-; trivets	**TROMMEL**	-; trommels
TRIVIA	-; trivial	**TROMP**	-; trompe,
TRIVIUM	-; -		tromps
TROAK	-; troaks	**TROMPE**	-; tromped,
TROAKED	-; -		trompes
TROCAR	-; trocars	**TRONA**	-; tronas
TROCHAL	-; -	**TRONE**	-; trones
TROCHAR	-; trochars	**TROOP**	-; troops
TROCHE	-; trochee,	**TROOPED**	-; -
	troches	**TROOPER**	-; troopers
TROCHEE	-; trochees	**TROOZ**	-; -
TROCHIL	-; trochili,	**TROP**	strop; trope
	trochils	**TROPE**	-; tropes
TROCK	-; trocks	**TROPHIC**	atrophic; -
TROCKED	-; -	**TROPHY**	atrophy; -
TROD	-; trode	**TROPIC**	-; tropics
TRODDEN	-; -	**TROPIN**	atropin;
TRODE	strode; -		tropine, tropins
TROFFER	-; troffers	**TROPINE**	atropine;
TROG	-; trogs		tropines
TROGON	-; trogons	**TROPISM**	atropism;
TROIKA	-; troikas		tropisms
TROILUS	-; -	**TROPPO**	-; -
TROIS	-; -	**TROT**	-; troth, trots
TROKE	stroke; troked,	**TROTH**	-; troths
	trokes	**TROTHED**	-; -
TROKED	stroked; -	**TROTTED**	-; -
TROKES	strokes; -	**TROTTER**	-; trotters
TROKING	stroking; -	**TROTYL**	-; trotyls
TROLAND	-; trolands	**TROU**	-; trout
TROLL	stroll; trolls,	**TROUBLE**	-; troubled,
	trolly		troubler,
TROLLED	strolled; -		troubles
TROLLER	stroller;	**TROUGH**	-; troughs
	trollers	**TROUNCE**	-; trounced,
TROLLEY	-; trolleys		trounces

TROUPE	-; trouped, trouper, troupes	**TRUFFE**	-; truffes
		TRUFFLE	-; truffled, truffles
TROUPER	-; troupers	**TRUG**	-; trugs
TROUSER	-; trousers	**TRUING**	-; -
TROUT	-; trouts, trouty	**TRUISM**	-; truisms
		TRULL	-; trulls
TROVE	strove; trover, troves	**TRULY**	-; -
		TRUMEAU	-; trumeaux
TROVER	-; trovers	**TRUMP**	-; trumps
TROW	strow; trows	**TRUMPED**	-; -
TROWED	strowed; -	**TRUMPET**	strumpet; trumpets
TROWEL	-; trowels		
TROWING	strowing; -	**TRUNDLE**	-; trundled, trundler, trundles
TROWS	strows; -		
TROWTH	-; trowths		
TROY	stroy; troys	**TRUNK**	-; trunks
TROYS	stroys; -	**TRUNKED**	-; -
TRUANCY	-; -	**TRUNNEL**	-; trunnels
TRUANT	-; truants	**TRUSS**	-; -
TRUCE	-; truced, truces	**TRUSSED**	-; -
		TRUSSER	-; trussers
TRUCK	struck; trucks	**TRUSSES**	-; -
TRUCKED	-; -	**TRUST**	-; trusts, trusty
TRUCKER	-; truckers	**TRUSTED**	-; -
TRUCKLE	-; truckled, truckler, truckles	**TRUSTEE**	-; trusteed, trustees
		TRUSTER	-; trusters
TRUDGE	-; trudged, trudgen, trudger, trudges	**TRUSTOR**	-; trustors
		TRUTH	-; truths
		TRY	-; -
		TRYING	-; -
TRUDGEN	-; trudgens	**TRYMA**	-; -
TRUDGER	-; trudgers	**TRYMATA**	-; -
TRUE	-; trued, truer, trues	**TRYOUT**	-; tryouts
		TRYPSIN	-; trypsins
TRUEING	-; -	**TRYPTIC**	-; -
TRUER	-; -	**TRYSAIL**	-; trysails
TRUES	-; truest	**TRYST**	-; tryste, trysts

TRYSTE	-; trysted, tryster, trystes	**TUBBIER**	-; -
		TUBBING	stubbing; -
TRYSTER	-; trysters	**TUBBY**	stubby; -
TSADDIK	-; -	**TUBE**	-; tubed, tuber, tubes
TSADE	-; tsades		
TSADI	-; tsadis	**TUBER**	-; tubers
TSAR	-; tsars	**TUBFUL**	-; tubfuls
TSARDOM	-; tsardoms	**TUBIFEX**	-; -
TSARINA	-; tsarinas	**TUBING**	-; tubings
TSARISM	-; tsarisms	**TUBIST**	-; tubists
TSARIST	-; tsarists	**TUBLIKE**	-; -
TSATSKE	-; tsatskes	**TUBS**	stubs; -
TSETSE	-; tsetses	**TUBULAR**	-; -
TSIMMES	-; -	**TUBULE**	-; tubules
TSK	-; tsks	**TUBULIN**	-; tubulins
TSKED	-; -	**TUCHIS**	-;
TSKING	-; -	**TUCHUN**	-; tuchuns
TSKTSK	-; tsktsks	**TUCK**	stuck; tucks
TSOORIS	-; -	**TUCKED**	-; -
TSORES	-; -	**TUCKER**	-; tuckers
TSORIS	-; -	**TUCKET**	-; tuckets
TSOTSI	-; tsotsis	**TUCKING**	-; -
TSOURIS	-; -	**TUFA**	-; tufas
TSUBA	-; -	**TUFF**	stuff; tuffs
TSUBO	-; tsubos	**TUFFET**	-; tuffets
TSUNAMI	-; tsunamic, tsunamis	**TUFFS**	stuffs; -
		TUFOLI	-; -
TSURIS	-; -	**TUFT**	-; tufts, tufty
TUATARA	-; tuataras	**TUFTED**	-; -
TUATERA	-; tuateras	**TUFTER**	-; tufters
TUB	stub; tuba, tube, tubs	**TUFTIER**	-; -
		TUFTILY	-; -
TUBA	-; tubae, tubal, tubas	**TUFTING**	-; -
		TUG	-; tugs
TUBAIST	-; tabaists	**TUGBOAT**	-; tugboats
TUBAL	-; tubals	**TUGGED**	-; -
TUBATE	-; -	**TUGGER**	-; tuggers
TUBBED	stubbed; -	**TUGGING**	-; -
TUBBER	-; tubbers	**TUGHRIK**	-; tughriks

TUGLESS	-; -	**TUNA**	-; tunas
TUGRIK	-; tugriks	**TUNABLE**	-; -
TUI	etui; tuis	**TUNABLY**	-; -
TUILLE	-; tuilles	**TUNDISH**	-; -
TUIS	etuis; -	**TUNDRA**	-; tundras
TUITION	-; tuitions	**TUNE**	-; tuned, tuner, tunes
TULADI	-; tuladis		
TULE	-; tules	**TUNEFUL**	-; -
TULIP	-; tulips	**TUNER**	-; tuners
TULLE	-; tulles	**TUNEUP**	-; tuneups
TUMBLE	stumble; tumbled, tumbler, tumbles	**TUNG**	stung; tungs
		TUNIC	-; tunica, tunics
		TUNICA	-; tunicae
		TUNICLE	-; tunicles
TUMBLED	stumbled; -	**TUNING**	-; -
TUMBLER	stumbler; tumblers	**TUNKET**	-; tunkets
		TUNNAGE	-; tunnages
TUMBLES	stumbles; -	**TUNNED**	stunned; -
TUMBREL	-; tumbrels	**TUNNEL**	-; tunnels
TUMBRIL	-; tumbrils	**TUNNIES**	-; -
TUMEFY	-; -	**TUNNING**	stunning; -
TUMESCE	; -tumesced, tumesces	**TUNNY**	-; -
		TUNS	stuns; -
TUMID	-; -	**TUP**	-; tups
TUMIDLY	-; -	**TUPELO**	-; tupelos
TUMMIES	-; -	**TUPIK**	-; tupiks
TUMMLER	-; tummlers	**TUPPED**	-; -
TUMMY	-; -	**TUPPING**	-; -
TUMOR	-; tumors	**TUQUE**	-; tuques
TUMORAL	-; -	**TURACO**	-; turacos, turacou
TUMOUR	-; tumours		
TUMP	stump; tumps	**TURACOU**	-; turacous
TUMPS	stumps; -	**TURBAN**	-; turbans
TUMULAR	-; -	**TURBARY**	-; -
TUMULI	-; -	**TURBETH**	-; turbeths
TUMULT	-; tumults	**TURBID**	-; -
TUMULUS	-; -	**TURBINE**	-; turbines
TUN	stun; tuna, tune, tung, tuns	**TURBIT**	-; turbith, turbits

TURBITH	-; turbiths	**TURTLE**	-; turtled,
TURBO	-; turbos, turbot		turtler, turtles
TURBOT	-; turbots	**TURTLER**	-; turtlers
TURD	-; turds	**TURVES**	-; -
TURDINE	-; -	**TUSCHE**	-; tusches
TUREEN	-; tureens	**TUSH**	-; tushy
TURF	-; turfs, turfy	**TUSHED**	-; -
TURFED	-; -	**TUSHES**	-; -
TURFIER	-; -	**TUSHIE**	-; tushies
TURFING	-; -	**TUSHING**	-; -
TURFMAN	-; -	**TUSHY**	-; -
TURFMEN	-; -	**TUSK**	-; tusks
TURFSKI	-; turfskis	**TUSKED**	-; -
TURGENT	-; -	**TUSKER**	-; tuskers
TURGID	-; -	**TUSKING**	-; -
TURGITE	-; turgites	**TUSSAH**	-; tussahs
TURGOR	-; turgors	**TUSSAL**	-; -
TURION	-; turions	**TUSSAR**	-; tussars
TURISTA	-; turistas	**TUSSEH**	-; tussehs
TURK	-; turks	**TUSSER**	-; tussers
TURKEY	-; turkeys	**TUSSIS**	-; -
TURKOIS	-; -	**TUSSIVE**	-; -
TURMOIL	-; turmoils	**TUSSLE**	-; tussled,
TURN	-; turns		tussles
TURNED	-; -	**TUSSOCK**	-; tussocks,
TURNER	-; turners,		tussocky
	turnery	**TUSSOR**	-; tussore,
TURNING	-; turnings		tussors
TURNIP	-; turnips	**TUSSORE**	-; tussores
TURNKEY	-; turnkeys	**TUSSUCK**	-; tussucks
TURNOFF	-; turnoffs	**TUSSUR**	-; tussurs
TURNON	-; turnons	**TUT**	-; tuts, tutu
TURNOUT	-; turnouts	**TUTEE**	-; tutees
TURNUP	-; turnups	**TUTELAR**	-; tutelars,
TURPETH	-; turpeths		tutelary
TURPS	-; -	**TUTOR**	-; tutors
TURR	-; turrs	**TUTORED**	-; -
TURRET	-; turrets	**TUTOYER**	-; tutoyers

TUTTED	-; -	**TWEEN**	atween;
TUTTI	-; tuttis		tweeny
TUTTIES	-; -	**TWEET**	-; tweets
TUTTING	-; -	**TWEETED**	-; -
TUTTY	-; -	**TWEETER**	-; tweeters
TUTU	-; tutus	**TWEEZE**	-; tweezed,
TUX	-; -		tweezer,
TUXEDO	-; tuxedos		tweezes
TUXES	-; -	**TWEEZER**	-; tweezers
TUYER	-; tuyere, tuyers	**TWELFTH**	-; twelfths
TUYERE	-; tuyeres	**TWELVE**	-; twelves
TWA	-; twae, twas,	**TWENTY**	-; -
	twat	**TWERK**	-; twerks
TWADDLE	-; twaddled,	**TWERP**	-; twerps
	twaddler,	**TWIBIL**	-; twibill, twibils
	twaddles	**TWIBILL**	-; twibills
TWAE	-; twaes	**TWICE**	-; -
TWAIN	atwain; twains	**TWIDDLE**	-; twiddled,
TWANG	-; twangs,		twiddler,
	twangy		twiddles
TWANGED	-; -	**TWIDDLY**	-; -
TWANGLE	-; twangled,	**TWIER**	-; twiers
	twangler,	**TWIG**	-; twigs
	twangles	**TWIGGED**	-; -
TWANKY	-; -	**TWIGGEN**	-; -
TWASOME	-; twasomes	**TWIGGY**	-; -
TWAT	-; twats	**TWILIT**	-; -
TWATTLE	-; twattled,	**TWILL**	-; twills
	twattles	**TWILLED**	-; -
TWEAK	-; tweaks,	**TWIN**	-; twine, twins,
	tweaky		twiny
TWEAKED	-; -	**TWINE**	-; twined,
TWEE	etwee; tweed,		twiner, twines
	tween, tweet	**TWINER**	-; twiners
TWEED	-; tweeds,	**TWINGE**	-; twinged,
	tweedy		twinges
TWEEDLE	-; tweedled,	**TWINIER**	-; -
	tweedles	**TWINING**	-; -

TWINJET	-; twinjets	**TYIYN**	-; tyiyn
TWINKIE	-; twinkies	**TYKE**	-; tykes
TWINKLE	-; twinkled,	**TYLOSIN**	-; tylosins
	twinkler,	**TYMBAL**	-; tymbals
	twinkles	**TYMPAN**	-; tympana,
TWINKLY	-; -		tympani,
TWINNED	-; -		tympans,
TWINSET	-; twinsets		tympany
TWIRL	-; twirls, twirly	**TYMPANA**	-; tympanal
TWIRLED	-; -	**TYMPANI**	-; tympanic
TWIRLER	-; twirlers	**TYMPANO**	-; -
TWIRP	-; twirps	**TYMPANY**	-; -
TWIST	-; twists	**TYNE**	-; tyned, tynes
TWISTED	-; -	**TYNING**	-; -
TWISTER	-; twisters	**TYPAL**	-; -
TWIT	-; twits	**TYPE**	-; typed, types,
TWITCH	-; twitchy		typey
TWITTED	-; -	**TYPEBAR**	-; typebars
TWITTER	atwitter;	**TYPESET**	-; typesets
	twitters,	**TYPHOID**	-; typhoids
	twittery	**TYPHON**	-; typhons
TWIXT	-; -	**TYPHOON**	-; typhoons
TWIZZLE	-; twizzles	**TYPHOSE**	-; -
TWO	-; twos	**TYPHOUS**	-; -
TWOFER	-; twofers	**TYPHUS**	-; -
TWOFOLD	-; twofolds	**TYPIC**	atypic; -
TWONESS	-; -	**TYPICAL**	atypical; -
TWOONIE	-; twoonies	**TYPIER**	-; -
TWOSOME	-; twosomes	**TYPIEST**	-; -
TWYER	-; twyers	**TYPIFY**	-; -
TYCHISM	-; tychisms	**TYPING**	-; -
TYCOON	-; tycoons	**TYPIST**	-; typists
TYE	stye; tyee,	**TYPO**	-; typos
	tyes	**TYPP**	-; typps
TYEE	-; tyees	**TYPY**	-; -
TYER	-; tyers	**TYRANNY**	-; -
TYES	styes; -	**TYRANT**	-; tyrants
TYIN	-; tyins	**TYRE**	-; tyred, tyres
TYING	stying; -	**TYRING**	-; -

TYRO	-; tyros	**TZARISM**	-; tzarisms
TYRONIC	-; -	**TZARIST**	-; tzarists
TYTHE	-; tythed, tythes	**TZETZE**	-; tzetzes
TYTHING	-; -	**TZIGANE**	-; tziganes
TZADDIK	-; -	**TZIMMES**	-; -
TZAR	-; tzars	**TZITZIS**	-; -
TZARDOM	-; tzardoms	**TZITZIT**	-; tzitzith
TZARINA	-; tzarinas	**TZURIS**	-; -

U

U	mu, nu, xu; uh, um, un, up, us, ut	**UH**	huh; -
		UHLAN	-; uhlans
		UIT	duit, quit, suit; -
UAKARI	-; uakaris	**UKASE**	-; ukases
UBIETY	dubiety; -	**UKE**	cuke, duke, juke, nuke, puke; ukes
UBIQUE	-; -		
UDDER	budder, judder, mudder, rudder; udders		
		UKELELE	-; ukeleles
		UKES	cukes, dukes, jukes, nukes, pukes; -
UDDERS	budders, judders, mudders, rudders; -		
		UKULELE	-; ukuleles
		ULAMA	-; ulamas
UDO	judo, kudo; udon, udos	**ULAN**	yulan; ulans
		ULANS	yulans; -
UDON	-; udons	**ULCER**	-; ulcers
UDOS	judos, kudos; -	**ULCERED**	-; -
UFOLOGY	-; -	**ULEMA**	-; ulemas
UGH	pugh, sugh, vugh; ughs	**ULEXITE**	-; ulexites
		ULLAGE	sullage; ullaged, ullages
UGHS	sughs, vughs; -		
UGLIER	-; -		
UGLIES	-; ugliest	**ULLAGES**	sullages; -
UGLIFY	-; -	**ULNA**	-; ulnad, ulnae, ulnar, ulnas
UGLILY	-; -		
UGLY	-; -	**ULNAD**	-; -
UGSOME	-; -	**ULPAN**	-; -

ULPANIM	-; -
ULSTER	-; ulsters
ULTIMA	-; ultimas
ULTIMO	-; -
ULTISOL	-; utltisols
ULTRA	-; ultras
ULU	lulu, sulu; ulus
ULULANT	-; -
ULULATE	-; ululated, ululates
ULUS	lulus, sulus; -
ULVA	vulva; ulvas
ULVAS	vulvas; -
UM	bum, cum, gum, hum, lum, mum, rum, sum; umm, ump
UMAMI	-; umamis
UNBALE	
UMBEL	-; umbels
UMBELED	-; -
UMBER	cumber, dumber, lumber; umbers
UMBERED	cumbered, lumbered; -
UMBERS	cumbers, lumbers; -
UMBLES	bumbles, fumbles, humbles, jumbles, mumbles, rumbles, tumbles
UMBO	gumbo, jumbo; umbos

UMBONAL	-; -
UMBONES	-; -
UMBONIC	-; -
UMBOS	gumbos, jumbos; -
UMBRA	-; umbrae, umbral, umbras
UMBRAGE	-; umbrages
UMIAC	-; umiack, umiacs
UMIACK	-; umiacks
UMIAK	-; umiaks
UMIAQ	-; umiaqs
UMLAUT	-; umlauts
UMM	mumm; -
UMP	bump, dump, hump, jump, lump, mump, pump, rump, sump, tump; umps
UMPED	bumped, dumped, humped, jumped, lumped, mumped, pumped; -
UMPING	bumping, dumping, humping, jumping, lumping, mumping, pumping; -
UMPIRE	-; umpired, umpires
UMPS	bumps, dumps,

	humps, jumps,	**UNBE**	-; -
	lumps, mumps,	**UNBEAR**	-; unbears
	pumps, rumps,	**UNBELT**	-; unbelts
	sumps, tumps; -	**UNBEND**	-; unbends
UMPTEEN	-; umpteenth	**UNBENT**	-; -
UN	bun, dun, fun,	**UNBID**	-; -
	gun, hun, jun,	**UNBIND**	-; unbinds
	mun, nun, pun,	**UNBLEST**	-; -
	run, sun, tun;	**UNBLOCK**	-; unblocks
	uns	**UNBOLT**	-; unbolts
UNABLE	tunable; -	**UNBONED**	-; -
UNACTED	-; -	**UNBORN**	-; -
UNADDED	-; -	**UNBOSOM**	-; unbosoms
UNADEPT	-; -	**UNBOUND**	-; -
UNADULT	-; -	**UNBOWED**	-; -
UNAGED	-; -	**UNBOX**	-; -
UNAGILE	-; -	**UNBOXED**	-; -
UNAGING	-; -	**UNBOXES**	-; -
UNAI	-; unais	**UNBRACE**	-; unbraced,
UNAIDED	-; -		unbraces
UNAIMED	-; -	**UNBRAID**	-; unbraids
UNAIRED	-; -	**UNBRAKE**	-; unbraked,
UNAKINA	-; -		unbrakes
UNALIKE	-; -	**UNBRED**	-; -
UNAPT	-; -	**UNBROKE**	-; unbroken
UNAPTLY	-; -	**UNBUILD**	-; unbuilds
UNARM	-; unarms	**UNBUILT**	-; -
UNARMED	-; -	**UNBULKY**	-; -
UNARY	-; -	**UNBURNT**	sunburnt; -
UNASKED	-; -	**UNBUSY**	-; -
UNAU	-; unaus	**UNCAGE**	-; uncaged,
UNAWARE	-; -		uncages
UNAWED	-; -	**UNCAKE**	-; uncaked,
UNBAKED	-; -		uncakes
UNBALE	-; unbaled,	**UNCANNY**	-; -
	unbales	**UNCAP**	-; uncaps
UNBAR	-; unbars	**UNCASE**	-; uncased,
UNBASED	-; -		uncases
UNBATED	-; -	**UNCAST**	-; uncasts

UNCEDED	-; -	**UNCOS**	buncos,
UNCHAIN	-; unchains		juncos; -
UNCHAIR	-; unchairs	**UNCOUTH**	-; -
UNCHARY	-; -	**UNCOVER**	-; uncovers
UNCHIC	-; -	**UNCOY**	-; -
UNCHOKE	-; unchoked,	**UNCRATE**	-; uncrated,
	unchokes		uncrates
UNCI	-; uncia	**UNCRAZY**	-; -
UNCIA	-; unciae,	**UNCROSS**	-; -
	uncial	**UNCROWN**	-; uncrowns
UNCIAL	-; uncials	**UNCTION**	junction;
UNCINAL	-; -		unctions
UNCINI	-; -	**UNCURB**	-; uncurbs
UNCINUS	-; -	**UNCURED**	-; -
UNCIVIL	-; -	**UNCURL**	-; uncurls
UNCLAD	-; -	**UNCUS**	-; -
UNCLAMP	-; unclamps	**UNCUT**	-; uncute
UNCLASP	-; unclasps	**UNDATED**	-; -
UNCLE	nuncle;	**UNDE**	-; undee,
	uncles		under
UNCLEAN	-; -	**UNDER**	sunder; -
UNCLEAR	-; -	**UNDERDO**	-; underdog
UNCLEFT	-; -	**UNDERGO**	-; undergod
UNCLES	nuncles; -	**UNDID**	-; -
UNCLIP	-; unclips	**UNDIES**	-; -
UNCLOAK	-; uncloaks	**UNDINE**	-; undines
UNCLOG	-; unclogs	**UNDO**	-; -
UNCLOSE	-; unclosed,	**UNDOCK**	-; undocks
	uncloses	**UNDOER**	-; undoers
UNCLOUD	-; unclouds	**UNDOES**	-; -
UNCO	bunco, junco;	**UNDOING**	-; undoings
	uncos, uncoy	**UNDONE**	-; -
UNCOCK	-; uncocks	**UNDRAPE**	-; undraped,
UNCODED	-; -		undrapes
UNCOIL	-; uncoils	**UNDRAW**	-; undrawn,
UNCOMIC	-; -		undraws
UNCOOL	-; -	**UNDRESS**	sundress; -
UNCORK	-; uncorks	**UNDREST**	-; -

UNDREW	-; -
UNDRIED	-; -
UNDRUNK	-; -
UNDUE	-; -
UNDULY	-; -
UNDY	-; -
UNDYED	-; -
UNDYING	-; -
UNEAGER	-; -
UNEARTH	-; unearths
UNEASE	-; uneases
UNEASY	-; -
UNEATEN	-; -
UNENDED	-; -
UNEQUAL	-; unequals
UNEVEN	-; -
UNFADED	-; -
UNFAIR	funfair; -
UNFAITH	-; unfaiths
UNFAKED	-; -
UNFANCY	-; -
UNFAZED	-; -
UNFED	-; -
UNFELT	-; -
UNFENCE	-; unfenced, unfences
UNFIRED	-; -
UNFIT	-; unfits
UNFITLY	-; -
UNFIX	-; unfixt
UNFIXED	-; -
UNFIXES	-; -
UNFOLD	-; unfolds
UNFOND	-; -
UNFOUND	-; -
UNFREE	-; unfreed, unfrees
UNFROCK	-; unfrocks
UNFUNNY	-; -
UNFURL	-; unfurls
UNFUSED	-; -
UNFUSSY	-; -
UNGATED	-; -
UNGIRD	-; ungirds
UNGIRT	-; -
UNGLOVE	-; ungloved, ungloves
UNGLUE	-; unglued, unglues
UNGODLY	-; -
UNGOT	-; -
UNGUAL	-; -
UNGUARD	-; unguards
UNGUENT	-; unguents
UNGUES	-; -
UNGUIS	-; -
UNGULA	-; ungulae, ungular
UNGULED	-; -
UNHAIR	-; unhairs
UNHAND	-; unhands, unhandy
UNHANG	-; unhangs
UNHAPPY	-; -
UNHASP	-; unhasps
UNHASTY	-; -
UNHAT	-; unhats
UNHEARD	-; -
UNHELM	-; unhelms
UNHEWN	-; -
UNHINGE	-; unhinged, unhinges
UNHIP	-; -
UNHIRED	-; -
UNHITCH	-; -
UNHOLY	-; -

UNHOOD	-; unhoods	**UNITER**	-; uniters
UNHOOK	-; unhooks	**UNITES**	dunites; -
UNHOPED	-; -	**UNITIES**	-; -
UNHORSE	-; unhorsed, unhorses	**UNITING**	-; -
		UNITIVE	-; -
UNHOUSE	-; unhoused, unhouses	**UNITIZE**	-; unitized, unitizer, unitizes
UNHUMAN	-; -		
UNHUNG	-; -	**UNJADED**	-; -
UNHURT	-; -	**UNJOINT**	-; unjoints
UNHUSK	-; unhusks	**UNJUST**	-; -
UNI	-; unis, unit	**UNKEMPT**	-; -
UNICOM	-; unicoms	**UNKEND**	-; -
UNICORN	-; unicorns	**UNKENT**	-; -
UNIDEAL	-; -	**UNKEPT**	-; -
UNIFACE	-; unifaces	**UNKIND**	-; -
UNIFIC	-; -	**UNKINK**	-; unkinks
UNIFIED	-; -	**UNKNIT**	-; unknits
UNIFIER	-; unifiers	**UNKNOT**	-; unknots
UNIFIES	-; -	**UNKNOWN**	-; unknowns
UNIFORM	cuniform; uniforms	**UNLACE**	-; unlaced, unlaces
UNIFY	-; -	**UNLADE**	-; unladed, unladen, unlades
UNION	bunion; unions		
UNIONS	bunions; -		
UNIPOD	-; unipods	**UNLAID**	-; -
UNIQUE	-; uniquer, uniques	**UNLASH**	-; -
		UNLATCH	-; -
UNIQUES	-; uniquest	**UNLAY**	-; unlays
UNISEX	-; -	**UNLEAD**	-; unleads
UNISIZE	-; -	**UNLEARN**	-; unlearns, unlearnt
UNISON	-; unisons		
UNIT	-; unite, units, unity	**UNLEASH**	-; -
		UNLED	-; -
UNITAGE	-; unitages	**UNLESS**	gunless, runless, sunless; -
UNITARD	-; unitards		
UNITARY	-; -		
UNITE	dunite; united, uniter, unites	**UNLET**	runlet; -
		UNLEVEL	-; unlevels

UNLIKE	nunlike, sunlike; -	**UNMOLD**	-; unmolds
		UNMOOR	-; unmoors
UNLINED	-; -	**UNMORAL**	-; -
UNLINK	-; unlinks	**UNMOVED**	-; -
UNLIT	sunlit; -	**UNMOWN**	-; -
UNLIVE	-; unlived, unlives	**UNNAIL**	-; unnails
		UNNAMED	-; -
UNLOAD	-; unloads	**UNNERVE**	-; unnerved, unnerves
UNLOBED	-; -		
UNLOCK	gunlock; unlocks	**UNNOISY**	-; -
		UNNOTED	-; -
UNLOCKS	gunlocks; -	**UNOILED**	-; -
UNLOOSE	-; unloosed, unloosen, unlooses	**UNOPEN**	-; -
		UNOWNED	-; -
		UNPACK	-; unpacks
UNLOVED	-; -	**UNPAGED**	-; -
UNLUCKY	-; -	**UNPAID**	-; -
UNMADE	-; -	**UNPAVED**	-; -
UNMAKE	-; unmaker, unmakes	**UNPEG**	-; unpegs
		UNPEN	-; unpens, unpent
UNMAKER	-; unmakers		
UNMAN	gunman; unmans	**UNPICK**	-; unpicks
		UNPILE	-; unpiled, unpiles
UNMANLY	-; -		
UNMASK	-; unmasks	**UNPIN**	-; unpins
UNMATED	-; -	**UNPLAIT**	-; unplaits
UNMEANT	-; -	**UNPLUG**	-; unplugs
UNMEET	-; -	**UNPOSED**	-; -
UNMERRY	-; -	**UNPURE**	-; -
UNMESH	-; -	**UNQUIET**	-; unquiets
UNMET	-; -	**UNQUOTE**	-; unquoted, unquotes
UNMEW	-; unmews		
UNMEWED	-; -	**UNRAKED**	-; -
UNMIND	-; -	**UNRATED**	-; -
UNMITER	-; unmiters	**UNRAVEL**	-; unravels
UNMITRE	-; unmitred, unmitres	**UNRAZED**	-; -
		UNREAD	-; unready
UNMIXED	-; -	**UNREAL**	-; -
UNMIXT	-; -	**UNREEL**	-; unreels

UNREEVE	-; unreeved, unreeves	**UNSEAM**	-; unseams
UNRENT	-; -	**UNSEAT**	-; unseats
UNREST	-; unrests	**UNSEE**	-; unseen, unsees
UNRIG	-; unrigs	**UNSEEN**	-; -
UNRIMED	-; -	**UNSENT**	-; -
UNRIP	-; unripe, unrips	**UNSET**	sunset; unsets
		UNSETS	sunsets; -
UNRIPE	-; unriper	**UNSEW**	-; unsewn, unsews
UNRISEN	-; -		
UNROBE	-; unrobed, unrobes	**UNSEWED**	-; -
		UNSEX	-; unsexy
UNROLL	-; unrolls	**UNSEXED**	-; -
UNROOF	sunroof; unroofs	**UNSEXES**	-; -
		UNSHARP	-; -
UNROOFS	sunroofs; -	**UNSHED**	-; -
UNROOT	-; unroots	**UNSHELL**	-; unshells
UNROPED	-; -	**UNSHIFT**	-; unshifts
UNROUGH	-; -	**UNSHIP**	gunship; unships
UNROUND	-; unrounds		
UNROVE	-; unroven	**UNSHIPS**	gunships; -
UNROVEN	-; -	**UNSHOD**	-; -
UNRULED	-; -	**UNSHORN**	-; -
UNRULY	-; -	**UNSHOWY**	-; -
UNS	buns, duns, funs, guns, huns, muns, nuns, puns, runs, suns, tuns; -	**UNSHUT**	-; -
		UNSIGHT	-; unsights
		UNSIZED	-; -
		UNSLICK	-; -
		UNSLING	-; unslings
		UNSLUNG	-; -
UNSAFE	-; -	**UNSMART**	-; -
UNSAID	-; -	**UNSNAP**	-; unsnaps
UNSATED	-; -	**UNSNARL**	-; unsnarls
UNSAVED	-; -	**UNSOBER**	-; -
UNSAWED	-; -	**UNSOLD**	-; -
UNSAWN	-; -	**UNSOLID**	-; -
UNSAY	-; unsays	**UNSONCY**	-; -
UNSCREW	-; unscrews	**UNSONSY**	-; -
UNSEAL	-; unseals	**UNSOUND**	-; -

UNSOWED	-; -	**UNTO**	junto, punto; -
UNSOWN	-; -	**UNTOLD**	-; -
UNSPEAK	-; unspeaks	**UNTORN**	-; -
UNSPENT	-; -	**UNTREAD**	-; untreads
UNSPILT	-; -	**UNTRIED**	-; -
UNSPLIT	-; -	**UNTRIM**	-; untrims
UNSPOKE	-; unspoken	**UNTROD**	-; -
UNSPUN	-; -	**UNTRUE**	-; untruer
UNSTACK	-; unstacks	**UNTRULY**	-; -
UNSTATE	-; unstated,	**UNTRUSS**	-; -
	unstates	**UNTRUTH**	-; untruths
UNSTEEL	-; unsteels	**UNTUCK**	-; untucks
UNSTEP	-; unsteps	**UNTUNE**	-; untuned,
UNSTICK	-; unsticks		untunes
UNSTOP	-; unstops	**UNTWINE**	-; untwined,
UNSTRAP	-; unstraps		untwines
UNSTUCK	-; -	**UNTWIST**	-; untwists
UNSTUNG	-; -	**UNTYING**	-; -
UNSUNG	-; -	**UNURGED**	-; -
UNSUNK	-; -	**UNUSED**	-; -
UNSURE	-; -	**UNUSUAL**	-; -
UNSWEAR	-; unswears	**UNVEIL**	-; unveils
UNSWEPT	-; -	**UNVEXED**	-; -
UNSWORE	-; -	**UNVEXT**	-; -
UNSWORN	-; -	**UNVOCAL**	-; -
UNTACK	-; untacks	**UNVOICE**	-; unvoiced,
UNTAKEN	-; -		unvoices
UNTAME	-; untamed	**UNWARY**	-; -
UNTAXED	-; -	**UNWAXED**	-; -
UNTEACH	-; -	**UNWEARY**	-; -
UNTHINK	-; unthinks	**UNWEAVE**	-; unweaves
UNTIDY	-; -	**UNWED**	-; -
UNTIE	auntie; untied,	**UNWELL**	-; -
	unties	**UNWEPT**	-; -
UNTIES	aunties,	**UNWET**	-; -
	punties; -	**UNWHITE**	-; -
UNTIL	-; -	**UNWIND**	-; unwinds
UNTIMED	-; -	**UNWISE**	sunwise;
UNTIRED	-; -		unwiser

UNWISH	-; -	**UPCURVE**	-; upcurved,
UNWIT	-; unwits		upcurves
UNWON	-; -	**UPDART**	-; updarts
UNWOOED	-; -	**UPDATE**	-; updated,
UNWORN	-; -		updater,
UNWOUND	-; -		updates
UNWOVE	-; unwoven	**UPDATER**	-; updaters
UNWRAP	-; unwraps	**UPDIVE**	-; updived,
UNWRUNG	-; -		updives
UNYOKE	-; unyoked,	**UPDO**	-; updos
	unyokes	**UPDOVE**	-; -
UNYOUNG	-; -	**UPDRAFT**	-; updrafts
UNZIP	-; unzips	**UPDRIED**	-; -
UNZONED	-; -	**UPDRIES**	-; -
UP	cup, dup, hup,	**UPDRY**	-; -
	pup, sup, tup,	**UPEND**	-; upends
	yup; upo, ups	**UPENDED**	-; -
UPAS	pupas; -	**UPFIELD**	-; -
UPASES	-; -	**UPFLING**	-; upflings
UPBEAR	-; upbears	**UPFLOW**	-; upflows
UPBEAT	-; upbeats	**UPFLUNG**	-; -
UPBIND	-; upbinds	**UPFOLD**	-; upfolds
UPBOIL	-; upboils	**UPGAZE**	-; upgazed,
UPBORE	-; -		upgazes
UPBORNE	-; -	**UPGIRD**	-; upgirds
UPBOUND	-; -	**UPGIRT**	-; -
UPBOW	-; upbows	**UPGOING**	-; -
UPBRAID	-; upbraids	**UPGRADE**	-; upgraded,
UPBROW	-; -		upgrades
UPBUILD	-; upbuilds	**UPGREW**	-; -
UPBUILT	-; -	**UPGROW**	-; upgrown,
UPBY	-; upbye		upgrows
UPCAST	-; upcasts	**UPHEAP**	-; upheaps
UPCHUCK	-; upchucks	**UPHEAVE**	-; upheaved,
UPCLIMB	-; upclimbs		upheaver,
UPCOAST	-; -		upheaves
UPCOIL	-; upcoils	**UPHELD**	-; -
UPCURL	-; upcurls	**UPHILL**	-; uphills

UPHOARD	-; uphoards	**UPPITY**	-; -
UPHOLD	-; upholds	**UPPROP**	-; upprops
UPHOVE	-; -	**UPRAISE**	-; upraised,
UPHROE	euphroe;		upraiser,
	uphroes		upraises
UPHROES	euphroes; -	**UPRATE**	-; uprated,
UPKEEP	-; upkeeps		uprates
UPLAND	-; uplands	**UPREACH**	-; -
UPLEAP	-; upleaps,	**UPREAR**	-; uprears
	upleapt	**UPRIGHT**	-; uprights
UPLIFT	-; uplifts	**UPRISE**	-; uprisen,
UPLIGHT	-; uplights		upriser,
UPLINK	-; uplinks		uprises
UPLIT	-; -	**UPRISER**	-; uprisers
UPLOAD	-; uploads	**UPRIVER**	-; uprivers
UPMOST	-; -	**UPROAR**	-; uproars
UPO	-; upon	**UPROOT**	-; uproots
UPON	jupon,	**UPROSE**	-; -
	yupon; -	**UPROUSE**	-; uproused,
UPPED	cupped,		uprouses
	dupped,	**UPRUSH**	-; -
	pupped,	**UPS**	cups, dups,
	supped,		pups, sups,
	tupped; -		tups; -
UPPER	cupper,	**UPSCALE**	-; -
	supper; uppers	**UPSELL**	-; upsells
UPPERS	cuppers,	**UPSEND**	-; upsends
	suppers; -	**UPSENT**	-; -
UPPILE	-; uppiled,	**UPSET**	-; upsets
	uppiles	**UPSHIFT**	-; upshifts
UPPING	cupping,	**UPSHOOT**	-; upshoots
	dupping,	**UPSHOT**	-; upshots
	pupping,	**UPSIDE**	-; upsides
	supping,	**UPSILON**	-; upsilons
	tupping;	**UPSIZE**	-; upsized,
	uppings		upsizes
UPPINGS	cuppings; -	**UPSLOPE**	-; -
UPPISH	-; -	**UPSOAR**	-; upsoars

UPSTAGE	-; upstaged, upstages	**UPWELL**	-; upwells
UPSTAIR	-; upstairs	**UPWIND**	-; upwinds
UPSTAND	-; upstands	**URACIL**	-; uracils
UPSTARE	-; upstared, upstares	**URAEI**	-; -
		URAEMIA	-; uraemias
UPSTART	-; upstarts	**URAEMIC**	-; -
UPSTATE	-; upstater, upstates	**URAEUS**	-; -
		URALITE	-; uralites
UPSTEP	-; upsteps	**URANIA**	-; uranias
UPSTIR	-; upstirs	**URANIC**	puranic; -
UPSTOOD	-; -	**URANIDE**	-; uranides
UPSURGE	-; upsurged, upsurges	**URANISM**	-; uranisms
		URANITE	-; uranites
UPSWEEP	-; upsweeps	**URANIUM**	-; uraniums
UPSWELL	-; upswells	**URANOUS**	-; -
UPSWEPT	-; -	**URANYL**	-; uranyls
UPSWING	-; upswings	**URARE**	curare; urares
UPSWUNG	-; -	**URARES**	curares; -
UPTAKE	-; uptakes	**URARI**	curari, ourari; uraris
UPTALK	-; uptalks		
UPTEAR	-; uptears	**URARIS**	curaris, ouraris; -
UPTEMPO	-; uptempos		
UPTHREW	-; -	**URASE**	-; urases
UPTHROW	-; upthrown, upthrows	**URATE**	aurate, curate; urates
UPTICK	-; upticks	**URATES**	curates; -
UPTIGHT	-; -	**URATIC**	-; -
UPTILT	-; uptilts	**URB**	curb; urbs
UPTIME	-; uptimes	**URBAN**	rurban, turban; urbane
UPTORE	-; -		
UPTORN	-; -	**URBANE**	-; urbaner
UPTOSS	-; -	**URBIA**	-; urbias
UPTOWN	-; uptowns	**URBS**	burbs, curbs; -
UPTREND	-; uptrends	**URCHIN**	-; urchins
UPTURN	-; upturns	**URD**	burd, curd, nurd, surd, turd; urds
UPWAFT	-; upwafts		
UPWARD	-; upwards		

URDS	burds, curds, hurds, nurds, surds, turds; -	purging, surging; -
		URIAL	burial, curial; urials
UREA	-; ureal, ureas	
UREAS	-; urease	**URIALS**	burials; -
UREASE	-; ureases	**URIC**	auric; -
UREDIA	-; uredial	**URIDINE**	-; uridines
UREDIUM	-; -	**URINAL**	-; urinals
UREDO	-; uredos	**URINARY**	-; -
UREIC	-; -	**URINATE**	-; urinated, urinates
UREIDE	-; ureides	
UREMIA	-; uremias	**URINE**	murine, purine; urines
UREMIC	-; -	
URETER	-; ureters	**URINES**	murines, purines; -
URETHAN	-; urethane, urethans	
		URINOSE	-; -
URETHRA	-; urethrae, urethral, urethras	**URINOUS**	-; -
		URN	burn, curn, durn, turn; urns
URETIC	-; -	
URGE	gurge, purge, surge; urged, urger, urges	**URNLIKE**	-; -
		URNS	burns, curns, durns, turns; -
URGED	gurged, purged, surged; -	**URODELE**	-; urodeles
		UROLITH	-; uroliths
		UROLOGY	-; -
URGENCY	-; -	**UROPOD**	-; uropods
URGENT	turgent; -	**URP**	burp; urps
URGER	burger, purger, surger; urgers	**URSA**	bursa; ursae
		URSAE	bursae; -
URGERS	burgers, purgers, surgers; -	**URSID**	-; ursids
		URSINE	-; -
		URTEXT	-; urtexts
URGES	burges, gurges, purges, surges; -	**URUS**	gurus, kurus; -
		URUSES	-; -
		US	bus, jus, mus, nus, pus; use
URGING	gurging,	**USABLE**	-; -

USABLY	-; -	**USURPER**	-; usurpers
USAGE	-; usages	**USURY**	-; -
USANCE	-; usances	**UT**	but, cut, gut,
USAUNCE	-; usaunces		hut, jut, mut,
USE	fuse, muse,		nut, out, put,
	ruse; used,		rut, tut; uta, uts
	user, uses	**UTA**	-; utas
USEABLE	-; -	**UTE**	bute, cute,
USEABLY	-; -		lute, mute; utes
USED	bused, fused,	**UTENSIL**	-; utensils
	mused; -	**UTERI**	-; -
USEFUL	museful; -	**UTERINE**	-; -
USELESS	fuseless; -	**UTERUS**	-; -
USER	muser; users	**UTILE**	futile, rutile; -
USERS	musers; -	**UTILISE**	-; utilised,
USES	buses, fuses,		utiliser, utilises
	muses, puses,	**UTILITY**	-; -
	ruses; -	**UTILIZE**	-; utilized,
USHER	busher,		utilizer,
	gusher, lusher,		utilizes
	musher,	**UTMOST**	outmost;
	pusher, rusher;		utmosts
	ushers	**UTOPIA**	-; utopian,
USHERED	-; -		utopias
USHERS	bushers,	**UTOPIAN**	-; utopians
	gushers,	**UTOPISM**	-; utopisms
	mushers,	**UTOPIST**	-; utopists
	pushers,	**UTRICLE**	-; utricles
	rushers; -	**UTS**	buts, cuts, guts,
USING	busing, fusing,		huts, juts, muts,
	musing; -		nuts, outs,
USNEA	-; usneas		puts, ruts, tuts; -
USQUE	-; usques	**UTTER**	butter, cutter,
USUAL	-; usuals		gutter, mutter,
USUALLY	-; -		nutter, putter;
USURER	-; usurers		utters
USURIES	-; -	**UTTERED**	buttered,
USURP	-; usurps		muttered,
USURPED	-; -		puttered; -

UTTERER	mutterer, putterer; utterers	**UVEA**	-; uveal, uveas
		UVEITIC	-; -
		UVEITIS	-; -
UTTERLY	-; -	**UVEOUS**	-; -
UTTERS	butters, cutters, gutters, mutters, nutters, putters; -	**UVULA**	-; uvulae, uvular, uvulas
		UVULAR	-; uvulars
		UXORIAL	-; -

V

V	-; -	**VAGUE**	-; vaguer
VAC	-; vacs	**VAGUELY**	-; -
VACANCY	-; -	**VAGUEST**	-; -
VACANT	-; -	**VAGUS**	-; -
VACATE	-; vacated, vacates	**VAHINE**	-; vahines
		VAIL	avail; vails
VACCINA	-; vaccinal, vaccinas	**VAILED**	availed; -
		VAILING	availing; -
VACCINE	-; vaccinee, vaccines	**VAILS**	avails; -
		VAIN	-; -
VACUA	-; -	**VAINER**	-; -
VACUITY	-; -	**VAINEST**	-; -
VACUOLE	-; vacuoles	**VAINLY**	-; -
VACUOUS	-; -	**VAIR**	-; vairs
VACUUM	-; vacuums	**VAKEEL**	-; vakeels
VADOSE	-; -	**VAKIL**	-; vakils
VAGAL	-; -	**VALANCE**	-; valanced, valances
VAGALLY	-; -		
VAGARY	-; -	**VALE**	-; vales, valet
VAGI	-; -	**VALENCE**	-; valences
VAGILE	-; -	**VALENCY**	-; -
VAGINA	vaginae, vaginal, vaginas	**VALERIC**	-; -
		VALET	-; valets
		VALETED	-; -
VAGRANT	-; vagrants	**VALGOID**	-; -
VAGROM	-; -	**VALGUS**	-; -

VALIANT	-; valiants	**VAMPISH**	-; -
VALID	-; -	**VAN**	-; vane, vang,
VALIDLY	-; -		vans
VALINE	-; valines	**VANADIC**	-; -
VALISE	-; valises	**VANDA**	-; vandal,
VALKYR	-; valkyrs		vandas
VALLATE	-; -	**VANDAL**	-; vandals
VALLEY	-; valleys	**VANDYKE**	-; vandyked,
VALONIA	-; valonias		vandykes
VALOR	-; valors	**VANE**	-; vaned,
VALOUR	-; valours		vanes
VALSE	-; valses	**VANG**	-; vangs
VALUATE	evaluate;	**VANILLA**	-; vanillas
	valuated,	**VANIR**	-; -
	valuates	**VANISH**	evanish; -
VALUE	-; valued,	**VANITAS**	-; -
	valuer, values	**VANITY**	-; -
VALUER	-; valuers	**VANLOAD**	-; vanloads
VALUING	-; -	**VANMAN**	-; -
VALUTA	-; valutas	**VANMEN**	-; -
VALVAL	-; -	**VANNED**	-; -
VALVAR	-; -	**VANNER**	-; vanners
VALVATE	-; -	**VANNING**	-; -
VALVE	-; valved,	**VANPOOL**	-; vanpools
	valves	**VANTAGE**	-; vantages
VALVING	-; -	**VANWARD**	-; -
VALVULA	-; valvulae,	**VAPID**	-; -
	valvular	**VAPIDLY**	-; -
VALVULE	-; valvules	**VAPOR**	-; vapors,
VAMOOSE	-; vamoosed,		vapory
	vamooses	**VAPORED**	-; -
VAMOSE	-; vamosed,	**VAPORER**	-; vaporers
	vamoses	**VAPOUR**	-; vapours,
VAMP	-; vamps,		vapoury
	vampy	**VAQUERO**	-; vaqueros
VAMPED	-; -	**VAR**	-; vara, vars,
VAMPER	-; vampers		vary
VAMPING	-; -	**VARA**	-; varas
VAMPIRE	-; vampires	**VARIA**	-; -

VARIANT	-; variants	**VASTILY**	-; -
VARIATE	-; variated, variates	**VASTITY**	-; -
		VASTLY	-; -
VARICES	avarices; -	**VAT**	-; vats, vatu
VARIED	-; -	**VATFUL**	-; vatfuls
VARIER	-; variers	**VATIC**	-; -
VARIES	ovaries; -	**VATICAL**	-; -
VARIETY	-; -	**VATTED**	-; -
VARIOLA	-; variolar, variolas	**VATTING**	-; -
		VATU	-; vatus
VARIOLE	ovariole; varioles	**VAU**	-; vaus
		VAULT	-; vaults, vaulty
VARIOUS	-; -		
VARIX	-; -	**VAULTED**	-; -
VARLET	-; varlets	**VAULTER**	-; vaulters
VARMENT	-; varments	**VAUNT**	avaunt; vaunts, vaunty
VARMINT	-; varmints		
VARNA	-; varnas	**VAUNTED**	-; -
VARNISH	-; varnishy	**VAUNTER**	-; vaunters
VAROOM	-; varooms	**VAUNTIE**	-; -
VARSITY	-; -	**VAV**	-; vavs
VARUS	-; -	**VAVASOR**	-; vavasors
VARUSES	-; -	**VAW**	-; vaws
VARVE	-; varved, varves	**VAWARD**	-; vawards
		VAWNTIE	-; -
VARY	ovary; -	**VEAL**	uveal; veals, vealy
VARYING	-; -		
VAS	kvas; vasa, vase, vast	**VEALED**	-; -
		VEALER	-; vealers
VASA	-; vasal	**VEALIER**	-; -
VASCULA	-; vascular	**VEALING**	-; -
VASE	-; vases	**VECTOR**	-; vectors
VASES	kvases; -	**VEDALIA**	-; vedalias
VASSAL	-; vassals	**VEDETTE**	-; vedettes
VAST	avast; vasts, vasty	**VEE**	-; veep, veer, vees
VASTER	-; -	**VEEJAY**	-; veejays
VASTEST	-; -	**VEENA**	-; veenas
VASTIER	-; -	**VEEP**	-; veeps

VEEPEE	-; veepees	**VELVET**	-; velvets,
VEER	-; veers, veery		velvety
VEERED	-; -	**VENA**	-; venae, venal
VEERIES	-; -	**VENALLY**	-; -
VEG	-; -	**VENATIC**	-; -
VEGAN	-; vegans	**VEND**	-; vends
VEGETAL	-; -	**VENDACE**	-; vendaces
VEGETE	-; -	**VENDED**	-; -
VEGGIE	-; veggies	**VENDEE**	-; vendees
VEGIE	-; vegies	**VENDER**	-; venders
VEHICLE	-; vehicles	**VENDING**	-; -
VEIL	-; veils	**VENDOR**	-; vendors
VEILED	-; -	**VENDUE**	-; vendues
VEILER	-; veilers	**VENEER**	-; veneers
VEILING	-; veilings	**VENENE**	-; venenes
VEIN	-; veins, veiny	**VENERY**	-; -
VEINAL	-; -	**VENGE**	avenge;
VEINED	-; -		venged,
VEINER	-; veiners		venges
VEINIER	-; -	**VENGED**	avenged; -
VEINING	-; veinings	**VENGES**	avenges; -
VEINLET	-; veinlets	**VENGING**	avenging; -
VEINULE	-; veinules,	**VENIAL**	-; -
	veinulet	**VENIN**	-; venine,
VELA	-; velar		venins
VELAMEN	-; -	**VENINE**	-; venines
VELAR	-; velars	**VENIRE**	-; venires
VELATE	-; -	**VENISON**	-; venisons
VELD	-; velds, veldt	**VENOM**	-; venoms
VELDT	-; veldts	**VENOMED**	-; -
VELIGER	-; veligers	**VENOMER**	-; venomers
VELITES	-; -	**VENOSE**	-; -
VELLUM	-; vellums	**VENOUS**	-; -
VELOCE	-; -	**VENT**	event; vents
VELOUR	-; velours	**VENTAGE**	-; ventages
VELOUTE	-; veloutes	**VENTAIL**	aventail;
VELUM	-; -		ventails
VELURE	-; velured,	**VENTED**	-; -
	velures	**VENTER**	-; venters

VENTING	-; -	**VERISM**	-; verismo,
VENTRAL	-; ventrals		verisms
VENTS	events; -	**VERISMO**	-; verismos
VENTURE	-; ventured,	**VERIST**	-; verists
	venturer,	**VERITAS**	-; -
	ventures	**VERITE**	-; verites
VENTURI	-; venturis	**VERITY**	-; -
VENUE	avenue;	**VERJUS**	-; -
	venues	**VERMEIL**	-; vermeils
VENUES	avenues; -	**VERMES**	-; -
VENULAR	-; -	**VERMIAN**	-; -
VENULE	-; venules	**VERMIN**	-; -
VERA	-; -	**VERMIS**	-; -
VERANDA	-; verandah,	**VERMUTH**	-; vermuths
	verandas	**VERNAL**	-; -
VERB	-; verbs	**VERNIER**	-; verniers
VERBAL	-; verbals	**VERNIX**	-; -
VERBENA	-; verbenas	**VERONAL**	-; veronals
VERBID	overbid;	**VERRUCA**	-; verrucae
	verbids	**VERSAL**	-; -
VERBIDS	overbids; -	**VERSANT**	-; versants
VERBIFY	-; -	**VERSE**	averse; versed,
VERBILE	-; verbiles		verser, verses,
VERBOSE	-; -		verset
VERDANT	-; -	**VERSER**	-; versers
VERDICT	-; verdicts	**VERSET**	overset; versets
VERDIN	-; verdins	**VERSETS**	oversets; -
VERDURE	-; verdured,	**VERSIFY**	-; -
	verdures	**VERSINE**	-; versines
VERGE	-; verged,	**VERSING**	-; -
	verger, verges	**VERSION**	aversion,
VERGER	-; vergers		eversion;
VERGING	-; -		versions
VERGLAS	-; -	**VERSO**	-; versos
VERIDIC	-; -	**VERST**	-; verste, versts
VERIER	-; -	**VERSUS**	-; -
VERIEST	-; -	**VERT**	avert, evert,
VERIFY	-; -		overt; verts,
VERILY	-; -		vertu

VERTEX	-; -	**VEX**	-; vext
VERTIGO	-; vertigos	**VEXED**	-; -
VERTS	averts, everts; -	**VEXEDLY**	-; -
VERTU	-; vertus	**VEXER**	-; vexers
VERVAIN	-; vervains	**VEXES**	-; -
VERVE	-; verves, vervet	**VEXIL**	-; vexils
		VEXILLA	-; vexillar
VERVET	-; vervets	**VEXING**	-; -
VERY	every; -	**VEXT**	-; -
VESICA	-; vesicae, vesical	**VIA**	-; vial
		VIABLE	-; -
VESICLE	-; vesicles	**VIABLY**	-; -
VESPER	-; vespers	**VIADUCT**	-; viaducts
VESPID	-; vespids	**VIAL**	-; vials
VESPINE	-; -	**VIALED**	-; -
VESSEL	-; vessels	**VIALING**	-; -
VEST	-; vesta, vests	**VIALLED**	-; -
VESTA	-; vestal, vestas	**VIAND**	-; viands
VESTAL	-; vestals	**VIATIC**	-; viatica
VESTED	-; -	**VIATICA**	-; viatical
VESTEE	-; vestees	**VIATOR**	aviator; viators
VESTIGE	-; vestiges		
VESTING	-; vestings	**VIATORS**	aviators; -
VESTRAL	-; -	**VIBE**	-; vibes
VESTRY	-; -	**VIBIST**	-; vibists
VESTURE	-; vestured, vestures	**VIBRANT**	-; vibrants
		VIBRATE	-; vibrated, vibrates
VET	-; veto, vets		
VETCH	kvetch; -	**VIBRATO**	-; vibrator, vibratos
VETCHES	kvetches; -		
VETERAN	-; veterans	**VIBRIO**	-; vibrion, vibrios
VETIVER	-; vetivers		
VETO	-; -	**VIBRION**	-; vibrions
VETOED	-; -	**VICAR**	-; vicars
VETOER	-; vetoers	**VICARLY**	-; -
VETOES	-; -	**VICE**	-; viced, vices
VETOING	-; -	**VICEROY**	-; viceroys
VETTED	-; -	**VICHIES**	-; -
VETTING	-; -	**VICHY**	-; -

VICINAL	-; -	**VILAYET**	-; vilayets
VICING	-; -	**VILE**	-; viler
VICIOUS	-; -	**VILELY**	-; -
VICOMTE	-; vicomtes	**VILER**	eviler; -
VICTIM	-; victims	**VILEST**	evilest; -
VICTOR	evictor; victors,	**VILIFY**	-; -
	victory	**VILL**	-; villa, villi,
VICTORS	evictors; -		vills
VICTUAL	-; victuals	**VILLA**	-; villae, villas
VICUGNA	-; vicugnas	**VILLAGE**	-; villager,
VICUNA	-; vicunas		villages
VID	avid; vide, vids	**VILLAIN**	-; villains,
VIDE	-; video		villainy
VIDEO	-; videos	**VILLEIN**	-; villeins
VIDETTE	-; videttes	**VILLOSE**	-; -
VIDICON	-; vidicons	**VILLOUS**	-; -
VIDUITY	-; -	**VILLUS**	-; -
VIE	-; vied, vier,	**VIM**	-; vims
	vies, view	**VIMEN**	-; -
VIED	ivied; -	**VIMINA**	-; viminal
VIELLE	-; vielles	**VIN**	-; vina, vine,
VIER	-; viers		vino, vins, viny
VIES	ivies; -	**VINA**	-; vinal, vinas
VIEW	-; views, viewy	**VINAL**	-; vinals
VIEWED	-; -	**VINASSE**	-; vinasses
VIEWER	-; viewers	**VINCA**	-; vincas
VIEWIER	-; -	**VINE**	ovine; vined,
VIEWING	-; viewings		vines
VIFF	-; viffs	**VINEAL**	-; -
VIFFED	-; -	**VINEGAR**	-; vinegars,
VIFFING	-; -		vinegary
VIG	-; viga, vigs	**VINERY**	-; -
VIGA	-; vigas	**VINES**	ovines; -
VIGIA	-; vigias	**VINIC**	-; -
VIGIL	-; vigils	**VINIER**	-; -
VIGOR	-; vigors	**VINIEST**	-; -
VIGOUR	-; vigours	**VINIFY**	-; -
VIGS	-; -	**VINING**	-; -
VIKING	-; vikings	**VINO**	-; vinos

VINOUS	-; -	**VIRTU**	-; virtue, virtus
VINTAGE	-; vintager, vintages	**VIRTUAL**	-; -
		VIRTUE	-; virtues
VINTNER	-; vintners	**VIRUS**	-; -
VINY	-; vinyl	**VIRUSES**	-; -
VINYL	-; vinyls	**VIS**	-; visa, vise
VINYLIC	-; -	**VISA**	-; visas
VIOL	-; viola, viols	**VISAED**	-; -
VIOLA	-; violas	**VISAGE**	-; visaged, visages
VIOLATE	-; violated, violater, violates	**VISAING**	-; -
		VISARD	-; visards
VIOLENT	-; -	**VISCERA**	-; visceral
VIOLET	-; violets	**VISCID**	-; -
VIOLIN	-; violins	**VISCOID**	-; -
VIOLIST	-; violists	**VISCOSE**	-; viscoses
VIOLONE	-; violones	**VISCOUS**	-; -
VIPER	-; vipers	**VISCUS**	-; -
VIRAGO	-; viragos	**VISE**	-; vised, vises
VIRAL	-; -	**VISEED**	-; -
VIRALLY	-; -	**VISEING**	-; -
VIRELAI	-; virelais	**VISIBLE**	-; -
VIRELAY	-; virelays	**VISIBLY**	-; -
VIREMIA	-; viremias	**VISING**	-; -
VIREMIC	-; -	**VISION**	-; visions
VIREO	-; vireos	**VISIT**	-; visits
VIRES	-; -	**VISITED**	-; -
VIRGA	-; virgas	**VISITER**	-; visiters
VIRGATE	-; virgates	**VISITOR**	-; visitors
VIRGIN	-; virgins	**VISIVE**	-; -
VIRGULE	-; virgules	**VISOR**	-; visors
VIRID	-; -	**VISORED**	-; -
VIRILE	-; -	**VISTA**	-; vistas
VIRION	-; virions	**VISTAED**	-; -
VIRL	-; virls	**VISUAL**	-; visuals
VIROID	-; viroids	**VITA**	-; vitae, vital
VIROSES	-; -	**VITAL**	-; vitals
VIROSIS	-; -	**VITALLY**	-; -

VITAMER	-; vitamers	**VOCAL**	-; vocals
VITAMIN	-; vitamine, vitamins	**VOCALIC**	-; vocalics
		VOCALLY	-; -
VITESSE	-; vitesses	**VOCES**	-; -
VITIATE	-; vitiated, vitiates	**VOCODER**	-; vocoders
		VODKA	-; vodkas
VITRAIN	-; vitrains	**VODOU**	-; vodoun, vodous
VITRIC	-; vitrics		
VITRIFY	-; -	**VODOUN**	-; vodouns
VITRINE	-; vitrines	**VODUN**	-; voduns
VITRIOL	-; vitriols	**VOE**	-; voes
VITTA	-; vittae	**VOGIE**	-; -
VITTATE	-; -	**VOGUE**	-; vogues
VITTLE	-; vittled, vittles	**VOGUISH**	-; -
VIVA	-; vivas	**VOICE**	-; voiced, voicer, voices
VIVACE	-; -		
VIVARY	-; -	**VOICER**	-; voicers
VIVE	-; -	**VOICING**	-; -
VIVERS	-; -	**VOID**	avoid, ovoid; voids
VIVID	-; -		
VIVIDER	-; -	**VOIDED**	avoided; -
VIVIDLY	-; -	**VOIDER**	avoider; voiders
VIVIFIC	-; -		
VIVIFY	-; -	**VOIDERS**	avoiders; -
VIXEN	-; vixens	**VOIDING**	avoiding; -
VIXENLY	-; -	**VOIDS**	avoids, ovoids; -
VIZARD	-; vizards		
VIZIER	-; viziers	**VOILA**	-; -
VIZIR	-; vizirs	**VOILE**	-; voiles
VIZOR	-; vizors	**VOLANT**	-; volante
VIZORED	-; -	**VOLAR**	-; -
VIZSLA	-; vizslas	**VOLCANO**	-; volcanos
VLEI	-; vleis	**VOLE**	-; voled, voles
VLOG	-; vlogs		
VOCAB	-; vocabs	**VOLERY**	-; -
VOCABLE	evocable; vocables	**VOLING**	-; -
		VOLLEY	-; volleys
VOCABLY	-; -	**VOLOST**	-; volosts

VOLT	-; volta, volte, volti, volts	**VOUCHED**	avouched; -
		VOUCHEE	-; vouchees
VOLTAGE	-; voltages	**VOUCHER**	avoucher;
VOLTAIC	-; -		vouchers
VOLTE	-; voltes	**VOUCHES**	avouches; -
VOLUBLE	-; -	**VOUDON**	-; voudons
VOLUBLY	-; -	**VOUDOUN**	-; voudouns
VOLUME	-; volumed, volumes	**VOUVRAY**	-; vouvrays
		VOW	avow; vows
VOLUTE	evolute; voluted, volutes	**VOWED**	avowed; -
		VOWEL	-; vowels
		VOWER	avower;
VOLUTED	evoluted; -		vowers
VOLUTES	evolutes; -	**VOWERS**	avowers; -
VOLUTIN	-; volutins	**VOWING**	avowing; -
VOLVA	-; volvas	**VOWLESS**	-; -
VOLVATE	-; -	**VOWS**	avows; -
VOLVOX	-; -	**VOX**	-; -
VOMER	-; vomers	**VOXEL**	-; voxels
VOMICA	-; vomicae	**VOYAGE**	-; voyaged,
VOMIT	-; vomito, vomits		voyager, voyages
VOMITED	-; -	**VOYAGER**	-; voyagers
VOMITER	-; vomiters	**VOYEUR**	-; voyeurs
VOMITO	-; vomitos	**VROOM**	-; vrooms
VOMITUS	-; -	**VROOMED**	-; -
VON	-; -	**VROUW**	-; vrouws
VOODOO	-; voodoos	**VROW**	-; vrows
VORLAGE	-; vorlages	**VUG**	-; vugg, vugh,
VORTEX	-; -		vugs
VOTABLE	-; -	**VUGG**	-; vuggs,
VOTARY	-; -		vuggy
VOTE	-; voted, voter, votes	**VUGH**	-; vughs
		VULGAR	-; vulgars
VOTER	-; voters	**VULGATE**	-; vulgates
VOTING	-; -	**VULGO**	-; -
VOTIVE	-; -	**VULGUS**	-; -
VOTRESS	-; -	**VULPINE**	-; -
VOUCH	avouch; -	**VULTURE**	-; vultures

VULVA	-; vulvae, vulval, vulvar, vulvas	**VULVATE**	-; -
		VUM	ovum; -
		VYING	-; -
		VYINGLY	-; -

W

W	aw, ow; we, wo	**WADDLER**	twaddler; waddlers
WAB	swab; wabs	**WADDLES**	swaddles,
WABBLE	-; wabbled, wabbler, wabbles		twaddles; -
		WADDLY	-; -
		WADDY	-; -
WABBLER	-; wabblers	**WADE**	-; waded,
WABBLY	-; -		wader, wades
WABS	swabs; -	**WADER**	-; waders
WACK	-; wacke, wacko, wacks, wacky	**WADI**	-; wadis
		WADIES	-; -
		WADING	-; -
WACKE	-; wackes	**WADMAAL**	-; wadmaals
WACKIER	-; -	**WADMAL**	-; wadmals
WACKILY	-; -	**WADMEL**	-; wadmels
WACKO	-; wackos	**WADMOL**	-; wadmoll,
WAD	-; wade, wadi, wads, wady		wadmols
		WADMOLL	-; wadmolls
WADABLE	-; -	**WADSET**	-; wadsets
WADDED	-; -	**WAE**	twae; waes
WADDER	-; wadders	**WAEFUL**	-; -
WADDIE	-; waddied, waadies	**WAENESS**	-; -
		WAES	twaes; -
WADDING	-; waddings	**WAESUCK**	-; waesucks
WADDLE	swaddle, twaddle; waddled, waddler, waddles	**WAFER**	-; wafers, wafery
		WAFERED	-; -
		WAFF	-; waffs
		WAFFED	-; -
WADDLED	swaddled, twaddled; -	**WAFFIE**	-; waffies
		WAFFING	-; -

WAFFLE	-; waffled, waffles	**WAHINE**	-; wahines
		WAHOO	-; wahoos
WAFFLY	-; -	**WAIF**	-; waifs
WAFT	-; wafts	**WAIFED**	-; -
WAFTAGE	-; waftages	**WAIFING**	-; -
WAFTED	-; -	**WAIL**	swail; wails
WAFTER	-; wafters	**WAILED**	-; -
WAFTING	-; -	**WAILER**	-; wailers
WAFTURE	-; waftures	**WAILFUL**	-; -
WAG	swag; wage, wags	**WAILING**	-; -
		WAILS	swails; -
WAGE	swage; waged, wager, wages	**WAIN**	swain, twain; wains
		WAINS	swains, twains; -
WAGED	swaged; -		
WAGER	swager; wagers	**WAIR**	-; wairs
		WAIRED	-; -
WAGERED	-; -	**WAIRING**	-; -
WAGERER	-; wagerers	**WAIST**	-; waists
WAGERS	swagers; -	**WAISTED**	-; -
WAGES	swages; -	**WAISTER**	-; waisters
WAGGED	swagged; -	**WAIT**	await; waits
WAGGER	swagger; waggers, waggery	**WAITED**	awaited; -
		WAITER	awaiter; waiters
WAGGERS	swaggers; -	**WAITERS**	awaiters; -
WAGGING	swagging; -	**WAITING**	-; waitings
WAGGISH	-; -	**WAITRON**	-; waitrons
WAGGLE	-; waggled, waggles	**WAITS**	awaits; -
		WAIVE	-; waived, waiver, waives
WAGGLY	-; -		
WAGGON	-; waggons	**WAIVER**	-; waivers
WAGING	swaging; -	**WAIVING**	-; -
WAGON	-; wagons	**WAKAME**	-; wakames
WAGONED	-; -	**WAKANDA**	-; wakandas
WAGONER	-; wagoners	**WAKE**	awake; waked, waken, waker, wakes
WAGS	swags; -		
WAGSOME	-; -		
WAGTAIL	-; wagtails	**WAKED**	awaked; -

WAKEFUL	-; -	**WALLOWS**	swallows; -
WAKEN	awaken;	**WALNUT**	-; walnuts
	wakens	**WALRUS**	-; -
WAKENED	awakened; -	**WALTZ**	-; -
WAKENER	awakener;	**WALTZED**	-; -
	wakeners	**WALTZER**	-; waltzers
WAKENS	awakens; -	**WALTZES**	-; -
WAKER	-; wakers	**WALY**	-; -
WAKES	awakes; -	**WAMBLE**	-; wambled,
WAKIKI	-; wakikis		wambles
WAKING	awaking; -	**WAMBLY**	-; -
WALE	swale; waled,	**WAME**	-; wames
	waler, wales	**WAMEFOU**	-; wamefous
WALER	-; walers	**WAMEFUL**	-; wamefuls
WALES	swales; -	**WAMMUS**	-; -
WALIES	-; -	**WAMPISH**	-; -
WALING	-; -	**WAMPUM**	-; wampums
WALK	-; walks	**WAMPUS**	-; -
WALKED	-; -	**WAMUS**	-; -
WALKER	-; walkers	**WAMUSES**	-; -
WALKING	-; walkings	**WAN**	hwan, swan;
WALKOUT	-; walkouts		wand, wane,
WALKUP	-; walkups		wans, want,
WALKWAY	-; walkways		wany
WALL	-; walla, walls,	**WAND**	-; wands
	wally	**WANDER**	-; wanders
WALLA	-; wallah,	**WANDLE**	-; -
	wallas	**WANE**	-; waned,
WALLABY	-; -		wanes, waney
WALLAH	-; wallahs	**WANGAN**	-; wangans
WALLED	-; -	**WANGLE**	twangle;
WALLET	-; wallets		wangled,
WALLEYE	-; walleyed,		wangler,
	walleyes		wangles
WALLIE	-; wallies	**WANGLED**	twangled; -
WALLING	-; -	**WANGLER**	twangler;
WALLOP	-; wallops		wanglers
WALLOW	swallow;	**WANGLES**	twangles; -
	wallows	**WANGUN**	-; wanguns

WANIER	-; -	**WARDERS**	awarders; -
WANIEST	-; -	**WARDING**	awarding, swarding; -
WANIGAN	-; wanigans		
WANING	-; -	**WARDS**	awards, swards; -
WANION	-; wanions		
WANLY	-; -	**WARE**	aware, sware; wared, wares
WANNED	swanned; -		
WANNER	-; -	**WAREZ**	-; -
WANNESS	-; -	**WARFARE**	-; warfares
WANNEST	-; -	**WARHEAD**	-; warheads
WANNING	swanning; -	**WARIER**	-; -
WANS	swans; -	**WARIEST**	-; -
WANT	-; wants	**WARILY**	-; -
WANTAGE	-; wantages	**WARING**	-; -
WANTED	-; -	**WARISON**	-; warisons
WANTER	-; wanters	**WARK**	-; warks
WANTING	-; -	**WARKED**	-; -
WANTON	-; wantons	**WARKING**	-; -
WAP	swap; waps	**WARLESS**	-; -
WAPITI	-; wapitis	**WARLIKE**	-; -
WAPPED	swapped; -	**WARLOCK**	-; warlocks
WAPPING	swapping; -	**WARLORD**	-; warlords
WAPS	swaps; -	**WARM**	swarm; warms
WAR	-; ward, ware, wark, warm, warn, warp, wars, wart, wary	**WARMED**	swarmed; -
		WARMER	swarmer; warmers
		WARMERS	swarmers; -
		WARMEST	-; -
WARBLE	-; warbled, warbler, warbles	**WARMING**	swarming; -
		WARMISH	-; -
		WARMLY	-; -
WARBLER	-; warblers	**WARMS**	swarms; -
WARD	award, sward; wards	**WARMTH**	-; warmths
		WARMUP	-; warmups
WARDED	awarded, swarded; -	**WARN**	-; warns
		WARNED	-; -
WARDEN	-; wardens	**WARNER**	-; warners
WARDER	awarder; warders	**WARNING**	-; warnings
		WARP	-; warps

WARPAGE	-; warpages	**WASHIER**	-; -
WARPATH	-; warpaths	**WASHING**	swashing;
WARPED	-; -		washings
WARPER	-; warpers	**WASHOUT**	-; washouts
WARPING	-; -	**WASHRAG**	-; washrags
WARRANT	-; warrants,	**WASHTUB**	-; washtubs
	warranty	**WASHUP**	-; washups
WARRED	-; -	**WASP**	-; wasps,
WARREN	-; warrens		waspy
WARRING	-; -	**WASPIER**	-; -
WARRIOR	-; warriors	**WASPILY**	-; -
WARSAW	-; warsaws	**WASPISH**	-; -
WARSHIP	-; warships	**WASSAIL**	-; wassails
WARSLE	-; warsled,	**WAST**	-; waste, wasts
	warsler,	**WASTAGE**	-; wastages
	warsles	**WASTE**	-; wasted,
WARSLER	-; warslers		waster, wastes
WARSTLE	-; warstled,	**WASTER**	-; wasters,
	warstler,		wastery
	warstles	**WASTING**	-; -
WART	swart; warts,	**WASTREL**	-; wastrels
	warty	**WASTRIE**	-; wastries
WARTED	-; -	**WASTRY**	-; -
WARTHOG	-; warthogs	**WAT**	swat, twat;
WARTIER	-; -		wats, watt
WARTIME	-; wartimes	**WATAP**	-; watape,
WARTY	swarty; -		wataps
WARWORK	-; warworks	**WATAPE**	-; watapes
WARWORN	-; -	**WATCH**	swatch; -
WAS	-; wash, wast	**WATCHED**	-; -
WASABI	-; wasabis	**WATCHER**	-; watchers
WASH	awash, swash;	**WATCHES**	swatches; -
	washy	**WATER**	-; waters,
WASHDAY	-; washdays		watery
WASHED	swashed; -	**WATERED**	-; -
WASHER	swasher;	**WATERER**	-; waterers
	washers	**WATS**	swats, twats; -
WASHERS	swashers; -	**WATT**	-; watts
WASHES	swashes; -	**WATTAGE**	-; wattages

WATTAPE	-; wattapes	**WAX**	-; waxy
WATTER	swatter; -	**WAXBILL**	-; waxbills
WATTEST	-; -	**WAXED**	-; -
WATTLE	twattle; wattled, wattles	**WAXEN**	-; -
		WAXER	-; waxers
		WAXIER	-; -
WATTLED	twattled; -	**WAXIEST**	-; -
WATTLES	twattles; wattless	**WAXILY**	-; -
		WAXING	-; waxings
WAUCHT	-; wauchts	**WAXLIKE**	-; -
WAUGH	-; waught	**WAXWEED**	-; waxweeds
WAUGHT	-; waughts	**WAXWING**	-; waxwings
WAUK	-; wauks	**WAXWORK**	-; waxworks
WAUKED	-; -	**WAXWORM**	-; waxworms
WAUKING	-; -	**WAY**	away, sway; ways
WAUL	-; wauls		
WAULED	-; -	**WAYBILL**	-; waybills
WAULING	-; -	**WAYLAID**	-; -
WAUR	-; -	**WAYLAY**	-; waylays
WAVE	-; waved, waver, waves, wavey	**WAYLESS**	-; -
		WAYSIDE	-; waysides
		WAYWARD	-; -
WAVELET	-; wavelets	**WAYWORN**	-; -
WAVEOFF	-; waveoffs	**WAYS**	sways; -
WAVER	-; wavers, wavery	**WE**	awe, ewe, owe; web, wed, wee, wen, wet
WAVERED	-; -		
WAVERER	-; waverers		
WAVEY	-; waveys	**WEAK**	tweak; -
WAVICLE	-; wavicles	**WEAKEN**	-; weakens
WAVIER	-; -	**WEAKER**	-; -
WAVIES	-; waviest	**WEAKEST**	-; -
WAVILY	-; -	**WEAKISH**	-; -
WAVING	-; -	**WEAKLY**	-; -
WAVY	-; -	**WEAKON**	-; weakons
WAW	-; wawl, waws	**WEAL**	-; weald, weals
WAWL	-; wawls	**WEALD**	-; wealds
WAWLED	-; -	**WEALTH**	-; wealths, wealthy
WAWLING	-; -		

WEAN	-; weans	**WEBFOOT**	-; -
WEANED	-; -	**WEBINAR**	-; webinars
WEANER	-; weaners	**WEBLESS**	-; -
WEANING	-; -	**WEBLIKE**	-; -
WEAPON	-; weapons	**WEBLOG**	-; weblogs
WEAR	swear; wears,	**WEBPAGE**	-; webpages
	weary	**WEBSITE**	-; websites
WEARER	swearer;	**WEBSTER**	-; websters
	wearers	**WEBWORK**	-; webworks
WEARERS	swearers; -	**WEBWORM**	-; webworms
WEARIED	-; -	**WEBZINE**	-; webzines
WEARIER	-; -	**WECHT**	-; wechts
WEARIES	-; weariest	**WED**	awed, owed;
WEARILY	-; -		weds
WEARING	swearing; -	**WEDDED**	-; -
WEARISH	-; -	**WEDDER**	-; wedders
WEARS	swears; -	**WEDDING**	-; weddings
WEARY	aweary; -	**WEDEL**	-; wedeln,
WEASAND	-; weasands		wedels
WEASEL	-; weasels	**WEDELED**	-; -
WEASON	-; weasons	**WEDELN**	-; wedelns
WEATHER	aweather;	**WEDGE**	-; wedged,
	weathers		wedges
WEAVE	-; weaved,	**WEDGIE**	-; wedgier,
	weaver,		wedgies
	weaves	**WEDGIES**	-; wedgiest
WEAVER	-; weavers	**WEDGING**	-; -
WEAVING	-; -	**WEDGY**	-; -
WEAZAND	-; weazands	**WEDLOCK**	-; wedlocks
WEB	-; webs	**WEE**	awee, twee;
WEBBED	-; -		weed, week,
WEBBIER	-; -		weel, ween,
WEBBING	-; webbings		weep, weer,
WEBBY	-; -		wees, weet
WEBCAM	-; webcams	**WEED**	tweed; weeds,
WEBCAST	-; webcasts		weedy
WEBER	-; webers	**WEEDED**	-; -
WEBFED	-; -	**WEEDER**	-; weeders
WEBFEET	-; -	**WEEDIER**	tweedier; -

WEEDILY	-; -	**WEEWEE**	-; weeweed,
WEEDING	-; -		weewees
WEEDS	tweeds; -	**WEFT**	-; wefts
WEEDY	tweedy; -	**WEIGELA**	-; weigelas
WEEK	-; weeks	**WEIGH**	aweigh;
WEEKDAY	-; weekdays		weighs, weight
WEEKEND	-; weekends	**WEIGHED**	-; -
WEEKLY	-; -	**WEIGHER**	-; weighers
WEEL	-; -	**WEIGHT**	-; weights,
WEEN	tween; weens,		weighty
	weeny	**WEINER**	-; weiners
WEENED	-; -	**WEIR**	-; weird, weirs
WEENIE	-; weenies	**WEIRD**	-; weirdo,
WEENING	-; -		weirds, weirdy
WEENS	-; weensy	**WEIRDIE**	-; weirdies
WEENY	sweeny; -	**WEIRDLY**	-; -
WEEP	sweep;	**WEIRDO**	-; weirdos
	weeps,	**WEKA**	-; wekas
	weepy	**WELCH**	-; -
WEEPER	sweeper;	**WELCHED**	-; -
	weepers	**WELCHER**	-; welchers
WEEPERS	sweepers; -	**WELCHES**	-; -
WEEPIE	-; weepier,	**WELCOME**	-; welcomed,
	weepies		welcomer,
WEEPIER	sweepier; -		welcomes
WEEPING	sweeping; -	**WELD**	-; welds
WEEPS	sweeps; -	**WELDED**	-; -
WEEPY	sweepy; -	**WELDER**	-; welders
WEER	sweer; -	**WELDING**	-; -
WEES	-; weest	**WELDOR**	-; weldors
WEET	sweet, tweet;	**WELFARE**	-; welfares
	weets	**WELKIN**	-; welkins
WEETED	tweeted; -	**WELL**	dwell, swell;
WEETING	tweeting; -		wells, welly
WEETS	sweets,	**WELLED**	dwelled,
	tweets; -		swelled; -
WEEVER	-; weevers	**WELLIE**	-; wellies
WEEVIL	-; weevils,	**WELLING**	dwelling,
	weevily		swelling; -

WELLS	dwells, swells; -	**WETA**	-; wetas
WELSH	-; -	**WETHER**	-; wethers
WELSHED	-; -	**WETLAND**	-; wetlands
WELSHER	-; welshers	**WETLY**	-; -
WELSHES	-; -	**WETNESS**	-; -
WELT	dwelt; welts	**WETSUIT**	-; wetsuits
WELTED	-; -	**WETTED**	-; -
WELTER	swelter; welters	**WETTER**	-; wetters
		WETTEST	-; -
WELTERS	swelters; -	**WETTING**	-; wettings
WELTING	-; weltings	**WETTISH**	-; -
WEN	-; wend, wens, went	**WHA**	-; wham, whap, what
WENCH	-; -	**WHACK**	-; whacko, whacks, whacky
WENCHED	-; -		
WENCHER	-; wenchers		
WENCHES	-; -	**WHACKED**	-; -
WEND	-; wends	**WHACKER**	-; whackers
WENDED	-; -	**WHACKO**	-; whackos
WENDIGO	-; wendigos	**WHALE**	-; whaled, whaler, whales
WENDING	-; -		
WENNIER	-; -	**WHALER**	-; whalers
WENNISH	-; -	**WHALING**	-; whalings
WENNY	-; -	**WHAM**	-; whamo, whams
WEPT	swept; -		
WERE	-; -	**WHAMMED**	-; -
WERGELD	-; wergelds	**WHAMMO**	-; -
WERGELT	-; wergelts	**WHAMMY**	-; -
WERGILD	-; wergilds	**WHANG**	-; whangs
WERT	-; -	**WHANGED**	-; -
WERWOLF	-; -	**WHANGEE**	-; whangees
WESKIT	-; weskits	**WHAP**	-; whaps
WESSAND	-; wessands	**WHAPPED**	-; -
WEST	-; wests	**WHAPPER**	-; whappers
WESTER	-; western, westers	**WHARF**	-; wharfs
		WHARFED	-; -
WESTERN	-; westerns	**WHARVE**	-; wharves
WESTING	-; westings	**WHAT**	-; whats
WET	-; wets	**WHATNOT**	-; whatnots

WHATSIS	-; -	**WHEREOF**	-; -
WHATSIT	-; -	**WHEREON**	-; -
WHAUP	-; whaups	**WHERETO**	-; -
WHEAL	-; wheals	**WHERRY**	-; -
WHEAT	-; wheats	**WHERVE**	-; wherves
WHEATEN	-; -	**WHET**	-; whets
WHEE	-; wheel,	**WHETHER**	-; whethers
	wheen, wheep	**WHETTED**	-; -
WHEEDLE	-; wheedled,	**WHETTER**	-; whetters
	wheedler,	**WHEW**	-; whews
	wheedles	**WHEY**	-; wheys
WHEEL	-; wheels	**WHEYEY**	-; -
WHEELED	-; -	**WHEYISH**	-; -
WHEELER	-; wheelers	**WHICH**	-; -
WHEELIE	-; wheelies	**WHICKER**	-; whickers
WHEEN	-; wheens	**WHID**	-; whids
WHEEP	-; wheeps	**WHIDAH**	-; whidahs
WHEEPED	-; -	**WHIDDED**	-; -
WHEEPLE	-; wheepled,	**WHIFF**	-; whiffs
	wheeples	**WHIFFED**	-; -
WHEEZE	-; wheezed,	**WHIFFER**	-; whiffers
	wheezer,	**WHIFFET**	-; whiffets
	wheezes	**WHIFFLE**	-; whiffled,
WHEEZER	-; wheezers		whiffler,
WHEEZY	-; -		whiffles
WHELK	-; whelks,	**WHIG**	-; whigs
	whelky	**WHILE**	awhile;
WHELM	-; whelms		whiled, whiles
WHELMED	-; -	**WHILING**	-; -
WHELP	-; whelps	**WHILOM**	-; -
WHELPED	-; -	**WHILST**	-; -
WHEN	-; whens	**WHIM**	-; whims
WHENAS	-; -	**WHIMPER**	-; whimpers
WHENCE	-; -	**WHIMS**	-; whimsy
WHERE	-; wheres	**WHIMSEY**	-; whimseys
WHEREAS	-; -	**WHIMSY**	-; -
WHEREAT	-; -	**WHIN**	-; whine, whins
WHEREBY	-; -	**WHINE**	-; whined,
WHEREIN	-; -		whiner,

	whines, whiney	**WHISPER**	-; whispers, whispery
WHINER	-; whiners	**WHIST**	-; whists
WHINGE	-; whinged, whinges	**WHISTED**	-; -
		WHISTLE	-; whistled,
WHINGY	-; -		whistler,
WHINIER	-; -		whistles
WHINING	-; -	**WHIT**	-; white, whits,
WHINNY	-; -		whity
WHINY	-; -	**WHITE**	-; whited,
WHIP	-; whips, whipt		whiten, whiter,
WHIPPED	-; -		whites, whitey
WHIPPER	-; whippers	**WHITELY**	-; -
WHIPPET	-; whippets	**WHITEN**	-; whitens
WHIPPY	-; -	**WHITES**	-; whitest
WHIPRAY	-; whiprays	**WHITEY**	-;
WHIPSAW	-; whipsawn, whipsaws	**WHITHER**	-; -
		WHITING	-; whitings
WHIR	-; whirl, whirr, whirs	**WHITISH**	-; -
		WHITLOW	-; whitlows
WHIRL	awhirl; whirls, whirly	**WHITTER**	-; whitters
		WHITTLE	-; whittled,
WHIRLED	-; -		whittler,
WHIRLER	-; whirlers		whittles
WHIRLY	-; -	**WHITY**	-; -
WHIRR	-; whirrs, whirry	**WHIZ**	-; whizz
		WHIZZED	-; -
WHIRRED	-; -	**WHIZZER**	-; whizzers
WHIRRY	-; -	**WHIZZES**	-; -
WHISH	-; whisht	**WHO**	-; whoa,
WHISHED	-; -		whom,
WHISHES	-; -		whop
WHISHT	-; whishts	**WHOEVER**	-; -
WHISK	-; whisks, whisky	**WHOLE**	-; wholes
		WHOLISM	-; wholisms
WHISKED	-; -	**WHOLLY**	-; -
WHISKER	-; whiskers, whiskery	**WHOM**	-; whomp
		WHOMP	-; whomps
WHISKEY	-; whiskeys	**WHOMPED**	-; -

WHOMSO	-; -	**WICKING**	-; wickings
WHOOF	-; whoofs	**WICKIUP**	-; wickiups
WHOOFED	-; -	**WICKYUP**	-; wickyups
WHOOP	-; whoops	**WICOPY**	-; -
WHOOPED	-; -	**WIDDER**	-; widders
WHOOPEE	-; whoopees	**WIDDIE**	-; widdies
WHOOPER	-; whoopers	**WIDDLE**	twiddle;
WHOOPLA	-; whooplas		widdled,
WHOOSH	-; -		widdles
WHOOSIS	-; -	**WIDDLED**	twiddled; -
WHOP	-; whops	**WIDDLES**	twiddles; -
WHOPPED	-; -	**WIDDY**	-; -
WHOPPER	-; whoppers	**WIDE**	-; widen,
WHORE	-; whored,		wider, wides
	whores	**WIDELY**	-; -
WHORING	-; -	**WIDEN**	-; widens
WHORISH	-; -	**WIDENED**	-; -
WHORL	-; whorls	**WIDENER**	-; wideners
WHORLED	-; -	**WIDEOUT**	-; -
WHORT	-; whorts	**WIDES**	-; widest
WHORTLE	-; whortles	**WIDGEON**	-; widgeons
WHOSE	-; -	**WIDGET**	-; widgets
WHOSIS	-; -	**WIDISH**	-; -
WHOSO	-; -	**WIDOW**	-; widows
WHUMP	-; whumps	**WIDOWED**	-; -
WHUMPED	-; -	**WIDOWER**	-; widowers
WHUP	-; -	**WIDTH**	-; widths
WHUPPED	-; -	**WIELD**	-; wields,
WHY	-; whys		wieldy
WHYDAH	-; whydahs	**WIELDED**	-; -
WICCA	-; wiccas	**WIELDER**	-; wielders
WICCAN	-; wiccans	**WIENER**	-; wieners
WICH	-; -	**WIENIE**	-; wienies
WICHES	-; -	**WIFE**	-; wifed, wifes
WICK	-; wicks	**WIFEDOM**	-; wifedoms
WICKAPE	-; wickapes	**WIFELY**	-; -
WICKED	-; -	**WIFING**	-; -
WICKER	-; wickers	**WIFTIER**	-; -
WICKET	-; wickets	**WIFTY**	-; -

WIG	swig, twig; wigs	**WILING**	-; -
WIGAN	-; wigans	**WILL**	swill, twill; wills, willy
WIGEON	-; wigeons	**WILLED**	swilled, twilled; -
WIGGED	swigged, twigged; -	**WILLER**	swiller; willers
WIGGERY	-; -	**WILLERS**	swillers; -
WIGGIER	-; -	**WILLET**	-; willets
WIGGING	swigging, twigging; wiggings	**WILLFUL**	-; -
		WILLIED	-; -
		WILLIES	-; -
WIGGLE	-; wiggled, wiggler, wiggles	**WILLING**	swilling, twilling; -
		WILLOW	-; willows, willowy
WIGGLER	-; wigglers		
WIGGLY	-; -	**WILLS**	swills, twills; -
WIGGY	twiggy; -	**WILT**	-; wilts
WIGHT	-; wights	**WILTED**	-; -
WIGLESS	-; -	**WILTING**	-; -
WIGLET	-; wiglets	**WILY**	-; -
WIGLIKE	twiglike; -	**WIMBLE**	-; wimbled, wimbles
WIGS	swigs, twigs; -		
WIGWAG	-; wigwags	**WIMP**	-; wimps, wimpy
WIGWAM	-; wigwams		
WIKIUP	-; wikiups	**WIMPISH**	-; -
WILCO	-; -	**WIMPLE**	-; wimpled, wimples
WILD	-; wilds		
WILDCAT	-; wildcats	**WIN**	twin; wind, wine, wing, wink, wino, wins, winy
WILDED	-; -		
WILDER	-; wilders		
WILDEST	-; -		
WILDING	-; wildings	**WINCE**	-; winced, wincer, winces, wincey
WILDISH	-; -		
WILDLY	-; -		
WILE	-; wiled, wiles	**WINCER**	-; wincers
WILFUL	-; -	**WINCEY**	-; winceys
WILIER	-; -	**WINCH**	-; -
WILIEST	-; -	**WINCHED**	-; -
WILILY	-; -	**WINCHER**	-; winchers

WINCHES	-; -		swing; wings,
WINCING	-; -		wingy
WIND	-; winds,	**WINGBOW**	-; wingbows
	windy	**WINGED**	swinged,
WINDAGE	-; windages		twinged; -
WINDBAG	-; windbags	**WINGER**	swinger;
WINDED	-; -		wingers
WINDER	-; winders	**WINGERS**	swingers; -
WINDIER	-; -	**WINGIER**	swingier; -
WINDIGO	-; windigos	**WINGING**	swinging,
WINDILY	-; -		twinging; -
WINDING	-; windings	**WINGLET**	-; winglets
WINDLE	dwindle,	**WINGMAN**	-; -
	swindle;	**WINGMEN**	-; -
	windled,	**WINGNUT**	-; wingnuts
	windles	**WINGS**	owings,
WINDLED	dwindled,		swings; -
	swindled; -	**WINGTIP**	-; wingtips
WINDLES	dwindles,	**WINGY**	swingy; -
	swindles;	**WINIER**	twinier; -
	windless	**WINIEST**	twiniest; -
WINDOW	-; windows,	**WINING**	dwining,
	windowy		twining; -
WINDOWY	-; -	**WINISH**	swinish; -
WINDROW	-; windrows	**WINK**	swink; winks
WINDUP	-; windups	**WINKED**	swinked; -
WINDWAY	-; windways	**WINKER**	-; winkers
WINE	dwine, swine,	**WINKING**	swinking; -
	twine; wined,	**WINKLE**	twinkle;
	wines, winey		winkled,
WINED	dwined,		winkles
	twined; -	**WINKLED**	twinkled
WINERY	-; -	**WINKLES**	twinkles; -
WINES	dwines,	**WINKS**	swinks; -
	swines,	**WINNED**	twinned; -
	twines; -	**WINNER**	-; winners
WINESAP	-; winesaps	**WINNING**	twinning;
WINESOP	-; winesops		winnings
WING	awing, owing,	**WINNOCK**	-; winnocks

WINNOW	-; winnows	**WISEASS**	-; -
WINO	-; winos	**WISELY**	-; -
WINOES	-; -	**WISENT**	-; wisents
WINS	twins; -	**WISER**	-; -
WINSOME	-; winsomer	**WISES**	-; wisest
WINTER	-; winters,	**WISH**	swish; wisha
	wintery	**WISHED**	swished; -
WINTLE	-; wintled,	**WISHER**	swisher;
	wintles		wishers
WINTRY	-; -	**WISHERS**	swishers; -
WINY	twiny; -	**WISHES**	swishes; -
WINZE	-; winzes	**WISHFUL**	-; -
WIPE	swipe; wiped,	**WISHING**	swishing; -
	wiper, wipes	**WISING**	-; -
WIPED	swiped; -	**WISP**	-; wisps, wispy
WIPEOUT	-; wipeouts	**WISPED**	-; -
WIPER	-; wipers	**WISPIER**	-; -
WIPES	swipes; -	**WISPILY**	-; -
WIPING	swiping; -	**WISPING**	-; -
WIRABLE	-; -	**WISPISH**	-; -
WIRE	-; wired, wirer,	**WISS**	swiss; -
	wires	**WISSED**	-; -
WIREMAN	-; -	**WISSES**	swisses; -
WIREMEN	-; -	**WISSING**	-; -
WIRER	-; wirers	**WIST**	twist; wists
WIRETAP	-; wiretaps	**WISTED**	twisted; -
WIREWAY	-; wireways	**WISTFUL**	-; -
WIRIER	-; -	**WISTING**	twisting; -
WIRIEST	-; -	**WISTS**	twists; -
WIRILY	-; -	**WIT**	twit; wite, with,
WIRING	-; wirings		wits
WIRRA	-; -	**WITAN**	-; -
WIRY	-; -	**WITCH**	switch, twitch;
WIS	iwis, ywis;		witchy
	wise, wish,	**WITCHED**	switched,
	wisp, wiss, wist		twitched; -
WISDOM	-; wisdoms	**WITCHES**	switches,
WISE	-; wised, wiser,		twitches; -
	wises	**WITCHY**	twitchy; -

WITE	-; wited, witen, wites
WITH	swith; withe, withy
WITHAL	-; -
WITHE	swithe; withed, wither, withes
WITHER	swither; withers
WITHERS	swithers; -
WITHIER	-; -
WITHIES	-; withiest
WITHIN	-; withing, withins
WITHOUT	-; withouts
WITING	-; -
WITLESS	-; -
WITLING	-; witlings
WITLOOF	-; witloofs
WITNESS	-; -
WITNEY	-; witneys
WITS	twits; -
WITTED	twitted; -
WITTIER	-; -
WITTILY	-; -
WITTING	twitting; wittings
WITTOL	-; wittols
WITTY	-; -
WIVE	swive; wived, wiver, wives
WIVED	swived; -
WIVER	-; wivern, wivers
WIVERN	-; wiverns
WIVES	swives; -
WIVING	swiving; -
WIZ	-; -
WIZARD	-; wizards
WIZEN	-; wizens
WIZENED	-; -
WIZES	-; -
WIZZEN	-; wizzens
WO	two; woe, wog, wok, won, woo, wos, wot, wow
WOAD	-; woads
WOADED	-; -
WOADWAX	-; -
WOALD	-; woalds
WOBBLE	-; wobbled, wobbler, wobbles
WOBBLER	-; wobblers
WOBBLY	-; -
WODGE	-; wodges
WOE	-; woes
WOEFUL	-; -
WOENESS	-; -
WOESOME	-; -
WOFUL	-; -
WOFULLY	-; -
WOK	-; woke, woks
WOKE	awoke; woken
WOKEN	awoken; -
WOLD	-; wolds
WOLF	-; wolfs
WOLFED	-; -
WOLFER	-; wolfers
WOLFING	-; -
WOLFISH	-; -
WOLFRAM	-; wolframs
WOLVER	-; wolvers
WOLVES	-; -
WOMAN	-; womans

WOMANED	-; -	**WOODING**	-; -
WOMANLY	-; -	**WOODLOT**	-; woodlots
WOMB	-; wombs, womby	**WOODMAN**	-; -
		WOODMEN	-; -
WOMBAT	-; wombats	**WOODRAT**	-; woodrats
WOMBED	-; -	**WOODS**	-; woodsy
WOMBIER	-; -	**WOODSIA**	-; woodsias
WOMEN	-; -	**WOODWAX**	-; -
WOMERA	-; womeras	**WOOED**	-; -
WOMMERA	-; wommeras	**WOOER**	-; wooers
WOMYN	-; -	**WOOF**	-; woofs
WON	-; wonk, wons, wont	**WOOFED**	-; -
		WOOFER	-; woofers
WONDER	-; wonders	**WOOFING**	-; -
WONK	-; wonks, wonky	**WOOING**	-; -
		WOOL	-; wools, wooly
WONKIER	-; -		
WONNED	-; -	**WOOLED**	-; -
WONNER	-; wonners	**WOOLEN**	-; woolens
WONNING	-; -	**WOOLER**	-; woolers
WONT	-; wonts	**WOOLHAT**	-; woolhats
WONTED	-; -	**WOOLIE**	-; woolier, woolies
WONTING	-; -		
WONTON	-; wontons	**WOOLIES**	-; wooliest
WOO	-; wood, woof, wool, woos	**WOOLLEN**	-; woollens
		WOOLLY	-; -
WOOD	-; woods, woody	**WOOLMAN**	-; -
		WOOLMEN	-; -
WOODBIN	-; woodbind, woodbine, woodbins	**WOOMERA**	-; woomeras
		WOONERF	-; woonerfs
		WOOPS	swoops; -
WOODBOX	-; -	**WOORALI**	-; wooralis
WOODCUT	-; woodcuts	**WOORARI**	-; wooraris
WOODED	-; -	**WOOSH**	swoosh; -
WOODEN	-; -	**WOOSHED**	swooshed; -
WOODHEN	-; woodhens	**WOOSHES**	swooshes; -
WOODIE	-; woodier, woodies	**WOOZIER**	-; -
		WOOZILY	-; -
WOODIES	-; woodiest	**WOOZY**	-; -

WORD	sword; words, wordy		worses, worset
WORDAGE	-; wordages	**WORSEN**	-; worsens
WORDED	-; -	**WORSET**	-; worsets
WORDIER	-; -	**WORSHIP**	-; worships
WORDILY	-; -	**WORST**	-; worsts
WORDING	-; wordings	**WORSTED**	-; worsteds
WORDS	swords; -	**WORT**	-; worth, worts
WORE	swore; -		
WORK	-; works	**WORTH**	-; worths, worthy
WORKBAG	-; workbags		
WORKBOX	-; -	**WORTHED**	-; -
WORKDAY	-; workdays	**WOS**	twos; wost
WORKED	-; -	**WOT**	swot; wots
WORKER	-; workers	**WOTS**	swots; -
WORKING	-; workings	**WOTTED**	swotted; -
WORKMAN	-; -	**WOTTING**	swotting; -
WORKMEN	-; -	**WOULD**	-; -
WORKOUT	-; workouts	**WOULDST**	-; -
WORKTOP	-; worktops	**WOUND**	swound; wounds
WORKUP	-; workups		
WORLD	-; worlds	**WOUNDED**	swounded; -
WORLDLY	-; -	**WOUNDS**	swounds; -
WORM	-; worms, wormy	**WOVE**	-; woven
		WOW	-; wows
WORMED	-; -	**WOWED**	-; -
WORMER	-; wormers	**WOWING**	-; -
WORMIER	-; -	**WOWSER**	-; wowsers
WORMIL	-; wormils	**WRACK**	-; wracks
WORMING	-; -	**WRACKED**	-; -
WORMISH	-; -	**WRAITH**	-; wraiths
WORN	sworn; -	**WRANG**	-; wrangs
WORRIED	-; -	**WRANGLE**	-; wrangled, wrangler, wrangles
WORRIER	-; worriers		
WORRIES	-; -		
WORRIT	-; worrits	**WRAP**	-; wraps, wrapt
WORRY	-; -		
WORSE	-; worsen, worser,	**WRAPPED**	-; -
		WRAPPER	-; wrappers

WRASSE	-; wrasses	**WRING**	-; wrings
WRASSLE	-; wrassled, wrassles	**WRINGED**	-; -
		WRINGER	-; wringers
WRASTLE	-; wrastled, wrastles	**WRINKLE**	-; wrinkled, wrinkles
WRATH	-; wraths, wrathy	**WRINKLY**	-; -
		WRIST	-; wrists, wristy
WRATHED	-; -		
WREAK	-; wreaks	**WRIT**	-; write, writs
WREAKED	-; -	**WRITE**	-; writer, writes
WREAKER	-; wreakers		
WREATH	-; wreathe, wreaths, wreathy	**WRITER**	-; writers
		WRITHE	-; writhed, writhen, writher, writhes
WREATHE	-; wreathed, wreathen, wreathes		
		WRITHER	-; writhers
WRECK	-; wrecks	**WRITING**	-; writings
WRECKED	-; -	**WRITTEN**	-; -
WRECKER	-; wreckers	**WRONG**	-; wrongs
WREN	-; wrens	**WRONGED**	-; -
WRENCH	-; -	**WRONGER**	-; wrongers
WREST	-; wrests	**WRONGLY**	-; -
WRESTED	-; -	**WROTE**	-; -
WRESTER	-; wresters	**WROTH**	-; -
WRESTLE	-; wrestled, wrestler, wrestles	**WROUGHT**	-; -
		WRUNG	-; -
		WRY	-; -
WRETCH	-; -	**WRYER**	-; -
WRICK	-; wricks	**WRYEST**	-; -
WRICKED	-; -	**WRYING**	-; -
WRIED	-; -	**WRYLY**	-; -
WRIER	-; -	**WRYNECK**	-; wrynecks
WRIES	-; wriest	**WRYNESS**	-; -
WRIGGLE	-; wriggled, wriggler, wriggles	**WUD**	-; -
		WUDDIES	-; -
		WUDDY	-; -
WRIGGLY	-; -	**WURST**	-; wursts
WRIGHT	-; wrights	**WURZEL**	-; wurzels

WUSHU	-; -	**WYLING**	-; -
WUSS	-; wussy	**WYN**	-; wynd, wynn,
WUSSES	-; -		wyns
WUSSY	-; -	**WYND**	-; wynds
WUTHER	-; wuthers	**WYNN**	-; wynns
WYCH	-; -	**WYSIWYG**	-; -
WYCHES	-; -	**WYTE**	-; wyted, wytes
WYE	-; wyes	**WYTING**	-; -
WYLE	-; wyled, wyles	**WYVERN**	-; wyverns

X

X	ax, ex, ox; xi, xu	**XI**	-; xis
		XIPHOID	-; xiphoids
XANTHAN	-; xanthans	**XU**	-; -
XANTHIC	-; -	**XYLAN**	-; xylans
XANTHIN	-; xanthine, xanthins	**XYLEM**	-; xylems
		XYLENE	-; xylenes
XEBEC	-; xebecs	**XYLIDIN**	-; xylidine,
XENIA	-; xenial, xenias		xylidins
XENIC	axenic; -	**XYLITOL**	-; xylitols
XENON	-; xenons	**XYLOID**	-; -
XENOPUS	-; -	**XYLOL**	-; xylols
XERARCH	-; -	**XYLOSE**	-; xyloses
XERIC	-; -	**XYLYL**	-; xylyls
XEROSES	-; -	**XYST**	-; xysti, xysts
XEROSIS	-; -	**XYSTER**	-; xysters
XEROTIC	-; -	**XYSTI**	-; -
XEROX	-; -	**XYSTOI**	-; -
XERUS	-; -	**XYSTOS**	-; -
XERUSES	-; -	**XYSTUS**	-; -

Y

Y	ay, by, my, oy; ya, ye		yak, yam, yap, yar, yaw, yay
YA	pya, rya; yah,	**YABBER**	-; yabbers

YABBIES	-; -	**YAPON**	-; yapons
YABBY	-; -	**YAPPED**	-; -
YACHT	-; yachts	**YAPPER**	-; yappers
YACHTED	-; -	**YAPPING**	-; -
YACHTER	-; yachters	**YAR**	kyar; yard,
YACK	kyack; yacks		yare, yarn
YACKED	-; -	**YARAK**	-; yaraks
YACKING	-; -	**YARD**	lyard; yards
YACKS	kyacks; -	**YARDAGE**	-; yardages
YAFF	-; yaffs	**YARDARM**	-; yardarms
YAFFED	-; -	**YARDED**	-; -
YAFFING	-; -	**YARDER**	-; yarders
YAGE	-; yages	**YARDING**	-; -
YAGER	-; yagers	**YARDMAN**	-; -
YAGI	-; yagis	**YARDMEN**	-; -
YAH	ayah; -	**YARE**	-; yarer
YAHOO	-; yahoos	**YARELY**	-; -
YAIRD	-; yairds	**YAREST**	-; -
YAK	-; yaks	**YARN**	-; yarns
YAKKED	-; -	**YARNED**	-; -
YAKKER	-; yakkers	**YARNER**	-; yarners
YAKKING	-; -	**YARNING**	-; -
YAKUZA	-; -	**YARROW**	-; yarrows
YALD	-; -	**YASHMAC**	-; yashmacs
YAM	-; yams	**YASHMAK**	-; yashmaks
YAMALKA	-; yamalkas	**YASMAK**	-; yasmaks
YAMEN	-; yamens	**YATAGAN**	-; yatagans
YAMMER	-; yammers	**YATTER**	-; yatters
YAMULKA	-; yamulkas	**YAUD**	-; yauds
YAMUN	-; yamuns	**YAULD**	-; -
YANG	-; yangs	**YAUP**	-; yaups
YANK	-; yanks	**YAUPED**	-; -
YANKED	-; -	**YAUPER**	-; yaupers
YANKING	-; -	**YAUPING**	-; -
YANQUI	-; yanquis	**YAUPON**	-; yaupons
YANTRA	-; yantras	**YAUTIA**	-; yautias
YAP	-; yaps	**YAW**	-; yawl, yawn,
YAPOCK	-; yapocks		yawp, yaws
YAPOK	-; yapoks	**YAWEY**	-; -

YAWL	-; yawls	**YEGG**	-; yeggs
YAWLED	-; -	**YEGGMAN**	-; -
YAWLING	-; -	**YEGGMEN**	-; -
YAWN	-; yawns	**YEH**	-; -
YAWNED	-; -	**YELD**	-; -
YAWNER	-; yawners	**YELK**	-; yelks
YAWNING	-; -	**YELL**	-; yells
YAWP	-; yawps	**YELLED**	-; -
YAWPED	-; -	**YELLER**	-; yellers
YAWPER	-; yawpers	**YELLING**	-; -
YAWPING	-; yawpings	**YELLOW**	-; yellows,
YAY	-; yays		yellowy
YCLAD	-; -	**YELP**	-; yelps
YCLEPED	-; -	**YELPED**	-; -
YCLEPT	-; -	**YELPER**	-; yelpers
YE	aye, bye, dye,	**YELPING**	-; -
	eye, lye, pye,	**YEN**	eyen; yens
	rye, tye, wye;	**YENNED**	-; -
	yea, yeh, yen,	**YENNING**	-; -
	yep, yes, yet,	**YENTA**	-; yentas
	yew	**YENTE**	-; yentes
YEA	-; yeah, yean,	**YEOMAN**	-; -
	year, yeas	**YEOMEN**	-; -
YEALING	-; yealings	**YEOW**	-; -
YEAN	-; yeans	**YEP**	-; -
YEANED	-; -	**YERBA**	-; yerbas
YEANING	-; -	**YERK**	-; yerks
YEAR	-; yearn, years	**YERKED**	-; -
YEAREND	-; yearends	**YERKING**	-; -
YEARLY	-; -	**YES**	ayes, byes,
YEARN	-; yearns		dyes, eyes,
YEARNED	-; -		lyes, oyes,
YEARNER	-; yearners		pyes, ryes,
YEAST	-; yeasts,		tyes, wyes; -
	yeasty	**YESHIVA**	-; yeshivah,
YEASTED	-; -		yeshivas
YECCH	-; yecchs	**YESSED**	-; -
YECH	-; yechs, yechy	**YESSES**	oyesses;
YEELIN	-; yeelins		yessess

YESSING	-; -	**YOD**	-; yodh, yods
YESTER	-; yestern	**YODEL**	-; yodels
YET	-; yeti, yett	**YODELED**	-; -
YETI	-; yetis	**YODELER**	-; yodelers
YETT	-; yetts	**YODH**	-; yodhs
YEUK	-; yeuks, yeuky	**YODLE**	-; yodled,
YEUKED	-; -		yodler, yodles
YEUKING	-; -	**YODLER**	-; yodlers
YEW	-; yews	**YOGA**	-; yogas
YIELD	-; yields	**YOGEE**	-; yogees
YIELDED	-; -	**YOGH**	-; yoghs
YIELDER	-; yielders	**YOGHURT**	-; yoghurts
YIKES	-; -	**YOGI**	-; yogic, yogin,
YILL	-; yills		yogis
YIN	ayin, pyin; yins	**YOGIN**	-; yogini,
YINCE	-; -		yogins
YINS	ayins, pyins; -	**YOGINI**	-; yoginis
YIP	-; yipe, yips	**YOGURT**	-; yogurts
YIPE	-; yipes	**YOHIMBE**	-; yohimbes
YIPPED	-; -	**YOICKS**	-; -
YIPPEE	-; -	**YOK**	-; yoke, yoks
YIPPIE	-; yippies	**YOKE**	-; yoked, yokel,
YIPPING	-; -		yokes
YIRD	-; yirds	**YOKEL**	-; yokels
YIRR	-; yirrs	**YOKING**	-; -
YIRRED	-; -	**YOLK**	-; yolks, yolky
YIRRING	-; -	**YOLKED**	-; -
YIRTH	-; yirths	**YOLKIER**	-; -
YLEM	xylem; ylems	**YOM**	-; -
YLEMS	xylems; -	**YOMIM**	-; -
YO	-; yob, yod,	**YON**	-; yond, yoni
	yok, yom, yon,	**YONDER**	-; -
	you, yow	**YONI**	-; yonic, yonis
YOB	-; yobs	**YONKER**	-; yonkers
YOBBERY	-; -	**YONKS**	-; -
YOBBISH	-; -	**YOOF**	-; yoofs
YOBBO	-; yobbos	**YORE**	-; yores
YOCK	-; yocks	**YOU**	-; your
YOCKED	-; -	**YOUNG**	-; youngs

YOUNGER	-; youngers	**YUCKED**	-; -
YOUNKER	-; younkers	**YUCKES**	-; -
YOUPON	-; youpons	**YUCKIER**	-; -
YOUR	-; yourn, yours	**YUCKING**	-; -
YOUSE	-; -	**YUGA**	-; yugas
YOUTH	-; youths	**YUK**	-; yuks
YOUTHEN	-; youthens	**YUKATA**	-; yukatas
YOW	-; yowe, yowl, yows	**YUKE**	-; yuked, yukes
		YUKING	-; -
YOWE	-; yowed, yowes	**YUKKED**	-; -
		YUKKING	-; -
YOWIE	-; yowies	**YUKKY**	-; -
YOWING	-; -	**YULAN**	-; yulans
YOWL	-; yowls	**YULE**	-; yules
YOWLED	-; -	**YUM**	-; -
YOWLER	-; yowlers	**YUMMIER**	-; -
YOWLING	-; -	**YUMMIES**	-; yummiest
YOWZA	-; -	**YUMMY**	-; -
YPERITE	-; yperites	**YUP**	-; -
YTTRIA	-; yttrias	**YUPON**	-; yupons
YTTRIC	-; -	**YUPPIE**	-; yuppies
YTTRIUM	-; yttriums	**YUPPY**	-; -
YUAN	-; yuans	**YURT**	-; yurta, yurts
YUCCA	-; yuccas	**YUTZ**	-; -
YUCCH	-; -	**YUZU**	-; yuzus
YUCH	-; -	**YWIS**	-; -
YUCK	-; yucks, yucky		

Z

Z	-; za	**ZAFFIR**	-; zaffirs
ZA	-; zas	**ZAFFRE**	-; zaffres
ZACATON	-; zacatons	**ZAFTIG**	-; -
ZADDICK	-; -	**ZAG**	-; zags
ZADDIK	tzaddik; -	**ZAGGED**	-; -
ZAFFAR	-; zaffars	**ZAGGING**	-; -
ZAFFER	-; zaffers	**ZAIDA**	-; zaidas

ZAIDEH	-; zaidehs	**ZEBRA**	-; zebras,
ZAIDIES	-; -	**ZEBRAIC**	-; -
ZAIDY	-; -	**ZEBRAS**	-; zebrass
ZAIKAI	-; zaikais	**ZEBRINE**	-; -
ZAIRE	-; zaires	**ZEBROID**	-; -
ZAKAT	-; zakats	**ZEBU**	-; zebus
ZAMARRA	-; zamarras	**ZECCHIN**	-; zecchini,
ZAMARRO	-; zamarros		zecchino,
ZAMIA	-; zamias		zecchins
ZANANA	-; zananas	**ZECHIN**	-; zechins
ZANDER	-; zanders	**ZED**	-; zeds
ZANIER	-; -	**ZEDOARY**	-; -
ZANIES	-; zaniest	**ZEE**	-; zees
ZANILY	-; -	**ZEIN**	-; zeins
ZANY	-; -	**ZEK**	-; zeks
ZANYISH	-; -	**ZELKOVA**	-; zelkovas
ZANZA	-; zanzas	**ZEMSTVO**	-; zemstvos
ZAP	-; zaps	**ZEN**	-; -
ZAPATEO	-; zapateos	**ZENAIDA**	-; zenaidas
ZAPPED	-; -	**ZENANA**	-; zenanas
ZAPPER	-; zappers	**ZENDO**	-; zendos
ZAPPING	-; -	**ZENITH**	-; zeniths
ZAPPY	-; -	**ZEOLITE**	-; zeolites
ZAPTIAH	-; zaptiahs	**ZEP**	-; zeps
ZAPTIEH	-; zaptiehs	**ZEPHYR**	-; zephyrs
ZAREBA	-; zarebas	**ZERK**	-; zerks
ZAREEBA	-; zareebas	**ZERO**	-; zeros
ZARF	-; zarfs	**ZEROED**	-; -
ZARIBA	-; zaribas	**ZEROES**	-; -
ZAX	-; -	**ZEROING**	-; -
ZAXES	-; -	**ZEROTH**	-; -
ZAYIN	-; zayins	**ZEST**	-; zests, zesty
ZAZEN	-; zazens	**ZESTED**	-; -
ZEAL	-; zeals	**ZESTFUL**	-; -
ZEALOT	-; zealots	**ZESTIER**	-; -
ZEATIN	-; zeatins	**ZESTING**	-; -
ZEBEC	-; zebeck,	**ZETA**	-; zetas
	zebecs	**ZEUGMA**	-; zeugmas
ZEBECK	-; zebecks	**ZIBET**	-; zibeth, zibets

ZIBETH	-; zibeths	**ZIPOLA**	-; zipolas
ZIG	-; zigs	**ZIPPED**	-; -
ZIGGED	-; -	**ZIPPER**	-; zippers
ZIGGING	-; -	**ZIPPIER**	-; -
ZIGZAG	-; zigzags	**ZIPPING**	-; -
ZIKURAT	-; zikurats	**ZIPPO**	-; zippos
ZILCH	-; -	**ZIPPY**	-; -
ZILCHES	-; -	**ZIRAM**	-; zirams
ZILL	-; zills	**ZIRCON**	-; zircons
ZILLAH	-; zillahs	**ZIT**	-; ziti, zits
ZILLION	-; zillions	**ZITHER**	-; zithern,
ZIN	-; zinc, zing,		zithers
	zins	**ZITHERN**	-; zitherns
ZINC	-; zincs, zincy	**ZITI**	-; zitis
ZINCATE	-; zincates	**ZIZIT**	-; zizits
ZINCED	-; -	**ZIZITH**	-; -
ZINCIC	-; -	**ZIZZ**	-; -
ZINCIFY	-; -	**ZIZZED**	-; -
ZINCING	-; -	**ZIZZES**	-; -
ZINCITE	-; zincites	**ZIZZLE**	-; zizzled,
ZINCKED	-; -		zizzles
ZINCKY	-; -	**ZLOTE**	-; -
ZINCOID	-; -	**ZLOTIES**	-; -
ZINCOUS	-; -	**ZLOTY**	-; zlotys
ZING	-; zings, zingy	**ZLOTYCH**	-; -
ZINGANI	-; -	**ZOA**	-; -
ZINGANO	-; -	**ZOARIA**	-; zoarial
ZINGARA	-; -	**ZOARIUM**	-; -
ZINGARE	-; -	**ZOCALO**	-; zocalos
ZINGARI	-; -	**ZODIAC**	-; zodiacs
ZINGARO	-; -	**ZOEA**	-; zoeae,
ZINGED	-; -		zoeal, zoeas
ZINGER	-; zingers	**ZOECIA**	-; -
ZINGIER	-; -	**ZOECIUM**	-; -
ZINGING	-; -	**ZOFTIG**	-; -
ZINKIFY	-; -	**ZOIC**	azoic; -
ZINKY	-; -	**ZOISTE**	-; zoistes
ZINNIA	-; zinnias	**ZOMBI**	-; zombie,
ZIP	-; zips		zombis

ZOMBIE	-; zombies	**ZOONAL**	-; -
ZOMBIFY	-; -	**ZOONED**	-; -
ZOMBOID	-; -	**ZOOTIER**	-; -
ZONA	-; zonae, zonas	**ZOOTOMY**	-; -
		ZOOTY	-; -
ZONAE	-; -	**ZORI**	-; zoril, zoris
ZONAL	azonal; -	**ZORIL**	-; zorils
ZONALLY	-; -	**ZORILLA**	-; zorillas
ZONARY	-; -	**ZORILLE**	-; zorilles
ZONATE	-; zonated	**ZORILLO**	-; zorillos
ZONE	ozone; zoned, zoner, zones	**ZOSTER**	-; zosters
		ZOUAVE	-; zouaves
ZONER	-; zoners	**ZOUK**	-; zouks
ZONES	ozones; -	**ZOUNDS**	-; -
ZONING	-; -	**ZOWEE**	-; -
ZONK	-; zonks	**ZOWIE**	-; -
ZONKED	-; -	**ZOYSIA**	-; zoysias
ZOKING	-; -	**ZUPPA**	-; zuppas
ZONULA	-; zonulae, zonular, zonulas	**ZUZ**	-; -
		ZYDECO	-; zydecos
		ZYGOID	-; -
ZONULE	-; zonules	**ZYGOMA**	-; zygomas
ZOO	-; zoom, zoon, zoos	**ZYGOSE**	-; zygoses
		ZYGOSIS	-; -
ZOOEY	-; -	**ZYGOTE**	-; zygotes
ZOOGENY	-; -	**ZYGOTIC**	-; -
ZOOGLEA	-; zoogleae, zoogleal, zoogleas	**ZYMASE**	-; zymases
		ZYME	-; zymes
		ZYMOGEN	-; zymogene, zymogens
ZOOID	-; zooids		
ZOOIDAL	-; -	**ZYMOSAN**	-; zymosans
ZOOKS	-; -	**ZYMOSES**	-; -
ZOOLOGY	-; -	**ZYMOSIS**	-; -
ZOOM	-; zooms	**ZYMOTIC**	-; -
ZOOMED	-; -	**ZYMURGY**	-; -
ZOOMING	-; -	**ZYZZYVA**	-; zyzzyvas
ZOON	-; zoons	**ZZZ**	-; -

ABOUT THE AUTHORS

Saleem has three homes: he was born in India, spent his adolescence and initial career in Pakistan, and now lives in Hawaii. The four books he has written reflect his varied interests. The *Handbook of Plants with Pest-Control Properties*, written with Michael Grainge (Wiley, 1988), came from an ambition to seek alternatives to dangerous pesticides. *The Scrabble Word-Building Book* (Pocket Books, 1991), now in its third edition, was the result of his desire to top his wife in the game. *Beyond Veil and Holy War: Islamic Teachings and Muslim Practices with Biblical Comparisons* (Moving Pen, 2002) and *Islam: A Religion of Peace?* (Moving Pen, 2008) were inspired by his belief in the importance of distancing Islam from questionable Muslim acts. He is now completing his fifth book, *The Four Phases of Muhammad's Life*.

A budding poet, Saleem has had one of his works in Urdu included in a CD produced in Hawaii by Blue Rains, a musical group pooling talents from Bangladesh, Pakistan, and Hawaii. In 2018, he and wife, Carol (aka "Yasmin"), were recognized as the Most Outstanding Family in the Western USA by the Universal Peace Federation, largely due to their compiling *The Scrabble Word-Building Book* with the help of both their daughters, Aisha and Seema.

Saleem obtained his master's degree in geology from the University of Karachi in 1961, and his Ph.D. in soil science from the University of Hawaii in 1965. He then taught at the University of Karachi and worked in Pakistan's fertilizer sector, contributing to Pakistan's "green revolution." He spent the next twenty-two years working with the East-West Center in Honolulu, where he directed the Botanical Pest-Control Project and introduced the neem tree, which is originally from South Asia and is renowned for its pharmaceutical and pest-control properties, to Hawaii. After retirement, Saleem had a "reincarnated" career as a financial planner, from which he also retired recently. He continues to teach Islam as part of the University of Hawaii's Outreach College.

Saleem's broad outlook inspired him to found Milun, an association that originally promoted the confluence of South Asian cultures and has now expanded to embrace the entire world. His desire to promote interfaith harmony inspired him to establish the All Believers Network in 2002 (AllBelieversNetwork.net), which explores the converging paths of religions.

Carol is a third-generation Hawaiian of Japanese ancestry who is equally at home in the Hawaiian culture of hula as well as in the South Asian culture of *saree* (clothes), *sabzee* (vegetables), and *sangeet* (music). During the nine years she spent in Pakistan with Saleem, she became conversational in Urdu. Her South Asian name, "Yasmin" (jasmine flower), is based on her Japanese middle name, Yasuko. In addition to helping Saleem with Milun and the All Believers Network, she is an active member of the Halau Kawaihoa, a school for learning ancient and modern hula.

Aisha, Saleem and Carol's first daughter, was born in Pakistan and now lives with her husband and son in the upper midwest of the United States. She is a former newspaper reporter who stepped away from full-time reporting to become an at-home mom. In addition to occasionally filling in at a local newspaper, she sings in two choirs and directs a small women's choir.

Seema, Saleem and Carol's second daughter, was also born in Pakistan and is now the deputy artistic director of the Arena Stage in Washington, DC. As an actress, she has performed in Chicago, Seattle, San Diego, and elsewhere. She has written and directed several plays.